பஷீர் நாவல்கள்

• அன்பார்ந்த வாசகருக்கு,

வணக்கம்.

காலச்சுவடு நூலை வாங்கியமைக்கு நன்றி.

நூலின் உள்ளடக்கம், உருவாக்கம், அட்டைப்படம் இன்ன பிற அம்சங்கள் பற்றிய உங்கள் கருத்துகளையும் ஆலோசனைகளையும் காலச்சுவடு வரவேற்கிறது. தகவல், எழுத்து, வாக்கியப் பிழைகள் தென்பட்டால் அவசியம் தெரிவித்து உதவுங்கள். நூல் தயாரிப்பில் கடும் குறைபாடு இருப்பின் மாற்றுப் பிரதி உங்களுக்குக் கிடைக்கக் காலச்சுவடு ஏற்பாடு செய்யும்.

மின்னஞ்சல்: **publisher@kalachuvadu.com**

காலச்சுவடு நாகர்கோவில் அலுவலகத்திற்குக் கடிதம் அனுப்பலாம்.

தங்கள்

எஸ்.ஆர். சுந்தரம் (கண்ணன்)
பதிப்பாளர் — நிர்வாக இயக்குநர்

Unauthorised use of the contents of this published book, whether in e-book or hardcopy format, for any type of Artificial Intelligence (AI) training — including but not limited to Machine Learning, Deep Learning, Natural Language Processing, Computer Vision, Chatbot Training, Image Recognition Systems, Recommendation Engines, and Language Models — is strictly prohibited without prior licensing from the publisher. Any such unauthorised use may result in legal action.

பஷீர் நாவல்கள்
வைக்கம் முகம்மது பஷீர் (1908 - 1994)

1908 ஜனவரி 19ஆம் தேதி கேரளா வைக்கம் தாலுகாவில் தலையோலப் பரம்பில் பிறந்தார். பத்தாம் வகுப்பு படிக்கும்போது வீட்டைவிட்டு ஓடி, இந்திய தேசியக் காங்கிரஸில் சேர்ந்து உப்பு சத்தியாக்கிரகத்தில் கலந்துகொண்டார். சுதந்திரப் போராட்ட வீரராக சென்னை, கோழிக்கோடு, கோட்டயம், கொல்லம், திருவனந்தபுரம் சிறைகளில் தண்டனை அனுபவித்தார். பகத்சிங் பாணியிலான தீவிரவாத அமைப்பொன்றை உருவாக்கிச் செயல்பட்டார். அமைப்பின் கொள்கை இதழாக 'உஜ்ஜீவனம்' வார இதழையும் தொடங்கினார். பத்தாண்டுகள் இந்தியாவெங்கும் தேசாந்திரியாகத் திரிந்தார். பிறகு ஆப்பிரிக்காவிலும் அரேபியாவிலும் சுற்றினார். இக்காலகட்டத்தில் பஷீர் செய்யாத வேலைகளே இல்லை. ஐந்தாறு வருடங்கள் இமயமலைச் சரிவுகளிலும் கங்கையாற்றின் கரைகளிலும் இந்து துறவியாகவும் இஸ்லாமிய சூஃபியாகவும் வாழ்ந்தார். சுதந்திரப் போராட்ட வீரர்களுக்கான மத்திய, மாநில அரசுகளின் ஓய்வூதியம், சிறப்பு நல்கை, இந்திய அரசின் பத்மஸ்ரீ விருது, கோழிக்கோடு பல்கலைக்கழகத்தின் டி.லிட்., சம்ஸ்கார தீபம் விருது, பிரேம் நசீர் விருது, லலிதாம்பிகா அந்தர்ஜனம் விருது, முட்டத்து வர்க்கி விருது, வள்ளத்தோள் விருது, ஜித்தா அரங்கு விருது போன்ற பல்வேறு விருதுகள் பெற்றவர்.

1994 ஜூலை 5ஆம் தேதி காலமானார்.

மனைவி: ஃபாபி பஷீர்,

மக்கள் : ஷாஹினா, அனீஸ் பஷீர்.

குளச்சல் யூசுஃப்
மொழிபெயர்ப்பாளர்

குமரி மாவட்டம், குளச்சலில் பிறந்தவர். தற்போது நாகர்கோவிலில் வசித்துவருகிறார். வைக்கம் முகம்மது பஷீரின் படைப்புகள் உட்பட முப்பதுக்கும் மேற்பட்ட நூல்களைத் தமிழில் மொழிபெயர்த்துள்ளார். செம்மொழித் தமிழாய்வு மத்திய நிறுவனத்துக்காக நாலடியார், இன்னா நாற்பது, இனியவை நாற்பது, கார் நாற்பது, களவழி நாற்பது, நான்மணிக்கடிகை ஆகிய அறநூல்களை மலையாளத்திலும் மொழியாக்கம் செய்துள்ளார். மொழிபெயர்ப்பிற்கான சாகித்திய அகாதெமி விருது, தமிழ்நாடு அரசு விருது, ஆனந்த விகடன் விருது, உள்ளூர் பரமேஸ்வரய்யர் விருது, வி.ஆர். கிருஷ்ணய்யர், நல்லி – திசையெட்டும், ஸ்பாரோ கவிக்கோ உட்படப் பல்வேறு விருதுகள் பெற்றுள்ளார்.

மின்னஞ்சல்: kulachalsmyoosuf@gmail.com

அலைபேசி : 99949 23926

சுகுமாரன்
தொகுப்பாசிரியர்

கோவையில் பிறந்தவர். அச்சிதழ், தொலைக்காட்சி, நூல் வெளியீட்டுத் துறைகளில் பணியாற்றியவர். கவிஞர், கட்டுரையாளர், நாவலாசிரியர், மொழிபெயர்ப்பாளர். காலச்சுவடு இதழின் பொறுப்பாசிரியர். கனடா தமிழ் இலக்கியத் தோட்டம், கோவை கொடீசியா அமைப்பு ஆகியவற்றின் வாழ்நாள் சாதனையாளருக்கான இயல் விருது, புத்தகத் திருவிழா விருதுகளை 2016, 2023ஆம் ஆண்டுகளில் பெற்றார்.

தொடர்புக்கு: nsukumaran@gmail.com

வைக்கம் முகம்மது பஷீர்

பஷீர் நாவல்கள்

மலையாளத்திலிருந்து தமிழில்
**குளச்சல் யூசுஃப்
சுகுமாரன்**

காலச்சுவடு பதிப்பகம்

பஷீர் நாவல்கள் ◆ ஆசிரியர்: வைக்கம் முகம்மது பஷீர் ◆ மலையாளத்திலிருந்து தமிழில்: குளச்சல் யூசுஃப், சுகுமாரன் ◆ © ஷாஹினா, அனீஸ் பஷீர் ◆ முதல் பதிப்பு: ஏப்ரல் 2016, பன்னிரண்டாம் பதிப்பு ஜூலை 2025 ◆ வெளியீடு: காலச்சுவடு பப்ளிகேஷன்ஸ் (பி) லிட்., 669, கே.பி. சாலை, நாகர்கோவில் 629001

Pashiir naavalkaL ◆ Author: Vaikom Mohamed Basheer ◆ Translated from Malayalam by: Colachel Yoosuf and Sukumaran ◆ © Shahina, Anees Basheer ◆ Language: Tamil ◆ First Edition: April 2016, Twelfth Edition: July 2025 ◆ Size: Demy 1 x 8 ❖ Paper: 18.6 kg maplitho ❖ Pages: 528

Published by Kalachuvadu Publications Pvt. Ltd., 669 K.P. Road, Nagercoil 629001, India ◆ Phone: 91-4652-278525 ◆ e-mail: publications@kalachuvadu.com ◆ Illustrations: Namboothiri, Krishnan, and Marthandam Rajasekaran ◆ Printed at Mani Offset, Chennai 600077

ISBN: 978-93-90224-82-1

07/2025/S.No. 674, kcp 5889, 18.6 (12) 9ss

பொருளடக்கம்

முன்னுரை : பஷீரின் படைப்புலகம்	9
பதிப்புரை	43
காதல் கடிதம்	47
பால்யகால சகி	95
சப்தங்கள்	169
எங்க உப்பப்பாவுக்கொரு ஆனையிருந்தது	229
மூணு சீட்டு விளையாட்டுக்காரனின் மகள்	335
ஆனைவாரியும் பொன்குருசும்	359
பாத்துமாவின் ஆடு	389
மதில்கள்	477
வைக்கம் முகம்மது பஷீர் : வாழ்க்கைக் குறிப்பு	521
பஷீர் படைப்புகள்	525

முன்னுரை

பஷீரின் படைப்புலகம்

கே. சச்சிதானந்தன்

இந்திய இலக்கியத்தின் ஜனநாயக மரபு என நான் அழைக்க விரும்பும் வகைமையில் ஆழமாக நிலைபெற்றிருப்பவர் வைக்கம் முகம்மது பஷீர் (1908 – 1994). இன்னும் வாழ்ந்துகொண்டிருக்கும் இந்த மரபின் தொடக்கமாக இந்தியப் பழங்குடி வழக்காறுகளை – வேதங்கள், சோமதேவரின் பஞ்சதந்திரத்தில் தொகுக்கப்பட்டுள்ள நாட்டார் மற்றும் நீதிக்கதைகள், குணாத்தியரின் பிருஹத்கதா (பெருங்கதை), க்ஷேமேந்திரரின் பிருஹத்கதா மஞ்சரி, வசுதேவ ஹிந்தி, ஜாதகக் கதைகளை – கொள்ளலாம். இந்த மரபு இதிகாசங்களால், குறிப்பாக ராமாயணம், மகாபாரதம் மூலமாக மேலும் செழுமையடைந்தது. இந்த இதிகாசங்கள் வாய்மொழி மரபாக வழங்கிவந்த பல தொன்மக் கதைகளால் உருவானவை மட்டுமல்லாமல், நாடு முழுவதும் இவையே வாய்மொழி நிகழ்த்துகலை மற்றும் எழுத்துவடிவங்களாகக் காணக் கிடைப்பதோடு வேறு வேறு குழு, இன, பாலினப் பார்வைகளின் பரிசீலிப்பாகவும் பல்வேறு விதமான வாழ்வியல்களின் உள்ளடக்கமாகவும் திகழ்ந்து செழுமையும் பன்முகத் தன்மையும் கொண்ட இந்திய மக்களின் பொதுக்கற்பனைத் திறனுக்குச் சாட்சியங்களாகத் திகழ்கின்றன. மேலும் அவை தலித், பெண்ணிய மற்றும் பிற பார்வைகள், விளக்கங்கள் கொண்ட புதிய பனுவல்

வடிவங்களையும் மாறுபட்ட உருவாக்கங்களையும் இன்றளவும் தொடர்ந்து உருவாக்கிவருகின்றன.

அரசவைகளுக்குள் முடங்கியதாக இருந்தபோதிலும் சமஸ்கிருத இலக்கியம்கூட ஒரு ஜனநாயக இணைஓட்டமாக இயங்கிவந்தது. இதற்குச் சான்றாக யோகேஸ்வரர் போன்ற கவிஞர்களும், சூத்ரகர் போன்ற நாடகாசிரியர்களும் சாமானிய மக்களின் அன்றாட வாழ்வு சார்ந்த நிகழ்ச்சிகளின் பின்புலத்தை மையப்படுத்திப் புனைந்த ஆக்கங்களைக் குறிப்பிடலாம். இவை கவிதையியல் பற்றி த்வனி, அனுமான எதிர்க்கோட்பாடுகளை முன்வைத்துக் கற்போருக்குச் செழுமையூட்டின. தமிழின் சங்க இலக்கியமும், பாலி, பிராகிருத, சமஸ்கிருத மொழிகளில் காணக்கிடைக்கும் புத்த, சமண இலக்கியங்களும், சாமான்ய மக்களின் துயரங்களையும் அவர்களின் தனி, பொது வாழ்க்கையையும் விவரிப்பதோடு சமத்துவ விழுமியங்களை, ஜனநாயகச் செய்திகளை உரக்கச் சொல்கின்றன. இந்தக் காலகட்டத்தைச் சார்ந்த தமிழ் இலக்கியமானது திணைகள் என்ற பல நிலப்பரப்பு மற்றும் அவற்றுடன் தொடர்புபடுத்துவதற்குரிய உணர்வுகளை, சூழ்நிலைகளை உள்ளடக்கிய புதிய கவிதையியலை உருவாக்கியது. அரசியலிலும் பொருளாதாரத்திலும் வெளிப்படும் அதிகாரத்தையும், சாதி, மத, மொழி, பூசாரிகள் போன்றவற்றால் உருவாக்கம்பெற்ற கீழ்மேல் அடுக்குகளையும், பல்வேறு வகையில் மக்களை அடிமைகளாக மாற்றிவிட்ட மூடநம்பிக்கைகளையும் கேள்விக்குள்ளாக்கிய பக்தி, சூஃபி இலக்கியங்கள் இந்த ஜனநாயக மரபுக்கு உறுதியான அடித்தளம் இட்டன. அடிப்படையில் கைவினைஞர்கள், பெண்கள், சிறுபான்மை மதக் குழுக்களால் உருவாகிவந்த இந்த மரபுகள் பிராமண சித்தாந்தத்தையும் அரச மேலாண்மையையும் சமஸ்கிருத மொழி மேலானது என்ற கருத்தையும் மறுத்து வந்தன. மாறாக, மக்களின் மொழிகளுக்கு உரமூட்டி, எழுத்து, இசை, நடனத்தால் புதிய வகைமைகளை உருவாக்கியதோடு, மத உரையாடல்களில் சமத்துவ ஜனநாயகப் பார்வையில் விளக்கங்களை வழங்கி, சமூகத்தில் உயர் வகுப்பினரையும் உயர் சாதியினரையும் அண்ணாந்து நோக்கப் பயன்பட்டுவந்த சமூக உறைநிலையை இம்மரபுகள் சிதைத்தன.

இத்தகைய இயக்கங்களால் உருவாக்கமும் ஊட்டமும் பெற்ற பன்மொழி விளிம்புநிலை இந்திய இலக்கியங்கள் மனிதர்களால் உருவாக்கப்பட்ட பிரதேச, சாதிய, மத எல்லைகளைத் தாண்டி ஒரு மனிதநேய உரையாடலைத் தொடங்கி வைத்தன. பின் பத்தொன்பதாம் நூற்றாண்டு முதல் முன்இருபதாம் நூற்றாண்டு வரையிலான காலகட்டத்தில் எழுந்த காலனிய எதிர்ப்பு மற்றும்

மறுமலர்ச்சியை நோக்கிய இலக்கியங்கள் புதினம், சிறுகதை போன்ற உரைநடை வடிவங்களையும், புதிய கவிதை நாடக வடிவமைப்புகளையும் உருவாக்கின. இவை பக்தி, ஸூஃபி இயக்கங்களின் விழுமியங்களிலிருந்து தமதுஊட்டத்தைப் பெற்றன. தாகூர், நஸ்ருல் இஸ்லாம், சுப்ரமணிய பாரதி, குமாரன் ஆசான் போன்றோரின் படைப்புகளிலிருந்து இதைத் தெளிவாக உணர முடியும்.

இந்தியப் புனைவுப் படைப்புகள் நமது காலனிய எதிர்கொள்ளலின் விளைவு என்றாலும் அவற்றின் வேர்கள் நமக்குச் சொந்தமான விவரணை மரபில் உள்ளதேயாகும். ஹோமி பாபாவின் சட்டகப்படி இந்த மரபு தொடக்கத்திலிருந்தே நமது தேசத்தை அதன் பன்முக முடிச்சுகளை விவரிக்கும் முயற்சிகளால் உருவானதாக அமைகிறது. சுதந்திரத்துக்கு முன்பே புதினங்களும், அதைவிடக் குறைவான அளவில் சிறுகதைகளும் இந்திய தேசம் எவ்வாறு வெவ்வேறு சமூகத் தளங்களிலிருந்து, வரலாற்றின் வேறுவேறு கோணங்களிலிருந்து கற்பனையும் மறுகற்பனையும் செய்துபார்க்கப்பட்டிருக்கிறது என்பதை வெளிப்படுத்துகின்றன. மொத்தமாக நமது துணைக்கண்டத்தின் அதிகாரபூர்வமற்ற வரலாற்று ஆவணங்களாக மக்களின் பார்வையில் தேசத்தின் போராட்டங்களையும் வெற்றிகளையும் தடுமாற்றங்களையும் சறுக்கல்களையும் சிலவேளைகளில் ஒரு சமூகத்தின் நிலையிலிருந்தோ, ஒரு குடும்பத்தின் நிலையி லிருந்தோ அல்லது இரண்டும் கலந்த நிலையிலிருந்தோ அவை வெளிப்படுத்துகின்றன. பெருமளவில் இது ஒரு ஊரின் அல்லது பிராந்தியத்தின் அல்லது மதத்தினரின் அல்லது இனக்குழுவினரின் அல்லது பெண்களின் பார்வையாக முன்வைக்கப்படுகிறது. இது பலப்பல கருத்தாக்கங்களால் தேசம் உருவாகிவருவதை வெளிப்படுத்துகின்றன.

ஆரம்பகால புதினப் படைப்பாளிகளான ரஜனிகாந்த பர்தோலாய், பங்கிம் சந்திர சட்டர்ஜி, கா.சீ. வேங்கடரமணி, கோவர்த்தன்ராம் திரிபாதி, சி.வி. ராமன்பிள்ளை, ஓ. சந்துமேனன், ஹரி நாராயண் ஆப்தே, ஃபக்கிர் மோகன் சேனாபதி, பாய் வீர்சிங், வேதநாயகம் பிள்ளை, விஸ்வநாத சத்யநாராயணா, ரத்தன் நாத் சர்ஷார், மிர்ஸா முகம்மது ஹாதி ‘ருஸ்வா’ ஆகியோரின் பிராந்திய, வரலாற்றுப் புதினங்கள் மூலம் நமது தேச ஆதாரத்தின் அடையாள வேர்கள் தேடிக் கண்டடையப் படுகின்றன. அடுத்த தலைமுறைப் படைப்பாளிகள் இந்தத் தேடலை மேலும் முன்னெடுத்துச் சென்றனர். விபூதிபூஷண் பந்தோபாத்யாய, தாராசங்கர் பானர்ஜி, மாணிக் பானர்ஜி, கோபிநாத் மொஹந்தி, சையத் அப்துல் மாலிக், பிரேந்திரகுமார்

பட்டாச்சார்யா, ஜாவேர்சந்த மேகானி, பிரேம்சந்த், பணீஷ்வர் நாத் ரேணு, ஜைனேந்திர குமார், யஷ்பால், லா.ச. ராமாமிர்தம், ஜெயகாந்தன், தகழி சிவசங்கரபிள்ளை, சானே குருஜி, சிவராம காரந்த், குர்தயாள் சிங், கே.ஏ. அப்பாஸ், கிஷன் சந்தர், இஸ்மத் சுக்தாய், ஆர்.எஸ். பேடி, குர்அதுல் ஐன் ஹைதர் ஆகியோரது படைப்புகளில் அதிக முதிர்ச்சியையும் யதார்த்தத்தையும் நாம் காண்கிறோம். இவர்கள் ஒரே தலைமுறையைச் சார்ந்தவர் களாகவோ, ஒரே பாணியைக் கொண்டவர்களாகவோ இல்லை யென்றாலும் பொதுவான சமூக அக்கறையையும் தார்மீகப் பற்றையும் வெளிப்படுத்துபவர்களாகக் காண்கிறோம். இந்தத் தன்மையினாலேயே பஷீர் தன் ஆன்மாவினால் இக்குழுவினரோடு கச்சிதமாகப் பொருந்துகிறார்.

18, 19ஆம் நூற்றாண்டுகளில், ஐரோப்பாவில் தனித்துவமான அறிநிலையால், துளிர்விட்ட சுய மென்உணர்வுகளால் புனைவுகள் உருவாக்கம் பெற்றது போலல்லாமல் புதினமும் சிறுகதையும் ஆயத்த வடிவங்களாக இந்தியாவில் அறிமுகமாகும் வேளை அத்தகைய சுயமான அறிநிலை இங்கு உருவாகியிருக்கவில்லை. ஆகவே, இந்தியப் புதின எழுத்தாளர்கள் இங்கே அப்போதும் வாழ்ந்துகொண்டிருந்த கதைசொல்லும் மரபையும் புராண விவரணைப் பாணியையும் நன்கு பயன்படுத்திக்கொண்டனர். எனவே தனித்த ஒரு சட்டகப் பார்வைகொண்ட ஆரம்பகால புதினங்களான பங்கிம் சந்திரரின் 'ஆனந்தமடம்', கோவர்தன் ராம் திரிபாதியின் 'சரஸ்வதிச் சந்திரா', ஓ. சந்துமேனனின் 'இந்துலேகா' ஆகியவை வளர்ந்துகொண்டிருந்த மத்திய வர்க்கத்தின் தேசியக் கருத்தாக்கத்துக்கு உதவுபவையாக அமைந்தன. இப்பார்வையே பல விடுபடல்களுக்கும் திரிபுகளுக்கும் காரணமாக அமைந்து மேல்சாதி, மேல்வர்க்கப் பெருந்தாக்கம் பெற்றிருந்த பொதுவெளித் தேசியச் சிந்தனையை விமர்சித்து வெளியான பிரேம்சந்த் மற்றும் பலரது யதார்த்த எழுத்துகள் இப்பார்வையைக் கேள்விகளுக்கு உள்ளாக்கக் காரணமானது. மாற்றுத் தேசியச் சிந்தனையை உருவாக்க அவர்கள் செய்த முயற்சிகளுக்கு பொதுத் தேசிய சித்தாந்தத்தின் ஒரு பகுதியான வேட்டைச் சித்தாந்தமும் முக்கியக் காரணமாக இருந்தது. இச்சித்தாந்தம் ஜெர்மனியிலும் இத்தாலியிலும் நாஜிசம், பாசிசம் என்ற அடையாளங்களோடும் ஒதுக்கிவைத்தல், 'அவர்கள்' எனப் பார்ப்பது, வரலாற்றைத் திரித்துக் கூறுவது, சுயஇனப் பெருமை பேசுவது, சாவை வழிபடுவது, சிறுபான்மையினரை ஒடுக்குவது, வேறுபாடுகளையும் சமத்துவத்தையும் பற்றி அச்சங்கொள்வது, தொன்மங்களையும் மாதிரிகளையும் ஒரு தரப்பினருக்குச் சார்பாக நிலைநாட்டுவது, எதிர்மறையானதும் இறுக்கி

அடைக்கப்பட்டதுமான தேச வரையறை செய்வது, திட்டமிட்டு இனப் படுகொலை செய்வது போன்ற செயல்பாடுகளோடு தலைதூக்கி வளர்ந்தது. இந்து மகாசபையும் ராஷ்ட்ரிய சுயம்சேவா சங்கமும் (ஆர்.எஸ்.எஸ்.) இந்தப் போக்குகளைக் கையாளவும், பின்னர் அது சுதந்திர இந்தியாவில் அபாய அளவுக்குப் போகவும் செய்தது. பிரேம்சந்த் மாற்றுத்தளங்களில் தேசம் என்பதைத் தேடுவதற்கு அம்பேத்கரின் தாக்கமும் உதவியது. என்றாலும் 19ஆம் நூற்றாண்டிலேயே மலையாளத்தில் பொத்தேரி குஞ்ஞம்பு வின் 'சரஸ்வதீ விஜயம்' போன்ற தலித்திய விவரணைகள் இருந்தன என்பதை நாம் அறிகிறோம். இவை சமூகத்தையும் வரலாற்றையும் வேறு கோணத்தில் பார்த்தன. நான் ஏற்கெனவே குறிப்பிட்டிருக்கிற பிற படைப்பாளிகளும் உறைநிலைத் தேச வரையறையிலுள்ள இடைவெளிகளையும் மௌனங்களையும் கடந்து அவதானிக்க முயன்றிருக்கிறார்கள்.

பஷீரின் தலைமுறைக்குத் தேசம் பற்றி மறுகருத்தாக்கம் தேவையாக இருந்தது. மக்கள் தத்தமது மதம், பண்பாடு, மொழி இன்ன பிற அடையாளங்களோடு வேறுவேறு தன்மையாகவும் குறிப்பிட்ட தன்மையாகவும் தேசமாக இணைந்திருக்க முடியும் என்பதையும், பன்முக அடையாளங்களாலேயே உலகளாவிய பார்வைகொண்ட, அரவணைக்கும் பன்மைச் சமூகத்தை அமைக்க இயலும் என்பதைக் கருத்து, கோட்பாடு துணையின்றி உள்ளுணர்வு மற்றும் அனுபவங்கள் வாயிலாக அவர்கள் அறிந்திருந்தனர். நெகிழ வைக்கும் விவரணைகளோடு வந்த யஷ்பாலின் 'ஜுட்டா சச்' (பொய்யும் உண்மையும்), குர்அதுல் ஐன் ஹைதரின் 'ஆக் கா தாரியா' (அக்னி நதி), ராஹி மசூம் ரஸாவின் 'ஆதா காவோம்', மகாசுவேதா தேவியின் 'ஈபார் கங்கா வோபார் கங்கா', சுனில் கங்கோபாத்யாயாவின் 'அர்ஜுன்', குஷ்வந்த் சிங்கின் 'ட்ரெயின் டு பாகிஸ்தான்', பீஷம் சஹானியின் 'தமஸ்', கிருஷ்ணா பல்தேவ் வைத்தின் 'குஷாரா ஹயா, நல்லேன்', கதீஜா தஸ்தூரின் 'ஆங்கன்', இந்திஸார் ஹுசைனின் 'பஸ்தி', பாப்ஸி சித்வாவின் 'ஐஸ்கேண்டி மேன்', முகுல் கேசவனின் 'லுக்கிங்கு த்ரூ கிளாஸ்' மற்றும் பிற குறுவிவரணைகளான மாண்டோவின் பிரபல 'டோபா டேக்சிங் அல்லது குதரத்துல்லா சாகேப்', கிஷன் சந்தர், கே.ஏ. அப்பாஸ், ராம்லால், ஆர்.எஸ். பேடி, சையத் முஹம்மது அஷ்ரப், மோகன் ராகேஷ், பிமல்மித்ரா போன்றவர்களின் பல படைப்புகள் அவர்களின் அச்சம் பின்னர் உண்மையாயிற்று என்பதை நிரூபிக்கின்றன. புதினப் படைப்பாளிகளான சதிநாத் பாதுரி (டோன்ராய் சரித் 'மனஸ்'), மகாசுவேதா தேவி (தவுலதி, ஹசார் சவுராசிகாமா, ஸ்தனதாயினி), தகழி (தோட்டியுடெ மகன், கயர்), ஆனந்த்

(மரு பூமிகள் உண்டாவுந்நது, ஆள்கூட்டம்), ஓ.வி. விஜயன் (தர்மபுராணம்) ஆகியோர் சுதந்திரத்துக்குப் பின்னர் ஏற்பட்ட ஏமாற்றங்களை அழுத்தமாகப் பதிவு செய்திருக்கிறார்கள் என்பதோடு தலித் புதினங்களான லஷ்மண் கெயிக்வாட் (உசல்யா), லஷ்மண் மனே (உபாரா), சரண்குமார் லிம்பாலே (அக்கர் மாசி), ஜோசப் மக்வான் (அஸ்கலியாத்), தள்பத் சௌகான் (மலக்), ஹரிஷ் மங்கலம் (சௌக்கி, டைராட்), பார்மர் (ப்ரியதமா), தேவன்னூறு மஹாதேவா (குசுமபாலே), சித்தலிங்கையா (ஊரு கேரி), பாமா (கருக்கு, சங்கதி) மற்றும் பலரது சுயசரிதைகளும் இவ்வாறே உரக்கப் பேசுகின்றன.

பஷீர், வாழ்க்கையை விலகல் தன்மையோடு பார்த்தவர் மட்டுமல்ல, கேரளாவின் இஸ்லாமியச் சிறுபான்மைச் சமூகத்தைப் பிரதிநிதித்துவப்படுத்தியதோடு பொது வரலாற்றின் விளிம்பிலிருந்து வெற்றிகரமாகப் பேசியவர். அவர் முன்வைத்த உலகளாவிய விழுமியங்களான இரக்கம், மன்னிக்கும் தன்மை, சகிப்புத் தன்மை, அன்பு ஆகியவற்றை மாண்டோவும் அதே செறிவோடும் கம்பீரத்தோடும் நிறுவியவர். பஷீர் அடிக்கடி தன்னை ஒரு எளிய வரலாற்றாளன் என வர்ணிப்பதுண்டு. இந்த வரலாற்றாளனின் பூடகமான உருவத்தை, சுதந்திரத்தையும் தேசத்தையும் பற்றிய அவரது ஆரம்பகாலக் கதைகளில் காணலாம். இதேபோன்று குடிமை மக்கள் பற்றிப் பின்னர் அவர் எழுதிய கதைகளிலும் இவ்வுருவத்தைக் காணலாம். என்றாலும் பிற்காலக் கதைகளில் இவ்வுருவம் பகடித் தன்மையதாகவும் வரலாற்றைக் கேலி செய்வதாகவும் அமைகிறது. அவர் சமூக யதார்த்தத்தின் இறுக்கங்களை மீறிச் செல்பவராகவும் இருந்தார். நவீன மலையாள இலக்கியத்தின் தொடக்கத்தை பஷீரிடம் நிலைநிறுத்த முடியும். மேலும் பின்னாட்களில் பின்நவீனத்துவம் என்றழைக்கப்பட்டதின் கூறுகளையும், குறிப்பாக சாமுவெல் பெக்கட், அலென் ராப்கிரியே, சல்மான் ருஷ்டி போன்றோரின் படைப்புகளில் நம்மால் காண முடிகிற மாறும் விவரணை முறையையும், வரலாற்றைப் பகடி செய்யும் பாங்கினையும் பஷீரின் விவரணை வகைமைகளில் காணலாம்.

2

குறைகள் இல்லாத ஒரு உலகையே தங்களால் நேசிக்க முடியும் என்பதால் உலகைச் சரிப்படுத்த முயற்சிகளைச் செய்துகொண்டே இருப்பவர்களைப் போலல்லாமல் வைக்கம் முகம்மது பஷீர், உலகை அதன் அனைத்துக் குறைகளோடும் நேசித்த அபூர்வமான கலைஞர்களுள் ஒருவர். தீமையைச் சிருஷ்டியின் இன்றியமையாத இயங்குபகுதி என்ற அவரது

புரிதலாலும் ஒதுக்கப்பட்டவர்களோடு குறிப்பாகக் கோமாளிகள், மடையர்கள், திருடர்கள், குற்றவாளிகள் என்று உலகம் கணிக்கும் மனிதர்களோடு தன்னை அடையாளப்படுத்திக் கொள்வதாலும் இவ்வகையினரைத் தன்னுடைய மந்திர எழுத்தால் நாம் விரும்பும் பாத்திரங்களாக மாற்றி மலையாள இலக்கியத்தின் வரைபடத்தைப் பல பத்தாண்டுகளுக்கு முன்பே மாற்றி அமைக்க பஷீரால் முடிந்தது. ஒருமுறை 'நான் எல்லா ஜாதிப் பெண்களாலும் பாலூட்டப்பட்டிருக்கிறேன்' என்றும், 'நான் ஒவ்வொரு ஜாதிப் பெண்ணுடனும் உடலுறவு கொண்டிருக்கிறேன்' என்றும் சொன்னார். இந்த அனுபவம் எந்த ஜாதியானாலும் எந்த மதஅடையாளம் போர்த்தியிருந்தாலும் மனித உடல் ஒரே மாதிரியானதுதான் என்பதை அவருக்கு உணர்த்தியிருக்கிறது. இந்தக் கூற்றில் அவர், அனைவரும் ஒரே ஜாதிதான் ஒரே மதம்தான் அனைவருக்கும் ஒரே கடவுள்தான் எல்லா மனிதர்களும் ஒரே மாதிரியே பிறக்கிறார்கள் என அறைகூவலிட்ட மகான் ஸ்ரீ நாராயண குருவைப் போலவே இருக்கிறார். சிறந்த கவிஞரும் நாராயண குருவின் சீடருமான குமாரன் ஆசானும் தனது ஒரு விவரிப்பில் 'ஒரு சண்டாளப் பெண்ணின் உடல் பிராமணனுடைய விந்துக்கு மலடாகிவிடுமா?' எனக் கேட்கிறார்.

பஷீர் தனக்கு மலையாள எழுத்து வகைமைகளைப் பற்றி உறுதியாகத் தெரியவில்லை எனச் சொல்வதுண்டு. இந்தக் குறைபாடே அவர் மலையாளிகள் அன்றாட வாழ்வில் பயன்படுத்தும் வழக்குகளுக்கு நெருக்கமான ஒரு மொழி மரபைக் கண்டெடுத்துக் கதை சொல்லும் பாணியில் பெரும் புரட்சி ஏற்படுத்த அவரை நெட்டித்தள்ளியது. அவருடைய புனைவு உலகைச் சாத்தியமாக்க வழக்கத்திலிருந்த உறைநிலை மொழிநடையை அவர் தீவிரமாக மாற்றி அமைத்துக்கொண்டார். தெருக்களில் புழங்கும் சாதாரண வார்த்தைகளிலிருந்தும் மலபார் வீடுகளின் உள்ளறைகளிலிருந்தும் பொறுக்கியெடுத்துக்கொண்ட மொழி அவரது புதிய விவரணைகளுக்குப் புதுத் துடிப்பையும் கலை ஒளிவட்டத்தையும் ஏற்படுத்தின. 'நானே கதை; நான் கலைஞன். நான் எழுதுவதே மொழி' என அவர் சொல்வதுண்டு; அல்லது தத்துவார்த்தமாக 'நானே பூவும் பூங்காவனமும்'. வெளித்தோற்றத்தில் கலைநயமற்றதுபோல் தோன்றும் அவரது மொழிநடையின் பின்னால் சமகாலப் புனைவெழுத்துக்கள் பற்றிய இன்னும் சொல்லப்படாத ஆனால் ஆழமிக்க ஒரு கோட்பாடு இருந்துகொண்டு அடுத்த தலைமுறைப் படைப்பாளிகளுக்கு வேறுவேறு பாதைகளைக் கற்றுத்தந்தது. ஓ.வி. விஜயன், வி.கே.என்., எம்.பி. நாராயண பிள்ளை, பால் சக்கரியா போன்றோரின் விலகிநின்று நகைக்கும் தன்மை பஷீரின் நேரடி

மரபு எனக் கொண்டால், பஷீரிடமிருந்து பெரிதும் வேறுபட்ட மாதவிக்குட்டி (கமலா தாஸ்), எம்.டி. வாசுதேவன் நாயர், எம். முகுந்தன் போன்றவர்களின் கச்சிதமான எளிமையும் கவித்துவ அழகும்கூடிய எழுத்துக்களும் பஷீரின் அதே விவரணை மரபைச் சேர்ந்தவை எனக் கண்டுகொள்ளலாம்.

பஷீர் எழுதிய பல கதைகளுள் அவருடைய தன் வரலாற்று ‘ஓர்மையுடெ அறைகள்’ சொந்தக் கதை வாசகரை மிகவும் கிளர்ச்சியடையச் செய்வதாக இருக்கிறது. ஒரு முசலியாரால் வீட்டிலேயே குர்ஆன் பயிற்றுவிக்கப்பட்ட அவர் எட்டு வயதிலேயே குர்ஆனைக் கற்றுமுடித்துவிட்டார். போற்றி என்ற நண்பனிடமிருந்து பெற்று கதைப் புத்தகங்கள் படித்தபோதுதான் கதை சொல்ல வேண்டும் என்ற ஆவல் அவரிடம் கிளர்ந்திருக்க வேண்டும். மகாத்மா காந்தி, விடுதலைப் போராட்டத்தில் ஈடுபட்டிருந்த பிற தலைவர்களின் பெயர்கள் அவரை உத்வேகம் பெறச் செய்தன. 1924இல் கீழ்மட்ட சாதியினர் என்று அழைக்கப்படு பவர்கள் கோயிலுக்குள் நுழைய அனுமதிக்கப்படக் கோரி நடந்த வரலாற்றுச் சிறப்புமிக்க வைக்கம் சத்தியாகிரகத்துக்கு மார்ச் மாதம் காந்தி வந்தபோது அவரைத் தொட்டதை பஷீர் விவரித்திருக்கிறார். விடுதலைப் போராட்ட வேட்கை கேரளாவில் தேசிய உணர்வு நடவடிக்கைகளின் களமாக இருந்த மலபாருக்கு அவரைக் கொண்டுசென்றது. முகமது அப்துரஹ்மான் என்ற தேசபக்தர் நடத்திய *அல்- அமீன்* பத்திரிகையில் அவர் சேர்ந்தார். கள்ளிக்கோட்டை கடற்கரையில் நடந்த உப்பு சத்தியாகிரகத்தில் கலந்துகொண்டு சிறை சென்றார். அப்போது காந்தியின் அறவழிப் போராட்ட முறைகள் விடுதலைக்கு வழியாகாது என உணர்ந்து, பகத் சிங் மற்றும் அவரது தோழர்கள்பால் அபிமானம்கொண்டு, முன்பு காங்கிரஸ் பத்திரிகையாக இருந்து பின்னர் காலனிய ஆதிக்கத்தை விரட்ட ஆயுதமேந்திய போராட்டமே வழி என்ற கருத்துக்கு மாறிவிட்ட உஜ்ஜீவனம் பத்திரிகைக்கு மாறிச் சென்றார். கைதாவதைத் தவிர்க்க அவர் தலைமறைவானார்.

அதுவே அவர் ஏழாண்டுகள் பல்வேறு வேடங்களில்– இந்துமதச் சாமியார், கைரேகை சோதிடர், வித்தைக்காரனின் உதவியாளர், சோதிடர், டியூஷன் எடுப்பவர், டீக்கடைக்காரர் – அவர் மேற்கொண்ட அலைதலுக்குத் தொடக்கமாக இருந்தது. புனேயில் வி. சாந்தாராமையும் திரைப்படத் தொழில் வாய்ப்பு கேட்டு வினோத உடையலங்காரத்துடன் சந்தித்திருக்கிறார். சாந்தாராம் இவரை மராத்தி மொழி கற்று வரும்படிக் கூறியிருக்கிறார். பஷீர் மராத்தி கற்றுக்கொள்ளும் முன்னரே அவரது ஆங்கில மொழித்திறன் காரணமாக அவர் டியூஷன் ஆசிரியராக அமர்த்தப்பட்டிருக்கிறார். ஆனால் அவரது பணி

கணிதம் சொல்லிக்கொடுப்பது. பஷீருக்கு பம்பாய் செல்வதைத் தவிர வேறு வழியிருக்கவில்லை. அங்கு விலைமாதர், அலிகள், திருடர்கள் அதிகமிருந்த காமாட்டிபுராவில் ஒரு டாக்டருக்கு உதவியாளரானார். அடுத்து அடிப்படை ஆங்கிலம் கற்றுத்தரும் இரவுப் பள்ளியை நடத்தினார். அப்போதுதான் அவரைக் கடல் அழைத்தது. ஒரு கூலியாளாக எஸ்.எஸ். ரிஸ்வானி என்ற ஹஜ் பயணிகளை ஏற்றிச் சென்ற கப்பலில் செங்கடல் வழியாக ஜெட்டா நகரத்துக்குச் சென்றார். திரும்பிவரும் வழியில் இப்போது பாகிஸ்தானின் பகுதியாக இருக்கும் ஒரு இடத்தில் இறங்கி விட்டார். கராச்சியில் ஓட்டல் சிப்பந்தியாகவும் சிவில் அன்ட் மிலிட்டரி கெசட் என்ற பத்திரிகையில் பிழைதிருத்துபவரின் பிரதி எடுப்பாளராகவும் வேலை செய்தார். பஷீருக்குள் ஒரு ஆன்மிக யாத்ரீகனும் இருந்தார். ஆகவே அலைதல்களினூடே அவர் பல இந்து, முஸ்லிம், கிருத்தவப் புண்ணியதலங்களுக்குச் சென்றிருக்கிறார். அதுவே அவரை மதச் சார்பற்றவராக மாற்றியமைத்திருந்தது. வட இந்தியாவில் இந்து சாதுக்களுடனும் சூஃபிக்களுடனும் வாழ்ந்திருந்ததால் அவரே சொல்வதைப்போல் ‘அஹம் பிரம்மாஸ்மி’, ‘அனல் ஹக்’ என எல்லா மார்க்கங்களும் ஒரே உண்மையைத்தான் சுட்டிக்காட்டுகின்றன என்பதைக் கண்டுபிடித்திருக்கிறார்.

அஜ்மீர், பெஷாவர், காஷ்மீர், கல்கத்தா எனத் திரிந்த அந்த நாடோடியின் பயணங்கள் கேரளாவின் எர்ணாகுளத்தில் முடிவுக்கு வந்தன. அங்கு, சியால்கோட்டில் விளையாட்டுத் தளவாடங்கள் தயாரிக்கும் நிறுவனத்தின் பிரதிநிதியாக வேலை பார்த்தார். அவரது தந்தையின் மரவியாபாரம் நொடித்துப் போனதால் அவர் குடும்பம் திவாலாகிவிட்டிருந்தது. ஒரு விபத்து காரணமாகத் தனது வேலையையும் இழந்தார். தேறி வந்தபோது ஜெயகேசரி என்ற பத்திரிகைக்குக் கதைகள் எழுத ஆரம்பித்தார். அவரது முதல் கதையான ‘என்டெ தங்கம்’ – அது ஒரு கறுப்பான, கூன்முதுகு கொண்ட நாயகியைப் பற்றியது – அச்சு அசல் பஷீர் கதை. ராஜ்யாபிமானி பத்திரிகையில் தேசப்பற்றுக் கட்டுரைகளை எழுதியதோடு அப்போதைய திவானை இடித்துரைக்கும், கேலி செய்யும் கட்டுரைகளையும் எழுதினார். இவற்றிலெல்லாம் திருப்தி அடையாத அவர் அரசு அமைப்புகளின் மேல் தனக்கிருந்த கோபத்தைக் கொட்டித் தீர்ப்பதற்கென பௌரநாதம் (குடிமக்களின் குரல்) என்ற வாரப் பத்திரிகையையும் தொடங்கினார். மறுபடியும் போலீஸ் அவரைத் துரத்தியது. கே.சி. ஜார்ஜ் என்ற கம்யூனிஸ்டு தலைவரோடு அவர் தலைமறைவானார். அந்த நாட்களில் தகழி சிவசங்கர பிள்ளை, எஸ்.கே. பொற்றேகாட், உரூப், ஜோசப் முண்டசேரி, சங்கம்புழை கிருஷ்ண பிள்ளை உள்ளிட்ட பல

படைப்பாளிகளிடம் நட்பு பூண்டார். இறுதியில் ஒரு நட்பான காவல்துறை அதிகாரியின் ஆலோசனைப்படி சரணடைந்தார்.

கொல்லத்தில் போலீஸ் காவலில் நேர்ந்த அனுபவங்கள் பஷீரை நிறைய எழுத வைத்தன. எளிய காதல் கதையான 'பிரேம லேகனம்', ராமாயணத்தையும் பைபிளையும் திரும்பத் திரும்ப வாசித்துச் சலிப்பின் உச்சகட்டத்தை அடைந்திருந்த சககைதிகளின் உற்சாகத்துக்காக எழுதப்பட்டது. கேசவன் நாயருக்கும் சாராம்மாவுக்குமிடையே மலர்ந்த காதல் பற்றிய கதை அது. விவரமான இளம்பெண் ஒரு ஆணின் காதல் முயற்சிகளை நிராகரிப்பதுபோல் நடந்துகொள்கிறாள்; ஆனால் உண்மையிலேயே வீட்டில் தந்தையும் மாற்றாந்தாயும் தனக்கு இழைக்கும் கொடுமைகளிலிருந்து விடுபட ஏங்குகிறாள். தன்னைப் பெண் கேட்டுவரும் அனைத்து இளைஞர்களும் பெரிய வரதட்சணையை எதிர்பார்க்கிறார்கள் என்பது அவளுக்கு எப்போதும் கவலையளிக்கிறது. கேசவன் நாயரும் சாராம்மாவும் தாங்கள் திருமணம் செய்துகொண்டால் நேரிட இருக்கும் அனைத்துப் பிரச்சினைகளையும் பற்றி விவாதிக்கிறார்கள்.குழந்தை பிறந்தால் அதற்குப் பெயர் வைப்பதில்கூடக் குழப்பம் வரும். ஏனெனில் குழந்தையின் மதம் எதுவென்பதுதான் கேசவன் அதற்கு ஒரு தீர்வு சொல்கிறான். குழந்தைக்கு இந்துப் பெயரோ கிறிஸ்தவப் பெயரோ தேவையில்லை, மாறாக 'ஆகாச மிட்டாய்' என்பதே பெயர். கடைசியில் அவனுக்கு இன்னொரு ஊரில் நல்ல வேலை கிடைத்துவிட்டதால் அவளைத் தன்னுடன் வந்துவிடுமாறு அவன் அழைக்கிறான். உறுதியாக அவளால் பதில் கூற முடியவில்லை; என்றாலும் வீட்டில் ஒரு கடிதம் எழுதி வைத்துவிட்டு ரயில் நிலையத்தில் அவனுக்காகக் காத்திருக்கிறாள். இருவரும் ஊரைவிட்டுப் போய்விடுகிறார்கள். நாயர் அவளுக்குக் கொடுத்த முதல் காதல் கடிதத்தை, அப்போது அவள் வீசி எறிந்துவிட்டாலும், அதை அவள் பத்திரமாக இன்னும் வைத்திருக்கிறாள் என்பதை அறிந்து பெருமகிழ்ச்சி அடைகிறான். காதலும் ஏக்கமும் தீவிர விவரணைகளாக வெளிப்படும் 'மதில்கள்' என்ற அவரது படைப்பும் சிறை வாழ்க்கையில் வெளிப்பட்டதுதான்.

சென்னையில் *ஜெயகேரளம்* வார இதழில் சில காலம் பணிசெய்துவிட்டு மீண்டும் அவர் எர்ணாகுளத்துக்கு வந்து, பின்னர் பஷீரின் புத்தகக்கடை என்று பெயர் மாற்றம் பெற்ற 'சர்க்கிள் புக் ஹவு'ஸைத் தொடங்கினார். பரவலாக விரும்பப்பட்ட பத்தியைக் கேலிச்சித்திர பத்திரிகையான *நர்மதா*வுக்கு அப்போது அவர் எழுதிக்கொண்டிருந்தார். எம்.பி. பால் போன்ற விமர்சகர்களின் பாராட்டைப் பெற்றதும் இளம்பருவக் காதலை நுட்பமாகப் பதிவு செய்ததுமான 'பால்யகால சகி' நாவல்மூலம் பெரும்

படைப்பாளி என்ற புகழை அவர் அடைந்தார். அதன்பிறகு ஆறு ஆண்டுகள், அவரே குறிப்பிட்டதுபோல் தீவிர உன்மத்த நிலையில் எதுவும் எழுதவில்லை. 1959இல் நரம்புத் தளர்ச்சிக்குச் சிகிச்சை எடுத்துக்கொண்டிருந்த நிலையில் 'பாத்துமாவின் ஆடு' எழுதப்பட்டது. அப்போது அவரை நன்கு புரிந்துகொண்ட பாத்துமாபி, – பஷீருக்கு 'ஃபாபி' – யைத் துணையாகக் கொண்டார்; பேப்பூருக்குக் குடிபெயர்ந்தார். 86வது வயதில் 1994ஆம் ஆண்டு மறையும்வரை 'பேப்பூர் சுல்தான்' என்று அன்பாக அழைக்கப்பட்டு அங்கேயே வாழ்ந்தார். அவரது கடைசி முப்பது ஆண்டுகளில் அவர் மிகக் குறைவாகவே எழுதினார். சுலைமானி தேநீரை உறிஞ்சியவாறு தனக்குப் பிடித்த மங்குஸ்தான் மர நிழலில் கஜல் பாடல்களைக் கேட்டுக்கொண்டும் தன்னைத் தரிசிக்கவரும் அன்பர்களிடம் உரையாடிக்கொண்டும் வாழ்நாளைக் கழித்தார். படைப்பு உந்துதலால் பரபரப்பாக இயங்கிக்கொண்டிருந்த நாட்களை விட, தளர்ந்த நட்சத்திரமாக அவர் இருந்த அந்த வேளைகளில் அவரைக் கையாளுவது சுலபமாக இருந்ததைப் பற்றி அவர்கள் எழுதிக் குவித்துக்கொண்டிருந்தார்கள்.

3

சிறந்த மலையாள விமர்சகரான எம்.என். விஜயன், பஷீர் என்ற மனிதருக்கும் பஷீர் என்ற எழுத்தாளருக்குமிடையே எந்த வேறுபாட்டையும் காண முடியாது என்று குறிப்பிட்டுள்ளார். ஒரு சமையல்காரராகவோ, வித்தைக்காரராகவோ, தென்னை ஏறும் தொழிலாளியாகவோ, ஜேப்படித் திருடராகவோ, பத்திரிகை யாளராகவோ ஆவதற்குரிய பயிற்சிப் போதாமையால்தான் பஷீர் எழுத ஆரம்பித்தார் என அவர் அடிக்கடி சொல்வதுண்டு. பஷீருடைய புனைவு உலகமும் நிஜஉலகமும் வேறுபடுத்திக் காண இயலாதவை. சுயசரிதை, உள்ளீடு அவரது புனைவுகளில் இருந்துகொண்டே இருக்கும். 'அனுராகத்தின்டே தினங்கள்' (காதல் தினங்கள்) கதையில் அதை எழுதுபவர் அதை எழுதுவதற்கு அவர் வைத்திருந்த நாட்குறிப்புகளை ஆதாரமாக்கிக் கொள்கிறார். அதில் அவர் விரும்பிய இந்துப் பெண், அவளது பெற்றோரின் தடை, அவளது பெற்றோரை பஷீர் நோகடிக்க விரும்பாதது எல்லாம் குறிக்கப்பட்டிருக்கின்றன. 'பால்யகால சகி' அவருடைய சிறுவயது நட்பு, 'பாத்துமாவின் ஆடு' அவரது வீடு, அதைச் சுற்றிய பகுதிகள், அவரைச் சார்ந்த மனிதர்களின் சம்பவங்களாகும். 'மதில்கள்' சிறை வாழ்க்கை அனுபவத்தின் வெளிப்பாடு. அவருடைய படைப்புகள், அவரது வாழ்க்கையில் நடைபெற்ற நிஜமான சம்பவங்களைத் தொகுத்துச் சொல்வதால் மட்டும் சுயசரிதை விவரணைகளாக ஆகிவிடவில்லை. மாறாக, எப்போதும் வாழ்வின் முரண்களுடன் அடங்கிப்போக மறுத்த

அவரது மனக் கொந்தளிப்புகளின் நேர்மையான சித்திரிப்புகளால் அவை அத்தன்மையைப் பெறுகின்றன.

மேலோட்டமாக அவரது பெரும்பாலான கதைகள் கேரள முஸ்லிம்களின் வாழ்க்கையைப் பற்றியதாக இருக்கும். பஷீருடைய புனைவுகளை ஒரு இனவரைவாகச் சுருக்கிப் பார்ப்பது பெரும் பிழை. பெரிய தவறு. ஆழமான பார்வையில் அவை எங்கெங்கும் இருக்கும் ஆண்களையும் பெண்களையும், அவர்கள் சிறைப் பட்டிருக்கும் நகைப்புக்குரிய மடத்தனமான மானுட இருப்பையும் பற்றியவையேயாகும். ரொனால்ட் ஆஷர் முதல் வி. அப்துல்லா வரையிலான ஆங்கில மொழிபெயர்ப்பாளர்களால் அவரது மொழிநடையின் கவித்துவத்தை மிகக் குறைவாகவே தக்கவைக்க முடிந்தபோதும், அப்படைப்புக்களின் ஆங்கில மொழிபெயர்ப்புகள் பொதுமனித இதயத்துக்கு வெகுவாக நெருக்கமாகிவிடுகின்றன என்பதை வெளிக்காட்டின. எடின்பரோ பல்கலைக்கழக அறிஞரும் பஷீரின் முதல் மொழிபெயர்ப்பாளருமான ஆஷர் தனது குறைவான விவரணைகளாலும் (பஷீரே பிரசுரமான பின்பும் தனது படைப்புகளில் திருத்தமும் மெருகும் செய்வதுண்டு), பழங்காலத்து நகைச்சுவையாலும், வெளிப்படையான பேச்சு மொழிப் பயன்பாட்டினாலும், அளவுக்குக் குறைவாகச் சொல்லும் தன்மையினாலும், பாலுணர்வுப் பூடகச் சொல்லாடல்களாலும் மொழிபெயர்ப்பாளர்களுக்குப் பெரும் சவாலாகத் திகழ்கிறார் எனக் குறிப்பிட்டுள்ளார். மேலும் மலையாளத்தில் ஐக்கியமாகி விட்ட பல அரபுச் சொற்களை – ஹஜ், ஹலால், ஹல்கத், தௌபா, கயாமத், இபிலீஸ் போன்றவை – அவர் ஏராளமாகக் கையாள்கிறார். ஆஷர் தனது மொழிபெயர்ப்பில் அவற்றை அப்படியே பயன்படுத்தினார். அவருக்கு பஷீரே உருவாக்கிய ஒலிபெயர்ப்புச் சொற்களாலும் – ஞாஞ ஞாஞ, ஜகஜகா, பெப்பெப்பே, ஹுட்டினி ஹலித்தா லித்தாப்போ போன்றவை – பஷீரின் நிலப்பரப்பில் வந்த கணக்கிலடங்கா மரங்கள், பறவைகள், விலங்குகளின் பெயர்களாலும் பெருங்குழப்பங்கள் நேர்ந்தன.

பிரபல மலையாளப் புதின எழுத்தாளர்களான காரூர் நீலகண்ட பிள்ளை (1855 – 1975), கேசவதேவ் (1904 – 83), பொன்குன்னம் வர்க்கி (1908 – 2007), லலிதாம்பிகா அந்தர்ஜனம் (1909 – 87), தகழி சிவசங்கர பிள்ளை (1912 – 99), எஸ்.கே. பொற்றேகாட் (1913 – 82), பி.சி. குட்டிக்கிருஷ்ணன் 'உரூப்' (1915 – 79) போன்றோரின் சமகாலத்தவர் சமூக இசைவிலும் பிரக்ஞையிலும் அவர்களுடன் இவரும் ஒன்றுபடுகிறார். முற்போக்கு இலக்கிய இயக்கம் அல்லது 'ஜீவன் சாகித்ய'த்தின் தாக்கமும் அவரிடம் இருந்தது. தேவ், வர்க்கி, தகழி ஆகியோர் வறுமை ஏற்படுத்தும் அருவருப்பைப் புரிந்துணர்ந்துகொண்டவர்களாக அதைத் தங்கள் கற்பனைத்

திறனால் பதிவு செய்தார்கள். ஆனால் பஷீருக்கு வறுமை நிஜமானதாகவும் தன் அனுபவமாகவும் இருந்தது. என்றாலும் அவர் அதைப் பற்றி விலகல் மனநிலையிலும் பாரபட்சமின்றியும் எந்தவிதக் கழிவிரக்கமின்றியும் எழுதினார். எஸ்.கே. பொற்றேகாட் போலவே பஷீரும் நிறையப் பயணங்கள் செய்தவர். ஆனால் சுவாரஸ்யமான பயணநூல்களாகப் பொற்றேகாட் எழுதியதைப் போலல்லாமல், பஷீர் தனது பயணங்களில் கதைகளுக்கான வாய்ப்புகளைக் கண்டுகொண்டார். தகழி சிவசங்கர பிள்ளை சமூக யதார்த்தத்தை அளவீடு செய்வதிலும் இனக்குழுக்களின் வரலாற்றைப் பகுத்தாய்வதிலும் சிறந்தவராக இருந்தபோதிலும் பஷீர் வடிவழகிலும் பொருத்தமான சொற்களின் தேர்விலும் ஆகச் சிறந்த வாக்கியங்களைச் செதுக்குவதிலும் கைதேர்ந்தவ ராக இருந்தார். இதே தன்மையை அவருக்குப் பிந்தைய படைப்பாளிகளான ஓ.வி. விஜயன், சக்கரியா, என்.எஸ். மாதவன் ஆகியோரிடமும் அவர்களின் பின்மரபினரான வி.ஆர். சுதீஷ், சுபாஷ்சந்திரன், சித்தாரா, சந்தோஷ் எச்சிகானம் ஆகியோரிடமும் காணலாம். இலக்கிய வகை எழுத்தென்பது திட்டமிடப்பட்டு நேர்த்தியாக்கி சமஸ்கிருதச் சொற்களைச் செருகிப் படைப்பது என்றால் பஷீரின் எழுத்து இலக்கிய வகை இல்லை.

தத்துவார்த்தமான எழுத்து என்பது கொண்டாடப்படும் சில எழுத்தாளர்கள் முன்வைத்தது போல் அழுத்தி இறுக்கும் சிந்தனைகள், கருத்துகள், மேற்கோள்கள் உள்ளவைதான் என்றால் பஷீரின் எழுத்து தத்துவார்த்தமானதல்ல. மிகச் சாதாரண மான விஷயத்தைச் சொல்லும்போதுகூட வாசக மனதில் தாக்கங்களை உருவாக்க வலிந்து முயலும் சாதாரண எழுத்தாளர் களிடமிருந்து மாறுபட்டவராய்ப் பிரம்மாண்டமாகத் தெரிபவர் பஷீர். இந்த வகையான இலக்கியத்தனமும் தத்துவார்த்தப் பகட்டும் இல்லாமல் எளிமையில் மாயத் தோற்றமளிக்கும் வகையானது பஷீருடையது. எந்தத் தத்துவார்த்தமும் இல்லாமல் காட்டியே அவர் ஒரு தொலை நோக்கு ஏக்கத்தைச் சாத்தியமாக்குகிறார். அவருடைய இந்த மேதமை, தங்களது புதினங்களில் கடன் வாங்கிய அல்லது பொருளற்ற கருத்துகளை அடைத்துக் கூட்டிவிடும் பலருக்குக் கைகூடுவதில்லை. பஷீரின் அனுகூல நம்பிக்கையானது துயரங்களை ஆரோக்கியமாக ஏற்றுக் கொள்ளும் அவரது தன்மையாலும், வாழ்வின் நெருடவைக்கும் முரண்களை நேர் எதிரே சந்திக்கத் தயங்காத மனஉறுதியாலும் உருவானது. ஒரு முற்றான எழுத்தாளர் என்பதற்கு ஆகப் பொருத்தமானவர் அவர்; ஏனெனில் அவர் குறிப்பிட்ட சில இலக்கிய மரபுகளுக்குச் சவால் விட்டவர் மட்டுமல்ல, மாறாக இலக்கியம் என்ற கட்டமைப்புக்கே சவால் விட்டவர். தாங்கள்

பார்க்கும், உணரும், இருக்கும் உலகைப் பற்றிச் சொல்ல மூணு சீட்டுக்காரர்களும் விபசாரிகளும் ஜேப்படித் திருடர்களும் ஓரினப் புணர்ச்சியாளர்களும் சாதுக்களும் எவ்வாறான மொழியை உருவாக்குகிறார்கள் என்பதை நமக்குக் காட்டி, அவ்வாறான அனுபவத்தைச் சொல்வதற்கென ஒரு மொழியை உருவாக்க எழுத்தாளர் எவருக்கும் எந்தவிதச் சிறப்பு உரிமையும் இல்லை என்பதை உணர்த்தியவர் பஷீர்.

பஷீரின் புதினங்களான 'பால்யகால சகி' (1944), 'எங்க உப்பப்பாவுக்கொரு ஆனையிருந்தது' (1951), 'பாத்துமாவின் ஆடு' (1959) கேரளாவிலுள்ள குறிப்பாக மலபாரிலுள்ள முஸ்லிம்களின் வாழ்க்கையை வண்ணமயமாகவும் உண்மையாகவும் வரையறுத்துக் காட்டுவதால் அதிகக் கவனம் பெறுகின்றன. 'பால்யகால சகி', மஜீதுக்கும் சுஹ்ராவுக்குமிடையே இருந்த தாபமும் துயரமும் நிரம்பிய காதலைச் சொல்கிறது. அந்தக் காதல் கதையில் எந்த எதிர்மறைப் பாத்திரமும் இல்லை; அப்படி யாரையாவது சொல்வதாக இருந்தால் பாக்கு வியாபாரியான சுஹ்ராவின் தந்தையாருடைய வறுமையைத்தான் சொல்ல வேண்டும். வறுமையைப் பற்றிப் பேசும் பஷீர் வறுமை மரணத்துக்குக் கொண்டுசேர்க்கும் நோய்; அது உடல், இதயம் மற்றும் ஆன்மாவை அழிக்கிறது என்று சொல்கிறார். மஜீதின் பணக்காரத் தந்தை அவருடைய மகன் சுஹ்ராவை மணக்க ஒத்துக்கொள்ளவில்லை. பின் அவரும் அதிர்ஷ்ட சக்கரத்தின் ஒரு கோணல் சுழற்சியால் ஏழையாகிறார். மஜீதும் அவனுடைய சகோதரிகளுக்குத் திருமணம் செய்துவைக்க வழிகளைத் தேடவேண்டியிருந்தது. வேலைதேடி வேறிடம் செல்லும் அவனுக்கு ஒரு காலை இழக்க நேர்ந்தும் தான் மீண்டும் ஊர் போய் சுஹ்ராவை மணம் செய்வோம் என்ற கனவோடு ஒரு ஓட்டலில் எடுபிடியாக வேலை செய்கிறான். இந்நாட்களில் சுஹ்ரா ஒரு கசாப்புக் கடைக்காரனுக்கு இரண்டாந்தாரமாய் வாழ்க்கைப்படுகிறாள். அவள் கணவன் அவளைக் கொடுமைப்படுத்துகிறான். விடுப்பில் ஊர் வரும் மஜீத் வெளுத்து அழகற்று இளைத்துப்போய்க் காசநோயினால் ஒட்டிய கன்னங்களோடு இருக்கும் சுஹ்ராவைக் காண்கிறான். அந்தக் கோலத்தில் அவளைக் காணும் யாரும் அவளை விட்டு விலகிவிடுவார்கள். ஆனால் மஜீத் அப்போதும் அதே தீவிரத்தோடு அவளை நேசிக்கிறான். பின்னர் ஒருநாள் அவனது தாயிடமிருந்து, சுஹ்ரா இறந்துபோனாள் என்ற செய்தியோடு வரும் கடிதத்தால் அவன் உடைந்துபோகிறான். உடல் ஈர்ப்பு என்ற நிலைக்கு அப்பால், மலையாளப் பெருங்கவிஞர் குமாரன் ஆசான் 'உடலோடு பிணைக்கப்படாத காதல்' என்று சொல்வதைப் போல ஆத்மார்த்த ஆழம் கொண்ட ஒரு காதலைச்

சித்திரிப்பதால் இப்புதினம் மிகவும் வேறுபட்டதாக இருக்கிறது. 'வாழ்க்கைப் புத்தகத்திலிருந்து கிழித்தெடுத்த குருதி கசியும் ஏடு' என்று எம்.பி. பால் இப்புதினத்தைக் குறித்துச் சொல்கிறார். இப்புத்தகம் மனித இதயத்தைப் பற்றிய அதன் நுட்பமான அவதானிப்புகளுக்காகவும் உயர்ந்த கற்பனைவளத்துக்காகவும் பரந்துபட்ட உலக அனுபவ வெளிப்பாடுகளுக்காகவும் பலரின் பாராட்டைப் பெற்றது.

'எங்க உப்பப்பாவுக்கொரு ஆனையிருந்தது' மூட நம்பிக்கைகளில் ஊறி, தற்போது வறுமைச் சூழலில் இருந்தாலும் பழைய குடும்பப் பெருமைகளைப் பேசிக்கொண்டிருக்கும் ஒரு குடும்பத்தின் கதை. முக்கிய பாத்திரம், தன் முயற்சியால் கல்லூரி ஆசிரியரானவனும் விவேகமுள்ளவனுமான நிஸார் அஹமது. அவன் குஞ்ஞு பாத்தும்மாவை விரும்புகிறான்.குஞ்ஞு பாத்தும்மாவின் தாயான குஞ்ஞு தாச்சும்மாதான் பிரதான பெண்பாத்திரம். அவள் தற்பெருமையையும் தங்க நகைகளையும் அணிந்துகொண்டு, வெற்றிலை மென்றவாறு வெட்டியாய் இருப்பதோடு எப்போதும் அவருடைய தாத்தாவுக்கு ஒரு 'உண்மையான' யானை இருந்ததாகவும், அது மார்க்க நம்பிக்கை இல்லாத நான்குபேரைக் கொன்றதாகவும் சொல்லிக் கொண்டே இருக்கிறாள். அவள் பள்ளிக்கூடம் போனதில்லை; உள்ளூர் ஆலிம்கள் சொல்வதைக் கண்மூடித்தனமாக நம்புகிறவள். ஒரு வழக்கில் குடும்பம் அனைத்துச் செல்வத்தையும் இழந்துவிட்டபோதும் பழம்பெருமையைப் பேசிக்கொண்டிருக்கிறாள். ஆனால் குஞ்ஞு பாத்துமாவுக்கு எந்தத் தற்பெருமையும் இல்லை, ஓரளவுக்குப் படித்திருந்தாள். இறுதியாக நிஸாரைத் திருமணம் செய்துகொள்கிறாள். புதினத்தின் முடிவில் தாய் அவளது முட்டாள்தனத்தை உணர்ந்துகொள்கிறாள். அவளுடைய தாத்தாவிடம் இருந்தது நிஜமான யானையல்ல; மலையாளத்தில் குழியானை என்றழைக்கப்படும் கருவண்டுதான் அது என ஒத்துக்கொள்கிறாள். இப்புதினம் பழமை உலகுக்கும் புதிய உலகுக்கும் உள்ள மோதல்களைச் சித்திரிப்பதோடு மறைமுகமாக முஸ்லிம் ஆண்களையும் பெண்களையும் புதிய உலகத்தின் அழைப்பை ஏற்றுக்கொள்ளவும் மூடநம்பிக்கைகளை விட்டுவிடவும் அவர்களது மதத்திலுள்ள உன்னதங்களை, சீரானவற்றை மட்டும் உள்வாங்கிக்கொள்ளுமாறும் வேண்டுகிறது. நிஸார், பாத்தும்மாவிடம் சொல்லும் ஒரு வாக்கியம் இவை அனைத்தையும் உள்ளடக்கியதாக இருக்கிறது. "இங்கே காற்றும் வெளிச்சமும் வரட்டும். அந்த ஜன்னலை எதுக்கு மூடி வெச்சிருக்கீங்க?" ஜன்னலைத் திறக்கும் அப்பெண் வெளிச்சத்தை வியப்போடு பார்க்கிறாள். அவள் சொல்கிறாள் 'வெளிச்சத்தினு எந்தொரு

வெளிச்சம்' (வெளிச்சம் எவ்வளவு வெளிச்சமாக இருக்கிறது). பஷீருடைய தனித்துவமான வாசகம் இது. (இன்னொரு முத்திரை வாசகம் 'பால்யகால சகி'யில் வருகிறது. மஜீத்திடம் "ஒண்ணும் ஒண்ணும் எத்தனைடா?" என்று கேட்கப்படும்போது 'கொஞ்சம் பெரிய ஒண்ணு' எனப் பதிலளிப்பான். அதற்குச் சான்றாக அந்தச் சிற்றூரில் நீர் இரண்டு ஓடைகளாக வந்து பின் கலந்து ஒரு ஆறாக மாறி ஓடுவதை அவன் சுட்டிக்காட்டுவான்) இப்புதினம் முஸ்லிம் சமூகத்தைப் பற்றிச் சொல்வதாக இருந்தாலும் பஷீருடைய செய்தி மதங்களையும் பிரிவுகளையும் கடந்து மனித இனம் மனதில் அசைபோட வேண்டியதற்கான அழைப்பாகவும் மறுமலர்ச்சியை நோக்கிய அறைகூவலாகவும் ஆகிறது. ஆனால் இதை அவர் அத்தனை சூசகமாகவும் கலைநயத்தோடும் செய்வதால் இப்படைப்பு வெற்று உபதேசமாக மாறாமல் பளிச்சிடுகிறது.

பஷீரின் எல்லாப் படைப்புகளிலும் ஏற்கெனவே குறிப்பிட்டது போல் சுயசரிதைத்தன்மைகள் இருந்தாலும் 'பாத்துமாவின் ஆடு' முற்றிலுமான சுயசரிதை. அவருடைய நெடிய அலைதல்கள் முடிந்து அவர் வைக்கத்துக்கு அருகிலுள்ள தலையோலப்பரம்பில் இருந்த நாட்களில் அவருடைய வாழ்க்கையைப் பற்றியது அது. அவர் மௌனத்தையும் அமைதியையும் விரும்பியபோது அவருக்குக் கிடைத்தது சத்தமும் குழப்பமும். சொந்தக்காரர்கள், பூனைகள், எலிகள், காகங்கள், கோழிகள், தெருவியாபாரிகள் என வீடே பைத்தியக்கார விடுதி என்றாகிவிட்டது. எல்லாருக்கும் அவரிடமிருந்து பெறுவதற்கு ஏதோ இருந்தது. அதில் தலையான வர்கள் உறவினர்கள். அவர்களுக்குத் தேவை, பணம். ஆடுகூட அதற்குத் தேவையான வாழை கிடைக்காதபோது பஷீரின் புத்தகங்கள், துணிகள், தீக்குச்சிகளைத் தின்கிறது. ஆடு அவருடைய 'பால்யகாலச் சகி'யை மெல்லும்போது இயலாமை யோடு அதைப் பார்த்துக்கொண்டிருக்கும் பஷீர், மலையாளத்தில் பெரும் பரபரப்பை ஏற்படுத்திய வெடிச்சிதறலான அவரது 'சப்தங்கள்' நாவலை விழுங்க அதற்குத் தைரியம் வருமா என யோசிக்கிறார். ஆனால் ஆடு இரண்டே நிமிடங்களில் அதை விழுங்கிவிட்டு அவருடைய படுக்கை விரிப்பைக் கடிக்கவருகிறது. அஜசுந்தரி (ஆட்டழகி) என அவரால் செல்லப் பெயரிடப்பட்ட ஆட்டிடம் தனது விலையுயர்ந்த படுக்கைவிரிப்பை விட்டுவிடுமாறு வேண்டுகிறார். படுக்கை விரிப்புக்குப் பதிலாகத் தனது புத்தகங் களின் அனைத்துப் பிரதிகளையும் அதற்குத் தந்துவிடுவதாக வாக்குறுதியளிக்கிறார். என்றாலும் அந்த ஆட்டை அவர் மிகவும் நேசிக்கிறார். அது குட்டி போடும்போது அவர் மிகுந்த வேதனையடைகிறார். அந்த மறியின் மீது அவர் வைத்திருக்கும்

நேசம் அளவிட முடியாதது. அவ்வப்போது அவருக்கு நேரிட்ட மனப்பிறழ்வுகளுக்காக அவர் திருச்சூர் மனநல மருத்துவமனை யில் அவதிப்பட்டுக்கொண்டிருந்த சமயத்தில் அப்புதினம் எழுதப்பட்டது. அவரது வழக்கத்துக்கு மாறாக அதை அவர் குறுக்கவோ திருத்தவோ இல்லை. அநேகமாக வாழ்க்கையின் சாதாரண நிகழ்வுகளால் உருவாக்கப்பட்டு விலகி நிற்கும் நகைச்சுவையோடு விவரிக்கப்பட்டிருந்தாலும் அப்புதினம் அவர் வீட்டில் நடந்த நிகழ்வுகளின் தொகுப்பு அல்ல; மாறாகச் சிறந்த, நேர்மையான அன்பற்றதும் சங்கடப்படுத்துவதும் சுரண்டப்படுவதுமான நமது காலத்தின் இன்பதுன்பங்கள் பற்றிய ஒரு மனித சாசனம்.

பஷீர் இந்த நாவலில் மரபான நன்மை தீமை சட்டகத்தி லிருந்து விடுபட்டுவிடுகிறார். அவர் மனிதனின் ஆழத்துக்குள் பயணிக்கிறார். 'பெண்கள்' என்றழைத்தே எல்லாப் பெண்களையும் சமமாக்கி சூட்சுமமான ஆதிப் பெண்ணைச் சுட்டிக்காட்டுகிறார். அவர்களுடைய தனித்துவமான அறிந்துணர்வைச் சொல்கிறார், பெண்ணாசையை உண்பதன் உருவகமாக்கிக் கட்டமைக்கிறார். 'நான் யாருடைய உணவு?' என்ற கேள்வியையும் வைக்கிறார். ஒரு பலிவிலங்குக்கும் ஒரு கோமாளிக்கும் இடைப்பட்ட ஏதோ ஒரு இடத்தில் தன்னை நிலைப்படுத்திக்கொள்கிறார். சில வேளைகளில் அந்த ஆடாகத் தன்னை அடையாளப்படுத்துகிறார். அந்தப் புதினம் முடிவில்லாததாக, 'நமக்கு எல்லாக் கதைகளிலும் தொடக்கமும் முடிவும் தேவைப்படுகிறதா என்ன?' என்ற கேள்வியை முன்வைக்கும் இடாலோ கால்வினோவின் நாவல் அல்லாத நாவலை நினைவுபடுத்துகிறது. உண்மையில் இப்புதினம் வாழ்க்கையின் தொடர் ஓட்டத்தையும் அதன் நிரந்தர வியாகுலத்தையும் பற்றிப் பேசுகிறது. இதில் அவர் கேட்கும் கேள்விகள் அதற்கு ஏறக்குறைய பத்தாண்டுகளுக்குப் பின் அவர் எழுதிய 'மாந்திரிகப் பூச்ச' (மந்திரப் பூனை) நாவலில் தத்துவார்த்தப் பரிமாணங்களைப் பெறுகின்றன. இதில் அவர் ஒரு வீடுகட்டுகிறார். அதில் அவருக்கும் தேசாந்திரியான ஒரு துறவிக்கும் இடையே உரையாடல் நடக்கிறது. அது பஷீரின் உள்மனதுக்குள் நடக்கும் உரையாடலாகவே தோன்றுகிறது. 'பாத்துமாவின் ஆடு' கேள்விகளோடு முடிவடைகிறது என்றால் 'மந்திரப் பூனை' பிரார்த்தனையோடு முடிகிறது – 'ஓம் சாந்தி, சாந்தி, லோக சமஸ்த சுகினோ பவந்து. மங்களம்' இரண்டு நாவல்களும் எழுத்து மரபில் வெளிப்படையாக இல்லாமல் வாய்மொழி மரபில் அமைகின்றன. வாய்மொழித் தன்மைக்கு அழுத்தம் தருவதே பஷீரின் புனைவு உலகின் தொடர் பாவனையாக உள்ளது.

4

பஷீரின் கதைகள் குறித்த 'சாட்சியத்தின் அறம்' என்ற தலைப்பிலான தனது ஆய்வில் பி. உதயகுமார், ஒளிந்திருக்கும் இளங்காற்று தன் மறைவிடத்திலிருந்து காலத்தின் ஊடாக வீசுவதைப்போல அவரது கதைகளில் நினைவுக்குக் கொண்டு வருதல் ஒரு தளமாக இருக்கிறது என்று குறிப்பிட்டுள்ளார். பஷீருடைய 'மதில்கள்' கதையின் ஆரம்பத்தை அவர் மேற்கோள் காட்டுகிறார். "மதில்கள் என்ற பெயரில் ஒரு சிறிய காதல் கதையை நீங்கள் யாராவது கேள்விப்பட்டிருக்கிறீர்களா? முன்பு சொன்னதாகவும் நினைவில்லை. 'ஸ்திரீயின் வாசனை' அல்லது 'பெண்ணின் மணம்' என்று ஏதாவது பெயர் வைக்கலாம் என்று யோசித்திருந்தேன். பிறகு இப்படியே இப்போது சொல்கிறேன். கவனமாகக் கேட்டுக்கொள்ள வேண்டும். சம்பவம் மிகவும் பழையதுதான். நாம் சாதாரணமாகக் காலம் என்றெல்லாம் சொல்லுவோமே, அந்த மகாகாலத்தின் அக்கரையிலிருப்பது. நான் இப்போது இக்கரையில் என்பதை ஞாபகம் வைத்துக் கொள்ள வேண்டும். தனிமையான இதயம். அதன் பெரும் கரையிலிருந்து வந்து சேரும் சோக கானம் இது." வாழ்க்கையை வாழ்ந்து முடித்தாகிவிட்டது. சில துண்டுகள் நினைவுகளில் கதைகளாக இருக்கின்றன. அவை நிகழ்காலத்தின் ஒரு நிகழ்த்துதலாகச் சொல்லப்பட வேண்டியிருக்கிறது. அந்த விமர்சகர் சொல்வது போல் பஷீருடைய பனுவல் ஒரு ஞாபகத்தின், ஒரு நிகழ்த்துதலின் மையமாக இருக்கிறது. உதயகுமார், பஷீருடைய படைப்புகளைப் பனுவல் என்றல்லாமல் இலக்கிய நடவடிக்கைகள் என்று அழைக்கவே விரும்புகிறார். பஷீருடைய ஆரம்பகாலப் படைப்புகளில் விவரணையாளர்கள் இருக்கிறார்கள். பொது ஓட்டத்திலிருந்து வெளியே நின்று புரிந்து கொண்ட வரலாற்றின் வெளிப்படையான போக்குகளை மாற்றிச் சொல்ல முயலாமல் அவர்கள் தேவையான திருத்தங்களை முன்வைக்கிறார்கள். இந்த வரலாற்றாசிரியனோடு சுயசரிதைக்காரனும் இருக்கிறான். இது 'மதில்கள்' போன்ற கதைகளில் தெளிவாகவே தெரிகிறது. அவரே சொல்கிறார் "நான் எழுதுவதைப் போன்ற கதைகளை யாரும் பெரிய சிரமம் இல்லாமல் எழுதலாம்; ஒவ்வொருவரின் வாழ்க்கையிலும் எழுதப்படக்கூடியவை எவ்வளவோ இருக் கின்றன; ஒருவர் அதை நினைவுக்குக் கொண்டு வருவதையும் எழுதுவதையும் செய்தால் போதும்."

இந்த சுயசரிதையாளன் தன்மை அவர்ஸ்தலம் என்றழைக்கும் கற்பனையான தளத்தை மையமாக வைத்து எழுதிய 'மூணு சீட்டு விளையாட்டுக்காரனின் மகள்', 'ஸ்தலத்தே பிரதான திவ்யன்', 'எட்டுக்காலி மம்மூஞ்சு' போன்ற விவரணை வரிசையிலும்

காணலாம். விவரணையாளனின் பார்வையே காட்சிகளில் வர்ணம் ஏற்றுகிறது; தன்னிலைத் தன்மை எப்போதும் படர்க்கை விவரணைகளின் அடியோட்டமாக இருந்துகொண்டே இருக்கிறது. அவர் பார்த்த நிகழ்வுகளின் உண்மைக்கு அவரே சாட்சி சொல்கிறார்; எனவே மௌனமான பார்வையாளர் அவர் அல்ல. அற எழுச்சியின் ஒரு நொடியில் தன்னை உணர்ந்த நிலையினை அனுபவித்துச் செல்பவராக இருக்கிறார். இந்த சாட்சிக் குரல் பஷீரின் பல படைப்புகளில் வந்துகொண்டே இருக்கிறது. 'எங்க உப்பப்பாவுக்கொரு ஆனையிருந்தது'வில் குஞ்ஞு பாத்தும்மா சொல்கிறாள். "எனக்குக் கள்ள சாட்சி சொல்ல ஏலாது". 'சப்தங்க'ளில் நாம் வாசிக்கும் விவரணையானது சிகிச்சை முடிந்து மருத்துவமனையிலிருந்து வெளியே வரும் ஒரு ராணுவ வீரன் சொல்லி ஒரு எழுத்தாளர் பதிவு செய்கிற சாட்சியக் குரல். பரிசுகளோடும் தண்டனைகளோடும் இணைக்கப்பட்ட முரணான சாட்சியே விளையாட்டுகளை – முட்டிக்கொள்ளும் உண்மைகளும் பொய்களாலுமானவை–பஷீர், அவரது உடன்பிறப்பு அப்துல் காதர், பக்கத்துவீட்டு நத்து தாமு ஆகியோர் அவரது இளவயதுக் கதைகளில் விளையாடுகிறார்கள். கைவிலங்குகளும் உடல் வடுக்களும் சாட்சியங்களில் தடயங்கள். இக்கதைகள், சமூக அமைப்பை அடிப்படையாகக் கொண்டு அர்த்தங்களைப் புரிந்து கொள்வதன் போதாமையை உணர்த்துவதற்காக வரலாற்று விவரணைகளில் பகடி செய்கின்றன. 'மதில்க'ளில் பெண்ணின் வாசம் நிஜமானது; உள்ளுணர்வோ விலங்குத்தன்மையினது. அது சிறைச்சாலை என்னும் அரசியல் தன்மையைக் கீழே அழுத்தி விட்டுத் தனது மேலாதிக்கத்தை நிலைநாட்டுகிறது. பஷீர் வாசனை உணர்வைக் கொண்டு மனிதனுக்கும் மனித முன்இனத்துக்கும் இடையேயான தொடர்பைக் கட்டமைக்கிறார். தனித்துவம், அகம் இவற்றுக்கு அப்பாற்பட்ட ஒரு மொழியில் ஆசை தன் உரையாடலைப் பெறுகிறது.

சிறைப் பின்னணியில் பஷீர் பல கதைகள் எழுதியிருந்தாலும் 'மதில்கள்' சிறை வாழ்க்கையைப் பற்றிய ஆகச்சிறந்த கதை. அது அடூர் கோபாலகிருஷ்ணனின் ஒரு அபூர்வமான திரைப்படத்திற்கு அடிப்படையாக இருந்தது. இதில் ஒரு மனிதன்–பஷீர்தான்–சிறைக்குள் எத்தனையோ முறை வந்திருந்தபோதும் இப்போதும் அவன் ஒரு எண்தான். இக்கதை, சிறைப்பட்டவர்கள் மீதான பாரபட்சமும் லஞ்சமும் தலைவிரித்தாடும் சிறை அமைப்பைப் பற்றிய விமர்சனம் என ஒரு தளத்தில் கொள்ளலாம். ஆனால் கதையின் மையத்தளம் ஆசையே. ஒருநாள் நமது கைதி பெரிய சுவருக்கு அப்புறமாக இருந்துவரும் ஒரு பெண்ணின் சிரிப்பொலியைக் கேட்கிறார். அவளது வாசனை அவருக்குள்

ஆசையை நிரப்புகிறது. அந்த வாசம் பெண்களின் பகுதியில் இருந்து வருகிறது. மற்றொருநாள் அவள் சீட்டியடிப்பதைக் கேட்கிறார்; இருவரும் பேச்சு கொடுக்கிறார்கள்; படிப்படியாக ஒருவரையொருவர் அறிந்துகொள்கிறார்கள்; அவள் பெயர் நாராயணி. அவர்கள் ஒருவரையொருவர் உருவகப்படுத்திக் கொள்வதற்காகத் தங்களை வர்ணித்துக்கொள்கிறார்கள். தான் மதிலுக்கு மறுபுறமாக இருப்பதை அவருக்குத் தெரிவிக்க மரக்குச்சிகளை உயரே தூக்கிப் போடுகிறாள். அவர் மதிலுக்கு இந்தப் புறமாக ஒரு ரோஜாத் தோட்டம் அமைக்கிறார். அவர்கள் மதில்மேலாகத் தூக்கி வீசி சிறு பரிசுப் பொருட்களைப் பரிமாறிக்கொள்கிறார்கள். ஒரு கைதி மதிலில் ஓட்டைபோட்டு விடுகிறான். ஆனால் காவலர்கள் கண்டுபிடித்து அதை அடைத்து விடுகிறார்கள். அடுத்துவரும் வியாழக்கிழமை சிறை மருத்துவ மனையில் சந்தித்துக்கொள்வதாக அவர்கள் முடிவெடுக்கிறார்கள். ஒருவரையொருவர் கண்டுபிடிக்கத் தத்தம் அடையாளக் குறிகளைச் சொல்கிறார்கள்; அவளுக்கு வலது கன்னத்தில் ஒரு கறுப்பு மச்சம், அவருக்கு லேசான வழுக்கை, கையில் ஒரு சிவப்பு ரோஜாவும் வைத்திருப்பார். ஆனால் அந்தப் புதன்கிழமை அவருக்கு விடுதலை உத்தரவு வந்துவிடுகிறது. அவருடைய உடனடி உணர்வு 'யாருக்கு வேண்டும் இந்த விடுதலை' என்பதுதான். வெளியே போகும்போது ஒரு காய்ந்த சுள்ளி மேலே உயர்வதைக் காண்கிறார். அவரால் நாராயணிக்காகப் பிரார்த்தனை செய்ய மட்டும்தான் முடியும்.

இந்தக் கதை முழுவதும் சிறைக்கு உள்ளும் சிறைக்கு வெளியிலும் உள்ள இடைவெளியையும், சிறைக்குள் துண்டு துண்டாக இருக்கும் இடைவெளிகளுக்கும் வெளியே சுதந்திரம் என்ற நீள்வெளிக்கும் இடையே உள்ள இடைவெளியையும் பற்றிப் பேசுகிறது. ஆனால் தர்க்கமுரணாக, அப்பெண்ணின் வாசனையால், தூக்கி வீசப்படும் மலரால், கிளர்ச்சியூட்டும் சிரிப்பின் ஒலியால், அவ்வப்போது நடக்கும் விரகம் ததும்பும் உரையாடல்களால் சிறை சுதந்திரமான வெளியாக மாறுகிறது. கதையின் முடிவில் நாயகனுக்கு நடைமுறையில் சுதந்திர வெளியான வெளியுலகுக்குள் செல்வது சிரமமாக இருக்கிறது. உதயகுமார் சொல்வதுபோல் சிறையின் அடக்குமுறை கெடுபிடித் தன்மையானது, ஒரு பெண்ணின் வாசனையை நுகர்வதாலும் அவளுடைய பரவசமூட்டும் சிரிப்பினாலும் திடீரென தள்ளிவிடப் பட்டு ஒரு புதிய பரிணாமமாக விலங்குத்தன்மை உருவாகி விடுகிறது. இவ்வாறு பஷீர் மனித மனதுக்கே சொந்தமானதும் அகவயமானதுமான இவ்வினத்தின் தொடக்கநிலை உணர்வான ஆசையின் தன்மையை நோக்கி உரையாடலைச் செய்கிறார்.

நடைமுறை, காண்வெளிகள் சார்ந்த பரிமாணங்கள் மறைந்து ஆதிக்கு முந்தைய ஆனால் அர்த்தமில்லாத காலவெளியைச் சேரும் இதே பரிமாணத்தை 'அனுராகத்தின்டெதினங்கள்' போன்ற கதைகளிலும் "வெகுகாலத்துக்கு முன், யுகங்களுக்கு முன்பாகக் காதலால் நறுமணம் நிரப்பப்பட்ட ஒரு காலத்தில் ஏற்பட்ட பழைய, சின்னக் காதல் கதை ஒன்றைச் சொல்லப்போகிறேன்."

பஷீரின் விமர்சகர் ஏ. பாலகிருஷ்ண பிள்ளை அதை நெடுங்கதை என்று குறிப்பிட்டாலும் 1947இல் வெளிவந்த 'சப்தங்கள்' என்ற குறுநாவல் ஒரு தலைசிறந்த படைப்பு. கதையை விவரிக்கும் பஷீர், அவரிடம் எந்தத் தத்துவமும் கிடையாதென்றும், உள்ளது சொல்வதற்குக் கொஞ்சம் அனுபவங்கள் மட்டுமே என்றும் சொல்கிறார். கதையின் நாயகன் 29 வயதான ஒரு பட்டாளத்துக்காரன். கொனோரியாவால் (பால்வினை நோய்) பீடிக்கப்பட்டவன், அவனறியாப் பெற்றோரைத் தேடிக்கொண்டிருக்கும் ஒரு ஆன்மா. எல்லையில்லாத வெளியில் தனித்துக் கைவிடப்பட்ட மனிதனைப் பிரதிநிதித்துவப்படுத்துபவன். எல்லாரையும் நேசிக்க விரும்பும் அவன் போர்க்களத்துள் எறியப்படுகிறான். அங்கு கொல்லுவதே நடைமுறை விதி. "நானும் கொன்றேன். சில அசிங்கப்பிறவிகள் இந்த நாட்டை யாள்வதற்காக – நான் சொல்லவருவது, உலகின் யுத்த இரத்த வெறிபிடித்த தலைவர்களைப் பற்றித்தான். போர்க்களத்தில் இவர்கள் யாரும் இருப்பதில்லையல்லவா? இவர்களுடைய மனைவி மக்களும் இறக்கமாட்டார்கள். ஆகவே, இது மக்களின் யுத்தம். நாசகார ஆயுதத் தளவாடங்களுடன் மக்கள் இரண்டு அணிகளாகப் பிரிந்து நின்று துப்பாக்கியால் சுட்டும் வெடிகுண்டுகளை வீசியும் கூரான பயனட்டுகளால் நெஞ்சைப் பிளந்தும் பரஸ்பரம் கொன்றொழிகிறார்கள். ஆகவே, இது மக்களின் யுத்தம்! யாரிந்த மக்கள்?" அவன் ஆள்வோர் எல்லாரும் கொலைகாரர்களென்றும், எல்லாச் சொத்துக்களும் மனித ரத்தத்தில் தோய்ந்தவை என்றும் நம்புகிறான். அவனுக்கு எந்த மதத்தின் மீதும் நம்பிக்கை இல்லை. ஒரு கோவில் அர்ச்சகரால் தெருவிலிருந்து எடுத்து வளர்க்கப்பட்ட அவனுக்குத் தான் எந்த மதத்தில் பிறந்தவன் என்பதும் தெரியாது. 'கடவுள் இருக்கிறானா?' என்ற பட்டாளத்தானின் கேள்விக்குக் கதாசிரியரின் பதில் – அவரது முப்பத்துநான்காவது வயதில் – 'தேவைப்படுறவங்களுக்கு இருக்கிறான்.' போர்க்களத்தின் கோரங்களை – குற்றுயிராகக் கடும் வேதனையில் துடித்துக்கொண்டிருந்த நண்பனின் வேண்டுகோளை ஏற்று அவனைக் கொன்றது உட்பட – அவன் நினைவுபடுத்திச் சொல்கிறான். படைவீரர்களின் இதயக்கனிகளான விலைமாதர்கள் பற்றி வெளிப்படையாகப்

பேசுகிறான். இந்த உரையாடல் உறவுகளின் நேர்மையை, மத நம்பிக்கைகள், ஒழுக்கம், மனிதகுலத்தின் எதிர்காலம், கடந்த காலம் ஆகியவை பற்றிப் பல கேள்விகளை எழுப்புகிறது. ஒரு அலியுடன் புணர்ச்சியில் ஈடுபட்டுப் பயங்கரமான பால்வினை நோய்க்கு ஆளாயிருப்பது பற்றிப் பேசுகிறான். வெளிப்படையான பாலுறவு விவரிப்புகளும் பொதுவெளியில் விலக்கு பெற்ற பல வார்த்தைகளும் இதில் நிறைய வந்து அக்காலத்தைய, கூச்சப்படுவதற்காகவே ஜென்மம் எடுத்த வாசகர்களை அதிர்ச்சி யடையச் செய்தன. பட்டாளத்தான் தற்கொலைக்கு முயன்று தோற்கிறான். துண்டுதுண்டாகவும் பல்வேறு குரல்களிலும் சொல்லப்படும் இந்த முழுக் கதையும் கட்டமைப்பில் நவீன மாகவும் நெகிழவைப்பதாகவும் இருப்பதோடு, இருத்தலின் அபத்தத்தைப் பற்றி நம்மை யோசிக்கவைக்கிறது. பஷீருடைய பல கதைகள் போலவே இதுவும் தீர்க்கப்படாத குழப்பத்துடனேயே முடிவடைகிறது.

'அனல் ஹக்' போன்ற கதைகளில் நேரடியாகக் காணப்படும் சூஃபி சிந்தனைகள் பஷீரிடம் பெரிதும் தாக்கம் ஏற்படுத்தியவை. 'அஹம் பிரம்மாஸ்மி' என்ற உபநிஷதக் கருத்துடன் பஷீர் ஒப்பிடும் 'நானே உண்மை' என்பதைச் சொன்னதற்காகப் பழமைவாத முஸ்லிம்களால் விரட்டிக் கொல்லப்பட்ட சூஃபி மகான், மன்சூர் அல் ஹல்லாஜுடைய கதையை அவர் மறு உருவாக்கம் செய்கிறார். இக்கதை மிகுந்த நெகிழ்ச்சியுடனும் மதவாதிகள்மீது மிகுந்த வெறுப்புடனும் சொல்லப்படுகிறது. அல் ஹல்லாஜின் சுயதேடலை மிகவும் சிலாகிக்கும் பஷீர், கடவுளின் எல்லாப் படைப்புகளிலும் இறைத்தன்மையின் பொறியும் உண்மையும் இருப்பதால் அல் ஹல்லாஜின் பிரகடனத்தை நியாயப்படுத்துகிறார். ஆனால் 1946இல் எழுதப்பட்ட இக்கதைக்கு 1982இல் எழுதிய அடிக்குறிப்பில் பல படைப்புகளுள் மனிதனும் ஒன்றாக இருப்பதால் 'நானே உண்மை' என ஒருவர் கூறுவது அதிகப்பிரசங்கித்தனமானது என்று குறிப்பிடுகிறார். எந்தச் சூழ்நிலையில் அவர் அவ்வாறு எழுதினார் என்பது தெரியவில்லை. அடிக்குறிப்பின் இறுதியில் 'அனல் ஹக்' என்று முடிப்பதால் ஏதோ வற்புறுத்தலில் இவ்வாறு அவர் எழுதியிருக்கக்கூடும் என யூகிக்கலாம்; ஷரியத் சட்டத்தை மீறியதாக அல் ஹல்லாஜ் விசாரிக்கப்படுகிறார். அவரோ அமைதியாகவும் பயமில்லாதவ ராகவும் இருக்கிறார். மதச் சட்ட நிபுணர்கள் அவரைக் கொல்ல வேண்டும் என்கின்றனர். சுல்தான் முக்தபிர் பில்லா கொலை ஆணையில் கையெழுத்திட மறுக்கிறார். ஹஸரத் சுனையிதும் ஆணைக்கு ஒப்புதல் தர முதலில் மறுக்கிறார். பிறகு மிகுந்த தயக்கத்தோடு தனது மதகுரு உடையைக் களைந்து

சட்டமியற்றுபவர் உடையோடு கையெழுத்திடுகிறார். அவர் 'சமூகச் சட்டவிதிகளின்படி மன்சூர் மரண தண்டனைக்குரித்தானவர். ஆனால், சத்தியத்தை அடிப்படையாகக் கொண்டால் – இவ்வுலகைப் படைத்தவனும் பரிபாலிப்பவனுமாகிய சர்வ வல்லமை படைத்த அவனே அனைத்தையும் அறிந்தவன்.' எனக் கூறுகிறார். அப்போதும் 'அனல் ஹக்' எனத் திரும்பத் திரும்பச் சொல்லிக்கொண்டிருக்கிறார். அவர் மேல் அடிகள் சரமாரியாக விழுகின்றன, காற்றினூடாகக் கற்கள் அந்தப் பாவியெனப் பட்டம் சூட்டப்பப்பட்டவர் மேல் பாய வருகின்றன, அவருடைய கை கால்கள் வெட்டப்படுகின்றன, நாக்கும்கூட. அதற்குமுன் அவரைத் துன்புறுத்துபவர்களுடைய மகிழ்ச்சிக்காக அவர் கடவுளிடம் வேண்டுகிறார். புழங்கு கதைகள் மூலமாக அறிவது யாதெனில், வெறிகொண்ட அந்தக் கும்பல் துண்டு துண்டாக்கப்பட்ட அவர் உடலை எரித்து, சாம்பலை யூப்பிரட்டீஸ் நதியில் வீசி எறிந்தது. அதுவரை அமைதியாக அசைவின்றி இருந்த இயற்கை கண்டது என்னவெனில் அமைதியான நதி திடீரென இரத்தமயமாகக் கொந்தளித்து நீர் ஆர்ப்பரிக்கும் கடலைப் போலப் பொங்கிப் பெருக்கெடுத்ததை 'அனல் ஹக்' என நீரலைகள் முழக்கமிட்டன. ஒரு கவிதையைப் போலத் தோன்றும் 'அனர்க்க நிமிஷம்' (அபூர்வ தருணங்கள்) – 'அனல் ஹக்' எழுதப்பட்ட காலத்திலேயே எழுதப்பட்டது – சிறுகதையும் தத்துவார்த்தமானது. கதாசிரியர் முற்றான தனிமையை இக்கதையில் எதிர்கொள்கிறார். தனது சிரிப்புக்குப் பின்னால் இருக்கும் சோகத்தின் அதிர்வுச் சுரங்களைப் பற்றிப் பேசுகிறார். "இரண்டுக்குமிடைப்பட்ட ஒரு அபூர்வ தருணம் நான். நிகழ் காலத்தின் எல்லையில் நிற்கும் கடந்த காலம் நேற்றைய தினங்களில் முழுமையாகக் கலந்துவிட இருக்கும் இன்றைய தினம். யுகாயுகங்கள் . . . அனாதி காலங்கள் . . . எல்லைகளற்ற கடந்த காலங்கள்... சாஸ்வதமான இன்றைய தினத்தில். விடைபெறு கிறேன். முடிவடைந்தது... இல்லை, முடிவடையப்போகிறது. அடுத்த நிமிடம் முதல், மயக்கத்தில் ஐக்கியமான கோடானுகோடி நேற்றைய தினங்களில் நானும்."

பரவலாக அறியப்பட்ட அவருடைய இன்னொரு கதையான 'பூவன்பழ'மும் ஒரு காதல் கதைதான். ரவுடியும் கால்பந்து விளையாடுபவனும் தொழிற்சங்கவாதியுமான அப்துல் காதர் சாகிபு, முழு ஊரும் பார்த்து ஏங்க வைப்பவளும் மணப்பதற்குப் பிரபலங்களை வரிசையில் காத்திருக்க வைத்திருப்பவளுமான ஜெமீலா பீவியின் மீது காதல் கொள்கிறான். அவனுக்குக் காதல் நுணுக்கங்கள் எதுவும் தெரியவில்லை, வழியில் அவளை இடைமறித்து அவளது தந்தையின் பீடித் தொழிற்சாலையின்

தொழிற்சங்கத் தலைவன் தானென்றும் அவன் நினைத்தால் தொழிற்சாலையை மூடவைக்க முடியும் என்றும் சொல்லித் தனது காதலைத் தெரிவிக்கிறான். அவளுக்கு அவனைப் பிடித்துப் போகிறது, ஆனால் அதைக் காட்டிக்கொள்ளாமல் சிரித்தவாறு ஊரில் என்னென்ன விசேஷங்கள் எனக் கேட்கிறாள். ஆனால் அப்துல் காதர் இன்னும் தீவிரமாகத் தனது காதலைச் சொல்கிறான். "நான் உன்னெ உயிருக்குயிராகக் காதலிக்கிறேன். உன் உடுப்பு களையும் நான் காதலிக்கிறேன். உன்னை நான் அங்குலம் அங்குலமாக காதலிக்கிறேன். நீ நடந்து போற பாதையெக்கூட நான் காதலிக்கிறேன்." பார்க்கிற ஒவ்வொரு பெண்ணிடமும் அவன் இதையேதான் சொல்லுவானா எனக் கேட்கிறாள் அவள். அப்துல் காதர், தன் வாழ்க்கையில் அவள் ஒருத்திக்கு மட்டும்தான் இடமுண்டு என்று சொல்கிறான். ஊரில் அவர்கள் காதல் பெரும் கலவரத்தை ஏற்படுத்துகிறது. ஜமீலாவின் தந்தை இதை மூர்க்கமாக எதிர்க்கிறார். இறுதியில் அவர்கள் திருமணம் செய்துகொள்கிறார்கள். அந்தச் சீமாட்டி அவனைத் திருத்த கடுமையாக முயல்கிறார். பிச்சைக்காரர்கள், கவிஞர்கள், தொழி லாளிகள் போன்ற மோசமான அவனது சகவாசங்களிலிருந்து அவனை விலக்கக் கடுமையாகப் பாடுபடுகிறாள். சிலவேளைகளில் அவனும் கனவானாக நடந்துகொள்கிறான். அவளுக்குச் சமைக்கத் தெரியாததால் அவனே சமைக்கவும் செய்கிறான்.

ஒருநாள் ஜமீலா இரண்டு பூவன் வாழைப்பழங்கள் வாங்கிவர அவனிடம் சொல்கிறாள். காதருக்கு நல்லவேளை ஒரு காரையோ, தங்கச் சங்கிலியையோ, டகோடா விமானத்தையோ, எவரெஸ்ட் மலைச்சிகரத்திலிருந்து ஒருதுண்டு பனிக்கட்டியையோ, இப்போதுதான் குட்டிபோட்டிருக்கிற பெண்சிங்கத்தின் இரண்டு ரோமங்களையோ அவள் கேட்கவில்லை என்று ஒரே மகிழ்ச்சி. பழம் தேடி வெளியே போகிறான். ஆற்றின் ஒரு கரையிலிருக்கும் அவனது பகுதி எங்கும் பூவன்பழம் கிடைக்கவில்லை. கடும் மழையினால் பொங்கி ஓடும் ஆற்றைக் கடந்து அக்கரை போய்த் தேடியும் அங்கும் அவனுக்குப் பூவன்பழம் கிடைக்கவில்லை. அவன் சில ஆரஞ்சுப் பழங்களை வாங்குகிறான். மழை நிற்கும்போது மிகுந்த நேரமாகிவிட்டதால் தன்கரைக்குப் போவதற்கு எந்தப் படகும் இல்லை. வீட்டில் ஜமிலா தனியாக இருப்பாள் என்ற கவலையில் இருட்டில் ஆற்றை நீந்திக் கடக்க முடிவு செய்கிறான். தலைப்பாகையில் ஆரஞ்சுகளை முடிந்துவைத்து ஒருவாறு நீந்தி வீட்டை அடைகிறான். ஆரஞ்சு களை ஜமிலா நிராகரிப்பதோடு அவன் பட்டதாகச் சொன்ன சிரமங்களை நம்பவும் தயாராக இல்லை. இப்போது காதர் தனது ரவுடி சொரூபத்தைக் காட்ட முடிவு செய்து அவளை

மிரட்டி ஆரஞ்சுகளைச் சாப்பிட வைப்பதோடு அவைதான் பூவன்பழங்கள் என அவள் வாயால் சொல்லவும் வைக்கிறான். அதோடு பழைய கூட்டாளிகளோடு அவன் சகவாசம் பற்றி அவள் எதுவும் சொல்லக் கூடாது என்றும், அவளே இனி சமைக்க வேண்டும் என்றும் அவளை ஒத்துக்கொள்ள வைக்கிறான். அவர்கள் ஒன்பது பிள்ளைகளோடு முதுமையடையும்போது கதை முடிகிறது. ஊர் அடையாளம் காண முடியாத அளவுக்கு மாறிப் போயிருக்கிறது, ஆனால் காதர் அந்தத் தினத்தை நினைவு படுத்தி அவ்வப்போது அவளைச் சீண்டுவதுண்டு. அவன் கேட்கிறான், அந்தத் தினத்தில் ஆற்றைக் கடந்து அவன் என்ன கொண்டுவந்தான் என்று; அவள் சொல்கிறாள் 'பூவன்பழங்கள்'. அவை எப்படி இருந்தன அவை? 'ஆரஞ்சுபோல உருண்டையாக'.

பஷீருடைய நகைமுரண் தன்மை 'விட்டிகளுடெ ஸ்வர்க்கம்' (மூடர்களின் சொர்க்கம்) கதையிலும் வெளிப்படுகிறது. இக்கதையில் நாயகன் ஒரு பெண்ணால் ஈர்க்கப்படுகிறான். அவள் ஒருநாள் அவனை வீட்டுக்கு அழைக்கிறாள். அங்கு நிலவரம் சகிக்க முடியாததாக இருக்கிறது. அவளுக்கு சோகையான இரண்டு குழந்தைகளும் நோய்வாய்ப்பட்ட பெற்றோரும் இருக்கிறார்கள். அந்தக் கொடுமையான சூழ்நிலை அவனது காமத்தைக் கொன்றுவிடுகிறது. தன்னிடமிருந்த பணத்தை அவளிடம் கொடுத்து விட்டு விரக்தியோடு தன்னிடத்துக்கு வருகிறான். 'நைராஸ்யம்' (நிராசை) பிச்சைக்காரனாயிருந்து பெரிய ஆளாகும் ஒருவன் ஒரு நிராசையோடிருக்கிறான். அவன் விரும்பிய பெண்ணொருத்தி அவனுக்குத் தண்ணீர் தர மறுத்துவிடுவாள், தன் வீடு அநாதை இல்லம் இல்லையென்று சொல்லி. பின்னாட்களில் அவன் பெரிய ஆளானபின்பு அவனுக்கு எதையும் தரத் தயாராக இருக்கிறாள்; ஆனால் பழைய சம்பவம் அவனை வதைக்கிறது. கதையைக் கேட்டுக்கொண்டிருப்பவன் கதை சொல்பவனிடம் இதிலுள்ள நீதி என்ன என்று கேட்கும்போது ஒரு நீதியுமில்லை, சும்மா ஒரு நினைவு மட்டும்தான் என்று பதிலளிக்கிறான். 'கள்ளநோட்டு' கதையில் ஒரு தாய் கொஞ்சம் கள்ளநோட்டுகளுக் காக மகளைக் கூட்டிக்கொடுக்கிறாள். அவள் கடைசியில் சிப்பாய்கள் கூடாரத்துக்கருகில் பாலியல் பலாத்காரம் செய்யப்பட்டுக் கொல்லப்படுகிறாள். 'செகண்ட் ஹாண்'டில் வரும் கோபிநாதன் ஏற்கெனவே ஒரு கவிஞனைக் காதலித்து அவன்மூலம் ஒரு குழந்தைக்கும் தாயானவளைக் கல்யாணம் செய்துகொள்கிறான். அவள் தன்னை வெறுப்பதாக அவன் நினைக்கிறான். இறுதியில் அவள் மனதில் தன்னைக்கொண்டாடிக் கொண்டிருக்கிறாள் என்று தெரிந்துகொள்கிறான்.

பஷீருடைய பல சிறைக் கதைகளுள் ஒன்றான 'ஒரு சிறைக் கைதியின் சித்திரம்' கதையில் வரும் மரியாம்மா ஒரு அரசியல் கைதியுடன் காதல் உறவில் இருக்கிறாள், அவனோடு கடிதத் தொடர்பு வைத்திருக்கிறாள். சிறைகளில் இருக்கும் முறைகேடு களை வெளிப்படுத்தும் கதை இது. தான் ஜெயிலிலிருந்து வெளியே வரும் வாய்ப்பே இல்லை என்று அவன் நினைப்பதாலும் தனது வீட்டில் அவள் பார்த்த புகைப்படத்தில் உள்ளதுபோல் தான் இப்போது இல்லை என்பதாலும் தன்னை மறந்துவிடும்படி அவளுக்கு அவன் அறிவுறுத்துகிறான். 'போலீஸ்காரனின் மகள்' கதையில் தந்தையான போலீஸ் தேடிக்கொண்டிருக்கும் ஜெகதீசை மகள் பார்கவி காதலிக்கிறாள். 'யுத்தம் அவசானிக்கணமெங்கில்' (யுத்தம் முடிய வேண்டுமென்றால்) கதையில் நேர்காணலில் பதிலளிக்கும் கதாசிரியர் நேர்காண்பவரிடம் போர்கள் இல்லாம லாக வேண்டுமென்றால் தலைவர்களுக்கு, வக்கீல்களுக்கு, நீதிபதிகளுக்கு, போலீஸ்காரர்களுக்கு, ஆசிரியர்களுக்கு, பத்திரிகையாளர்களுக்கு, படைவீரர்களுக்குச் சொறி பிடிக்க வேண்டும்; அப்போது அவர்களுக்குச் சொறிந்துகொண்டிருக்க மட்டுமே நேரமிருக்கும் என்று சொல்கிறார்.

நர்மதா என்ற கேலிச்சித்திரப் பத்திரிகையில் அவர் எழுதிக் கொண்டிருந்த கேள்வி-பதில் பகுதியிலும் இந்த நகைமுரண் தன்மை வெளிப்படையாக இருக்கிறது. அப்பகுதி 'நேரும் – நுணையும்' (உண்மையும் பொய்யும்) என்று அழைக்கப்பட்டது. ஒரு கேள்வியாளர் கம்யூனிஸ்டுகளைப் பச்சோந்திகள் என்று அழைக்கலாமா எனக் கேட்கிறார். பஷீர் 'அதற்குப் பச்சோந்திகள் சம்மதிக்கின்றனவா என்பதை முதலில் கண்டுபிடிக்க வேண்டும்' என்று பதிலளிக்கிறார். சென்னையிலிருந்து திரும்பி வந்த பிறகு எர்ணாகுளத்தில் என்ன மாற்றத்தைக் காண்கிறார் என்று கேட்டதற்கு, எர்ணாகுளம் ஒரு புதிய மனநல மருத்துவமனையால் பெருமைப்பட்டுக்கொண்டிருக்கிறது என்று பதில் சொல்கிறார். அதற்கான காரணத்தையும் அவர் சொல்கிறார். அவர் திரும்பி வந்தபோது அவருக்கு எர்ணாகுளத்தில் சகல உதவிகளும் செய்த சுமைதூக்கிகள், வண்டிக்காரர்கள், சமையலாட்கள், விடுதி நிர்வாகிகள் எல்லாரும் பத்திரிகையாசிரியர்களாக இருந்தனர்; அவரிடம் கதைகள் பெறுவதற்காக அந்த உதவிகளைச் செய்தனர்; மூன்று மாதங்களாக அவர் எழுதிவந்தவற்றைத் தொடர்ந்து படித்துவந்த சந்தாதாரர்கள் பைத்தியமாகிவிடுகின்றனர்; அதுதான் அந்த மருத்துவமனையில் அவ்வளவு கூட்டமிருப்பதற்குக் காரணம் என்று சொல்கிறார்.

விமர்சகராக இருந்து பின் கேரளாவின் கல்வி அமைச்சரான ஜோசப் முண்டசேரி ஒரு முஸ்லிமா என்ற கேள்விக்கு, "ஆம்;

அவருடைய இயற்பெயர் யூசுப் மும்தாஸ், மேலும் அவர் முகமது அலி ஜின்னாவைப் பின்பற்றியவர், வடக்கன் பாதிரியார் (அவர் கேரள அரசியலில் ஒரு காலத்தில் தீவிரமாகச் செயல் பட்டவர்) தலைமையில் கத்தோலிக்கர்களால் கட்டாய மதமாற்றம் செய்யப்பட்டவர், பின்பு கே. தாமோதரன், ஏ.கே. கோபாலன் ஆகிய கம்யூனிஸ்ட் தலைவர்களால் சீனாவுக்கு அனுப்பப்பட்டவர், அப்புறம் சீனாவின் தீவிர அபிமானியாகி அந்நாட்டின் வளர்ச்சியைப் புகழ்ந்து ஒரு புத்தகம் எழுதினார், அதன்பிறகு முண்டா சேதுங் என மாறினார்" என்று பதிலளித்தார்.

அமானுஷ்ய விஷயங்களைப் பற்றியும் பஷீர் எழுதியுள்ளார்; அவ்விஷயங்களை அவர் நிலவொளியோடு பொருத்திப் பார்த்தார். 'பூ நிலா'வில் (முழுநிலவின் ஒளியில்) கதை ஒரு பழைய நகரின் இடிபாடுகளைக் காணச் செல்லும் பயணியைப் பற்றியது. வண்டியை இழுத்துச் செல்லும் குதிரைகள் ஒரு பயங்கர வினோதத்தைக் கண்டுவிட்டதுபோல் முரண்டு வழியில் நின்றுவிடுகின்றன. இரவில் கடைத் தெருவுக்குச் செல்லும்போது வெள்ளையுடையில் ஒரு பெண்ணைச் சந்தித்து அவளிடம் தண்ணீர் வாங்கிக் குடிக்கிறான். திரும்பும் வழியில் அவள் அவனை அழைக்கிறாள். வீட்டின் உள்ளே ஆகாயமே கூரையாக இருக்கிறது; அவன் அணைக்கும்போது அவன் பீதியடையும்படி அவள் தூள்தூளாகும் எலும்புக்கூடாக இருக்கிறாள். *நிலாவு காணும்போள்* பத்திரிகை ஆசிரியரும் ஆங்கிலேயரை எதிர்க்கும் தீவிரவாத அமைப்பில் உறுப்பினருமான நாயகன் அவனது நண்பர்களைக் கடற்கரையில் சந்திக்கிறான். அவர்கள் அதிகாலை இரண்டு மணியளவில் அவனிடமிருந்து பிரிகிறார்கள். அவன் தனியாக இருக்கையில் கடலில் ஒரு அழகி நிர்வாணமாகக் குளித்துக்கொண்டிருக்கிறாள். புறப்படுவதற்குத் திரும்புகிறான்; அவனுடைய மிதிவண்டி சுழல மறுக்கிறது. இறுதியில் அதைத் தோளில் சுமந்துகொண்டு நடக்கிறான். சில மணல்துகள்கள் அவன்மேல் விழுகின்றன. ஒரு கூட்டமாக ஓலமிட்டுக்கொண்டே பெண்கள் கடலில் குளித்துக்கொண்டிருக்கிறார்கள். 'பார்கவி நிலையம்' திரைப்படத்தின் மூலக்கதையான 'நீல வெளிச்ச'த்தில் காதலில் கைவிடப்பட்டுக் கிணற்றில் குதித்துத் தற்கொலை செய்துகொண்ட பெண்ணின் ஆவி வசிப்பதாகச் சொல்லப்படும் வீட்டில் நாயகன் வாடகைக்கு வருகிறான். கதையை எழுதுபவர் அவளைப் பார்க்காமலேயே அவளுடன் ஒரு அன்னியோன்யத்தை ஏற்படுத்திக்கொள்கிறார். ஒருநாள் ஒளி மங்கும் நிலையிலிருந்து விளக்குக்காக ஒரு நண்பனிடம் மண்ணெண்ணெய் கடன் வாங்கித் திரும்புகையில் நீல வெளிச்சம் அறையை நிறைத்திருப்பதைக் காண்கிறான். இந்த வகையான கதைகளை இயல்பாக

விவரிப்பதில் கைதேர்ந்தவராக இருக்கும் பஷீர், வாசகர் மனதில் வாகாகப் பயத்தை ஏற்படுத்திவிடுகிறார்.

ஒரு மனிதநேயர் என அழைக்கப்பட்டாலும் பஷீரின் பார்வை மானுட மையப்புள்ளியில் மட்டும் இல்லை. 'பூமியுடே அவகாசிகள்' (பூமியின் வாரிசுதாரர்கள்) கதை அவருடைய உயிர்ச்சூழல் சுற்றுப்பார்வை குறித்த சாசனம். புதிய வீட்டின் முற்றத்தில் அணில்களும் காகங்களும் மரத்திலுள்ள பழுத்த பலாக்களையும், வௌவால்களும் பறவைகளும் கொய்யா, சப்போட்டா, ஒட்டு மாம்பழங்களையும் காலி பண்ணிவிடுகின்றன என்று அவருடைய மனைவி புகார் சொல்லும்போது, 'அதுதான் அழகு, எந்தப் பொருட்களின் துணையும் இல்லாமல் கடவுள் இந்தப் பிரபஞ்சத்தை இணைத்துவைத்திருக்கும்போது அவருடைய படைப்பு உயிர்களுக்காகப் பழம், கிழங்கு, புல், தானியம், பூக்கள், தண்ணீர், காற்று, வெப்பம், வெளிச்சம் எனப் பலவற்றையும் உருவாக்கியிருக்கிறார்; பறவைகள், விலங்குகள், பூச்சிகளுக்கும் பூமியில் விளையும் அனைத்திலும் உரிமையிருக்கிறது என்பதை நாமெல்லாம் நினைவில் வைத்துக்கொள்ள வேண்டும் என்பது உனக்குத் தெரியாதா' என்று சொல்கிறார். வஞ்சகமாக எலிகளைக் கொன்றழிப்பதற்காக அவர் கடவுளிடம் மன்னிப்புக் கேட்கிறார். இளம் தேங்காய்களை அழிக்கும் வௌவால்கள், நரிகள், மரநாய் போன்றவற்றைச் சுட்டுத்தள்ள ஒரு துப்பாக்கி வாங்கலாம் என மனைவி கூறும்போது அவர் மறுக்கிறார். "என்னால் முடியாது, நான் உடன்பட மாட்டேன், துப்பாக்கி, கொடூரத்தின் சின்னம், அது பாவத்தின் குழந்தை, மனிதன் அதைக் கண்டுபிடித்திருக்கவே கூடாது" என்கிறார். அக்கதை இந்தப் பிரகடனத்தோடு முடிகிறது, 'கடவுள் சிருஷ்டியின் சுபவேளையில் எல்லா உயிர்களையும் பூமியின் மீது உரிமை உள்ளவையாக உருவாக்கியிருக்கிறார்."

5

வாழ்க்கையின் புதிர்களைப் புரிந்துகொண்டவர் என்பதிலிருந்து பஷீரின் நகைச்சுவை பிறக்கிறது. அவர் ஒரு கேலிச் சித்திரக்காரரின் கண்களோடும் தத்துவ ஞானியின் பார்வையோடும் தனது பாத்திரங்களை விவரிக்கிறார். எப்படி தனது பாத்திரங்களைச் சித்திரிக்கிறார் என்று பாருங்கள். "நான் ஒற்றைக் கண்ணன் போக்கரிடமிருந்து தொடங்குகிறேன். அவனது பட்டப்பெயர் சுட்டுவதுபோல் அவனுக்கு ஒரு கண்தான். இன்னொரு கண் அவனது வீரதீர சாகச நாட்களில் சரிசெய்ய முடியாத அளவுக்குப் பழுதடைந்துவிட்டது. 'அந்த ஒரு கண் குரங்கு' என்று அப்பகுதியிலுள்ள அறிவாளிகள் தங்களுக்குள்

ரகசியமாகப் பேசிக்கொள்வதும் உண்மை. அதை விட்டு விடுங்கள் கதை தொடங்கும்போது அவனுக்கு நாற்பத்தொன்பது வயது. அவன் நல்ல நிறத்தோடுதான் இருந்தான் என்றும் சொல்லலாம், அவனது பற்களின் உண்மையான நிறம் நன்கு மறைத்து வைக்கப்பட்ட ரகசியம். போக்கர் சதா வெற்றிலை தின்பவனாக இருந்ததால் வெளியே தெரியும் பற்களின் நிறம் மங்கிய சிவப்பு" (மூணு சீட்டு விளையாட்டுக்காரனின் மகள்).போக்கர், சீட்டு விளையாட்டில் ஏமாற்றுபவன், அவனுடைய நண்பனான மண்டன் முத்தபா ஒரு பிக்பாக்கெட்காரன். பஷீர் அவனை ஒரு கலைஞனாகப் பாவிக்கிறார். "பொதுக் கருத்துப் போலல்லாமல் ஜேப்படித் தொழிலில் எந்தக் கேவலமும் இல்லை. அது பல உலக நாடுகளில் பிரமிக்கத்தக்க வளர்ச்சியைப் பெற்றிருக்கிறது. வளரத் துடிக்கும் ஜேப்படிக்காரர்களைப் பயிற்றுவிப்பதற்காகவே கல்லூரிகள்கூட இருக்கின்றன. அதுபோக, அந்தத் தொழிலுக்குச் சிதறாத முழுக் கவனமும் விலகாத பொறுமையும் எந்த விஷயத் தையும் சுவர்ந்து அவதானிக்கும் தன்மையும், 'அமைதியே பொன்' என்ற கூற்றில் அசைக்க முடியாத நம்பிக்கையும் தேவை. முதலீடாக நீண்ட லாவகமான விரல்களும் ஒரு தோள்துண்டும் உபகரணங்கள் எனப் போதும். எல்லா ஈடுபாடுள்ள கலைஞர் களையும்போல ஒவ்வொரு ஜேப்படிக்காரனும் மக்களின் நாடித் துடிப்பில் கண் வைத்திருக்க வேண்டும். தந்தக் கோபுரத்தில் தனிமையில் இருப்பது அவனுக்கு ஒவ்வாதது. அடிப்படையில் அவன் ஒரு சமூகப் பிரஜை. மக்களின் மகிழ்ச்சியிலும் சோகங் களிலும் அவன் பங்கெடுக்கிறான்". போக்கரின் மகள் சைனபா முத்தாபாவிடம் காதல் கொள்கிறாள். போக்கருக்கு இது பெரும் கடுப்பாக இருக்கிறது. இந்த விஷயத்தில் ஊர் இரண்டு தரப்பாகவும் பேசுகிறது. சைனபாவின் வற்புறுத்தலால் முத்தபா ஜேப்படித் தொழிலை விட்டுவிட்டு ஒரு டீக்கடை தொடங்குகிறான். அதற்கான பணம் சைனபா மூலம் பெற்ற ரகசியத் தகவல்களை வைத்து அவன் சீட்டு விளையாட்டில் சம்பாதித்தது. போக்கர் தனது மகளின் விருப்பத்துக்கு எதிராகச் செயல்பட முடியாததால் இறுதியில் திருமணம் நடக்கிறது; என்றாலும் போக்கருக்கு மகிழ்ச்சியில்லை. டீக்கடை சீக்கிரமே நல்ல உணவகமாக மாறுகிறது. தனது சீட்டு விளையாட்டு நுணுக்கங்களை முத்தபாவுக்குச் சொல்லிக்கொடுத்தவள் தன் மகள்தான் என்பதை அறிந்து போக்கர் ஆச்சரியப்படுகிறான்.

இன்னொரு சித்திரம்: "எட்டுக்காலி மம்மூஞ்ஞு அவ்வாறு அழைக்கப்படுவதற்குக் காரணம் அவன் எட்டுக் கால்களை யுடைய பூச்சியான சிலந்தியைப் போலத் தோன்றுவதால்தான். குட்டையான உருவம், சின்னத் தலை என்றாலும் அவன்

பெருமைப்பட்டுக் கொள்ள வேறு ஒன்று அவனிடம் இருந்தது. அது அவன் மீசை. இரு புறங்களிலும் அதை ஒரு அடி அளவுக்குத் தொங்கும்படி வளர்த்திருந்தான். பெண்களைக் கடந்துசெல்லும்போது அவன் தனது மேற்படி வளர்ச்சியைக் கொண்டு அவர்களை உரசுவான் என்றொரு முணுமுணுப்பு ஊரில் உண்டு. அவன் ஆண்மையில்லாத வன் என்று மக்கள் பேசிக்கொள்கிறார்கள். சுற்றிலுமுள்ள பெண்களுக்குக்கூட இந்த ரகசியம் தெரிந்திருந்தது. இது எப்படி அவர்களுக்குத் தெரியவந்தது என்பதை யாராலும் சொல்ல முடியவில்லை." (எட்டுக்காலி மம்மூஞ்ஞு) ஆனைவாரி ராமன் நாயர், பொன்குருசு தோமா ஆகிய ரவுடிகளின் செயல்களிலும் சாகசங்களிலும் அவனும் கலந்துகொள்ள ஆசைப்பட்டான். இந்த மாட்சிமை மிக்கக் குழுவினர் ஏற்றுக்கொள்ளும் அளவுக்குத் தான் முக்கியமானவனாகக் கருதப்படவில்லை என்பதில் அவனுக்கு ஒரே வருத்தம். ஆகவே மம்மூஞ்ஞு அவர்களிடம் ஒருநாள் ஒரு ரகசியம் சொல்கிறான்: மகா கஞ்சனான அந்துருவின் (முண்டக்கண்ணன் அந்துரு) வீட்டு வேலைக்காரி தாச்சியின் கர்ப்பத்துக்குத் தானே காரணம் என்று. இது மம்மூஞ்ஞுக்கு ஏகப்பட்ட மரியாதையை உருவாக்குகிறது. நண்பர்களிடமிருந்து சில பரிசுப் பொருள்களும் அவனுக்குக் கிடைக்கின்றன. வெகு சீக்கிரமே தாச்சியின் வயிற்றில் இருப்பது குழந்தையல்ல, ஆபரேஷன் மூலம் அகற்றப்பட வேண்டிய கட்டி என்று தெரிய வருகிறது. என்றாலும் மம்மூஞ்ஞு அவன் மொழிந்ததை வாபஸ் பெறத் தயாராக இல்லை; மாறாக அந்துருவே தாச்சியை வற்புறுத்தி கருவைக் கலைக்கச் செய்துவிட்டான் என்று சொல்லித் திரிகிறான். ஒரு வேலைக்காரிக்குச் சம்பளம் கொடுப்பதைத் தவிர்க்க கதிஜாம்மாவை ஏற்கெனவே கல்யாணம் செய்திருந்த அந்துரு, தாச்சியை இன்னொரு தாரமாகக் கட்டிக்கொள்கிறான். இப்போதும் மம்மூஞ்ஞு அவன் ஆட்களிடம் சொல்கிறான்: "அந்த முண்டக்கண்ணன் தேவிடியா மகன் முதலில் என் மகனை அழித்தான், இப்போது என் மனைவி தாச்சியை அவன் கல்யாணம் செய்துகொண்டிருக்கிறான்."

யானையின் துதிக்கையைப் போல் மூக்கு வளர ஆரம்பித்த தால் ஒரே நாளில் புகழ்பெற்ற படிப்பறிவற்ற சமையல்காரன் மூக்கன் இதோ: "மூக்கனின் மூக்கு திடீரென வளர ஆரம்பித்தது. அது சீக்கிரமே வாயைத் தாண்டி அவனது தாடைவரை நீண்டுவிட்டது. ஒரு மாதத்துக்குள் அதன் நுனி அவனுடைய தொப்புள்வரை வந்துவிட்டது. இதொன்றும் அசாதாரணமானது என்று சொல்வதற்கில்லை. வரலாற்றில் இதைப் போன்ற நிகழ்வுகள் பதிவாகி இருக்கின்றன" (உலகப் புகழ்பெற்ற மூக்கு).

இந்த அசாதாரணம் காரணமாக அவனுக்கு வேலை இல்லாமல் போய்விட்டது; ஆனால் விரைவில் அவன் மூக்கைக் காணவரும் கூட்டத்தால் அவனுக்குப் பணம் குவிந்தது. லட்சாதிபதியானான்; திரைப்படங்களில் நடித்தான். அவன் புகழ்பாடி ஆறு கவிஞர்கள் எழுதினார்கள், ஒன்பது வாழ்க்கை வரலாறுகள் வெளியாகின, சர்வதேச விவகாரங்கள் பற்றிக் கருத்து சொல்ல ஆரம்பித்தான்; அவனது இரண்டு பெண் உதவியாளர்கள் அவன்மேல் காதல் கொண்டனர், அரசாங்கம் அவனுக்கு விருது வழங்கியது, அரசியல் கட்சிகள் தம் கட்சிகளில் அவனைச் சேர்த்துக்கொள்ள போட்டி போட்டனர், அவன் மூக்கு ரப்பரினால் செய்யப்பட்டது என பிரச்சாரம் நடந்து அது பொய்யென நிரூபிக்கப்பட்டது, அவன் நாடாளுமன்ற உறுப்பினரானான், அவனுக்கு கவுரவ டாக்டர் பட்டம் வழங்கப்பட்டது.

பஷீர் மலையாளத்துக்குப் பல பயன்பாட்டுச் சொற்றொடர் களை வழங்கியிருக்கிறார்: 'ஹுட்டின ஹலிட்ட லுட்டாப்பீ (ஹம்டி டம்டி போல), 'குக்குரும தர்மா' (கெடுதல் செய்வது என்ற பொருளில்), ரோம மதங்கள் (முடிக்கும், சாங்கியங்களுக்கும் பல மதங்கள் முக்கியத்துவம் தருவதால்), 'காக் – பெக்ட்' (ஹென் – பெக்டின் ஆண்பால்), 'ஆண் பசு' (எருது) 'செல்பிச்சி' (செல்ஃப் என்பதன் பெண்பால்), 'சிங்கிடிமுங்கன்' (மிகவும் தடிமனானவன்) போன்றவையும் பெண்கள், கடவுள், பிரபஞ்சத் திற்கு அவர்தரும் எண்ணற்ற பெயர்களும் இவற்றில் அடங்கும்.

நலிந்த மக்கள் மீதும், மனித குலத்தின் மீதும் மாற்றத்தின் பாலும் கொண்ட நம்பிக்கையினால் பஷீர் முற்போக்கு எழுத்தாளர்களில் ஒருவராகிறார். ஆனால் மானிட வாழ்வில் உள்ள பல்வேறு வண்ணங்களையும் பரிமாணங்களையும் வெளியே தெரியாத ஆனால் உள்ளோட்டமாக இருக்கிற ஆன்மீகத் தேடலையும் கொண்ட அவரது வாழ்க்கை விவரணைகளால் அவர் முற்போக்கையும் கடந்த படைப்பாளியாகிறார். அவர் இறுக்கமான கோட்பாடுகளையும் வறண்ட அனுபவங்களையும் கொண்ட ஒரு தலைமுறையைச் சேர்ந்தவர். ஆனால் வாழ்க்கை என்னும் கவிதையின் துடிப்பிலிருந்து தனது கதைகளைத் தேர்ந்தெடுக்கிறார். 'பால்யகால சகி' முதல் 'சிங்கிடிமுங்கன்' வரையிலான ஐம்பதாண்டு படைப்பு வாழ்க்கையில் அவர் முப்பது புத்தகங்களை மட்டுமே வெளியிட்டிருக்கிறார். ஆனால் இந்த 2200 பக்கங்களில் ஒவ்வொன்றும் உலகத் தரம் வாய்ந்த இலக்கியம். மொழிக்குள் அவரது மொழியை உருவாக்கிக் கொண்டார். (தனது முதல் நாவலை ஆங்கிலத்தில் எழுத ஆரம்பித்து அம் முயற்சியைக் கைவிட்டார்.) ஒவ்வொரு வரியையும் செப்பனிட்டு, திருத்தி, திரும்பத் திருத்தி, படிகத் தெளிவாகப்

பளிச்சிடுமாறும் பன்முகத் தன்மைகொண்டதாகவும் ஆகும்வரை உருவாக்கினார். தான் அவ்வாறானவர் என்பதை அறியாத நவீனத்துவப் படைப்பாளி பஷீர். இயல்பாகவும் அவரே உணர்ந்து செய்வதாக இல்லாதவாறும் தனது பல்வகை அனுபவங்களினூடாகத் தன்னுடைய செறிவான, இன்னொருவரால் இயலாத நடையில் அவர் புதிய தளங்களுக்குள் நடைபயின்றார். பெரும் திரைச்சீலைகளைத் தவிர்த்தார். விவரிக்கிற நிகழ்வின் ஆழமும் தீவிரமுமே நோக்கமாக அவருக்கு இருந்தது. அவர் யாரையும் – திருடர்கள், ஓரினச்சேர்க்கையாளர்கள், சூதாடிகள், பாலியல் தரகன்கள், விலைமாதர் – வெறுக்கவில்லை. பஷீரின் சொர்க்கத்தில் அவர்கள் எல்லாருக்கும் இடமிருந்தது. பொருளுலகின் மறுபுறத்திலிருந்து பாய்ந்துவரும் புனித அன்பின் ஒளி சூழப்பட்ட அவரது உலகில் அவர்களும் தேர்ந்தெடுக்கப் பட்டவர்களே.

விமர்சகர்கள் காஃப்காவினுடைய 'ஹங்கர் ஆர்டிஸ்ட்' (பட்டினிக் கலைஞன்) கதையுடன் 'ஜென்ம தின'த்தையும், ஜிமென்ஸின் 'பிளேட்டேரா அன்ட் ஐ'யுடன் பஷீரின் 'பாத்துமாவின் ஆ'ட்டையும் ஒப்பிட்டு எவ்வாறு அவர் நவீனமாகவும் உலகளாவியவருமாக இருக்கிறார் என்பதை நிறுவுகிறார்கள். ஆனால் பஷீருடைய நவீனத்துவமும் எல்லைகள் தாண்டிய மனிதநேயமும் அவர் மிகவும் ஆழமாகக் கால் ஊன்றியிருக்கும் மண், சமூகத்திலிருந்தும், நாடோடியாக அவர் அலைந்தபோது கடந்துவந்த நரகங்களிலிருந்தும் சொர்க்கங்களிலிருந்தும் அவர் கண்டடைந்தவை. எம்.டி. வாசுதேவன் நாயர், எம்.என். விஜயன், அவரைப் பற்றி சிறந்த ஆவணப்படமெடுத்த எம்.ஏ. ரஹ்மான் என அவரைக் கொண்டாடுவோர் இருந்தாலும் அவரைக் கடுமையாக விமர்சித்தவர்களும் உள்ளனர். அவருடைய 'சப்தங்க'ளையும் 'பாவப்பட்டவருடெ வேஸ்ய' (ஏழைகளின் விலைமாது)வையும் ஆபாசமென்று சொன்னார்கள். 'எங்க உப்பப்பாவுக்கொரு ஆனையிருந்தது'வைப் பாடப்புத்தகமாக்கியதற்கு எதிர்ப்பு தெரிவித்தார்கள். ஒருவர், பஷீர் பொருட்படுத்தத் தகுந்தவர் அல்ல என்று ஒரு புத்தகமே எழுதினார். பஷீர் எல்லாரையும் தனது சூஃபி விலகல் தன்மையுடன் எதிர்கொண்டதோடு அவர்களை எதிர்த்து மல்லுக்கு நிற்காததன் மூலம் அவர்கள் 'பெரிய ஆட்கள்' ஆகிவிடாமல் பார்த்துக்கொண்டார்.

எல்லைப்புறப் பகுதியில் அவருக்கு நேர்ந்த ஒரு நிகழ்வை மையமாக வைத்துக் கதை ஒன்றை அவர் எழுதியிருக்கிறார். ஒரு உணவகத்தில் சாப்பிட்டபின் பணம் கட்டவேண்டிய நேரத்தில் தனது பணப்பை தொலைந்துபோயிருப்பதை அறிகிறார். கடை உரிமையாளன் அவர் ஆடைகளைக் கழற்றிவிடுகிறான்;

திடீரென அங்கு வந்த ஒருவன் அவருக்கான பணத்தைச் செலுத்தியிராவிட்டால் கடை உரிமையாளன் இன்னும் மேலே ஏதாவது செய்திருப்பான். பணம் கட்டியவன் பல பணப்பைகளை அவருக்குக் காட்டி அவருடையதை எடுத்துக்கொள்ளச் சொல்கிறான். அவன் ஒரு ஜேப்படிக்காரன். இதில்தான் மனித இனத்தின் அடிப்படையான நல்லதன்மையின் ஆதாரம் அவருக்குக் கிடைக்கிறது. சிறையிலிருக்கும்போது வளாகத்தில் ரோஜாத் தோட்டம் அமைக்கிறார். இருண்டுபோன விதியின் பிடியில் இருக்கும் பாவப்பட்ட பிறவிகளான சிறைக்கைதிகள் சிறிது நறுமணம் நுகருமாறு அவர் தன்னிச்சையாகச் செய்யும் இந்த நடவடிக்கையே அவரது முழுப் படைப்பு வாழ்க்கை, அவரது பெரிய மானுடச் சேவை. அவர் சொல்வார் தெய்வீகச் சேவை என்று.

'வைக்கம் முகம்மது பஷீரும் இந்திய இலக்கியமும்' என்ற தலைப்பில் ஃப்ரன்ட்லைன் இதழில் வெளிவந்த ஆங்கிலக் கட்டுரையின் மொழிபெயர்ப்பு

தமிழில்: **பெர்னார்ட் சந்திரா**

கே. சச்சிதானந்தன் (பி. 1945)

மலையாளக் கவிஞர், கவிதை மொழிபெயர்ப்பாளர், விமர்சகர், கலாசாரச் செயல்பாட்டாளர். ஆங்கிலத்திலும் எழுதுபவர். சாகித்திய அக்காதெமி செயலாளராகப் பணியாற்றியவர். சாகித்திய அக்காதெமி விருது உட்பட தேசிய, சர்வதேசப் பரிசுகள் பெற்றவர். இலக்கியத்துக்கான நோபல் பரிசுக்குப் பரிந்துரைக்கப்பட்டவர். மலையாளம், ஆங்கில மொழிகளில் நூற்றுக்கும் மேற்பட்ட நூல்களுக்கு ஆசிரியர். இவரது கவிதைகள் பதினைந்துக்கும் மேற்பட்ட இந்திய மொழிகளிலும் பத்துக்கும் மேற்பட்ட உலக மொழிகளிலும் மொழியாக்கம் செய்யப்பட்டுள்ளன. இந்தியக் கவிஞராகவும் விமர்சகராகவும் பல்வேறு பன்னாட்டு அரங்குகளில் பங்கேற்றவர். உலகக் கவிஞர்கள் பலரது கவிதைகளை மலையாளத்துக்கு அறிமுகப்படுத்தியவர். இந்திய அளவில் மிக அதிக எண்ணிக்கையில் கவிதைகள் எழுதியவர். இந்திய இலக்கியம்பற்றி நுட்பமாகவும் தெளிவாகவும் அறிந்தவர். அறிந்தவற்றைப் பரவலாக அறிமுகம் செய்துவைப்பவர்.

பதிப்புரை

சந்தேகமில்லை, மலையாளத்திலிருந்து தமிழுக்கு அதிகம் மொழி மாற்றம் செய்யப்பட்ட எழுத்தாளர் வைக்கம் முகம்மது பஷீர்தான். அநேகமாக பஷீரின் எல்லாப் புனைகதைகளும் தமிழாக்கம் பெற்றிருக்கின்றன. வெவ்வேறு காலங்களில் வெவ்வேறு மொழிபெயர்ப்பாளர்கள் வாயிலாக பஷீரின் தமிழ்ப் பிரவேசம் நிகழ்ந்திருக்கிறது. இதன்மூலம் பிறமொழி எழுத்தாளராக அல்லாமல் தமிழ் எழுத்தாளர்களில் ஒருவராகவே பஷீர் கருதப்படுகிறார். அங்கீகரிக்கப்படுகிறார். தொடர்ந்து வாசிக்கப்படுகிறார். எந்த அந்நிய மொழியில் பெயர்க்கப்பட்டாலும் அந்த மொழிக்குரியவராகவே உருமாற்றம் பெறும் பெருமை பஷீருக்கே உரியது.

மிக அதிகமாக மொழி பெயர்க்கப்பட்டிருந்தாலும் பஷீர் படைப்பொன்றின் புதிய மொழியாக்கம் வாசகர்களால் உவந்து வரவேற்கப்படுகிறது. காலச்சுவடு பதிப்பகத்தின் வெளியீட்டு அனுபவத்திலிருந்தே இந்த உண்மையைக் கண்டடைய முடிகிறது.

பஷீர் படைப்புகளின் புதிய தமிழாக்கங்களை வெளியிடும் பணியில் காலச்சுவடு பதிப்பகம் 2008ஆம் ஆண்டு முதல் ஈடுபட்டு வருகிறது. பஷீர் படைப்புகளின் தமிழாக்கங்கள் வாசகர்களுக்குக் கிடைத்துக்கொண்டிருந்த நிலையிலும் புதிய மொழிபெயர்ப்புகளைக் கொண்டுவருவதற்கு முதன்மையாக இரண்டு காரணங்கள் இருந்தன.

ஒன்று: சாகித்திய அக்காதெமி, நேஷனல் புக் டிரஸ்ட் ஆகிய நிறுவனங்கள் வெளியிட்ட

பஷீரின் மூன்று நாவல்கள் மட்டுமே (எங்கள் தாத்தாவுக்கு ஒரு யானை இருந்தது - மொழிபெயர்ப்பு: எஸ். சங்கர நாராயணன் - சாகித்திய அக்காதெமி வெளியீடு, பாத்தும்மாவின் ஆடும் இளம் பருவத்துத் தோழியும் - மொழிபெயர்ப்பு: சி.எஸ்.விஜயம் - என்.பி.டி வெளியீடு) பதிப்புரிமை தொடர்பான நடவடிக்கைகள் பூர்த்தி செய்யப்பட்டு வெளியிடப்பட்டவை. பின்னர் வெளிவந்த பஷீர் ஆக்கங்கள் பலவும் அமரர் பஷீர் குடும்பத்தினரிடமிருந்து ஒரு நூலை மொழிபெயர்க்க உரிமைபெற்று அதன்பேரிலேயே இதர படைப்புகளையும் மொழிமாற்றி வெளியிடப்பட்டவை. இவை தவிர அவ்வப்போது பெரும் பத்திரிகைகளிலும் சிற்றிதழ்களிலும் வெளியான பஷீர் படைப்புகள் - அதிகமும் சிறுகதைகள் - முறையான அனுமதியின்றியே வெளியானவை.

வைக்கம் முகம்மது பஷீரை முதலும் கடைசியுமாகச் சந்தித்த சந்தர்ப்பத்தில் நீண்ட உரையாடலுக்கிடையே அவரது 'உலகப் புகழ்பெற்ற மூக்கு' கதை மொழிபெயர்ப்பைத் தமிழ் வணிக இதழில் வாசித்திருப்பதைச் சொன்னேன். 'அப்படியா?' என்று ஆச்சரியத்துடன் கேட்டார். 'உங்களுக்குத் தெரியாதா? அது பெரிய பத்திரிகையாச்சே, உங்களுக்குத் தெரிவிக்காமல் இருக்க வாய்ப்பில்லை' என்றேன். 'தெரிவிக்கவில்லை. அதற்கான சன்மானம் அனுப்பியிருந்தால் மறக்காமல் இருப்பேனே?' என்று விளையாட்டுப் புன்னகையுடன் சொன்னது இப்போதும் நினைவிலிருக்கிறது. தமிழ் இலக்கிய ஆர்வலனாக பஷீர் என்ற அசாதாரண எழுத்தாளர் மதிப்புடன் முன்னிறுத்தப்பட வேண்டும்; அவரது படைப்புகள் முறையான அங்கீகாரத்துடன் அதிகாரப்பூர்வமாக வெளியிடப்பட வேண்டும் என்ற உட்கிடக்கை எனக்கு இருந்தது. 'காலச்சுவடு பதிப்பகம்' அதைச் செய்ய முன்வந்தபோது அதில் பங்கேற்க நேர்ந்ததும் மிக இயல்பாக அமைந்தது.

இதுவரை கிடைத்திருக்கும் பஷீர் தமிழாக்கங்கள் மேலோட்டமானவை; நுட்பங்கள் அற்றவை. நுட்பமோ படைப்பாளி உருவாக்கிய பண்பாட்டுப் பின்புலத்தின் வலுவோ இல்லாதவை. கதைத்தனமாகத் தமிழாக்கம் செய்யப்பட்டவை. இவற்றுக்குப் பதிலியாக நம்பகமான மொழிபெயர்ப்புகள் முன்வைக்கப்பட வேண்டிய தேவை இருந்து வந்தது இரண்டாவது காரணம்.

எளிமையாகத் தோற்றம் தரும் பஷீரின் எழுத்து உண்மையில் அசாதாரணமானது. நவீன மலையாள இலக்கியத்தில் இன்னொரு மேதையான ஓ.வி.விஜயன் குறிப்பிட்டதுபோல பஷீர் தனது எழுத்துகளிலிருந்து இலக்கியத்தையும் அதன் அணிகளையும் வெளியேற்றினார். மிஞ்சிய வெற்றுச் சொற்களிலிருந்து தனது மட்டுமேயான ஒரு மொழியையும் அதன்மூலம் ஓர் உலகையும்

உருவாக்கினார். இந்த இலக்கணம் அவரது எழுத்துகளை மொழிபெயர்ப்புக்கு இணங்காத ஒன்றாக நிலைநிறுத்துகிறது. உயர்வு நவிற்சியாகச் சொன்னாலும்கூட பஷீருக்குத் தமிழில் டுங்குடு மொழிபெயர்ப்புகளே வாய்த்திருந்தன. பஷீரின் தனித்துவத்தை எட்டக்கூடிய மொழிபெயர்ப்பு ஒருபோதும் சாத்தியமில்லை; ஆனால் அவரைப் பிரதிநிதித்துவப்படுத்தும் மொழிபெயர்ப்புகளுக்கு வாய்ப்பு அதிகம். அந்த வாய்ப்பைத் திறம்பட நிறைவேற்றியவர், காலச்சுவடு வெளியிட்ட பஷீர் படைப்புகளின் மொழிபெயர்ப்பாளர் குளச்சல் யூசுப். பிற மொழிபெயர்ப்புகளில் கை குலுக்கிக்கொள்ளும் தூரத்தில் விலகி நின்ற பஷீரைத் தமிழ் வாசகனின் ஆலிங்கன நெருக்கத்துக்குக் கொண்டு வந்தவை யூசுப்பின் மொழிபெயர்ப்புகள். பஷீரின் உலகைப் பெருமளவுக்குச் சேதாரமில்லாமல் வாசகன் முன் வைக்கும் மொழிபெயர்ப்புகள் இவை.

பஷீரின் எல்லாப் படைப்புகளையும் நம்பகமான மொழி பெயர்ப்பில் தமிழ் வாசகனுக்கு அளிப்பது என்ற நோக்கத்தின் அடிப்படையில் காலச்சுவடு தொடர்ந்து அவரது படைப்புகளை வெளியிட்டிருக்கிறது. நாவல்கள், சிறுகதைகள், புனைவல்லாப் படைப்புகள் எனப் பத்து நூல்கள் வெளிவந்திருக்கின்றன. இவை ஒவ்வொன்றும் குறைந்தது இரண்டுக்கும் மேற்பட்ட பதிப்புகளைக் கண்டிருக்கின்றன என்பது வாசகர்களிடையே பஷீருக்கு இருக்கும் வரவேற்பையும் புதிய மொழிபெயர்ப்புக்கு உள்ள ஏற்பையும் சுட்டுகிறது. இதுவரை தனி நூல்களாக வெளியிடப்பட்ட எட்டு நாவல்கள் அடங்கிய தொகுப்பு இது. முன்னர் வெளியான பதிப்புகளை ஒரே கட்டமைப்புக்குள் பொட்டலம் கட்டிய பதிப்பாக இல்லாமல் உருவாக்கப்பட்டிருக்கிறது. தனித்தனியாக வெளிவந்த நாவல்கள் மீண்டும் செம்மைப்படுத்தப்பட்டும் திருத்தம் செய்யப்பட்டும் சேர்க்கப்பட்டுள்ளன. மலையாளக் கவிஞரும் விமர்சகருமான சச்சிதானந்தன் பஷீர் நூற்றாண்டையொட்டி எழுதிய விரிவான ஆய்வுக் கட்டுரை நூலின் முன்னுரையாகச் சேர்க்கப்பட்டுள்ளது. பஷீரைப் பற்றிய விரிவான வாழ்க்கைக் குறிப்புகளும் அவரது நூல்களின் முழுமையான பட்டியலும் இணைக்கப்பட்டிருக்கின்றன. வெவ்வேறு தோற்றங்களில் தென்பட்ட பஷீரின் படைப்புலகைக் கையடக்கமாக்குகிறது இந்தத் தொகுப்பு.

சுகுமாரன்

திருவனந்தபுரம்
20.2.2016

காதல் கடிதம்

ஒன்று

பிரியப்பட்ட சாராம்மா,

வாழ்க்கை, இளமைச் சூட்டுடனும் இதயம், காதலின் அழகுமணத்துடனும் இருக்கும் இந்தக் கிடைத்தற்கரிய காலகட்டத்தை என் அன்புத் தோழியே எப்படிச் செலவிடுகிறாய்?

நானோ என் வாழ்க்கையின் ஒவ்வொரு நொடியையும் சாராம்மா மீதுள்ள காதலில் கழிக்கிறேன். சாராம்மா என்ன செய்கிறாய்?

ஆழமாக யோசித்து இனிமை நிறைந்த பதிலால் என்னை அனுக்கிரகிக்கும்படி வேண்டிக்கொண்டு,

சாராம்மாவின்
கேசவன் நாயர்

என்று ஒரே மூச்சில் எழுதிவிட்டு கேசவன் நாயர் சட்டென்று திரும்பிப் பார்த்தான். அவனுக்குப் பின்னால் சாராம்மா நிற்பது போன்ற பரவசம். சும்மா ஒரு தோற்றம்தான். அவன் கடிதத்தைப் படித்தான். கவிதையிருக்கிறது. தத்துவ ஞான மிருக்கிறது. மிஸ்டிஸிசமும் இருக்கிறது. ஏன், கேசவன் நாயரின் இதயத்தின் மகா ரகசியம் முழுவதும் இருக்கிறதே? கடிதம் எதிர்பார்த்ததைவிடவும் நன்றாக வந்திருக்கிறது. அவன் அதை நான்காக மடித்துப் பாக்கெட்டில் வைத்தான். வங்கியைவிட்டு இறங்கித் தெருவில் நடந்தான். அப்போது ஒரு யோசனை: கடிதத்தைக் கொடுத்தால் சாராம்மா படித்துவிட்டுக் கேலி செய்வாளா? இல்லை பதில் தருவாளா? அப்படியானால் அவளுடைய பதில் என்னவாக இருக்கும்?

சாராம்மாவின் சுபாவத்துக்குக் கேலிதான் முன்னால் வந்து நிற்கும். முன்பு நடந்த ஒரு சம்பவத்தை நினைத்துப் பார்த்தான். சாராம்மாவுடன் சுவாரசியமாகப் பேசிக்கொண்டிருந்தான் வேடிக்கைகள் பெண்களைப் பற்றியதாக இருந்தன. 'பெண்கள் கடவுளின் உன்னதமான படைப்பு' என்று யாரோ ஒரு மகாகவி பாடியிருப்பதாக சாராம்மா சொன்னாள். கேசவன் நாயருக்குச் சிரிப்பு வந்தது. 'பெண்களின் தலைக்குள்ளே நிலாவெளிச்சம் மட்டும்தான்' என்றான். உதாரணமாக, ஏழு திருமணங்கள் செய்துகொண்ட ஒரு கனவானின் அனுபவக் கதையையும் கேசவன் நாயர் சொன்னான். அந்த கனவானின் வாழ்க்கைத் தோழி ஏதோ தேவைக்காக ஏறிய ஏணிப்படியிலிருந்து தலைகுப்புறக் கருங்கல் திண்ணையில் விழுந்தாள். அவளை ஆஸ்பத்திரிக்குக் கொண்டுபோய்ச் சேர்த்துவிட்டுத் திரும்பிய கணவன் பிரம்மச்சாரி நண்பர்களிடம் செய்தியைச் சொல்லிக் கொண்டிருந்தான்.

'விபத்து அவ்வளவு பயங்கரமொண்ணுமில்லை.'

'தலை உடைந்து திறந்துகிட்டதாச் சொன்னாங்களே?'

'அது சரிதான்.'

'மூளையைப் பார்க்க முடிஞ்சுதா?'

'ஹே!' – ஏழு பெண்களை நெருக்கமாக அறிந்திருந்த அந்த கனவான் நித்திய பிரம்மச்சாரியிடம் சொல்கிறான். 'தலை உடைந்து திறந்துட்டாக்கூட மூளையை எங்கே பார்க்க? – பெண்ணில்லையா?'

'அதிலிருந்து நான் ஊகிப்பது பெண்களின் தலைக்குள்ளே இருப்பது நிலாவெளிச்சம் மட்டும்தான் என்பதே' என்று கேசவன் நாயர் சாராம்மாவிடம் சொன்னான்.

அதைக் கேட்டு சாராம்மா அழுத்தமாகச் சிரிக்க மட்டுமே செய்தாள். அதற்குப் பிறகு அதைப்பற்றி சாராம்மா எதுவும் சொன்னதில்லை. இருந்தாலும் சாராம்மாவின் தலைக்குள்ளேயும் நிலாவெளிச்சம் மட்டும்தான் இருக்கிறது என்ற சூசிகை அவளைத் தீண்டியிருக்குமில்லையா? காதல் கடிதத்தைக் கொடுத்தால் சாராம்மா அதைப் படித்துவிட்டு நிலாவெளிச்சத்தைப் பற்றிச் சொல்லிக் கேலிசெய்வாளா? பெண்ணாயிற்றே? அதையெல்லாம் மறந்திருப்பாள். கேசவன் நாயர் அப்படியே யோசித்துக்கொண்டு ஹோட்டலுக்குள் நுழைந்தான். காப்பி குடிக்க மனமில்லை. எனினும் அவன் ஒரு கப் காபியைக் குடித்து ஒரு சிகரெட்டையும் புகைத்து ஹோட்டலிலேயே நீண்ட நேரம் உட்கார்ந்து யோசித்தான். காதல் கடிதம் கொடுத்தால் சாராம்மா இனிமைநிறைந்த பதில் கொடுப்பாளா அல்லது கேலி செய்வாளா? காதல் என்பது சாராம்மாவைத் தீண்டியதே இல்லை. லட்சம் தடவை கேசவன் நாயர் முயன்றிருக்கிறான். ஆனால் காதலின் சென்ட் குப்பியை மெல்லத் திறக்க முற்படும்போதெல்லாம் அவள் மூக்கைப் பொத்திக்கொள்வாள். என்ன துர்வாடை? இப்போதெல்லாம் குளிப்பதில்லையா என்ற பாவனையில் அவளுடைய பார்வை இருக்கும். அவளை நேசிக்கவைக்க என்ன வழி?

காதல் பரவசனாக வசிப்பிடத்துக்குச் சென்று மேல்தளத்தி லிருக்கும் தனது அறையைப் பார்த்ததும் – கேசவன் நாயர் திகைத்துப் பாதி வழியிலேயே நின்றுவிட்டான் – சாராம்மா.

அவள் கேசவன் நாயரின் அறை ஜன்னல்வழியாக மிக நீளமான கம்பை நுழைத்து உள்ளேயிருந்து எதையோ துழாவி எடுக்கும் மும்முரத்தில் மூழ்கியிருக்கிறாள்.

கேசவன் நாயர் மேலே ஏறிப் போகாமல் ஆச்சரியப்பட்டுக் கொண்டு கீழேயே நின்றான். சாராம்மா எதைத் திருடத் தொடங்குகிறாள்? பர்ஸ் என்றால் அது கேசவன் நாயரின் பாக்கெட்டிலேயே இருக்கிறது. ஏதாவது சட்டையோ

வேட்டியோவாக இருக்குமா? இல்லை, ஏதாவது புத்தகமா? அப்படியென்றால் அவள் வாசிக்காத எந்தப் புத்தகம் அங்கே இருக்கிறது? 'இது தேவையே இல்லையே சாராம்மா, நான் சாராம்மாவை என் உயிரைவிட அதிகமாக நேசிக்கிறேனே. என்னிடம் கேட்டிருந்தால் – எதுவானாலும் எதுவானாலும் – நான் கொடுத்துவிடமாட்டேனா?' களவுப் பொருளுடன் அவள் இறங்கி வரும்போது சோக பாவத்துடன் சொல்லிவிட்டு 'தோ, பார், சாராம்மா, இது உனக்கு நான் எழுதிய காதல் கடிதம்', என்று அதைக் கொடுப்பேன். அவள் படித்துவிட்டுக் காதலை இப்படிக் கொன்றுவிட்டேனே என்று நினைத்து அழுவாள். அப்போது கேசவன் நாயர் அவளுக்கு ஆறுதல் சொல்வான்.

"ஓ, பரவாயில்லை சாராம்மா, எல்லாவற்றையும் நான் மன்னிக்கிறேன்."

அப்படியாக இதயம் இதயத்துடன் இணையும் . . . என்றெல்லாம் கற்பனை செய்துகொண்டு நிற்கும்போது, 'கீழே வந்து பம்மி நிற்கிறதை நான் பார்த்துட்டேன். பாங்க்கிலே கிளார்க்குகளுக்குச் சாயங்காலம் வரைக்கும் இன்னைக்கு வேலை இருந்திருக்கணும்' என்று மேலேயிருந்து வந்தது சாராம்மாவின் பங்கு.

'ஓ' கேசவன் நாயரின் ஆன்மா முனகியது. அவன் ஏணிப்படி வழியே மேலே ஏறிப் போனான்.

சாராம்மா வியர்த்திருந்தாள். புன்னகையுடன் சொன்னாள்; 'நான் இந்த வெட்டிவேலை தொடங்கி ஒரு மணி நேரமாச்சு. என்ன செய்து பார்த்தும் அது இந்தக் கம்பு முனையில் சிக்க வில்லை? என்னவானாலும் சரி, ஒரு திருட்டுச் சாவி செய்து விடுவதாக நிச்சயம் பண்ணியிருக்கிறேன்.'

'நான் இல்லாதபோது என்னுடைய அறையைத் திறக்கறதுக்கா?'

அவள் ஜன சந்தடி நிரம்பிய ரோட்டைப் பார்த்துக்கொண்டு புன்னகைத்தாள்.

கேசவன் நாயர் கேட்டான். 'அது இருக்கட்டும். இந்தக் கம்பு முனையில் என்னமோ சிக்கலைன்னு சொன்னியே?'

'ஓ, அது என்னான்னு நான் சொல்லவேயில்லயா? கீழே வந்து பம்மி நின்னுகிட்டு என்ன யோசிச்சீங்க?'

'நான் யோசிச்சது . . .' கேசவன் நாயர் என்ன சொல்வான்? 'சாராம்மா என்னவோ எடுக்கறான்னு நினைச்சேன். கம்பால் துழாவி எதை எடுக்கப் பாத்தே?'

'ஸ்ரீமான் கேசவன் நாயருக்கு வந்த மாசிகையைத்தான். தபால் சிப்பாய் அதை ஜன்னல் வழியாகப் போடுறதை முன்னாலேயே பார்த்தேன். வேலை ஒண்ணுமில்லாம உட்கார்ந்து உட்கார்ந்து எனக்குச் சலிச்சுப்போச்சு.'

'அப்படியென்றால் மெல்ல என்னை நேசிக்கக் கூடாதா?' என்று நினைத்துக்கொண்டே கேசவன்நாயர் பாக்கெட்டிலிருந்து சாவிக்கொத்தை எடுத்தபிறகு காதல் கடிதத்தை எடுத்து இதயத்துடிப்புடன் சாராம்மாவிடம் கொடுத்தான் கொடுக்கும்போது கேசவன் நாயரின் கை லேசாக நடுங்கியது. சாராம்மா என்ன சொல்வாள்? அவள் காதல் கடிதத்தைப் படித்துவிட்டு அதைச் சுருட்டிக் கசக்கிக் கீழே எறிந்தாள். 'வேற விசேஷமொண்ணுமில்லையே?'

கேசவன் நாயருக்கு வியர்த்துப்போனது. அவன் எதுவும் பேசவில்லை. என்ன பேச? பெண்ணின் இதயக் கடினம். கடவுள் இதுகளையெல்லாம் எதற்காகப் படைத்தார்? அவன் அறையைத் திறந்து மாத இதழை எடுத்து சாராம்மாவின் கையில் கொடுத்துவிட்டுக் கோட்டைக் கழற்றி ஆணியில் தொங்கவிட்டான்.

சாராம்மா சூடான இனிப்பை விழுங்குவதுபோல மாசிகையின் உறையைக் கிழித்துப் பக்கங்களைப் புரட்டிப் புரட்டிப் பார்த்துக்கொண்டு நின்றாள்.

வெளிறலைக் காட்டிக்கொள்ளாமல், காதல் கடிதத்தைப் பொருட்படுத்தாததுபோல இதயத்தை இறுக்கமாக்கிக் கொண்டு ஒன்றும் நடக்காத தோரணையில் கேசவன் நாயர் கேட்டான்:

'அப்புறம் என்ன விசேஷம் சாராம்மா? இன்னைக்கு சித்தியோட சண்டை போடலியா?'

சுருட்டி எறிந்த காதல் கடிதத்தை மறந்துவிட்டாற்போல சாராம்மா சொன்னாள்:

'ஹோ, இனி இப்போ அப்பச்சனும் சின்னம்மாவும் சேர்ந்துஎன்கிட்டேயும் வாடகை கேப்பாங்கன்னு தோணுது.'

'அந்த அளவுக்கு ஆயிடுச்சா?'

'நல்லாருக்கே, நான் இருக்கிற அறையையும் வாடகைக்குக் குடுத்துட்டு ...'

'குடுத்துட்டு, சாராம்மாவை என் கூட என்னோட அறையிலெ?'

‘ச்சே, அது ஒண்ணுமில்ல. சாராம்மாவ அடுப்படியிலே எங்கேயாவது மாற்றி பிரதிஷ்டை பண்ணினா என்னான்னு சின்னம்மாவுக்கு யோசனை.’

‘அப்பச்சனுக்கு . . ?’

‘சின்னம்மா சொல்றதுபோல நடக்கிறது தவிர அப்பச்சனுக்கு சொந்தமா என்ன அபிப்பிராயம் இருக்கு?’

‘அப்பச்சன் சின்னம்மாவைக் கல்யாணம் செய்வதற்கு முன்னால் சுபாவம் எப்படி இருந்தது?’

‘சின்னம்மாவுடையதா?’

‘இல்லை, அப்பச்சனுடையதுதான்.’

‘அன்னைக்கெல்லாம் அப்பச்சன் அப்பச்சனாக இருந்தார். ஆண்களோட தலைக்குள்ளே நிலா வெளிச்சத்தைத் தவிர வேறே ஒண்ணுமில்லேன்னு என்னோட நினைப்பு.’

கேசவன் நாயர் கொஞ்சம் திடுக்கிட்டான். அவன் எதுவும் பேசவில்லை. ஹம்மா, பரவாயில்லையே.

நிலா வெளிச்சம் பற்றிச் சொன்னதைக் கேட்கவில்லை என்று காட்டிக்கொண்டு சற்று நேரத்துக்குப் பின்பு கேசவன் நாயர் கேட்டான்.

‘அப்போ, இந்தக் கட்டடத்துமேலே சாராம்மாவுக்கும் உரிமையில்லையா?’

‘எனக்கென்ன உரிமை?’ என்றாள். ‘சின்னம்மா கொண்டு வந்த சீதனத்தை வெச்சுத்தான் இதுமேலே இருந்த கடனைத் தீர்த்தாங்களாம். என் அம்மச்சியோட சீக்கும் சாவுக் காரியங் களுந்தான் கடனை வரவழைச்சதுன்னு அப்பச்சன் சொல்றாரு. என்னோட பாவப்பட்ட அம்மச்சி இன்னும் ரண்டு வருஷம் உசிரோட இருந்திருந்தா நான் பி. ஏ.யாவது பாஸாகியிருப்பேன். அப்படியிருந்தா ஒரு வேலை . . . ஏதாவது ஒரு வேலை . . .’

‘வேலை கிடைக்காத பி.ஏ.க்காரிகளும் எம்.ஏ.க்காரிகளும் நிறைய இருக்காங்க. அதிகமா கைக்கூலி கொடுக்கணும். ஆனாலும் சாராம்மாவோட இப்போதைய நிலைமைக்கு வேலையொண்ணும் இல்லாம இருக்கிறதும் பெரும் கஷ்டம்தான்’ என்றான் கேசவன் நாயர்.

சாராம்மா மாசிகையின் பக்கங்களிலிருந்து கண்களை உயர்த்திப் பணிவாகக் கேட்டாள்: ‘நீங்க வேலை பார்க்கிற பாங்க்குல ஏதாவது காலியிருக்கா?’

'அது சோட்டா பாங்க்கு இல்லையா?'

'வேறே எங்காவது எனக்கு ஒரு வேலைக்கு . . .'

கேசவன் நாயர் முகத்தை நிமிர்த்தி சாராம்மாவின் தெளிந்த விழிகளையும் தங்கக் கழுத்தையும் வடிவொத்த திட முலைகளையும் பார்த்துவிட்டு யோசித்தான். பெண்களுக்கு ஆண்களை நேசிப்பதைத் தவிர வேறு என்ன வேலை? நேசிக்கவும் நேசிக்கப்படவும்தான் பெண்களைக் கடவுள் படைத்திருக்கிறார். அல்லாமல் உத்தியோகக்காரிகளாக நெளிந்துகொண்டு சும்மா நடப்பதற்கல்லவே ... எனினும் கேசவன் நாயர் ஆழமாக யோசித்த மாதிரி சொன்னான்: 'முயற்சி செய்யலாம்.'

'ஏன், எங்கேயாவது காலியா இருக்கிறதாத் தெரியுமா?'

'தெரியும்' கேசவன் நாயர் இதயத்தை விரித்துக்கொண்டு யோசித்தான். என்னுடைய இதயத்தில் பெண்ணே, உனக்காகக் காலியிடம் இருக்கிறது. இதற்கு சிபாரிசும் லஞ்சமும் தேவையில்லை.' இதயத்தைத் தடவிக்கொண்டு கேசவன் நாயர் சொன்னான். 'காலியிருக்கு.

'எங்கே?'

'நாளைக்குச் சொல்றேன்.'

'வேலை?'

'அது . . .' கேசவன் நாயர் புன்னகைத்தான். ஹம்மா, காதல் கடிதத்தைச் சுருட்டிக் கசக்கித் தூக்கி எறிந்தாய் இல்லையா? அதைப் பற்றி ஒரு வார்த்தை சொல்லவில்லை. நான் தினமும் பெண்களுக்குக் காதல் கடிதம் எழுதுகிற ஆண், இல்லையா? சிங்கே, வேலை . . . வேலையை உண்டு பண்ணலாம்.

ஆணாகப் பிறந்ததுபற்றிக் கேசவன் நாயருக்குப் பெருமதிப்புத் தோன்றியது. அவன் இடதுகையை உயர்த்தி மேலுதட்டை வருடினான். அடுத்த சவரத்தின்போது ஹாப் மீசையாவது ஃபிட் செய்யணும். கண்களில் மந்தகாசத்துடன் கேசவன் நாயர் அறிவித்தான்.

'நாளைக்கு நிச்சயமாச் சொல்றேன்.'

'சொன்னாப் போதாது, கெடைக்குமா?'

'நிச்சயமா.'

'என் மனசு இப்போதான் சமாதானமாச்சு.'

அவள் காதல் கடிதத்தைப் பற்றி ஒரு வார்த்தையும் சொல்லாமல் கம்பையும் பத்திரிகையையும் எடுத்துக்கொண்டு படியிறங்கி முற்றத்துக்குப் போனாள். தன்னுடைய அறை வாசலில் போய் நின்று கேசவன் நாயரிடம் உரக்கச் சொன்னாள்: 'அந்த இன்னொரு சங்கதியையும் மறந்துடக் கூடாது.'

அவன் அசையவில்லை. சுருட்டிக் கசக்கி வெளியில் வீசிய காதல் கடிதத்தை ஒருமுறை பார்க்க கேசவன் நாயருக்குத் தைரியம் வரவில்லை. கோபத்தை அடக்கிக்கொண்டு சுகந்தத்தில் ஒற்றியெடுத்த குரூரச் சிரிப்புடன் உரக்கச் சொன்னான்: 'ஹில்ல.'

O

இரண்டு

'இதோ, பெண்ணே, என் இதயத்தின் அழகான திறவுகோல்' என்று உள்ளுக்குள் சொல்லிக்கொண்டு மறுநாள் காலை கேசவன் நாயர் அறைச் சாவியை சாராம்மாவின் மடியில் போட்டுவிட்டு பாங்க்குக்குப் போனான்.

சாயங்காலம் கேசவன் நாயர் திரும்பி வந்தபோது சாராம்மா சாவியைத் திரும்பக் கொடுத்தாள். அவன் முந்தையநாள் மாசிகையையும் வாங்கிக்கொண்டு மேலேவந்து அறையைத் திறந்து நாற்காலியை இழுத்து வாசலில்போட்டு மாசிகையைப் பிரித்துப் பார்த்துக்கொண்டு உட்கார்ந்தான். வரவிருக்கும் வெற்றியின் சந்தோஷம். யுத்தம் செய்வதற்கு முன்பே வெற்றி. புத்தியுள்ள ஆண்பிள்ளைச் சிங்கங்கள் எல்லாம் இப்படித்தான். சாராம்மாவுக்காகப் பார்த்து வைத்திருக்கும் வேலையின் ரூபத்தைப் பார்த்தால் அவனைக் கீறிக் கிழித்துவிடுவாள்? கேசவன் நாயர் யோசித்தான். தனக்குள்ளேயே சிரித்துக் கொண்டான். நினைத்து நினைத்துச் சிரித்தான். அப்படி உட்கார்ந்திருக்கும்போது சாராம்மா மெல்ல மெல்லப் படியேறி வந்தாள். வேலையைப் பற்றித் தெரிந்துகொள்ள சாராம்மாவுக்கு மிகுந்த பதற்றம் இருக்கிறது என்று கேசவன் நாயருக்குத் தெரியுமென்றாலும் அவன் அதைச் சட்டை செய்யாமல் வழக்கம்போலக் கேட்டான்: ‘விசேஷங்கள் என்ன எல்லாம் இருக்கு சாராம்மா?’

‘ஹூம், ஒண்ணுமில்ல’ என்று சாராம்மாவும் வழக்கம் போலப் புன்னகைத்தாள்.

‘அறையிலிருந்து ஏதாச்சும் திருட்டுப் போயிருக்கா?’ என்றாள்.

போயிருக்கே. தங்கக் குடமே, என்னை முழுசாகத்தானே திருடியிருக்கிறாய். கள்ளிப் பெண்ணே!

கேசவன் நாயர் சாத்வீகமாகச் சொன்னான்:

‘பரிசோதிக்கலே.’

‘அப்படின்னா பரிசோதனை பண்ணுங்க.’

கேசவன் நாயர் பேசவில்லை. அவன் சுவாரசியமாக மாசிகையைப் படிப்பதுபோல சாராம்மாவிடம் சொல்ல விருக்கும் இதயத்தின் அழகுமண ரகசியத்தை நெட்டுருச் செய்துகொண்டிருந்தான். அந்த ரகசியம் அவனுடைய இதய மென்ற பெரிய சென்ட்டுக் குப்பிக்குள்ளேயிருந்து ‘பூம்’ என்று வெளியில் குதிக்கப் போகிறது. அழகுமணமுள்ள இதய ரகசியம்.

சாராம்மா ஜன்னல்படியில் சாய்ந்து நின்று கேசவன் நாயரின் நடு வகிடெடுத்த சுருட்டை முடியின் மினுமினுப்பையும் மெதுவாக அசைந்துகொண்டிருந்த உதடுகளின் சிவப்பையும் உயர்ந்தும் தாழ்ந்துமிருந்த மார்பின் விரிவையும் மாறிமாறிப் பார்த்துவிட்டு கேசவன் நாயரிடம் மெதுவாக, மிகுந்த பவ்வியத்துடன் கேட்டாள்:

‘அந்த வேலை விஷயத்தைப் பத்தி எதுவும் சொல்லலியே?’

‘ஆனா, அது சாராம்மாவுக்குச் சரியா வரும்னு எனக்குத் தோணலே.’

‘சம்பளம் கொறைச்சலானதுனாலேன்னா – அது பரவாயில்ல. நான் ஒத்துக்கிறேன். இங்கே நான் எல்லாருக்கும் பாரம். இந்த வாழ்க்கையே எனக்கு அலுத்துப் போச்சு. உண்மையைச் சொன்னா சில சமயம் எனக்கு என்னெல்லாம் தோணுதுன்னு தெரியுமா?’

‘என்னெல்லாம் தோணுது, சொல்லு கேட்கிறேன்.’

‘ஓ, எப்பவும் வேடிக்கைதான். நான் காரியமாத்தான் சொல்றேன். பெண்ணாகப் பொறந்துட்டதில... என்ன வேலைன்னாலும் நான் ஒத்துக்கிறேன்.’

‘சாராம்மாவுக்கு அடுப்படிவேலை தெரியுமா?’

சாராம்மாவுக்கு ஆச்சரியமாக இருந்தது.

‘எதுக்காக?’

‘சும்மா ஒரு கேள்விதான்.’

சாராம்மா சொன்னாள்: ‘அப்படிக் கேட்டா, தெரியும் சோறும் குழம்பும் வெக்கத் தெரியும். பலகாரங்கள் பண்ணத் தெரியும். சாயாபோடத் தெரியும். காபி கலக்கத் தெரியும். கோக்கோ தயாரிக்கத் தெரியும். ஓவல்டின் தயாரிக்கத் தெரியும்...’

‘சுருக்கமாச் சொன்னா, நாழி அரிசி கொண்டுவந்து கொடுத்தா அதைப் பொங்கிப் பரிமாற...’

‘என்ன, என்னை ஏதாவது சோறுபொங்குகிறவளா நிறுத்தற உத்தேசமிருக்கா?’

‘ச்சே! ஒண்ணுமில்ல. சும்மா கேட்டேன். படிச்ச பெண் பிள்ளைகளுக்கு அடுப்படி சம்பந்தமான அறிவு இருக்கறதில்ல. அவங்க ஒடம்பும் துணிகளும் கரியையும் புகையையும் தாங்கறதுக்குப் பொருத்தமானதில்ல. அவங்களுக்கு உடுத்துத் தயாராகறதுக்கும் பவுடர் போடவும் ஸ்நோ பூசிக்கவும் உதட்டைச் சிவப்பாக்கிக்கவும் கூந்தலை ஒரு நூத்தியம்பது தினுசா முடிஞ்சுக்கவும்தான் தெரியும். கண்ணாடிக்கு முன்னால் அகண்ட தபசிருக்கத் தெரியும். அப்படி அலங்காரம் பண்ணிகிட்டு ஒரு டுங்குடு தஞ்சியோட...’

‘டுங்குடு தஞ்சியா?’

‘ஹேண்ட் பேக்.’

‘ஓ!’

‘அந்த டுங்குடு தஞ்சியோட அப்படியே நடப்பாங்க லேடியாக்கும் அவ. பெருமதிப்புக்குரிய சாராம்மா அப்படிப்பட்ட லேடிதானான்னு தெரிஞ்சுக்கத்தான் கேட்டேன்.’

‘ஓ, நான் பெருமதிப்புக்குரியவ ஒண்ணுமில்ல. என்கிட்ட டுங்குடு தஞ்சியும் இல்ல.’

‘ஆனாலும் அதுக்குள்ளே என்னவெல்லாம் வெச்சிகிட்டு அந்த லேடிக நடக்கறாங்க தெரியுமா சாராம்மா?’

‘ஒரு நுணுங்கு கண்ணாடி, ஒரு நுணுங்கு பவுடர் டப்பி. ஒரு நுணுங்கு சீப்பு.’

‘அதுக்குள்ளே காதல் கடிதங்களும் இருக்குமா?’

‘காதல் கடிதங்களா?’

‘ஆமாம். அவங்களுக்கு மணிக்கு ஒருதடவை கெடைக்கிறதை அதிலே பத்திரப்படுத்துவாங்களாக இருக்கும். சாயங்காலம் அது நிரம்பினதும் பெரிய பெட்டிக்கு மாத்திடுவாங்க.’

‘எனக்கு அதொண்ணும் தெரியாது. நான் காதல் கடிதம் ஒண்ணையும் பாத்ததில்ல. எனக்குப் பாத்து வெச்சிருக்கிற வேலை என்னாச்சு?’

புளுகியே, புளுகிகளின் கிரேட் கிராண்ட் மதரே!

‘சாராம்மாவுக்கு அந்த வேலை பிடிக்காது.’

‘அய்யோ, பிடிக்கும் பிடிக்கும் பிடிக்கும்.’

‘நிச்சயமா?’

‘ஆயிரம் தடவை நிச்சயமா?’

‘அப்படீன்னா . . .’ கேசவன் நாயர் தயங்கினான். எப்படிச் சொல்வது? ‘இல்ல, சாராம்மாவுக்குப் பிடிக்காது.’

‘அய்யோ, நாந்தான் சொன்னேனே . . . பிடிக்கும்’

‘ஆனா இந்த முடிவுக்காக வருத்தப்பட வேண்டி வந்தா . . ?’

சாராம்மா உறுதியாகச் சொன்னாள்.

‘இல்லே, எந்த வருத்தத்தையும் தியாகத்தையும் நான் சகிச்சுக்கிறேன். ஒரு ரகசியம் தெரியுமா? நீங்க இங்கே குடிவர்றதுக்கு முந்தி, தடால்புடால்னு எனக்கு மூணு கல்யாண ஆலோசனைங்க வந்துச்சு. மூணுதடவையும் நான் சந்தோஷப்பட்டேன். பார்த்தும் பேசியுமிருக்காத ஆளுங்ககூட

நடத்தப்போற தாம்பத்திய வாழ்க்கை சுகத்தை நினைச்சதால இல்ல. இந்த நரகத்திலேருந்து தப்பிக்க முடியுமேன்னுதான். ஆனா மூணும் பாழாப்போச்சு. சீதனம் வாங்காம எங்க சமுதாயத்திலே யாரும் என்னைக் கட்டிக்கிட்டுப் போக மாட்டாங்க ... அது என்னோட தப்புன்னுதான் சின்னம்மாவும் அப்பச்சனும் சொல்றாங்க ... தொட்டதுக்கெல்லாம் என்னைக் குத்தம் சொல்வாங்க. இந்த ஊர்ல மழை பெய்யலேன்னா அந்தக் குத்தமும் எனக்குத்தான். தப்பிச்சுப் போறதுக்காக நெறய இடங்கள்ல வேலை தேடினேன். ஆனா, எனக்கு மட்டும் ஒரு இடமும் காலி இல்ல ...'

'காலி இருக்கு.'

'எங்கே?'

'சொல்றேன். இந்த சீதனம்ன்னு சொல்றது என்னா?'

'பெண்பிள்ளையைக் காப்பாத்தறதுக்காக ஆணுக்குக் குடுக்கிற கைக்கூலி.'

'புரியல.'

'அதுவா, இப்போ ஒருத்தர் என்னைக் கட்டிகிட்டுப் போறார்னு வைங்க ...'

'சரி. நான்தான்னு வெச்சுக்குவோம்.'

'ஓ, என்னை நீங்க கட்டிகிட்டுப் போனா – என்னோட தீனிக்கும் உடுப்புக்கும் எண்ணெய்க்கும் குளியலுக்கும் பவுடருக்கும் சோப்புக்கும் ஸ்ப்ரேக்கும் சென்ட்குப்பிக்கும் பேற்றுக்கும் பொறப்புக்கும் என்னோட கருமாதிக்கும் பணம் வேணுமில்லயா? அதை நான் முன்னாடியே குடுத்தாத்தான் என்னைக் கட்டிட்டுப் போவீங்க.'

'அது சாராம்மாவ யாரும் நேசிக்காததுனாலே இருக்கலாம். சாராம்மாவ யாராவது காதல் ...?'

'ஹூம், அப்படீன்னாலும் சீதனம் குடுக்கணும். நான் சொன்னேனே அது எங்க சாதி மரியாதையாக்கும்.'

கேசவன் நாயருக்கு சீதன ஏற்பாட்டில் சந்தோஷம் தோன்றியது. ஸ்டைலான ஏற்பாடு.

'அப்படி ஒரு ஏற்பாடு மட்டும் இல்லேன்னா ... கடவுளே!'

சாராம்மா சொன்னாள்: 'சீதன ஏற்பாட்டை நான் கடுமையாக வெறுக்கிறேன்.'

கேசவன் நாயர் சொன்னான்: ‘சீதன ஏற்பாட்டை நான் நேசிக்கிறேன்.’

‘ஏன்?’

‘சொல்றேன். இந்த சீதன ஏற்பாடு நம்பூதிரி சமுதாயத்திலே இருக்கு.’

சாராம்மா சொன்னாள்: ‘முஸ்லிம் சமுதாயத்திலேயும் இருக்கு.’

கேசவன் நாயர் சொன்னான்:

‘சீதனம் கொடுக்கக் கஷ்டப்படறவங்க சீதனம் வாங்காம கல்யாணம் செய்யத் தயாரா இருக்கிற மத்த சமுதாயத்தில கல்யாணம் செஞ்சுக்கணும்.’

‘பரவாயில்லயே . . . நல்ல புதுமை.’

‘ஆமாம். நாயர் கிறிஸ்தியனையும் கிறிஸ்தியன் நாயரையும் முஸல்மானையும் முஸல்மான் நாயரையும் நம்பூதிரியையும் ஈழவனையும் கிறிஸ்தியனையும் . . .’

‘குறுக்கே நான் ஒண்ணு கேட்கட்டுமா?’

‘கேளு, ஒண்ணில்ல நூறு கேள்வி கேளு. சந்தோஷத்தோட திஸ் கேசவன் நாயர் பதில் சொல்வான்.’

‘அப்படீன்னா எனக்குப் பாத்து வெச்சிருக்கிற வேலை என்னான்னு சொல்லுவீங்களா?’

‘ஓ, ஒருவேளை சாராம்மா அதை வெறுத்தா?’

‘நான் சொன்னேனே, நான் ஒருபோதும் ஒருபோதும் வெறுக்கமாட்டேன்.’

‘ஆனா, அது . . .’ கேசவன் நாயர் இதயம் என்ற பெரிய சென்ட்க் குப்பியின் மூடியை ‘ட்டபே’ என்று கழற்றித் தனது அழகுமணமுள்ள ரகசியத்தை இதயத்துக்கு வெளியே விட்டான். ‘சாராம்மா, நான் சாராம்மாவை ஆழமாக நேசிப்பதுபோல சாராம்மாவும் என்னை ஆழமாக நேசிப்பது என்பதுதான் நான் சாராம்மாவுக்காகப் பார்த்துவைத்திருக்கும் மகத்தான வேலை.’

‘வேலை பரவாயில்லையே?’

சாராம்மா கொஞ்சம் திடுக்கிட்டாள். நொடிநேரம் மட்டுமே. ஏனெனில் சட்டென்று அவள் முகத்தில் ரத்தவொளி மின்னியது. கண்கள் பாதியாகத் திறந்தன. அதுமட்டுமல்ல, மனம்மயக்கும்படி

புன்னகைத்துக்கொண்டு சாந்த மோகனமாக அவள் நின்றாள். மாயாமோகினி.

கேசவன் நாயரின் இதய அணை உடைந்தது. அவன் சொன்னான்: 'நான் வெகுகாலமாக சாராம்மாவை நேசிக்கிறேன். என்னைவிடவும் என் இதயத்தைவிடவும் என் உயிரைவிடவும் என் ஊரைவிடவும் என்...'

அவள் சிரித்தாள். கன்னங்களில் புதுநிறம் படர்ந்தது. கண்கள் மேலும் அதிகமாக ஒளிர்ந்தன.

கேசவன் நாயர் கேட்டான்:

'சாராம்மா, வேலையைப்பற்றி என்ன சொல்கிறாய்?'

சாராம்மா மந்தகாசத்துடன் மெதுவாக மிகமிக மெதுவாகச் சொன்னாள்:

'வேலை பரவாயில்ல. சம்பளம் எவ்வளவுன்னு முடிவு பண்ணியிருக்கீங்க?'

'சம்பளமா?' ஓகோ, சண்டைக்குத் தயாராகிறாளோ? யுத்தம். பரவாயில்லை. என் சிரைகளில் ஓடுவது வீரப் போராளிகளின் நிணம். யுத்தமென்றால் யுத்தம். போரிட்டே தீருவது. வெற்றி அல்லது வீரமரணம். இன்குலாப் ஜிந்தாபாத். கேசவன் நாயர் கேட்டான்: 'சம்பளம் எவ்வளவு வேணும்?'

'நீங்களே முடிவு பண்ணுங்க.'

ஆழ்ந்த சிந்தனைக்குப் பின்பு கேசவன் நாயர் முடிவெடுத்தான்: 'இருபது ரூபாய்.'

சாராம்மா சொன்னாள்: 'இது ரொம்பக் குறைச்சல்.'

'ஆனால் இதுலே ஒரு தம்பிடி சேர்த்துக் குடுக்க வழியில்ல. சின்னப் பாங்க்கு. சின்னச் சம்பளம். புரியுதா? நான் ஒம்பது மணி நேரமா முப்பது நாள் வேலை செஞ்சா கிடைக்கிறதில சாராம்மாவோட அப்பச்சனுக்கு அறை வாடகைக்கும் சாப்பாட்டுக்கும் டோபிக்கு வேட்டி துவைக்கவும் – எதுக்கு, கண்டதுக்கும் கடியதுக்கும் ரொம்பச் சிக்கனம் பார்த்து – அப்படீன்னா பட்டினி கிடந்து – மிச்சம் பிடிக்கறதைத்தான் நான் சாராம்மாவுக்குக் குடுக்க நினைக்கிறேன். சாராம்மாவோட வேலையில ஏதாவது கிலேசமிருக்கா? சும்மா அங்கே உட்கார்ந்தும் படுத்தும் நடந்தும் என்னை நேசிச்சாப் போதாதா? யோசிச்சுப் பாரு.'

சாராம்மா சொன்னாள்: 'வேலை ரொம்ப சிரமமானதாக்கும். இருபத்திநாலு மணி நேரத்துல உங்களுக்கு வேலை ஒன்பது மணி நேரந்தான். மீதிப் பதினஞ்சு மணி நேரமும் ஓய்வுதானே? என்னோட வேலையோ – ஒரு நிமிஷம்கூட ஓய்வெடுக்காம ராவும் பகலும் தின்னும்போதும் தூங்கும்போதும் – கேசவன் நாயரைப் பத்தி யோசிச்சிட்டிருக்கணும். வேணுமில்லையா? கேசவன் நாயர் அழறபோது நானும் அழணும். சிரிக்கிறபோது நானும் சிரிக்கணும். சாப்பிடும்போது நான் சாப்பிடாம இருக்கணும். தூங்கும்போது நான் முழிச்சுக்கிட்டிருந்து கேசவன் நாயரை நேசிக்கணும்.'

மிகவும் கசப்பான கஷாயத்தைக் குடித்ததுபோல சாராம்மா கேசவன் நாயரைப் பார்த்தாள். பிறகு கேட்டாள்:

'அப்ப சரி, எனக்குக் குடுத்திருக்கிற வேலை நிரந்தரமா, டெம்பரவரியா?'

கேசவன் நாயர் திடமாகச் சொன்னான்: 'நிரந்தரம். சாசுவதம். முடிவற்றது.'

சாராம்மாவுக்குப் பெரும் நிம்மதி.

'ஓ, நல்லது. அப்போ மரியாதைக்குரிய கேசவன் நாயர் டிம் ஆனாலும் எனக்கு இந்த வேலை இருக்குமில்லையா?'

'அதாவது?'

'திருவாளர் செத்துப்போனாலும் எனக்கு இந்த வேலை இருக்குந்தானே?'

'சந்தேகமேயில்லை. நான் அழகாகப் பரலோகம் அடைந் தாலும் என்னை சாராம்மா மதுர சுந்தரமாக நேசிக்கத்தான் வேண்டும்.'

சாராம்மாவுக்கு ஒரு சந்தேகம்.

'நீங்கள் செத்து மண்ணுக்குள்ளே போயிட்டா அப்புறம் யாரு சம்பளம் தருவாங்க?'

கேசவன் நாயர் பேசவில்லை. என்ன சொல்ல?

கேசவன் நாயரின் மௌனம் சாராம்மாவுக்குச் சிரிப்பை மூட்டியது. அவள் கேலியாகச் சொன்னாள்: 'தலைக்குள்ளே நிலாவெளிச்சந்தான்னாலும் இந்த வேலைக்கு இப்படி ஒரு சிக்கல் இருக்கு. சமூகத்தின் சாவுக்குப் பிறகு எனக்குச் சம்பளம் யார் கொடுப்பாங்க?'

என்ன சொல்வது ? கேசவன் நாயர் தீவிரமாக யோசித்தான். கடைசியில் ஒரு வழி தோன்றியது. அவன் புன்னகைத்தான்.

'நாம் ஒரேசமயத்தில செத்துப்போயிட்டா ?'

'ஆஹா, அப்பட்டமான சுயநலம். கேசவன் நாயர் சாகிறபோது நானும் செத்துப்போகணும் இல்லையா ?'

'சாராம்மா என்னைக் கேலிசெய்யறியா ?'

'ஒருபோதுமில்ல, காரியத்தைச் சொல்றது கேலியா ? ம்ஹூம் ... பெண் பிள்ளையாச்சே, மண்டை ஒடஞ்சு திறந்தாலும் மூளையை எங்கே பார்க்க ? பெண்களோட தலைக்குள்ளே வெறும் நிலாவெளிச்சம் மட்டுந்தானே இருக்கு ?'

'மன்னிக்கணும் சாராம்மா, எனக்கு சாராம்மா அளவுக்குப் புத்தியோ அறிவோ அழகோ எதுவுமில்லை.'

'தோ, இப்போ பஞ்சபாவமான என்னைத்தான் கேலி பண்ணுறீங்க.'

'நான் என்னோட சாராம்மாவை ஒருபோதும் ஒருபோதும் கேலி செய்யமாட்டேன்.'

'ஓ, கேலி பண்ணிக்கோங்க.'

கேசவன் நாயருக்கு ஏதோ ஒரு நரம்பு அறுபட்டது. 'நான் என் உயிர்த் தலைவியைக் கேலி செய்வேனா ? நான் என் வாழ்க்கைத் தேவதையைக் கேலி செய்வேனா ? நான் என் இதயத்தைக் கேலி செய்வேனா ? நான் என் ஆன்மாவைக் கேலி செய்வேனா ? நான் என் தேவியைக் கேலி செய்வேனா ? நான் என் . . .'

சாராம்மா குறுக்கிட்டுச் சொன்னாள்.

'கொஞ்சம் நிறுத்துங்க. ஒரு விஷயம் கேக்கணும்.'

'கேட்கலாம், ஆணையிடலாம்.'

'நான் உயிர்த்தலைவியா ?'

'ஆமாம்.'

'என்னையிலேருந்து ?'

'பண்டையகாலம் முதல்.'

'எத்தனை பண்டையகாலம் ?'

'மிக அதிக அதிகப் பண்டையகாலம் முதல்.'

'பிறகு இந்த விசேஷத்தை இத்தனை நாளாகச் சொல்லாம இருந்தது ஏன்?'

'நான் சொன்னேனே – தினமும் நினைப்பேன். தினமும் சாராம்மாவுக்குக் காதல் கடிதம் எழுதுவேன்.'

'அப்புறம்?'

'கிழிச்சுப் போட்டுருவேன்.'

'அப்படித்தானா?'

'ஆமாம்.'

'சுருக்கமாச் சொன்னா இப்போ நான் உங்களோட உயிர்த்தலைவி, அப்படித்தானே?'

'ஆமாம்.'

'அப்படீன்னா நான் என்ன சொன்னாலும் கேட்பீங்க, இல்லையா?'

கேசவன் நாயர் ஆவேசம் நிறைந்தவனானான். 'என்ன சொன்னாலும் கேட்பேன். யாரையாவது கொல்லணுமா, கொல்லுறேன். சமுத்திரங்களை நீந்திக் கடக்கணுமா, கடக்கிறேன். மலைகளை எடுத்து அம்மானை ஆடறேன். சாராம்மாவுக்காகச் சாகவும் நான் தயாரா இருக்கேன்.'

அவள் சொன்னாள்; 'தற்போதைக்குச் செத்துக்காட்ட வேண்டாம். இப்போ தலைகீழா நின்னுகாட்டுங்க – பாக்கணும்.'

'சத்தியமா தலைகீழா நிக்கணுமா?'

'ஓ, இடையில சத்தியமான்னு ஒரு வார்த்தை இருக்கே?'

'இல்லையே' என்று கேசவன் நாயர் மகிழ்ச்சியுடன் எழுந்தான்.

'சிரசாசனம் மட்டும் போதுமா? மயூராசனமும் போட்டுக் காட்டவா?'

'இப்போதைக்கு சிரசாசனம் போதும்.'

'ரைட், இந்தா பாத்துக்கோ.'

அவன் சட்டையைக் கழற்றி நாற்காலிமேல் வைத்தான். பிறகு வேட்டியை மடித்துத் தார்ப்பாய்ச்சிக் கட்டி, திண்ணையில் தலையை ஊன்றிக் கால்களை மேல்நோக்கித் தூக்கிக் கம்புபோல் நின்றான்.

அவள் தலைமுதல் கால்வரை ஆனந்தமாகப் பார்த்தாள். அப்புறம் அபிப்பிராயம் சொன்னாள்: 'பேஷ், ஸ்டைலாக்ராம்.'

கேசவன் நாயர் நின்ற நிலையில் கேட்டான்: 'சாராம்மா, என்னை நேசிக்கிறாயா?'

சாராம்மா பேசவில்லை.

கேசவன் நாயர் மறுபடியும் கேட்டான்:

'சாராம்மா, மதுரசுந்தரமான காதல் ஜோலியை ஏற்றுக் கொள்வாயா?'

சாராம்மா சத்தம் எழுப்பாமல் தந்திரமாகப் படியிறங்கிக் கீழேபோய் நின்றுகொண்டு உரக்கச் சொன்னாள்:

'மதுரசுந்தரமாக நாளைக்குச் சொல்றேன்.'

o

மூன்று

'சாராம்மா, மதுரசுந்தரமான காதல் ஜோலியை ஏற்றுக்கொள்வாயா?' என்று கேசவன் நாயர் மறுநாள் கேட்டான்.

சாராம்மா சொன்னாள்:

'மதுரசுந்தரமாக நாளைக்குச் சொல்றேன்.'

அதற்கு அடுத்தநாள் கேசவன் நாயர் கேட்ட போதும் சாராம்மா சொன்னாள்:

'நாளைக்குச் சொல்றேன்.'

அதற்கு அடுத்தநாள் கேசவன் நாயர் கேட்டபோதும் சாராம்மா சொன்னாள்:

'நாளைக்குச் சொல்றேன்.'

அதற்கு அடுத்த நாள் கேசவன் நாயர் கேட்கவில்லை. அவன் அறிவித்தான்:

'நான் மதுரசுந்தரமாகத் தற்கொலை செய்துகொள்ளப் போகிறேன். இனி வாழ்ந்து என்ன பயன்?'

'மிக நல்ல காரியம். அப்புறம் மதுரசுந்தரமாகத் தற்கொலை செய்துகொண்ட காதல் தவசி என்று யாராவது ஒரு இரங்கல் கவிதை எழுதட்டும்.'

கேசவன் நாயர் பேசாமலிருந்தான்.

சாராம்மா கேட்டாள்:

'அப்போ, மதுரசுந்தரமாகத் தற்கொலை செஞ்சுக்கிறதா முடிவு பண்ணியாச்சு?'

'ஆமாம்.'

'அந்த மங்கல நிகழ்ச்சி என்னைக்கு?'

கேசவன் நாயர் பேசாமலிருந்தான்.

சாராம்மா கேட்டாள்:

'எப்படி மதுரசுந்தரமாகத் தற்கொலை செஞ்சுக்கப் போறீங்க?'

'நான் அதைப்பற்றி முடிவெடுக்கலே. எந்த வகையிலாவது செஞ்சுக்குவேன்.'

சாராம்மா அறிவுரை சொன்னாள்: 'தண்டவாளத்துல தலைவெச்சு சாகலாம். இல்லேன்னா ஒரு பூமரத்துல கட்டித் தொங்கிச் சாகலாம். இதில எதை ஏத்துக்கப்போறீங்க?'

கேசவன் நாயர் பேசாமலிருந்தான். குரூர மனம். பெண்ணின் டபிள் டபிள் டபிள் குரூர இதயம்.

சாராம்மா மறுபடியும் ஆலோசனை சொன்னாள்: 'இன்னொரு வழியும் இருக்கு. யாருக்கும் தெரியாது. ஒரு சின்னப் படகிலே ஒரு பெரிய கருங்கல் துண்டையும் ஒரு கயிறையும் எடுத்துக்கிட்டு சாயங்காலமாப் பம்மிப் பதுங்கிப்

படகைத் துழாவி நடுக்காயலுக்குப் போகணும். அப்புறம் கயிறோட ஒருமுனையைக் கல்லோட சேத்துக் கட்டணும். இன்னொரு முனையில் அழகான சுருக்கைப்போட்டு கழுத்திலே மாட்டிக்கணும். அப்புறமா நான் செத்தேன்னு அலறிக்கிட்டுப் படகைத் தந்திரமா மிதிச்சு மூழ்கடிச்சிடணும்.'

'வேறே விசேஷமொண்ணுமில்லையே ?'

'இல்ல, சுத்தமா இல்ல.'

சாராம்மா சொன்னாள்: 'காதல் கடிதத்தை நான் எடுத்துட்டுப் போயி உமிக்கரியைப் பொட்டலம் கட்டீட்டேன்.'

'என்னுடைய இதயத்தின் ரத்தத்தால் எழுதின காதல் கடிதத்திலா ?'

'ஆமாம்.'

பெண்மனதின் அசல் வஜ்ர வஜ்ர கடினம். கேசவன் நாயர் பேசாமலிருந்தான். என்ன பேசுவது ?

இலக்கும் தீர்மானமுமில்லாமல் அதிக நாட்கள் அப்படியே கடந்துசென்றன. அவன் யாரிடமும் எதுவும் பேசாமலும் யாரையும் ஏறிட்டுப் பார்க்காமலும் முகத்தைத் தூக்கிக்கொண்டு நடந்தான்.

அவனுக்குப் பெண்களைப் பார்க்கவே வேண்டாமென்று இருந்தது.

ப்ளடி ஃபூல்ஸ். கல்மனசுக்காரிகள்.

சாராம்மாவும் ஒரு ப்ளடி ஃபூல்ஸ்தான். கல்மனசுக்காரிதான். கேசவன் நாயரும் ஒரு ப்ளடி ஃபூல்ஸ்தான். கல்மனசுக்காரன் அல்ல. உலகத்தில் ஆண் பெண் ஒவ்வொருவரும் ஒவ்வொரு ப்ளடி ஃபூல்ஸ்தான். அப்படியான அபிப்பிராயம் கேசவன் நாயருக்கு உறுதிப்பட்டு வந்துகொண்டிருக்கவே – ஒரு சாயங்காலம் சாராம்மா முற்றத்துக்கு வந்து கேசவன் நாயரின் முன்னால் நின்று எதையோ யாசிப்பதுபோல மிகப் பணிவுடன் கை நீட்டினாள். கேசவன்நாயருக்கு எதுவும் புரியவில்லை.

சாராம்மா வணக்கத்துடன் கேட்டாள்: 'என்னோட சம்பளம் ?'

'எதுக்குச் சம்பளம் ?' கேசவன் நாயரின் மண்டைக்குள் எதுவும் நுழையவில்லை.

அவனுடைய நிலைமையைப் பார்த்து சாராம்மா சொன்னாள், வாக்குறுதியைமீறி அவனை அவமானப்படுத்தியதுபோலச் சொன்னாள்.

'ஓ. கடைசியிலே இப்படியும் ஆச்சு இல்லையா? எல்லாத்தையும் நான் அனுபவிக்க வேண்டியவ. என்னோட தலைக்குள்ளே வெறும் நிலாவெளிச்சம் மட்டுந்தான் இருக்குன்னு பிரபஞ்சம் சொல்றது சும்மா இல்லே. பத்து முப்பது நாளா நான் மதுரசுந்தரமாக உங்களை நேசிக்கிற கடினமான சோலியைச் செஞ்சுக்கிட்டிருக்கேன்.'

'ஓ' கேசவன் நாயரின் முகம் மலர்ந்தது. கண்கள் மின்னின. சந்தோஷத்தில் அவனுடைய இதயம் ஃபுட்பால்போலப் புடைத்து விலா எலும்புகளைத் தழுவின.

'தங்கமே, அப்புறம் இதுவரை அந்த மதுரமனோகர நியூஸை என்னிடம் சொல்லாதது ஏன்?'

ஏமாற்றமும் வேதனையும் கலந்ததுபோல சாராம்மா சொன்னாள்: 'வாழ்க்கை, இளமைச் சூட்டுடனும் இதயம், காதலின் அழகுமணத்துடனும் இருக்கும் இந்த கிடைத்தற்கரிய காலகட்டத்தில் தற்கொலைன்னு சொல்லி முகத்தை வீங்க விட்டுகிட்டு இதுவரைக்கும் பார்க்காத கேட்காத மாதிரி சும்மா அப்படியே நடந்தா நான் என்ன செய்ய?'

'வேற சொல்ற மாதிரி விசேஷமொண்ணுமில்லையே?'

சாராம்மா சொன்னாள்: 'இல்ல, சுத்தமா இல்ல.'

கேசவன் நாயர் கட்டளையிட்டான்: 'வா.'

அவன் நடந்தான். பின்னால் சாராம்மாவும். அவர்கள் மேலே ஏறினார்கள். கேசவன் நாயர் உள்ளே நுழைந்து பெட்டியைத் திறந்து இரண்டு புதிய பத்து ரூபாய் நோட்டுகளைப் படபடக்கும் இதயத்துடன் எடுத்து ஒரு உறையில் 'ஸ்ரீமதி சாராம்மா அவர்களுக்கு' என்று முகவரியும் எழுதி சாராம்மாவின் கையில் வைத்தான்.

சாராம்மா கேட்டாள்: 'காதல் கடிதமா?'

கேசவன் நாயர் எதுவும் சொல்லவில்லை. காதல் கடிதம். கொஞ்சம் மிரளட்டும் அவள்.

ஆனால் சாராம்மா மிரண்டதாகத் தெரியவில்லை.

அவள் உறைக்குள்ளிருந்து நோட்டுகளை எடுத்துப் பெரிய வியாபாரியைப்போல வெளிச்சத்தில் தூக்கிப்பிடித்து பரிசோதனை செய்தாள்.

'கள்ளநோட்டொண்ணும் இல்லையே?'

கேசவன் நாயர் பேசவில்லை.

'சரி' என்று எச்சரித்தாள். 'இனிமேலே இப்படி தாமசம் பண்ணக் கூடாது. சரியா ஒண்ணாந்தேதி என்னோட சம்பளம் எனக்குக் கெடைக்கணும்.'

கேசவன் நாயருக்கு சாராம்மாவைக் கட்டியணைத்துத் துருதுருவென்று ஒரு லட்சத்தியொன்பது முத்தங்கள் வைக்கத் தோன்றியது. முத்தமிட நெருங்கினான்.

சாராம்மா சொன்னாள்: 'ஒரு நாலடி எட்டியே நின்னாப் போதும்.'

'எனக்கு ஒரு தடவை முத்தமிடணும்.' 'என்னையா?'

'ஹா ... ஆமாம்.'

'அது நல்லாருக்கே, இந்த முத்த விஷயம் நம்ம ஒப்பந்தத்திலே இல்லையே?'

கேசவன் நாயர் எதுவும் சொல்லவில்லை. ஹம்பா, ஒரு ஒப்பந்தம்.

அப்படியாக ஐந்து மாதங்கள் போயின. நூறுரூபாய் சாராம்மாவிடம் கை மாறியது. அவள் அதை என்ன செய்தாள் என்று அவன் விசாரிக்கவில்லை. ஆனால் மூன்றாவது மாதம் சாராம்மா தெரிவித்தாள். அவளுக்கு ஆயிரம் ரூபாய் குலுக்கலில் விழுந்திருக்கிறது. கேசவன் நாயர் கொடுத்த சம்பளத்தில் ஒரு ரூபாய்க்குக் கிடைத்த அதிர்ஷ்டம். அது எதிலும் கேசவன் நாயர் அவ்வளவு அக்கறை காட்டவில்லை. பொருளாதாரம் சம்பந்தமான அலுப்பூட்டும் காரியங்களில் எப்படி அக்கறைப்பட முடியும்? காதலின் நிலவொளியில் மூழ்கியிருக்கிறான் அவன். தெளிவாக எதையும் கவனிப்பது சாத்தியமில்லை. காதல் நாயகி சொல்வதை நம்புவது. எதுவும் தராவிட்டாலும் பரவாயில்லை. அவள் ஆணைப்படி நடப்பது. அவள் சுட்டிக்காட்டிய வழியில் போவது – அதற்குமேல் அவனால் எதுவும் செய்ய முடியாது. அப்படியாக சாராம்மாவின் அறிவுரைப்படி கேசவன் நாயர் பல இடங்களிலும் வேலைக்கு விண்ணப்பங்கள் அனுப்பினான். எதற்காக? சாராம்மா சொன்னதற்காக. ஆனால் சாராம்மா சொல்லாததையும்

கேசவன் நாயர் செய்தான். சாராம்மாவுக்கு சுகக்கேடு வந்து படுத்திருந்தபோது டாக்டரை அழைத்துவந்து காட்டினான். பணம்கொடுத்து மருந்து வாங்கிவந்து சாராம்மாவுக்குக் கொடுத்தான். சின்னம்மாவுக்கும் சாராம்மாவுக்கும் சமரசம் செய்துவைக்க முயன்றான். சாராம்மாவின் அப்பச்சனிடம் தகப்பன்களின் பொறுப்பைப்பற்றிச் சிறு பிரசங்கங்கள் செய்தான் – இப்படிப் பல செயல்கள். ஆனால் எதற்கும் அவள் நன்றி சொல்லவோ கடப்பாட்டைக் காட்டவோ இல்லை. ஆனாலும் கேசவன் நாயர் அதையெல்லாம் பொறுத்துக்கொண்டான். பொறுக்கமுடியாமல் போனவை – 'வாழ்க்கை, இளமைச் சூட்டுடனும் இதயம், காதலின் அழகுமணத்துடனும் இருக்கும் இந்த கிடைத்தற்கரிய காலகட்டத்தில்' என்று ஆரம்பிக்கிற – அவளுடைய பேச்சின் அழகான முன்னுரைகள்தான். அதைக் கேட்கும்போது கேசவன் நாயர் வெளிறிப் போவான். சாராம்மா எதையாவது சொல்ல வரும்போது இப்படித்தான் தொடக்கம் இருக்குமோ என்று கவனிப்பான். இல்லாமல் இருந்தால் ஆசுவாசத்தின் அறிகுறியாகப் பெருமூச்சுவிடுவான். இப்படியெல்லாமிருந்தாலும் காதலுக்கு மந்தம் ஏதாவது உண்டா? நாள் போகப்போக அது உசிரோடு தீவிரத்தோடு மதுரசுந்தரமாக வளர்ந்தது. எப்போதும் சாராம்மாவைப் பார்த்துக்கொண்டிருக்க வேண்டும். அவளை அணைத்துக்கொண்டிருக்க வேண்டும். அவளை முத்தமிட வேண்டும். அவனுடைய ஆசைகளுக்கு எல்லையே இல்லை. ஆண்பிள்ளை ஆச்சே?

சாராம்மாவோ? தான் கேசவன் நாயரை நேசிக்கிறோம் என்பதற்கு எந்த அறிகுறியையும் அவள் காண்பிக்கவில்லை. பேச்சிலோ செயலிலோ எதிலும் அவள் பிடிகொடுக்கவில்லை. பெண்பிள்ளை ஆச்சே?

அந்தக் கட்டத்தில்தான் பிரிவுத் தருணம் வந்து சேர்ந்தது. வெளிநாட்டிலிருக்கும் கம்பெனியில் கேசவன் நாயருக்கு வேலை கிடைத்தது. நல்ல உயர்ந்த சம்பளம். கேசவன் நாயர் சாராம்மாவின் சொல்படி வேலையை ஏற்றுக்கொள்வதாகப் பதில் அனுப்பினான்.

சாராம்மா சொன்னாள்: 'ஆக, எனக்கும் நல்ல ஒசந்த சம்பளம் கிடைக்கப்போகுது.'

அவ்வளவுதான். அவளுக்குச் சொல்ல வேறெதுவும் இல்லை. இருந்தாலும் சாராம்மா நினைவுபடுத்தினாள்:

'ஒவ்வொரு ஒண்ணாந்தேதியும் மணிஆர்டர் அனுப்பிடணும். விலாசம் தெரியுமில்லையா?'

கேசவன் நாயர் எதுவும் சொல்லவில்லை. கல்மனசுக்காரியிடம் என்ன சொல்ல?

சாராம்மா கேட்டாள்:

'என்னைக்குப் போறீங்க?'

கேசவன் நாயர் சொன்னான்:

'பத்து நாளுக்குள்ளே அங்கே போய் சார்ஜ் எடுக்கணுமே, அதனாலே நாளான்னைக்கிப் போலாம்னு முடிவுபண்ணி யிருக்கேன். அதுக்குத் தகுந்தமாதிரி பாங்க்குல வேலையையும் ராஜினாமா பண்ணிட்டேன்.'

'அப்ப இங்கேருந்து போனா நல்லதுன்னு முடிவு பண்ணியாச்சு, இல்லையா?'

'என்ன கேள்வி இது?'

'நான் இப்பவும் உங்க காதலிதானா?'

'இல்லாமப் பின்னே?'

'எனக்காகச் சாகவும் தயாரா?' 'ஆமாம்.'

'சத்தியமா?'

'சத்தியமா!'

சாராம்மா சொன்னாள்:

'இப்போ செத்துக் காட்டணும்னு இல்ல. நான் சொன்னா வேலைக்குப் போகாம இருப்பீங்களா?'

வேலைக்குப் போகாமலிருப்பதா? அப்படி நடந்தால் ஆகச் சிரமப்படுவேன். வாடகை கொடுக்க முடியாமல் போகும். உண்ணவும் உடுக்கவும் ஆகக் கஷ்டப்படுவேன். நடுத்தெருவே கதி என்று அலைய நேரும். கேசவன் நாயர் தாடைக்குக் கைகொடுத்து தரையைப் பார்த்துக்கொண்டு உட்கார்ந்திருந்தான். என்ன செய்யலாம்?

சாராம்மா எழுந்து ஏணிப்படியை நோக்கி நடந்தாள். கேசவன் நாயர் விசனத்துடன் அழைத்தான்: 'சாராம்மா, ஒரு விஷயம் சொல்லணும்.'

அவள் திரும்பி வந்தாள்.

'காதலைப் பத்தி சுந்தரமானதோ புதுசாவோ ஏதாவது சொல்றதுக்குன்னா எனக்கு அதெல்லாம் கேட்டுக்கேட்டுப் புளிச்சுப்போச்சு. சப்ளாச்சி சமாதானமாக்கும் இந்தக் காதல்.'

கேசவன் நாயர் பேசவில்லை. பரிசுத்த காதல் – சப்ளாச்சி சமாதானம்.

சாராம்மா சொன்னாள்:

'சொல்லுங்க, நான் சம்பளம் வாங்குறவளாச்சே, கேக்க மாட்டேன்னு சொல்ல முடியுமா?'

'சாராம்மாவுக்கு எப்பவும் வேடிக்கைதான்.'

'இதைத்தான் சொல்ல வந்தீங்களா?' 'இல்ல.'

'பின்னே?'

'சாராம்மாவும் என்கூட வரணும். எனக்கு அங்கேபோய்த் தனியா இருக்க முடியாது.'

சாராம்மாவுக்குச் சிரிப்பு வந்தது. அவள் கேட்டாள்:

'பயமா?'

'இல்ல, நான் சாராம்மாவ நேசிக்...'

'சாராம்மாவ நேசிக்கிறேன். லட்சத்தியொம்பது தடவை சொன்னதுதானே இது?'

சாராம்மா கேட்டாள்: 'அன்புங்கிறது என்ன?'

அதைச் சொல்வது சிரமமாயிற்றே? அன்பு என்றால் என்னவென்று கேசவன் நாயருக்கு நன்றாகத் தெரியும். ஆனால் சொல்லத்தான் கொஞ்சம் கூச்சமாக இருக்கிறது.

'அன்பு, காதல்னெல்லாம் சொல்றது ஒருமாதிரி நிலா வெளிச்சம்போல. மதுரசுந்தர நறுமணமே காதல்.'

'மதுரசுந்தர நறுமணமான நிலாவெளிச்சம்.' சாராம்மா ஆச்சரியப்பட்டாள்.

'பெண்பிள்ளைகளின் தலைக்குள்ளே அதுதான் இருக்குன்னு தானே சொல்றீங்க.'

'மதுரசுந்தர நறுமணமானதல்ல. பெண்களின் தலைக்குள்ளே இருக்கிறது சாதாரண வழுக்கலான நிலாவெளிச்சம்.'

'சந்தோஷம்.'

நீண்ட நேரத்துக்குப் பிறகு கேசவன் நாயர் கேட்டான்: 'சாராம்மா வருவியா?'

'வந்து?'

'நிலாவும் நட்சத்திரமும் இருக்கும்வரைக்கும் என் மனைவியாக வாழலாம்.'

'நாம ரண்டு மதத்துக்காரங்க இல்லையா?'

'அதனாலென்ன? நாம ரெஜிஸ்டர் கல்யாணம் செஞ்சுக்குவோம்?'

'சீதனம் ஒண்ணும் வேண்டாமாக்கும்?'

'சாராம்மா, உன்னையே சீதனமா அனுக்கிரகம் செய்து எனக்குத் தந்துட்டாப் போதும். சாராம்மாதான் என்னோட மாடத்து அணையா விளக்கு. சாராம்மா என்னோட ...'

'நிறுத்துங்களேன். வேற சந்தேகமும் இருக்கு.'

'என்ன அது, கேட்டுக்கிறேன்.'

ஒரு குறும்புச் சிரிப்புடன் சாராம்மா சொன்னாள்:

'நாம – ஸ்ரீ. கேசவன் நாயரும் ஸ்ரீமதி. சாராம்மாவும் – சேர்ந்து புருஷன் பெண்டாட்டியாக வாழறப்போ பெரிய சிக்கல்கள் வரும்னு தெரியுது. ஒருத்தர் கோவிலுக்குப் போறப்போ இன்னொருத்தர் போறதோ சர்ச்சுக்கு. ரண்டு சமூகம். நமக்கு மத்தியிலே எப்பவும் சர்ச்சும் கோவிலும்.'

'நியாயமான எண்ணம்' கேசவன் நாயர் சொன்னான்: 'இதுபோலப் பலதும் தெரியவரும். நம்ம ரண்டுபேரோட வாழ்க்கையையே எடுத்துக்க. நான் ரொம்பக் கஷ்டங்களை அனுபவிச்சிருக்கேன். சாராம்மாவுந்தான். இத்தனை நாளா சாராம்மா எத்தனை கஷ்டங்களைச் சகிச்சிட்டிருந்திருக்கேன்னு தெரியும். சின்னம்மாவும் அப்பச்சனும் அன்பாவா நடந்துக்கிட்டாங்க? சின்னம்மாவோட துரோகபுத்தி. சமூகம், சர்ச்சு. யோசிச்சுப் பாரு. வயசுக்கு வந்த ரண்டு சுதந்திரமான ஜீவிகள். கொஞ்சம் படிப்பும் கொஞ்சம் புத்தியும் இருக்கு. சமூகம் நம்ம ஊட்டி வளர்க்காது. கோவிலும் சர்ச்சும் இருக்கிற இடத்திலேயே இருக்கட்டும். நம்ம மனசுகளுக்கு நடுவுல மதில்கள் உண்டாகக் கூடாது. பொறுமை, பரிவு, கருணை இதையெல்லாம் மறந்துடக் கூடாது. புரிஞ்சுதா?'

'புரிஞ்சுது' என்றாள். சாராம்மா யோசனையோடு சொன்னாள்: 'வேறே சந்தேகங்கள் இருந்தா?'

'இருந்தா திஸ் கேசவன் நாயர் தீர்த்துவைப்பான். சொல்லு, கேட்கலாம்.'

'சொல்றதுக்கு வெட்கமா இருக்கு.' 'வெட்கப்பட்டுக்கிட்டே அழகாச் சொல்லு.'

சாராம்மா கேட்டாள்: 'நமக்குக் குழந்தைங்க பொறக்கும் இல்லையா? அவங்க என்ன ஜாதியாயிருப்பாங்க? இந்துக்களா வளர்க்க எனக்கு இஷ்டமில்ல. கிறிஸ்தவங்களா வளர்க்க என்னோட – என்னோட கணவருக்கு இஷ்டமிருக்காது. அப்படி வர்றப்போ அவங்க ஜாதி?'

கேசவன் நாயருக்கு வியர்த்துப் போயிற்று. அவன் அதைப் பற்றிச் சிந்திக்கவே இல்லை. வாழ்க்கையின் பொருளாயிற்றே? குழந்தைகள் என்ன ஜாதியாக இருப்பார்கள்? கேசவன் நாயர் சிந்தித்தான். ஆழமாகச் சிந்தித்தான். தலை புகைந்தது. நெற்றிப் பொட்டுகளில் நரம்புகள் புடைத்து எழுந்தன. நெற்றியில் பயங்கரமாக வியர்த்தது. பரிகாரம் தென்படவில்லை. சிந்தனை இருட்டில் தட்டுத்தடுமாறி நடந்துகொண்டிருக்கிறது. வெளிச்சம் புலப்படவில்லை.

அப்படியிருக்கும்போது மின்னல்போல ஒரு எண்ணம். வெளிச்சத்தின் கதவு திறந்தது. மனோகரமான பூந்தோட்டத்தைப் பார்த்ததுபோல ஆர்வத்துடன் அவன் அறிவித்தான்:

'கண்டுபிடிச்சிட்டேன்.'

'என்ன?'

'நாம நம்ம குழந்தைகளை ஒரு மதத்திலேயும் வளர்க்க வேண்டாம். அவங்க மதமில்லாதவங்களா வளரட்டும்.'

'மிருகங்களைப்போல, பட்சிகளைப்போல, பாம்புகளைப் போல, முதலைகளைப்போல.'

'அப்படியில்ல?'

'பிறகு?'

'வேலையிருக்கு. வயசு வர்றப்போ அவங்களுக்குக் கத்துக் குடுப்போம், எல்லா மதங்களைப் பத்தியும். பாரபட்சமில்லாம. அப்படிப் பத்து இருபது வயசாகிறப்போ எல்லா மதங்கள் லேயும் வெச்சு அவங்க மனசுக்குப் பிடிச்சது எதுவோ அதை ஏத்துக்கட்டும்.'

'நியாயம்...பேரு? என்னோட முதல் குழந்தை ஆண்பிள்ளையா இருந்துச்சுன்னா அந்தத் தங்கக் குட்டனுக்கு என்ன பேரு வைக்கிறது?'

கேசவன் நாயர் குழம்பினான்.

'வாஸ்தவம்தான். அந்தத் தங்கக்குட்டனுக்கு என்ன பெயர் வைப்பது? இந்துப் பெயர் வைக்க முடியாது. கிறிஸ்தவப் பெயரும் அதேமாதிரிதான்.'

கொஞ்சம் யோசித்த பின்பு கேசவன் நாயர் மறுபடியும் உற்சாகவான் ஆனான்.

அவன் சொன்னான்: 'நமக்கிருக்கே, வேறே ஏதாவது சமுதாயத்திலே ஜகஜில்லன் பேரை வைப்போம்.'

'அப்போ என்னோட தங்கக்குட்டன் அந்த சமுதாயத்துக் காரன்னு ஆளுங்க நினைக்கமாட்டாங்களா?'

'ரைட்...' கேசவன்நாயருக்கு உறைத்தது. 'முஸல்மான் பேரை வெச்சா ஆளுங்க முஸல்மான்னு நினைப்பாங்க. பார்ஸிப் பேரை வெச்சாலும் அதேபோலத்தான். சீனா, ரஷ்யா... வேண்டாம். அதுவும் பிரச்சனைதான்.'

என்ன பெயர் வைப்பது? யாரும் பயன்படுத்தாத பெயராக இருக்க வேண்டும். பெயருக்குப் பின்னால் விசுவாசத்தையோ மதத்தையோ குறிப்பிடுகிற எதுவும் இருக்கக் கூடாது. அப்படிப்பட்ட பெயர் என்ன இருக்கிறது? கேசவன் நாயர் யோசித்துக் கொண்டிருந்தான்.

அப்போது சாராம்மா கேட்டாள்: 'இந்த சைனாப் பேருங்க எப்படியிருக்கும்?'

கேசவன் நாயர் சாம்பிள் சீனப்பெயரைச் சொன்னான்: 'டங்க் டிங்கோஹோ.'

'டங்க் டிங்கோஹோ' சாராம்மா தனது முதல் சந்தானமாக வரப்போகும் தங்கக்குட்டனின் பெயரைச் சொல்லிப் பார்த்தாள்: 'டங்க் டிங்கோஹோ! எடா, மோனே, டங்க் டிங்கோஹோ, நீ எங்கே இருக்கே, டங்க் டிங்கோஹோ?'

'ஸ்டைலா இருக்கில்லே?'

சாராம்மாவுக்குப் பிடிக்கவில்லை.

'என் மகனுக்கு அந்தப் பேரு வேண்டாம்.'

'அப்படீன்னா ரஷ்யா இருக்கு. 'ஸ்கி'ன்னு சேர்த்துட்டாப் போதும்.'

சாராம்மா கேட்டாள்:

'என்ன ஸ்கி?'

'எதுவானாலும்.'

'சப்ளோஸ்கி... சப்ளோஸ்கி வேண்டாம்.'

'அப்படீன்னா . . . கெடச்சிருச்சு ஸ்டைலான பேருகள்.' கேசவன் நாயரின் கற்பனை மடை திறந்தது. அவன் ஒவ்வொரு பெயராகச் சொன்னான்.

'இந்தியா, காதல் கடிதம், சிறுகதை, சூறாவளி, சகாரா, ஆகாசம், நிலாவெளிச்சம், கரிமீன், சிம்பலிஸம், பாக்குமரம், மிட்டாய், நாடகம், சமுத்திரம், செம்மீன்கண்ணன், வெள்ளிக்கிழமை, கூல்டாப்பன், வசன கவிதை, மாணிக்கக்கல்லு, தீச்சுடர், மிஸ்டிசிஸம், நட்சத்திரம் . . .'

'நிறுத்துங்க, நான் சொல்லிப் பார்க்கிறேன். எடா, மோனே, செம்மீன்கண்ணா, அம்மச்சியோட செம்மீன்கண்ணா... ஊஹூம், வேண்டாம்.'

அவள் மறுபடியும் அழைத்துப் பார்த்தாள்.

'எடா மோனே வசனகவிதையே, எடா மோனே சிறுகதையே, எடா மோனே நிலாவெளிச்சமே . . .'

அவன் சொன்னான்: 'நாம் ஒவ்வொரு பேரையும் எழுதி சீட்டுப்போட்டு ரண்டை எடுக்கலாம். சண்டை வேண்டாம். போதாததுக்கு டபிள் பேரு ஸ்டைலாவும் இருக்கும்.'

சாராம்மாவும் அதை ஒப்புக்கொண்டாள்.

இருவரும் துண்டுக் காகிதத்தில் பெயர்களை எழுதிச் சுருட்டி, ஒன்றாகச் சேர்த்துக் குலுக்கி அதில் ஒன்றை சாராம்மாவும் இன்னொன்றை கேசவன் நாயருமாக எடுத்தார்கள். கேசவன் நாயர் காகிதத்துண்டைப் பிரித்துப்பார்த்து அறிவித்தான்:

'மிட்டாய்.'

சாராம்மாவும் பிரித்துப் பார்த்து மெதுவாகச் சொன்னாள்:

'ஆகாசம்.'

இருவரும் முகாமுகம் பார்த்துக்கொண்டார்கள்.

சாராம்மா தீரத்துடன் மகனைப் பெயர் சொல்லிக் கூப்பிட்டாள்:

'மிட்டாய் ஆகாசமே, எடா மகனே, மிட்டாய் ஆகாசமே, மிட்டாய் ஆகாசம்.'

'தப்பு.' கேசவன் நாயர் திருத்திச் சொன்னான். தனது தங்கக்குட்டனான மகனின் பெயரைக் கம்பீரமாக அழைத்தான்:

'ஆகாசமிட்டாய்.'

சாராம்மாவுக்கும் அது நன்றாகப் புரிந்தது. அவள் வாஞ்சையுடன் தங்கக்குட்டனின் பெயரை நீட்டி அழைத்தாள்:

'ஆகாசமிட்டாயீ, எடா மோனே ஆகாசமிட்டாய், நீ எங்கே இருக்கே ஆகாசமிட்டாய்?'

'கம்பீரமாக இருக்கு' என்று தீர்ப்புச் சொன்னான் கேசவன் நாயர். 'மிஸ்டர் ஆகாசமிட்டாய், ஸ்ரீஜித் ஆகாசமிட்டாய், தோழர் ஆகாசமிட்டாய்.'

சாராம்மாவுக்கு ஒரு பயங்கர சந்தேகம் எழுந்தது அப்போது.

'அப்ப, என்னோட தங்கக்குட்டன் கம்யூனிஸ்டா?'

கேசவன் நாயர் சொன்னான்:

'ஹடேய், அப்படித்தான் ஆகும்னா ஆகட்டுமே. எந்த டுங்காஸிலேயும் சேரட்டும். அது அவன் இஷ்டம். வேறென்ன?'

'அப்படீன்னா என் மகன் இஷ்டம்போலவே ஆகட்டும். என்னோட மகன் எந்தக் கட்சியில வேணும்னாலும் சேர்ந்துக்கிடட்டும்.'

என் மகன்? சாராம்மாவின் மகன்? கேசவன்நாயருக்கு ஆத்திரம் வந்தது. சுயநலமி. அவன் நினைவுபடுத்தினான்.

'சாராம்மா, இதுவரைக்கும் பேசின எல்லாத்திலேயும் என் மகன், என் மகன், என் மகன்னு மட்டுமே சொல்லிட்டிருக்கேன்னு புரியுதா? இத்தனை சுயநலம் ஆகாது. யாராவது கேட்டாங்கன்னா ஆகாசமிட்டாய் மேலே எனக்கு எந்த உரிமையும் கிடையாதுன்னு நெனைப்பாங்க. அதனாலே இனிமே நம் மகன்னு சொல்லணும். புரிஞ்சுதாடீ?'

அடியாமே? சாராம்மாவுக்கும் கோபம் வந்தது.

'ஞாபகப்படுத்தினது நல்லதாச்சு' என்று கஷாயம் விழுங்கிய பாவத்தைக் காட்டினாள் சாராம்மா.

'ஓ ... நான் சும்மா அதைப்பத்தியெல்லாம் கேட்டேன். அவ்வளவுதான். அதனாலேயே நான் பெண்டாட்டி ஆயிட்டேன்னு ஒண்ணும் நெனைச்சுக்க வேண்டாம். புரியுதா மிஸ்டர் கேசவன் நாயர்?'

கேசவன் நாயரின் முகம் வாடியது. அவன் தாழ்மையாகக் கேட்டான்:

'அப்போ சாராம்மா முந்தி சொன்னது?'

‘என்ன சொன்னேன்?’

‘எனக்கு மனைவியாகிறதா...?’

‘ஆயிட்டு..?’

‘ஓ, சாரம்மாவுக்கு எப்பவும் வேடிக்கைதான்.’

‘ஆங், வேடிக்கை ... அது வாழ்க்கையில என்னான்னு தெரியுமா?’

‘எனக்குத் தெரிய வேண்டாம்.’

‘பரவாயில்ல, நான் சொல்றதைக் கேட்க மனசு வராது. ஆனா நான் அடீ ... உயிர்த் தலைவி, இஷ்ட தாசி..?’

‘சொல்லு சாராம்மா, என்னா அது?’

‘எது?’

‘வேடிக்கை வாழ்க்கையில்..?’

‘ஆங், அப்படிச் சிரிக்கறதுதானே?’ அவள் எழுந்து ஏணிப்படிகளில் இறங்கிக்கொண்டே சொன்னாள். ‘நறுமணம்.’

வேடிக்கை வாழ்க்கையின் நறுமணமாகிறது. பரவாயில்லையே. வேடிக்கையே வாழ்க்கையின் நறுமணம்.

O

நான்கு

'சாராம்மா, விடியற்காலைலே இங்கேருந்து புறப்படணும்'—பொழுதுஇருட்டத்தொடங்கியபோது கேசவன் நாயர் சொன்னான். 'சாராம்மாவுக்குக் கடைசியாச் சொல்ல ஏதாவது இருக்கா?'

சாராம்மா சொன்னாள்: 'வாழ்க்கை இளமைச் சூட்டுடனும், இதயம் காதலின் அழகுமணத்துடனும் இருக்கும் இந்த கிடைத்தற்கரிய காலகட்டத்தில் சில சில்லறைக் கேள்விகள்.'

கேசவன் நாயர் விறைத்துப்போனான்.

சாராம்மா தொடர்ந்தாள்:

'கேள்வி ஒண்ணு – அப்பச்சனுக்குக் கொடுக்க வேண்டிய வாடகை பாக்கியெல்லாம் கொடுத்து முடிச்சாச்சா?'

'முடிச்சாச்சு.'

'நல்லது, ரண்டாவது கேள்வி – ஓட்டல்காரனோட கடன்?'

'முடிச்சாச்சு.'

'மூணாவது கேள்வி – வழிச்செலவுக்குப் பணமிருக்கா?'

'இருக்கு.'

'அப்படீன்னா ஒரு துணைக் கேள்வி, பணம் எங்கேருந்து வந்துச்சு?'

'என்னோட ரிஸ்ட் வாட்சையும் தங்க மோதிரத்தையும் வித்தேன்.'

'நல்லது. அப்படியாக பெருமதிப்புக்குரிய கேசவன் நாயர், இந்த நாட்டைவிட்டுப் போனால் எந்தக் காரணத்துக்காகவும் யாரும் அவரை நினைக்கத் தேவையில்லாத நிலையை அடைந்திருப்பதற்கு நான் எல்லா நல்வாழ்த்துகளையும் அவருக்குத் தெரிவித்துக்கொள்கிறேன்' என்றுசொல்லி கிணுகிணுவென்று சிரித்தபடி படியிறங்கிப் போனாள்.

கேசவன் நாயர் மனம் நொந்து அழைத்தான்: 'சாராம்மா.'

யார் கேட்க? கடினத்தின் எல்லையாக இருப்பவள் பெண். தனி டுக்குடு டுக்குடுவாக இருப்பவளும் பெண்தான்.

o

ஐந்து

'கேசவன் நாயர் உயிர்ப்பிணமாக அப்படியே உட்கார்ந்திருந்தான். இரவு வந்தது; நிலவு உதித்து எழுந்தது. எதற்காக..? கேசவன் நாயர் அப்படியே இருந்தான். கடைசியில் எழுந்து விளக்கேற்றினான். டைம்பீஸில் மணி பதினொன்றைக் காட்டியது.

அலாரத்தை நான்கு மணிக்குச் சரிசெய்து வைத்துக் கதவை மூடிவிட்டுக் கட்டிலில் சோர்ந்து

படுத்தான். கடைசி இரவு. பசியில்லை தாகமில்லை. கேசவன் நாயர் கண்களைத் திறந்தபடியே படுத்திருந்தான். எதைப் பற்றியும் யோசிக்கவில்லை. எனினும் கண்கள் நிரம்பி வழிந்து கொண்டிருந்தது. பெண் என்பவள் கொடூரகொடூரமானவள். ஆண் எவ்வளவோ நல்லவன். கடவுள் எதற்காகப் பெண்களைச் சிருஷ்டித்தான்? நிச்சயம் நல்ல நோக்கத்துடன் அல்ல. அவனுக்கு விம்மிவெடித்து அழ வேண்டும்போல இருந்தது.

அப்போது வெளியே சத்தம். மென்மையாகவும் சங்கீதமயமாகவும்.

'தூங்கீட்டீங்களா?'

அவள்தான். பாவி. கொடூரமானவள். கல்மனசுக்காரி.

கேசவன் நாயர் அசையவில்லை.

மீண்டும் அதே சத்தம்.

'திறங்க, நான்தான்.'

கேசவன் நாயர் எழுந்துபோய்க் கதவைத் திறந்தான். சாராம்மா அறைக்குள் வந்தாள். அவன் கதவருகிலேயே நின்றான்.

சாராம்மா மெல்ல அழைத்தாள்:

'இங்கே வாங்களேன். ஒரு விஷயம் சொல்லணும்.'

கேசவன் நாயர் திரும்பச்சென்று கட்டிலில் உட்கார்ந்தான். சாராம்மா கதவருகில்போய் நீண்டநேரம் வெளியே பார்த்துக் கொண்டு நின்றாள். விசேஷமான சத்தங்கள் எதுவுமில்லை. கதவை மூடிவிட்டு வந்து நாற்காலியைக் கட்டிலை ஒட்டிப் போட்டு, முழங்கைகளைக் கட்டில் விளிம்பில் ஊன்றி முகத்தை உள்ளங்கையில் தாங்கிக்கொண்டு அவிழ்ந்துக் கலைந்த கூந்தலுடன் உட்கார்ந்தபோது அவளுடைய முலைகள் கட்டில் விளிம்பை முத்தமிட்டன.

கேசவன் நாயருக்கு அந்த முலைகளின்மேல் முத்தமிட ஆசையாக இருந்தது. கழுத்தின்மேல், உதடுகளின்மேல், கண்களின்மேல் . . . இருந்தாலும் மனதைத் திடமாக்க முயன்று கொண்டு தலையணைமேல் சாய்ந்தான். அப்போதும் கண்ணீர் வழிந்துகொண்டிருந்தது.

அவள் கேட்டாள்: 'ஏன் அழறீங்க?'

அவன் பேசவில்லை. அவள் எழுந்து கட்டிலில் உட்கார்ந்து கேசவன் நாயரின் முகத்தை நோக்கிக் குனிந்து அவன் உதடுகளில் பயங்கர இனிப்பான ஒரு நறுமண முத்தம் வைத்தாள். ட்டப்.

'என்னை வெறுக்கிறீங்களா?' அவள் மெதுவாகக் கேட்டாள்.

'ஆமாம்' என்று அவன் அவளைத் தாங்கி எடுத்து மடியில் அமர்த்திக்கொண்டான். அவளுடைய மணம்... துக்கங்களெல்லாம் போயின. ஆனாலும் கண்ணீரை வழியவிட்டுக்கொண்டு அவன் புன்னகைத்தான்.

அவள் சொன்னாள்:

'மழை பெய்திட்டிருக்கிறப்போ பூர்ணசந்திரன் பிரகாசிக்கிற மாதிரி . . .'

'உவமையெல்லாம் நிறையவே தோணும், விடியற்காலை நாலுமணி வண்டிக்கு என்கூட சாராம்மாவும் வரணும்.'

'எங்கே?'

'நான் போகிற இடத்துக்கு.'

'வந்திட்டு . .?'

'ஓ, சாராம்மாவுக்கு எப்பவும் வேடிக்கைதான்.'

'வேடிக்கை வாழ்க்கையின் என்னவென்று தெரியுமா?'

'தெரியும், என்னோட பிரியப்பட்ட அடியோட உதடுகளுக்கு இருப்பது.'

'ங்ஹூம், கேலி பண்ணிக்கோங்க.' அவள் பாடீசுக்குள்ளேயிருந்து கனத்த ஒரு உறையை எடுத்து கேசவன் நாயர் கையில் பக்தியுடன் கொடுத்தாள். 'வண்டி இங்கேருந்து நகர்ந்த பிறகுதான் திறந்து பார்க்கணும்.'

'கனமா இருக்கே, காதல் கடிதமா?' கேசவன் நாயர் கேட்டான்.

'ஆமாம், காதல் கடிதம்தான்.' சாராம்மா புன்னகைத்தாள்.

'வண்டி ஸ்டேஷனைவிட்டு நகர்ந்ததுக்குப் பிறகுதான் இதைத் திறந்து பார்ப்பேன்னு சத்தியம் பண்ணுங்க.'

அவன் சொன்னான்:

'சத்தியம்.'

'போதாது, பக்தியும் விசுவாசமும் இருக்கிற எதன் மேலேயாவது சத்தியம் செய்யணும்.'

கேசவன் நாயர் சாராம்மாவைப் பார்த்தபடி சத்தியம் செய்தான். 'எனக்குப் பக்தியும் விசுவாசமும் திவ்வியமான

காதலுமிருக்கிற என்னோட சாராம்மா மேலே சத்தியமா நான் இதை வண்டியிலே ஏறின பிற்பாடுதான் திறந்துபார்ப்பேன்.'

சாராம்மா எழுந்து கதவைத் திறந்தாள்.

'கருக்கல்லே போறப்ப என்னைக் கூப்பிடணும். இப்போ நிம்மதியாத் தூங்குங்க.'

அவள் போனாள். கேசவன் நாயர் தனிமையில் . . .

அவளுடைய வாசனை.

o

ஆறு

டைம் பீஸ் அலாரம் அடித்தது.

கேசவன் நாயர் திடுக்கிட்டு எழுந்தான். நேரம் சரியாக நான்கு மணி ஆகியிருக்கிறது. அவன் எழுந்து கால், முகம் கழுவிவந்து பயணத்துக்கான ஏற்பாடுகளைத் தொடங்கினான். உடை மாற்றிக் கொண்டு படுக்கையைக் கட்டிவைத்து, சாமான் களைப் பெட்டிக்குள் போட்டு, அதன் பிறகு கீழே

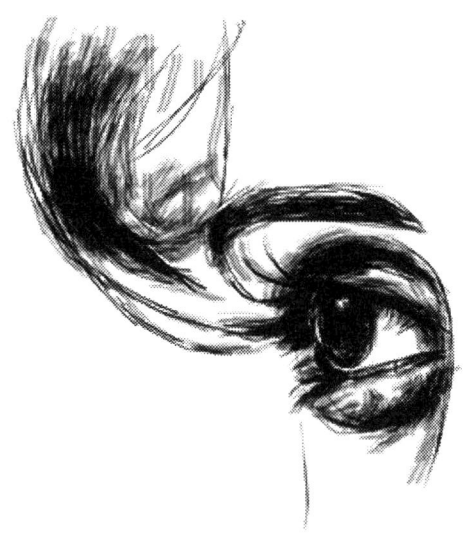

இறங்கி ரோட்டுக்குப் போய் ஒரு வண்டிக்காரனை அழைத்துவந்து சாமான்களை வண்டியில்

ஏற்றினான்; திரும்பிப்போய் சாராம்மாவின் அறை ஜன்னல் வழியாக டார்ச் லைட்டை அடித்து, 'சாராம்மா, சாராம்மா' என்று மெல்ல அழைத்தான். ஆனால் அசைவில்லை ... கதவை லேசாகத் தள்ளினான். திறந்துகொண்டது.

அவன் விளக்கைப் போட்டுப் பார்த்தபோது உள்ளே யாருமில்லை. சாராம்மாவும் இல்லை. அவளுடைய பெட்டியும் இல்லை. என்ன கதை? அவள் எங்கே போயிருப்பாள்? வெளிச்சம் மேஜை மேல் கிடந்த உறைமீது விழுந்தது. கேசவன் நாயர் பதறும் இதயத்துடன் அதையெடுத்துத் திறந்து வாசித்தான்.

'பிரியப்பட்ட அப்பச்சனும் மரியாதைக்குரிய சின்னம்மாவும் சேர்ந்து வாசித்துத் தெரிந்துகொள்வதற்காக சாராம்மா எழுதுவது என்ன வென்றால் ...

வாழ்க்கை, இளமைச் சூட்டுடனும் இதயம், காதலின் அழகுமணத்துடனும் இருக்கும் இந்த கிடைத்தற்கரிய கால கட்டத்தில் – எனக்கு மாதா மாதம் மிகப்பெரிய சம்பளம் கிடைக்கும் ஒரு வேலை தகைந்திருப்பதால் பணியிடத்துக்கு நான் போகிறேன். சீதனம் வாங்காமல் இந்த அழுக்கு உடையோடு என்னைத் திருமணம் செய்துகொள்ளத் தயாராக இருக்கும் ஒரு ஆணும் எனக்குக் கிடைத்திருக்கிறார். அவரை நானும் என்னை அவரும் நேசிப்பதனால் நீங்கள் தீவிரமாக யோசித்து இனிமையான நல்வாழ்த்தால் எங்களை ஆசீர்வதிக்க வேண்டும் என்று கேட்டுக்கொண்டு,

அப்பச்சனுடையதும் சின்னம்மாவுடையதுமான
சாராம்மா.'

கேசவன் நாயர் கடிதத்தை மேஜைமேலேயே வைத்துக் கதவைச் சாத்தி வெளியே வந்து, சீக்கிரமாக ரயில்வே ஸ்டேஷனை அடைந்தபோது மயக்கும் மேனியளாக நின்று கொண்டிருக்கிறாள் சாராம்மா.

அவள் கேட்டாள்: 'நான் வந்திருக்கேன்னு எப்படித் தெரிஞ்சுது?'

'திவ்ய ஞானம். ஆணின் சுந்தர புத்தி.'

'ஆணின் க்ணாப்பி புத்தி? அப்படியில்லாம என்னோட அறைக்குள்ளே நுழைஞ்சு அப்பச்சனுக்கும் சின்னம்மாவுக்குமா எழுதின என்னோட ரகசியக் கடிதத்தை வாசிக்கவே இல்ல.'

'சொல்றேன் பெண்ணே, எல்லாத்தையும் சொல்றேன்.'

அவன் இரண்டு டிக்கெட் வாங்கினான். இருவரும் சாமான்களுடன் வண்டியில் ஏறி உட்கார்ந்தார்கள்.

உற்சாகமான பலத்தபலத்த சீழ்க்கை ஒலியுடன் வண்டி நகர்ந்தது. அவர்கள் எதுவும் பேசாமல் ஒட்டியொட்டி உட்கார்ந்தார்கள். வண்டி மூன்று இடங்களில் நின்றது. கடைசியில் அவர்கள் தனிமையில் விடப்பட்டார்கள்.

வண்டி ஒரு ஸ்டேஷனில் நின்றது. கேசவன் நாயர் சாயாவுக்கு ஆர்டர் செய்தான். இரண்டுபேருக்கும் காபி போதுமென்றாள் சாராம்மா. இரண்டுபேருக்கும் சாயா போதுமென்றான் கேசவன் நாயர். இருவருக்கும் கோபம் வந்தது. முடிவில் கேசவன் நாயர் சாயாவும் சாராம்மா காபியும் குடித்தார்கள்.

சூரியனும் மிக அழகாக உதித்தது. தங்கம்போல ஓடும் நதிக்கு மேலாக வண்டி சாவதானமாகப் போய்க்கொண்டிருந்தது. சாயா, காபி மீதான பயங்கரச் சண்டையை மறந்து உள்ளம் நிரம்பிய ஆனந்தத்துடன் கேசவன் நாயர் சாராம்மாவை மெல்ல அழைத்தான்.

'நறுமணமே, தேனே, தங்கமே . . .'

சாராம்மா நெருங்கி உட்கார்ந்து கேட்டாள்: 'என்னா ஆகாசமிட்டாயோட அச்சா?'

'பிரியமான மதுரசுந்தர நறுமண நிலாவெளிச்சமே!'

சாராம்மா கேசவன் நாயரைக் கிள்ளினாள்.

கேசவன் நாயர் சொன்னான்: 'அடிச்சு உன்னோட விலாவை நொறுக்குவேன்.'

சாராம்மாவின் கண்கள் ததும்பின. பெண்ணல்லவா, கண்ணீருக்கு ஏதாவது பஞ்சம் உண்டா? சும்மா அவள் குடுகுடாவென்று அழுதாள். அதைப் பார்த்ததும் ஆணாகிய கேசவன் நாயரின் இதயம் நொந்தது. அவன் அவள் கண்களில் முத்தமிட்டான்.

'வேண்டாம் என்னைத் தொட வேண்டாம்' என்றாள் சாராம்மா.

'என்ன காரணம்?'

'நான் இத்தனை தியாகம் செஞ்சுட்டும் எங்கிட்ட இப்படித்தானே நடந்துக்கிறீங்க?'

'என்ன நடத்தை? என்ன தியாகம்?'

'நான் என்னோட பிரியமான அப்பச்சனையும் சின்னம்மாவையும் விட்டுட்டுக் கூடவரலையா?'

'வர்றே, அதுக்கு?'

'எனக்காகக் காபி குடிக்கக்கூட . . . எனக்காக ஒரு துக்கிணி யூண்டு தியாகம் செய்யக்கூட . . .'

கேசவன் நாயர் எதுவும் பேசவில்லை. அவன் உலகத்தில் உருவானவர்களும் இருப்பவர்களும் உருவாகப்போகிறவர் களுமான எல்லாப் பெண்களையும் நினைத்துப் பார்த்தான். ஃபுல்ட்டுஷூகள்.

'எனக்காக ஒரு இணுக்குத் தியாகங்கூடச் செய்யா . . .' என்று சாராம்மா தொடர்ந்தாள். 'அப்படியிருந்துட்டு இப்போ என்னை அடிச்சு விலாவை நொறுக்கப் போறாராம்.'

'தியாகமயீ, அடியே, ஆகாசமிட்டாயின் அம்மாவே.'

'என்னவாம்?'

'இன்னைக்கு நாம ரெஜிஸ்டர் கல்யாணம் செய்துகிட்டு வெளிப்படையா ஃபர்ஸ்ட் கிளாஸ் கணவனும் மனைவியுமா ஆகிறோம். சம்மதந்தானே?'

சாராம்மா பேசவில்லை.

கேசவன் நாயர் சாராம்மாவின் தொடையில் மிக மெதுவாக ஒருமுறை பயங்கரமாகக் கிள்ளிவிட்டு மீண்டும் கேட்டான்:

'எடீ, சம்மதமா?'

'ஆமான்னுதான் சொன்னேனே? மௌனம் சம்மதம்.'

'உனக்கு மூணு காரியங்களிலே பரிபூரண சுதந்திரம் இருக்கும்.'

'வெறும் சில்லுண்டியான மூணு காரியங்கள்லயா?'

'ஆமாம். சாப்பாடு, துணி, விசுவாசம்.'

'அப்ப நம்ம வீட்ல ரெண்டு அடுக்களை இருக்குமா?'

'ஒரேயொரு நுணுங்கு அடுக்களை.'

'ரண்டு தினுசு ஆகாரம் நான் சமைக்கணுமா?'

'ஒரேயொரு தினுசு.'

'யாரோட இஷ்டப்படி சமைக்கணும்?'

'என்னோட சமையல்காரி இஷ்டப்படி.'

அவள் புன்னகைத்தாள்.

‘அது நியாயம். நான் காலைலே காபிதான் போடுவேன்.’

‘ஓ . . . நான் அதைக் குடிச்சுட்டு வெளியேபோய் சாயா குடிப்பேன்.’

‘நான் சம்மதிக்கமாட்டேன். கிடைக்கிற சம்பளம் முழுசையும் முழுசையும் என்கிட்ட என்கிட்ட குடுத்துடணும்.’

‘பிரியப்பட்ட அடியே, நான் எப்படி சாயா குடிப்பேன்?’

‘தியாகம் பண்ணுங்க. நான் என்னவெல்லாம் தியாகம் செஞ்சிருக்கேன்.’

‘நான் சாராம்மாவுக்காகத் தலைகீழா நின்னதோ?’

‘ஓ. அது பெரிய தியாகமா என்ன? காதலுக்காக மகா சாம்ராஜ்யங்களைத் துறந்தவங்க இல்லையா? முதலைங்க கூட யுத்தம் செஞ்சவங்க இல்லையா?’

‘பிரியப்பட்ட மாயாமோகினி, அடியே, மதுரசுந்தர நறுமண நிலாவெளிச்சமே! அதெல்லாம் சாதாரணம். நான் வேணும்னா சாய்வு நாற்காலியில் உட்கார்ந்துகிட்டே பத்து மகா சாம்ராஜ்யங்களைத் துறக்கிறேன். ஆயிரம் முதலைங்ககூட யுத்தம் செய்கிறேன். ஆனால், காதலிக்காக ஒரு தடவையாவது தலைகீழா நிக்கறது. இப்படி யாருடி செஞ்சிருக்காங்க? இதை வெல்லக்கூடிய மகா தியாகம் பிரபஞ்ச சரித்திரத்திலே பார்க்க முடியுமா? இந்தக் கேசவன் நாயர் சாராம்மா முன்னாலே தலைகீழா நின்னான். இதைவிட உசிரான தியாகம் எது பெண்ணே?’

‘ஆகாசமிட்டாயோட அச்சா?’

‘என்னாடி பெண்ணே?’

‘சொல்றேன்.’

அவள் குனிந்து கேசவன் நாயரின் இரு பாதங்களிலும் முத்தமிட்டாள். கேசவன் நாயர் அவளை எழுப்பி நிறுத்திக் கட்டியணைத்தான். ஓடும் புகைவண்டியில் யார் பார்க்க?

அவள் கேசவன் நாயரின் கோட்டுப் பாக்கெட்டில் கை விட்டாள்.

அவன் கேட்டான்: ‘மதுரசுந்தர நறுமண நிலாவெளிச்சம் எதைத் தேடுது?’

‘நான் குடுத்த கவரை.’

‘காதல் கடிதத்தையா? ஐயோ, நான் அதைப் படிக்கவேயில்லையே?’

கேசவன் நாயர் உறையை எடுத்துப் பிரித்தான். காகிதங்களை எடுத்து ஆச்சரியத்தில் ஸ்தம்பித்துப் பார்த்துக்கொண்டிருந்தான். நோட்டுகள் . . . நோட்டுகள் . . . நோட்டுகளின் பெருக்கம்.

அவன் எண்ணினான். ஆயிரத்துத் தொண்ணூற்றியொன்பது ரூபாய்க்கான நோட்டுகள்.

‘இதிலிருந்து ஒரு வாட்சும் மோதிரமும் வாங்கிக்கோங்க, சரியா?’

பணத்தைப் பார்த்ததும் கேசவன் நாயருக்குச் சந்தோஷம் தோன்றியது என்றாலும் காதல் கடிதத்தை வாசிக்கத்தான் பரபரத்தான். அவன் கேட்டான்.

‘மத்தது எங்கே?’

‘மத்ததா?’

‘காதல் கடிதம்.’

‘ஓ. வாசிக்க அவசரமாக்கும்?’

‘சும்மா பார்க்கிறதுக்குத்தாண்டி தங்கப் பளிங்கே.’

‘அப்படீன்னா, பார்த்துக்கோங்க’ அவள் தெளிந்த மென்னகையுடன் கேசவன் நாயரைப் பார்த்தாள். ‘பார்த்துட்டீங்களா,நானே காதல்கடிதம்.நானே இளைஞனாகிறேன். நானே இளைஞியாகிறேன். நானே காதல் கடிதமாகிறேன்.’

கேசவன் நாயருக்கு அது மிகவும் பிடித்தது.

‘நீயும் நானும்.’

‘ஸ்டைல். மத்தது எங்கே, காட்டு.’

அவள் பாடீஸுக்குள்ளிருந்து நெடுங்காலம் வியர்வையில் ஊறிய புராதனமான காகிதத்தை எடுத்துக் கேசவன் நாயரிடம் கொடுத்தாள். அவன் அதைப் பிரித்து வெளிச்சத்தில் பிடித்தான். முன்பு எப்போதோ பார்த்த விலைமதிப்பில்லாத கடிதம். அவன் அதைப் படிக்கத் தொடங்கியபோது அவள் அவனுடைய கழுத்தைக் கைகளால் கட்டிக்கொண்டு முத்தமிட்டபடியே நின்றாள். பிறகு சொன்னாள்: ‘வாழ்க்கை இளமைச் சூட்டுடனும், இதயம் காதலின் அழகுமணத்துடனும் இருக்கும் இந்தக் கிடைத்தற்கரிய காலகட்டத்தில் – சொன்னேனில்லையா – நாமே நம் காதல் கடிதம்.’

'அடியே பெண்பிள்ளாய், புரிஞ்சுது, உறைச்சுது. காது கேட்க விடு.'

'கேட்க விடமாட்டேன்.' அவள் அவனை இறுக அணைத்துக் கொண்டாள். அவனுடைய கழுத்திலும் மற்ற இடங்களிலும் முத்தமிட்டுக்கொண்டிருந்தாள். புகைவண்டி அதிஉற்சாகமான பலத்தபலத்த சீழ்க்கையொலியுடன் பாய்ந்துகொண்டிருக்கிறது. சாராம்மா தன்னுடைய பாடீஸுக்குள்ளேயிருந்து எடுத்துக் கொடுத்த காகிதத்தைக் கேசவன் நாயர் சிரமப்பட்டு வாசித்தான்:

பிரியப்பட்ட சாராம்மா,

வாழ்க்கை இளமைச் சூட்டுடனும், இதயம் காதலின் அழகுமணத்துடனும் இருக்கும் இந்தக் கிடைத்தற்கரிய காலகட்டத்தை என் அன்புத் தோழியே எப்படிச் செலவிடுகிறாய்?

நானோ என் வாழ்க்கையின் ஒவ்வொரு நொடியையும் சாராம்மா மீதுள்ள காதலில் கழிக்கிறேன். சாராம்மா என்ன செய்கிறாய்?

ஆழமாக யோசித்து இனிமை நிறைந்த பதிலால் என்னை அனுக்கிரகிக்கும்படி வேண்டிக்கொண்டு.

சாராம்மாவின்
கேசவன் நாயர்

மங்களம்!

சுபம்.

1943
தமிழில்: சுகுமாரன்

பால்யகால சகி

ஒன்று

சிறுவயதிலிருந்தே சுகறாவும் மஜீதும் நண்பர்கள். ஆனால் அவர்களது நட்புக்குள்ளிருந்த அசாதாரணமான விஷயம், அவர்கள் நண்பர்களாவதற்கு முன் பரம வைரிகளாக இருந்தார்கள் என்பது. விரோதத்திற்கான காரணம் என்ன? அவர்கள் பக்கத்து வீட்டுக்காரர்கள். அந்த இரண்டு குடும்பங்களும் பரஸ்பரம் அன்புடன்தானிருந்தன. ஆனால், சுகறாவும் மஜீதும் எதிரிகள். சுகறாவுக்கு வயது ஏழு. மஜீதுக்கு ஒன்பது. அவர்கள், ஒருவரையொருவர் பழித்துக்காட்டுவதையும் பயமுறுத்த முயற்சி செய்வதையும் வழக்கமாகக்கொண்டிருந்தார்கள்.

அப்படியாக இருக்கும்போது மாம்பழக் காலம் வந்தது. சுகறாவின் வீட்டுக்குப் பக்கத்தில் நிற்கும் மாமரத்திலிருந்து மாம்பழங்கள் பழுத்து விழத்தொடங்கின. அதில் எதுவுமே அவளுக்குக் கிடைப்பதில்லை. மாம்பழம் விழும் சத்தம் கேட்டு அவள் ஓடிப்போகும்போது அதை மஜீது எடுத்துக் கடித்துத் தின்றுகொண்டிருப்பதைத்தான் பார்ப்பாள். அவன் அவளுக்குக் கொடுப்பதே இல்லை. தருவதாகப் பாவிப்பதும்கூடக் கடித்த மிச்சத்தைத்தான். அதை வாங்குவதற்காக அவள் கையை நீட்டினால், "இன்னா முட்டெக் கடிச்சுக்கோ" என்று சொல்லி முழங்கை மூட்டை அவளது முகத்துக்கு நேரே நீட்டிக் கொடுப்பான். பிறகு, அவளைக் காணும்போதெல்லாம் பயங்காட்டுவான், கண்களை உருட்டியும் நாக்கை வெளியே தள்ளியும்.

சுகறா இதற்கெல்லாம் பயப்படுவதில்லை. அவளும் பதிலுக்குப் பயமுறுத்துவாள். ஆனால், மாம்பழ விஷயத்தில் மட்டும் எப்போதுமே தோல்விதான். அவளுக்கு மட்டும் ஏன் மாம்பழம் கிடைப்பதில்லை? காற்றடிக்கும் போதும் அடிக்காதபோதும் சுகறா எதிர்பார்ப்புடன் மாமரத்தின் கீழேயே நின்றுகொண்டிருப்பாள். எதுவுமே விழாது. ஒரு இலைகூட விழாது. நன்றாகப் பழுத்த மாம்பழங்கள் குலை குலையாக மரத்தில் இருப்பது அவளுக்குத் தெரியும். விழாதென்றால் ஏறிப் பறிக்க வேண்டும். ஆனால், மரத்தில் நிறைய ¹முசுறு எறும்புகள் உண்டு. கடித்துக் கொன்றே விடும். அந்தப் பெரிய கடியெறும்புகள் இல்லை யென்றாலும்கூட மரத்தில் ஏறுவதென்பது சுகறாவால் செய்ய முடிகிற விஷயமா என்ன? அவள் பெண்ணாகப் பிறந்தவள் அல்லவா?

ஒருநாள், வாயில் நீர் சுரக்க அவள் அப்படியே நிற்கும் போது கிளைகளில் தட்டுப்பட்டு ஏதோ ஒன்று டப்பென்று விழுந்தது.

ஹை! சுகறா ஓடினாள். அதை மகிழ்ச்சியுடன் குனிந்தெடுக்கப் போனாள். ஆனால், வெட்கமாகப் போய்விட்டது. அது ஒரு ²கொச்சங்காய். தனக்கு நேர்ந்த அவமானத்தை யாராவது பார்த்திருப்பார்களா? இல்லை! யாரும் பார்க்கவில்லை! இருந்தாலும், மாமரத்திலிருந்து எப்படி கொச்சங்காய் விழும்? அவள் சுற்று முற்றும் பார்த்தாள். சரிதான்! அவளுக்கு நடுக்கம் வந்தது. அவன்தான்.

மஜீது வெற்றிக் களிப்புடன் அர்த்தமில்லாத ஒரு சத்தம் கொடுத்தான். ஜூக்ஜூகு! ஜூக்ஜூகு! பிறகு, மரத்தடிக்கு வந்தான். அது மட்டுமல்ல, கண்களை பயங்கரமாக உருட்டிக் காட்டினான். நாக்கை முடிந்தவரை வெளியே தள்ளினான். உக்கிரரூபம்.

இதைக் கண்டதுமே பெண்கள் பயந்தரண்டுபோய் "எம்மோ..." என்று அலறி விளித்தபடியே ஓடிவிடுவார்கள். நிறையபேர் ஓடியுமிருக்கிறார்கள். ஆனால், சுகறா ஓடவில்லை. மட்டுமா? தலையைச் சரித்து, நாக்கைத் துருத்தி, கண்ணை உருட்டியபடி அவளும் அப்படியே நிற்கிறாள்.

மஜீதுக்குக் கோபம் வந்தது. வயதில் பெரிய ஒரு பையனை ஒரு பொடிப் பெண்ணு பயங்காட்ட நினைப்பதா? அவன் நெருங்கி வந்தான். அவனது கண்கள் விரிந்து கூர்மையடைந்தன.

---

1 சிவப்பு எறும்பு
2 தேங்காய்க்குரும்பை

புருவங்கள் மேலே உயர்ந்தன. மூக்கின் இருதுவாரங்களும் விரிந்தன. முழக்கம்போல் 'ஜும்' என்றொரு சத்தம் கொடுத்தான்.

அவள் பயந்து ஓடிவிடவில்லை. புருவக்கொடிகளை உயர்த்தி கண்களைத் துருத்தி, மூக்கை விடர்த்தி அவளும் சொன்னாள்:

"ஜும்"

மஜீது ஸ்தம்பித்துவிட்டான். இத்தனூண்டு ஒரு பெண்ணு, வீடு வீடாக நடந்து பாக்குகளை வாங்கி, மூட்டைக் கட்டி, சுமந்து கொண்டுபோய் விற்கும் வெறுமொரு பாக்கு வியாபாரியின் மகள், அவள் ஏன் பணக்காரனான, மர வியாபாரியின் மகனுக்குப் பயப்படமாட்டேன் என்கிறாள்? ஒரு பெண் எப்படியிருந்தாலும் ஆணுக்குப் பயப்படவேண்டியவள்தானே? மஜீது பக்கத்தில் நெருங்கி நின்றான். ஒரு எள்ளளவுகூட அவள் விலகவில்லை.

மஜீதின் சுயமரியாதைக்குப் பங்கமேற்பட்டது. அவனுக்குப் பயங்கரமாகக் கோபம் வந்தது. அப்பிடியா விஷயம், இரு!

"உம்பேரென்னடீ?" அவன் அவளது கையைப் பிடித்துக் கொண்டு கௌரவத்துடன் கேட்டான். அவளது பெயர் அவனுக்கு தெரியாமல் இல்லை; இருந்தாலும் ஏதாவது கேட்க வேண்டாமா? ஆணில்லையா?

இதெல்லாமே, இப்போதே உன்னை உண்டு, இல்லையென்று செய்து விடுகிறேன் பார், என்பதுபோல்தான். சுகறாவின் அரிசிப் பற்களும் உறுதியான பத்து நகங்களும் குறுகுறுத்தன. என்ன செய்வதென்று ஒரு நிமிடம் அவளுக்கு எதுவும் தோன்றவில்லை. அவனது புறங்கையைக் கடித்துப் பிய்த்துவிடவா? அல்லது முகத்தைப் பிராய்ந்துக் கீறி வைக்கவா? உம்பெரென்னடீ யாமே? அவளுடைய வாப்பாவோ உம்மாவோகூட அவளை எடீ என கூப்பிட்டதில்லை. ஆனால், இந்த பழிப்புக் காட்டுகிறவன், மாம்பழம் தராதவன், கை மூட்டைக் கடித்துத் தின்னச் சொல்கிற அசிங்கம் பிடித்த பையன் மட்டும் ஏன் இப்படி கூப்பிடுகிறான்? அவள் கோபத்துடன் முன்னால் நகர்ந்து இடது கையிலுள்ள பாறைபோன்று இறுகிய நகங்களால் மஜீதின் வலது முழங்கையில் பலமாக ஒரு முறை பிராய்ந்து வைத்தாள்.

எரிசிரட்டையால் பிராய்ந்து வைத்ததுபோல் மஜீது துடி துடித்துப் போய், பிடியை விட்டு விட்டு "எம்மோ" என்று அலறிவிட்டான். இதை அவன் எதிர்பார்க்கவே இல்லை. இருந்தாலும், பதிலுக்குப் பிராய்ந்துவிடத் தோன்றியது. ஆனால், அவன் ஏற்கெனவே நகங்களைக் கடித்துப் பிய்த்துவிட்டிருந்தான். மிச்சமிருப்பது அடியோ, கடியோதான். ஆனால் அவளும்

பதிலுக்குச் செய்துவிடுவாள்போல் தோன்றியது . . . ஒரு பெண், எதுவானாலும் பிராய்ந்துவிட்டாள். இனி அவள் அடித்தும் விட்டாள் என்று உலகத்துக்குத் தெரிந்தால் பெரிய கேவல மல்லவா? அவன் எதுவும் செய்யாமல் அப்படியே இளித்தபடி நின்றான்.

சுகறா அவனைப் பார்த்துப் பல்லிளித்துக் காட்டினாள். மஜீது அசைந்து கொடுக்கவில்லை. அவள் முகத்தைக் கோணலாக்கிக் காட்டிக்கொண்டே மஜீதைப் பரிகாசம் செய்தாள்.

"எம்மோ..."

மஜீது அதற்கும் அசைந்து கொடுக்கவில்லை. அவனுக்கு ஏற்பட்ட அவமானத்தை மாற்றுவதுபோல் உடனே ஏதாவது சொல்லியாக வேண்டும். இதில் சுகறா எப்படியும் தோற்க வேண்டும் என்று நினைத்தான். ஆணல்லவா . . ? இருந்தாலும் . . . என்ன சொல்லலாம்? ஏதாவது அழுத்தமுள்ளதாக இருக்க வேண்டும். ஆனால், எதுவுமே தோன்றவில்லை. அவன் தேடிப் பார்த்தான். வாழைத் தோட்டத்தினிடையில் வைக்கோல் வேய்ந்ததும் களிமண் பூசப்பட்டதுமான சுகறாவின் வீட்டையும் தென்னை மரங்களுக்கிடையே ஓடு போட்டதும் வெள்ளை பூசப்பட்டதுமான தனது வீட்டையும் கண்டபோது அவனுக்கு ஒரு யோசனை தோன்றியது. சுகறா வெட்கப்பட்டு கூசிப்போகும் விதமாக அவன் சொன்னான்:

"எங்க வீடு ஓடுபோட்டதாக்குமே!"

அவ்வளவு பெருமைப்பட அதிலென்ன இருக்கிறது? அவளுடைய வீடு வைக்கோல் வேய்ந்ததும் களிமண் பூசியதும் தான். ஆனால், அதிலென்ன குறை இருக்கிறது? அவள் திரும்பவும் முகத்தைக் கோணலாகக் காட்டி பரிகசித்தாள்:

"எம்மோ!"

இதற்கு மஜீது வேறொரு பதில் சொன்னான். சுகறாவின் வாப்பா வெறும் பாக்கு வியாபாரியல்லவா – மஜீதின் வாப்பா பெரிய மர வியாபாரியும் பணக்காரனும். அதிலும் பெருமைப்பட எதுவுமிருப்பதாக சுகறா நினைக்கவில்லை. மஜீது என சொல்லப்படும் ஒரு அற்ப உயிர் தன் பக்கத்தில் நிற்பதாகக்கூட காட்டிக் கொள்ளாமல் அவள் மாமரத்தின் கிளைகளையே பார்த்துக் கொண்டு நின்றாள்.

மஜீதுக்கு அழுகைக்கான அறிகுறிகள் தோன்றின. தோல்வி, அவமானம் எல்லாம் சேர்ந்து அவனை வதைத்தன. அவனுக்கு

ஒரு கழுதையைப் போல் 'பே' என்று கத்தி அழத் தோன்றியது. அழுதால் மனதுக்கு இதமாக இருக்கும். ஆனால், உடனே அவனுக்கு ஒரு யோசனை உதித்தது. வேறு யாராலும் முடியாத ஒரு விஷயம் அவனுக்குத் தெரியுமென்றும் அதன் மூலம் சுகறாவை இந்த இடத்தில் தோற்கடித்துவிட முடியுமென்றும் பாவித்தபடி ஆகாயமும் பூமியும் அறியும்படியாக அவன் கம்பீரமாக அறிவித்தான்:

"எனக்கு மாங்காமரத்துலெ ஏறத்தெரியுமே."

சுகறாவின் கண்கள் அசைவற்று நின்றுபோயின. மாமரத்தில் ஏறத்தெரியும். அது ஒரு பெரிய திறமைதானே? அவள் ஸ்தம்பித்து நின்றாள். அவன் மரத்திலேறி மாம்பழம் பறித்தால் அவளுக்குக் கொடுப்பானா? கொடுக்காமலிருந்தால் .. ? அவள் முதலிலேயே உரிமையை நிலைநாட்டிக்கொள்ள முடிவு செய்தாள். கைக் கெட்டும் தூரத்திலுள்ள இரண்டு பெரிய மாம்பழங்களை சுட்டிக் காட்டிக் கௌரவத்துடன் சொன்னாள்:

"பயலே, அந்த ரெண்டு பெரிய மாம்பழத்தையும் மொதல்லெ பாத்தது நானாக்கும்."

மஜீது பதில் பேசவில்லை.

அவன் ஏன் எதுவும் பேசவில்லை? எறும்புகளைக் கண்டு பயந்திருப்பானோ? அவள் சொன்னாள்:

"ஓ . . ! முசுறு கடிக்குமே."

சுகறாவின் பேச்சு, தோரணை எதுவுமே மஜீதுக்குப் பிடிக்க வில்லை. அவனுக்கும் கோபம் கோபமாக வந்தது. முசுறாமே? முசுறு மட்டுமல்ல, கருந்தேள்கள் பற்றிப் படர்ந்து கிடந்தாலும் அவன் ஏறுவான். பெரியது இரண்டையும் முதலில் அவள் பார்த்து வைத்திருக்கிறாளாம், அப்படியா விஷயம்? மஜீது வேட்டியை மடித்துக் கட்டி, தார் பாய்ச்சி, மரத்தைப் பற்றிப் பிடித்து ஏறினான். நெஞ்சில் பல இடத்தில் தோல் உராய்ந்து போனபிறகும், முசுறு எறும்புகள் உடலைப் பொதிந்தேறி கடித்த பிறகும் சுகறா பார்த்து வைத்திருந்த இரண்டு மாம்பழங்களையும் பறித்துக்கொண்டு வெற்றி வீரனாக கீழே இறங்கினான்.

சுகறா ஓடி வந்தாள். ஆசை! பதற்றம்! அவள் கையை நீட்டினாள்.

"தா, பயலே எனக்கு, நான் பாத்து வச்சிருந்ததுலா?"

மஜீது பரிகாசத்துடன் பார்த்தான்.

“பெண்ணோட ஆசையைப் பாரு.” அவன் நடந்தான். மாம்பழங்களை முகர்ந்துப் பார்த்து தனக்குத்தானே அபிப்ராயமும் சொல்லிக்கொண்டான்.

“அய்யடா, நல்ல வாசம்.”

சுகறாவுக்கு கோபம் வந்தது. அவள் மனம் புகைந்தாள். அவளுடைய மனதில் . . . ஓ . . . அவளுக்குக் கண்ணீர் முட்டிக் கொண்டு வெளிவந்தது. அவள் ஏங்கியேங்கி அழுதாள்.

மஜீது திரும்பி வந்தான். அவனது முக்கியத்துவத்தை ஸ்தாபிப்பதற்கு இதுவொரு நல்ல சந்தர்ப்பம். அவன் மாம் பழத்தை அவளிடம் நீட்டினான். ஆசையாக இருந்தபோதும் அவள் அதை வாங்கவில்லை. மஜீது இரண்டு மாம்பழங்களையும் அவளின் எதிரில் கீழே வைத்தான். அவள் எடுக்கவில்லை. அவளால் நம்பவே முடியவில்லை. இவ்வளவு நல்லவனா? அவளுக்கு நம்பிக்கை வரவில்லை. இரண்டு கைகளையும் பின்புறமாகக் கட்டிக் கொண்டாள், கண்ணீர் விட்டபடியே சுகறா அப்படியே நின்றாள்.

மஜீது இதமாகச் சொன்னான்:

“வேணும்னா இன்னும் பறிச்சுத் தர்றேன்.”

சுகறாவின் இருதயம் உருகிவிட்டது. அவளுக்குத் தேவைப்பட்டால் இன்னும் பறித்துத் தருவானாம். தியாகி, வீரன். எவ்வளவு நல்ல பையன். அவனை பிராய்ந்து வைத்தது சரியா? மிகவும் அடக்கவொடுக்கத்துடன் அவளும் தியாகத்துக்குத் தயாரானாள். பிறகு, மெதுவாகச் சொன்னாள்:

“எனக்கு ஒண்ணு போதும்.”

அந்த நல்லவனான அலட்சியமாகச் சொன்னான்:

“எல்லாத்தையும் எடுத்துக்க பெண்ணே.”

“எனக்கு ஒண்ணு போதும்.”

அவள் ஒன்றை எடுத்து மஜீதிடம் நீட்டினாள். அவன் வேண்டாமென்று சொன்னான். அவள் நிர்ப்பந்தம் செய்தாள். வாங்கவில்லையென்றால் எனக்கு அழுகை வருமென்று சொன்னாள்.

மஜீது வாங்கினான். மாம்பழத்தைக் கடித்துத் தின்று சாறு நெஞ்சில் வடிந்தபோதுதான் மஜீதின் உடம்பெங்கும் முசுறு கடித்துப் பிடித்திருப்பதை சுகறா பார்த்தாள். அவளுக்கு வருத்தமாக இருந்தது. அவனுடன் ஒட்டி நின்று எறும்புகளை

மெதுவாக நுள்ளியெடுத்துக் கீழே போட்டாள். அவளுடைய நகங்கள் பட்டதுமே அவனுக்கு உடல் கூசியது.

பிறகு, அன்று அவள் மஜீதை மறுபடியும் பிராய்ந்துவிட வில்லையென்றாலும் ரொம்ப காலமாகவே அவள் அவனை நுள்ளவும் பிராய்ந்துவிடவும் செய்ததுண்டு. அவள், "பறண்டி வச்சிருவேன்" என்று சொன்னாலே மஜீது பயந்து நடுங்கி விடுவான். அவளது கூர்மை மிகுந்த ஆயுதமான அந்த நகங்களை மஜீது தந்திரமாகவும் அவளுடைய சம்மதத்தின் பேரிலும்தான் வெட்டிவிட்டது.

O

இரண்டு

ஒரு நாள் காலையில் சுகறாவும் மஜீதும் சேர்ந்து அக்கம்பக்கங்களிலிருந்தெல்லாம் பூச்செடிக் கம்புகளை சேகரித்துக் கொண்டு வந்தார்கள், மஜீதின் வீட்டு முற்றத்தின் ஓரமாக ஒரு தோட்டம் போடுவதற்காக. செடிக் கம்புகளை சுகறாதான் சுமந்துகொண்டு வந்தாள். மஜீது முன்னால் கௌரவத்துடன் நடந்து வந்தான். ஆணல்லவா?

அவனது கையில் விரித்துப்பிடித்த ஒரு மடக்குக்கத்தி இருந்தது. வருங்காலத்தில் தான் செய்யவிருக்கும் பெரிய பெரிய காரியங்களைப் பற்றி மஜீது சொல்லிக்கொண்டிருந்தான். எல்லாவற்றிற்கும் உம் கொட்டியபடியே மகிழ்ச்சியைத் தெரிவிக்கவும் ஆச்சரியப்படவும் மட்டுமே சுகறாவால் முடிந்தது. மஜீதின் கனவுகள் அற்புதமானவை. தங்க ஒளியில் மூழ்கிக்கிடக்கும் ஒரு அழகிய உலகம். அதன் ஏகபோக அதிபதியான சுல்தான், மஜீதாக இருந்தாலும் அதன் பட்டத்து ராணி சுகறாதான். அதை மறுக்க முடியாது. அவளுக்கு அழுகைவரும். அதைத்தொடர்ந்து நகங்கள் நீளும். பிறகு, மஜீதின் உடலில் எரிச்சல் ஆரம்பித்து விடும். இப்படி எதுவும் ஆகிவிடாமலிருப்பதற்காக மஜீது எப்போதும் கவனமாகவே பேசுவான். இருந்தாலும் சில நேரங்களில் மறந்துவிடுவாள்.

மஜீது, கற்பனைகளின் அடிமை. வாப்பா சொல்லக்கேட்ட அரபிக் கதைகளில் வருவதுபோல் அதி உன்னதமான ஒரு மணிமாளிகையை அவன் கட்டுவான். அதன் சுவர்கள் முழுக்க தங்கம். தனி மரகதக்கற்கள் பாவப்பட்ட திண்ணை. அதன்

மேல்கூரை என்னவாக இருக்கும்? கற்பனையில் எதுவும் தெளிவாக இல்லை. அவ்வப்போது சுகறா உம் கொட்டாததால்தானே இப்படி? அவள் உம் கொட்டியிருந்தால் அடுத்த நொடியிலேயே தோன்றியிருக்குமே?

"சொகறா."

"என்ன மஜீதே?"

"நீ ஏண்டி உம்முண்டு கேக்கல்ல?"

"நான் உம்முண்டு கேட்டனே. பெறகு ஏன் என்னெ நீ, டீன்னு சொன்னே?"

அவள் கோபத்துடன் முன்னால் வந்தாள். பிராண்டல் ஏற்ற மஜீது துடிதுடித்துப் போனான். அவன் மடக்குக்கத்தியுடன் திரும்பினான் . . . அவள் நகங்கள் பத்தையும் நீட்டி, கண்களைத் துருத்தி மஜீதை எச்சரித்தாள்.

"இன்னும் பறண்டுவேன்."

பழைய பிராண்டல்களும் நுள்ளிவைத்த நினைவுகளும் வந்து மஜீதின் இரத்தத்தை உறைய வைத்தன. நகங்களுடன் கூடிய சுகறா ஒரு பயங்கரி. அவளுக்கு நகங்கள் மட்டும் இல்லாமலிருந்திருந்தால்? ஆனால், பழங்காலம் தொட்டே அவளுக்கு நகங்கள் இருக்கின்றன. அதை உபயோகிப்பதில் அவளுக்கு எந்தத் தயக்கமும் கிடையாது. இந்த நிலைமையில் அவளை மேலும் கோபப்படுத்துவது சரியா? இப்போது எந்தக் காரணமுமே இல்லாமல்தான் அவள் பிராய்ந்தாள் என்ற பாவனையுடன் அப்பாவியாக முகத்தை வைத்துக்கொண்டு மஜீது கேட்டான்:

"சொகறா எதுக்கு என்னெப் பறண்டுனே?"

"என்னெ இந்தப் பயலு டீன்னு கூப்பிட்டதோ?"

மஜீது ஆச்சரியப்படுவதுபோல் நடித்தான்.

"எப்போ? நான் அப்பிடி கூப்பிடவே இல்லியே? சொகறா கனவு கண்டிருப்பே."

மஜீது நிற்கும் நிலையையும் அவனது பாவனையையும் கண்டபோது சுகறாவின் மனம் கரைந்தது. உண்மையிலேயே மஜீது எடீ என்று கூப்பிட்டானா? ஒருவேளை நமக்குத்தான் அப்படித் தோன்றியிருக்குமோ? அப்படியென்றால் அவனை பிராய்ந்தது பெரிய தவறாகப் போய்விட்டது. சிவந்து தடித்த நான்கு நகத்தடங்கள். இது அவளுடைய கடின மனதின் அடையாளங்களல்லவா?

சுகறாவின் கண்கள் நிறைந்தன.

மஜீது அதைக் கவனித்ததுபோல் காட்டிக்கொள்ளாமல் மரங்களுக்கிடையில் வெள்ளை மணல் நிறைந்த கிராமத்து வீதியில் நடந்தபடி தனக்குத்தானே பேசிக்கொண்டான்.

"நான் ஒண்ணுமே செய்யாம இருந்தாலும் வாப்பாவும் உம்மாவும் சும்மா சும்மா என்னெ அடிக்கவும் திட்டவும் செய்யுதாங்க. வேறே சிலரு சும்மா என்னெ பறண்டவும் நுள்ளவும் செய்யுதாங்க! சும்மா, அவுங்களுக்கு இது ஒரு சொகம். இனி நான் மரிச்சுப் போனா அவுங்க சொல்லுவாங்களா இருக்கும். அந்தப் பாவப்பட்ட மஜீது இருந்தான்னா ஒரு நுள்ளாவது குடுக்கலாமேன்னு."

இத்தனையும் முடிந்தபிறகு மஜீது அவள் கவனிக்காதபடி இலேசாக திரும்பிப் பார்த்தான். பேஷ்! சுகறாவின் கன்னங் களினூடே இரண்டு நீர்த்தடங்கள். அவனுக்கு மகிழ்ச்சியாக இருந்தது.

அவனுடைய மகிழ்ச்சியில் பங்கு வகிப்பதுபோல் இளம் சூரியன் குன்றின் உச்சியில் நின்று தனது பொற்கிரணங்களால் தாழ்வாரக் கிராமத்தை பொன்னொளியில் மூழ்கவைத்திருந்தான். குன்றின் பின்புறமிருந்து இரண்டாகப் பிரிந்து, குன்றையும் கிராமத்தையும் அரவணைத்தபடியே தூரத்தில் சென்று ஒன்றாகக் கலந்து தவழும் நதி, உருகியோடும் தங்கம்போல் . . . கிராமத்தின் நிசப்தத்தைக் கலைத்துப் போடும் பறவைகளின் ஒலிகளில் மஜீதின் காதுகளில் இனம்புரியாத ஆனந்தத்தின் எதிரொலி கேட்டது.

ஆனால், சுகறாவின் மனதில் மட்டும் மகிழ்ச்சி இல்லை. மன்னிக்கவே முடியாத ஒரு தவற்றைச் செய்துவிட்டாள். எந்தக் காரணமுமே இல்லாமல் அல்லவா அவள் மஜீதைப் பிராய்ந் திருக்கிறாள்? நினைக்கும்போதெல்லாம் மனம் பதைக்கிறது . . . சிவந்து தடித்த நான்கு தடங்கள் மஜீதின் முதுகில். அவளுடைய தவறை அழிப்பது எப்படி?

மஜீது சொல்லிக்கொண்டு வந்த தங்க மாளிகையை நினைவுபடுத்தி எதுவும் நடக்காததுபோல் சுகறா மெதுவாகக் கேட்டாள்:

"பெறகு அந்த மாளிகை?"

மஜீது பேசவில்லை. கொஞ்ச நேரத்திற்குப் பிறகு கேட்டான்:

"சொகறா உம்முண்டு கேக்குறியா?"

"கேக்குறேன்" என்று சொல்லிவிட்டு அதற்கு ஆதாரமாக மூன்று தடவை 'உம்' என்று சொல்லிக் காட்டினாள்.

"பெறகு என்ன தெரியுமா?" அவன் தொடர்ந்தான் "தங்க மாளிகை அந்த மலைக்கு மேலெ."

அப்படி அந்த மாளிகையில் நின்று கிராமத்தை முழுமையாகப் பார்க்கலாம். மட்டுமல்ல, இரண்டு நதிகள் ஒன்றாகச் சேர்ந்து ஒரு பெரிய நதியாகத் தவழ்ந்து செல்வதை நீண்ட தொலைவுவரைப் பார்க்கலாம். மஜீதும் சுகறாவும் கிராமத்திலுள்ள மற்ற சிறுவர் சிறுமிகளும் பல தடவை அந்தக் குன்றின் மீதேறிப் பார்த்திருக்கிறார்கள். அங்கே மஜீது உருவாக்கப் போகும் தங்க மாளிகை அற்புதமாகத்தானிருக்கும்.

"பெறகு?" அவள் மஜீதின் கற்பனையைக் கலைத்து, ஆர்வத்துடன் கேட்டாள்:

"அப்போ, தங்க மாளிகை ஒசரம் எவ்வளவு வரும்?"

உயரத்திற்கு வரையறைகள் இருக்கவா முடியும்? மஜீது சொன்னான்:

"நிறைய."

நிறைய என்ற சொல்வது எதுவரை என்று சுகறாவுக்குப் பிடிபடவில்லை. அவள் சுற்றிலும் பார்த்தாள். வாழை மரங்கள், தென்னை மரங்கள் எல்லாமே நிற்கின்றன. அவள் கேட்டாள்:

"வாழை மரம் ஒசரமா?"

"வாழை மரம்வரெ ஒசரத்துலெ."

அவனுக்கு அது பிடிக்கவில்லை. வாழை மரம் உயரத்தில் ஒரு தங்கமாளிகை.

"ஃப்பூ" என்று சொல்லிவிட்டு அவன் சுகறாவைப் பார்த்தான்.

அவள் கேட்டாள்:

"தென்னை ஒசரத்துலெ?"

இதையும் மஜீது பொருட்படுத்தவில்லையென்றதும் சுகறா வானத்தை நோக்கி முகத்தை உயர்த்தி சந்தேகத்துடன் கேட்டாள்:

"வானம்வரெ?"

"சரிதான்." மஜீது ஒப்புக்கொண்டான்.

"தங்கமாளிகை வானம்வரெ ஒசரத்துலெ."

அவளுக்கு மீண்டும் ஒரு சந்தேகம்.

“அதுலெ நீ மட்டுமா இருப்பே?”

“இல்லெ.” மஜீது அரபிக் கதைகளை நினைவுப்படுத்திக் கொண்டு சொன்னான்: “நானும் ஒரு ராஜகுமாரியும்.”

ராஜகுமாரி? அப்படி ஒருத்தி அந்த ஊரில் இல்லை. இருந்தாலும்...

“அந்தப் பெண்ணு யாரு?”

அது ஒரு ரகசியம் என்பதுபோல் மஜீது சொன்னான்:

“அதெல்லாம் உண்டு.”

இதைக் கேட்டதுமே சுகறாவின் முகத்திலிருந்த பிரகாசம் மங்கியது. அவளுக்குக் கோபமும் வருத்தமுமேற்பட்டன. அவள் செடிகளை கீழே போட்டாள். அவளது கண்கள் நிறைந்தொழுகின. அவள் சொன்னாள்:

“அந்த ராஜகுமாரியைக் கூப்பிட்டு இதை எடுக்கச் சொல்லு.”

மஜீது உத்தரவிட்டான்: “எடுத்துட்டு வா பெண்ணே.”

சுகறா வாய்விட்டு அழுதாள்.

“நான் எடுக்கமாட்டேன். ஒனக்க அவ, அந்த ராஜகுமாரியை வந்து எடுக்கச் சொல்லு”

அவளது நிலை மஜீதின் மனதை இளகச் செய்தது. அவளது பக்கத்தில் சென்று எதிரில் உட்கார்ந்தான்:

“சொகறாதான் என்...”

“ ?”

“ரா... ஜ... கு... மா... ரி...”

அவளது முகம் மலர்ந்தது.

“போ, பயலே”

“உம்மா சத்தியமா, உண்மைதான்.”

அவளுக்கு மகிழ்ச்சியாக இருந்தது. மஜீதும் சுகறாவும் அந்தத் தங்கமாளிகையில் சேர்ந்து வாழலாம். எவ்வளவு மகிழ்ச்சியாக இருக்கும். அவள் கண்ணீருடன், புன்சிரிப்புடன் அப்படியே நின்றாள். மஜீது அவளது நகத்தை வெட்டிவிட நினைத்தான்.

“விடு, பயலே.”

சாரல் மழையினூடே முழுநிலவு பிரகாசிப்பதுபோல் சுகறா கண்ணீருக்கு இடையில் புன்னகைப் பூத்தாள்.

“அதுக்குனு எனக்க நகத்தெ வெட்டவேண்டாம்.” அவள் உதடுகளைக் கூர்மையாக்கினாள். “பெறகு நீ ஏதாவது சொல்லும் போ எனக்குப் பறண்டணும்.”

“சொகறா, என்னெப் பறண்டுவியா ?”

“பறண்டுவேன். எப்பவும், எப்பவும் பறண்டுவேன்.”

அவள் பல்லைக் கடித்தாள். புருவக்கொடிகளை உயர்த்தி, பிராய்ந்து வைக்க வந்தாள்.

மஜீது நடுங்கி எழுந்தான்.

ஏதோ ஒரு பயங்கரமான தவற்றை நினைவுபடுத்துவது போல் மஜீது சொன்னான்:

“ராஜகுமாரி பறண்டக்கூடாது.”

ராஜகுமாரி பிராய்ந்து வைப்பதென்பது கொடும் பாவச் செயல். சந்தேகத்துடன் சுகறா கேட்டாள்:

“உம்மா சத்தியமா ?”

மஜீது சத்தியம் செய்தான்:

“உம்மா சத்தியமா, பறண்டக்கூடாது.”

அவள் பதறிப் போய் நின்றாள். ராஜகுமாரி பிராய்ந்து விடக் கூடாதென்றால் பிறகு நகங்கள் எதற்கு? பெரிய தியாகம் செய்வதுபோல் இரண்டு கைகளையும் நீட்டிக் கொடுத்தவாறு அவள் சம்மதம் தெரிவித்தாள்.

“அப்பிடின்னா இந்தா வெட்டிடு.”

மஜீது மகிழ்ச்சியுடன் சுகறாவின் எதிரில் அமர்ந்தான்.

பாறைபோல் கூராக நீண்டிருந்த பத்து நகங்களையும் வெட்டியெறிந்தான் மஜீது. பிறகு, அவர்கள் எழுந்து சென்று தோட்டம் அமைத்தார்கள். மஜீதின் வீட்டின் விசாலமான முற்றத்தின் மூன்று ஓரங்களிலும் அவன் சிறுசிறு குழிகள் தோண்டினான். அதில் சுகறா ஒவ்வொரு கம்பாக வைத்து குழியை மண்போட்டு நிரப்பி, தண்ணீர்விட்டாள். ஒரு விரியன், ஒரு மஞ்சள், ஒரு கோழி வாலன் என தோட்டம் நிரம்பியது. மூலையில் நட்டு வைத்தது ஒரு செம்பருத்திக் கம்பு. சுகறா அதை நட்டு வைக்கும்போது அதிலொரு சிவப்புப் பூவுமிருந்தது.

தினமும் காலையில் சுகறா மஜீதின் வீட்டுக்கு வந்து செடிகளுக்கு தண்ணீர் ஊற்றுவாள்.

ஒருநாள் சுகறாவின் உம்மா, சுகறாவிடம் விளையாட்டாகக் கேட்டாள்:

"எதுக்கு சொகறா, நீ கண்டவங்க வீட்டுச் செடிகளுக்கு நித்தமும் போயி வெள்ளம் ஊத்துறே?"

சுகறா சொன்னாள்:

"கண்டவங்க ஒண்ணுமில்லியே?"

அன்று சாயங்காலம் சொகறாவும் மஜீதும் முற்றத்தில் நின்றிருந்தார்கள். துளிர்த்து நின்ற செடிகளைச் சுட்டிக்காட்டி மஜீது சத்தமாகக் கேட்டான்:

"இதெல்லாம் சொகறாவோடதா?"

"அல்லாமெ பெறகு, உன்னோடதா?"

மஜீது கிண்டலாகச் சிரித்தான்.

"பெண்ணுக்கு ஆசை கொஞ்சங் கூடுதல்தான்."

அவளுக்குக் கோபம் வராமலிருக்குமா? அவள் பிராய்ந்தாள். போதுமான அளவுக்கு நகம் இல்லை. மஜீது சொன்னான்:

"இன்னும் கொஞ்சம் பறண்டு, எனக்கு நல்ல சொகம்மா இருக்கு."

சுகறா நகங்களைப் பார்த்துப் பார்த்து அழுதாள்.

"அப்பிடீன்னா நான் கடிப்பேன்."

அவள் மஜீதின் கையைக் கடிக்க வந்தாள். நிர்கதியில்லாத நிலையில் மஜீது குர்ஆன் மீது சத்தியம் செய்தான்.

"நுப்பது ஜுசுவுள்ள[1] முஸஹபு[2] மேலெ சத்தியமா ராஜ குமாரி கடிக்கக் கூடாது."

சுகறா கண்ணீர் விட்டபடியே கேட்டாள்:

"யாரையுமா?"

புன்சிரிப்போடு மஜீது சொன்னான்:

"யாரையுமே."

O

1 அத்தியாயம்

2 குர்ஆன்

மூன்று

சுகறா கணக்குப் பாடத்தில் கெட்டிக்காரியாக இருந்தாள். ஆசிரியர் அவளைப் புகழ்ந்துப் பேசுவதையும் மஜீதை அடிப்பதையும் வழக்கமாக வைத்திருந்தார். கணக்கைப் பொறுத்தவரை மஜீதுக்கு எப்போதுமே அங்கலாய்ப்புதான். எவ்வளவுதான் முயற்சிசெய்து பார்த்த பிறகும் ஒன்றுமே சரிவரவில்லை.

ஆசிரியர், மஜீதை "மட சிரோன்மணி" என்று குறிப்பிடுவார். ஆஜர் பட்டியல் நிரப்பும்போதுகூட இப்படித்தான் அழைப்பார். இதில் யாருக்கும் எந்த ஆட்சேபனையுமில்லை. மஜீது மடையன்தான். ஆகவே, அவன் மாணவர்களின் இடையிலிருந்து குரல் கொடுப்பான். "ஆஜே . . . ர்".

ஆசிரியர் ஒரு முறை மஜீதிடம் கேட்டார்: ஒண்ணும் ஒண்ணும் எத்தனைடா? ஒன்றும் ஒன்றும் இரண்டு எனும் விஷயம் உலகறிந்த உண்மையல்லவா? ஆனால், அதற்கு மஜீது சொன்ன அற்புதமான பதிலைக் கேட்டதும் ஆசிரியர் வாய்விட்டுச் சிரித்துவிட்டார். வகுப்பறை முழுவதுமே சிரித்தது. மஜீது சொன்ன பதில், பிறகு அவனது பட்டப்பெயராகவும் மாறிவிட்டது. அந்த பதிலைச் சொல்வதற்கு முன் மஜீது நிறைய யோசனை செய்தான். இரண்டு நதிகள் ஒன்றாகச் சேர்ந்து பெரிய ஒரு நதியாக ஓடுவதுபோல், இரண்டு ஒன்றுகள் ஒன்று சேர்ந்தால் சற்றுத் தடிமனான ஒரு பெரிய ஒன்றாக மாறிவிடுகிறது. அப்படியாகக் கணக்குப் பார்த்து பெருமையுடன் சொன்னான் மஜீது.

“கொஞ்சம் பெரிய ஒண்ணு.”

அப்படியாக கணித சாஸ்திரத்தில் ஒரு புதிய விதியைக் கண்டுபிடித்துச் சொன்னதற்காக ஆசிரியர், மஜீதை அன்று பெஞ்சின் மீது ஏற்றி நிறுத்தினார்.

“கொஞ்சம் பெரிய ஒண்ணு.” எல்லோரும் அவனைப் பார்த்துச் சிரித்தார்கள். இருந்தாலும் ஒன்றும் ஒன்றும் இரண்டு என்பதை மஜீது ஒப்புக்கொள்ளவில்லை. ஆகவே, அற்புதமான இந்த பதிலுக்கான பிரதிபலனாக மஜீதின் உள்ளங்கையில் ஆறு சுட்ட அடி கொடுத்துவிட்டு, எல்லா அடியையும் சேர்த்து சுமாரான, ஓரளவு பெரிய அடியாக நினைத்துக் கொள்ளும்படி சொல்லி வைத்தார் ஆசிரியர்.

அதற்குப் பிறகு சகமாணவர்கள் அவனைப் பார்க்கும் போதெல்லாம் தங்களுக்குள் சொல்லிக்கொள்வார்கள்:

“கொஞ்சம் பெரிய ஒண்ணு.”

இந்தப் பரிகாசமும் இதற்குக் காரணமாக அமைந்த விஷயங்களும் மஜீதை மிகவும் வேதனைப்படுத்தின. அவன் சொன்னது தான் சரியான உண்மை. ஆனால், ஏன் எல்லோரும் அதை ஒப்புக்கொள்ள மறுக்கிறார்கள்? ஒருவேளை தவறாக இருக்குமோ? மஜீது முழுமடையன்தானோ? தாங்கமுடியாத மன வேதனையுடன் சென்று உம்மாவிடம் பராதி சொன்னான் மஜீது. மாதா கனிவுடன் உபதேசம் செய்தாள், மனவேதனைகளை ஆண்டவனிடம் சொல்லும்படி.

“ரப்புல் ஆலமீனாய தம்புரான் யாரோட மனவேதனையையும் கேக்காம இருக்கமாட்டான் மவனே.”

அதன்படி அந்தப் பிஞ்சு மனது பிரபஞ்சத்தின் சிருஷ்டி கர்த்தாவாகிய இறைவனிடம் மனமுருக வேண்டியது.

“யா . . . அல்லா, எனக்குக் கணக்குப் பாடத்தையெல்லாம் சரியாக்கித் தா அல்லா.”

அதுதான் மஜீதின் முதல் பிரார்த்தனை. மஜீது இரவு பகலாகப் பிரார்த்தனை செய்தான். இருந்தும் அவனது கணக்குகள் எல்லாம் தவறிவிடத்தான் செய்தன. நிறைய அடிவாங்கினான். உள்ளங்கை எப்போதும் வீங்கியே இருந்தது. அவனால் தாங்கிக் கொள்ளவே முடியவில்லை. விஷயங்களையெல்லாம் மஜீது சுகறாவிடம் சொன்னான். அதுவும் பெரிய பிணக்கங்களுக்குப் பிறகுதான். கொஞ்சம் பெரிய ஒண்ணு ஆனபிறகு மஜீது யாரோடும் பேசுவதில்லை. அடுத்த பெஞ்சிலமர்ந்திருக்கும் சுகறா

திரும்பிப்பார்ப்பாள். மஜீது முகத்தைத் திருப்பிக்கொள்வான். கடைசியில் ஒருநாள் பேசினான். சுகறா சிரித்தாள். அவள் இடம்மாறி அமர்ந்தாள். மஜீதின் பக்கத்து பெஞ்சில் ஓரத்தில் வந்தமர்ந்தாள். பிறகு மஜீது அடிவாங்குவதில்லை. ஆச்சரியப் படும்படியாக அவனது கணக்குகள் எல்லாம் சரியாயின.

“பரவால்லியேடா, நான் நெனச்சதுபோல் ஒந்தலெ முழுவதும் களிமண் இல்லெ.”

அப்படியாக ஆசிரியரின் புகழுரைகள் மஜீதின் பரிகாசப் பெயரை மாய்த்துவிட்டது. மாணவர்கள் பொறாமையுடன் சொன்னார்கள்:

“மஜீதுதான் கிளாஸ்லெ மொதல்.”

இதைக் கேட்கும்போது சுகறாவின் முகத்தில் புன்னகை தவழும். இதன் பொருள் வேறு யாருக்குமே புரியாது. மஜீதின் கணக்குகள் சரியாக இருப்பதன் ரகசியம் சுகறாவின் புன்னகைக்குள் ஒளிந்திருந்தது.

கணக்குப் பாடம் செய்ய மாணவர்கள் எழுந்து முகத்தோடு முகம் பார்த்து நிற்கும்போது மஜீதின் இடது கண் சுகறாவின் சிலேட்டைப் பார்க்கும். அவள் எழுதியிருப்பதை மஜீது பார்த் தெழுதுவான். கணக்குகள் செய்து தீர்ந்தபிறகும் அவள் முதலில் உட்கார்ந்துவிட மாட்டாள். முதலில் மஜீது உட்கார வேண்டும்.

பாடசாலையிலிருந்து அவர்கள் சேர்ந்து வீட்டுக்கு வரும் போது மற்றவர்களுக்குக் கேட்காமல் சுகறா மஜீதைப் பரிகாசம் செய்வாள். ஒவ்வொன்றாக நினைத்துப் பார்த்து சிரித்துக் கொள்வாள். பிறகு, சொல்வாள்:

“கொஞ்சம் பெரிய ஒண்ணு.”

அப்போது மஜீது, எல்லாக் கோபங்களையும் ஒரே வார்த்தையில் அடக்கியபடி சொல்வான்:

“ராஜகுமாரி.”

இதைக் கேட்டதும் சுகறா, வெள்ளிமணிகள் கிலுங்குவது போல் சோகம் கலந்த சிரிப்புடன் தனது விரல்களைப் பார்ப்பாள். நகங்கள் எல்லாம் அழகாக வெட்டப்பட்டிருக்கின்றன. பாட சாலையில் அழகுக்கும் சுத்தத்துக்கும் அனைவருக்கும் முன் மாதிரியாக இருப்பவள் சுகறாதான். மஜீதின் உடுப்புகளில் எப்போதும் மையும் கறையும் புரண்டிருக்கும்.

அவன் ஊரிலுள்ள மாமரங்களில் எல்லாம் பற்றிப்பிடித்து ஏறுவான். அதன் உச்சாணிக் கிளைகளைப் பிடித்தபடியே

படர்ந்து கிடக்கும் இலைகளினூடே எல்லைகளற்ற, விசாலமான உலகைப் பார்ப்பது அவனுக்கு மிகவும் பிடிக்கும். அடிவானத்திற்கப்பாலிருக்கும் உலகங்களைப் பார்க்க அவன் ஆசைப்பட்டான். கற்பனையில் மூழ்கி அவன் மரஉச்சியிலிருக்கும்போது கீழேயிருந்து சுகறா கூப்பிட்டுக் கேட்பாள்:

"உனக்கு மக்கம் தெரியுதா?"

மஜீது இதற்குப் பதிலாக, மேகங்களுடன் இடை கலந்து பறக்கும் பருந்துகள் பாடுவதாகச் சொல்லப்படும் வரிகளை இனிமையான ராகத்துடன் பாடுவான்.

"மக்கமும் தெரியிது, மதீனத்துப் பள்ளியும் தெரியிது."

o

நான்கு

சுகறாவின் காதுகுத்து கல்யாணத்தில் மஜீது கலந்து கொண்டது, தாங்க முடியாத வலியுடனும் ஒளிந்திருந்தும்தான்.

மஜீது சுன்னத்து செய்து படுத்திருந்தான். விடுமுறை காலம் அது. மஜீதின் சுன்னத்துக் கல்யாணம் கிராமத்தையே குலுங்கச் செய்த ஒரு நிகழ்ச்சியாக, விமரிசையாக நடந்தது. வாணவேடிக்கையும் பிரமாண்டமான விருந்தும் நடந்தது. பான்டுமேளத்துடன் கேஸ் லைட்டும் வைத்து மஜீது யானை மீது அமர்ந்திருக்க ஊர்வலம் நடந்தது. அதற்குப் பிறகு பிரியாணி விருந்து. அதில் ஆயிரத்துக்குமதிகமானோர் கலந்துகொண்டனர். விருந்து வைபவத்திற்கு முன் சுன்னத்து நடந்தது. அன்று முழுவதும் மஜீதுக்குப் பயமாகவே இருந்தது. எதையோ வெட்டியெடுத்து விடுவார்களாமே, எதை? இறந்து விடுவோமோ? மிகவும் பயந்துத் தளர்ந்து போய்விட்டான் மஜீது. அன்று சாயுங்காலம்வரை உயிரோடிருக்கமாட்டோம் என்று அவனுக்குத் தோன்றியது. என்ன நடக்கப்போகிறதென்று அவனுக்கு எந்தப் பிடியும் கிடைக்கவில்லை. உலகத்திலுள்ள எல்லா முஸ்லிம்களும் சுன்னத்துச் செய்திருக்கிறார்கள். செய்யாதவர்களே கிடையாது. இருந்தாலும்... இந்த சுன்னத்தை எப்படிச் செய்வார்கள்? மஜீது சுகறாவிடம் கேட்டான்.

அவளுக்கும் எதுவும் தெரியவில்லை.

"என்ன இருந்தாலும் வெட்டி ஒண்ணும் எடுக்க மாட்டாங்கோ" என்று ஆறுதல் சொல்ல மட்டும்தான்

அவளால் முடிந்தது. இருந்தாலும் மஜீதுக்கு மிகுந்த பதற்றமாகவே இருந்தது. "அல்லாஹு அக்பர்" எனும் கம்பீரமான தக்பீர் சத்தம் பந்தலில் முழங்கியதும் மஜீதை அவனது வாப்பா பிடித்துக் கொண்டுவந்து ஒரு சிறு அறைக்குள் விட்டுப் போனார் ... அங்கே கவிழ்த்து வைக்கப்பட்ட உரலின்மீது வெள்ளைத் துணி விரித்து அதன்முன் பதினொரு திரிகள் கொண்ட குத்து விளக்கொன்று எரிந்துகொண்டிருந்தது. அந்த அறைக்குள் நாவிதரான ஒசாவும் மற்றும் பத்துப் பன்னிரெண்டு ஆட்களுமிருந்தார்கள். அவர்கள் மஜீதின் சட்டையைக் கழற்றினார்கள். இடுப்புத்துணியையும் உரிந்து பிறந்த மேனியனாக அவனை உரலின் மீது உட்கார வைத்தார்கள். ஆச்சரியமாக இருந்தது. இவர்கள் என்னதான் செய்யப்போகிறார்கள். திகைப்பாகவும் இருந்தது.

மஜீதின் கண்களைப் பொத்தி, கைகளையும் கால்களையும் தலையையும் ஆட்கள் பிடித்துக்கொண்டார்கள். அவனால் அசைய முடியவில்லை. அல்லாஹு அக்பர் என்ற சத்தத்தைத் தவிர வேறெதையும் கேட்க முடியவில்லை. மஜீதுக்கு நன்றாக வேர்த்துக் கொண்டிருந்தது. அந்த ஆரவாரத்தினிடையில் தொடைகள் கூடுமிடத்தில் லேசாக வலித்தது. காய்ந்த பாளையைக் கீறுவது போன்ற ஒரு உணர்வு; ஒரு நிமிடம் மட்டும். உடனே எல்லாம் முடிந்தது. லேசாகத் தண்ணீர் தெளித்தார்கள். காந்தல், எரிச்சல்.

மஜீதைப் படுக்க வைத்தார்கள். தலைக்கும் கால்களுக்கும் தலையணை வைக்கப்பட்டிருந்தது. களேபரத்தினூடே மஜீது லேசாக அந்த இடத்தைப் பார்த்தான். சிவப்பு மைக் குப்பியில் விரலை அமிழ்த்தியதுபோல். இல்லை, மையில் முழுவிரலையும் அமிழ்த்தாமல் குப்பியின் வாய்ப்பகுதியிலிருந்து விரல் நுனியில் மட்டும் வட்டமாக சிவப்பு மையைப் புரட்டியது போல்... அதில் இரத்தம் துளிர்த்து நின்றது. அவ்வளவுதான். மறுநாள், சுகறாவிடம் இந்த விஷயங்களை விவரமாகச் சொன்னான், மஜீது.

அவள் ஜன்னலின் பின்புறத்தில் நின்று கொண்டு கேட்டாள்:

"நீ பயந்தியா மஜீதே?"

"நானா?" மஜீது கிடந்த கிடப்பிலிருந்தே வீரம் பேசினான்.

"நான் பயப்பட ஒண்ணுமே இல்லை."

அப்போது, சுகறா தனக்குக் காது குத்தவிருக்கும் விஷயத்தைச் சொன்னாள். பத்துப் பன்னிரெண்டு நாட்களுக்குள் அவளுக்குக் காது குத்து நடக்கப்போகிறது.

"மஜீதுக்கு வர முடியாதே?"

மஜீது சொன்னான்:

"நான் வருவேன்."

ஆனால், அந்த நாள் வந்தபோது மஜீதால் அசைய முடியாம லிருந்தது. முதலில் சுகறாவின் உம்மாவும் பிறகு சுகறாவும் வந்து மஜீதின் வீட்டார்களை அழைப்பது அவனுக்குக் கேட்டது. கொஞ்ச நேரத்திற்குப் பிறகு சுகறாவை அவன் ஜன்னலின் அருகில் பார்த்தான். பயத்தால் அவளது வெளுத்த முகம் மேலும் வெளிறிப் போயிருந்தது. இருந்தாலும் கண்களில் பிரகாசமிருந்தது.

"எனக்கு இன்னைக்குதான் காதுகுத்து."

மஜீது பதில் சொல்லாமல் புன்னகை தூவினான். அது அவளையும் தொற்றிக்கொண்டது. மஜீது அந்த அழகான காதுகளைப் பார்த்தான். காது குத்துவது ஒரு சடங்கு. காது முழுவதையும் சின்னச் சின்னதாகக் குத்தித் துளைக்கும்போது வலிக்காதா? மஜீதுக்கு ஆச்சரியமாக இருந்தது.

அவள் சொன்னாள்!

"எனக்குத் தெரியாது, வந்து பாரு."

அவள் ஓடினாள்.

மஜீதுக்கு போகவேண்டும்போலிருந்தது. படுத்த இடத்தி லிருந்து எழுந்திருக்கவும் முடியவில்லை. ஆனாலும் கொஞ்ச நேரத்திற்குப் பிறகு, யாருமில்லாத நேரம்பார்த்து மெதுவாக எழுந்தான். இறுக்கம் . . . அம்மிக் குழவிபோல் கனம், ஆயிரம் ரணங்களின் வலி, எல்லாம் சேர்ந்து மனதில் பாரம்போல்... கால்களை அகற்றியகற்றி யாரும் பார்க்காமல் தந்திரமாக வெளியே வந்தான் மஜீது. நீர் வற்றிக்கிடந்த ஓடையினூடே கால்களை இழுத்திழுத்து நடந்து தோட்டத்திற்கு வந்து சுகறாவின் வீட்டுக்குச் சென்றான். அங்கே பெரிய ஆர்ப்பாட்டங்களோ ஆரவாரமோ எதுவுமில்லை. இது, அவர்கள் பணக்காரர்கள் இல்லை என்பதனால் இருக்கலாம் என்று மஜீது நினைத்துக் கொண்டான். பணக்காரர்களாக இருந்தால் மேளதாளத்துடன் வாணவேடிக்கையும் விருந்தும் ஆர்ப்பாட்டமும் இருந்திருக்கும்.

மஜீதைக் கண்டதும் சுகறாவின் உம்மா அலறியடித்துக் கொண்டு ஓடிவந்தாள்.

"எம் பிள்ளெ எதுக்கு இங்கெ வந்தீங்க?"

மஜீது வருத்தத்துடனும் வேதனையுடனும் சொன்னான்:

"காது குத்துறதப் பாக்க."

அப்போது சுகறாவும் அங்கே வந்தாள். அவளுடைய முகம் சிவந்துபோய் கண்கள் கலங்கியிருந்தன. காதுகளின் மேல் பகுதி முதல் கீழ்ப்பகுதிவரை குத்தித் துளைக்கப்பட்டு கறுத்தச் சரடு கோத்துக் கட்டப்பட்டிருந்தது. வலது காதில் பதினொன்றும் இடது காதில் பத்தும் துளைகள். பழுத்து, துளைகள் காய்ந்ததும் நூலை அவிழ்த்து உருவிவிட்டு வெள்ளி அலுக்கத்துப்[1] போடுவார்கள் என்பதும், கல்யாணம் நடக்கும் போது வெள்ளி அலுக்கத்தைக் கழற்றிவிட்டு தங்க அலுக்கத்து போடுவார்கள் என்பதும் மஜீதுக்குத் தெரியும்.

மஜீது, சுகறாவிடம் கேட்டான்:

"இப்பிடிக் காது குத்துறது எதுக்கு?"

"எனக்குத் தெரியாது."

"நல்லா வலிச்சுதா."

"எள்ளுபோலெ."

அதற்குள் மஜீதைத் தேடி ஆட்கள் வந்துவிட்டார்கள். இரண்டு பேராகச் சேர்ந்து தாங்கியெடுத்து வீட்டுக்குக்கொண்டு போய் மஜீதைப் படுக்க வைத்தார்கள்.

அந்தச் சம்பவம் பெரிய கொந்தளிப்பை உருவாக்கிவிட்டது. வாப்பா மஜீதையும் திட்டினார். மஜீதின் உம்மாவையும் திட்டினார். சுகறாவின் வாப்பாவையும் உம்மாவையும் திட்டிய பிறகு, அப்படியாக அது முடிவுக்கு வந்தது.

முதலில் குணமானவன் மஜீதுதான். அன்று மஜீதைக் குளிக்க வைத்து, புது உடுப்புகள் அணிவித்து, அத்தர் பூசி, புதுக்குடையுடனும் புதுத்தொப்பியுடனும் பள்ளிவாசலுக்கு அழைத்துச் சென்றார்கள். அது ஒரு கொண்டாட்டம்போல் இருந்தது. அவன் மிடுக்காக நடந்து போவதைச்சொல்லி சுகறா கிண்டல் செய்தான்:

"ஓ... பயலோட பெருமையைப் பாரு, பெண்ணு கெட்டப்போறதப் போல..."

o

---

1 பிறைவடிவில், மேலே பெரியதும் அடுத்தடுத்து சிறியதாகிவரும் ஒருவகை காதணி

ஐந்து

சுகறாவும் மஜீதும் அந்த வருடம் தேர்ச்சி யடைந்தார்கள்.

கிராமப் பாடசாலையின் இறுதி வகுப்பைத் தொடர்ந்து, பட்டணத்துக்குப் போய் உயர்நிலைப் பாடசாலையில் சேர்ந்து படிக்க வேண்டும் எனும் சுகறாவின் விருப்பம் திடீரென்று ஏற்பட்ட ஒரு சம்பவத்தால் நடக்காமல் போனது. மஜீது முதன்முதலாக மரணத்தைப் பார்த்தான். சுகறாவின் வாப்பா இறந்துவிட்டார்.

அதோடு, அவளும் அவளது இரண்டு இளைய சகோதரிகளும் உம்மாவும் ஆதரற்றவர்களானார்கள். அவர்களுக்கென்று ஆகமொத்தம் இருந்தது ஒரு சிறு தோட்டமும் அதில் ஒரு சிறுவீடும்தான். பாக்கு வியாபாரம் மூலம் கிடைத்துவந்த சிறு வருமானத்தில்தான் சுகறாவின் வாப்பா, குடும்பத்தைக் காப்பாற்றிக்கொண்டிருந்தார். வெள்ளைத் தொப்பியும் செம்மண் படிந்த அழுக்கு வேட்டியும் அதுபோன்ற ஒரு துண்டும் தான் அவரது உடைகள். கறுப்புத் தாடிவைத்த, வெளுத்த அவரது வட்ட முகத்தின் கரும்விழிகளில் எப்போதுமே புன்னகைத் தவழ்ந்துகொண்டிருக்கும். முன்புறம் சற்று வளைந்து, கக்கத்தில் வைத்த கோணிப்பையுடன் அவர் நடந்து திரிவார். ஊரிலுள்ள வீடுகளிலிருந்தெல்லாம் பாக்கை வாங்கி பை நிறைய கட்டி, தானே சுமந்து கொண்டுபோய் பட்டணத்தில் விற்பார். மற்றவர்களிடம் பேசுவதில்

அவருக்கு அதிகமான ஆர்வமிருந்தது. தான் கண்ட தேசங்களில் உள்ள அதிசயங்களைப் பற்றியெல்லாம் மஜீதிடம் சொல்வார். வெளியிடங்களில்தான் உண்மையான முஸ்லிம்கள் வாழ்கிறார்கள். இங்கிருப்பவர்கள் வெறும் மூடநம்பிக்கையாளர்கள். இறுகிய மனங்கொண்டவர்கள். நல்ல மனிதர்களைப் பார்க்க வேண்டுமென்றால் வெளியிடங்களுக்குத்தான் போக வேண்டும்.

“இங்கெ உள்ளவங்க நெனக்கிறது என்னன்னு கேட்டா, நாமதான் சரியான முஸ்லீங்கள்னு. இது புத்தியில்லாம சொல்லுறது. படைச்சவன் நாடி,[1] நீங்கள்லாம் படிச்சு பெரியாளாகும்போது இந்த நெலமை எல்லாம் மாறிடும்.”

சுகறாவை பெரிய படிப்புகள் படிக்க வைக்க வேண்டுமென்பதுதான் அவரது வாழ்க்கையின் மிகப்பெரிய லட்சியமாக இருந்தது.

“பெறகு”, அவர் சொல்வார்: “அவ, பெரிய உத்தியோகத்துலெ இருக்கும்போது நம்மளெ எல்லாம் மறந்துடுவா. அது என்னோட வாப்பான்னு சொல்ல அவளுக்கு வெக்கமா இருக்கும்.”

“அது சரிதான்.” மஜீது கள்ளப் பார்வையுடன் சொல்வான்: “சொகறா பெரிய கவுரவம் பிடிச்சவதான்.”

அப்போது சுகறா வாசல் கதவில் மறைந்து நின்று மஜீதை முறைத்துப் பார்ப்பாள். பற்களைக் கடித்துக் கொஞ்சம் கோபத்தை வெளிப்படுத்தி சத்தம் கேட்காமல் சொல்வாள்:

“கொஞ்சம் பெரிய ஒண்ணு.”

இதுபோன்ற சந்தர்ப்பங்களில் மட்டும்தான் மஜீது அவளைத் தண்டிப்பதும் நடக்கும். அதுவும் வித்தியாசமான முறையில். எப்போதும் கைவசம் வைத்திருக்கும் ரப்பர் கவணில் மடியிலிருந்து ஒரு சிறு உருண்டைக்கல்லை எடுத்து சுகறாவின் கணுக்காலைக் குறிவைத்து மெதுவாக இழுத்து விடுவான், குறி தப்பாமல்.

அது அவளது கணுக்காலில் பட்டதும் அவன் சொல்வான்:

“நான் அந்தக் கதவுலெ ஒட்டியிருக்குற சுண்ணாம்புலதானே அடிச்சேன்.”

சுகறா அசையமாட்டாள். அவளது கண்களிலிருந்து ஓரிரு சொட்டுக் கண்ணீர் இற்றுவிழும். அவ்வளவுதான். இதையெல்லாம் கவனிக்காமல் சுகறாவின் உம்மா சொல்வாள்:

1 நாடினால்

“நீ இப்பிடி குறிவெச்சிக் குறிவெச்சி எங்க சட்டியும் பானெயுமெல்லாம் உடைப்பே மஜீதே. வாங்குறக்கு உங்களப்போல எங்களுட்டெ பணம் ஒண்ணும் கிடையாது.”

“ஓ ... நான் இனி குறி வெக்க ஒண்ணும் இங்க வர மாட்டேன். நான் இந்த ஊரை விட்டே போகப் போறேன்.”

“எங்க போறே?”

“ஆறுமாசத் தூரம்தாண்டி.”

“பெறகு” சுகறா சொல்வாள்:

“அந்தியானா[1] வீட்டுக்குப் போயிருவான்.”

மஜீதைப் பற்றிய சுகறாவின் அபிப்பிராயம் அதுதான். ஆனால், சுகறாவைப் பற்றிய மஜீதின் எண்ணம் அப்படியொன்றுமில்லை.

“பெறகு, நான் தேசம் பூராவும் சுத்தி முடிஞ்சு ஊருக்கு வரும்போது சொகறா பெரிய உத்தியோகத்துலே இருப்பா. அப்போ இந்த திருமதி, என்னெக் கண்டா, கண்டது போலவும் கூட காட்டிக்க மாட்டா.”

தொலைதூரத்திலிருக்கும் மகிழ்ச்சி நிறைந்த எதிர்காலத்தை மனதில் கண்டவள்போல் மெல்லிய ஒரு புன்னகையொன்று அவளது முகத்தில் அரும்பும்.

நீண்ட யோசனைக்குப் பிறகு சொல்வாள்:

“நீயில்லையா படிச்சிப் படிச்சி பெரிய உத்தியோகத்துக்குப் போகப் போறே? எங்களுட்டே பணம் இல்லியே?”

சுகறாவின் வாப்பா சொல்வார்:

“பணமெல்லாம் நமக்கு அல்லா தருவான். நம்ம மூணு பேருமா பட்டணத்துலெ பாடசாலையிருந்து தெனமும் சேந்து வரலாம், நான் பாக்கு வித்துட்டு நெதமும் பாடசாலெ வாசல்லே வந்து நின்னுக்கிடுவேன்.”

ஆனால், இதற்கான சந்தர்ப்பம் வாய்க்கவில்லை. அவர் மழையில் நனைந்து வந்து இரண்டு மூன்று நாட்கள் காய்ச்சலாகப் படுத்தவர்தான். மூன்றாவதுநாள் சாயுங்காலம் இறந்து போனார். மரணப் படுக்கையின்போது மஜீதும் பக்கத்தில் இருந்தான். அணைந்துபோன விளக்கின் புகை படிந்த சிம்னி போல் அந்தக் கண்கள் இரண்டும் .. ! பிரகாசமும் சூடும் வற்றிப்போய் அசைவற்றுவிட்டது, அந்த சரீரம்.

---

1 பொழுது சாய்ந்தால்

மறுநாள்தான் மய்யித்து[1] அடக்கம் செய்யப்பட்டது. வழக்கம்போல் அன்று சாயங்காலமும் சுகறாவை எதிர்பார்த்து மஜீது மாமரத்தின் கீழ் நின்றிருந்தான். அவள் சோகத்துடன் மெல்ல நடந்து வந்தாள். சுகறாவின் முகத்தை மஜீது ஏறிட்டுப் பார்த்ததுமே அவள் வாய்விட்டு அழுதுவிட்டாள். மஜீதால் எதுவுமே சொல்ல முடியவில்லை. அவனது கண்ணீர் சுகறாவின் தலையிலும் அவளது கண்ணீர் மஜீதின் நெஞ்சிலும் விழுந்து வடிந்துகொண்டிருந்தது.

அப்போது இருண்ட தென்னை மரங்களினூடே நீல வானத்தில் சந்திரவட்டம் தெளிவாக நின்றிருந்தது.

O

---

1 சடலம்

ஆறு

மஜீதை அவனது வாப்பா பட்டணத்தில், உயர் நிலைப் பாடசாலையில் சேர்க்க அழைத்துக் கொண்டு போவதை சுகறா வீட்டுவாசலின் நின்று பார்த்தாள். இரண்டுபேரிடமும் குடை இருந்தது. மஜீதிடமிருந்தது புதிய குடை. அவனது சட்டையும் வேட்டியும் தொப்பியும்கூட புதியவைதான். கிராமத்தின் தெருவினூடே அவர்கள் நடந்த சென்று தூரத்தில் மறைவதுவரை அவள் பார்த்துக் கொண்டே நின்றிருந்தாள்.

அன்று சாயங்காலம் பாடசாலையிலிருந்து திரும்பி வந்ததுமே மஜீது மாமரத்தின்கீழ் ஆஜரானான். அவன் கையில் நல்ல வாசமுள்ள புதிய புத்தகங்கள் இருந்தன. ஆர்வத்துடன் ஓடிவந்த சுகறாவிடம் அவற்றைப் பெருமையாகக் காட்டினான்

“இதுலே நிறைய படமிருக்கு.”

அவள் அதிலொன்றை வாங்கி மோந்துவிட்டு புரட்டிப் புரட்டிப் பார்த்துக்கொண்டிருந்தாள். மஜீது, பல மைல் தூரத்திலிருக்கும் பட்டணத்தின் அதிசயங்களைப் பற்றி வர்ணித்தான். பிறகு, பாடசாலையைப் பற்றி சொன்னான்:

“பட்டணத்துலே, நட்ட நடுவுலே, வெள்ளை யடிச்ச ஏழு பெரிய கட்டடங்க. இங்க உள்ளது போல இல்லெ, அதுலெ பெரிய ஒரு தோட்டமும் உண்டு. அதிலே என்னெவெல்லாம் செடிகள் உண்டு, தெரியுமா? நான் அதோட எல்லா

வித்துகளையும் கொண்டு வருவேன். பெறகு, வெளயாடுற இடம். அதெல்லாம் ஒண்ணு பாக்க வேண்டிய இடங்கதான்." மஜீது தொடர்ந்து சொன்னான்:

"பிள்ளைங்க எவ்வளவு பேரு படிக்கிறாங்க தெரியுமா? கணக்கே கிடையாது. ஹெட் மாஸ்டரு தங்கக் கண்ணாடி போட்ட ஒரு தடியன். எப்பவும் கையிலெ கம்பு வச்சிருப்பாரு. அப்புறம், எங்க சாருக்கு கண்ணு ஒண்ணுதான் இருக்கு. எங்க வகுப்புல நாப்பத்திரெண்டு பிள்ளைங்க. அதிலே பதினாலு பேரு பெம்புளெப் பிள்ளைங்க."

மஜீது பதற்றத்துடன் நிறுத்தினான். சுகறாவின் கண்ணீர், புத்தகத்தில் . . .

"சொகறா," மஜீது கூப்பிட்டான். கண்ணீருக்கான காரணம் அவனுக்கு விளங்கவில்லை.

"ஏன் அழுவுறே?" மஜீது திரும்பத் திரும்ப கேட்டான்.

கடைசியில், அவள் தலை உயர்த்தி மெல்லிய குரலில் சொன்னாள்:

"எனக்கும் படிக்கணும்."

சுகறாவுக்கும் படிக்கவேண்டும். ஆண்டவா, இதற்கு என்ன வழி? மஜீது மூளையைக் கசக்கி யோசித்துப் பார்த்தான். சில்வண்டு இரைவதுபோன்ற சத்தம்தான் தலைக்குள் கேட்டுக்கொண்டிருந்தது. கடைசியில் வழி கிடைத்தது.

மஜீது சொன்னான்:

"நித்தமும் நான் படிக்கிறதெ ஒனக்குச் சொல்லித் தாறேன்."

அதற்கு அவள் சம்மதித்தாள். பிறகு, அதைவிட நல்ல ஒரு வழியை மஜீது கண்டுபிடித்தான். மஜீதின் வீட்டில் நிறைய பணம் இருக்கிறதல்லவா? சுகறாவையும் பாடசாலையில் சேர்த்துப் படிக்க வைத்தால் என்ன? வாப்பாவிடம் சொல்வதற்கு பயம். உம்மாவிடம் சொல்லலாம். அவன் முடிவு செய்தான். வாப்பா அன்பானவர்தான். சிறு முன்கோபமும் உண்டு. பேசும்போதெல்லாம் நான் சொல்வது புரிகிறதா, இல்லையா என்று கேட்டுவிட்டு முடிப்பார்.

அன்று இரவு சாப்பாடெல்லாம் முடிந்து வாப்பா வெற்றிலைக்குச் சுண்ணாம்பு தடவிக் கொண்டிருந்தார். உம்மா, பாக்கைத் தோல் சீவிக்கொண்டிருந்தாள்.

படபடக்கும் நெஞ்சுடன் மஜீது உம்மாவின் பக்கத்தில் போய் அமர்ந்துகொண்டு மெல்லக் கூப்பிட்டான்.

"உம்மா."

தாய் பரிவோடு கேட்டாள்:

"என்ன மவனே?"

மஜீது மெதுவாகச் சொன்னான்:

"நமக்கு அந்த சொகறாவையும் சேத்துப் படிக்க வெச்சா என்ன?"

கொஞ்ச நேரம் யாரும் எதுவும் பேசவில்லை. வாப்பா வெற்றிலையைச் சுருட்டி வாயில் வைத்துப் பாக்குத்துண்டையும் வாயிலிட்டு அசைபோட்டார். பிறகு, தங்கம்போல் பிரகாசிக்கும் பித்தளைச் செல்லத்திலிருந்த வெள்ளை டப்பாவை எடுத்துத் திறந்தார். காட்டமான ஒரு வாசம் அங்கே பரவியது. இடித்துச் சேர்த்தப் புகையிலையை உள்ளங்கையில் வைத்து வாயிலிட்டார். அதை மேலண்ணத்தில் ஒதுக்கி வைத்துவிட்டு எட்டி முற்றத்தில் துப்பினார்.

"இதுலெ துப்புனா போதாதா?" உம்மா படிக்கத்தை[1] வாப்பாவின் அருகில் தள்ளி வைத்துவிட்டுச் சொன்னாள்:

"அந்தச் செடியிலே உள்ள இலையிலெ எல்லாம் துப்பல், ரெத்தம்போல கெடக்கும்."

"அவனோட உம்மாவுக்கெ ஒரு செடி" என்று பரிகாசமாகச் சொல்லிவிட்டு வாப்பா சாய்வு நாற்காலியில் சாய்ந்தார். பகல் பொழுதைவிடப் பிரகாசமாக வீசிய சர விளக்கின் வெளிச்சத்தில் வாப்பாவின் ஃப்ளானல் சட்டையிலிருந்த தங்கப் பித்தான்கள் மஞ்சள் நிறத்தில் ஒளிர்ந்தன. அவரது கறுத்தப் புருவங்கள் மேலே உயர்ந்தன. தவிட்டு நிறமுள்ள தோல்போல் மினுமினுத்த நெற்றி சுருங்கியது. தங்கக் கண்ணாடியின் வட்டச் சில்லுகளினூடே பார்த்த வாப்பா மஜீதைப் பற்றிய அபிப்ராயத்தைப் பிரகடனம் செய்தார்:

"எடியே, இவன் எங்கயாவது போகட்டும். ஊரு, ஒலகத்தை ஒண்ணுச் சுத்திக்கெறங்கி, நம்மைப்போல உள்ளதுங்க எல்லாம் எப்படி வாழுறாங்கன்னு இவன் பாத்துப் படிக்கட்டுண்டி! மனசிலாச்சுதா, இல்லியா" என்றார்.

---

1 எச்சில் துப்பும் பாத்திரம்

"சரி, தொடங்கியாச்சி. மூச்சு உட நீதமில்லெ[1]. உடனே, போயிடு, ஊரெ விட்டு. இருந்தாலும், ஏன்தான் இப்பிடி தெனசரி சொல்லுறீங்களோ ?"

"எடியே, இவனுக்கு புத்தி கொறவுடீ."

"ஆமா . . . மிச்சமுள்ளவங்களுக்கு புத்தி நிறைய இருக்கு."

குத்துவதுபோன்ற உம்மாவின் பதில்கள். வாப்பா விட்டுவிடுவாரா ?

"எடியே, இவனுக்கு வாய்ச்சிருக்குறது உன்னோட புத்தியாக்கும். மனசிலாச்சுதா இல்லியா."

"ஆமா . . . வர வர இப்போ எம் புத்திக்கும் கொறவு வந்துட்டு. அல்லாவுக்கெ வேலை."

"எடியே, இல்லேன்னா இவனுக்கு இப்பிடித் தோணுமா ? எடியே, என் தம்பிமாருக்கு எல்லாஞ் சேந்து மொத்தம் இருபத்தாறு பிள்ளைங்க. ஒந்தம்பி, தங்கச்சிமாருக்கு எல்லாஞ் சேர்ந்து கணக்கில்லாமெ, நாப்பத்தியொண்ணோ என்னமோ. எடியே, அதுங்க எல்லாமே இங்கெ வந்து சோறு தின்னும்போது நான் ஏதாவது சொல்லுறனா ? – இல்லியா."

"பதுரீங்களே[2], இது என்னது, எச்சித்தனமான பேச்சு ?"

"எடியே, நீ ஆயிரம் பதுரீங்களைக் கூப்பிட்டாலும் சரி, அப்படியும் ஒனக்குப் புத்திவராது. இல்லே, நா சொல்றது உனக்கு மனசிலாச்சுதா ? இல்லியா."

"மனசிலாகாதுண்ணா, திரும்ப எழுதிக் காட்டுங்கோ."

எழுத்து வாசனையில்லாத உம்மா சொன்னாள்.

இதைக் கேட்டதும் வாப்பா சத்தமாகச் சிரித்தார். உம்மாவின் வெள்ளைக் குப்பாயத்தில் சிவந்த வெற்றிலைத் துப்பல்கள் தெறித்தன.

"போடி அந்தப் பக்கம்." வாப்பா உத்தரவு போட்டார்: "போயி, குப்பாயத்தெ மாத்திட்டு வா. மனசில்லாச்சுதா இல்லியா ?"

உம்மா போய் குப்பாயத்தை மாற்றி வேறொன்றை அணிந்து கொண்டுவந்தாள்.

வாப்பா தொடர்ந்து சொன்னார்:

---

1 வழியில்லை

2 இறைடியார்கள்

“எழுதிக்காட்டவா சொல்லுறே? எடியே உன் வாப்பா படிச்சிருக்காரா? இல்லியா. உன் கூடப் பெறந்தவனுக எவனாவது படிச்சிருக்குறானுங்களா? இல்லியா.”

உம்மாவா விடுவாள்?

“ஆமாமா... உங்க ஆளுங்க நிறயெ படிச்சிருக்குறாங்க.”

வாப்பா கொஞ்ச நேரம் இதற்கு பதில் எதுவும் சொல்லாமல் அமர்ந்திருந்தார். வாப்பாவுக்கு எழுத்து வாசனை கிடையாது. வாப்பாவின் வாப்பாவும் வாப்பாவின் உம்மாவும் படித்ததில்லை. அதை உம்மா நினைவுப்படுத்திப் பேசியதும் வாப்பாவுக்குக் கோபம் வந்தது.

“அதிகம் பேசுனா தெரியும்லா?”

வாப்பா கர்ஜனை செய்தார்:

“சங்குலெ சமுட்டிருவேன்[1]. மனசிலாச்சுதா, இல்லியா.”

உம்மா இதற்கும் ஏதாவது பதில் சொன்னால் சண்டை வந்துவிடும். வாப்பா உடனே வெற்றிலைச் செல்லத்தை எடுத்து வெளியே வீசுவார். உம்மாவை அடிப்பார். மஜீதை அடிப்பார். மஜீதின் சகோதரிகளை அடிப்பார். மட்டுமல்ல, மஜீதின் செடிகளை வேரோடு பிடுங்கியெறிவார் . . . ஆகவே உம்மா இதற்கு எந்தப் பதிலும் சொல்லவில்லை. உம்மா எதுவும் சொல்லாமலிருப்பதைக் கண்டதும் வாப்பா கேட்டார்:

“என்னடீ, உன் நாக்கு கீழே போயிட்டுதா? இல்லியா.”

உம்மா அமைதியாகச் சொன்னாள்:

“எதுக்கு இதெல்லாம் போட்டுப் பேசிட்டு இருக்குறீங்க? அவன் என்ன கேட்டுட்டான். அல்லாவோட, துவா[2] பரக்கத்து கொண்டு நமக்குப் போதுமான நெஸீபு[3] இருக்கு. இப்போ அந்த சொகறாவோட வாப்பா மரிச்சுப் போயிட்டாரு. அதுங்களுக்கு ஆருமில்லெ. நமக்கு அவளெ ஒண்ணு படிக்க வெச்சா என்னெ?”

மஜீது ஆர்வத்துடன் எதிர்பார்த்திருந்தான். உம்மாவின் கழுத்திலும் காதுகளிலும் கிடந்த தங்க ஆபரணங்கள் மின்னின.

“உண்டுடீ, நமக்குத் தாராளம் நெஸீபு உண்டு. இதெல்லாம் உன்னோட வாப்பா சம்பாத்தியத்திலெ வந்ததா? இல்லேன்னா உனக்கு ஸ்ரீதனமா கெடச்சதா?”

1 குரல்வளையில் மிதிப்பேன்

2 வேண்டுதலின் பயன்

3 வசதி வாய்ப்பு

"சரி, தொடங்கியாச்சி, ஸ்ரீதனம். சக்காத்து[1]க்குக் கெட்டிக் கிட்டு வந்தீங்களோ? எண்ணி வாங்குன ஆயிரமும் போதாதுன்னு கழுத்துலயும் காதுலயும் கையிலயும் கால்லயும் பத்தாதுன்னு இடுப்புலவேற நிறைய பொன்னும் பண்டமும் வாங்குனது மறந்து போச்சி."

"ஹூம்." வாப்பா மீசையை விரித்துவிட்டார். "அவளோட ஒரு ஆயிரம் உருவா! எடியே உன் எடைக்குப் பணம் குடுத்தாலும் உன்னைப் போல புத்தியில்லாதவளை எவனாவது கெட்டுவானாடி? இல்லியா."

"அப்பிடீன்னா, இனி ஒரு புத்தியுள்ளவளப்போய் கெட்டுங்கோ."

"கெட்டுவேண்டி, கெட்டுவேன். என்னப்போலெ யோக்கியதெ உள்ள ஆம்புளைங்களுக்கு ஆயிரமில்லடீ, பத்தாயிரம் தர்றதுக்கும் ஆளுண்டு. மனசில்லாச்சுதா, இல்லியா."

உம்மா இதற்கு எந்தப் பதிலும் சொல்லவில்லை. தேவைப்பட்டால் வாப்பாவுக்கு எத்தனையும் கட்டலாம். உம்மா எந்தப் பதிலும் சொல்லாததைக் கண்டதும் வாப்பாவுக்குக் கோபம் வந்தது.

"அவ சொல்லுறப் பாரேன். நமக்குத் தாராளமா நெஸீபு இருக்குதாம்."

நம்மிடம் ஒரு காசுக்குக் கூட வசதியில்லை என்பது போன்ற பாவத்துடன் வாப்பா இதைச் சொன்னார். மஜீதுக்கு உண்மை தெரியும். அந்த ஊரில் மிக அதிகமான பணமும் நிலபுலன்களும் உள்ளவர் வாப்பாதான். ஒவ்வொரு தடவையும் பறிக்கும் தேங்காய்கள், தோப்புகளில் கும்பாரம்[2] போல் குவிந்து கிடக்கும். ஒவ்வொரு தடவையும் அறுவடையாகிக் கதிரடித்துக் கொண்டு வரப்படும் நெல்லைப் போட்டு வைக்க இடம்தான் போதாமலிருக்கும். போதாக்குறைக்கு மரவியாபாரத்திலும் நல்ல லாபம் கிடைத்துக்கொண்டிருந்தது. ஒருதடவை, மரம் விற்ற பணம் முழுவதையும் வாப்பா, குதிரைப் பவுனாகக் கொண்டுவந்தார். அதை வெள்ளைக் காகிதத்தில் குன்றுபோல் சொரிந்து சர விளக்கின் முன் வைத்து வாப்பா எண்ணி எண்ணி அடுக்கி, துணிப்பையில் கட்டி, பெட்டியில் வைத்துப் பூட்டினார். பூட்டுவதற்கு முன் மஜீது அதை அள்ளி விளையாடினான். அதன் மஞ்சள் பிரகாசத்தையும் சலசலவெனும் சத்தத்தையும் மஜீதால்

---

1 தர்மம்

2 குவியல்

மறக்கவே முடியவில்லை. இவ்வளவு பெரிய பணக்காரருக்கு ஒரு பாவப்பட்ட பிள்ளையைப் படிக்க வைக்கக் கூடாதா?

உம்மா சொன்னாள்:

"இல்லேன்னு சொல்லாதீங்கோ. இந்த ஊர்லெ உள்ள எல்லாரையும்விட அதிகமான சொத்து நம்மளுட்டே இருக்கத் தானே செய்யிது? மஜீதுக்கு ஆகிற செலவுதானே அந்த சொகறாவெ நாம படிக்க வெச்சாலும் ஆகும்."

வாப்பாவுக்குக் கோபம் வந்தது.

"எடியே, உனக்குப் புத்தி கிடையாதுண்ணு சொன்னா மனசிலாவாதா? இல்லியா. எடியே, நானும் நீயும் சம்மந்தப்பட்ட ரத்த உறவுலெ உள்ளதுங்க எல்லாஞ் சேந்து ஆகமொத்தம் எவ்வளவு பேருன்னு உனக்குத் தெரியுமாடி? இல்லியா. இருபத்தாறும் நாப்பத்தி ஒண்ணும் எத்தனைண்ணு தெரியுமாடி? இல்லியா."

உம்மா கேட்டாள்:

"எத்தனடா மஜீது?"

மஜீதின் மூளை வேர்த்துவிட்டது. சிக்கலான கணக்குதான். அவன் பென்சிலும் பேப்பரும் எடுக்க ஓடினான்.

மிகுந்த பரிகாச பாவத்துடன் வாப்பா ஒரு சிரிப்பு சிரித்தார்.

"இந்தா ஓடுதுபாரு, உன்னோட புத்தி."

மஜீது பென்சிலும் பேப்பரும் கொண்டு வந்தான். இருபத்தாறின்கீழ் நாற்பத்தியொன்றை எழுதினான். பிறகு, வேர்த்துக் கொட்ட, கூட்டத் தொடங்கினான்.

அப்போது, வாப்பா சிரித்தபடி சொன்னார்:

"எடியே, அறுபத்தேழுடி."

அப்போது மஜீதும் கூட்டி முடித்திருந்தான்.

"சரிதான். அறுபத்தேழு." மஜீதும் ஒப்புக்கொண்டான்.

வாப்பா உறுமினார்: 'போடா அந்தப் பக்கம்'

"எடியே, அந்த சொகறா நல்ல பெண்ணுதான். புத்தியுள்ளவ தான். இருந்தாலும் அவளெ நாம படிக்க வெக்கறதுன்னா இந்த அறுபத்தேழையும் படிக்க வெக்கணும். அதுக்கான வசதி நம்மளுட்டெ உண்டாடி?"

உம்மா எதுவும் சொல்லவில்லை.

"அவன் போயிட்டானா இங்க இருந்து?" மஜீதைப் பார்த்து வாப்பா திரும்பவும் சொன்னார்:

"போடா, இங்க இருந்து."

மஜீது வருத்தத்துடன்போய் ஜன்னலின் அருகில் நின்று சுகறாவின் வீட்டைப் பார்த்தான். கைகளில் முகத்தைத் தாங்கிய படி மண்ணெண்ணெய் விளக்கின் மஞ்சள் சுடரைப் பார்த்தபடியே யோசனையுடன் வராந்தாவில் அமர்ந்திருந்தாள் சுகறா.

எதைப்பற்றியோ யோசிக்கிறாளோ?

O

ஏழு

சுகறாவின் வாழ்க்கை, நோக்கம் எதுவுமில்லாமல் அப்படியே நகர்ந்துகொண்டிருந்தது. பெரும்பாலான நேரம் அவள் மஜீதின் வீட்டில் தானிருந்தாள். எல்லோருக்குமே அவள் மீது பிரியம்தான். ஆனால், அவள் முகத்தில் எப்போதும் ஒருசோகம் படர்ந்திருக்கும். எதை நினைத்தும் விசனப்படக்கூடாது என்று மஜீதின் உம்மா சுகறாவிடம் அடிக்கடிச் சொல்வதுண்டு.

“எனக்கு வெசனமொண்ணுமில்லெ.”

லேசானப் புன்சிரிப்புடன் சுகறா சொல்வாள். ஆனால், குரலிலிருக்கும் சோகத்தை அவளால் மறைத்து விட முடியாமலிருந்தது. இது மஜீதையும் வேதனைப் படுத்திக்கொண்டிருந்தது.

அவன் சொல்வான்:

“சொகறா, முன்ன நீ சிரிக்கிறதெபோலெ ஒரு சிரிப்பைப் பாக்க ஆசையா இருக்கு.”

அவள் சொன்னாள்:

“நான் முன்னப்போலதானெ சிரிக்கிறேன்?”

“இல்லே, இப்ப உள்ள சிரிப்புலெ கண்ணீரும் கலந்திருக்குறதபோலெ.”

“ஓ... அது நான் வளந்ததுட்டதனாலெ இருக்கும்.”

சிறிது நேரத்திற்குப் பிறகு சொல்வாள்:

"நாம வளந்திருக்கவே கூடாது."

வளர்ந்துவிட்டதால்தானா சோகங்களும் ஆசைகளும் உருவாயின?

அவர்கள் ஒரு காலத்தில் குழந்தைகளாக இருந்தார்கள். தங்களை அறியாமலேயே அவர்கள் வளர்ந்தும்விட்டார்கள். முலையும் தலையும் வளர்ந்து யுவதியாக மாறினாள் சுகறா. மஜீது லேசான மீசை அரும்பிய இளைஞனாக மாறினான்.

சுகறாவுக்குத் தன் எதிர்காலத்தைப் பற்றி மிகுந்த வருத்தமிருந்தது. சகோதரிகளும் தாயும் அவளும் இப்போது அனாதைகள். தந்தையின் மரணத்திற்குப்பிறகு குடும்பச்சுமைகள் அவளிடம் வந்துசேர்ந்தன.

அவளுக்கு வயது பதினாறுதான் ஆகிறது. பெண்ணாகப் பிறந்தவள்தான். இருந்தாலும் குடும்பத்தைக் காப்பாற்ற வேண்டும். எவ்வளவு காலம்தான் மஜீதின் உம்மாவிடமிருந்து உதவிகளைப் பெறமுடியும்? மற்றவர்களுடைய நல்ல மனதை நம்பி எவ்வளவு நாள் வாழ்வது? அங்கே மஜீது மட்டும்தான் இருக்கிறான் என்றால் அவளுக்கு எந்த மனவருத்தமும் ஏற்பட்டிருக்காது.

மஜீதின் வாப்பாவிடமோ உம்மாவிடமோ சகோதரிகளிடமோ அவளுக்கு எந்தப் பிணக்கமும் கிடையாது. இருந்தாலும் மஜீதிடமுள்ள எதுவோ ஒன்று மற்றவர்களிடமில்லை. மஜீது அவளது எதிரில் இருக்கும்போது எதுவும் தோன்றுவதில்லை. அவன் இல்லாதபோது மனதில் ஏதோ குறைபாடு. மஜீது காலையில் பாடசாலைக்குப்போனால் சாயுங்காலம் திரும்பி வருவதுவரை அவளுக்குள் ஒரு சஞ்சலமிருக்கும். மஜீதுக்கு உடம்புக்கு ஏதாவது வந்தால் அவளுக்குத் தூக்கம் வராது. எப்போதும் மஜீதின் பக்கத்திலேயே இருக்க வேண்டும். இரவு பகல் பாராமல் அவனுக்குப் பணிவிடை செய்ய வேண்டும்.

அவளது ஆசையைப் பூர்த்திசெய்வதுபோல் அப்போது ஒரு சம்பவம் நடந்தது. மஜீதின் வலதுகாலில் ஒரு விஷக் கல் குத்திவிட்டது. அது பட்டணத்தில் உயர்நிலைப் பாடசாலைக்குப் படிக்கச் சென்ற நான்காம் ஆண்டு. பாடசாலையிலிருந்துத் திரும்பி வரும்போது காலில் வேதனை தொடங்கியது. நொண்டியபடியே அவன் வீட்டில் வந்து ஏறினான். மறுநாள் காலின் அடிப்பாகத்தில் கட்டி பழுத்துத் தெரிந்தது. உடல் முழுவதும் வலியும் வேதனையும். மஜீது கட்டிலில் கிடந்து நெளிந்துகொண்டிருந்தான். கட்டி உடைந்தால் வலிகுறைந்து விடுமென்று எல்லோரும் சொன்னார்கள். ஆனால், யாராவது பக்கத்தில் சென்றால்கூட போதும், மஜீது அழுதுவிடுவான்.

அங்கே எப்போதுமே ஆட்களின் கூட்டம்தான். அவனைப் பார்க்க வருபவர்கள் இல்லாத நேரமாகப் பார்த்து சுகறா அறைக்குள் சென்று மஜீதின் கால்பக்கத்தில் நின்று வீங்கியிருந்த காலில் ஊதிவிட்டுக் கொண்டிருப்பாள். பெரிய, மஞ்சள் நிறக் கொய்யாப்பழம் போல் அது காலிருந்து புடைத்து, பழுத்து, வீங்கியிருந்தது. மஜீதால் வலியைத் தாங்கிக்கொள்ளவே முடியவில்லை.

“சொகறா, நான் மரிச்சுப் போவேன்.” மஜீது வருத்தத்துடன் சொன்னான்.

என்ன செய்யமுடியும்? அவளுக்கு ஒன்றுமே தோன்ற வில்லை. அழுகைதான் வந்தது. அவள் மஜீதின் பாதத்தைத் தனது கன்னத்துடன் சேர்த்துப் பிடித்தாள்.

உள்ளங்காலில் அழுத்தமாக ஒரு முத்தம் பதித்தாள்.

முதல் முத்தம் ! . . .

அவள் எழுந்து அவனது கொதிக்கும் நெற்றியைத் தடவியபடியே அந்த முகத்தின் மீது குனிந்தாள்.

சுகறாவின் கூந்தல் அவிழ்ந்து மஜீதின் நெஞ்சில் விழுந்து பரந்தது . . . அவளுடைய மூச்சுக்காற்று அவனது முகத்தில் பதிந்தது. சுகறாவின் முழுமையான வாசம். மின்னோட்டம் அவனது நாடி நரம்புகளை அதிரச்செய்துகொண்டிந்தது... காந்தத்தால் ஈர்க்கப்பட்டதுபோல மஜீதின் முகம் மேலெழுந்தது. கைகளிரண்டும் அவளது கழுத்தைச் சுற்றி வளைத்துக்கொண்டன. அவளை அவன் நெஞ்சோடு சேர்த்தணைத்து தன்னில் சுவீகரித்துக்கொண்டான்.

“சொகறா !”

“ம் . . ?”

சுகறாவின் சிவந்த உதடுகள் மஜீதின் உதடுகளில் பதிந்தன.

வாழ்க்கையின் தொடக்ககாலம் முதலாக இருந்த நட்புதானென்றாலும் அன்று முதன்முதலாகக் கிளர்ந்தெழுந்த உணர்வுகளுடன் அவர்கள் பரஸ்பரம் ஒட்டிக்கொண்டார்கள்... ஆயிரமாயிரம் முத்தங்களை பரஸ்பரம் பரிமாறிக்கொண்டார்கள். கண்கள், நெற்றி, கன்னங்கள், கழுத்து, மார்பு... உடல்கள் நடுங்க... சுகமான ஒரு பதற்றம். புதிதாக ஒரு ஆசுவாசமும். ஏதுவோ நிகழ்ந்திருக்கிறது. என்ன அது?

“கட்டி உடைஞ்சி போச்சு.” சிறு புன்சிரிப்புடன் இனிமையான சங்கீதம்போல் சுகறா கிசுகிசுத்தாள்.

மஜீது எழுந்து அமர்ந்தான். ஆச்சரியம்...! கட்டி உடைந்து போயிருந்தது. வெட்கத்தால் தாழ்ந்த சுகறாவின் மோகம் படிந்த முகத்தை மஜீது பார்த்தான். அந்தப் பவள உதடுகளின் இனிமையும் அந்த முதல் முத்தங்களின் மயக்கும் மென்மையும்!

சுகறா முத்தம் பதித்த வலது உள்ளங்காலில் இனம் புரியாத குளிர்ச்சி..!

சுகறாவால் அன்றிரவு தூங்க முடியவில்லை. உடல் முழுக்க சூடாக... அவள் கரைந்துகொண்டிருந்தாள்.

சுகறாவின் வாழ்க்கையில் ஒரு நோக்கமிருந்தது. ஆனால், அதன் சாத்தியங்களைக் குறித்து சிந்திப்பதற்கு அவளுக்குப் பயமாக இருந்தது.

பெரும் நிச்சயமற்ற தன்மைகளுடன் அவளது தினப்படி வாழ்க்கை அப்படியே கழிந்துகொண்டிருந்தது.

o

எட்டு

சுகறா மஜீதையும் மஜீது சுகறாவையும் நேசிக்கிறார்கள். இந்த விவரம் பரஸ்பரம் இருவருக்கும் தெரிந்துமிருந்தது. அன்பு வளையத்தின் நடுவிலிருந்தான் மஜீது. ஆனாலும், வாழ்க்கைக் குறித்த சிந்தனைகளும் உயர்ந்த நோக்கங்களும்தான் மஜீதை வழிநடத்திச் சென்றன. மிகுந்த சுயஅபிமானத்துடன் வாழ்பவன் மஜீது. தன்னைப் பற்றி மிகப்பெரிய மதிப்பை தனக்குள் வைத்திருந்தான். தந்தை வாழ்ந்துகொண்டிருக்கும் உலகத்தில் அல்ல அவனது வாழ்க்கை. குடும்ப விஷயங்களைப் பற்றி எதுவும் தெரியாது. வாப்பாவிடம் எதையாவது பேசவும்கூட அவனுக்கு பயம்தான்.

வாப்பா யாருடைய அபிப்ராயங்களையும் ஏற்றுக்கொள்ளாமல் ஒரு சர்வதிகாரிபோல் அனைத்தையும் நடத்துபவர். மஜீதுக்கு ஏதாவது தேவைப்பட்டால் உம்மாவிடம் கேட்டு வாங்கிக் கொள்வான். வாப்பாவின் குரல் கேட்கும்போது மஜீதின் மனதிற்குள் எதிர்ப்பின் மௌன கர்ஜனைகள்தான் எழும். எதைப்பற்றிய எதிர்ப்பு? மஜீதுக்கு குறிப்பாகத் தெரியவில்லை. ஒரு நல்ல தகப்பனல்லவா அவர்? மஜீதுக்கான அனைத்தையும் செய்து தருபவர் அல்லவா? அவன்மீது அளவு கடந்த அன்பு செலுத்துகிறார். ஒரு தகப்பன் எனும் நிலையில் அவர் மீது என்ன குற்றம் சொல்லமுடியும்?

மஜீதுக்கு சொந்த வாப்பாவைவிடவும் அதிகமான அன்பு செலுத்த முடிந்தது

சுகறாவின் வாப்பாவின்மீதுதான். சுகறாவுக்கு அவளது வாப்பாமீது பயமெதுவும் இருக்கவில்லை. வாப்பாவைப் பற்றிபேசும்போது அவளது கண்களில் கண்ணீர் தளும்பிவிடும் . . . மஜீதின் வாப்பா இறந்துபோனால் மஜீது அழுவானா? உம்மா இறந்தால் நிச்சயமாக மஜீது அழுவான். உம்மாவின் மீது பயமில்லை. வாப்பாவின் மீதுதான் பயம். பயத்துடன் கூடிய அன்பும் உண்டு, வாப்பாவிடம்.

எப்படியாக இருந்தாலும் மஜீதுக்கு அங்கே இருக்கப் பிடிக்கவில்லை. பெரும்பாலான நேரங்களிலும் வீட்டுக்கு வெளியில் அல்லது தனது அறைக்குள்ளிருப்பான். அப்படியாக இருக்கும்போதுதான் மிக முக்கியமான அந்த சம்பவம் நிகழ்ந்தது.

அன்று மஜீது பட்டணத்துப் பாடசாலையில் இறுதி யாண்டுக்கு முந்திய வகுப்பில் படித்துக்கொண்டிருந்தான்.

அறுவடையும் கதிரடிப்பும் தொடங்கியிருந்தன. நல்ல அக்னி வெயில். நோன்புக் காலமும்கூட! தண்ணீர் குடிக்காமல், உமிழ்நீரைக்கூட விழுங்காமல் பகல் முழுவதும் பட்டினியுட னிருந்ததால் ஒன்றுமில்லாத காரியங்களுக்கும்கூட வாப்பா வெறிபிடித்ததுபோல் சண்டை போட்டார்.

ஒருநாள் காலையில் வயலுக்குப் போகும்போது வாப்பா மஜீதிடம் சொன்னார்: "அறுத்தடிச்சி காயப் போட்டுருக்குறெ நெல்லெ வள்ளத்துலெ கொண்டு வரவேண்டியதிருக்கு. கூட ஆளு இல்லேன்னா வள்ளக்காரனுங்க நெல்லை வழியிலேயே அள்ளி வித்துருவானுக."

"நீ நோன்பு இல்லைதானே?"

வாப்பா நினைவுபடுத்தினார்.

"நீ பாடசாலையிலேயிருந்து வந்த உடனே வயலுக்கு வந்துடு. வருவியா? இல்லியா."

மஜீது சொன்னான்: "வந்துர்றேன்."

ஆனால், போகவில்லை. பாடசாலையிலிருந்து வந்ததும் வழக்கம்போல் விளையாடப் போய்விட்டான். அந்தி நேரம், நோன்பு திறக்க வாப்பா வரவில்லை. அப்போதுதான் மஜீதுக்கு நினைவு வந்தது . . . நேரம் இருட்டியபிறகுதான் வாப்பா வந்தார். மஜீதைக் கண்டதுமே அவர் அலறினார். பயங்கரமான கோபத்துடன் மஜீதின் கன்னத்தில் ஓங்கி படாரென்று ஒரு அடி வைத்தார். மஜீது கிறங்கிப் போனான். தலைக்குள் மின்னுட்டாம் பூச்சிகள் பறந்தன.

வாப்பா திரும்பத் திரும்ப அடித்தார்.

"ஒண்ணுலெ நீ திருந்தணும், இல்லேன்னா சாகணும், மனசுலாச்சுதா? இல்லியா."

அடியும் கூப்பாடும் கேட்டு உம்மா ஓடி வந்து மஜீதைக் கட்டிப்பிடித்துக் கொண்டாள்.

"போதும் நிறுத்துங்க. தெரிஞ்ச மட்டுக்கும் அடிச்சாச் சில்லையா?"

"போடி அந்தப் பக்கம்." உம்மா போகவில்லை என்றதும் உம்மாவை அடித்தார். அழுதுகொண்டே ஓடிவந்த சகோதரி களையும் அடித்தார். கதவுகளை ஓங்கி அடித்து உடைத்தார். பாத்திரங்களை எறிந்துடைத்தார்...

மஜீது ஸ்தம்பித்துப் போய் நின்றிருந்தான்.

"போடா... நீ, போ... ஊரு உலகத்தெ ஒண்ணு சுத்திக் கெறங்கிப் படிச்சுட்டு வா. மனசுலாச்சுதா? இல்லியா." வாப்பா அலறியபடியே மஜீதின் பிடரியைப் பிடித்து முற்றத்தில் தள்ளினார். மஜீது குப்புறக் கவிழ்ந்து விழுந்தான். உதட்டில் காயம்பட்டு இரத்தம் வடிந்தது. மஜீது எழுந்ததும் மீண்டும் விரட்டினார்.

"போயிடு!"

அந்தச் சத்தம் உலகத்தின் எல்லைவரை அவனை விரட்டிச் செல்லும் அளவுக்கு வீரியமுள்ளதாக இருந்தது.

மஜீது அங்கிருந்து சென்றான். இருட்டில் படிக்கட்டில் போய் அமர்ந்து கொண்டான்... அழுகை வரவில்லை. கண்ணீர் துளிகூட இல்லை. எதிர்ப்பின் தீவிரமான கொடும் புயல் மனதிற்குள்... நான்கு நல்லவார்த்தை சொல்வதற்கோ அமைதிப் படுத்தவோ யாருமே வரவில்லை.

வீட்டில் பயங்கரமான அமைதி. சர ராந்தல் மிகுந்த வெளிச்சத்துடன் எரிந்துகொண்டிருந்தது. என்றாலும் மரித்த வீடுபோல்... அசைவின்றி.

விசாலமான உலகத்தில் தான் மட்டும் தனித்து! வீட்டையும் நாட்டையும் விட்டுப் போய்விடுவதென்று மஜீது முடிவு செய்தான். ஆனால், எங்கே போவது? கையில் பணமில்லை. வெறும் உடம்பு. இருந்தாலும் வாழமுடியும், அவன் இளைஞன் போயே ஆகணும்.

மஜீது போய்விட்டான்.

போவதற்குமுன் சுகறாவைத் தேடிச் சென்றான். வழக்கமாக அமர்ந்திருக்கும் மாமரத்தின் கீழ் அவன் இருட்டின் ஏகாந்தத்தில் நின்றிருந்தான்.

தொலைவில் சுகறாவின் இனிமையான குரல் கேட்டது. மண்ணெண்ணெய் விளக்கின் எதிரிலமர்ந்து அவள் குர்ஆன் ஓதிக்கொண்டிருந்தாள். இடையிடையே தலையை உயர்த்தி மாமரம் நிற்குமிடத்தையும் பார்த்துக்கொண்டிந்தாள். எதையோ கேட்க முனைவதுபோல் கண்கள் அவ்வப்போது நிலைகுத்தி நின்றன. அவளது தங்க நிறக் கன்னங்கள் பிரகாசித்தன. தொட்டால் இரத்தம் துளிர்ப்பதுபோலிருந்த உதடுகள் மலர்ந்தன.

கொஞ்ச நேரம் அப்படியே இருந்துவிட்டு சுகறா மீண்டும் ஓதத் தொடங்கினாள்.

“சொகறா.” மஜீது கூப்பிட்டான். உதடுகள் மட்டும் அசைய மனதிற்குள். உரக்க அழைக்கவேண்டும்போல் தோன்றியது. கடைசி யாத்திரை. சொல்லிக்கொள்ள வேண்டாம்.

மஜீது நடந்தான். ஒரு பைத்தியக்காரனைப்போல். கிராமத்தைத் தாண்டி, பட்டணத்தைத் தாண்டி, காடும், மலைகளும் நகரங்களும் கடந்து மஜீது போய்விட்டான்.

ஒன்பதோ பத்தோ வருடகாலம் சஞ்சாரம் செய்தான். நீண்ட வருடங்கள்.

அதனிடையே வீட்டில் என்னென்ன மாற்றங்கள் நிகழ்ந்திருக்கின்றனவோ. சுகறாவின் வாழ்க்கையில் நடந்த மாற்றங்கள் எவை? எதுவுமே மஜீதுக்குத் தெரியாது. கடிதம் எதுவும் எழுதவுமில்லை. எதையும் தெரிந்துகொள்ளவேண்டாம் என்பதற்காக அல்ல. எழுதவில்லை. அவ்வளவுதான்! வீட்டிலிருந்து யாராவது தேடி வந்துவிட்டால் என்ன செய்வது?

மஜீது அலைந்து திரிந்தான். எல்லாவிதமாகவும்! நடந்து, வாகனங்களில், பிச்சைக்காரர்களுடன், நாடோடியாக, ஓட்டல் பணியாளாக, அலுவலக குமாஸ்தாவாக, அரசியல்வாதிகளுடன், தனவந்தரின் விருந்தினனாக இப்படி எல்லாவிதமாகவும் வாழ்ந்தான். பல்வேறு மதப் பிரிவினர்களுடன் அவனுக்குப் பரிச்சயமுமேற்பட்டது.

மஜீதுக்குப் பணம் சம்பாதிக்க வேண்டும் என்ற ஆசையில்லை. அந்த வசதிகளை அவன் பயன்படுத்தியதுமில்லை. பார்க்க வேண்டும். அறிந்துகொள்ள வேண்டும். இதுதான் லட்சியம்.

மஜீது பார்த்த சிறுகிராமங்கள், பெருநகரங்கள், சிற்றருவிகள், பெரும் நதிகள், மகா சமுத்திரங்கள், சிறு குன்றுகள், மாபெரும் மலையடுக்குகள், புழுதி நிறைந்த விளைநிலங்கள், வெள்ளை மணல் நிரம்பிய பெரும் மணல் காடுகள்... இப்படி ஆயிரமாயிரம் மைல்தூரம் சென்றான். எதைப் பார்ப்பதற்கு?... எதைக் கேட்பதற்கு?

மனிதர்கள் எல்லா இடங்களிலுமே ஒரேபோல்தான். மொழியிலும் உடையிலும் மட்டும்தான் வேறுபாடு. எல்லாருமே, ஆண் பெண்... பிறந்து, வளர்ந்து, இணைசேர்ந்து உற்பத்தியைப் பெருக்கி... பின்பு, மரணம். அவ்வளவுதான்! ஜனன – மரணங் களினிடையே உள்ள பெருந்துன்பம் எல்லா இடங்களிலும் ஒன்றுபோல்தான். மரணத்துடன் அனைத்துமே முடிந்து போய் விடுகிறதோ? அப்படியான சிந்தனையுடன் மஜீது ஊருக்குத் திரும்பி வந்தான். எதற்காக? சுகறாவைத் திருமணம் செய்து அமைதியாக எங்காவது வாழ்க்கையை வாழ்ந்து முடிப்பதற்கு. ஆனால், ஊரில் எதிர்பாராத, திகைக்க வைக்கும் மாற்றங்கள் மஜீதை எதிர்கொண்டன.

மர வியாபாரத்தில் அடிக்கடி ஏற்பட்ட நஷ்டங்களினாலோ, ஊரில் ஒரு பாலம் கட்டுவதற்காக அரசாங்கத்திற்கு விண்ணப்பிக்கும் ஒரு மனு என்ற பெயரில் யாரோ ஒருவரது பத்திரத்தில் கையொப்பமிட்டு கொடுத்ததாலோ என்னவோ, வாப்பாவின் சொத்துக்கள் அத்தனையும் கடனில் மூழ்கிப்போயிருந்தன... இருப்பிடமும் கூட பணயம்[1] வைக்கப்பட்டிருந்தது. தாயும் தகப்பனும் அதிக வயோதிகமடைந்திருந்தார்கள். இரண்டு சகோதரிகளும் வளர்ந்து, திருமண வயதைக் கடந்திருந்தார்கள். எல்லாவற்றிற்கும் மேலாக, சுகறாவுக்குத் திருமணமாகி விட்டிருந்தது.

மஜீது ஊருக்கு வருவதற்கும் ஒரு வருடத்திற்கு முன்பு, எங்கோ பட்டணத்தில் உள்ள ஒரு கசாப்புக்காரன் அவளைத் திருமணம் செய்திருந்தான்.

சுகறா மஜீதுக்காகக் காத்திருக்கவில்லை. சுயவிருப்பங்களுக்கேற்பத் தீர்மானம் செய்வதுதான் வாழ்க்கை. மஜீது முடிவு செய்தான்.

ஊரிலுள்ளவர்கள் மஜீதைப் பார்க்க வந்தார்கள். நான்கைந்து பேர்களாக சுமந்துகொண்டு வந்த பெட்டிகளையும் படுக்கையையும்

---

1 அடமானம்

பார்த்த ஊர் மக்கள் மஜீதிடம் நிறைய பணமிருக்க வேண்டும் என்று நினைத்தார்கள். மொத்தம் இருந்தனவோ ஏராளமான புத்தகங்களும் பத்து ரூபாவும்தான்.

மஜீதுக்கு அப்போது தடபுடலான வரவேற்பு கிடைத்தது. ஒவ்வொரு வீட்டிற்கும் தினமும் இரண்டு மூன்று தடவை விருந்துக்குப்போக வேண்டும். வயிறு நிறைய சாப்பிட்டிருந்தாலும் வற்புறுத்தி ஊட்டுவார்கள்.

ஆனால், ஒரு மாதத்திற்குள் அனைவரும் உண்மையைத் தெரிந்துகொண்டார்கள். தரித்திரத்தில் மூழ்கிவிட்ட ஒரு குடும்பத்தின் மற்றுமொரு தரித்திர உறுப்பினன்தான் மஜீதும்.

வெறும் பாப்பர்!

"இவன் இப்போ எதுக்கு வந்தான்."

இதுதான் ஊரிலுள்ளவர்களின் தற்போதைய கேள்வி.

"இவ்வளவு வருசங் கழிஞ்சு வந்திருக்குறான் வெறுங்கையை வீசிக்கிட்டு."

ஏளனப் பார்வைகளும் பரிகாசப் பேச்சுகளும் மஜீதுக்குக் கிடைக்கத் தொடங்கியிருந்தன. அதனால், வெளியே இறங்காமலிருந்தான். வீட்டின் பழைய அறைக்குள் எப்போதுமே இருந்தான். அந்த அறை சரித்திரப் புகழ் பெற்றதல்லவா? படிக்கிற காலத்தில் உபயோகப்படுத்தியது. மஜீதின் சுன்னத்துக் கல்யாணமும் அந்த அறையில் வைத்துதான் நடந்தது. காலில் விஷக் கல் குத்தி படுத்திருந்ததும் அதே அறையில்தான்.

அறையில் பழைய சாய்வு நாற்காலியைப் போட்டு வெளியே பார்த்தபடியே படுத்திருப்பான் மஜீது.

வீட்டில் சரியாக சாப்பிடுவதற்கும்கூட எதுவுமில்லை. மஜீதின் சகோதரிகள் ஊறப்போட்ட தேங்காய் மடல்களை சிதைத்துத் திரிக்கும் கயிற்றை, மிகுந்த கௌரவம் பார்த்த வாப்பா, கடைத்தெருவுக்குக் கொண்டுபோய் விற்று ஏதாவது வாங்கிக் கொண்டு வருவார். மஜீதின் மனம் அழுதது. அன்பான வாப்பா... வாப்பா கொண்டுவருவதில் அதிகமான பங்கையும் உம்மா மஜீதுக்கே கொடுத்து விடுவாள். பிறகு பரிவோடு சொல்வாள்:

"எம் பிள்ளெ, மெலிஞ்சி போயிட்டான். உன்னெ எப்பிடியெல்லாம் வளத்துனோம் தெரியுமா? உனக்கு நெறம் கொறவா இருக்குன்னு சொல்லிப் பாலுலெ தங்கத்தெயும் வசம்பையும் அரைச்சிக் கலக்கி உனக்கு எவ்வளவு தந்துருக்கேன், மவனே."

❁ 140 ❁ பால்யகால சகி

உற்சாகம் வற்றிப்போன மஜீது அப்படியே இருப்பான். என்ன செய்வது? கையில் பணமில்லை. கிடைப்பதற்கான வழிகளும் எதுவுமில்லை. உதவிக்கும் யாருமில்லை.

மஜீது நாளுக்குநாள் சோர்வடைந்துகொண்டிருந்தான். மனதை சமநிலைப்படுத்துவதற்கான பணிகளும் எதுவுமில்லை. ஆகவே, மீண்டுமொரு தோட்டம் அமைக்கத் தொடங்கினான். இந்த முறை தனியாக.

முற்றத்தின் எதிரில் சதுரமாக, வெள்ளை மணல்தூவி, நான்கு புறமும் செடிகள் நட்டுவைத்தான். சுகறாவின் கைகளால் வைத்த செம்பருத்தி மரம்தான் தோட்டத்தின் ஒருபுற எல்லை. அது இப்போது மரமாக வளர்ந்திருந்தது. மஜீது வரும்போது அது பூத்திருந்தது. பச்சிலைப் படர்ப்பின் மீது இரத்தச் சிதறல்போல் ஒருபோதும் நிறம் மாறாத கடுஞ்சிவப்புப் பூக்கள்.

அதன் கீழ் சாய்வு நாற்காலியைப் போட்டு படுத்துக்கொண்டு புத்தக வாசிப்பு நடந்தது. ஆனால், வாசிக்க முடியவில்லை. புத்தகத்தைத் திறந்து மடியில் வைத்துவிட்டு அப்படியே கிடப்பான்.

“உனக்கு என்ன மவனே, யோசனை:”

உம்மா கேட்பாள்.

மஜீது மெதுவாகச் சொல்வான்:

“ஒண்ணுமில்லே.”

உம்மாவும் யோசனையில் மூழ்கி விடுவாள். பிறகு சொல்வாள்:

“எல்லாம் படெச்சவனுக்கெ விதிபோலெ.”

மஜீதைத் திருப்திப்படுத்துவதற்காக அவனது பிரியமான செடிகளுக்குத் தண்ணீர் ஊற்றும் விஷயத்தில் சகோதரிகள் இருவரும் போட்டி போடுவார்கள். பிறகு இரண்டு பேரும் சேர்ந்து மஜீதிடம் வந்து சொல்வார்கள்:

“காக்கா இன்னைக்கு எல்லாச் செடிக்கும் தண்ணி ஊத்துனது நானாக்கும்.”

மஜீது சொல்வான்:

“செடியிலெ உள்ள பூவையெல்லாம் ரெண்டுபேரும் சமமா எடுத்துக்கிடுங்கோ.”

“அவனோட உம்மாவுக்கெ ஒரு செடி.”

வாப்பா சொல்வார்:

"எஞ் சொத்து சொகத்தையெல்லாம் எழந்து, அவனெ நான் படிக்க வெச்சேன். ஆனா, அவன் தேசாந்திரியா சுத்திட்டு இவ்வளவு வருசங் கழிச்சி வந்துருக்கான், வெறுங்கையோட! அவனோட செடி, ஒரு சம்பாத்தியம். இந்த வயசான காலத்துலெ எனக்கு சொகங்காண அவன் போட்ட தோட்டம். எல்லாத்தையும் நான் வெட்டியெறிஞ்சிர்றேன். நாஞ்சொல்றது கேட்டுதாடீ, இல்லியா."

உம்மா சொல்வாள்:

"இருந்தாலும் முத்தமெல்லாம் துப்புரவாயிட்டுதே?"

வாப்பா வெற்றிலைச் சருகில் சுண்ணாம்புத் தூளை உதிர்த்தவாறே கேட்பார்:

"நான் சொன்னது கேட்டுதாடீ? இல்லியா."

"என்னது?"

"யாருட்டேருந்தாவது கொஞ்சம் போயிலெக்காம்பு வாங்கு."

உம்மா ஒரு பழந்துணியை தலையிலிட்டு அழுக்கடைந்து, கிழிந்த குப்பாயத்துடன் அக்கம்பக்கத்து வீடுகளில் புகையிலைக் காம்புத் தேடிப்போவாள்.

வாப்பா, உம்மா, சகோதரிகள், சுகறா.

நினைவுகள் மனதின் ஆகாயப்பரப்புகளினூடே மேகக் கூட்டங்கள்போல் பாய்ந்து சென்றுகொண்டிருந்தன. வறுமை ஒரு கொடிய வியாதி. அது உடம்பையும் மனதையும் ஆத்மாவையும் நலிந்து போகச் செய்துவிடுகிறது. இப்படியாக, மனித உணர்வுகள் மழுங்கிப் போனவர்கள் லட்சோப லட்சம் ஆண் பெண்கள்.

இவ்விதமான சித்திரங்கள்தான் மஜீதின் மனதில் விரியும். விரும்பத்தகாத, மனங்குன்றிப் போகச் செய்யும் இந்தக் காட்சிகளை எதற்கு நினைவுபடுத்த வேண்டும்? வாழ்க்கை ஒளி வீசும் அழகு கொண்டதுதான். ஆனால் அதன் முகத்தில் படிந்திருக்கும் சேறும் சகதியும் . . . மறந்துவிட முடியவில்லை. வாழ்க்கையின் விரும்பத்தகாதவை. வாழ்க்கையின் இயலாமைகள். அழகும் அமைதியும் மட்டுமே நிரம்பிய வாழ்க்கை என ஒன்று இருக்கிறதா?

வயிற்றுக்கில்லாதவர்கள், உடுக்கத்துணி இல்லாதவர்கள், தலைசாய்க்க ஒரு இடமில்லாதவர்கள், நோயாளிகள், அங்கஹீன மானவர்கள் இப்படி, துயரம் படிந்தவர்கள் கூட்டங்கூட்டமாக... இரவு பகலாக... எல்லாவற்றையுமே மறந்துவிட்டால் நல்லது.

ஆனால், எப்படி மறந்துவிட முடியும்?

மூளை எப்போதுமே புகைந்துகொண்டிருந்தது. மனம் பதைத்துக்கொண்டிருந்தது.

சுகறாவைப் பற்றி நினைக்கும்போதெல்லாம் கண்ணீர் தளும்பிவிடும். அவளை ஒரு தடவைப் பார்க்க வேண்டும். ஆனால் மற்றொருவனின் மனைவி. தூரத்திலிருந்தாவது ஒரு முறை பார்த்துவிட வேண்டும். பரிதாபம் காட்டுவதற்கல்ல; குத்திப் பேசுவதற்கல்ல. வெறுமனே ஒரு முறை பார்க்கவேண்டும். அந்தக் குரலைக் கேட்க வேண்டும்.

அவள் மஜீதை மறந்து விட்டாள். ஆனால், மஜீதால் அவளை மறக்க முடியுமா?

நிறைய மாம்பழங்களைத் தந்து அவர்களை ஆசீர்வதித்த அந்த மரத்தின் கீழ் இரவின் ஏகாந்தத்தில் மஜீது அமர்ந்திருப்பான். யாரையும்எதிர்பார்த்தல்ல.எதிர்பார்த்திருக்கயார் இருக்கிறார்கள்?

மஜீது நினைத்துக்கொண்டான்:

நான் வந்திருப்பதை அறிந்தால் அவள் ஒருபோதும், ஒருபோதும் வரமாட்டாள்.

அவள் எதற்காக வரவேண்டும்? யாரைப் பார்ப்பதற்கு வரவேண்டும்.

மஜீதின் பக்கத்தில் உம்மா வந்து எதுவும் பேசாமல் அமர்ந்திருப்பாள்.

உம்மா, வாப்பா, சகோதரிகள். இவர்களுக்குச் சரியான முறையில் ஆகாரம் கொடுப்பதற்கு என்ன செய்வது? வாப்பா கோபப்படுவது தேவையற்ற ஒன்றுமில்லை. வாலிப வயது மகன். என்ன செய்ய? என்ன வாழ்க்கை இது?

சுகறா.

கண்ணே, சுகறா நீ வருவாயா?

O

ஒன்பது

சுகறா வந்தாள்.

மஜீது வந்திருப்பதையறிந்து அன்பு மேலிட அவள் மூச்சுவாங்க ஓடிவந்தாள். ஆனால், மஜீது அவளைப் பார்க்க விரும்பவில்லை. அவன் மிகவும் பதற்றத்துடனிருந்தான். அசையவே முடியவில்லை. தளர்ந்துபோய் அமர்ந்திருந்தான்.

"எங்கே" என்று சுகறா கேட்பதும் "தோட்டத்துலெ" என்று உம்மா பதில் சொல்வதும் மஜீதின் காதுகளில் விழுந்தன. இதயம் வேகமாக அடித்துக் கொண்டிருந்தது. மஜீது அந்தப் பழைய செயரில் அசையாமல் படுத்திருந்தான்.

தோட்டம் அந்தி வெயிலில் அமிழ்ந்து கிடந்தது. வண்டுகள் மலர்களைச் சுற்றிப் பறந்துகொண்டிருந்தன. வாசனையை சுமந்து செல்லும் இளங்காற்று இலைகளை அசைத்துக்கொண்டிருந்தது. மஜீது மஞ்சள் வெயிலில் மூழ்கிய சிலைபோல் சாய்வு நாற்காலியில் சாய்ந்து கிடந்தான்.

சுகறாவின் காலடிச்சத்தம் நெருங்கி வந்தது.

"ஓ . . . புதிய தோட்டம்."

சுகறாவின் சோகமான குரல் பின்புறம் கேட்டது. மஜீதின் இதயத்தில் வேதனை. வெறும் வேதனையல்ல, காய்ந்த மூங்கில் முட்கள் புகுந்து ஓடிந்திருப்பதுபோல் இதயம் வேதனையுடன் பதைத்துக்கொண்டிருந்தது.

அழுதுவிடப் போவதுபோல் உடைந்த குரலில் சுகறா மெதுவாகக் கேட்டாள்:

“என்னை யாருணு தெரியுமா?”

பிரபஞ்ச நிசப்தம். எதுவுமே பேச முடியவில்லை நினைவுகள்...

மஜீதின் கண்கள் நிரம்பின.

அவள் திரும்பவும் கேட்டாள்:

“எம் மேலெ உள்ள கோபமா இருக்கும்?”

மஜீது மெதுவாகத் திரும்பிப் பார்த்தான். இதயமே வெடித்துச் சிதறியது.

சுகறா ஆளே மாறிப் போயிருந்தாள் . . .

கன்னங்கள் ஒட்டி, கைவிரல்களின் எலும்புகள் துருத்தி, நகங்கள் தேய்ந்து, வெளிறிப்போய், காதுகளில் கிடந்த கறுப்பு நூலை தலைமுடியால் மறைத்து . . . அப்படி . . .

பரஸ்பரம் அவர்கள் பார்த்துக்கொண்டார்கள். நீண்ட நேரமாக யாருக்கும் எதுவும் பேச முடியவில்லை.

மெல்ல, மெல்லச் சூரியன் மறைந்தது. காட்சியின் வேறுபாடுகளுக்குத் திரைபோட்டு எங்கும் இருள் வியாபித்தது. எதையும் அவர்கள் அறியவில்லை. கிராமத்தை அள்ளிப் புணர்ந்து செல்லும் நதியின் இரு கரங்களையும் ஒளியில் மூழ்கடித்து விட்ட முழுநிலவு குன்றின் உச்சியில் நின்று எட்டிப் பார்த்தது.

கிராமத்தின் மௌனத்தை கலைத்த ஒரு காதல்பாட்டு எங்கோ தொலைவிலிருந்து கேட்டது. ஏதோ ஒரு காதலன் தனது காதலியை நினைத்து இனிய சோகத்துடன் பாடுகிறான்.

கமல மலர்ப்பூங்காவில்
கண்விழித்திருப்பவளே
பஞ்சவர்ணப் பைங்கிளியே
பாங்குடன் பார்த்திருப்பவளே
அல்லிமுகம் கண்டால் தீருமோ
ஆசை தீரும் காலம் ஆச்சோ
காமன் கணை வந்ததோ
காலமோசம் வந்து சேர்ந்ததோ
கமல மலர்ப்பூங்காவில்
கண்விழித்திருப்பவளே...

மீண்டும் மீண்டும் அந்த ஆளறியாப் பாடகன் உருப்போட்டுக் கொண்டிருந்தான்.

கடைசியில், மஜீது மந்திர உச்சாடனம்போல் சொன்னான்:

“சொகறா.”

கடந்த காலத்தின இதயத்தினுள்ளிருந்து ஒலிப்பதுபோல் அவளிடமிருந்து பதில் வந்தது.

"ஓ..!"

மஜீது கேட்டான்:

"உடம்புக்கு என்னெ ?"

அவள் சொன்னாள்:

"ஒண்ணுமில்லே..."

"அப்போ ஏன் இவ்வளவு மோசமாயிருக்குறே ?"

சுகறா இதற்கு பதில் சொல்லவில்லை. நீண்ட பெருமூச்சுடன் அவள் சொன்னாள்:

"நான் முந்தா நாளுதான் அறிஞ்சேன்... வந்த விஷயத்தெ."

குற்றம் சொல்வது போல் மஜீது கேட்டான்:

"நான் திரும்பி வரவே மாட்டேன்னு நெனைச்சுட்டே, இல்லையா ?"

"எல்லாரும் அப்பிடித்தான் நெனைச்சாங்க. ஆனா, நான்..."

"? . . ."

"எனக்கு நம்பிக்கை உண்டு. திரும்பி வருவீங்கன்னு."

"அப்புறம், பெறகு ?"

"அவுங்க எல்லாத்தையும் நிச்சயம் செய்துட்டாங்க. எங்கிட்டெ ஆரும் எதுவும் கேக்கலெ. உம்மா வெந்து நீறிட்டிருந்தா. என் வயசுலெ உள்ளதுங்க எல்லாம் கெட்டிக் குடுத்து மூணு நாலு குழந்தைங்களெப் பெத்தாச்சு. பொன்னும் சீதனமும் குடுக்காமெ என்னெ ஆரும்..."

"பொன்னும் சீதனமும் வாங்காம சொகறாவெ கெட்டுறதுக்கு ஆருமே தயாரா இல்லே. நீயும் அப்பிடியே நம்பிட்டே, இல்லையா ?"

"எனக்கு நம்பிக்கை இல்லாம இல்லெ. நா ஒரு நிமிசங்கூட மறக்கல்லெ. ஒவ்வொரு நாளும் இரவுபகலா நான் அழுதுருக்கேன். எந்த ஒரு ஆபத்தும் உடம்புக்கு எதுவும் வராம இருக்கணுமேனு நான் துவா[1] செய்வேன். எப்பவும் எப்பவும் துவா செய்வேன்."

"நான் சொகறாவ மறந்துட்டேன்னு நெனைச்சுட்டே, இல்லியா ?"

---

1 வேண்டுதல்

“அப்பிடி நான் நெனைக்கவே இல்லெ. ஏன் லெட்டரு கூட போடல்லே?”

“சும்மா போடல்லெ. அவ்வளவுதான். பலதடவை எழுதுனதுண்டு. ஆனா, போடல்லே.”

“நான் தெனசரி எதிர்பாத்துக் காத்திருந்தேன். இன்னைக்கு வரும், நாளைக்கு வரும்னு தெனசரி நெனைப்பேன்.”

“அப்புறம் எப்படி இந்தக் கல்யாணம் நடந்தது?”

“நான் சொன்னேனில்லையா, எங்கிட்டெ ஆருமே கேக்கல்லென்னு. மட்டுமில்லே, நான் ஒருபாரமா எவ்வளவு நாளுதான் இருக்க முடியும்? நான் ஒரு பெண்ணாப் பெறந்தவ இல்லையா?”

“? . . .”

“கடைசியில் வீட்டெயும் தோட்டத்தெயும் பணயம் வெச்சு, பொன்னும் சாதனமும் வாங்கி கல்யாணம் கழிஞ்சுது.”

“பெறகு, ஏன் இவ்வளவு மோசமா இருக்கே?”

சுகறா எதுவும் பேசவில்லை.

“சொல்லு, சொகறா, ஏன் இப்பிடி ஆயிட்டே?”

“மனவெசனந்தான்.”

“ஏன் மனவெசனம்?”

“? . . . ?”

“சொகறா.”

“ஓ . . .”

“சொல்லு.”

சுகறா வாய்விட்டழுதாள். பிறகு மெல்ல தன்னைத் தேற்றிக் கொண்டு அவளது கணவனைப் பற்றி சொன்னாள்:

“பெரிய கோபக்காரரு. அவருக்கு வேற ஒரு பெஞ்சாதியும் அதுலெ ரெண்டு குழந்தைங்களும் உண்டு. நான் எங்கெ வீட்டுக்கு வந்து சண்டை போட்டு, கணக்குப் பாத்து என் பங்கெ பிரிச்சு வாங்கணும்னு தெனசரி சொல்லுவாரு. எனக்குத் தங்கச்சிங்க இல்லையா? நான் என்ன செய்ய முடியும்? மாட்டேன்னு சொல்லும்போதெல்லாம் என்னெ அடிப்பாரு. ஒரு நாளு என் அடிவயித்துலெ மிதிச்சதிலே நான் குப்புற விழுந்துட்டேன். அன்னைக்கு ஒடைஞ்சதுதான் இந்தப் பல்லு, இன்னா.”

அவள் வாயைத் திறந்துக் காட்டினாள். வெள்ளை வரிசைகளினிடையே ஒரு கறுப்பு இடைவெளி.

"சொகறா."

"ஓ..!"

"பெறகு?"

"நாள் அங்கெ போன பெறகு இதுவரெ பசிதீர எதுவும் சாப்பிட்டதில்லை.ஒருநிமிசங்கூட மனசந்தோசமா இருந்ததில்லெ. நான் அங்கெ ஒரு பெஞ்சாதி இல்லெ. வேலக்காரி! கூலிக்குக் கதம்பை அடிச்சுக் குடுத்து பணம் சம்பாதிக்கணும். கொறஞ்சு போனா அடி கெடைக்கும். சாப்பிட ஒண்ணுமே தரமாட்டாங்க. நான் வீட்டுக்கு வெலக்கா இருந்தப்போ..."

"? .... ?"

"தொடர்ந்து நாலு நாளு ... ?"

"? .... ?"

"பட்டினியாட்டு கெடந்ததுண்டு."

சுகறா ஒவ்வொன்றாகச் சொல்லத் தொடங்கினாள். அவளுக்குச் சொல்வதற்கு நிறைய இருந்தன. நிறைய ரகசியங் களிருந்தன அவளது மனதில். பல தடவை செத்துவிடலா மென்று தோன்றியிருக்கிறது. மனதுக்குள் ஒரே ஒரு ஆசை மட்டும்தான்.

"ஒரே ஒரு தடவை கண்ணாலெப் பாத்துட்டு மரிச்சிடணும்."

"மரிக்கிறதைப் பத்தி நெனச்சி மனசைப் புண்ணாக்கிக்க வேண்டாம். இனியும் தொடர்ந்து ரொம்ப காலம் வாழ வேண்டியதிருக்கு. பிரகாசமான எதிர்காலம் இருக்குறதா நம்பணும்" என்று மஜீது சொன்னதும் சுகறா பெருமூச்சு விட்டாள்.

செயரின் முன்புறம் மஜீதின் காலருகில் அவள் உட்கார்ந்திருந்தாள். அவர்கள் இரண்டு பேரும் நீண்டநேரமாக எதுவும் பேசாமல் நிலவொளியில் மூழ்கிவிட்ட உலகத்தைப் பார்த்துக் கொண்டிருந்தார்கள்.

கடைசியில் மஜீது சொன்னான்:

"சொகறா, போயி சாப்பிட்டுட்டு, நிம்மதியாப் படுத்துத் தூங்கு. நாளைக்குப் பாப்போம்."

"எனக்குக் கொஞ்சமும் முடியலெ." சுகறா எழுந்தாள்.

"அவ்வளவுக்கு ஒடம்பு மோசமாயிருக்குதா?"

மஜீதும் எழுந்தான்.

"மனக்கஷ்டந்தான்."

"மனசைப்போட்டு அலட்டிக்காதெ, போயி சொகமாக் கெடந்துத் தூங்கு,"

"நாளை எங்கேயாவது போறீங்களா?"

"இல்லை."

"நான் காலைலே வருவேன்." சுகறா நடந்தாள்.

"சரி." மஜீது சொன்னான்.

நிலவொளியில் மூழ்கிய தென்னை மரங்களினூடே அவள் நடந்து போவதைப் பார்த்தபடியே மஜீது திரும்பவும் சாய்வு நாற்காலியில் அமர்ந்தான். நேரம் போவதே தெரியாமல்.

கையில் மண்ணெண்ணெய் விளக்குடன் உம்மா வந்தாள். மஜீது தன்னை மறந்து படுத்திருப்பதைக் கண்டதும் வாத்சல்யத்துடன் கேட்டாள்: "நீ ஏன் மவனே, இப்பிடி இருக்கே?"

"ஆங் . . ? ஒண்ணுமில்லெ."

"மவனே, அந்த சொகறா இருக்குதெ அலங்கோலத்தைப் பாத்தியா? கிளிபோல இருந்த பெண்ணு. எல்லாம் அந்தப் படெச்சவனுக்கெ வேலெ."

"அவளை இந்த நெலைமைக்கு ஆளாக்குனது ஆரு?"

மஜீதுக்குக் கோபமும் வருத்தமும் ஏற்பட்டன.

"மவனே, ஏதாவது தின்னுட்டு வந்து படு. நீ எதெ நெனச்சும் வருத்தப்படாதெ. படெச்சவன் எல்லாத்தெயும் நேராக்கித் தருவான்."

மஜீது அன்றிரவு தூங்கவில்லை. சுகறாவும் தூங்கவில்லை. அவர்களிடையே தோட்டமும் நீரோடையுமிருந்தன. இரண்டு சுவர்களுமிருந்தன. இருந்தும் அவர்கள் தூங்கவில்லை. மனதில் எதிர்காலத்தைப் பற்றிய சிந்தனைகள்தானிருந்தன.

எதிர்காலம் . . ?

o

பத்து

சுகறாவின் தோற்றமே திடீரென்று மாறிப் போயிருந்தது. மனதிற்குள் ஒரு புதிய வெளிச்சம். முகத்தில் இரத்த ஓட்டமும் கண்களில் பிரகாசமும். சுருண்ட தலைமுடியை நேராக வகிடெடுத்து காது களை மறைந்து அழகாகக் கட்டி வைத்து நடந்தாள். அக்கம்பக்கத்து வீடுகளிலுள்ள பெண்களுக்கு ஆச்சரியம்.

"சொகறா வரும்போதிருந்ததெவிட நல்லா யிட்டா. இனி இப்போ அங்கெ போனா கட்டுனவனுக்கே அடையாளம் தெரியாது."

கட்டியவன்!

அவள் எப்போதுமே மஜீதின் வீட்டில்தானிருந் தாள். செடிகளுக்குத் தண்ணீர் ஊற்றும் விஷயத்தில் அவளும் கவனம் செலுத்தினாள். மஜீதின் சகோதரிகள் சொல்வார்கள்:

"இந்தச் செடிகளெ எல்லாம் நாங்களாக்கும் வெள்ளம் ஊத்தி வளத்துனோம்."

சுகறா செம்பருத்தியைப் பற்றி கேட்பாள்.

"இதை?"

"இது பண்டு முதலெ இங்கே நிக்கிது."

சுகறா மறுத்துப் பேசுவதில்லை. எல்லாமே பண்டு முதல் இருந்து வருபவைதானே.

பண்டு!

ஒருநாள் சுகறாவிடம் மஜீது கேட்டான்:

"சொகறா இனி எப்போ போவே?"

"எங்க?"

"புருஷன் வீட்டுக்கு"

"ஓ . . !" அவளது முகம் சிறுத்தது.

"அவர் கல்யாணம் செஞ்சுகிட்டது என்னை இல்லியே?"

"பெறகு?"

அவள் சொன்னாள்:

"நாங் கொண்டுபோன தங்க உருப்படிகளையும் சொத்துலே எனக்குள்ள பங்கையும்தான். உருப்படிகளை எல்லாம் வித்துத் தின்னாச்சு. இனியுள்ளது பங்குதான். அது கெடைக்காதுங்கிற விஷயம் அவருக்கும் தெரியும்."

கொஞ்சநேரத்திற்குப் பிறகு மெதுவாகச் சொன்னாள்: "ஒருவேளை நாம சந்திக்கிற விஷயங்க ஊர்க்காரங்களுக்குப் பிடிக்கலேன்னா நான் போயிர்றேன்."

"அப்பிடி ஒரு பொதுஜன அபிப்பிராயமும் இருக்குதா?"

"இருக்குறதாத்தான் தோணுது."

அவள் ஒரு ரோஜாப்பூவை உருவி முகர்ந்து பார்த்துவிட்டு கொண்டை முடியில் சூடிக்கொண்டாள்.

மஜீது சொன்னான்:

"அந்தச் செம்பருத்திப் பூவுதான் ஒனக்கு நல்ல இணக்கம்."

இதைக் கேட்டதும் சுகறா சிரித்தாள். கூடவே முகத்தில் வேதனைபாவமும் படர்ந்தது.

சிறிது நேரம் கழிந்ததும் சுகறா கேட்டாள்.

"இந்தச் செம்பருத்தி – ஞாபகம் இருக்கா?"

மஜீது சொன்னான்:

"கேள்விப்பட்டுருக்கேன்."

"அப்பிடீன்னா, கொஞ்சம் பெரிய ஒண்ணைப் பற்றியும் கேள்விப்பட்டுருக்கணுமே,"

"ஆமாமா, ராஜகுமாரி சொல்லிக் கேள்விப்பட்டிருக்கிறேன்."

கொஞ்சம் பெரிய ஒண்ணு!

அவர்கள் மிகுந்த நெருக்கமான பிறகும்கூட மஜீதின் வாழ்க்கையில் கடந்த சில வருடங்களைப் பற்றி அவள் எதுவுமே

அறிந்திருக்கவில்லை. அந்த ரகசியங்களுக்குள் அவளுக்கு நுழைந்து பார்க்க வேண்டும். எல்லாவற்றையும் பற்றி அறிந்து கொள்ள வேண்டும். அறிமுகமான ஒவ்வொரு ஆண் பெண்களைப் பற்றியும். பெண்களின் விஷயங்கள் வரும்போது சுகறா கேட்பாள். "அவளுக்கு வயசு எத்தனை இருக்கும்? என்ன நெறம்? அழகா இருப்பாளா? அவளெப் பற்றி அடிக்கடி நெனப்பீங்களா?"

மஜீது ஒவ்வொன்றுக்கும் பதில் சொல்வான். இருந்தாலும் அவளுக்கு திருப்திவராது. மஜீது சொல்லாத சிலதும் இதில் இருக்கிறதோ?

"எங்கிட்டெ—எங்கிட்டெ... உண்மையைத்தான் சொல்ல ணும் என்ன?"

மஜீது சிரித்தபடியே சொல்வான்:

"சரியான பெண்ணுதான்."

"ஏம் பயலே?"

அவள் புருவக்கோடுகளை உயர்த்துவாள். அப்படியே கிள்ள வருவாள். பிறகு புன்னகை தூவுவாள். வெளுத்த, அழகான சிறு பல்வரிசைகளினினூடே அந்தக்கறுத்த இடைவெளி. தேய்ந்துபோன கை நகங்கள். கிள்ள முற்படும் அந்தப் பழைய முகபாவம் – மஜீதின் இதயத்தைப் பொதிந்திருக்கும் மெல்லிய தோலில் அரம் போன்ற எதையோ வைத்து உராவுவதுபோல்.

"இந்த மஜீதுக்கும் . . . சொகறாவுக்கும் இடையிலே என்ன வாக்கும்?"

அக்கம்பக்கத்திலிருப்பவர்களுக்குத் தெரிந்துகொள்ள வேண்டும்.

"அந்தப் பெண்ணு ஏன் கட்டுனவனுக்கெ வீட்டுக்கு போகல்லெ? ஆனா, இதெல்லாம் படெச்சவன் பொறுக்குற வேலைதானா?"

மஜீதும் சுகறாவும் பேசுவது சன்மார்க்க விரோதம். ஆகாயம் இடிந்து விழுந்து விடாதா?

"அவளைக்கெட்டுனவன் ஏதோ கொஞ்சம் அடிச்சிட்டானாம். ஒருதடவை அடிச்சதுலெ பல்லு போயிட்டுதாம். அதுக்கென்னவாம் இப்போ, கெட்டுனவன்தானே?"

"சொகறா . . ." மஜீது ஒருமுறை சொன்னான்:

"நம்மைப் பத்தி அக்கம்பக்கங்கள்லே என்னவெல்லாமோ பேசுறாங்க."

அவள் கேட்டாள்:

"அதுக்குன்னு?"

"ஒண்ணுமில்லெ . . . சொகறா கவனமா இருக்கணும். பெண்ணாக்கும். பேருக்கு எந்தக் களங்கமும் வந்துடப்புடாது."

"ஓ..! களங்கம் வரட்டும். என் மனசாட்சிக்கு வேணும்னாலும் களங்கம் வரட்டும். வேற எங்கேயிருந்தும் இல்லியே?"

அவளது கண்கள் நிரம்பின. மஜீதுக்கு உடனே ஏதாவது சொல்ல வேண்டும் போல் இருந்தது. சுகறாவைப் பொறுத்தவரை இறுதி முடிவு. ஆனால், என்ன சொல்ல முடியும்? சுகறாவுக்குக் கொடுக்க என்னிடம் என்ன இருக்கிறது. வீடில்லை. சொத்தில்லை. இருந்தாலும், ஆரோக்கியமிருக்கிறது.

மஜீது சொன்னான்:

"சொகறா இனி புருஷன் வீட்டுக்குப் போக வேண்டாம்."

"இல்லெ."

மஜீது உம்மாவிடம் விஷயத்தைச் சொன்னான். எந்தப் பதிலுமே சொல்லாமல் உம்மா அப்படியே இருந்து விட்டு, கடைசியில் சொன்னாள்: சுகறாவை மஜீது திருமணம் செய்ய நினைப்பது சரியாக இருக்கலாம். ஆனால், மஜீதின் இரண்டு சகோதரிகள் திருமண வயதில் இருக்கிறார்களே?

"நம்ம எல்லாத்தையும் எழந்துட்டோம். இருந்தாலும் மானம், மரியாதை பாக்காண்டாமா? எம் பிள்ளை எங்கயாவது போய் பொன்னும்நாலு ஆளையும்சம்பாதிக்கணும்.சீதனம்குடுக்கதுக்கான சொத்தும்... இந்தப் பெண்ணுங்க ரெண்டெண்ணத்தெயும் எவன் கையிலயாவது பிடிச்சிக் குடுத்த பெறகு எம்மவன் சொகறாவை கெட்டிக்கோ."

நான்கு ஆள் மட்டும் போதாது. பொன்னும் சீதனம் கொடுப்பதற்கான சொத்தும் சேர்த்து சம்பாதிக்க வேண்டும்.

மஜீது கேட்டான்:

"சீதனம் வாங்காம ஆரும் கலியாணம் செய்ய மாட்டாங்களா உம்மா?"

"ஆரு செய்வா மவனே? இல்லேன்னா ஏதாவது சொமட்டுக் காரனோ புதிய இஸ்லாமோ வருவான். நமக்கு இது போதுமா..? காதுலேயும் கழுத்துலேயும் இடுப்புலேயுமாவது உருப்படி போட்டுக் குடுக்கணும்."

மஜீதின் சகோதரிகளின் நான்கு காதுகளிலுமாக மொத்தம் நாற்பத்தி இரண்டு ஓட்டைகள் இருக்கின்றன. அதையெல்லாம் எதற்காகத்தான் குத்தித் துளைத்தார்களோ? கழுத்திலும் இடுப்பிலும் தங்க உருப்படிகளைப் போடவில்லை என்றால் என்ன வந்துவிடப்போகிறது? இந்த சீதன ஏற்பாடே இல்லாமல் இருந்திருந்தால்?

"உம்மா, இந்தக் காது குத்தும், அதுபோல உள்ளதும் இல்லாம இருந்தால்? நம்ம சமுதாயத்துல மட்டும் எதுக்கு இவ்வளவு தொந்தரவு புடிச்செ ஏற்பாடுகள்..? அசிங்கம் புடிச்ச உடுப்புகளும் அசிங்கம் புடிச்ச உருப்படிகளும்...!"

உம்மாவும் வாப்பாவும் எதுவுமே பேசவில்லை. மஜீது பேச்சைத் தொடரவுமில்லை. எதற்கு அவர்களைக் குற்றம் சொல்ல வேண்டும்? அவர்களது தலைமுறையின் வழமுறைகளின்படி அவர்கள் நடந்துகொண்டார்கள். தேவையா தேவையில்லையா என்றெல்லாம் அவர்கள் சிந்திக்கவே இல்லை. பழைமையான ஆசாரவிதிகளில் அணுவளவாவது மாற்றத்தை ஏற்படுத்துவது – இது சிரமம்தான். இதற்கான சமூகச் சூழல்கள் எங்கே இருக்கின்றன?

மஜீதுக்கு இரவில் தூக்கம் இல்லையென்றாகிவிட்டது. எப்போதுமே யோசனைதான். சகோதரிகளை யாருக்காவது திருமணம் செய்து கொடுக்கவேண்டும்... இளமையின் தீவிரக்கட்டத்தில் அவர்கள் இருக்கிறார்கள். ஆசைகளும் விருப்பங்களும் இருக்கும்... உடுப்பதற்கு நல்ல உடைகள் இல்லை... உண்பதற்கும் இல்லை. மனம் பலவீனமடையும் நிமிடங்களும் இருக்கிறதல்லவா... அபத்தங்களில் எங்காவது அடியெடுத்து வைத்துவிட்டால்?

மஜீது நிம்மதியை இழந்துவிட்டிருந்தான். எதுவெல்லாமே செய்ய வேண்டும் என்று தோன்றுகிறது. வீட்டுக்கடனைத் தீர்க்கவேண்டும். சகோதரிகளைத் திருமணம் செய்து கொடுக்க வேண்டும். தாய் தந்தையர்களுக்கு மகிழ்ச்சியூட்டும் விஷயங்களைச் செய்ய வேண்டும். அவர்கள் வயதானவர்கள். மரணம் எந்த நிமிடத்தில் நிகழும் என்பது தெரியாது. அவர்களது வாழ்க்கையை நிம்மதி தருவதாக மாற்ற வேண்டும்.

சுகறாவைத் திருமணம் செய்துகொள்ள வேண்டும். பிறகு, அவளது சகோதரிகள் இருக்கிறார்கள். உம்மா இருக்கிறார். அவர்களுக்கும் எதையேனும் செய்ய வேண்டும். ஆனால், என்ன செய்வது? எல்லாவற்றிற்கும் பணம் வேண்டும். எதையாவது தொடங்கிவிட்டால் தொடர்ந்து செயல்பட முடியும். ஆனால், தொடக்கம் குறிப்பதுதான் சிரமம். கையில் காசில்லாமலும் உதவிக்கு ஆளில்லாமலும் இந்த உலகத்தில் யாரும் எதையும்

செய்ததே கிடையாதா? எப்போதுமே சிந்தனைதான். என்ன செய்வது?

ஒருநாள், உம்மா ஒரு தகவல் சொன்னாள். தொலை தூரத்திலுள்ள பட்டணங்களில் தாராள மனமுள்ள பல முஸ்லிம் தனவான்கள் வாழ்கிறார்கள். அவர்கள் சமுதாய நன்மைகளுக்காக பல வகைகளில் உதவி செய்கிறார்கள். ஆதரவற்றப் பெண்களுக்குத் திருமணம் செய்து வைப்பது, வேலையில்லாதவர்களுக்கு வேலை தருவது, இலவசக் கல்வியளிக்கப் பாடசாலைகள் நிர்மாணிப்பது, அகதிகளையும் அங்கஹீனர்களையும் பாதுகாக்க ஆதரவில்லங்கள் கட்டிக் கொடுப்பது இப்படிப் பல சேவைகளை அவர்கள் செய்து வருவதாக உம்மா சொன்னாள்.

"மவனே, நம்ம விஷயத்தெ அவங்க அறிஞ்சாலே போதும். மிச்சமுள்ளதெ எல்லாம் அவங்களே பாத்துக்கிடுவாங்க. எனக்கு நல்லெ நம்பிக்கை உண்டு. அந்த ஃபக்கீரு எல்லாஞ் சொல்லிட்டாரு."

தேசாந்திரியான ஏதோ ஒரு முஸ்லிம் யாசகன் உம்மாவிடம் சொல்லியிருக்கிறான். வெளியிடங்களிலுள்ள முஸ்லிம் செல்வர்களெல்லாம் மிகுந்த கருணை மனம் படைத்தவர்கள். உம்மாவுக்கு இதில் பரிபூரணமான நம்பிக்கையும் இருந்தது. வசதியிருந்தபோது உம்மா பலருக்கும் உதவிகள் செய்ததுண்டு. அளவுக்கதிகமாகவே வாப்பாவும் செய்திருக்கிறார். இல்லாத கஷ்டங்களைச் சொல்லி இரண்டு பேரையுமே பலர், பலமுறை ஏமாற்றியிருக்கிறார்கள். உம்மா இதைப் புரிந்துகொள்ளவே இல்லை. பொய் சொல்பவர்களும் உண்மை பேசுபவர்களும் இருக்கிறார்கள் அல்லவா? உதவி கேட்கும்போது மஜீதை அவர்கள் நம்பவில்லை என்றால்?

யாரையுமே அண்டியிருக்காமல் பணம் சம்பாதிப்பதற்கு என்ன வழி? மஜீது மூளையைக் குடைந்து யோசித்துப் பார்த்தான். என்ன தொழில் செய்யலாம் படித்த கல்வியையும் கிடைத்த உலக அனுபவங்களையும் வைத்து?

மனச்சஞ்சலத்துடன் மஜீது யாத்திரைப் புறப்பட்டான். இருந்த மிச்ச சொச்சங்களை எல்லாம் விற்று வாப்பா காசாக்கிக் கொண்டுவந்து கொடுத்தார்.

"நான் போயிட்டு சீக்கிரமா வந்துடறேன்." மஜீது, சுகறாவிடம் எல்லா விவரங்களையும் சொன்னான்: "நான் எல்லாரோட சொமையையும் சொகறாவுட்டெ ஒப்படைக்கிறேன்."

"வர்றதுவரை நான் பாத்துக்கிடறேன்."

சுகறா பொறுப்பை ஏற்றுக்கொண்டாள்.

மஜீது உறுதியான ஒரு நோக்கத்துடன் புறப்பட்டான்.

ஒரு சாயங்காலம் – கீழ் வானத்தை எல்லையாகக்கொண்ட பொன்னிற மேகங்கள் ஒளிவீசிக்கொண்டிருந்தன.

மஜீதின் பெட்டியையும் படுக்கையையும் சுமந்துகொண்டு ஒரு பையன் பஸ் ஸ்டாண்டிற்குச் சென்றான். மஜீது அனைவரிடமும் விடைபெற்றான்.

வாப்பா சொன்னார்:

"எனக்குக் கண் பார்வை சரியா தெரியல்லே. வெள்ளெழுத்துக் கண்ணாடி ஒண்ணு வாங்கிட்டு வருவியா? இல்லியா."

"வாங்கிட்டு வர்றேன்" என்றபடி மஜீது அறைக்குள் சென்றான். நீர் நிறைந்த விழிகளுடன் சுகறா ஜன்னலின் பக்கத்தில் எதிர்பார்த்து நின்றிருந்தாள்.

"ஒண்ணு சொல்லட்டுமா?" அவள் கேட்டாள்.

மஜீது புன்னகைத்தான்.

"சொல்லு ராஜகுமாரி, சொல்லு."

"வந்து..."

அவளால் அதை முழுமையாகச் சொல்ல முடியவில்லை. அப்போது ஹார்ன் அடிக்கும் சத்தம் தொடர்ந்து கேட்டது. உம்மா அறைவாசலில் வந்தாள்:

"மவனே, சீக்கிரம் போ. வண்டி போயிடும்."

மஜீது இறங்கினான். சுகறாவின் கண்கள் நிறைந்து வழிந்தன.

மஜீது விடை கேட்டான்:

"நான் போயிட்டு வரட்டுமா?"

அவள் தலைகுனிந்து அனுமதி கொடுத்தாள். நிச்சயமற்ற எதிர்காலத்தை நோக்கி மஜீது யாத்திரை புறப்பட்டான்.

படியிலிறங்கி நின்று திரும்பிப் பார்த்தபோது தெரிந்த சுகறாவின் காட்சியும் வீடும் மனதிலிருந்து ஒருபோதும் மாயாத சித்திரங்களாகப் பதிந்துபோயின.

தேவைகளும் கடமைகளும் மஜீதை திட மனதுடன் முன் நகர்த்தின.

o

பதினொன்று

சுகறாவைத் திருமணம் செய்ய வேண்டும். அதற்கு முன்பு சகோதரிகளுக்குக் கணவர்களை ஏற்பாடு செய்ய வேண்டும். சீதனம் கொடுக்கவும் ஆபரணங்கள் வாங்கவும் பணம் சம்பாதிக்க வேண்டும். இதெற்கெல்லாம் முதலில் ஒரு வேலை வேண்டும். ஆனால், ஏமாற்றம்தான் மஜீதை எதிர்கொண்டது. எங்குமே வேலை இல்லை. இருந்தால்கூட சிபாரிசுக்கு ஆள் வேண்டும். லஞ்சம் கொடுக்க வேண்டும். படித்ததற்கான சான்று இருக்க வேண்டும். இது ஒன்றுமே இல்லாமல் வேலை கிடைப்பது எளிதல்ல. இருந்தாலும் தொடர்ந்து தேடினான். பல நகரங்களிலும் சுற்றித் திரிந்தான்.

கடைசியில், சொந்த நாட்டிலிருந்து ஆயிரத்து ஐந்நூறு மைல் தூரத்திலுள்ள பெரு நகரத்திற்குப் போய்ச் சேர்ந்தான் மஜீது. அதற்குள் நான்கு மாதங்கள் கடந்து விட்டிருந்தன.

அங்கே ஒரு வேலை கிடைத்தது. சிரமமான வேலையுமல்ல. நல்ல வருமானம் கிடைக்கும். ஓய்வில்லாமல் வேலை செய்தால் மட்டும் போதும். நூற்றுக்கு நாற்பது சதவீதம் கமிஷன் கிடைக்கும். கம்பெனியின் உரிமையாளர் தந்த வாக்குறுதிதான்.

கம்பெனி சைக்கிளில் சாம்பிள்களை எடுத்துக் கொண்டு போக வேண்டும். கம்பெனி வளாகத்திற்குள்ளேயே தங்கிக்கொள்ளலாம்.

அப்படியாக மஜீது வேலை செய்யத் தொடங்கினான். ஒரு சிறு தோல் பெட்டியில் சாம்பிள்களை

அடுக்கி வைத்து ஆர்டர் புத்தகத்துடன் புறப்படுவான். நகரெங்கும் சுற்றி ஆர்டர்களைப் பெற்று திருப்தியான மனதுடன் சாயுங்காலம் திரும்பி வருவான்.

இப்படியே ஒரு மாதம் சென்றது. எல்லாச் செலவும்போக வீட்டுக்கு நூறுரூபாய் அனுப்பி வைத்தான். வாப்பாவுக்கு ஒரு வெள்ளெழுத்துக் கண்ணாடியும் சுகறாவுக்கும் மற்றுள்ளவர்களுக்கும் துணிமணிகளுக்கான பணமும்.

மேலும் ஒரு மாதம் சென்றது.

அடுத்த நிமிடம் என்ன நடக்கப் போகிறதென்று யாருக்கும் நிச்சயமில்லையல்லவா? விரும்பத்தகாத எதற்கும் யாரும் ஆசைப்படுவதில்லை. மஜீதும் எதையுமே எதிர்பார்க்கவில்லை. ஆனால், எதிர்பாராத ஒரு விபத்து.

அது ஒரு திங்கட்கிழமை. மஜீதுக்கு நன்றாக நினைவிருக்கிறது. மத்தியான நேரம் வழக்கம்போல் சூட்கேசை சைக்கிளின் விளக்கு கம்பியில் தொங்கவிட்டு கடலோரப் பகுதியின் தாரிட்ட, மனித சஞ்சாரமில்லாத சாலையில் சைக்கிளில் வந்துகொண்டிருந்தான். நீண்ட சரிவுப்பாதை. வேகமாக வந்துகொண்டிருந்தான். சூட்கேஸ் அசைந்தசைந்து பிடி கழன்று விழுந்து சக்கரத்தினிடையே சிக்கிக் கொண்டது. மஜீது சைக்கிளிலிருந்து தெறித்து தூரத்திலிருந்த இரும்புக்கிராதியில் தட்டி விழுந்து, உருண்டு கீழே கிடந்த படுகுழியில் . . .

உடம்பில் ஒரு மலையே சரிந்து விழுந்ததுபோல். எதுவோ ஒடிந்துத் தகர்ந்தது போன்ற நினைவு. தன்னிடமிருந்து எதுவோ வெட்டியெடுக்கப்பட்டிருக்கிறது. அனைத்துமே இருளில் ஆழ்ந்துபோகின்றன . . . அனைத்தும் ஞாபகப்பரப்பின் ஆழ் குகையில் . . . சூறாவளி இரவின் மின்னல் கீற்றுப்போல் சிலநேரம் உள்ளுணர்வின் ஒளி . . . கடினமான வேதனை . . . மருந்துகளின் எரியும் நெடி . . . மற்ற நோயாளிகளின் வேதனை மிகுந்த குரல்கள் . . . வாயினூடே, தொண்டை வழியாக உயிருள்ளது போல் நீண்டு உருளையான ஏதோ ஒன்று நுழைகிறது. வயிற்றில் சூடான திரவம் நிரம்புகிறது . . . ஏதோ ஒரு ஞாபகம் . . . இப்படியான உணர்வுகளினூடே யுகங்கள் கடந்து செல்கின்றன.

என்ன நடந்தது?

ஞாபகங்கள் நெடுந்தொலைவில். எதுவுமே தெளிவுடனில்லை. புகை மூட்டம்போல். வெண்மேகம்போல். நினைவுகள்

மஜீதைவிட்டு அகன்றகன்று தொலைதூரத்திற்கு நகர்ந்து கொண்டிருந்தன ... எல்லாமே மயக்கத்தின் ஆழ்குகைக்குள் சென்று கரைந்துவிடப்போகிறதா?

இல்லை ... வாழ வேண்டும் ... வாழ்க்கை! கடினமும் கூர்மையும் கொண்ட வேதனைதான். இருந்தாலும் வாழ வேண்டும். மஜீது நினைவுகளைத் திரும்பப்பெறும் முயற்சியில் ஆழ்ந்தான். தன்மீது கவிந்துகொண்டிருக்கும், மயக்கத்தில் ஆழ்த்தும் வன்மலையை எல்லா சக்தியையும் ஒரு சேரத் திரட்டி புரட்டிப் போடுவதுபோல் ... வலியுடன் சுய நினைவு தெளிது கொண்டிருந்தது.

என்ன நடந்திருக்கிறது?

அவன் நீண்ட ஒரு மூச்சுவிட்டான். மெதுவாகக் கண்களைத் திறந்தான். நீண்டுநிமிர்ந்துபடுத்திருந்தான். கழுத்துவரை வெள்ளைத் துணியால் மூடப்பட்டிருந்தது. ஆஸ்பத்திரி! நினைவுகளை ஒழுங்குபடுத்தினான்.

தாங்க முடியாத, கடினமான வேதனை. இடுப்பின் வலது புறத்தில் அக்னியின் புகைச்சல் ... சுள்ளென்ற வலி சிரசுவரை பரவியிருந்தது. மஜீது கையால் தடவினான். இடுப்பில் ஏராளமான துணி சுற்றிக் கட்டப்பட்டிருந்தது.

என்ன நடந்தது? மஜீது திரும்பத் தடவிப்பார்த்தான். நாடி நரம்புகளினூடே ஒரு குளிர்ச்சி பாய்ந்து சென்றது.

சூனியம்!

பதற்றத்தால் அதிகமாக வேர்த்தது. நினைவு தவறுவது போலிருந்தது. தன்னிடமிருந்து தனது காலின் ஒரு பகுதி விடுபட்டுப் போய்விட்டிருக்கிறது.

படுத்திருந்த இடத்திலிருந்தே ஆழ்குகைக்குள் தாழ்ந்து போவதுபோல். உலகமே சுழல்கிறதோ?

மஜீது திரும்பவும் ஒரு தடவை தடவிப் பார்த்தான். வெறுமை...கீழ்ப்பகுதியில் எதுவுமில்லை. தாங்கமுடியாத வேதனை. சுகறாவின் முதல் முத்தம் பெற்ற வலதுகால்.

வலதுகால் எங்கே?

கண்கள் திறந்தேதான் இருந்தன. கன்னங்களினூடே சூடான கண்ணீர். படுக்கையின் அருகில் டாக்டரும் நர்சும் கம்பெனி மேனேஜரும் வந்தார்கள்.

மஜீதின் நெற்றியில் தன் குளிர்ந்த கையைப் பதித்த கம்பெனி மேனேஜர் மெதுவாகக் குனிந்து, "மிஸ்டர் மஜீத், உண்மையாகவே நான் ரொம்ப வருத்தப்படுறேன். அமைதியா இருங்க." என்றார்.

"சொகறா."

"என்னெ மஜீதே?"

"நீ ஏண்டி உம்முண்டு கேக்கல்லே?"

"நான் உம்முண்டு கேட்டனே? பெறகு, ஏன் என்னெ நீ, டீன்னு சொன்னே?" மஜீது துடித்துப் போய்விட்டான்.

"சொகறா" என்றலறியபடியே மஜீது திடுக்கிட்டு விழித்தான்.

"பகல் கனவு காண்றீங்களா?" நர்ஸ் கேட்டாள்.

மஜீது சிரிப்பதற்கு முயற்சி செய்தான்.

அறுபத்து நான்கு பகல் பொழுதுகளும் அறுபத்து நான்கு இரவுகளும் கழிந்தன. தன்னைவிட உயரமான ஒரு ஊன்று கோலின் உதவியுடன் மஜீது கம்பெனி மேனேஜருடன் ஆஸ்பத்திரியின் கேட்டைத் திறந்து ஜன நெருக்கடி மிகுந்த வீதிக்கு வந்தான்.

மஜீதின் கையில் கொஞ்சம் பணத்தைக் கொடுத்துவிட்டு கம்பெனி மேனேஜர் சொன்னார்:

"இனி, நீங்க வீட்டுக்குப் போயிடுங்க. உங்களோட நிலைமை இப்படியாகிவிட்டதுக்காக நான் ரொம்ப வருத்தப்படறேன்..."

மஜீதுக்குக் கண்ணீர் வந்தது.

என் சகோதரிகள் திருமண வயதையும் கடந்து வீட்டிலிருக்கிறார்கள். வயதான பெற்றோர்கள். இருந்த சொத்து முழுவதும் கடனில் மூழ்கிக் கிடக்கிறது. ஆண் பிள்ளையாக நான் மட்டும் தானிருக்கிறேன். வீட்டுக் கஷ்டங்களுக்கு எந்தத் தீர்வும் கண்டு பிடிக்காமல் அங்கே போவதற்கு நான் விரும்பவில்லை. அதுவும் இந்த நிலைமையில். அங்கே போய் எதற்கு அவர்களையும் நான் வேதனைப்படுத்த வேண்டும்?

"இனி, இப்போ என்ன செய்யலாம்னு நினைக்கிறீங்க?"

"எனக்குத் தெரியல்லெ"

"என் கம்பெனியிலே உங்களுக்குத் தோதான வேறு எந்த வேலையுமே – உங்களுக்குக் குமாஸ்தா வேலை செய்யத் தெரியுமா?"

“தெரியாது. நான் கணக்குலே மோசம்.”

கொஞ்சம் பெரிய ஒண்ணு.

அப்படியாக மஜீது மீண்டும் தனியனானான். வருத்தப்படுவதற்கில்லை. எல்லோருமே இந்தப் பிரபஞ்சத்தில் தனியர்கள் தான். எதற்காக பயப்பட வேண்டும்.

மஜீது, கிடைத்த பணத்தில் முக்கால் பங்கையும் வீட்டுக்கு அனுப்பி வைத்தான். கூடவே ஒரு கடிதமும். வலது காலை இழந்துவிட்ட விவரத்தை அதில் குறிப்பிடவில்லை. உடல்நிலை சரியில்லாமல் படுத்திருந்தேன். மறு கடிதம் அனுப்புவதுவரை பதில் அனுப்ப வேண்டாம்.

நடந்தான்.

மஜீது மீண்டும் வேலை தேடியலைந்தான். இரு கைகளினாலும் கம்பை ஊன்றி, ஒற்றைக்காலை வீசி, துள்ளித்துள்ளி . . . நான்கு அடி வைத்ததும் நிற்பான். மீண்டும் நடப்பான். நின்று நினைத்துப் பார்ப்பான் . . . மீண்டும் நடப்பான். இப்படியாக ஓரிரு மாதங்கள் சென்றன. நிரந்தரமான தாவள[1]மில்லை. போய்ச் சேருமிடத்தில் படுத்துக்கொண்டான்.

கடைசியில், நகரிலுள்ள தனவான்களைப் பார்த்து உதவி கேட்கலாமென்று முடிவு செய்தான். விசாரித்துப் பார்த்ததில் பெரிய தர்மசீலனென்று கேள்விப்பட்டவர், ஒரு கான்பகதூர். நகரின் பெரிய பெரிய கட்டடங்கள் அனைத்துமே அவருடையது தான். தங்கக் கட்டிகளெல்லாம் கிட்டங்கியில் தூசு படிந்து கிடப்பதாக மக்கள் பேசிக் கொண்டார்கள். அரசாங்கத்திலும் பெரிய செல்வாக்குள்ள மனிதர். சமீபத்தில் பல்லாயிரக்கணக்கில் பணம் செலவு செய்து கவர்னருக்கு விருந்தளித்திருக்கிறாராம். அவர் நினைத்தால் எதுவும் செய்ய முடியும் . . . எதுவும்!

ஆனால், வாசல் காவல்காரன் மஜீதை உள்ளே விடவில்லை. தினமும் அந்த மாளிகையின் வாசலில் வந்து நிற்பான். அப்படியே ஒரு வாரம் கடந்தது. கடைசியில் காவல்காரனுக்குப் பரிதாபம் தோன்றியது. கான்பகதூரின் சன்னிதானத்திற்குள் மஜீது அனுமதிக்கப்பட்டான். மஜீது சலாம் சொன்னான். ஒரு முஸல்மானை மற்றொரு முஸல்மான் பார்க்கும்போது அஸ்ஸலாமு அலைக்கும் என்று சொல்ல வேண்டும். மஜீது சொன்னான். ஆனால், கான் பகதூர் ஏனோ, திருப்பி சலாம் சொல்லவில்லை. அவர் அதைக் கேட்டதாகவும் கூட பாவிக்க வில்லை. கான்பகதூர், சுமார் ஐம்பது வயதான வெளுத்துத்

---

1 தங்குமிடம்

தடித்த ஒரு மனிதர். கல்பதித்த கனத்த தங்க மோதிரங்கள் பிரகாசிக்க, தாடியை வருடிக்கொண்டே அவர் மஜீதின் சோகச் செய்திகளை உம்... கொட்டியபடியே கேட்டார்.

கடைசியில் கான்பகதூர் சொன்னார்:

"நம்முடைய சமுதாயத்தில் திருமணம் செய்து கொடுக்க வசதியில்லாத பெண்கள் ஏராளம் இருக்கிறார்கள். வயிற்றுக் கில்லாதவர்களும் நிறைய. என்னால் முடிந்ததை நான் எல்லோருக்கும் செய்துகொண்டுதானிருக்கிறேன். சொல்லுங்கள், இதற்குமேல் நான் என்ன செய்வது?"

மஜீது எதுவும் சொல்லவில்லை.

கான்பகதூர் சமுதாய நன்மைக்காகச் செய்த விஷயங்களைப் பட்டியலிட்டார். நான்கு பள்ளிவாசல்கள் கட்டியிருக்கிறார். மற்ற தனவந்தர்கள் ஒவ்வொரு பள்ளிவாசல்தான் கட்டியிருக் கிறார்கள். போதாக் குறையாக, பாடசாலைக் கட்டுவதற்கான ஒரு இடத்தையும் சமுதாயத்திற்குத் தானமாகக் கொடுத்திருக்கிறார். அதில் ஒரு கட்டடம் கட்டி வாடகைக்கு விட்டிருந்தால் மாதந்தோறும் எவ்வளவு ரூபாய் வாடகையாகக் கிடைக்கும்? ஆண்டுதோறும் சமுதாயத்திற்காக எவ்வளவு பணம் அவருக்கு நஷ்டம் வருகிறது?

"இதற்கு மேல் நான் என்ன செய்ய வேண்டும். சொல்லுங்கள்?"

மஜீது எதுவுமே பேசவில்லை.

காலை இழந்துவிட்டதற்காக கான்பகதூர் மஜீதுக்கு ஆறுதல் சொன்னார்.

"விதிதான். வேறென்ன சொல்ல?"

விதியாகத்தான் இருக்கும். பொருட்படுத்துவதற்கில்லை. பொருட்படுத்தும் படியாக உலகில் என்னதான் இருக்கிறது.

மஜீது அந்த நீண்ட கம்பையும் ஊன்றிக்கொண்டு சலாம் சொல்லிவிட்டு மெதுவாக இறங்கினான். வாசல் படியைத் தாண்டும்போது கான்பகதூர் ஒரு வேலைக்காரனிடம் ஒரு ரூபாய் கொடுத்தனுப்பினார்.

"இதை எனக்குத் தந்ததாகச் சொல்லிவிட்டு நீங்களே வைத்துக்கொள்ளுங்கள்."

வேலைக்காரனிடம் சொல்லிவிட்டு மஜீது நடந்தான். சரிதானா?

மஜீது ஏன் அந்த ரூபாயை வாங்கவில்லை. அந்த கோடீஸ்வரனைத்தேடி தினந்தோறும் பல ஏழைகள் செல்கிறார்கள் என்பதையும் அவர்கள் எல்லோருக்குமே அவர் தானம் செய்கிறார் என்பதையும் மஜீது ஏற்கெனவே கேள்விப்பட்டிருக்கிறான் அல்லவா? மஜீது ஒரு கோடீஸ்வரனாக இருந்தால் என்ன செய்திருப்பான்? முதலில் வந்து கேட்கும் யாசகனுக்கு தன் சொத்தில் பாதியைக் கொடுத்திருப்பானா? ஒரு செப்புக் காசுக்கு மேல் கொடுத்திருப்பானா? கான்பகதூர் ஒரு ரூபாய் அல்லவா கொடுத்தனுப்பினார்? அதை வாங்கியிருக்க வேண்டாமா? மஜீது சிந்தித்துப் பார்த்தான். அங்கே ஐந்து கோடீஸ்வரர்கள்தான் இருக்கிறார்கள். இவர்களைத் தவிர மிச்சமிருக்கும் ஆறரை இலட்சம் பேர்கள் பல நிலைகளிலுள்ள பொதுஜனங்கள். எல்லோரும் வாழ்கிறார்கள். இடையிடையே மரணமடைகிறார்கள். மஜீது இழந்தது ஒரு காலின் அரைப் பகுதி மட்டும்தான். இரண்டு கால்களையும் இழந்தவர்களும் வாழ்கிறார்கள். இரண்டு கைகளை இழந்தவர்களும் கண்களை இழந்தவர்களும் வாழ்கிறார்கள். சோகமும் மகிழ்ச்சியும் கலந்துதானிருக்கின்றன. வாழக்கையில் சிறியவர்களும் பெரியவர்களும் இருக்கிறார்கள். நினைத்துப்பார்க்கும்போது சிரிப்பும் வருகிறது. அழுகையும் வருகிறது. எதையும் பொருட்படுத்தத் தேவையில்லை. மஜீது உறுதி செய்துகொண்டான். பாதுகாப்பும் நிம்மதியுமான வாழ்க்கைக்கு தொடர்ந்து முயற்சி செய்ய வேண்டும். அதுதான் கடமை.

மஜீதின் ஊன்றுகோல், நான்கு அங்குலம் தேய்ந்துபோனது. உள்ளங்கைகளில் கால் அங்குலத் தடிமனில் காய்த்தத் தழும்பு புடைத்தது. பல இடங்களிலும் வேலை தேடினான். பட்டினி கிடந்ததால் உடம்பு மிகவும் மெலிந்துபோய் விட்டது. அப்போது ஒரு மகிழ்ச்சியான விஷயம்.

மஜீதுக்கு வேலை கிடைத்தது. ஒரு ஓட்டலில். எச்சில் பாத்திரங்களை அலசுவது. அதிகாலை நான்கு மணிக்கு எழுந்து இரவு பதினொரு மணிவரை தண்ணீர்க் குழாயின் அருகிலிருக்க வேண்டும் . . . பெரிய கூடையில் கொண்டு வந்து வைக்கப்படும் எச்சில் பாத்திரங்களை ஒவ்வொன்றாக அலசியெடுத்து வேறொரு கூடையில் அடுக்கி வைக்கவேண்டும். அதை மற்றொரு ஆள் வந்து எடுத்துச் செல்வான். வேறொருவன் எச்சில் பாத்திரங்களைக் கொண்டு வருவான்... இதுதான் வேலை. இருந்தாலும் வயிறு நிறைய எதையாவது சாப்பிட முடிந்தது. வெயிலும் மழையும் பட வேண்டாம். அலையவும் வேண்டாம். ஒரு இடத்தில் அமர்ந்து மெதுவாக வேலை செய்தால்போதும். கிடைத்தவரைக்கும் வரம். வாழ்க்கை பெரிய அல்லல்கள்

எதுவுமில்லாமல் சிறிதளவு சுகமாகக் கழிந்துகொண்டிருந்தது. மாதந்தோறும் ஒரு சிறுதொகையை வீட்டுக்கு அனுப்பவும் செய்யலாம்.

வீட்டிலிருந்து சுகறாவின் உடம்பிற்கு லேசான அசௌகரியம், என்ற விவரத்துடன் கடிதம் வந்தது. அவள் மிக மோசமாக இருக்கிறாள். லேசான இருமலும் இருக்கிறது.

"இங்கே அனைவரும் சுகம். உங்களைப் பார்க்க வேண்டும் போல் இருக்கிறது" – உங்கள் சுகறா.

o

பனிரெண்டு

சுகறாவைப் பார்க்க மஜீதுக்கும் ஆசைதான். தன்னைப் பார்த்தால் உம்மா, வாப்பா, சகோதரிகள், சுகறாவின் உம்மா, சகோதரிகள், ஊர்க்காரர்கள் – என்ன சொல்வார்கள்?

ஒன்றரைக் கால் மஜீது..! சுகறா அப்படிக் கூப்பிடுவாளா? ஒரு போதுமே அப்படிக் கூப்பிட மாட்டாள். மிச்சமிருக்கும் அரைக் காலின் மிச்சப்பகுதியைக் கண்ணீருடன் முத்தமிடுவாள். ஒரு காலத்தில்...நினைக்கும்போது மஜீதுக்கு சிரிப்பு வந்தது. 'கொஞ்சம் பெரிய ஒண்ணு.'

அந்த வரலாறுகளைச் சொல்லி மஜீது பலரைச் சிரிக்க வைத்திருக்கிறான். சுகறாவும் விவாத விஷயமானாள். ஓட்டலின் மற்ற எல்லா பணியாளர்களுமே மஜீதின் நண்பர்கள்தான். குளித்துமுடித்து, வயிறு நிறைய சாப்பிட்ட பிறகு, இரவு படுத்திருக்கும்போது மஜீது தனது அனுபவங்களையும் வேடிக்கைகளையும் சொல்வான். அதிகமும் தமாஷாகவே இருக்கும். எல்லோரும் சிரிப்பார்கள். தினமும் படுத்திருக்கும்போது மஜீது எதையாவது பேசவேண்டும். பேசுவதற்கு எவ்வளவு விஷயங்கள் இருக்கிறன்றன. பெரும்பாலானவர்களும் சிரித்தபடியேதான் தூங்கிப்போவார்கள். எல்லோரும் தூங்கிவிட்டபிறகு மஜீது சுகறாவிடம் பேசுவான். ஆயிரத்து ஐந்நூறு மைல் தூரத்திலிருக்கும் சுகறாவைப் பார்ப்பான். அவள் இருமுவது இங்கே கேட்கும். ஒவ்வொன்றாகச் சொல்லிச் சொல்லி சுகறாவை ஆறுதல் படுத்துவான்.

இரவுகளும் பகல்களும் கழிந்தன.

"சொகறா, இப்போ எப்படியிருக்கு? நெஞ்சு வேதனை விட்டுட்டுதா?" பிறகு, அலசி வைத்த பீங்கானைப் பார்ப்பான். உள்ளங்கையிலிருந்த காய்ப்புகள் நீரில் குதிர்ந்து குதிர்ந்து உதிர்ந்து போய்விட்டன. உடலில் நல்ல பலம். எதையுமே உற்சாகத்துடன் அணுக முடிகிறது. நியாயமான உடலுழைப்பின் மூலம் கிடைப்பது – சிறு சுயமரியாதைக்கான இடமுமிருக்கிறது. வாழ்க்கையில் சில மாற்றங்கள் ஏற்படும். ரப்பரினாலோ, மரத்தினாலோ செய்யப்படும் கால்கள் கிடைக்கும். பாண்டும் ஷூவும் அணிந்தால் ... ஹோட்டல் அதிபர் ஒரு முறை சொன்னார். மஜீதின் மீது அவருக்கு அனுதாபமிருந்தது. சோகமெனும் மகாசமுத்திரத்தில் ஆசுவாசத் தீவையும் கண்டு பிடிக்க முடியும். இரவு, மற்றவர்கள் தூங்கிவிட்ட பிறகு, மஜீது சுகறாவிடம் சொல்வான்.

"கண்ணுறங்கு கண்ணின்மணியே கண்ணுறங்கு." ஆனால் மஜீதின் கண்களில் தெரிவது, நட்சத்திரங்கள் நிறைந்த விசாலமான வானம்தான்.

சுகறாவை எப்போது பார்க்க முடியும்?

மஜீது அதிகாலையில் எழுந்து காலைக் கடன்களை முடித்த பிறகு சாயா குடித்துவிட்டு வேலை செய்யத் தொடங்குவான். நகரம் ஒருபோதுமே தூங்காதுபோல. இரைச்சல்! பல லட்சக்கணக்கான ஆண் பெண்கள், வாகனங்கள் சேர்ந்து உருவாக்கும் சப்த கோலாகலங்கள். எல்லாவற்றையும் கவனித்தபடியே மஜீது பாத்திரங்களை அலசி அடுக்கி வைப்பான்.

அப்படியான ஒருநாள், மற்றொரு கடிதம் வந்தது.

கையெழுத்து சுகறாவுடையதல்ல.

வேறு யாரையோ வைத்து எழுதியிருக்கிறாள், உம்மா. அதை வாசித்ததும் நகரத்தின் இரைச்சல் திடீரென்று அடங்கி விட்டதுபோல். பேரமைதி.

'அன்புள்ள மகன் மஜீது அறிய உன் உம்மா எழுதுவது.

முந்தாநாள், நேரம் வெளுக்கும்போது நம்ம சுகறா மரித்துப் போய்விட்டாள். அவளுடைய வீட்டில், என் மடியில் தலை வைத்து. பள்ளி விளையில்[1] அவளது வாப்பாவின் கபரின்[2] பக்கத்தில்தான் அவளும் அடக்கம் செய்யப்பட்டிருக்கிறாள்.

---

1 பள்ளி வாசலில் சமாதி செய்யுமிடம்
2 சமாதி

எங்களுக்கென்றிருந்த துணையும் உதவியும் அப்படியாக இல்லாமல் போய்விட்டது. இனி ஆண்டவன் ஒருவனைத் தவிர, நீ மட்டும்தான்.

மகனே, கழிந்த 30ஆம் தேதி நம் வீடும் புரையிடமும்[1] கடன்காரர்களிடம் போய்விட்டது. உடனே இறங்கிப்போய்விட வேண்டுமென்று சொல்கிறார்கள். இந்த இரண்டு பெண் பிள்ளைகளையும் உடம்பு சரியில்லாத வாப்பாவையும் கொண்டு நான் எங்கே போவது?

மகனே, நான் தூங்கி நிறைய நாளாகிறது. உன் கூடப் பிறந்தவர்களின் வயதில் உள்ளவர்கள் எல்லாம் மூன்று நான்கு குழந்தைகள் பெற்றுவிட்டார்கள். ஏதாவது, தவறுகள் நடந்து போனால் – மகனே, இங்குள்ள முஸ்லிம்கள் கண்ணில் இரத்தமில்லாதவர்கள். நானும் வாப்பாவும் எவ்வளவோ சொல்லியும் கூட உடனே வீட்டைவிட்டு இறங்கிப்போகச் சொல்கிறார்கள்.

நம்ம ஜாதியிலுள்ள நல்லவர்களான பணக்காரர்கள் அங்கே இருக்கிறார்கள் அல்லவா? அவர்களிடம் சொன்னால் ஒரு வழிகாட்டித் தராமலிருக்கமாட்டார்கள். வெட்கப்படாமல் நீ அவர்களிடம் போய் எல்லாவற்றையும் விளக்கமாகச் சொல்ல வேண்டும்.

என் தங்க மகனே, சுகறா இருக்கும்போது எனக்கு ஒரு ஆறுதலாக இருந்தது. இங்குள்ள விஷயங்களை எல்லாம் தெரிவித்து உன்னையும் வேதனைப்படுத்த வேண்டாமென்று அவள்தான் சொன்னாள். அதனால்தான் இதுவரையிலும் கடிதம் அனுப்பவில்லை. சுகறா இரண்டுமாதமாக சுகமில்லாமல் படுக்கையில் கிடந்தாள். சிகிச்சை செய்து பார்ப்பதற்கு யாருமே இல்லை. மரிப்பதற்கு முன் உன் பெயரைச் சொல்லி, நீ வந்துவிட்டாயா என்று பல தடவை கேட்டாள்.

எல்லாமே அல்லாஹுவின் நாட்டம்.

மஜீது ஸ்தம்பித்து அமர்ந்திருந்தான்.

அனைத்துமே நிசப்தமாகிவிட்டதுபோல்.

பிரபஞ்சம், சூனியம்.

இல்லை... பிரபஞ்சத்திற்கு எதுவுமாகிவிடவில்லை. நகரம் இரைகிறது. சூரியன் பிரகாசிக்கிறது. காற்று வீசுகிறது. உள்ளுக்குள்ளிருந்து ரோமக்கால்கள் வழியாக மேலெழுந்த குளிர்ந்த ஆவியில் மஜீது நனைந்துபோயிருப்பது மட்டுமே நிகழ்ந்திருக்கிறது.

---

1 தோட்டம்

எல்லாமே ஆதரவற்றுப்போய்விட்டன. வாழ்க்கை அர்த்தமிழந்துப் போய்விட்டதா? கருணைமயமான, பிரபஞ்சங்களை சிருஷ்டித்த இறைவா!

மஜீது மீண்டும் பாத்திரங்களை அலசி கவனமாக அடுக்கி வைக்கத் தொடங்கினான். தாயும் தந்தையும் சகோதரிகளும் எங்கே போவார்கள்? யார் உதவி செய்வார்கள்? யா . . . அல்லா, உன் கருணைக் கரங்கள் நீளுமா?

நினைவுகள்... சொற்கள்... செயல்கள்... முகபாவங்கள்... மரிப்பதற்கு முன் மஜீது வந்துவிட்டானா என்று பலமுறை கேட்டாள்.

நினைவுகள்.

கடைசி நினைவு:

அன்று . . . மஜீது விடைபெற்று இறங்கப் போகும்போது. சுகறா எதையோ சொல்லத்தொடங்கினாள். முடிப்பதற்கு முன் வண்டியின் ஹார்ன் சத்தம் பலமுறை கேட்டது...உம்மா வந்தாள்... மஜீது முற்றத்தில் இறங்கினான். பூந்தோட்டத்தினூடே படி இறங்கி... ஒரு தடவை திரும்பிப் பார்த்தான்.

கீழ் வானில் தங்க நிற மேகங்கள். இளம் மஞ்சள் ஒளியில் மூழ்கிய விருட்சங்களும் வீடும் முற்றமும் பூந்தோட்டமும்.

சகோதரிகள் இருவரும் முகத்தை மட்டும் வெளியில் நீட்டியபடி வாசல் கதவின் மறைவில். வாப்பா சுவரில் சாய்ந்து வராந்தாவில். உம்மா முற்றத்தில்.

நிறைந்த விழிகளுடன் செம்பருத்தி மரத்தைப் பிடித்தபடியே பூந்தோட்டத்தில்–சுகறா.

சொல்ல வந்த விஷயம் அப்போதும் அவளுடைய மனதில் இருந்திருக்கும்.

அவள் கடைசியாகச் சொல்ல நினைத்தது எதுவாக இருக்கும்?

1944
தமிழில்: குளச்சல் யூசஃப்

சப்தங்கள்

1

நடுச்சாமத்துப் பார்வையாளன்

"முன்னொரு காலத்தில் குறிப்பிட்டுச் சொல்லிக்கொள்ளத் தாய் தந்தை யாருமில்லாத ஒரு இளைஞன் வாழ்ந்துவந்தான். அவன் நிறைய கொலை பாதகங்களைச் செய்தவன். தனது இருபத்து நான்காவது வயதில் அவன் ..."

"இடையிலே ஒரு விஷயத்தை நான் தெளிவு படுத்திக்கிறேனே, நீங்க கதையைத் தொடங் கிட்டீங்களா?"

"ஆமாம்!"

"சரி, இப்போ நீங்க சொல்லப்போறது யாரைப் பற்றி?"

"என்னைப் பற்றித்தான்."

"அது சரி."

"கதையை எங்கிருந்து வேண்டுமானாலும் தொடங்கலாம் என்று நீங்கள்தானே சொன்னீர்கள்?"

"ஆமாமா, நான் அதை அவ்வளவு முக்கியமா நினைக்கலே. அப்புறம், நான் என்ன நினைச்சேன்னா... நீங்க ஒரு..."

"பைத்தியக்காரன் என்று.?"

"உண்மையாகவே கேட்கிறேன். உங்க உடம்புக்கு இப்போ என்ன செய்யுது?"

"பைத்தியம்தான். வேறென்ன?"

"அதனாலே என்ன இப்போ...? பைத்தியத்தோட கூறுகள், கூடுதலாகவோ குறைவாகவோ எல்லார் கிட்டயும்தான் இருக்கு. நீங்க பல் விளக்கவும் குளிக்கவும் செய்யலாமே? உங்களோட இந்தப் பார்வையும் தாடியும் தலைமுடியும் நாற்றம் பிடிச்ச துணிகளும்... எல்லாம் சரிதான், நீங்க குளிச்சு சுத்தமாகத் திரியலாமே?"

"நான், தண்ணீரை பூமியின் இரத்தமென்று நம்புகிறவன்."

"சரி, அப்புறம்? வேறென்ன சொல்லப்போறீங்க?"

"உடுத்திக்கொள்ள மாற்றுடைகள் கிடையாது. உடுத்திக் குளிப்பதற்கு கோமணத்துண்டும் கிடையாது."

"இந்த நடுச்சாம நேரத்துலே என்னை வந்து பார்க்கச் சொல்லி உங்களை அனுப்பிவெச்சது யாரு?"

"யாரும் அனுப்பிவைக்கவில்லை; உங்களை நான் பகல் வேளையில் பார்த்தேன். உங்களுடைய பெயரையாரோ சொல்லவும் கேட்டேன். அது நீங்கள்தான் என்று குறிப்பாகத் தெரிந்த பிறகு உங்கள் பின்னாலேயே நானும் நடந்து கொண்டிருந்தேன். வழியில் இன்னும் சிலபேர் உங்களுடன் சேர்ந்துகொண்டார்கள். நீங்கள் அனைவரும் இந்த அறைக்குள் வந்து இவ்வளவு நேரமும் வாதங்களும் பிரதிவாதங்களும் சிரிப்பும் ஆரவாரமுமாகப் பேசிக்கொண்டிருந்தீர்கள். எல்லாம் முடிந்து அவர்கள் போவதைப் பார்த்ததும் நான் ஏறி உள்ளே வந்தேன்."

"என்னைப் பார்க்குறதுக்காக வழியோரத்துலே அந்த இருட்டிலேயே இவ்வளவு நேரமும் நின்னுட்டிருந்தீங்களா?"

"ஆமாம்!"

"என்னை உங்களுக்கு எப்படித் தெரியும்?"

"நான் உங்களுடைய புத்தகங்களையெல்லாம் வாசித்திருக்கிறேன்."

"எப்படிக் கெடச்சுது?"

"காசு கொடுத்து வாங்கினேன்."

"காசு எங்கிருந்து?"

"நான் அப்போது பட்டாளத்தில் வேலை பார்த்தேன்."

"ஓ..! நீங்க இப்படித்தான் கொலைகாரனாக மாறினீங்க, இல்லையா?"

"ஆமாம், நான் கொலை செய்தது எதிரிகளை மட்டுமல்ல, நண்பர்களையும்தான். இதற்கெல்லாம் என்ன அர்த்தமிருக்கப் போகிறது?"

"நீங்க என்னோட வாசகர்தானே?"

"ஆமாம்!"

"எனக்கு நீங்க என்ன கொண்டு வந்திருக்கிறீங்க?"

"என்னிடம் எதுவுமே கிடையாது."

"சரி, அப்புறம்?"

"கொலைப் பாதகங்களைப் பற்றி உங்களுடைய கருத்தென்ன?"

"நல்லதா கெட்டதான்னு கேட்கிறீங்களா?"

"ஆமாம்!"

"இதுலே அபிப்பிராயம் சொல்றதுக்கு என்ன இருக்கு?"

"எதுவுமே கிடையாது என்றா சொல்கிறீர்கள்?"

"ஏன் கோபப்படுறீங்க? நான் இப்போ ஏதாவது சொல்லணும் அவ்வளவுதானே? சொல்லிடறேன். என்னை யாரும் கொலை பண்றது எனக்குப் பிடிக்காது. பொதுவாகவே என்னோட வழக்கம் என்னன்னா... என்னைக் கொல்ல வர்றவன் என்னை விடவும் பலசாலியானு பார்ப்பேன். முடியாதவனா இருந்தா நான் தைரியமா எதிர்த்து நிப்பேன்; பலசாலின்னா முடிஞ்ச வரைக்கும் வேகமாக ஓடிருவேன்."

"என்னை நீங்கள் கேலிசெய்கிறீர்களா?"

"உங்களுக்கு இப்போ என்னதான் வேணும்?"

"என் வாழ்க்கையில் எனக்கு எந்தவிதமான தத்துவ விதிகளும் கிடையாது. என் வாழ்க்கையில் நடந்த... நான் சில கதைகளை உங்களிடம் சொல்ல விரும்புகிறேன்."

"நாளைக்குக் காலையிலே சொன்னாப் போதாதா? ஒவ்வொருத்தரும் பேசுறதையெல்லாம் கேட்டுக் கேட்டு நான் ரொம்பத் தளர்ந்துபோயிருக்கேன். ஏதாவது தின்னுட்டுப் படுத்துத் தூங்கணும். நீங்க நாளைக்கு வாங்களேன். காலையிலேயே வந்துடாதீங்க. ஒரு பதினொண்ணு பன்னிரெண்டுக்குப் பிறகு வாங்க. நான் அந்த நேரம்தான் எழுந்துருப்பேன்."

"அதுவரையிலும் நான் எங்கே போவேன்?"

"போக்கிடம் கிடையாதா?"

"கிடையாது."

"தெரிந்த ஆட்கள் யாருமே இங்கே இல்லையா?"

"யாரிருக்கிறார்கள்? இந்த உலகத்தில் என்னை யாருக்குத் தெரியும்?"

"நீங்க ஏதாவது சாப்பிட்டீங்களா?"

"இல்லை."

"கையிலே காசிருக்கா?"

"இல்லை."

"ரொம்ப நல்லது."

"உங்கள் அபிப்பிராயம் என்ன?"

"என் அபிப்பிராயமா?"

"ஆமாம்."

"முதல் விஷயம்: நீங்க இப்படிக் கோபப்படக் கூடாது. அடுத்தது: நீங்க இவ்வளவு பயங்கரமாகக் கண்ணைத் துருத்திக்கிட்டு என்னைப் பார்க்க வேண்டாம். மூணாவது: நீங்க பல் விளக்கணும், குளிக்கணும். நாலு: நான் தர்ற துவைச்ச துணிகளை உடுத்திக்கணும். ஐந்து: நீங்க தாடியையும் தலைமுடியையும் சீவியொதுக்கணும்னு நினைச்சீங்கன்னா எங்கிட்டே சீப்பு கிடையாது. ஆறு: எங்கிட்டே ஒரேயொரு ஆளுக்கான ஆகாரம்தான் இருக்கு. ஏழு: அதை நாம பகிர்ந்து உண்ணலாம். இதுக்குச் சம்மதிக்கிறீங்களா?"

"ஒப்புக்கொள்கிறேன்."

"அப்படினா நேரா என் படுக்கையைத் தொடாம அடுத்த அறைக்குப்போய் அங்கே கிடக்குற துண்டையும் மூலையிலே காகிதத்திலே பொதிஞ்சி வெச்சிருக்குற பல்பொடியையும் எடுத்துட்டுவந்து – அந்த டார்ச் லைட்டையும் எடுத்துக்குங்க – அப்படியே ஓரமாக் குளியலறைக்குப் போய்க் குளிச்சிட்டு வாங்க. இருங்க, துவைச்ச ஒரு வேட்டி தர்றேன். இப்போ நீங்க உடுத்தியிருக்குறதைத்திரும்பஇங்கேகொண்டுவந்துடாதீங்க.அடுத்த அறையிலே உள்ள படுக்கையிலே நீங்க படுத்துக்கலாம். தூங்கப் போறதுக்கு முன்னாலே நான் இந்தக் கதவை அடைச்சிடுவேன். அந்த அறையை உங்க விருப்பம்போல உபயோகிக்கலாம். தேவைப்பட்டா வெளியேகூடப் போகலாம். முழு சுதந்திரம். போய்க் குளிச்சிட்டு வாங்க. இருக்குற ஆகாரத்தைச் சாப்பிட்டுவிட்டுப் படுத்துத்தூங்குவோம். பேச்சுவார்த்தைகளையெல்லாம் நாளைக்கு வெச்சுக்கலாம் என்ன?"

"சரி."

“ஒரு விஷயத்தைக் கேட்டுக்குறேன். உங்களை இப்போ பட்டாளத்துலே இருந்துப் பிரிச்சு விட்டுட்டாங்களா?”

“ஆமாம்.”

“காரணம்?”

“தெரியாதா? யுத்தம் வெற்றியடைந்துவிட்டது.”

“இப்படி எவ்வளவு பட்டாளக்காரங்களைப் பிரிச்சு விட்டுருப்பாங்க?”

“நான்கோ ஐந்தோ இலட்சம்பேர்.”

“நீங்க அவங்களோட ஒரு பிரதிநிதி. இல்லையா?”

“நான் எவனுடைய பிரதிநிதியும் இல்லை. நான் என்னுடைய பிரதிநிதி மட்டும்தான். எனக்கென்று சில விஷயங்களைச் சொல்வதற்கு உரிமையில்லையா?”

“நிச்சயமாக.”

“எனக்குக் குறிப்பிட்டுச் சொல்லும்படியாக—ஒரு மண்ணாங்கட்டியின்மீதும் குறிப்பிட்டுச்சொல்லும்படியாக – எந்த மரியாதையும் கிடையாது. நான் இந்த உலகத்தின்மீது அன்பு வைத்திருக்கிறேன். அண்டசராசரங்கள் அனைத்தின்மீதும். நான் பிறந்து விழுந்தது இந்தப் பூமியில்தானே? இங்குள்ள எல்லோருமே என்னுடைய உறவினர்கள்தான். மாறுபட்ட கருத்துடையவர்களும் எல்லா மதத்தினர்களும் ... எல்லோர்மீதும் எனக்கு அன்பிருக்கிறது. நான் ஒரு இராணுவ வீரனாக ஆனேன். இராணுவ வீரனின் கடமை என்ன? முடிந்தவரைக்கும் மற்ற மனித உயிர்களைக் கொல்வது . . ! நானும் கொன்றேன். சில அசிங்கப்பிறவிகள் இந்த நாட்டையாள்வதற்காக – நான் சொல்லவருவது, உலகின் யுத்த இரத்த வெறிபிடித்த தலைவர்களைப் பற்றித்தான். போர்க்களத்தில் இவர்கள் யாரும் இருப்பதில்லையல்லவா? இவர்களுடைய மனைவி மக்களும் இறக்கமாட்டார்கள். ஆகவே, இது மக்களின் யுத்தம். நாசகார ஆயுதத் தளவாடங்களுடன் மக்கள் இரண்டு அணிகளாகப் பிரிந்து நின்று துப்பாக்கியால் சுட்டும் வெடிகுண்டுகளை வீசியும் கூரான பயனட்டுகளால் நெஞ்சைப் பிளந்தும் பரஸ்பரம் கொன்றொழிகிறார்கள். ஆகவே, இது மக்களின் யுத்தம்! யாரிந்த மக்கள்?”

“கோபப்பட வேண்டாம்னு சொன்னம்லா? அப்புறம்... உங்ககிட்டே ஒரு விஷயத்தை ஞாபகப்படுத்த வேண்டியதிருக்கு. நீங்க ஏன் எங்கிட்டே இவ்வளவு கோபப்படுறீங்க? நானா உங்களைப் பட்டாளத்துலே சேர்த்துவிட்டேன்?”

"எனக்கு யாரிடமாவது கோபப்பட வேண்டும். அந்த அளவுக்கு மனவேதனை இருக்கிறது."

"அது சரி."

"என்ன நினைக்கிறீர்கள்?"

"அமைதியாப் போய்க் குளிச்சிட்டு வாங்க. ஏதாவது சாப்பிட்டுட்டுத் தூங்குவோம்."

O

2

நாற்சந்தியிலிருந்து

"நீண்ட நாட்களாகின்றன, நான் சற்று அமைதியாகப் படுத்துத் தூங்கி. தலைசாய்க்க ஒரு இடமோ உண்பதற்கு ஒரு பிடி உணவோ ஒரு வேலையோ கிடையாது."

"உங்களுக்குக் குறிப்பிட்டுச் சொல்ல அப்பா அம்மா..?"

"அப்படி யாருமே கிடையாது."

"பிறகு நீங்க எப்படி..?"

"பிறந்தேன் என்று கேட்கிறீர்கள் இல்லையா? உங்களைப் போலவும் இந்த உலகிலுள்ள மற்ற எல்லோரைப் போலவும்தான்."

"ஆனா, எனக்குச் சொல்லிக்கிறதுக்குத் தாய் தகப்பன் இருக்கிறாங்க. சகோதர சகோதரிகளும் இருக்காங்க."

"எனக்கு யாருமே இல்லை."

"உங்களோட தொடக்கம் எங்கிருந்து?"

"நாற்சந்தியிலிருந்து..?"

"அதாவது..?"

"என்னுடைய வளர்ப்புத் தகப்பன் சாவதற்கு முன்பு சொன்னது மட்டுமே எனக்குத் தெரியும். ஒரு விடியற் காலையில் ஒரு துணி மூட்டையில் ஒரு பச்சிளம் சிசுவாக நான் கிடந்தேன். தனியாக... இருட்டில்... வழியில்... அநாதையாக..."

"பிறகு?"

"என்னை எடுத்துகொண்டுபோன அந்த ஆள்தான் அரசாங்கத்திற்கும் காவல் துறைக்கும் தகவல் கொடுத்தார்."

"அப்புறம்?"

"அவர்கள் என்ன செய்ய முடியும்? என்னை யாருக்கு வேண்டும்? ஆகவே, அந்த மனிதரே என்னைக் குளிக்கவைத்தார். அப்போது நான் பயங்கரமாக அழுததாக அவர் சொன்னார். என்னைச் சுத்தமான ஒரு வெள்ளைத் துணியில் படுக்கவைத்தார். ஒரு பெட்டியில் வைத்து என்னைக் கொண்டுபோனார். அவரே எனக்கு ஒரு பெயரும் வைத்தார். கோடானுகோடிப் பெயர்களி லொன்று. அப்படியாக நான் அவரது மதத்தில் வளர்ந்தேன். ஓரளவிலான நல்ல கல்வியையும் அவர் எனக்குப் புகட்டினார்."

"அப்படியாக நீங்க அவரோட ஜாதியிலேயே வளர்ந்தீங்க?"

"வளர்ந்தேன். இப்போது எனக்கு எந்த மதத்தின் மீதும் நம்பிக்கைகிடையாது. கிட்டத்தட்ட எல்லா மதங்களும் ஒன்றுதான். எல்லாமே மனிதனை நல்வழிப்படுத்தவே முயல்கின்றன."

"உங்களோட உற்பத்தி எந்த மதம் சார்ந்தது?"

"எனக்கென்ன தெரியும்? எந்த மதமாகவுமிருக்கலாம். கிறிஸ்தவனோ முஸல்மானோ ஹிந்துவோ யூதனோ பார்சியோ ஜைனனோ பௌத்தனோ சீக்கியனோ அல்லது இரு சாதிக்குப் பிறந்தவனோ எதுவாகவுமிருக்கலாம். பிறப்பு எப்படியாக இருந்தாலும் நான் தாயிடமிருந்து முலைப்பால் குடித்தவன் கிடையாது. கொங்கைகளைக் காணும்போதெல்லாம் எனக்கு அடங்காத தாகமேற்படும். கொங்கைகள்; கொங்கைகள்; கோடானுகோடிக் கொங்கைகள்."

"உங்களோட வளர்ப்புத் தந்தை இறந்த பிறகு நீங்க என்ன பண்ணுனீங்க?"

"படிப்பை உடனடியாக நிறுத்திவிட்டு வேலை தேடிப் புறப்பட்டேன். கடைசியில் பட்டாளத்தில் போய்ச் சேர்ந்தேன். ஒரு ஒழுங்குமுறையுடனெல்லாம் என் வாழ்க்கைக் கதையை என்னால் சொல்லிவிட முடியாது. அங்குமிங்குமாகவே சில விஷயங்களைச் சொல்ல முடியும்."

"உங்களோட வளர்ப்புத் தந்தை என்னவாக இருந்தார்?"

"ஒரு புரோகிதர். அதாவது ஒரு தேவாலயத்தில் பூசாரியாக வேலை பார்த்தார். வயது முதிர்ந்த மனிதர். சொந்தபந்தங்கள் கிடையாது. மிகுந்த கருணையுள்ளவர். சதாசர்வ காலமும் பக்தியில் திளைத்திருப்பார்."

"நான் ஒன்று கேட்கலாமா? கடவுள் இருக்கிறானா?"

“தேவைப்படுறவங்களுக்கு இருக்கிறான்...”

“அதென்ன தேவைப்படுகிறவர்களுக்கு..? இப்படிச் சொல்ல காரணம்?”

“என்னோட இந்த முப்பத்து நான்காவது வயதுலே எனக்கு இப்படித்தான் சொல்லத்தோணுது. அனைத்துப்பிரபஞ்சங்களையும் உங்களையும் என்னையும் படைத்த கருணாமூர்த்தியல்லவா இறைவன்? இந்தப்பிரபஞ்சம்நிலைத்துநிற்பதுகூட உங்களுடையவோ என்னுடையவோ நம்பிக்கையை அடிப்படையாகக் கொண்டு எதுவும் இல்லையல்லவா? நம்பலாம்; நம்பாமலுமிருக்கலாம். மனம் எதிலே திருப்தியடையுதோ அதன்படி. உங்களோட வயதென்ன?”

“இருபத்தொன்பது.”

“உங்களுக்குனு சொல்லிக்கிறதுக்கான தாய் தகப்பனைத் தேடிக்கண்டுபிடிக்கணும்னு உங்களுக்குத்தோன்றவே இல்லையா?”

“தோன்றியதுண்டு.”

“அப்புறம்?”

“விசாரித்தேன். பலமுறை விசாரித்தேன். நானும் என்னுடைய வளர்ப்புத் தந்தையும் சேர்ந்து வந்து இங்கே விசாரித்துப் பார்த்தோம்.”

“இங்கேயா?”

“ஆமாம். இங்கே இருக்கும் நாற்சந்தி ஒன்றின் இருண்ட பகுதியிலிருந்து நான் இரத்தவாடை நீங்காத அனாதைக் குழந்தையாக அவருக்குக் கிடைத்தேன்.”

“அது சரி, உங்க வாழ்க்கையில் விசேஷமான எதுவுமே நடக்கலேன்னு நினைக்கிறேன். பிறந்ததுமே உங்களை நசுக்கிக் கொன்னு—ஏதாவது நாய்க்குப் போட்டுடலியே? அந்த ஏதோ ஒரு தாயின் கருணைதான் இப்போ உயிரோட இருக்கிற நீங்க.”

“எதையோ வரைந்துகொண்டிருக்கிறீர்களே அது என்ன?”

“வரையலே, எழுதுறேன். நான் ஒண்ணும் டேப் ரிக்கார்டர் இல்லையே? நீங்க சொல்றதெல்லாம் எனக்கு மறந்துபோயிடும். இதுவெல்லாம் என்னோட சொந்த அனுபவங்கள் ஒண்ணுமில்லையே? ஆகவே, சூடு ஆறுவதற்குள்ளாக எழுதிடணும். கடைசியிலே உங்ககிட்டே வாசிச்சிக் காட்டுறேன். நீங்க சொல்லாத எதுவுமே இதுலே இருக்காது. போதும்தானே?”

“போதும்.”

O

3

பூமியின் இரத்தம்

"தண்ணியை நீங்க பூமியின் ரத்தம்னு சொன்னீங்களே, அதுக்கு என்ன காரணம்?"

"அந்தச் சம்பவத்தை நினைத்துப் பார்க்கும் போதெல்லாம்–நான் அப்படியே தளர்ந்து போய் விடுவேன். ஏற்கெனவே சொன்னேன் அல்லவா? நான் நிறைய பேரைக் கொன்றவன். ஒவ்வொரு பட்டாளக்காரனும் ஆயிரக்கணக்கானவர்களைக் கொன்றிருக்கிறான். இராணுவம் கொலைத் தொழில் புரிய வேண்டும். இந்த பூகோளத்தில் இப்போது கூட எங்காவது ஓரிடத்தில் போர் நடந்துகொண்டு தானிருக்கும். இதற்கெல்லாம் யார்தான் பொறுப்பு?"

"யாருடைய பொறுப்பாக இருக்கும்னு நீங்க நினைக்கிறீங்க."

"பேரரசர்கள், அரசர்கள், குடியரசுத் தலைவர்கள், சர்வாதிகாரிகள் எல்லாரும் கொலைகாரர்கள்தானே?"

"அப்படியா?"

"அப்படித்தான். அவர்களுடைய சிம்மாசனங்கள் அனைத்தும் மனிதக் குருதியில் மூழ்கியெழுந்தவைதான். அவர்கள் அருந்துவது மானுடக் குருதி. அவர்கள்..."

"ஒரு நிமிஷம்! நான் ஒரு விஷயத்தைத் தெளிவுபடுத்திக்கணும். யுத்தங்கள்லே ஒருபோதுமே ஏதாவதொரு அணி தவறு செய்ததாகவே இருக்க முடியாதா?"

"அப்படியே வைத்துக்கொள்ளுங்கள். எதிர்த்தரப்பிலிருந்து இதைப் பார்க்கும்போது?"

"ஒவ்வொண்ணையும் இப்படியே பார்த்துட்டுப்போனா நம்மால உயிர் வாழ முடியுமோ? விலங்குகள், பறவைகள், தானிய வகைகள், மரங்கள், நீர்வாழ் உயிரினங்கள், பிற ஜீவராசிகள் தரப்பிலிருந்து பார்க்கும்போது – மனிதர்கள் எல்லாருமே கொடூரமானவங்கதானே? இதைப் பற்றி நீங்க என்ன நினைக்கிறீங்க?"

"இது ஒரு நியாயமான பதில்தானா? சரி, நான் என் காதல் கதையைச் சொல்கிறேன்."

"பூமியின் ரத்தம்?"

"அதை நான் சொல்லப்போவதாக இல்லை."

"ஏன்?"

"நான் கொலைசெய்த ஒரு ஆளைப் பற்றிச் சொல்கிறேன்."

"அதுக்கு முன்னாலே பூமியின் ரத்தத்தைப்பற்றிச் சொல்லுங்க. உங்களுக்கு இப்படித் தோண்றதுக்கான காரணம் என்ன?"

"என்னால் அதைப் பற்றி விரிவாகப் பேச இயலாது. எனக்கு அந்த விஷயத்தைப் பற்றிய ஒவ்வொரு கட்டத்தையும் நினைவுபடுத்திப் பார்ப்பதில் சிரமமிருக்கிறது. ஒருநாளிரவு, நாங்கள் சுமார் ஐநூறு இராணுவ வீரர்கள் தண்ணீர் குடித்தோம். பொழுது விடிந்து பார்க்கும்போது தண்ணீர் குடித்த பாத்திரங்களில் மிச்சமிருந்தது இரத்தம். அந்த இடம், ஒரு சிறு யுத்தம் நடந்த பகுதி. ஏராளமானவர்கள் அங்கே இறந்து கிடந்தார்கள். இதை முழுமையாகச் சொல்ல இயல வில்லை. நான் மற்ற விஷயத்தைப் பற்றிச் சொல்கிறேனே? அதுதான் என் மனத்திற்குள் தெளிவாக நிற்கிறது. என் நண்பன் ஒருவனின் மரணத்தைப் பற்றியது. அவனைக் கொன்றவனும் நானேதான். டப், டப், டப்பென்று இரண்டு மூன்று முறை சுட்டேன். நல்ல பகல் நேரம் அது. கோடைக் காலம். யுத்த பூமியின் வெப்பத்தைப் பற்றித் தனியாகச் சொல்ல வேண்டிய தில்லையல்லவா? ஆரவாரம், முழக்கம், வெடியோசை. எதிர் பாராத ஒருதும்மல்போல், திடுக்கென்று உக்கிரமான சத்தத்துடன் அனைத்தையும் கிடுகிடுக்கச் செய்கிற, கண்களைக் கூச வைக்கிற, குண்டுகளின் பெரும் பெரும் ஒளிக்குவியல்கள், வெப்பம், வியர்வை, குர்ரம் . . . குர்ரம் என்று குண்டு மழை பொழியும் விமானங்களின் ஓயாத கர்ஜனைகள், இடி முழக்கம், மின்னல் கீற்றுகள், செவிப்பறைகளைத் தகர்க்கும் பேரோசைகள், ஓட்டம்,

கதறல். நாசம், சர்வ நாசம்! எல்லாமாகச் சேர்ந்து பதற்றமும் இலக்கற்றதுமான ஒரு எச்சரிக்கையுணர்வு மேலோங்கி நிற்கும். இப்படியான இரவு பகல்கள். இதனிடையில்தான் உண்பதுவும் உறங்குவதும். அனைத்தும் ஏதோ கனவுபோல். ஒருமுறை, நான் சாப்பிட்டுக்கொண்டிருந்த உணவில் ஒரு மனிதக் கண் கிடந்தது. சுற்றிலும் துண்டு துண்டுகளாகச் சிதைந்துக் கிடக்கும் மனித உடல்கள்; அழுகி நாற்றம் வீசுகிற சடலங்கள். மரணம் எப்போதுமே எங்களைத் தொட்டு உரசியபடி அருகிலேயே இருக்கிறது. அது மண்ணுருண்டைகளை அள்ளி இறைத்தபடியே பக்கத்திலேயே பாய்ந்து சென்றுகொண்டிருக்கிறது. நான் எப்படிச் சாகாமலிருந்தேன் என்பது எனக்குத் தெரியவில்லை. இது என்னுடைய அனுபவம் மட்டுமல்ல, ஒவ்வொரு இராணுவ வீரனுக்கும் இப்படி நிறையவே சொல்ல முடியும். நானும் என் நண்பனும் அங்கிருந்தோம். நாற்பதடி தூரத்தில் வெடித்த அக்னிக் கோளமொன்று அவனை முழுவதுமாகக் கொன்றுவிடவில்லை. அந்தக் குழியிலிருந்து எழுந்த மண் என்னை மூடியது. மதிய நேரம். கண்களிலும் மூக்கிலும் வாயிலும் மண் புகுந்தது. நான் ஊர்ந்து உதறி வெளியே வந்தேன். எங்கெங்கெல்லாமோ தீப்பற்றிப் பிடித்து எரிந்துகொண்டிருந்தது. தீ... தீ... தீ... படர்ந்து பிடித்தெரியும் சத்தம் காதில் கேட்டுக்கொண்டிருந்தது. அப்போதுதான் என் நண்பனின் கதறல் குரலும் காதில் விழுந்தது. தாங்க முடியாத வேதனையில் துடிக்கும் அவன் என்னருகில்தான் நிற்கிறான்.

"கடவுளை நினைத்து என்னைக் கொன்றுவிடு. என்னால் தாங்க முடியவில்லை."

"இந்தச் சத்தத்தைக் கேட்டுதான் நான் திரும்பிப் பார்த்தேன். சாகும்வரை என்னால் மறக்க முடியாத காட்சி அது. பயந்து நடுங்கினேன். உடல் அப்படியே குப்பென்று வியர்த்துவிட்டது. உங்கள் உடலில் உள்ளங்கால் முதல் உச்சந்தலைவரையிலான தோல் முழுவதும் அப்படியே உரிந்துபோய்விட்டதாக வைத்துக் கொள்ளுங்கள், அதுபோல். நண்பனின் உடல் முழுவதும் இரத்தம் வழிகிறது... தீப்பிடித்திருக்குமென்று நினைத்தேன். நிர்வாணமாக, இரத்தத்தில் தோய்ந்த சிவப்பு மனிதன். அந்தக் கண்கள் . . . கை விரல்களிலிருந்தும் ஆண் குறியிலிருந்தும் பழுக்கக் காய்ச்சிய தீக்கம்பிகள்போல் சூடான இரத்தம் சீற்றத்துடன் வெளியாகிக் கொண்டிருந்தது."

"செத்துக் கிடந்த ஒரு இராணுவ வீரனின் உடல்மீது அந்தக் குருதி . . . வடிந்துகொண்டிருந்தது. . . வடிந்து பதிந்து கொண்டிருந்தது."

O

4

காதலி

"காதல் கதையைச் சொல்லுங்க."

"பட்டாளக்காரர்கள் அனைவருக்குமே காதலிகள் உண்டு. பலருக்கு ஒருத்தி. ஒருவனுக்குப் பல என! இப்படியாக அது மிகப் பெருங்குழப்ப மான பிரச்சினை. சாதாரணமான இராணுவ வீரனுக்குக் கிடைப்பது கீழ்நிலை வேசிகள். தரம் உயர்வதற்கேற்பக் கிடைக்கும் விலைமாதர்களின் சமூகத் தரமும் மேம்பட்டதாக இருக்கும். விபச்சாரத்தைப் பற்றி உங்களுடைய கருத்தென்ன?"

"சரியா தவறான்னு கேட்கிறீங்க?"

"ஆமாம்."

"விபச்சாரம் உலகின் மிகப்புராதனமான ஒரு தொழிலென்பதாகச் சொல்லிக் கேள்விப் பட்டிருக்குறேன். இன்றுகூட நிறையப்பேர் இதைச் செய்துட்டுதான் இருக்குறாங்க.பிச்சைக்காரிகள்முதல் அரசகுமாரிகள்வரைக்கும்.எதுவாகவே இருந்தாலும் என் தாயோ சகோதரிகளோ மனைவியோ இதை அங்கீகரிக்கிறதுலே எனக்கு விருப்பமில்லை."

"மனைவி இருக்கிறாரா?"

"வெளிப்படையாக இல்லை."

"இரகசியமாக?"

"ரகசியமாகவும் இல்லைனுதான் சொல்லணும். அப்படி இருந்தால்கூட அவளொரு விபச்சாரியாக இருக்குறதை நான் விரும்பமாட்டேன். உங்க கதையைச் சொல்லுங்க."

“விபச்சாரத்தின் பின்னணியில் எப்போதுமே ஒரு பொருளாதாரப் பிரச்சினை செயல்படுவதாக உங்களுக்குத் தோன்றியதுண்டா?”

“ஒவ்வொண்ணுலேயும் ஏதாவதொரு பிரச்சினை இருக்கத்தான் செய்யும்.”

“பெண்கள் ஏன் விபச்சாரிகளாகிறார்கள்?”

“ஆண்களிருப்பதாலும் இருக்கலாம்.”

“இது ஒரு சரியான பதில்தானா?”

“ஆண்கள் ஏன் அவங்ககிட்டே போகணும்? சரி, நாம் இனி ஒவ்வொண்ணையும் பேசிப் பொழுதை வீணாக்க வேண்டாம். ஆண்களோட தரப்பிலே இருந்து பார்க்கும்போது தவறு எப்போதுமே பெண்கள் பக்கம்தான். பெண்களோட தரப்பிலே இருந்து பார்க்கும்போது ஆண்களிடம். ஆனா, தவறு இரண்டு தரப்பிலும் இருக்கும். அல்லது இல்லாமலுமிருக்கும். நீங்க சரியையும் தவறையும் யாருடைய நியாயத்தை அடிப்படையாக வெச்சி முடிவுக்கு வர்றீங்க?”

“ஒழுக்க விதியை.”

“அந்த ஒழுக்க விதி எந்தப் பகுதியைச் சேர்ந்தது?”

“அது எனக்குத் தெரியாது. பொதுவாகவே நாம் ஒழுக்க மென்று சொல்வோமில்லையா? பிறமனை ஏகாமை, பதிவிரதம் என்றெல்லாம்.”

“பல மதங்கள்லேயும் பல்வேறு வகைப்பட்ட ஒழுக்க விதிகள் அனுமதிக்கப்பட்டிருக்கு. தாம்பத்ய விரதத்தை எடுத்துக் கிட்டீங்கன்னா சில மதங்கள்லே ஏக பத்தினி விரதம் அனுமதிக்கப்பட்டிருக்கு. சிலதுலே அனேக பதிவிரதம் அனுமதிக்கப்பட்டிருக்கு. தாயையும் சகோதரியையும் மனைவி யாக்கிக்குற மக்களும் மன்னனும் இருந்திருக்காங்க. அது அவங்களோட ஒழுக்க விதி. லிங்க ஆராதனை, யோனி பூஜைனுல்லாம் கேள்விப்பட்டிருப்பீங்கதானே? இதுலே நீங்க சொல்ற ஒழுக்க விதியோட இடம் எது..? மிருகங்கள், ஊருகிற உயிரினங்கள், பறவைகளிடையிலெல்லாம் பெரும்பாலும் சகோதர உயிர்களோடதான் இணை சேர்றது நிகழுது. இது மனிதர்களிடையிலும்கூட நிகழ்றதுண்டு. சகோதரி, சகோதரன்கிட்டேருந்து கர்ப்பம் தரிக்கிறதுண்டு. அம்மா, மகன்கிட்டேருந்தும் மகள், அப்பாகிட்டேருந்தும்கூட.”

“இதெல்லாம் வக்கிரங்களல்லவா?”

“ஏன் அப்படிச் சொல்லுறீங்க?”

"ஏன் என்று கேட்டால் எனக்குச் சொல்லத் தெரியாது."

"நான் சொல்றேன். உங்களோட வாழ்க்கையிலும் ஒரு தத்துவ விதியிருக்கு. அப்படி எதுவுமே கிடையாதுனு நீங்க சொல்றது சரியில்லை. சின்ன வயசுலே இருந்து அது உங்ககிட்டே இருக்கு. தேவாலயத்துலே புரோகிதராக இருந்தாரல்லவா உங்களோட வளர்ப்புத் தந்தை? அவர் உங்களுக்குச் சொல்லித் தந்தவை. இன்னவை நன்மைகள் இன்னவை தீமைகள் என்பதாக. அதுதான் உங்களோட வாழ்க்கை சாஸ்திரம்."

"சரியாக இருக்கலாம். நான் ஒன்று கேட்கிறேனே? ஆண் பெண் உறவில் பரஸ்பரம் உண்மையாக இருப்பது; நம்பிக்கைகளைக் கடைபிடித்தொழுகுவது சாத்தியம்தானா?"

"பாலுறவு நம்பிக்கைகளைப் பற்றிக் கேட்குறீங்களா?"

"ஆமாம்."

"நான் எப்படி அதைத் தீர்மானமாகச் சொல்ல முடியும்? என்னைத் தவிர இன்றைக்கு உலகத்திலுள்ள எல்லா ஆண் பெண்களையும் பற்றியதல்லவா இந்த விஷயம்? பரஸ்பரம் உண்மையாக இருக்கமுடிந்தால் – இப்படி என்னாலே ஆசைப்பட மட்டும்தான் முடியும். பொதுவாகப் பார்க்கும்போது யாருக்காவது குறிப்பிட்ட ஒரு விஷயத்தின்பேரிலே நிரந்தரமான பற்று இருக்க முடியுமா? நாம் மற்றவங்ககிட்டே நம்மை நல்லவங்களாகக் காட்டிக்கிட முயற்சிக்கிறதைத் தவிர நமக்கு நாம் நல்லவங்கதானா? நம்மோட இரவுகளிலோ பகல்களிலோ..?"

"மனித குலத்தின் எதிர்காலத்தைப் பற்றி உங்களுடைய அபிப்பிராயம் என்ன?"

"மோசமாக எதுவுமில்லை. ஏன் கேட்கிறீங்க?"

"இன்று உலக மக்கள் தொகையில் பத்தில் ஏழு சதவிகிதம் பேருக்கு கொனேரியாவும் சிபிலிசுமிருக்கிறது."

"யார் சொன்னது?"

"ஒரு இராணுவ மருத்துவர்."

"ராணுவ வீரர்களைப் பயமுறுத்துறதுக்காக அப்படிச் சொல்லியிருப்பார்."

"பட்டாளத்தில் பத்தில் ஒன்பது பேருக்கு இந்த வியாதி இருக்கிறது. இது வெளிப்படையாகவே தெரியவந்த உண்மை. மரணத்தின் பக்கத்து வீட்டுக்காரர்கள். மற்றவர்களில் தொழிலாளர்கள், விவசாயிகள், உத்தியோகம் பார்ப்பவர்கள், வழக்கறிஞர்கள், அரசர்கள், அரசியல்வாதிகள், நடிகர் நடிகையர், புரோகிதர்கள்,

பிரம்மச்சாரிகள், பத்திரிகையாளர்கள், கதை எழுதுபவர்கள், கவிஞர்கள், விலைமாதர்கள், விமர்சகர்கள், யாசகர்கள், தலைவர் கள்– இப்படியாக உலக மக்களில் பத்தில் ஏழு பேருக்கு சிபிலிசும் கொனேரியாவும் இருக்கிறது.”

“இருக்கிறதா இல்லையா என்கிறதெல்லாம் எனக்குத் தெரியாது. ஆனா, எல்லாவற்றிற்குமே நல்ல மருந்துகள் இருக்கின்றனவல்லவா? கொனேரியா, சிபிலிஸ், காசநோய், தொழுநோய் எல்லாவற்றுக்குமே நல்ல மருந்துகள் இருக்கின்றன.”

“நிறையப் பணம் வைத்திருப்பவர்களால் மட்டுமே இதையெல்லாம் வாங்கிப் பயன்படுத்த முடியும். இருந்தாலும்கூட அவ்வளவு சுலபமாக இன்று குணமாகிவிடவும் செய்யாது. இது நீறுக்குள் பூத்து நிற்கும் நெருப்பைப் போன்றது. கொனேரியா இரத்தத்தினூடே, சுக்கிலத்தினூடே மூன்று தலைமுறைகள்வரை வியாபித்துச் செல்லும் என்று தெரியவந்திருப்பதாக மருத்துவர்கள் சொல்கிறார்கள். குஷ்டரோகத்தைவிடவும் ஆபத்தானதாக இருக்குமோ என்னமோ? எதுவாக இருந்தாலும் விபச்சாரி களிடம் போவதற்கு எனக்குப் பயம்தான். இதுவரையிலும் நான் போனது கிடையாது. பட்டாளத்திலிருந்து பிரித்து விடப்பட்டு ஒரு நகரில் வசித்துவரும்போதுதான் நானொரு காதலனாக ஆனேன். அதுவரையிலும் அதாவது, நான் பட்டாளத்தானாக இருந்த காலம் வரைக்கும்என்னுடையகாதலியாகஇருந்தவள் புகைப்படத்திலிருந்த ஒரு சினிமா நடிகைதான். வாழ்நாள் முழுவதுமே திருமணம் நடக்க வாய்ப்பில்லாமலிருக்கும் எங்களில் பலருக்கும் காம உணர்வின் வடிகாலாக இருந்தது அந்தப் படம்தான்.”

“அதாவது..?”

“அந்தப் படத்தில் உதடுகளிருந்தன; கண்களிருந்தன. கொங்கைகளும் நாபித்தடமும் தொடைகளுமிருந்தன. எங்களிடம் கற்பனைகளுமிருந்தன. முத்தம்கொடுப்பது; கட்டிப் புணர்வது; சம்போகம்...”

“அது சரி.”

“சிந்தித்துப் பாருங்கள்; எங்களுடைய அந்த வாழ்க்கையை? உலகில் எங்கோ வாழ்பவர்கள்... எங்களின் படுக்கையறைகளில்...”

“இந்த உலகத்தில் அனேகங்கோடி ஆண் பெண்கள் இருக்கிறாங்க தானே? நானும் நீங்களுமுட்பட... இங்கே படுக்கையறைகளைப் பற்றிச் சிந்தித்துப் பார்க்க என்ன இருக்கிறது? ரத்தமும் நிணநீரும் தாகமோகங்களுமுள்ள உயிர்கள்.”

“நீங்க காதலனாக மாறிய கதையைச் சொல்லுங்க கேட்போம்.”

O

5

காதலன்

"நான் காதலனாக ஆனது நகரிலுள்ள ஒரு முக்கியஸ்தரின் வீட்டில் தங்கியிருந்தபோதுதான். இது நான் பட்டாளத்திலிருந்து பிரித்துவிடப்பட்ட பிறகு நடந்த சம்பவம். பட்டாளக்காரர்கள் அனைவரும் வேலையெதுவுமில்லாமல் அலைந்தார்கள். பஞ்சமும் பிணிகளும் அப்போது மிகவும் அதிகமாக இருந்தன. இது எப்போதுமே விசேஷமான செய்தியாகவும் இருக்க முடியாதுதானே? எது எப்படியிருந்தாலும் ஆண், பெண்ணை விரும்பாமலோ சம்போகிக்காமலோ வாழ..."

"இருங்க. நீங்க அந்த நகரத்திலுள்ள முக்கியஸ்தரின் வீட்டுக்கு எப்படி வந்து சேர்ந்தீங்க?"

"மதமோ அரசியலோ எதுவோ ஒன்று! இதுவும் கலவரம்தான். மக்களின் கொந்தளிப்பு. நான் ஒரு ஓட்டலின் மேல்மாடியில் நின்றுகொண்டிருந்தேன். சூரியன் அழகாக அஸ்தமித்துக்கொண்டிருந்தான். முழுவதுமாக அப்போது மறைந்திருக்கவில்லை... நான் ஒன்று கேட்கலாமா? என்றாவதொரு நாள் இந்த உலகத்திலிருந்து கலவரங்கள் அஸ்தமனமாகுமா?"

"ஒன்றுக்கும் மேற்பட்ட மனிதர்களிருக்கும் வரைக்கும் ஒன்றுக்குமதிகமான அபிப்பிராயங்கள் இருக்கும் வரைக்கும்..."

"யாருடைய அபிப்பிராயம் சரியாக இருக்கும்?"

"அதை நீங்களேதான் சுயமாகச் சிந்தித்து முடிவு செய்துக்கணும். மண்டை இருக்கிறதல்லவா? அதுக்குள்ள மூளையுமிருக்கும். சிந்தியுங்க.

உங்களாலே இது சாத்தியப்படாதுன்னா, உங்களாலே அதிகமாக உணர்ந்துகொள்ள முடிகிறத ஏற்றுக்குங்க."

"இம்மாதிரியான கருத்துக்களின் சாரம் என்ன ?"

"இந்தக் கேள்வியோட சாரம் எனக்குப் புரியலே."

"இந்த மதங்களையும் அரசியலையும் எடுத்துக்கொள்ளுங்கள். எல்லோருமே கலகம் செய்கிறார்கள்; கொலைசெய்கிறார்கள். இவர்களுடைய நோக்கம்தான் எதுவாக இருக்க முடியும் ?"

"இவங்களோட நோக்கத்தின் உச்சத்துலே அதிகார மோகமிருக்கு. அதாவது முஷ்டி பலம்."

"எதற்காக?"

"இந்த உலகத்திலுள்ள மனிதர்களையும் மற்றெல்லா உயிர் ஜீவன்களையும் அடக்கியாள்றதுக்கான ஆசை. மதங்கள், கடவுளர்களின் பெயரிலும் கடவுள் நம்பிக்கையில்லாதவன் சுய விருப்பத்தை முன்னிறுத்தியும் இதுக்கு ஆசைப்படுறான்."

"அப்படியென்றால் ?"

"ஒவ்வொருவரோட வாழ்க்கைக்கும் ஒவ்வொரு தத்துவ சாஸ்திரங்களிருக்கு. அதனுடைய அடிப்படையில் நின்னு செயல்படவே அவங்க முயற்சிக்கிறாங்க."

"எனக்கு மட்டும் ஏன் இந்த மாதிரியான எந்தத் தத்துவ சாஸ்திரங்களும் இல்லாமல் போய்விட்டது ? யாருடனும் எந்தத் தொடர்புமில்லாததுதான் இதற்குக் காரணமாக இருக்குமா ?"

"உங்களுக்கும் வாழ்க்கையில் ஒரு தத்துவ சாஸ்திரம் இருக்கு. இதை நான் ஏற்கெனவே சொன்னேன். இனி உறவுகளைப் பற்றிச் சொல்வதாக இருந்தால் உங்களுக்கு எல்லோருடனும் தொடர்பிருக்கு."

"என்ன தொடர்பு ?"

"உங்களுக்குத் தொப்புள் இருக்கிறதல்லவா ?"

"தொப்புளா..? சரி, இதன் மூலமாக என்ன தொடர்பு ?"

"நீங்க உங்களோட அடையாளம் தெரியாத தாயுடன் தொடர்பு வைத்திருக்கிறீங்க."

"அதாவது ?"

"அதாவது, உங்களோட அடையாளம் தெரியாத தகப்பன் அவரோட அம்மாவுடனும். சுருக்கமாகச் சொல்வதாக

இருந்தால் இந்த உலகத்திலுள்ள ஒவ்வொருத்தருமே தத்தமக்குள் தொடர்புடையவங்கதான்."

"இதிலொன்றும் பெரிதாக எடுத்துக்கொள்வதற்கிருப்பதாக எனக்குத் தோன்றவில்லை."

"தோணலேனா அப்படியே விட்டுடுங்க. நாம் இப்போ தேவையில்லாத விஷயங்களைப் பேசியே நேரத்தைப் போக்கிட்டிருக்கோம். நீங்க காதலனா மாறுன கதையைச் சொல்லுங்க. நகரிலுள்ள அந்த ஓட்டலின் மேல்மாடியில் நின்றிருந்தீங்க, சூரியன் அழகாக அஸ்தமித்துக்கொண்டிருந்தது..."

"ஆமாம். ஆனால், அது முற்றிலுமாக மறைந்துவிடவில்லை. அந்த நகரம் ஒரு அடர்ந்த காடு என்பதாகக் கற்பனை செய்துகொள்ளுங்கள். அதனுள் எல்லா வகையான கொடிய மிருகங்களும்... ஆனால், அது காடுதானா என்றால் இல்லை. ஒரு நகரம். சீற்றமும் முனகலும் ஆரவாரங்களுமுள்ள அந்த நகரம் வேகமாக இயங்கிக்கொண்டிருந்தது. வாகனங்கள், இயந்திரங்கள் போன்றவற்றின் சத்தக் கோலாகலங்கள். சாலைகள் அவற்றின் கிளைச்சாலைகள் என எல்லா இடங்களிலும் அலைபாயும் மனிதப் பிரவாகம். சீற்றத்துடன் முழங்கியபடியே கர்ஜனைசெய்து கொண்டோடும் வாகனங்கள். வானத்தை முட்டுவதுபோல் வகைவகையான கட்டடங்கள். ஆலைகள், ஓட்டல்கள், வாசகசாலைகள், மதுக்கடைகள், மருத்துவமனைகள், அரசு அலுவலகங்கள்... எல்லாவற்றிலுமே சாயத்தில் முக்கியெடுத்த துணித் துண்டுகள்."

"..?"

"கொடிகள்."

"அது சரி."

"சாயம்புரட்டிய அந்த ஒவ்வொரு துண்டுத் துணியும் மக்களின் ஒவ்வொரு அடையாளச் சின்னங்களல்லவா?"

"ஆமா."

"கொடிக்காரர்கள்... இவர்கள் அனைவருக்குமே இருக்குமல்லவா அவரவர்களுக்கான செயல்திட்டங்கள்?"

"இருக்கத்தானே செய்யும்?"

"அனைவருமே மக்களை முன்னிறுத்தித்தான் பேசுகிறார்கள்."

"அது அவர்களது கொடியின்கீழ் வாழ்கிற மக்களோட நலனை முன்வைத்து."

“மக்கள் நலமெனும் அந்த வெடிமருந்துக் கிடங்கில் தீப்பிடித்தது. மக்களின் ஏதோவொரு ஊர்வலம் மற்றொரு பிரிவு மக்களின் ஏதோவொரு ஊர்வலத்துடன் மோதிக்கொண்டது. வெடிகுண்டுகளும் டைனமிட்டுகளும் சோடாப் புட்டிகளும் வெடித்தன. கருங்கல் பாளங்கள் பறந்தன. பிச்சுவாக்கத்திகள் நெஞ்சுகளில் ஆழ்ந்திறங்கின.

“கோஷங்கள், எதிர்க் கோஷங்கள். அருவருப்பான சொற் பிரயோகங்கள், அசிங்கமான வார்த்தைகள். இரத்த விளையாட்டு. மரணத்தின் மக்கள் கலை விழா. அடி, உதை, கதறல், ஓட்டம், ரகளை, நகரம் மரணத்தின் தொழிற்கூடமாயிற்று. போலீஸ் வந்தது; இராணுவம் வந்தது. இயந்திரத்துப்பாக்கிகளின் கர்ஜனை தொடங்கியது.

“ட ட ட ட ட ட டே...

“ஓயாத கர்ஜனை. சத்தக் கோலாகலங்கள். வானப் பரப்பில் இரைந்தபடியே வட்டம் சுற்றும் விமானம்.

“பர்ரம்... பர்ரம்...

“தரையில், தலை உடைந்தும் நெஞ்சு பிளந்தும் சாய்ந்து விழுந்துகொண்டிருக்கும் மனிதர்கள்; கொழுந்துவிட்டெரியும் கட்டடங்கள்; வீசியடிக்கும் அனல் காற்று; வெடிமருந்தும் மனிதக் குருதியும் கலந்த நெடி. அன்றும் அப்படியாக வழக்கம் போல் நகரத்தில் விளக்குகளெல்லாம் அழகாகவே எரியத் தொடங்கின. சினிமாக் கொட்டகைகளிலிருந்து இனிமையான பாடல்கள் கேட்கத் தொடங்கின. வானத்தில் இரத்த நிறத்தில் கருஞ்சிவப்பில் இடைவிட்டுப் பிரகாசிக்கும் விளம்பரங்கள் தெரிய ஆரம்பித்தன. ஆகா, எவ்வளவு அற்புதப் பயங்கரமான அழகிய நகரம்.

“ஆறு மாடிக் கட்டடங்களெல்லாம் சருகுக் குவியல்கள் போல் படர்ந்துக் கொழுந்து விட்டெரிகின்றன. ஆயிரமாயிரம் கண்களில் அதன் அக்னி ஜுவாலைகள் பிரதிபலிக்கின்றன. ஆயிரக்கணக்கான மக்கள் அதில் வெந்து தணிகிறார்கள். இடைவிடாத மணியோசைகளுடன் வாகனங்கள் பாய்ந்து கொண்டிருந்தன, தீயணைக்கும் இயந்திரங்களுடன். எங்கோ பயங்கர சத்தத்துடன் பெரிய நீர்க்குழாய் உடைந்து தண்ணீர் வானத்தை நோக்கிச் சீற்றத்துடன் பாய்ந்தது.

“நான் நின்றிருந்த ஓட்டல் முதலில் புகையில் மூழ்கியது. பிறகு தீ படரத் தொடங்கியது. பார்வை தெரியாமல் இருமிக் கொண்டே அனைவரும் தட்டுத்தடுமாறியபடியே இறங்கியோட முயன்றுகொண்டிருந்தார்கள். நானும் இறங்கி ஓடினேன்.

நோக்கமும் இலக்குமில்லாமல் ஓடினேன். உயிரைக் காப்பாற்றிக் கொள்வதற்காகத், தீயில் குதித்து, எரியும் ஆடைகளுடன் ஓடினேன்.

“நகரின் அந்தப் பெரிய மனிதர், பலரை நான் அந்தத் தீயிலிருந்து காப்பாற்றியதாகச் சொன்னார். உண்மையோ என்னமோ! எனக்குச் சரியாக நினைவு திரும்பியபோது நான் அவருடைய வீட்டிலிருந்தேன். அவரது மனைவிக்கும் குழந்தைகளுக்கும் அந்த வீட்டிலுள்ள அனைவருக்குமே என்னை மிகவும் பிடித்துப்போனது. நான் ஒரு இளம் வீரனாம். நாட்டின் பெருமை மிக்க சொத்தாம். என்னைப் போன்ற நூற்றுக்கணக்கான இளைஞர்கள் உருவாக வேண்டுமாம்.

“என்னுடைய ஒரு புகைப்படத்தையும் அவர் ஒரு பத்திரிகையில் பிரசுரிக்கச் செய்தாரென்று நினைக்கிறேன். கூடவே அவர் சார்பாக ஒரு அறிக்கையும் வெளிவந்தது. பிறகு தொடர்ந்து பல நாட்களாக அறிக்கைகள்தான். எல்லாத் தலைவர்களும் அறிக்கைகள் வெளியிட்டார்கள். எதிர் அறிக்கைகளும் வெளியாயின. ஒவ்வொரு கொடிக்காரர்களிலும் நிறையப் பேர் மாண்டிருந்தார்கள். இதற்கு மாற்றுக் கொடிக்காரர்கள் பதில் சொல்ல வேண்டுமாம். பிறகு மாண்டவர்களது புள்ளிவிவரக் கணக்கு. முடைநாற்றம் வீசும் புளுகுகளைச் சாயம் புரட்டிய எல்லாத்துண்டுத்துணிக்காரர்களும் சொன்னார்கள்; சொற்பொழிவாற்றினார்கள்; பத்திரிகைகளில் எழுதினார்கள்; கோஷங்களை எழுப்பினார்கள். பிறகு விசேஷமாக எதுவுமில்லை. எஞ்சியிருந்தவை: பரஸ்பர நட்புணர்வின் வெடி மருந்துகளும் குண்டுகளும் சாயம் தோய்த்த அந்தத் துண்டுத் துணிகளும்தான்...”

“நீங்க காதலனாக மாறியது?”

“வருகிறேன். நான் அந்தப் பெரிய மனிதரின் வீட்டில் தங்கியிருந்தேன். அதாவது, மோட்டார் செட்டின் இருபுறமும் நல்ல வசதியான இரண்டு அறைகளிருந்தன. அதில் ஒன்றில் நானும் இன்னொன்றில் கார் டிரைவரும் தங்கியிருந்தோம்.

“தின்பதும் குடிப்பதுமெல்லாம் அங்கேதான். அந்த வீட்டிற்குள் எனக்கு முழு சுதந்திரமிருந்தது. வீட்டு அங்கத்தினன் போல்தான். நான் அங்கிருந்த ஒரு சாயங்கால நேரத்தில் நகரின் எல்லா விளக்குகளும் திடீரென்று எரியத்தொடங்கிய அந்த நேரத்தில்தான் நான் ஒரு காதலனாக ஆனேன்.”

O

6

காதலின் உருவம்

"கனவிலாழ்ந்துகிடக்கும் கண்களும் மந்தகாசப் புன்னகையும் திடமாக, உந்தி நிற்கும் ஸ்தனங்களுமாக அவள். அந்த நடை, அந்தப் பார்வை . . .

"தினமும் சாயங்காலப் பொழுதுகளில் என்னுடைய அறையின் முன்புற வாசலினூடே அவள் நடந்து செல்வாள். என்னைப் பார்ப்பாள். ஒரு புன்னகையை அர்ப்பணம் செய்வாள். நானும் புன்னகைத்துவிட முயற்சிப்பேன். எனக்குத் தைரியம் போதாது. இதெல்லாம் நான் யாரென்பதே தெரியாமல்தான் நடக்கிறது. நான் இந்தப் பெரிய வீட்டிலுள்ள ஒருவன் என்று அவள் நினைத்திருக்கலாம். நான் யார், எங்கிருந்து என்பதையெல்லாம் அவள் அறிந்துகொண்டால் பிறகு அவள் தடம்புரண்டு விடக்கூடும். இருந்தாலும் . . . அவள் யார், எங்கிருந்து என்பதெல்லாம் தெரியாது. படித்துக்கொண்டிருப்பவளா, உத்தியோகம் பார்ப்பவளா? யாராக இருந்தாலும்... அழகான வடிவத்துடன்கூடிய மதுர காவியம் அவள். பெயர் தெரியாதவள் மனதைக் கவர்ந்து கொண்டாள். வாழ்க்கையில் புயலின் சீற்றம் உருவாகிவிட்டது.

"ஒரு முத்தத்திற்காக, உயிர்த்துடிப்புடன்கூடிய ஒரு கட்டிப் புணர்தலுக்காக மனம் எவ்வளவு காலமாக வெம்புகிறது. உடையற்ற பெண்ணுடல் எப்படியிருக்குமென்பது எனக்குத் தெரியாது. காண வேண்டும். தொட்டுணர வேண்டும். முத்தமிட வேண்டும். ஆலிங்கனம் செய்ய வேண்டும். பெண் வாசனையை முகர்வதற்கு நாசியதரங்களைக்

சுவர்மையாக்கினேன். கருங்கற்களைக்கூட நெரித்துத் தூளாக்குகிற உடல் பலத்துடன் நான் வாழ்ந்துகொண்டிருக்கிறேன். மக்கள் சஞ்சாரம் மிகுந்த தெருவைப் பார்த்தபடியே நான் ஜன்னலோரத்தில் நின்றிருப்பேன். சாயங்கால நேரத்தில் ஜோதிமயமாக அவள் வருவாள். ஒவ்வொரு நாளும் வகைவகையான நிறங்களில் உடையணிந்து வருவாள். உடைக்கு இசைவான செருப்புகளுடனும் கைப்பையுடனும்.

"அப்படியான ஒரு அந்திப்பொழுது. விளக்குகள் எரிந்து கொண்டிருந்தன. நகரில் ஆரவாரம் அதிகரித்திருந்தது. என்னுடைய இதயத் துடிப்பும் அதிகரித்தது. அதோ வருகிறது, காதல் நிரம்பி வழியும் அவளது அருட்பார்வை. அப்படியே நடந்துபோய்க்கொண்டிருந்தாள். நான் அறைக்கதவைத் தாளிட்டு விட்டுச் சாலையில் இறங்கினேன். நான் நடந்து வருவதைக் கண்டதும் அவளது நடை தளர்வடைந்தது. நான் பக்கத்தில் நெருங்கியபோது என்னைப் பார்த்தாள். புன்னகை தவழும் அழகிய பார்வையைத் தொடர்ந்து ஒரு கேள்வி உதயமானது. தொண்டை அடைத்திருந்தது போலிருந்தாலும் அந்தக் குரல் இசையின் இனிமையுடனிருந்தது.

'எங்கே போகிறீர்கள்?'

"இதற்கு நான் ஒரு புன்னகையைப் பதிலாகச் சொல்ல முயன்றேன். இப்படியான ஒரு வாழ்க்கையில் நான் எங்கே போக..? எனக்கு வேர்த்தது. வாயில் உமிழ்நீர் வற்றியது. கும்மென்று வீசியது பரிமள வாசம். முல்லை மலர்போன்ற வெள்ளையான முகம். ரோஜா மலர்போல் சிவந்த உதடுகள். இரவுபோல் கறுத்த தலைமுடி. அவளது ஒவ்வொரு அங்கத்தையும் எனக்கு முத்தமிட வேண்டும்போல் தோன்றியது. மெல்லிய ஆடையினுள், அணிந்திருந்த ஜாக்கெட்டின் மென்மையினூடே பிரேசியருக்குள் அமுங்கி, மதர்த்து நின்ற மார்பகங்கள். இடது கையில் சிறு குடையும் கைப்பையும். வலது கையில் சிறு கைக்குட்டை.

"காமத்துடன் பார்த்தபடியே உள்ளுருக நான் நடந்து கொண்டிருந்தேன். அதிகமாக எதுவும் பேச இயலவில்லை. அப்போது எங்கள் எதிரில் ஒரு மோட்டார் கார் இரைந்தபடியே வந்தது. அதில் நான் தங்கியிருந்த வீட்டின் உரிமையாளரின் மனைவி இருந்தார். என்னை அவர் பார்த்துவிடாமலிருப்பதற்காக நான் அந்தி நிழலில் ஒதுங்கிக்கொண்டேன். கார் வேகமாகப் பாய்ந்து சென்றது. தனியாக நின்றிருந்த என் கால்களின் அருகில் அவளது அந்தக் கைக்குட்டை.

"நான் அதைக் குனிந்து எடுத்தேன். அழகான அந்த முகத்தைத் தொட்டுணர்ந்த, உதடுகளை ஸ்பரிசித்த, அவளது வேர்வை

புரண்ட கைக்குட்டை. நான் அதை முத்தமிட்டேன். ஓராயிரம் முறை முத்தமிட்டேன். என்னுடைய சட்டையின் பனியனுக்குள் இதயத்தைத் தொட்டபடியே அதை நான் பாதுகாத்து வைத்துக் கொண்டேன்."

O

7

வாசமுள்ள கைக்குட்டை

"பிறகு ?"

"சொல்கிறேன். அங்கே பாருங்கள் அந்த மரத்தின் உச்சியை."

"நிலவுதானே ?"

"எவ்வளவு அற்புதமான முழு நிலவு ! ஜொலிக்கும் வெண்ணிறத்துகள்போல் . . . இந்த நிலவு ஏன் இப்படியொரு... பாருங்கள், பச்சிலைப் படர்ப்புகள் ஜொலிப்பதை. . . ஹோ, இப்போது மலைகளும் பாலைவெளிகளும் கடல்தீரங்களும் . . ."

"நிலவு அங்கேயே இருக்கட்டும். நீங்க சொல்ல வந்த வாசமுள்ள கைத்துண்டைப் பற்றிச் சொல்லுங்க."

"உங்களுக்குக் காதல் அனுபவங்கள் ஏற்பட்ட தில்லையா ?"

"நிறைய."

"அதற்கு நீங்கள் எந்த அளவுக்கு முக்கியத்துவம் தருகிறீர்கள் ?"

"எதுக்காகக் கேட்குறீங்க ?"

"வெறுமனே கேட்டேன். அவ்வளவுதான்."

"காதல் என்கிறது புதிய கருத்தியல் எதுமில்லையே ? இப்போ அந்தச் சந்திரனை நீங்க பாருங்களேன். கோடானு கோடி யுகங்களுக்கு முன்—அதற்கு முன்பும் கோடி யுகங்கள்—அதாவது

"இந்தப் பூவுலகில் மனித வர்க்கம் உருவான காலம் முதல் ஆணுக்குப் பெண்மீது உருவான அந்த ஏதோ ஒரு விஷயத்தை சந்திரனோடு–அதாவது நான் சொல்ல வந்தது, காதல் என்பது ஒரு பண்டைய காலக் கருத்து என்பதைத்தான். பண்டைக் காலம் முதலே ஆணும் பெண்ணும் பரஸ்பரம் காதலில் ஈடுபட்டிருக்காங்க. புரிகிறதல்லவா? ஜீவஜாலங்களில் ஆண் பெண்களின் இனக்கவர்ச்சி, பரஸ்பர உடல் இணைவு, உற்பத்தி. இவற்றுக்கான வழிப்பாதைதான் காதல். சிறிதளவு வாசத்துடன்கூடிய அற்புதமான ஒரு ஏமாற்று வேலை."

"எல்லாமே அற்புதங்கள்தாம்."

"உயிர்கள், பூமி, சந்திரன், நட்சத்திரங்கள் அனைத்துமே . . ."

"நான் அந்த வாசமுள்ள கைக்குட்டையைப்பற்றி நினைத்துக் கொண்டிருக்கிறேன். அன்றிரவு நான் அதை எத்தனை முறை முத்தமிட்டிருப்பேன், என்னென்ன கனவுகள் கண்டிருப்பேன் தெரியுமா? எனது காதல், தங்கியிருந்த வீட்டையும் கடந்து அந்த நகரத்தையும் கடந்து . . ."

"அந்த வீட்டுலே நீங்க என்ன வேலை பார்த்து வந்தீங்க?"

"விசேஷமான எந்த வேலையும் கிடையாது. நான் கைந்து குழந்தைகளுக்குப் பாடம் சொல்லித்தர வேண்டும். அவர்களைக் கவனித்துக்கொள்ளும் வேலையென்று சொல்வதுதான் சரியாக இருக்கும்."

"அந்த வீட்டிலுள்ளவங்களுக்கு உங்களைப் பற்றிய எல்லா விவரங்களும் தெரியுமா?"

"ஓரளவுக்கு. பொதுவாக, அவர்கள் அனைவருமே என்மீது மிகுந்த அன்பு காட்டினார்கள். மனிதர்கள் எவ்வளவு அற்புதமான ஜீவன்கள் தெரியுமா?"

"அதில் சந்தேகம் என்ன? நீங்களே அற்புதமான ஒரு மனிதர்தான்."

"எனக்கென்னவோ மிகவும் வருத்தமாக இருக்கிறது. இதை, வாசம் மிகுந்த, கவித்துவமான ஒரு வருத்தமென்றே சொல்லலாம். நிலவில் மூழ்கிய இராப்பொழுதுகளில் எனக்கு இப்படித் தோன்றுவதுண்டு. உங்களுக்கு?"

"என்னமோ . . . சில நேரங்களில் எல்லா ஜீவன்களுக்குமே இப்படித் தோன்றுமாக இருக்கலாம்."

"சந்திர மண்டலத்தில் உயிர்களிருக்கின்றவா?"

“அங்கே எதுவுமே இல்லைனுதான் விஞ்ஞானிகள் சொல்றாங்க. அது இறந்துபோன ஒரு கிரகம்னும் சொல்றாங்க.”

“நட்சத்திர மண்டலங்களில்?”

“அதில் சிலவற்றில் உயிர்கள் வாழக்கூடும்னும் சொல்றாங்க. இனி கொஞ்ச காலத்திற்குப் பிறகு. . . அதாவது, எதிர்காலத்தில் என்னவெல்லாம் நிகழப்போகுதோ . . . அனந்தகோடி ஆண்டுகளுக்கு முந்தைய அனாதி காலத்தில் எதுவுமே கிடையாது.”

“எதுவுமே என்றால்?”

“அதாவது பூமியோ நட்சத்திரங்களோ சூரியக் குடும்பங்களோ அதிஅற்புதமும் பிரமாண்டமும் அறிவுக்கெட்டாததுமான பெரும் பிரபஞ்சங்களோ எதுவுமே.”

“பிறகு இவையெல்லாம் எங்கிருந்து உருவாயின?”

“கடவுள் சூனியத்திலிருந்து படைத்தான். அவிசுவாசிகள் சொல்றாங்க, பூமியும் பிரபஞ்சங்களும் நாமுமெல்லாம் சுயம்புவாகவே உருவானோம் என்பதாக.”

“இதில் எது சரி?”

“என்ன சொல்றது..? சில மதக் கிரந்தங்களிலே பூமி தட்டையாக இருக்கு. சிலவற்றில் பூமியும் சூரிய சந்திராதிகளும் சில நட்சத்திரங்களும்தான் பிரபஞ்சம். சிலவற்றில் பூமியை தேவியாக சங்கல்பம் செய்துக்குறாங்க. சூரிய சந்திரர்களும் கடவுளர்கள்தான். சிலவற்றில் பூகோளம் மண்ணாலானது. பூமி உருண்டை என்பதாகச் சில மதங்களும் விஞ்ஞானிகளும் நிரூபித்திருக்காங்க. இதுலே எது சரி? நீங்கள் மதங்களை நம்பாதவரல்லவா? உங்களுக்கு விருப்பமானதை மட்டும் நீங்க நம்புங்க.”

“சில மதக் கிரந்தங்களில் நட்சத்திரங்களும் சூரியனும் சந்திரனும்–கடவுளால் ஒளியூட்டப்படுகின்றன. உங்களுடைய கருத்துப்படி மனித குலம் எப்படி உருவாகியிருக்கக்கூடும்?”

“மனித குலம் மட்டுமில்லையே? அதில் ஜீவஜாலங்களும் உட்படுமில்லையா? இவையெல்லாம் எப்படி உருவாயின? இதைப் பற்றி நீங்களே யோசித்து ஒரு முடிவுக்கு வந்து சேருங்க. எனக்கெதுவும் தெரியாது என்பதும் நான் எதையும் புதிதாகக் கண்டுபிடித்தது கிடையாது என்பதும்தான் இதனுடைய அர்த்தம். விஞ்ஞானிகள் சொல்லக் கேள்விப்பட்டிருக்கிறேன். அதுகூடப் பல்வேறு விதமாக. நான் சுருக்கமாகவே சொல்லிடறேன். சுவாரஸ்யமிருக்காதுதான். கற்பனா சக்தியை உலகின் அனாதி

காலத்திற்குமுன் கொண்டுபோங்க. கோடி வருடங்கள். அப்படியே பத்து, நூறு, ஆயிரமாயிரம் வருடங்கள்னு கொண்டுபோங்க. நீங்களும் நானும் உருவாவதற்கு முன்; இந்த மனித குலமே உருவாவதற்கு முன்; ஜீவராசிகள் உருவாவதற்கு முன்; நீரும் நிலமும் உருவாவதற்குமுன்; கோடானுகோடி யுகங்களுக்கு முன். . . பூமி உருகி எரிப்பிழம்பாகி சுழன்றுகொண்டிருக்கும் பிரம்மாண்டமான சிவப்பு கலந்த ஒரு வெள்ளை அக்னிக் கோளமாக இருந்ததாகப் பாவனை செய்துகொள்ளுங்க . . . அதற்குமுன் இந்தப் பூகோளம், அதாவது சிவப்புக் கலந்த வெள்ளை அக்னிக் கோளம் உக்கிரமான வெப்பத்துடன் பிழம்பாகக் கொதித்துக்கொண்டிருந்த சூரியக் கோளத்தின் வெறுமொரு சிறுதுளியாகவே இருந்தது."

"பிறகு?"

"அது தெறித்து விழுந்து அப்படியே சுழன்றுகொண்டிருந்தது. பல நூறாயிரம் யுகத் தொடர்ச்சிகளினூடே இரவு பகலாக! இல்லை, அப்போது இரவு பகலென்று எதுவும் கிடையாதல்லவா. . . அப்படியாக எரிந்து பிழம்பாகிக்கொண்டிருந்தது."

"பிறகு?"

"அது குளிரத் தொடங்கியது. யுக யுகங்களினூடே நீரும் மண்ணும் உருவாயின. மீண்டும் யுகங்களின் தொடர்ச்சி. கடலும் நதிகளும் நீர்நிலைகளும் நீர்வாழ் உயிரினங்களும் பூஞ்சைகளும் தாவராதிகளும் விருட்சாதிகளும் உருவாகின்றன. நூற்றுக்கணக்கான யுகங்களினூடே பறவையினங்களும் ஊர்வன, விலங்கினங்களும் உருவாகின்றன. காலங்கள் மீண்டும் நகருகின்றன. பயமுறுத்தும் யுகங்கள் கடக்கின்றன. மனித குலம் உருவாகிறது. நிர்வாணமான ஆண் பெண்கள். பின் நூறாயிரம் யுகங்களின் தொடர்ச்சியினூடே இரவு பகல்களினூடே மானுட வாழ்க்கை நகருகிறது. நான் சொல்பவற்றில் அங்குமிங்குமாகச் சில பிழைகளிருக்கலாம். இருந்தாலும் சுருக்கம் இதுதான். உயிரினங்களில் மனித குலம் மட்டும் வளர்ச்சியடைந்தது. வேட்டையாடினாங்க; குகைவாசிகளாக மாறினாங்க; விவசாயம் செய்தாங்க. மதங்கள், தேவாலயங்கள், கிராமங்கள், நகரங்கள், பெருநகரங்கள், இயந்திரங்கள், வாகனங்கள்–இப்படியாகப் போயிட்டுருக்கு மனித குலத்தின் கதை. இது இனிமேலும் தொடர்ந்துகொண்டுதானிருக்கும் எந்த முடிவுமே இல்லாமல்."

"இனி நம்முடைய எதிர்காலம் எப்படியாக இருக்கும்?"

"மனித சமூகத்தோட எதிர்காலத்தையா கேட்குறீங்க?"

"ஆமாம்."

“திடமும் வசீகரமாகவும் இருக்கவே ஆசைப்படணும். பயங்கரமான வியாதிகளிருந்தாலும் நம்மிடம் கருவிகளிருக்கின்றன; மருந்துகளிருக்கின்றன; வாகனங்களிருக்கின்றன; மின்சார சக்தி இருக்கிறது. பூமிப் பரப்பின்மீதும் ஆகாயத்திலும் நீர்ப்பரப்பிலும் நீரினுள்ளும் பாதாளத்திலும் ஓடும் வாகனங்கள்; வானூர்திகள், தொலைதூரக் கிரகங்கள். தொலைதூரப் பயணங்கள் . . .”

“இந்தப் பூமிக்குள் என்ன இருக்கிறது ?”

“எரிமலைகள். வெடித்துப் பிரவாகிக்கும் பொருள் – உலோகங்களும் மற்றும் பல மூலப்பொருள்களும் கலந்து உருகிய எரிமலை. ஏதோ இரும்போ என்னமோ பூமிக்குள் உக்கிரமான கொதிநிலையில் பிழம்பாகக் கொதிக்க – ஏதாவது இருக்கலாம்.”

“பூமியும் ஒரு காலத்தில் இறந்துபோன கிரகமாகிவிடுமா ?”

“அப்படியான ஒரு காலத்தில் நீங்களும் நானும் இருக்கமாட்டோமென்பது நமக்குத் தெளிவாகவே தெரிந்த விஷயம் தானே ? பூமியைப் பற்றியும் பிரபஞ்சங்களின் எதிர்காலத்தைப் பற்றியுமெல்லாம் எதற்குச் சிந்திக்கணும் ?”

“சந்திரன் ஒரு இறந்துபோன கிரகமென்றல்லவா தெரிய வந்திருக்கிறது ?”

“ஆதியில் என்ன இருந்ததுனு நமக்குத் தெரியாது. நம்மால் புரிந்துகொள்ள முடியாத விஷயங்களைப் பற்றி நாம் எதற்காக மூளையைப் புண்ணாக்கிக்கொள்ளணும் ? அனைத்தையுமே கடவுள்தான் உருவாக்கினான்னு அமைதியாக இருந்து விடுவோம். சூரியனும் சந்திரனும் நட்சத்திரங்களுமெல்லாம் கடவுள் நமக்காக எரியவைத்த விளக்குகள்னே நம்பிடுவோமே ?”

“அப்படியென்றால் மதங்களையும் சொர்க்க நரகங்களையும் நம்ப வேண்டியதிருக்குமல்லவா ?”

“நம்புங்களேன்; நானா வேண்டாண்ணேன் ?”

“நீங்கள் நம்புகிறீர்களா ?”

“நான் நம்புகிறேனா இல்லையாங்குறதைத் தெரிந்து என்ன பண்ணப்போறீங்க ?”

“தெரிந்துகொள்வதற்காகத்தான்.”

“வேண்டாம்; நீங்களும் இந்தப் பூமியிலுள்ள ஒரு மனிதர் தான். சிந்தித்து செய்து நீங்களாகவே ஒரு முடிவுக்கு வந்து சேருங்க. . . நாம் ஏதேதோ தேவையில்லாத விஷயங்களைப் பேசி

நேரத்தை வீணாக்கிட்டோம். நீங்க சொல்ல வேண்டியதைச் சொல்லிடுங்க. எனக்கு நிறைய எழுத வேண்டிய வேலையிருக்கு."

"நான் எந்த இடத்தில் விட்டேன்?"

"வாசமுள்ள கைத்துண்டு. அப்போதுதான் நீங்க பிரகாசித்துக் கொண்டிருக்கும் சந்திரனைப் பார்க்கிறீங்க – ஆமா, நீங்க அந்தக் கைத்துண்டை முத்தமிட்டீங்க. அந்தக் கைத்துண்டுடன் படுக்கையிலே கிடந்து கனவு காணுறீங்க."

"ஆமாம். அதில் அத்தர் பூசப்பட்டிருந்தது. மிகவும் விலையுயர்ந்த வாசனைத் திரவியம். அது நான் தங்கியிருந்த வீட்டுக்கு உரிமையாளரின் மனைவி உபயோகிக்கும் சென்ட். நான் இதை அறிந்துகொண்டது அந்த வீட்டின் வேலைக்காரி சொல்லித்தான். என்னுடைய சட்டைப்பையில் அந்தப் புனிதக் கைக்குட்டை இருந்ததல்லவா? 'சார்மீது சின்னம்மாவின் வாசமடிக்கிறது' என்று அவள்தான் சொன்னாள். நான் கேட்டேன்: 'எந்தச் சின்னம்மாவைச் சொல்கிறாய்?' 'நம் சின்னம்மாதான்.' எனக்கு அவள் காப்பியும் பலகாரமும் கொண்டு வந்தபோது நடந்த சம்பாஷணை இது. அவள் பேசுவதை நான் கவனிக்க வில்லை. நான் என் காதலியைப் பற்றிய நினைவிலாழ்ந்திருந்தேன்."

"பிறகு?"

"அங்கே அன்று ஒரு திருமணம் நடந்தது, நான் தங்கியிருந்த வீட்டிலுள்ள ஒரு பெண்ணுக்கு. அன்று ஒரு வாண வேடிக்கை நிகழ்ச்சியுமிருந்தது. ஆர்ப்பாட்டமான திருமணம். மிகப்பெரிய விருந்துபசரணையுமிருந்தது. ஏராளமான சீமான்களும் சீமாட்டி களும் வந்திருந்தார்கள். ஒவ்வொருவருக்கும் விருப்பமான எல்லாமே அங்கு ஏற்பாடு செய்யப்பட்டிருந்தது. தேவைப்படு பவர்களுக்கு மதுவும் போதை மருந்து தேவைப்படுபவர்களுக்கு அதுவும். சாயங்காலத்திற்குள் நான் சுயநினைவை இழந்து போயிருந்தேன்.

"வழக்கம்போல் அன்றும் என் காதலி வந்தாள். நானும் கூடவே சென்றேன். அவள் என்னை ஒரு வாகனத்திலேற்றிச் சென்றாள்."

"அப்புறம்?"

"கனவிலாழ்ந்திருக்கும் கண்களுடனிருந்த அவள் புன் முறுவல் பூத்தாள். என்னை வாகனத்திலிருந்து இறங்கச்செய்து தெருவிலிருந்த அவளது அறைக்குள்ளேற்றிக் கதவை மூடிவிட்டு என்னைக் கட்டித் தழுவிப் படுக்கையில் உட்கார வைத்தாள். அறை இருளில் மூழ்கியது. சுவர்க்க சாகரம். நான் அவளது

முகத்திலும் கண்களிலும் முத்தமிட்டேன். நேர்த்தியான அந்த ஸ்தனங்களைத் தொடர்ந்து நூறு தடவை முத்தமிட்டிருப்பேன். நாங்கள் சுயம் மறந்தவர்களாகி இறுக்கமான அணைப்பில் ஆழ்ந்திருந்தோம்.

"நான்... நான் ஏதோ மலை முகட்டிலிருந்து உற்பத்தியான நதி. யுகங்களாக பிரவாகத்தை அணை போட்டுத் தடுக்கப்பட்டிருந்த மலை என்னுடைய சக்தியால் பிளந்து ... பிளந்து போனது. உக்கிரமான வேகத்துடன் நான் பாய்ந்தேன். பிரவாகத்தில் சுயமிழந்தவனாக மாறினேன். இறுதியில் ... இறுதியில் ஆனந்த சாகரத்திலிருந்து மீண்டெழுந்து கண்களைத் திறந்தேன். விளக்கு எரிந்தது. என் மூளை செயல்படத் தொடங்கியது. மனதிற்குள் மிகுந்த மகிழ்ச்சி தோன்றியது. யுகங்களாக எதிர் பார்த்திருந்த ஆனந்தம். ஆனால், சுற்றுப்புறம் சுகப்படவில்லை. இரணங்கள்போல் காரை பெயர்ந்த சுவர்கள். கொடியில் தொங்குகிற வீச்சமடிக்கும் உடைகள். மண்படிந்திருந்த திண்டில் ஒரு இரும்புப் பெட்டி. சுவரில் திரைப்பட நடிக நடிகையரின் சித்திரங்கள். அறை முழுவதும் வாசனையில் பொதியப்பட்ட துர்நாற்றம்."

" 'குடிக்க ஏதாச்சும் வேணுமா?' என்றொரு சத்தம் காதில் விழுந்தபோது நான் நடுங்கிப்போனேன். என்ன குரல் இது? கிழட்டுக் காக்கையின் குரல்போல். அதில் பெண் தன்மையே இல்லை. பிரேசியரின் உள்ளிருந்து கறுத்த ரோமங்கள் எட்டிப் பார்த்தன. எனக்கு ஆச்சரியமும் பயமும் அருவருப்பும் தோன்றின.

"நான் எழுந்து அந்த ஸ்தனங்களை எட்டிப் பிடித்தேன். பஞ்சடைத்த பைகள் ... பஞ்சுப் பொதி. நான் அப்படியே அமர்ந்துவிட்டேன். சில மணி நேரங்கள் அல்லது சில நிமிடங்கள் கடந்துபோயிருக்கலாம். நான் அந்த ஸ்தனங்களை பிரேசியருடன் சேர்த்து அவிழ்த்தெடுத்தேன். ஆணின் மயிரடர்ந்த மார்பு.

"நான் அந்த பஞ்சாலான முலைக் கச்சையை படுக்கையில் வைத்தேன். அழகிய ஸ்தனங்கள் ...! எனக்கு வந்தது கோபமா ஆச்சரியமா சோகமா அருவருப்பா, பயமா என்று தெரிய வில்லை. ஒரு சிகரெட்டைப் பற்றவைத்துப் புகைவிட்டுக் கொண்டிருந்தேன். புகை... புகைந்துகொண்டிருக்கும் வாழ்க்கை... நகரின் இரைச்சலினிடையே வாணவேடிக்கையின் ஓசை தெளிவாகக் கேட்டது.

"நான் கேட்டேன்:

'நீ ஒரு ஆணாகப் பிறந்துவிட்டு?' "

o

8

ஆண் வேசி

"அவள்-அது-அவன் என்னருகில் வந்தது. பஞ்சடைத்த முலைக் கச்சையை எடுத்து அணிந்து கொண்டது. அதன்மீது ஜாக்கெட்டையும் அணிந்தது. சேலையை எடுத்து அழகாக அணிந்துவிட்டுக் கேட்டது:

"'எங்களைப் போலுள்ளவங்களை இதுவரை பாத்ததே கிடையாதாக்கும்?'

"'உங்களைப் போலுள்ளவர்களையா?'

"'நாங்கதான் எல்லா இடங்கள்லேயும் இருக்கோமே?'

"எல்லா இடங்களிலும் . . . பிறகுதான் எனக்குத் தெரியவந்தது, இவர்கள் பண்டைய காலங்களில் அரண்மனைகளில், அரசர்களின், தேசத் தலைவர்களின், சர்வாதிகாரிகளின் கொட்டாரங்களில் வாழ்ந்துவந்த ஆண் விபச்சாரிகள் என்பது. பெண் வேடமிட்டு நடப்பவர்களெல்லாம் இவர்கள்தானா? நான் அப்படியே வெறித்தபடி பார்த்துக்கொண்டிருந்தேன். எனக்குப்பெண்களுடன் பரிச்சயம் கிடையாது. உடுதுணியில்லாத பெண்ணு டலை நான் இதுவரையிலும் பார்த்ததில்லை. இருட்டில் காமத்தின் மதுவின் காதல் போதையில் நான் என்னவோ செய்துவைத்திருக்கிறேன். எனக்கு வேர்த்தது. அப்படியே அமர்ந்து உள்ளுக்குள் புகைந்து கொண்டிருந்தேன். நான் என்ன செய்தேன்? எனக்குள் பச்சாதாபமும் கோபமும் இலேசான பயமும் உருவாயின. வெறுப்பாகவும் அருவருப்பாகவுமிருந்தது. என்னைப் போன்ற ஒரு ஆண்.

"நான் கேட்டேன்:

"'உன்னைப் போலுள்ளவர்கள் இங்கே எத்தனை பேரிருக்கிறார்கள்?'

"'நிறையப் பேரிருக்கோமே.'

"'நீங்கள் இப்படியாவதற்குக் காரணம்?'

"அவன்–அது–முகத்தைத் திருப்பிக்கொண்டது. நான் வற்புறுத்திக் கேட்டேன்:

"'நாங்க...'

"அது சாயக்குச்சியை எடுத்து உமிழ்நீரைத் தொட்டு உதட்டைச் சிவப்பாக்கியவாறே சொன்னது:

"'எங்களுக்கென்று ஒரு சங்கமுமிருக்கிறது. ஒன்றல்ல, பல சங்கங்கள். ஹிஜடகள், நபும்சகர்கள்... பல்வேறு நம்பிக்கை சார்ந்த தரப்பினர். ஏதாவதொரு சங்கத்தில் சேருவதற்குமுன் குத்துவிளக்குப் போன்ற ஒன்றில் எங்களை உட்காரவைப்பார்கள்... மிகவும் வேதனையான ஒரு அறுவைச் சிகிச்சையும் அப்போது நடக்கும்...ஏராளமான இரத்தம் அப்போது வெளியாகும்... பிறகு திருமணச் சடங்கு நடக்கும். அந்தச் சடங்கில் சங்கத்திலுள்ள அனைவருமே கலந்துகொள்வார்கள். அன்று பாட்டும் கூத்தும் நடக்கும். உரோமங்களையெல்லாம் விழுதுடன் பிடுங்கியெடுப்பார்கள். பெண் பெயரிடுவார்கள். பாவாடையும் சேலையும் உடுத்திவிடுவார்கள். பஞ்சால் மார்பகம் அமைத்து விடுவார்கள். தலைமுடியை நீளமாக வளர்க்க வேண்டும் ...'

"'உங்களிடம் யாரெல்லாம் வருவார்கள்?'

"'பெண்களும் ஆண்களும்தான்.'

"'ஒரு ஆணைப்போல் உங்களால்..?'

"'அது முடியாதுதான்.'

"'பிறகு பெண்கள் ஏன் உங்களிடம் வருகிறார்கள்?'

"'தெரியாதாக்கும்? நாங்க மகிழ்ச்சிப்படுத்துவோம்.'

"'உன்னுடைய கதையைச் சொல்லேன்.'

"'எனக்குனு எந்தக் கதையும் கிடையாது.'

"'உன்னுடைய சிறு வயதைப் பற்றி. உனக்கு அப்பா அம்மா இல்லையா?'

"'இருக்கிறாங்களே, ரொம்ப தூரத்துலே இருக்கிறாங்க... நான் இப்போ இப்படி இருக்கேனு அவங்களுக்குத் தெரியாது. நீங்க இப்போ இருக்குற வீட்டுலே நானும் தங்கியிருக்கேன். இன்னைக்கு அங்கே அந்த வீட்டுக்காரரோட மகளுக்குக் கல்யாணம்தானே?'

"'ஆமாம்.'

"'அந்தப் பெண்ணோட அம்மாவுக்கும் என்னை ரொம்பப் பிடிக்கும்.'

"நான் சொன்னேன்: 'எனக்கு அப்பா அம்மா கிடையாது. நாற்சந்தியில், பழைய துணியில், இருட்டில் கிடந்த குழந்தை நான்.'

"அவன்—அது—இதை நம்பவில்லை.

"அவன் ... ஒரு ஆண் வேசியாக மாறியது எப்படியென்பதைச் சொன்னான்: படித்துக்கொண்டிருந்தபோது. . . குருநாதன், சகதோழர்கள் . . . தொடக்கக் காலத்தில் இவர்களெல்லாம் இதில் உட்படுவார்கள். நகரிலிருந்து சுமார் ஐம்பது மைல் தூரத்திலிருக்கும் ஒரு கிராமத்தில் பிறந்தான். பதினான்காவது வயதில் குருநாதன் சுயபாலின சம்போகத்தை அந்தப் பையனுக்குப் பயிற்றுவித்தான்... குருநாதன்! நல்லவற்றை, சரியானவற்றைக் கற்றுத்தர வேண்டிய குரு. . . சுயபாலின மோகத்தின் மீதான ஒரு இரசனையை உருவாக்கிக் கொடுத்தான். . . நாட்கள் கடந்தபோதுதான் இதுவும் நாட்டு நடப்பு என்பதை அவன் புரிந்துகொண்டான். பாடசாலைகள், உயர் கல்விக்கூடங்கள், மதப் பாடசாலைகள், கன்னியாஸ்திரி மடங்கள், வைதீகாஸ்ரமங்கள் போன்ற இடங்களில் நடப்பது போன்ற எல்லாப் பாலியல் முரண்போகங்களையும் அவன் கற்றுத் தேர்ந்தான். பதினாறாவது வயதில், நகரில் ஒரு ஓட்டலில் அவன் வேலைப் பார்த்தான். அங்கே மற்றொருவனிடமிருந்து அவனுக்குக் கொனேரியா தொற்றிக்கொண்டது. எல்லா ஓட்டல்களிலும் வேலைக்காரர் களுக்குக் கொனேரியாவோ சிபிலிசோ இருக்கும் . . . அவன் அலைந்து திரிந்து இந்த நகருக்கு வந்தான். நான் தங்கியிருந்த வீட்டின் அந்தப்பெரிய மனிதரின் வாகன ஓட்டியுடன் கொஞ்ச நாட்கள் தங்கினான். பிறகு அந்த இடத்திலிருந்து வீட்டின் உட்பகுதிக்கு இடமாறுதல் கிடைத்தது. ஆரம்பத்தில் எடுபிடி வேலைகள்தான். பிறகு அந்தப் பெரிய மனிதரின் காலைத் தொடையிலிருந்து மேல்பக்கமாக அமுக்கி விட வேண்டிய வேலை. எஜமானியம்மா, கால்களை அமுக்கி விடுவதில் மட்டுமே திருப்தியடையவில்லை. அப்போதெல்லாம் அவனுக்கு ஆண்

தன்மை போதுமான அளவில் கிடையாது. கடைசியில் அவன் வெளிப்படையான ஒருஆண் வேசியாகவே மாறினான். அந்தத் தெருவே ஆண் வேசிகளுக்கானதுதான். கூட்டமாகப் போய்ப் பெரிய மனிதர்களின் இல்லங்களில் வாத்ய கோஷங்களுடன் அவர்கள் ஆடவும் பாடவுமெல்லாம் செய்வார்கள். இப்படியான ஆட்கள் நிறைய பேரிருக்கிறார்கள். பெண் வேசிகளிருக்கும் காலம்வரைக்கும் ஆண் வேசிகளுமிருப்பார்கள். இவனிடமிருந்து தான் எனக்குக் கொனேரியாவும் சிபிலிசும் கிடைத்தது."

"உங்களுக்கா?"

"ஆமாம்."

"அது இப்பவுமிருக்கிறதா?"

"இருக்கிறது... இதை நீங்கள் முதலிலேயே புரிந்துகொண்டி ருப்பீர்கள் என்று நினைத்தேன்."

"அதுக்கான காரணம்?"

"டவலும் படுக்கையும்."

"பொதுவாகவே நான் என்னோட படுக்கையை வேறு யாரும் பயன்படுத்த அனுமதிக்கிறதில்லை. டவலையும் வேறு யாருக்கும் கொடுக்கமாட்டேன். இதற்கான காரணமும் நீங்க நினைப்பது போலில்லை. மற்றொருவர் குளித்துவிட்டு ஆசனமெல்லாம் துடைத்தடவலை...மற்றொருவரின் வேர்வை புரண்ட படுக்கையை... ஒவ்வொரு மனிதனுக்கும் பலவிதமான வியாதிகள்... ஆனால், என்னைத் தேடி நேரங்காலமில்லாமல் ஆட்கள் வருவார்கள். ஆகவே, ஒரு படுக்கையையும் டவலையும் அந்த அறைக்குள் நான் எப்பவுமே தயாராக வைத்திருப்பேன். அவ்வளவுதான்."

"நான் வேறு மாதிரிப் புரிந்துகொண்டேன்."

"இது தொற்றுமா?"

"வேர்வையிலும்கூட – டவல், படுக்கை, உடைகள் போன்ற எல்லாவற்றின் மூலமாகவும் பரவும்."

"நீங்க அந்த அறையிலேயே தங்கியிருந்தது நல்லதாகப் போயிற்று."

"நான் இனி சொல்லப்போவது ஒரு அம்மாவையும் அவளுடைய ஒரு மகனையும் பற்றிய கதை."

"நீங்க அந்தப் பெரிய மனிதரோட வீட்டிலேருந்து ஏன் வந்துட்டீங்க?"

“நோய் பிடித்துவிட்டது; அவர்களுடைய முகத்தைப் பார்க்கவே வெட்கம்; ஆகவே வந்துவிட்டேன். சாப்பாட்டுக்கு வழியில்லை. சிகிச்சை செய்யவும் பணமில்லை. தங்குவதற்கு இடமும் கிடையாது. அப்படியாக அலைந்துத் திரியும்போது தான் நான் அந்த அம்மாவையும் மகனையும் சந்திக்கிறேன். அந்த அம்மா என்னுடைய மார்பில் எட்டி உதைத்தாள்.”

“அதைப் பிறகு சொல்லுங்க, அந்த விபச்சாரகன் பிறகு என்ன சொன்னான்?”

“அடங்காத ஆசையுடன் அவன் என்னைப் பார்த்துக் கேட்கிறான்:

“‘நல்ல திடகாத்திரமும் அழகுமுள்ள ஆண்களைப் பார்க்கும் போது எனக்கு எவ்வளவு ஆசையாக இருக்கும் தெரியுமா?’

நாளைக்கு வருவதாகச் சொல்லிவிட்டு நான் வந்து விட்டேன். என்னுடைய பாக்கெட்டிலிருந்த பணம் முழுவதையும் அது– அவன் ஏற்கெனவே எடுத்திருந்தான்.”

“வியாதி அப்போதுதான் பிடிபட்டது இல்லையா?”

“ஆமாம்.”

“இந்த வியாதி தொந்தரவுபடுத்துமா?”

“சிறுநீர் கழிக்க முடியாது. கடலளவு சிறுநீர் கழிக்க வேண்டும் போல் தோன்றும்... துளிகூட வெளியில் வராது. குத்தும் வேதனையும். மிளகாயை அரைத்துத் தேய்த்ததுபோல் எரியும்... ஒரு கொத்து முள்ளை லிங்கத்திலுள் செலுத்தி வெளியே இழுப்பதுபோல்... பல்லைக் கடித்து, மூச்சடக்கி, கண்கள் வெளியே தள்ள இலேசாகச் சிறுநீர் கழிப்பேன் . . . எலும்பு உருகிச் சீழாக வெளியாகும். உட்தோல் பழுத்து இரணமாகி விடும். அதன்வழியே பயங்கரமான வேதனையுடன் சூடான சிறுநீர் . . .”

“இந்தப் பின்விளைவு சிபிலிசின் தன்மையா அல்லது கொனேரியாவின் தன்மையா?”

“கொனேரியா! சிபிலிஸ் என்றால் அது இரத்த நிறத்தில் தீப்பட்டதுபோல் முதலில் கொப்புளம் உருவாகும். அது சிவந்த நிறத்தில் பெரியதாகி வலியுடனும் எரிச்சலுடனும் புடைத்து உடைந்து பரவும்.”

“பிறகு நீங்க அந்த விபச்சாரகனைப் பார்த்தீர்களா?”

"பார்த்தேன். அவனை மட்டுமல்ல, அவனைப் போன்ற பலரை. நான் முதலில் அந்த வாசமுள்ள கைத்துண்டை எரித்துச் சாம்பலாக்கிவிட்டேன். பிறகு ஒருதடவை அவன்–அது என்னிடம் கிழட்டுக் காக்கையின் குரலில் கேட்டான்:

"'என்ன, அப்புறம் பார்க்கவே முடியலியே? போங்க, என்னை மறந்துட்டீங்க, எனக்குத் தெரியும், இப்போ நீங்க வேற யார்கிட்டயோதானே போறீங்க?'

"சரி, உங்க மார்பில் எட்டி உதைத்த அந்த அம்மாவைப் பற்றிச் சொல்லுங்க."

O

9

அம்மாவும் மகனும்

"மனதில் சோகமும் உடலில் களைப்புமாக நான் ஒரு மரத்தின்கீழ் உட்கார்ந்திருந்தேன். என் பின்னால் புராதனமான, சிதிலமடைந்த ஒரு பெரிய தேவாலயம். இடதுபுறமாகச் சற்றுத் தொலைவில் பேரிரைச்சலுடன் நகரம். முன்புறம் ஏகாந்தமான, பரந்து விரிந்த ஒரு பாழ் நிலம். வலதுபுறம், சற்றுத் தொலைவில் ஏதோ பழைய காலத்திலுள்ள ஒரு மயான பூமி. சொன்னேன் அல்லவா? எனக்கு மிகவும் சோர்வாக இருந்தது. நான் எதுவுமே சாப்பிடவில்லை. பசியைப் பற்றி அறிந்திருப்பீர்களே? பயங்கரமான பசி. கையில் நயா பைசா கிடையாது. நான் அந்த தேவாலயத்தின் – அது படிக்கட்டாகவும் இருக்கலாம்–அந்தக் கருங்கல் பாளத்தில் படுத்துக் கிடந்தேன். பசி, தாகம், களைப்பு, உடல் வேதனை. வேதனையின் கொடுங்காற்று. சூரியன் மறைவதற்கு இன்னும் சிறிது நேரமிருந்தது. நான் கண்ணயர்ந்தேன். கருங்கல் பாளத்தின் குளிர்ச்சியில் கண் மயங்கிய நான் அப்படியே தூங்கிவிட்டேன். சூரியன் அஸ்தமித்தது. இரவு வந்தது. இது எதுவுமே எனக்குத் தெரியாது.

என்னை யாரோ கூப்பிடுவது போலிருந்தது. பெரும் ஆரவாரத்தினிடையே நானிருக்கிறேனோ..? விழித்துக்கொண்டேன். நன்றாகவேர்த்தது. கண்களைத் திறந்தேன். இருட்டு. ஆனால், அடர்த்தியுடனில்லை. பூமி நிலவொளியில் மூழ்கியிருந்தது. நிலவு, இலைப் படர்ப்பினூடே எட்டிப்பார்த்தது. ஆயிரமாயிரம் இலட்சோப லட்சம் நட்சத்திரங்கள். விரிந்து கிடக்கும் விசாலமான வானப்பரப்பு. என்னுள் ஏகாந்த

பாவம். பிரபஞ்சம். மனம் வலியை உணரத் தொடங்கியது. சப்த கோலாகலங்களினிடையே ஒரு பெண்ணின் தெளிவான குரல், மிகுந்த பரிதாபத்துடனும் வேதனையுடனும் ஒலித்தது:

"'யார்பா அவன்? ரொம்பத் தாராள்மா வந்து பட்த்தினுக் கிறவன்? எட்த்தை ஏதோ காசு கொடுத்து வாங்குனாப்லே?'

"என்னிடம்தான். நான் அசையவே இல்லை. பதில் சொல்லவுமில்லை. பேய், பிசாசுகளில் எனக்கு நம்பிக்கை கிடையாது. இருந்தாலும் நான் பயந்தேன். சற்றுத் தொலைவிலிருந்து மற்றொரு குரல். வயதான ஏதோ ஒரு ஆணின் குரல்:

"'எனக்கு கண்ணு ரெண்டும் தெர்லேன்னாதான் இன்னா?'

"க்ள, க்ள, க்ள, க்ளக். நாய் தண்ணீரை நக்கிக் குடிக்கும் சத்தமா அது..? இடையே ஒரு குழந்தையின் அழுகுரல்.

"'பால் தர்மாட்டியா நீயி?'

"'ஏம்மே, எம் பால் மாடே?' – ஒரு ஆணின் குரல்.

"இதற்கான பதில் ஒரு பெண்ணிடமிருந்து:

"'பொறுயா, கொஞ்சம் மோண்டுட்டு நானு . . .'

"சிறுநீர் கழிக்கும் சத்தம் என் காதுகளில் விழவில்லை. ஆக மொத்தத்தில் ஒரே ஆரவாரம். ஆட்கள் பேசிக்கொள்கிறார்கள். பெண்களும் ஆண்களும். இடையே குழந்தைகளின் சத்தமும். நான் எங்கே இருக்கிறேன்? சரியாக நினைவு வந்தபோது பயம் இன்னும் அதிகரித்தது. பயங்கரமான துர்நாற்றம். என்னவெல்லாமோ கருகுகிற நெடி. இடையே ஏதோ வாசமும் அடித்தது.

"'யோவ், எய்ந்திரிச்சிப் போயா.' முதலில் சொன்ன அதே பெண். என் பக்கத்தில்தான் நிற்கிறாள். நான் அசையவே இல்லை. காற்றில் இலைகள் அசைகின்றன. அதன் நிழல்கள் என்னுடல்மீது ஆடுகின்றன. சந்திரனுக்கும் பூமிக்குமிடையில் வெண்மேகங்கள் பாய்ந்து செல்கின்றன. வானமே, நட்சத்திரக் கோடிகளே, நிலவில் முகிழ்த்த இரவே, அற்புதமான பிரபஞ்சமே!

"'மழை வருதாப்லயோ?' தொலைவிலிருந்து ஒரு ஆண் குரல். யாரோ அதற்குப் பதில் சொல்கிறார்கள். ஒரு பெண்தான்.

"'தெய்வொம் மழை பெய்ய உடாது.'

"'ஏம்மே இப்டி வழியிலே படுத்துனுக்குறே?' ஒரு ஆணின் குசல விசாரணை. அதற்கு அந்தப் பெண்ணின் பதில்:

"நடந்திட்டிருக்கும்போ வியுந்துட்டேன்யா."

"ஏன் வியுந்தே?"

"நான் நேத்திக்குதான்யா கொயந்தை பெத்தேன்."

"கொயந்தயோட நயினா ஆருமே?"

"ஆருக்குபா தெர்யும்?"

"அட லூசுப் பயவுள்ளே!" என்று யாரோ சொன்னார்கள்.

தொடர்ந்து சிரிப்புச் சத்தம் கேட்டது. அதில் பெண்களின் குரலுமிருந்தது.

சத்தங்கள் பிறகு மற்றொரு பகுதியிலிருந்து வந்தன. ஏதோ ஒரு அனுபவசாலி அறிவுரை சொல்லுகிறான்:

"ஒரு நூறு பேரிட்டையாச்சும் கேக்குணும்."

"மெய்யாலுமே அப்பிடித்தேன்." ஒரு பெண்.

"அயுவுற கொயந்தைக்குத்தேன் பாலு..."

க்ள, க்ள, க்ளக்.

"தூ... போ, நாயே."

ம்பா!

"இந்த ஊர்லெ உள்ளவிங்களுக்குக் கடவுள்னா ரொம்பத்தேன் பயம். சிலபேரு ஐநூறு பேருக்கு, சிலபேரு நூறு பேருக்கு, சிலபேரு பத்துபேருக்குனு நித்தியும் சாப்பாடு போடுறாங்கோ."

"ஆனா, ஒண்ணு. துண்றவிங்கோ போடுறவிங்களோட சாதினு சொல்லணும்."

"அப்புடீன்னாக்க நெசத்தைச் சொல்லப்புடாது?"

"நெசத்தைச் சொன்னாக்க கொன்னே போட்டுருவாங்கோ."

"நான் இங்கே வந்து பதினோரு வருசம் ஆவுது."

"வந்து இதுவரைக்கும் இன்னாம்மே சம்பாச்சிருப்பே?" ஒரு பெண் கேட்கிறாள்.

"ஆங்... சம்பாச்சது அல்லாம் மத்ததுக்குள்றகீது."

"மத்ததுக்குள்ளியேவா?"

"போம்மே அந்தாண்டெ. சம்பாச்சதைக் கேக்க வந்துருக்கா. சம்பாச்சது பூராவும் உள்றகீது."

"அதுக்கேம்மே ஒம் புள்த்தக் காலை எம்மூஞ்சிமேலே நீட்டுறே?"

"ஓம் மத்ததுலேதாம்மே புள்த்துக்கீது."

"யோவ் எய்ந்திரிச்சிப் போயான்னா..." திரும்பவும் என் பக்கத்தில் நிற்பவளின் குரல்.

"நான் தெனோம் படுத்துக்கின எடம் இது." அவள் என் உடலைத் தொட்டாள். நான் பனிக்கட்டிபோல் உறைந்து போயிருந்தேன்.

"செத்துப் போயிட்டாப்லயோ?" அந்தப் பெண் கேட்கிறாள். நான் அசையவே இல்லை. செத்துவிட்டதாகவே இருக்கட்டும். பக்கத்தில் வாசம். சோப்பு வாசமா? அல்லது பவுடரா? ஏதோ மட்ட ரகமான சென்ட் வாசனை. இலேசான நெடியுடனிருந்தது. நான் வலது புறமாக மெதுவாகத் தலையைத் திருப்பினேன். அப்போது தெளிவாகத் தெரிந்தது, ஒரு பெண்ணுருவம். இடுப்பில் ஒரு குழந்தையுமிருந்தது. தாயும் குழந்தையும்.

அவள் விலகி நின்றபடியே குழந்தைக்குப் பால் கொடுக்கத் தொடங்கினாள். பெரும் ஸ்தனங்களைக் குழந்தை சப்பிச் சப்பிக் குடிக்கிறது.

ஏற்கெனவே சொல்லியிருக்கிறேன் அல்லவா? நான் தாயிடமிருந்து முலைப்பால் குடித்தவனில்லை. அந்தக்குழந்தை ஒரு கையால் தாயின் மற்றொரு மார்பகத்தைப் பற்றிப் பிடித்துக்கொள்ள முயற்சி செய்கிறது. நான் அறிந்திராத, நான் பார்த்திராத என்... என்னுடைய தாய்...

"'எம்மவுனே, அம்மாவோட தங்கக் கொடமே, எஞ்செலோம், வயிறு முட்டப்பால் குட்ச்சிக்கினு... பட்த்துத் தூங்கிரு... அம்மாட்டெ ஒரு ஆள் வருது... அவுரு அம்மாவுக்கு நெறைய காசு கொட்ப்பாரு... எங் கண்லே, கெட்ந்துத் தூங்கிரு...'

அவள் குழந்தைக்கு முத்தம் கொடுத்துவிட்டுத் தரையில் பழந்துணியில்... அனாதையாக... படர்ந்து விரிந்த விசாலமான வானம். அனந்தகோடி நட்சத்திரங்கள். பால்போல் ஒளி வீசும் வெண்ணிலவு. இளம் தென்றல். என் மனதுபோல் பெரும் ஏகாந்தம். அவள் ஆடைகளை உதறி உடுத்திக்கொண்டாள். கொங்கைகளை எடுப்பாகத் தூக்கி வைத்துக் கட்டினாள். கொங்கைகள்... தலைமுடியை அவிழ்த்துத் திரும்பவும் சரியாகக் கட்டிக்கொண்டாள். பிறகு தகர்ந்து கிடந்த புராதனமான அந்த ஆலய மதிலில்போய்ச் சாய்ந்து நின்றாள். வரப்போகிறவன் யார்? எவ்வளவு ஆர்வத்துடனான எதிர்பார்ப்பு. யாருக்காகக் காத்து நிற்கிறாள்? என் இதயம் அதிவேகத்துடன் துடிக்க ஆரம்பித்தது. என்னுள் சூடு பரவியது.

இந்த விஷயத்தில் பெரிய அந்தஸ்து எதையும் எதிர் பார்ப்பதற்கில்லை. முன்புற ஆரவாரங்களினிடையிலிருந்து ஒரு பெண்ணின் குரல். அவள் யாருக்கோ பதில் சொல்கிறாள்:

"எங்க ஆத்தா எனியே சாக்கடையிலெ பெத்துப்போட்டா. ஆனா, என்க்கு ரெண்டு புருசங்க. ஒன்போது புள்ளிங்களும் பொறந்துச்சி."

"எங்க நயினா ஒரு பட்டாளத்துக்காரனுட்டு ஆத்தா அடிக்கடி சொல்லும்."

"இன்னிக்கு நானு மோட்டார் கார்லே ஏறினேனாக்கும்."

"ஏத்திகினு போனவன் எவம்மே?"

"யாரீ... ரா ரா ரோ."—குழந்தையை ஏதோ ஒரு தாய் பரிவுடன் தாலாட்டித் தூங்கவைக்கிறாள். இடையே ஒரு வகுப்புக் கலவரம்.

"இந்த எடத்துமேல அவிங்களுக்கு இன்னா உரிமெ இருக்குனு கேக்குறேன்? இடிஞ்சி தவுந்து கெடந்தாலுமே இது நம்ம எடம்."

"போடா நாயே, இது எங்க சாதி சனத்தோட எடம்டா."

"இந்த எடம் ஒங்க ரெண்டு சாதிக்காரனோடதும் இல்லெ. இது எங்க எடம். அதுக்கொசரம் ரிக்காடு இருக்குபா."

"சர்தான், இன்னிக்குச் சண்டெ இது ஆரோட எடம்னு சொல்லியா? சரி, ஒரு வாய் பொகைக்கு லேக்கா தந்துட்டுச் சண்டயைப் போடுங்கோபா."

"எனக்குக் கண்ணு ரெண்டும் தெர்லேனாதான் இன்னா?"

"இன்னா? ஒன்னியுமே நீ பாக்க முடியாது. வேற இன்னா?"

"பாக்குறத்துக்கு இன்னாபா இருக்கு இந்த ஒலகத்லே? நாந்தான் அல்லாத்தையும் கேக்குறனே?"

"நெலாவும் நச்சத்திரமும் இருக்கே பாக்குறத்துக்கு?"

"நானு ஒரு கதெ சொல்ட்டா?"

"குருடன் கதெ சொல்லப்போறாண்டோய்."

"கையிலெ காசோ, தொணைக்கு ஆளோ, திங்கிற சோத்துக்கு வழியோ இல்லாமெ ஒரு சத்திரத்துலெ – ஒரு இழுப்பு கெஞ்சா பீடி தாய்யா."

"இதுக்குத்தானா கதெ? இன்னா வருது கெஞ்சா புட்ச்சிக்கோ."

"அய்யோ." ஒரு பெண்ணின் அலறல் சத்தம். "தீ வந்து என் நெஞ்சிமேலெ வியுந்துட்டுது. ஒந்தலைமேல இடி வந்து விய."

"வியும்டே... ஏன் வியாது?"

ஒரு பெண்ணின் ஊடல் கலந்த பராதி:

"சர்தான்... நல்லா ஊத்திக்கினு வந்தாச்சி."

"எழியே, எந் தேங்கொழலே?"

"இன்னாயா?"

"முத்துமே."

"யோவ் கள்ளு நாறுதுயா."

"கழ்ழுல்லடே, பிராந்திடே."

"கள்ளுதான்."

"பிராந்தியையா கள்ளுன்னு சொல்லுதே, ஒனியைக் கொன்னுருவேம்மே."

மற்றொருவன் உத்தரவு போட்டான்:

"கம்னு பட்த்துக்கோ, சொல்ட்டேன்."

"எம் பொண்டாட்டியோட ஆத்தாவா எனியைப் பெத்துப்போட்டா?"

"ஆமா!"

"அப்ப, நானு ஒன் நயினா."

"ஒப்புக்குறேன். நாம் மவுந்தேன்."

"என்க்கு வோணாம்."

"சரி, மவ?"

"தேவயில்லெ."

"பொண்டாட்டி?"

"ம்... ஹும்."

"நயினா?"

"நயினாவும் வோணாம், ஆத்தாவும் வோணாம், அந்த ஆண்டுவனும் வோணாம்."

"பின்னே ஆருதான்யா வோணும் ஒன்க்கு?"

"ஒரு வாய் பகவான் வோணும்."

சோகச் செய்தியொன்று ஒரு மூலையிலிருந்து வந்தது:

"தண்டவாளத்து மேலெ தலையை வெச்சுகினு ஒரு ஆளு செத்பூட்டான். தலை தன்யா வேறொரு எட்த்துலே போயி, துருத்தின கண்ணும் தொறந்த வாயுமா வானத்தெப் பாத்துக்கினு கெட்க்கு."

பிச்சைக்காரர்களும் தீராவியாதிஸ்தர்களும் குருடர்களும்.

உண்மைதான்.

காட்டில் பெருவிருட்சங்களும் செடிகொடிகளும்.

பாம்பும் புலியும் கரடியும் சிங்கமும் எருமையும் மானும் முயலும் எலியும் யானையும்.

நாட்டில் அரசனும் பேரரசனும் ஆலை முதலாளிகளும் அமைச்சனும் தலைவனும் ஜெனரலும்.

நம்முடைய இரத்தமும் அவர்களுடைய இரத்தமும் ஒன்றா ?

எல்லாருடைய இரத்தமும் சிவப்புதான்.

நாய்க்கும் பன்றிக்கும்கூடச் சிவப்புதான்.

நாய்க்கும் பன்றிக்கும் எதை வேண்டுமானாலும் தின்னலாம்.

மற்றொரு அதிசயமான செய்தி ஒரு மூலையிலிருந்து வருகிறது:

"துட்டு வச்சிருக்கான்னு சொல்லிக் கொன்னுப்புட்டுப் பெறகு பாத்தா, செத்துப்போனவன் பாக்கெட்டிலேர்ந்து கெட்ச்சது ஒரு செல்லாத ரூவா நோட்டுத்தேன்."

"பெறகு, அதெ நீயி இன்னா பண்னே ?" ஒருத்தி கேட்கிறாள்.

"அதோ வர்றான்." என் பக்கத்தில் நின்றிருந்த பெண் சொல்கிறாள்.

யார் ? யாரோ ஒருவன் நடந்து வந்துகொண்டிருந்தான். அந்தப் பெண்ணின் பக்கத்தில் வந்துவிட்டான். நிலவும் நட்சத்திரங்களும் நிறைந்த நிசப்தமான வானம். கீழே, என் பக்கத்தில் ஆட்களின் கூட்டம். புராதன ஆலயம். அவர்கள் மெதுவான குரல்களில் பேசிக்கொள்கிறார்கள். அவள் எதையோ தடுக்கிறாள்.

"அதெல்லாம் ரெண்டாவ்துபா, மொதல்லெ துட்டெத் தந்துகினு மொலையெல்லாம் புடி."

"உன்க்கு நென்ப்பு பூரா எப்பியும் காசுதான். ஒம்மேலெ உள்ள ஆசெயாலதான நானு இம்புட்டு தூரம் நடந்துகினு வர்றேன் ?"

வேதனை நிரம்பிய, குரல் இடறுகிற சிரிப்பு.

"ஆசெயும் இஸ்டமும் மட்டுமிருந்தாக்க என்க்கும் புள்ளிக்கும் பசி தீந்துடுமாயா?"

"உன்க்கு இப்ப இன்னா வோணும், அதெச் சொல்லு மொதல்லே?"

"ஒரு ரூவா, அதெ மொதல்லெ கையிலெ, எங்கையிலே குடுயா."

"இந்தா புடி, ஒரு ரூவா... சரி, உன்க்கு ஏதாவது சீக்கு இருக்காமே?"

"யோவ், இன்னாயா? சீக்காமே?"

"நீயி இன்னிக்கு ஒண்ணுமே திங்கலியாம்மே?"

"இன்னாபா, கேணியனாட்டம் பொலம்பிட்டு நிக்காமெ பண்றதைப் பண்டுப் போயிட்டே இரு. வேட்டியை அவுத்துக்கினு நானு இந்தச் சொவத்துமேல சாஞ்சிக்கினு நின்னுக்கிரவா?"

நான் திடுக்கிடவோ எனக்கு நடுக்கம் ஏற்பட்டுவிடவோ இல்லை. பாவப்பட்ட பலவீனர்களாகிய நாம் வெறும் மானுடப் பதர்கள். ஜீவஜாலங்கள், பண்டைய, புராதன கால ஆலயம். அனைத்தையும் அது பொறுத்துக்கொள்ளவும் வேண்டுமல்லவா? அந்த மனிதன் அப்போதுதான் என்னைக் கவனித்திருக்க வேண்டும். பதற்றத்துடன் கேட்டான்:

"அந்தாளு ஆரு உன்க்கு?"

"ஆரோ எவ்னோ, என்க்குத் தெரியாது. இங்கெ வந்து கெடக்குறான். செத்துக்கெடக்குறானாட்டம்கீது..."

"பொண்மா?" சிறு கல் ஒன்று என்மீது வந்து விழுகிறது. நான் அசையவே இல்லை. சர்வமும் செத்தப் பிணம்.

"அப்பிடித்தான் தெர்யிது. சட்னு முடிச்சிட்டுப் போயிர்பா."

"நாம அதுக்குள்ற போவோம்மே."

"உன்க்கு வீடில்லியா?"

"அய்யே, நீயி அங்கெல்லாம் வர்ப்புடாது. ஆத்தாவும் நயினாவும் என் சம்சாரமும்."

"ஊட்டுக்காரியா?"

"அவ புள்ளத்தாச்சியா இருக்குறாமே!"

"இன்னாயா மாசம்?"

"அஞ்சுனு நென்க்கிறேன். நீயி அந்தக் கொயந்தையை அங்கியே போட்டுட்டு வா."

“எங் கொயந்தையைப் போட்டுட்டெல்லாம் நான் எங்கியும் வர்மாட்டேம்பா... நானு இதுவரை பாக்காத எங்காத்தாகூட என்னெ இப்பிடித்தேன், போட்டுட்டுப் போயிட்டா...”

“அடியே, தங்கமே அரை ரூவாகூடத் தர்றேண்டி.”

“யோவ், வலிக்குதுயா... நீ என்ன இதுவரை மொலையைப் பாத்ததே இல்லியா?”

“வாம்மேன்னாக்க.”

“எஞ்செல்லக் கொயந்தே?”

“அது சொம்மா அங்கியே கெடக்கும்மே.”

“அந்தப் பொணத்துக்குப் பக்கத்திலியா?”

“பொணம் என்னமே கொயந்தயைத் தின்னுரவா போவுது?”

“அதும் சர்தேன்.”

அவள் குழந்தையைக் கிழிந்த பழந்துணியால் நன்றாக மூடினாள்... ஆனால், அந்த இடத்தில் எறும்புகளிருக்கும் என்பதையோ அவை குழந்தையைக் கடிக்கும் என்பதையோ அவள் யூகித்திருக்கமாட்டாள்.

“ஆத்தா இப்ப வந்திர்றேன்.”

அவள் போனாள். இரண்டுபேருமாக இடிந்துத் தகர்ந்து கிடக்கும் அந்தப் புராதன ஆலயத்தினுள் நுழைந்தார்கள்.

குழந்தையும் நானும் இந்தப் பிரபஞ்சங்களும் தனித்து...

O

10

ஒரு வருங்காலப் பிரஜை

அந்தக் குழந்தை தனியாக!

நான் எழுந்தேன். நானும் முன்பொரு குழந்தையாக இருந்தேன்... ஆச்சரியம். முன்புறம் மைதானத்தில், தொலைவில், அடுப்புகளில் கொழுந்து விட்டெரியும் தீ. பத்தோ நூறோ அல்ல, நிறைய அடுப்புகள். குப்பையும் கூளமும் காகிதத்துண்டுகளும் இலைச் சருகுகளும் பழந்துணிகளும்தான் விறகு. புகையும் நாற்றமும் ஆர வாரமும். ஆண்களும் பெண்களும் குழந்தைகளும். இடையிடையே நாய்களும். தீயின் ஜுவாலையில் பட்டுத் தெறிக்கும் முகங்கள். எதுவுமே தெளிவாக இல்லை. சிவந்த கண்கள், வேர்த்த முகங்கள், தாடியும் மீசையும். கொப்புளங்கள். நிர்வாண மார்பகங்களுடன் பெண்கள். பல ஜாதியினர். பல்வேறு உடைகளில்.

பெரும் ஆரவாரத்துடனிருந்தது அந்த இடம். சாப்பிடுகிறார்கள்; பேசிக்கொண்டிருக்கிறார்கள்; புகைபிடிக்கிறார்கள்; பிரார்த்தனை நடத்துகிறார்கள்; குளிக்கிறார்கள், சிரிக்கிறார்கள், அழுகிறார்கள், அசிங்கமாகப் பேசுகிறார்கள்; கட்டிப் பிடிக்கிறார்கள்; உடலுறவுகொள்கிறார்கள்.

"அல்லாரும் கேளுங்கோ." மூலையிலிருந்து ஒரு சத்தம் வருகிறது. "வெடி வெக்கப் போறோம். சரவெடி."

ஒரு மின்னல். சீறிப் பாய்கின்றன தீப்பொறிகள். சர்ரென்ற ஓசையுடன் வெடிச் சத்தம்.

டப், டப், டப், டப், டப், டப்...

அதன் வெளிச்சத்தில் தென்பட்ட முகங்கள்; ஒல்லியான உடல்கள். அவர்களுக்குச் செய்வதற்கென்று எதுவுமே இருக்கவில்லை. ஊரில்லை, வீடில்லை, எதுவுமே இல்லை. ஆனால், மனிதர்களுக்குத் தேவைப்படுவதெல்லாமே அவர்களுக்கும் தேவைப்படுகிறது. பூலோகத்தில் வாழுகிற மனித சமூகம். இந்தச் சமூகத்தின் உயிர்ப்பிறப்பு வெட்ட வெளியில் நிகழுகிறது. அதன் உருவாக்கமும் வெட்ட வெளியில் நிகழ்ந்து வளர்ச்சியடைகிறது.

நான் எழுந்து அனாதையாகக் கிடந்த அந்தக் குழந்தையின் அருகில் சென்றேன்.

குழந்தை தரையில் கிடக்கிறது. இந்த நாட்டினுடைய வருங்காலப் பிரஜை. அதற்கென்ன தெரியும்? மற்றவர்களையும் என்னையும் போல்தான் அந்தக் குழந்தையும் உருவானது. எல்லா மனித உணர்வுகளுடனும் வளரப் போகிறது. தாடியும் மீசையும் அரும்பி வளர்ந்து அது நாளை பெரியவனாக ஆகும். துளித் துளியாக இந்திரியத்தை அது பல வழிகளிலும் சிந்தும். இந்தத் துளிகளில் சில குழந்தையாக மாறி அதுவும் வளரும்.

இப்படியாகப் பல வகைகளில் இந்திரியமிழந்து, தேஜஸ் குன்றி, நரை படர்ந்து, முதுமையடைந்து சாகும் அல்லது அகால மரணமடையும். அது வளருவதாக இருந்தால் எந்த மத நம்பிக்கையுடன் வளரும்? தாய் சொல்லித்தருகிற நம்பிக்கை பிஞ்சு மனதில் பதியும். வளர்ந்தபின் அவன் தன்னுடைய நம்பிக்கையைத்தான் மற்றவர்களுடைய நம்பிக்கையை விடவும் உயர்வானதாக மதிப்பான். இப்போது இவன் ஹிந்துவோ கிறிஸ்தவனோ முஸல்மானோ யூதனோ பார்சியோ பௌத்தனோ ஜைனனோ சீக்கியனோ அல்ல.

ஒரு மனிதக் குழந்தை.

நானும் நீங்களும் மனிதக் – குழந்தைதான். நான் இப்படியாக இருக்கிறேன். இந்தக் குழந்தையின் வருங்காலம் எப்படியாக அமையும்? என்னுடையது போன்ற அனுபவங்கள்தானா? நோயாளியாக மாறுவானா? நான் நினைத்துப் பார்த்தேன். ஒருவேளை யாசகனாகவும் மாறலாம்; திருடனாகலாம், கவிஞனாகலாம், கதை எழுதுபவனாகலாம், அரசியல்வாதியாகலாம், எதிர்கால த் தலைவனாகலாம், விஞ்ஞானியாகலாம் அல்லது புதியதொரு மதத்தின் ஸ்தாபகனாகலாம்; சித்தாந்தியாகலாம்.

ஆகாயத்தில் ஒரு முழக்கம். நடுங்கவைக்கும் இரைச்சல்.

பர்ரம்! பும்! பர்ரம்!

ஆகாய விமானம். பல நூறு ஓசைகள். 'விமானம்' 'விமானம் ...' விமானத்தைக் கண்டதும் போர்தான் நினைவுக்கு வந்தது.

இரண்டு பச்சைநிற நட்சத்திரங்கள் நெருங்கி வந்துகொண்டிருந்தன. ஒரு சிவப்பு நட்சத்திரம் மெதுவாக வருகிறது. கம்பீரமான இரைச்சலுடன் தலைக்குமேலே உயரத்தில் எல்லாவற்றையும் பலம் பிரயோகித்து உடைத்தெறிந்துகொண்டே போவதுபோல் நகர்ந்து சென்றது.

நிசப்தம். நின்றுபோன பெரும் இயந்திரங்கள் மீண்டும் இயங்கத்தொடங்கின. சத்தங்கள்.

என் பக்கத்தில் தனியாகக் கிடக்கும் குழந்தை திடீரென பயங்கரமாக அழத் தொடங்கியது. அதன் அழுகையைத் தாங்க முடியாமலானபோது நான் அதைக் கையில் எடுத்தேன். ஒரு இலட்சம் எறும்புகளாவது என் கையைக் கடித்திருக்கும். நான் குழந்தையை மடியில் வைத்து எறும்புகளைத் தட்டிவிட்டுக் கொண்டிருந்தேன்.

“அய்யோ, எங்கொயந்தெ” எனும் அலறல் சத்தம் கேட்டது. பரிதவிப்புடன் பயந்தோடி வந்த குழந்தையின் தாய் மூச்சுவாங்க என் பக்கத்தில் வந்து நின்றாள். குழந்தையை என்னிடமிருந்து பறித்து வாங்கிவிட்டு என் நெஞ்சில் ஓங்கி ஒரு உதை விட்டாள்.

நான் எதுவுமே சொல்லவில்லை. திரும்பவும் சென்று படுத்திருந்த இடத்தில் உட்கார்ந்துகொண்டேன். எனக்குத் தலை சுற்றியது. குழந்தைக்கு அவள் பால் கொடுக்க ஆரம்பித்தாள். மார்பில் எறும்பு கடித்தபோதுதான் குழந்தையை எறும்பு கடிப்பதை அந்தத் தாய் உணர்ந்திருக்க வேண்டும்.

“கம்னு கெட.” சப்தக் கோலாகலங்களினூடே ஒரு குரல்.

“என்க்கு கண்ணு ரெண்டும் தெர்லேனாதான் இன்னா, யாவகமுமா இல்லாமப்போயிரும்?”

“இன்னாது?”

“கையிலெ காசோ தொணைக்கு ஆளோ திங்கிறத்துக்குச் சோறோ இல்லாமப் பண்டொரு காலத்துலெ நானு ஒரு சத்திரத்திலெ இருந்தேன். நம்மொ நாட்டுக்குச் சோந்திரம் கெடைக்கும்ப என்க்கு இருவது வயசு. அன்னிக்கி நான் நென்ச்சேன் . . .”

“எஞ் செல்த்தை எறும்புக் கட்ச்சிக் கொல்லப் பாத்துதாடா கண்ணு?”

குழந்தை அழுகையை நிறுத்திவிட்டுப் பால் குடிக்க ஆரம்பித்திருந்தது.

தொலைவில் பார்வையற்றவனின் குரல் கேட்டது:

“அன்னிக்குத்தான் நாங் கேட்டேன். எதுக்கொசரம் வாழ்னும்? எங்கிட்டியேதான் கேட்டேன். பதிலு இல்லெ. இன்னிக்கு என்க்கு

இன்னா வயசாவுது? நல்லா ரோசனைப் பண்ணிப் பாரு. நேத்திக்கு நீங்க அல்லாரும் தூங்கினாப் பெறவு நானு எய்ந்திருச்சி ஒக்காந்து கேட்டேன் . . ."

"யோவ், பிச்சைக்காரா." அந்த ஏழைப் பெண் குழந்தையுடன் என்னருகில் வந்தாள்.

"நீயி செத்ப்போயிட்டேனு நென்ச்சேன்யா."

"சரிதான்."

"நான் மிதிச்சது ரொம்ப வலிச்சுதாயா?"

நான் பதில் சொல்லவில்லை. என் கண்கள் நிரம்பி வழிந்தன.

"எறும்பு கட்சிதுனா நீயி கொயந்தை எடுத்தே?"

"ஆமா."

"நீயி கொயந்தயைத் திருடிட்டுப் போவப்பாக்குறதா நென்சிட்டேன்யா."

அவள் வேட்டி முடிச்சை அவிழ்த்துக் கால் ரூபாய் நாணயம் ஒன்றையெடுத்து என் மடியில் போட்டாள்.

"நீயி அங்கியே பட்துக்கோயா."

அவள் சற்றுத் தூரத்தில் கிடந்த அகலமான ஒரு கல்லின் மீது படுத்துக்கொண்டாள்.

நான் எதுவும் கேட்கவில்லை. ஒன்றும் பேசவுமில்லை. ஒரு தாயின் மனம். குழந்தைப் பாசம். சத்தங்கள். நான். சத்தம் கேட்டுக்கொண்டே இருந்தது. என் கண்கள் நிரம்பி வழிந்து கொண்டிருந்தன. இதயம் ஆயிரமாயிரம் துண்டுகளாக உடைந்துச் சிதறிப்போனது போலிருந்தது. நான் படுத்துக் கொண்டேன். உலகமே! நான் படுத்திருந்தேன்.

தலைக்குள் பயங்கரமான முழக்கம் கேட்பதுபோலிருந்தது. கண்களைத் திறந்தபோது நல்ல வெயில். சுற்றிலும் நிசப்தம். யாருமில்லை. இடிந்து தகர்ந்து கிடந்த அந்தத் தேவாலயம் மட்டும். வேறு எதுவுமில்லை. என் பக்கத்தில் அந்தக் கால் ரூபாய் நாணயம் கிடந்தது. நான் எழுந்து அமர்ந்தேன். மைதானம் சூனியமாக இருந்தது. நிறைய அடுப்புகள். புரையோடிக் காய்ந்த ரணங்கள்போல். நகரின் இரைச்சல் மட்டும் கேட்கிறது. எனக்கு மிகுந்த களைப்பும் பசியும் தாகமும் சோர்வும் உடல் வேதனையும். நான் அந்தக் கால் ரூபாயைக் கையிலெடுத்தேன். வெயிலில் கிடந்ததால் நாணயம் சூடாக இருந்தது. நகரத்தின் இரைச்சலை நோக்கி நான் நடந்தேன். கையில் சூடான கால் ரூபாய்.

O

11

முடிவின்மையின் எல்லையில்

இரவில் கொஞ்ச தூரம் நடந்தபோது நான் கடற்கரைக்கு வந்து சேர்ந்தேன். நல்ல நிலவு வெளிச்சமிருந்தது.

நெரிசல் மிகுந்த வீதிகளினூடே நான் அப்படியே நடந்துகொண்டிருந்தேன். நட்சத்திரங்களைவிடவும் அதிகமான ஒளியை உமிழ்ந்துகொண்டிருந்தன மின்சார விளக்குகள். வானம்போல் பரந்து விரிந்த நகரம். இலட்சக்கணக்கான மனிதர்கள், வாகனங்கள். ஆனால் நான் மட்டும் தனியொருவனாக. மிகுந்த வாசனையுள்ள ஒரு தெருவுக்குள் நான் நுழைந்தேன். எதிரெதிராக இருந்த வீட்டு வாசல்களில் அலங்காரத்துடன் நின்றிருந்த பெண்கள். சீவியொதுக்கிய, மலர் சூடிய தலைகள். பவுடரில் வெளுத்த முகங்கள். சிவந்த சாய உதடுகள். மை தீட்டிய, பளபளக்கும் கறுத்த கண்கள்.

நிர்வாண உடலை வெளிக்காட்டும்விதமாக மெல்லிய ஆடைகளணிந்த பெண்கள். முல்லை, கனகாம்பரம், பிச்சி, ரோஜாஎன மலர்களின் வாசமும் எண்ணெய் மணமும் கலந்து வீசுகிற கிறங்கவைக்கும் சூழல். அழைப்பு விடுக்கும் கைகள், இடைகள், தொடைகள், கொங்கைகள், உதடுகள். பிரபஞ்சமே!

அந்தத் தெரு எவ்வளவு ஆரவாரத்துடனிருந்தது தெரியுமா? சிரிப்பு, பாட்டு, கேலிப் பேச்சுகள், பணம் கொடுத்தால் விரும்பியவளைத் தேர்வுசெய்து கொள்ளலாம். பெண் வியாபாரம் நடக்கும் சந்தையது. காம சமனம் செய்துகொள்வதற்கான விடுதிகள்.

அங்கே எல்லாத் தரப்பிலுள்ளவர்களும் வருகிறார்கள். சிலர் கூச்சமில்லாமலும் மற்ற சிலர் ஒளிந்தும் பதுங்கியும் உள்ளே நுழைகிறார்கள். நான் அப்படியே நடந்துகொண்டிருந்தேன். மனதிற்குள் தனிமை உணர்வு அதிகரித்திருந்தது. இப்படியாகத்தான் நான் கடற்கரைக்கு வந்துசேர்ந்தேன்.

விசாலமான, வெள்ளைத் துகள் மணற்பரப்பில் ஏராளமான ஆண்களும் பெண்களும் அமர்ந்திருந்தார்கள். காற்று வாங்க வந்தவர்கள். சமூகத்தின் எல்லா மட்டத்திலுமுள்ளவர்கள். அவர்கள் வந்த வாகனங்கள், கடலோரச் சாலையில் அணிவகுத்து நின்றிருந்தன. வங்கி மேலாளர்கள், இராணுவ அதிகாரிகள், ஆலை முதலாளிகள், அரசாங்க உத்தியோகஸ்தர்கள், வழக்கறிஞர்கள், பத்திரிகைக்காரர்கள், அரசியல்வாதிகள், இலக்கியவாதிகள், ஓட்டல் முதலாளிகள், திரைப்பட நடிக நடிகையர் – இப்படியாகப் பல்வேறு தரப்பினர். இவர்களில் பெரும்பான்மையினர்களையும் அவர்களுடைய பேச்சிலிருந்துதான் நான் புரிந்துகொண்டேன். அவர்கள் வாதப்பிரதிவாதங்கள் செய்தும் தமாஷ் பேசியும் பொழுதைப் போக்கிக்கொண்டிருந்தார்கள். அனைவரும் சிறிது நேரம் சென்றதும் தத்தமது வாகனங்களில் ஏறி வீடுகளுக்குச் செல்வார்கள். நான் . . . அவர்களையெல்லாம் தாண்டி நான் கடற்கரையில் நடந்துகொண்டிருந்தேன். முழு நிசப்தம். அப்படியே நடக்கும்போது கரையோரத்தில் சில கட்டு மரங்கள். மீனவர்களுடையதாக இருக்கலாம். அவை தகர்ந்து இற்றுப்போய்க்கொண்டிருந்தன. அதிலொன்றில் நான் ஏறி உட்கார்ந்துகொண்டேன். எதிரில் பாற்கடல்.

சூடான ஆவி மேலெழுவதைப் போலிருந்தது. எந்த அசைவுகளுமில்லை. எனக்கு மிகுந்தக் களைப்புத் தோன்றியது. அப்படியே படுத்திருந்தேன். என்னுடைய விதியைப் பற்றி யோசனை செய்துகொண்டிருந்தேன். என்மீது அன்பு காட்டவோ வெறுப்புக் காட்டவோ எந்த உயிருமில்லை. பூமியில் எத்தனை கோடி மனிதர்கள் என்னென்ன வகைகளில் எல்லாம் வாழ்கிறார்கள். அவர்களுக்கும் எனக்கும் என்ன வேறுபாடு. இவர்களில் யாருடனும் எனக்கு எந்தவித உறவுமில்லை. அல்லது நீங்கள் சொன்னதுபோல் . . . எல்லோருமே என்னுடைய உறவினர்கள்தான். இந்தச் சிந்தனை எனக்குச் சிறு அளவிலும்கூட தைரியத்தைத் தரவில்லை. கவிதைகளிலோ கதைகளிலோ சொற்பொழிவுகளிலோ எதை வேண்டுமானாலும் சொல்லலாம். இயல்பு வாழ்க்கையில் ஒவ்வொருவருமே தனித்துவிடப்பட்ட அனாதைகள்தான். யார் செத்தால் என்ன? யார் உயிரோடிருந்தால் என்ன? மனிதர்கள் அனைவரும் ஒரே சமூகத்தின் அங்கங்களாக இருக்கலாம். இது சரிதான் என்றால் அணுக்கள், புழுக்கள்,

ஊர்வன, பறப்பன, நீர்வாழ் உயிரினங்கள், விலங்குகள், புல் பூண்டுகள், விருட்ச தாவராதிகள் என இவையனைத்துமே மனித சமூகத்தின் தூரத்துச் சொந்தங்களாக அல்லவா இருக்க வேண்டும்? நான் சொன்னேன் அல்லவா? என்னுடைய சிந்தனைகளுக்கோ வாழ்க்கைக்கோ எந்தவிதமான ஒழுங்கும் சிட்டையும் கிடையாது.

ஒரு ஏகாந்த ஜீவியென்பதைத் தவிர நான் வேறு எதுவாகவு மில்லை. மானுட சமூகமெனும் இந்த மாபெரும் இயந்திரத்தின் ஒரு ஆணியாகக்கூட நான் இல்லை. என்னை யாராவது ஏதாவதொன்றாக மாற்றியெடுப்பார்களா? ஒரேயொரு உண்மை, யாருமே என்னைப் பரிவுடன் இதுவரை நடத்தியதில்லை. அப்படியே நடத்தினாலும் . . .

என்னுடைய வளர்ப்புத் தந்தை வாழ்ந்திருந்த காலத்தில் நான் அவரைப் போதுமான அளவில் அன்புடன் நடத்தினேனா என்பதே சந்தேகம்தான். இறந்துபோன அவரது நினைவின் பேரில் நான் அன்பு காட்டுகிறேன். எல்லாமாகச் சேர்ந்து என் மனதிற்குள் சோகம் நிரம்பியது. தற்கொலை செய்து கொள்வதைப் பற்றி நான் யோசித்தேன். புகைவண்டித் தண்டவாளங்களைப் பற்றியும் யோசித்தேன். நிறைய அழுதேன். அப்படியே மெல்ல மெல்லத் தூக்கத்திலாழ்ந்தேன்.

எல்லையற்ற நிசப்தங்களின் பேரோசை. பயங்கரமான குளிர். நான் கண்களைத் திறந்தேன். இருள். அடர்ந்த இருளல்ல, வெளிச்சம் கலந்த, மிகுதியான ஒரு . . . வரலாற்றுக் குறிப்புகளுக்கெல்லாம் முற்பட்ட காலத்தில், அந்தகார இருள் என்று சொல்வோமில்லையா, மனிதர்களும் மற்றவைகளும் உருவாவதற்குமுன். ஏனோ எதற்காகவோ அப்படியான ஒரு நினைவு வந்தது. நட்சத்திரங்கள் எல்லாம் மங்கித் தெரிகின்றன. நான் எங்கிருக்கிறேன்? திடீரென்று எனக்கு நினைவு வந்தது... பொழுது விடிவதற்கு இன்னும் எவ்வளவு நேரமிருக்கிறது? எதுவுமே தெளிவாக இல்லை. என்னுடைய உடுப்புகள் நனைந்து போயிருக்கின்றன. நான் கடற்கரை மணலில் இறங்கினேன். உள்ளங்கால்கள் குளிர்ந்து மரத்துப்போயின. மணலின் மேற்பரப்பு நனைந்திருந்தது. ஈரமணலைக் காலால் தட்டி விலக்கினேன். உலர்ந்த மணல். சூடு மாறாமலிருந்தது. நான் உட்கார்ந்தேன்.

அடர்ந்த, இருள் பரப்பாகக் கடல்.

பதற்றத்தை உருவாக்குகிற ஏகாந்தம். அது என் ஒவ்வொரு அணுவினூடேயும் மனதின் அகக் குருத்துவரை எட்டியது. அப்போது எனக்கு நினைவு வந்தது. புராதனப் பொருளாகிய ஆதி. யாருமற்றவர்களது அந்திமப் புகலிடம்தான் ஈஸ்வரன்.

இதே சிந்தனையில் அப்படியே மூழ்கியிருந்தேன். ஏனோ தெரியவில்லை. என் கண்கள் நிறைந்தன. இந்த உலகத்திலுள்ள எல்லா ஆண் பெண்களைப் பற்றியும் நான் சிந்தித்துக் கொண்டிருந்தேன் என்று சொல்வது சரியாக இருக்காது. கண்டதும் கேட்டதுமில்லாதவற்றைப் பற்றி எப்படிச் சிந்திக்க முடியும்? என் மனம் இம்மகா பிரபஞ்சத்தை உட்கொள்ளும் அளவிலொன்றும் அவ்வளவு பெரியதுமல்லவே?

நான் எதைப் பற்றியுமே சிந்திக்காமல் அப்படியே அமர்ந்திருந்தேன் என்று சொல்வதுதான் சரியாக இருக்க முடியும். அப்படியே அமர்ந்திருக்கும்போது என்னுள் ஒரு உற்சாகம் துளிர்விடத் தொடங்கியது. காரணம் வேறொன்றுமில்லை. அடிவானத்தின் நிற மாறுதல். பொழுது விடியப்போகிறது. ஒரு புதிய நாளின் உதயம். எத்தனையோ கோடிகள்... கோடி கோடிப் புதிய நாட்கள் கடந்துபோயிருக்கின்றன. அதிலொரு நாள்... உலகின் தெளிவற்ற ஓசைகள்.

நான் நினைத்துப் பார்த்தேன். இன்றைய தினம் எப்படி யிருக்கும்? ஆனால், எவ்வளவுதான் யோசித்தும் எதுவுமே பிடிபடவில்லை.

சத்தங்கள், ஆலைகளில் சங்கொலி, கப்பல்களிலிருந்து கேட்கும் காற்று போன்ற குழலோசைகள். கப்பல் ஊழியர்களை அழைக்கிறார்கள். கரைக்கு வந்திருக்கும் ஊழியர்களை.

என்னை அழைப்பதற்கு யாருமில்லையே! எந்த இயந்திரமு மில்லை. ஒரு மனிதனுமில்லை. வாழ்க்கையில் மற்றுமொரு நாள் விடியப் போகிறது. முடிவின்மையின் வான எல்லையில் நிற மாற்றம்... கருநீலப் பரப்பில், கடலின் விளிம்பிலிருந்து ஜொலிக்கும் பொன் வட்டம் மேலெழுந்து வருகிறது சூரியன்.

அற்புதமான அந்த ஒரு நிமிடக் குருதிக் கடல், பிறகு உருகிப் பொன்படர்ப்பாக மாறியது. சிறிது நேரத்தில் அது கண்ணாடிச் சில்லுகள்போல் பளபளத்தது.

நான் எழுந்தேன்.

எனது நிழல் நகரையும் கடந்து அப்படியே நீண்டு போனது. எல்லையில்லா முடிவின்மையின்... எல்லையைக் கடந்து... போ, போ!

O

12

ரயில்களின் முழக்கம்

"அப்புறம்?"

"ரயில்களின் முழக்கம்! அதைப் பற்றி தான் இனி சொல்ல வேண்டும். உங்களுக்குத் தூக்கம் வருகிறதோ?"

"இல்லையே, நான் கேட்டு ஒன்றுவிடாமல் குறிப்பெடுத்துக்கொண்டுதானே இருக்கிறேன்?"

"இனி அதிகமாகச் சொல்வதற்கு எதுவுமில்லை. இறுதிக்கட்டம் நெருங்கிவிட்டது. இதுவரையிலும் நான் சொன்னவற்றைப் பற்றியெல்லாம் உங்களுடைய அபிப்பிராயம் என்ன?"

"அபிப்பிராயம்…? நீங்க சொன்னதையெல்லாம் நான் எழுதியெடுத்திருக்கிறேன் அல்லவா? இனி அதையெல்லாம் ஒன்று சேர்த்துத் திரும்பவும் எழுதியெடுக்க வேண்டும். அந்த வேலையை இங்கிருந்து போனபிறகுதான் செய்ய வேண்டும்."

"எங்கே போவீர்கள்?"

"எங்காவது தனிமையாகப் போய் அமைதியாக உட்கார்ந்து எழுதணும். நான் திரும்பி வர்றதுவரை நீங்க இங்கேயே தங்கியிருங்க. சாப்பாட்டுக்கான வழியையும் ஏற்படுத்தித் தர்றேன். என்னோட டாக்டர் நண்பருக்கு ஒரு கடிதம் தர்றேன். அவர் உங்களுக்கு மருந்து தருவார். நான் வந்த பிறகு உங்களோட கதையை வாசித்துக் காட்டுறேன். சரி, மீதியைச் சொல்லுங்க."

"தற்கொலையைப் பற்றி உங்களுடைய கருத்தென்ன?"

"நல்லதாக் கெட்டதானு கேட்கிறீங்களா?"

"ஆமாம்."

"எனக்கு இதுவரை தற்கொலை செய்துகொள்கிற எண்ணம் தோன்றியதில்லை . . . வாழ்க்கையின் கடைசி எல்லைவரை தோல்வியிலேயே முடிகிறதாக வையுங்க. பிறப்பு என்று ஒன்றிருந்தால் இறப்பு நிச்சயம்கிற புரிதலோட அடிப்படையில்தான் நான் இதைச் சொல்றேன். ஆக, மரணமடைவதுவரையிலும் வாழ்ந்துவிட வேண்டும் . . . இந்தப் பூமியின் மகா பிரபஞ்சங்களின் வெறுமொரு மனிதன்தான் நான் . . . இந்த நிலைப்பாட்டைத் தான் நான் ஏற்றுக்கொண்டிருக்கிறேன்."

"அப்படியே வாழ்ந்து என்ன செய்யப் போகிறீர்கள்?"

"என்ன வேணும்னாலும் பண்ணலாமே..! உங்களோட எதிரிலே இந்த உலகம் முழுமையாக இருக்கிறதல்லவா? எதையாவது செய்ய முடியும். ஒரு செயல்திட்டத்தை உருவாக்குங்க . . . இந்தத் தேசத்தோட முதல் குடிமகனாக வேணும்னு ஆசைப்படுங்க. பிறகு அதற்கான முயற்சிகள்லே ஈடுபடுங்க. வெற்றி பெறுவோமா தோல்வியடைவோமா என்கிறதைப் பற்றியெல்லாம் யோசிக்க வேண்டியதில்லை. முயற்சி செய்யுங்க, வாழ்த்துக்கள்."

"சொன்னேன் அல்லவா? என்னுடைய வாழ்க்கையில் எந்தவிதமான சாஸ்திர விதிகளுக்கும் இடம் கிடையாது. நான் எந்தவிதமான செயல்திட்டத்தை உருவாக்குவது? நானாகிய இருப்பே தகர்ந்துபோய்க் கிடக்கிறது. தாயில்லை, தகப்பனில்லை, யாருமே கிடையாது. நான் இந்த உலகத்தில் தன்னந்தனியனாக! சொன்னேன் அல்லவா? என்மீது அன்பு காட்டவோ என்னை வெறுக்கவோ எந்த உயிருமில்லை. ஆகவே தான் நான் உங்களிடம் தற்கொலையைப் பற்றிக் கேட்டேன்."

"நீங்க இதுவரைக்கும் மகிழ்ச்சின்னா என்னான்னே அறிந்ததில்லையா?"

"ஒரு கனவுபோல்."

"அப்படின்னா?"

"பசித்தால் சாப்பிடுவது; தாகமெடுத்தால் நீர் அருந்துவது; குளிரெடுத்தால் சூடு காய்வது; தூக்கம் வந்தால் தூங்குவது—இது போன்ற சுகங்களை அனுபவித்திருக்கிறேன்."

"அப்புறம்?"

"சந்திரோதயம், சூரியோதயம், அழகான மலர்கள், அழகான பெண்கள், சங்கீதம் இவையெல்லாம் என்னுள் மகிழ்ச்சியைத் தூண்டுவதுண்டு."

"அப்புறம்?"

"மது, போதை மருந்துகள். இவற்றிலும் மகிழ்ச்சியை அனுபவித்திருக்கிறேன்."

"அப்புறம்?"

"அரிப்பெடுத்தால் சொறிந்துகொள்வதிலும் சுகமிருக்கும். சிறுநீர் முட்டி ஒன்றுக்கிருப்பதுகூட சுகமாகவே இருக்கும். இப்படியே பார்த்தால் வாழ்க்கை முழுவதுமே சுகமாகத்தானே தோன்றும்?"

"நீங்களாகவே எதையாவது செய்து அதில் சுகம் அனுபவித்திருக்கீங்களா? விவசாயம் செய்வது... ஒரு செடியை நட்டுவைத்து அதில் காய்க்கும் மலரையும் காயையும் காண்பது; ஏதாவது ஒரு பொருளை உற்பத்தி செய்வது; தாகத்துடன் வரும் ஒரு நாய்க்குத் தண்ணீர் கொடுப்பது; பசியுடன் வருகிற ஒரு மனிதனுக்கு உணவளிப்பது இப்படியாக!"

"உங்களுக்குத் தெரியுமல்லவா? நானாகச் செய்தது மனிதர்களைச் சுட்டுக் கொன்றது மட்டும்தான். மனிதக் குருதியையும் நான் குடித்திருக்கிறேன். அப்புறம் ஒரு தடவை தற்கொலை செய்துகொள்ளவும் முயன்றிருக்கிறேன்."

"பிறகு?"

"அதையும் சொல்லிவிட்டு நான் இன்றிரவே போய்விடுகிறேன்."

"எங்கே?"

"இது என்னுடைய ஜென்மபூமியல்லவா? தாயையும் தகப்பனையும் கண்டுபிடிக்க முயல வேண்டும். ஒவ்வொரு வீடாக நான் செல்வேன். ஒவ்வொரு பெண்ணிடமும் நான் கேட்பேன்: 'நீங்கள்தான் என் தாயா? நீங்கள்தானா என்னைப் பிரசவித்ததும் பழந்துணியில் சுற்றி நாற்சந்தியில் இருட்டில் கொண்டுவந்து வைத்துவிட்டுப் போனவர்? நான் செத்துப்போன பிறகும்கூட பேயாக மாறி இரவு நேரங்களில் ஒவ்வொரு வீடாகப் போய்க் கண்களைத் துருத்தியபடியே வாசல் கதவைத் தட்டுவேன்...'

"பொறுங்க! இதையெல்லாம் நான் போய் உங்களோட கதையைச் சரியாகத் திருத்தியெழுதிக் கொண்டுவந்து உங்களிடம் வாசித்துக் காட்டியபிறகு இருக்கிறவசதிபோல் செய்துகொள்ளலாம். இப்போ உங்களோட அந்தத் தற்கொலையைப் பற்றிச் சொல்லுங்க. அது எப்படித் தோல்வியிலே முடிந்தது?"

"ஆமாம். நான் தற்கொலை செய்துகொள்ள முயன்றேன். தண்டவாளத்தில் தலை வைத்து ரயில் சக்கரம் ஏறத் தலை நசுங்கிச்

செத்துவிடலாமென்று நினைத்தேன். வண்டி பாய்ந்து வரும்; அதன் சக்கரங்கள் கழுத்தை நெரித்துக் கூழாக்கிவிட்டுப் போகும்; தலை வேறு முண்டம் வேறாக எல்லாமே முடிவுக்கு வரும். வேதனைகளும் கஷ்டங்களும் அத்துடன் தீரும். தெரியாத கண்கள் திறந்தபடியே இருக்கும்.

"நிலா வெளிச்சமுள்ள நிசப்தமான ஒரு இரவு. நகரின் கடைசி எல்லையில் ஆள் சஞ்சாரமற்ற ரயில் தண்டவாளம். தண்டவாளத்தில் எப்போதுமே ஒரு ஓசை கேட்டுக்கொண்டே இருக்கும், கவனித்திருக்கிறீர்களா? அரை மணி நேரத்திற்கொரு வண்டி வரும். நான் ஒரு மரத்தின்கீழ் அமர்ந்திருந்தேன். வண்டி இடி முழக்கத்துடன் பாய்ந்து செல்கிறது. நான் கம்பி வேலியைக் கடந்துசென்று தண்டவாளம் ஒன்றில் கழுத்தை வைத்தபடி படுத்தேன். கடைசிப் படுக்கை. கழுத்தில் நல்ல குளிர்ச்சி தெரிந்தது. அப்படியே படுத்துக்கிடந்தேன். நாளை நானொரு அனாதைப் பிரேதம். இந்தச் சொல்லின் சரியான அர்த்தத்தில் அப்படிப் படுத்தே கிடந்தேன். வண்டி வருகிற நேரம் நெருங்கியது. ஒரு இரைச்சல் கேட்டது.

"'பர்ரம்! பர்ரம்?'

"விமானம்தான். கூடவே எனக்குப் பதற்றமும் குளிரும் என்னுடைய உடல் முழுவதும் பரவியது. ரயில்களின் முழக்கம். எனக்குள் பதற்றம் அதிகரித்தது. இதை நீங்கள் ரயில் வரும் போது தண்டவாளத்தில் தலை வைத்துப் படுத்தால் மட்டும்தான் உணர முடியும். இரண்டு மூன்று தடவை எழுந்து ஓடிவிடலாம் போல் தோன்றியது. ஆனால் நான் அசையவே இல்லை. செவிப்பறைகள் தகருவதுபோலிருந்தன. ஆகாயமும் பூமியும் அதிருவதுபோன்ற ஒரு விசில் சத்தம். பிரபஞ்சம் முழுவதிலும் அது கேட்டிருக்கும். வண்டி பாய்ந்து வந்துகொண்டிருந்தது... நான் கண்களை இறுக மூடிக்கொண்டேன். மூச்சு நின்றுபோய்விட்டது. உடல் முழுவதும் வேர்த்தது. தலைக்குள் எதுவோ கொதித்துக்கொண்டிருந்தது. ஆண்டவா, கழுத்து அரைபட்டுத் துண்டாகி விழுகிற அந்தக் கடைசி முகூர்த்தத்தை எதிர்பார்த்துக் கொண்டிருந்தேன். வண்டி கன கம்பீரத்துடன் பயங்கரமான ஆர்ப்பாட்டத்துடன் சீற்றத்துடன் இடிபோல் முழங்கியபடியே கடந்து சென்றது.

"என் பக்கத்திலிருந்த இரண்டு தண்டவாளங்களினூடே."

"பிறகு..? ஓ... அது சரி!"

மங்களம்.

சுபம்!

1947
தமிழில்: குளச்சல் யூசுஃப்

எங்க உப்பப்பாவுக்கொரு ஆனையிருந்தது

1

இதுதான் அதிருஷ்ட மச்சம்

அனேகமாயிரம் ஆண்டுகளுக்கு முன் நடந்தது போல ஞாபகம். ஏனென்றால், சிறுவயதென்பது நெடுந்தொலைவில் அல்லவா? அங்கிருந்து தொடங்கிப் பலவும் சம்பவித்திருக்கின்றன. எல்லாவற்றையும் ஒரு விளையாட்டுப்போலவே குஞ்ஞுபாத்துமாவால் நினைவுகூர முடிந்தது. இயல்பான வாழ்க்கை...எப்போதுமே இதெல்லாம் அர்த்தமிழந்துபோன ஆச்சரியங்கள்தான். எதுவும் யாருடைய பிடிக்குள்ளும் இல்லையல்லவா? என்ன செய்வது? சில நேரங்களில் வாய்விட்டு அழுது விடலாம்போலிருக்கும். மனம்விட்டுச் சிரிக்கவும் தோன்றும். அழுவதைவிடச் சிரிப்பதல்லவா நல்லது? நினைத்து நினைத்துச் சிரிக்கலாம்.

குஞ்ஞுபாத்துமா ஒருவரையும் வேதனைப் படுத்தியது கிடையாது. ஒரு எறும்புக்கும்கூட அவள் துன்பமிழைத்ததில்லை என்றுதான் சொல்ல வேண்டும். ரப்புல் ஆலமீனான தம்புரானின் சிருஷ்டிகளில் எதையுமே அவள் வெறுத்ததில்லை. சிறுவயது முதலே எல்லா ஜீவராசிகளுடனும் அன்பு வைத்திருந்தாள். முதலில் அவள் நேசம் கொள்ளத் தொடங்கியது ஒரு யானையிடம். அதை அவள் பார்த்ததேயில்லை. இருந்தாலும் பிரியம் வைத்தாள். அதைப் பற்றி அவள் கேள்விப்படுவது இப்படித்தான்:

அப்போது அவளுக்கு ஏழு வயதிருக்கும் அல்லது எட்டு. அதற்கு மேலிருக்க வாய்ப்பில்லை. அக்காலகட்டத்தில் அவள்மீதொரு தடையுத்தரவு

பிறப்பிக்கப்பட்டது. வாப்பாவுடையதல்ல, உம்மாவுடையது. விஷயம் வேறொன்றுமல்ல. முஸ்லிம்களாக இருந்தாலும் அக்கம்பக்கத்துப் பிள்ளைகளுடன் சேரக் கூடாது. சுருக்கமாகச் சொல்வதானால், அவர்களுடன் எந்த தொடர்பும் கூடாது. காரணம் என்ன? உலகப் புகழ்பெற்ற அந்த ரகசியத்தை அப்போது உம்மா அவளிடம் சொன்னாள்:

"எஞ்செல்ல குஞ்ஞுபாத்துமா, நீ ஆனக்காரனோட மவனுக்க பொன்னு மவளாக்கும். ஒன் உப்பாக்கு ஒரு ஆனையிருந்தது. ஒரு பெரீய கொம்பானை."

"எஞ்செல்ல ஆனை" என்று குஞ்ஞுபாத்துமா அன்று முதல் தனக்குத்தானே நூறு தடவை சொல்லியிருப்பாள். அதனுடன் விளையாடியபடியேதான் அவள் வளர்ந்தாள். அதாவது, அதன் நினைவுகளுடன் அவள் அந்த ஓடிட்ட பெரிய கட்டடத்தின் நடு முற்றத்திலிருந்து விளையாடுவாள். அவளுடைய கழுத்திலும் காதிலும் கையிலும் காலிலும் தங்க ஆபரணங்கள் – உடுத்திருப்பது பட்டு முண்டு. போட்டிருப்பது பட்டுக் குப்பாயம். சரிகைக் கவணியால் தலையை மூடியிருந்தாள்.

அவள் வெளுப்பாக இருந்தாலும் அவளிடம் ஒரு கறுப்புமிருந்தது. யாரிடமும் அதைச் சொல்லவில்லையென்றாலும் அவளை அது வேதனைப்படுத்தியது. அவளது கன்னத்தில் ஒரு சிறு மரு.

அது அதிர்ஷ்ட மருவென்பதை குஞ்ஞுபாத்துமா அறிந்து கொண்டது, தனது பதினான்காவது வயதில்தான். அவளைக் கட்டிக் கொடுப்பதற்குப் பலவிதமான ஆலோசனைகள் நடந்துகொண்டிருந்த காலம் அது. கட்டிக்கொள்ள வரும் பையன் யாரென்று தெரியாது. யாரானால் என்ன?

'நான் அப்போ வெத்திலை போடுவேன்.' குஞ்ஞுபாத்துமா மனதிற்குள் முடிவு செய்துகொண்டாள். கல்யாணம் ஆகாத முஸ்லிம் பெண்கள் வெற்றிலை போடுவது சரியில்லை. அல்லா ஹுவும் அவனது திருத் தூதருமான முகம்மது நபியும் இது சம்பந்தமாக ஏதாவது சொல்லியிருக்கிறார்களா என்று அவளுக்குத் தெரியாது. இருந்தாலும் நாட்டு நடப்பு அனுசரித்து இது கூடாது. அன்னிய ஆண்களின் முன்பும் முஸ்லிம் பெண்கள் போகக் கூடாது. சின்னப் பிள்ளையாக இருக்கும்போது குஞ்ஞுபாத்துமா போயிருக்கிறாள். அதுகூட போனதாகச் சொல்ல முடியாது. அன்னிய ஆண்களைப் பார்த்திருக்கிறாள், அவ்வளவுதான். அப்படியான யாரைப் பற்றியும் அவளுக்கு ஞாபகமுமில்லை. அப்படியே இருந்தாலும் அது பெண்களைப் பற்றியதுதான்.

"அதுவளெல்லாம் காஃபிரிச்சிகளு" என்பது மட்டுமே குஞ்ஞுபாத்துமாவுக்கு அவர்களைப் பற்றித் தெரிந்த விஷயம். உலகத்தில் இரண்டே பிரிவுகள்தான். இஸ்லாமும் காஃபிருகளும். பெண்ணாக இருந்தாலும் சரி, ஆணாக இருந்தாலும் சரி. இறந்துபோன பிறகு காஃபிருகளெல்லாம் நரகத்திற்குப் போய்விடுவார்கள். அவர்களெல்லாம் வழி தவறிப்போனவர்கள். இஸ்லாமானவன் அவர்களைப் போல் நடந்தால் பாவியாக மாறிவிடுவான். குஞ்ஞுபாத்துமா பார்த்திருந்த காஃபிரிச்சிகளெல்லாம் பள்ளிக்கூட ஆசிரியைகளாகவே இருந்தார்கள். வாப்பா எண்ணெயெல்லாம் புரட்டி அவளை ஆற்றுக்குக் குளிக்க அழைத்துச் செல்லும்போதுதான் அவர்களைப் பார்ப்பாள். நகரங்களிருந்து குளிக்க வருகிற பணக்கார வீட்டுப் பிள்ளைகளையும் குஞ்ஞுபாத்துமா பார்த்திருக்கிறாள். அவர்களில் யாருக்குமே குஞ்ஞுபாத்துமாவின் அளவுக்குத் தங்க ஆபரணங்கள் கிடையாது. பலரும் அவளை அசூயையுடன் பார்ப்பதை அவள் கவனித்ததுண்டு. அவளைக் குறிப்பிட்டுக் காட்டி, "அந்தப் புள்ளெ ஆராக்கும்?" என்று கேட்பதையும் அவள் பார்த்திருக்கிறாள். அப்போது பயபக்தியுடனும் மரியாதையுடனும் யாராவது பதில் சொல்வார்கள்:

"வட்டன் அடிமைக் [1]காக்காவுக்கெ மவ, குஞ்ஞுபாத்துமா. ஆனெ மக்காருக்க மவளுக்க மவ."

"நம்ம குஞ்ஞாச்சும்மாவுக்கெ மவ இல்லியா?" என்று சிலர் சொல்வதுமுண்டு.

"நீ ஒருக்க சிரி புள்ளெ குஞ்ஞுபாத்துமா" என்று சொல்லிப் பள்ளிக்கூட ஆசிரியைகளாகிய காஃபிரிச்சிகள் அவளைச் சுற்றிக் கூடுவார்கள். அவர்களைக் குஞ்ஞுபாத்துமாவுக்குப் பிடிக்கும். காபிரிச்சிகளாக இருந்தாலும் அவர்களின்மீது நல்ல மணமிருக்கும். அவர்களெல்லாம் சேலையுடுத்திருப்பார்கள். பிளவுஸ் என்கிற குப்பாயமும் அணிந்திருப்பார்கள். அதனுள் பாடீஸ் எனப்படும் குட்டிக்குப்பாயமும். கூடவே, தலையில் பூவும் சூடியிருப்பார்கள். சிலர் குஞ்ஞுபாத்துமாவின் முடியில் பூ வைத்துவிடுவார்கள். அவர்களில் சிலர் குஞ்ஞுபாத்துமாவின் கன்னத்திலிருக்கும் கறுத்த மச்சத்தை நுள்ளியெடுப்பது போல் பாவிப்பார்கள். அவளுடைய சுவாரஸ்யம் இதிலொன்றுமில்லை. அவர்களைப்போல் சேலையும் பிளவுசும் அதனுள்ளிருக்கும் அந்தக் குட்டிக்குப்பாயமும் அவளுக்கும் வேண்டும். வாப்பாவிடம் இதை அவள் சொல்லவும் செய்தாள். அப்போது அந்த ஆசிரியைகள் சிரித்தார்கள். அதிலொருத்தி சொன்னாள்:

---

1 அண்ணன்

“குஞ்ஞுபாத்துமா வளந்த பெறகு.”

வளர வேண்டும்! இப்படியாக அவளுக்குள் ஒரு ஆசை உருவானது. வளர வேண்டும்.

“நான் எப்ப உம்மா பெரிய புள்ளெ ஆவேன்?” உம்மாவிடம் அவள் கேட்கவும் செய்தாள்.

உம்மா, காரணத்தை விசாரித்தபோது அவள் உண்மையை அப்படியே வெளிப்படையாகச் சொல்லியும்விட்டாள். அப்போது, உம்மா அவளைப் பயமுறுத்தினாள்.

“எஞ்செல்ல குஞ்ஞுபாத்துமா. நம்மொ அதையெல்லாம் போடப்புடாது. அதுவொ காபிரிச்சிக்கட்டைகளு. நம்மொ காபிருகளுக்கு எதிரா நிக்கணும்.”

“ஆமா, மவளே.” வாப்பாவும் சொன்னார்: “நமக்கு அது கூடாது.”

கூடாது என்றால் கூடாதுதான். வாப்பாவின் சொல்லுக்கு மறுசொல் இல்லை. இஸ்லாத்தின் விதிப்படியல்லவா வாழ வேண்டும்? வட்டன் அடிமைக்காக்கா என்று சொன்னால் அன்பும் மரியாதையுமுண்டு. ஊர் முக்கியஸ்தர். பள்ளிவாசல் காரியக்காரர். ஊரிலும் பெரிய ஆள்தான். எப்போதும் தலையை மொட்டையடித்து மினுக்கி வைத்திருப்பார். தாடியையும் மீசையையும் சட்டப்படி கத்திரித்து வடிவமைத்திருப்பார். மீசையின் இரண்டு முனைகளையும் அப்படியே கொம்புபோல் முறுக்கி விரித்து விட்டிருப்பார். வேட்டி மட்டுமே உடுத்துவார். மிக நீளமான ஜரிகை நேரியதை அலட்சியமாக அப்படியே தோளிலிட்டுக்கொள்வார். சில நேரங்களில் அதன் ஒரு முனை தரையில் கிடந்து இழுபடும் போது பின்னால் வருபவர்கள் அதைப் பக்தி சிரத்தையுடன் ஏந்திப் பிடித்துக்கொள்வார்கள். வாப்பா இதைல்லாம் அறிவதே இல்லை. நீண்டு நிமிர்ந்து அப்படியே நடந்துகொண்டிருப்பார். வாப்பா, கை கால் முகம், வாய் தலை காதுகள் எல்லாவற்றையும் கழுவிச் சுத்தமாக்கி விட்டு இறைவனைத் தொழுவார். இறைவன் எங்குமிருப்பவன், எப்போதுமிருப்பவன். அனைத்துலகிலுமிருப்பவன். அந்த இறைவனை வணங்க வேண்டும். தொழ வேண்டும். ஐந்து நேரத் தொழுகையில் ஒரு நேரத்தைக் கூட வாப்பா தவற விடமாட்டார். ரமளான் மாதத்தின் முப்பது நாட்களும் வாப்பா அன்னமும் தண்ணீரையும் ஒதுக்கி, நோன்பு வைப்பார். சட்டப்படியாக [1]சதக்கா செய்வார். ஹஜ்ஜுக்குப் போகவேண்டுமென்ற ஆசையும்

1 ஜகாத் – தானம்

வாப்பாவுக்கிருக்கிறது. ஆனால், குஞ்ஞுபாத்துமாவின் கல்யாணம் முடிந்த பிறகுதான் அதை நிறைவேற்ற வேண்டும்.

அப்படியாகக் கல்யாணக் காரியம் நெருங்கிக்கொண்டிருந்தது. வீட்டில் நித்தமும் விருந்துதான். ஐந்தெட்டு கட்டு வெற்றிலை தேவைப்பட்டது. வாப்பா அதிகமாக வெற்றிலை போடுபவரல்ல.

உம்மா நிறைய வெற்றிலை போடுவாள். உம்மாவுக்கு நாளொன்றுக்கு ஒரு நூறு கொழுந்து வெற்றிலையாவது தேவைப்படும். தாம்பூலமும் பேச்சும்தான் உம்மாவின் முக்கியமான வேலைகள். வெற்றிலைச் செல்லத்தின் அருகில் சகலவிதமான ஆபரணங்களும் தரித்து, கசவுத் [1]தட்டமும் பட்டுக் குப்பாயமும் பட்டுக் [2]கச்சமுறியும் உடுத்து மெத்தைப் பாயின்மீது உம்மா அமர்ந்திருப்பாள். உம்மா, தரையில் கால் பதிக்கவே மாட்டாள். மிதியடியின்மீதுதான் நடப்பாள். உம்மாவின் மிதியடியின் குமிழ்கள் இரண்டும் உப்பப்பாவின் யானைக் கொம்பால் செய்யப்பட்டவை. மிதியடிகள் எப்போதுமே உம்மாவின் பக்கத்திலேயே இருக்கும்.

வெற்றிலை போடுவதற்கும் உம்மா பேசுவதைக் கேட்பதற்கு மென்று நிறைய பெண்கள் வருவார்கள். உம்மா பேச ஆரம்பிப்பாள். விஷயம் அதிகமொன்றுமிருக்காது. ஒன்று, குஞ்ஞு பாத்துமா; அல்லது வாப்பாவின் சகோதரிகளான ஏழு மாமிமார்கள். பெரும்பாலும் குஞ்ஞுபாத்துமாவின் கன்னத்திலிருக்கும் கறுத்த மச்சம்தான் விஷயமாக இருக்கும்.

"இது அதிர்ஷ்ட மருவாக்கும் . . ." உம்மா சொல்வாள்: "சும்மா வந்துருமா? ஆன மக்காருக்கெ பொன்னு மவளுக்க பொன்னு மவளில்லையா? அதுமட்டுமா? நான் பெத்தது அஞ்செண்ணம். ஆனா, அந்தப் படச்சவனும் முத்து நபியும் [3]நேமிசக்காரங்களும் ஒண்ணுதான் விதிச்சாங்கோ." குஞ்ஞு பாத்துமாவின் ஆபரணங்களைத் தடவிவிட்டபடி மீண்டும் தொடர்வாள்:

"சொல்லுங்கோ, பெண்ணுகளே. இதையாவது நல்லபடியா நடத்தாண்டாமா?" கேட்டுவிட்டு சற்றுக் கோபத்துடன் தொடர்வாள்:

"பின்ன ஒரு காரியம், இந்தக் கல்யாணத்துக்கு இவளுக்கெ வாப்பாவுக்கெ கூட்டம் வராம இருந்தாலும்கூட குஞ்ஞு

---

1 முக்காடு
2 கைலி
3 அவுலியாக்கள்

பாத்துமாக்கெக் கலியாணம் நடக்கத்தான் செய்யும். ஆன மக்காருக்க பொன்னு மவளுக்க பொன்னு மவளாக்கும்." அப்படியாக, விஷயம் முடியும்போது உம்மா அந்தப் பெண்களில் ஒருத்தியிடம் கேட்பாள்:

"நீ சொல்லு பெண்ணே?"

பெண்கள் சொல்வார்கள். இப்படியாகத்தான் குஞ்ஞு பாத்துமா ஊர் விஷயம் ஒன்றைக் கேள்விப்பட்டாள். குஞ்ஞுபாத்துமாவை அது கொதிப்படைய வைத்தது; கோபப் படுத்தியது; விசனப்படுத்தியது.

குஞ்ஞுபாத்துமா கேட்டுக் கொந்தளித்தச் செய்தி இதுதான்.

அக்கம்பக்கங்களிலும் அந்த ஊரிலுள்ள பெரும்பாலான வீடுகளிலும் நான்கும் ஐந்தும் வயதான நிறைய பிள்ளைகளிருக்கின்றார்கள். ஒரு புதிய தலைமுறை அப்படியாக வளர்ந்து வருகிறது. இதில் குஞ்ஞுபாத்துமாவுக்கு எதிர்ப் பெதுவுமில்லை. ஆனால், அவர்களுடைய பெயர்கள்! அதுதான் குஞ்ஞுபாத்துமாவைக் கோபப்படுத்தியது. வெறும் சுமட்டுக் காரர்கள், மீன்பிடிப்பவர்கள், சாதாரண எரப்பாளிகள் – அவ்வளவு ஏன், ஊரிலுள்ள பெரும்பாலான எல்லா முஸ்லிம் வீடுகளிலும் ஒவ்வொரு குஞ்ஞுபாத்துமா இருக்கிறாள்; ஒவ்வொரு அடிமை இருக்கிறார்கள்; ஒவ்வொரு குஞ்ஞுதாச்சும்மா இருக்கிறார்கள்; ஒவ்வொரு மக்காருகூட இருக்கிறார்கள்.

சர்வலோக நாதாவே! என்ன செய்வது? வெட்கம், மானம் ஏதாவதிருந்தால் ... அவர்கள், தங்களுடைய குழந்தைகளுக்கு வேறு பெயர்களை வைக்கக்கூடாதா? ஆனால், குஞ்ஞுபாத்துமாவுக்கு ஒரு பிரபஞ்ச ரகசியம் அப்போது புரிந்திருக்கவில்லை. பணமும் புகழும் உடையவர்களுடைய பெயரை இந்த இரண்டும் கெட்ட அன்றாடங்காய்ச்சிகளும் உபயோகிப்பார்கள். இது ஊர் வழமைதான். தனபாக்கியவான்களின் பெயரை ஏழை பாழைகள் வைத்துக்கொள்ளக் கூடாது என்று சட்ட மொன்றுமில்லை. ஒருவேளை இதன் மூலமாவது இவை இரண்டும் சித்தித்துவிடாதா என்கிற ஆசைதான்!

குஞ்ஞுபாத்துமாவுக்கு இது சரியாகப்படவில்லை. ஏனென்றால், அவள்தான் இந்த உலகத்தின் ஒரே குஞ்ஞுபாத்துமா. அவளுடைய வாப்பாதான் உலகத்தில் ஒரேயொரு வட்டன் அடிமை. அவளுடைய உம்மா உலகத்தின் ஒரே குஞ்ஞுதாச்சும்மா. அவளுடைய உப்பப்பாதான் உலகத்தின் ஒரே ஆன மக்காரு.

விஷயங்கள் இப்படியாக இருக்க, குஞ்ஞுபாத்துமா இதையெல்லாம் பொறுத்துக்கொள்வதாக இல்லை. இதை அவள்

மற்றவர்கள் கேட்டுக்கொண்டிருக்கும்போதே உம்மாவிடம் சொன்னாள். சொன்னது மட்டுமல்ல, கோபத்தோடும் வருத்தத்தோடும் கேட்கவும் செய்தாள்.

"நம்மபேரையெல்லாம் எதுக்கும்மா அதுவொ வெக்கிதுவோ?"

உம்மா சிரித்தாள். மற்றப் பெண்கள் அப்போது என்ன நினைத்தார்கள் என்று குஞ்ஞுபாத்துமாவுக்குத் தெரியாது. உம்மா சொன்னாள்:

"கெட்டிக் குடுக்கப்போற பெண்ணு, கேக்குதகைப் பாரேன்?" என்று சொல்லியபடி அவளுடைய கன்னத்திலிருந்த கறுத்த மச்சத்தைத் தொட்டாள். அப்போது அவளுக்குப் புரிந்துவிட்டது. நான்கும் ஐந்தும் வயதான இம்புட்டுப்போல பீக்கிறிக் குஞ்ஞுபாத்துமாக்களில் யாருக்கேனும் கன்னத்தில் இப்படிக் கறுத்த மச்சமிருக்கிறதா? கேள்விப்பட்டதே இல்லை. மற்ற பெண்களிடம் உம்மா இதைக் கேட்கவும் செய்தாள். "என்னத்துக்குப் புள்ளெ கறுத்த மரு இல்லை?"

உம்மா கேட்டாள்:

"அதுக்க நெறம் என்ன புள்ளெ?

கறுத்த மச்சத்தின் நிறம் கறுப்புதானே? குஞ்ஞுபாத்துமா சொன்னாள்:

"கறுப்பு."

உம்மா கேட்டாள்:

"உனக்க உப்பப்பாக்க ஆனெ என்ன நெறம்?" குஞ்ஞுபாத்துமா அந்த யானையைக் கண்டதில்லையென்றாலும் நினைத்துப் பார்த்தாள். பொதுவாகவே யானையின் நிறம் கறுப்புதானே? அவள் சொன்னாள்:

"கறுப்பு."

உம்மா கேட்டாள்:

"நீ என்ன நெறம்?"

குஞ்ஞுபாத்துமா நல்ல வெளுப்பல்லவா? அவள் சொன்னாள்:

"வெளுப்பு."

உம்மா கேட்டாள்:

"வெளுத்த ஒனக்கெக் கன்னத்துலெ கறுத்த மரு எப்புடி வந்துது?

குஞ்ஞுபாத்துமாவுக்கு விஷயம் பிடி கிடைத்தது. பழைய பிரதாபம், ஐசுவரியம், வரலாற்றின் வெளிச்சம். எல்லா ரகசியங்களும் இதோ வெளிப்படையாகத் திறந்து கிடக்கின்றன. அவளுக்கு மகிழ்ச்சியும் பெருமிதமும் உருவானது. தங்களிடம், கிரீடமும் செங்கோலும் சிம்மாசனமும் பெரும் சாம்ராஜ்ஜியங்களுமிருந்தன என்பதுபோல். உம்மா சொன்னாள்:

"ஒனக்கெ உப்பப்பாக்கொரு ஆனெயிருந்துது."

உம்மா மிதியடியைத் தொட்டுவிட்டுச் சொன்னாள்:

"ஒரு பெரீய கொம்பானெ."

O

2

இபுலீஸ் எனும் பகையன்

குஞ்ஞுபாத்துமாவின் திருமணத்திற்கான ஏற்பாடுகள் அப்படி ஜரூராக நடந்துகொண்டிருக்கும் காலத்தில் அவள் இரண்டு செய்திகளைக் கேள்விப் படுகிறாள்.

உப்பப்பாவின் அந்தப் பெரிய கொம்பானை ஆறு பேரைக் கொன்றிருக்கிறது. இதில் அவளுக்கு வருத்தம் தோன்றியது. யானையின்மீது கோபமும் வந்தது.

"குருத்துவம் கெட்ட ஆனெ" என்று சொல்லவும் செய்தாள். ஆனால், கோபம் அதிக நாட்களொன்றும் நீடிக்கவில்லை. யானை கொன்ற ஆறுபேர்களும் காஃபிரு யானைக்காரர்கள்தான். அது, ஒரு முஸ்லிமைக்கூடக் கொல்லவில்லை. இஸ்லாமான யானைக்காரர்கள் அதற்கு இருந்தார்களா என்று குஞ்ஞுபாத்துமாவுக்குத் தெரியாது. உம்மா சொன்னாள்:

"அது அசலான ஒரு ஆனெதான்."

ஏனென்று கேட்டால் உப்பப்பாவின் கையிலிருந்து அது பழமும் சர்க்கரையும் வாங்கித் தின்னும். உம்மா சொன்னாள்:

"உனக்கவாப்பா என்னெக் கலியாணம் கெட்ட வந்தது அந்த ஆனைக்கெ மேல ஏறியாக்கும்."

அதிசயம். குஞ்ஞுபாத்துமா நினைத்துக் கொண்டாள். என்னைக் கட்டிக்கொள்ள வருபவனும் . . . யானையின் மீதுதான் வருவானா?

அவளை யாருக்கு... எதற்கு... கட்டிக்கொள்ள வேண்டும்? அப்படியெல்லாம் குஞ்ஞுபாத்துமா நினைத்துப் பார்க்கவே இல்லை. அவளைக் கட்டிக் கொடுத்ததும் வாப்பா, மக்காவில் ஹஜ்ஜுக்குப் போவார். அது அரேபியாவிலிருக்கிறது. அங்கே மக்கா வெனும் அந்தப் புனித தலத்தில்தான் முகம்மது நபி பிறந்தார். அங்கே கஃபாவெனும் புனிதமான ஒரு வழி பாட்டிடலம் இருக்கிறது. இந்த உலகத்தின் முதல் பள்ளிவாசல் அதுதான். பண்டைய காலம் தொட்டே இருக்கிறது. இபுராகீம் நபிதான் அதைத் திருப்பணி செய்தார். குஞ்ஞுபாத்துமாவின் வாப்பா பள்ளிவாசல் எதையும் கட்டியதில்லை. ஹஜ்ஜு எனும் புனித கர்மத்தை நிறைவேற்றிவிட்டு வந்த பிறகு வாப்பாவை ஹாஜி வட்டன் அடிமை என்றோ வட்டன் அடிமை ஹாஜி என்றோ அழைப்பார்கள். குஞ்ஞுபாத்துமா கேட்டாள்:

"உம்மாயும் போறீங்களா?"

"எங்கே?"

"ஹஜ்ஜிக்கு."

"போவணும்."

அது ஒரு புதிய தகவலாக இருந்தது. குஞ்ஞுபாத்துமா சொன்னாள்:

"அப்பிடீன்னா ... என்னையும் கூட்டிட்டுப் போவணும்."

உம்மா சிரித்துவிட்டுச் சொன்னாள்:

"அதையெல்லாம் உன்னெக் கெட்டுதவங்கிட்ட சொல்லு."

அவளுக்கு வெட்கமாகப் போய்விட்டது. அவள் எதுவுமே பேசவில்லை. ஆனால், அவளைக் கட்ட வருபவன் யார்? சிறுவயதுக்காரனா, அல்லது வயதானவனா? கறுப்பனா, வெளுப்பனா? எதுவுமே அவளுக்குத் தெரியாது. ஆனால்,யாரோ ஒரு ஆள் வருகிறார். அது யார்?

பெண்ணாகப் பிறந்தால் யாராவது ஒரு ஆணுக்குக் கல்யாணம் செய்து கொடுப்பார்கள். முகம்மது நபி, [1]சகாபிகள் காலம் தொட்டே நடந்து வருகிற வழக்கம்தான். அவர்களுக்கு முன்பும் இதுதான் வழக்கமாக இருந்திருக்க வேண்டும். பண்டு ... பண்டு . . . மனித குலத்தின் தொடக்கக் காலத்திலேயே ஆதம் நபி, ஹவ்வா பீவியைக் கல்யாணம் செய்துகொண்டார். ஆதம் நபிக்கும் ஹவ்வா பீவிக்கும் வாப்பா உம்மா கிடையாது. ஆகவே, அவர்களுடைய கல்யாணத்தை நடத்தி வைத்தது

1 தோழர்கள்

ரப்புல் ஆலமீனாகிய தம்புரான்தான். ஆதமும் ஹவ்வாவும் தான் இன்று உலகத்திலுள்ள எல்லாவருடையவும், இறந்து போனவர்களுடையவும்... முதன்முதலிலுள்ள வாப்பாவும் உம்மாவும். அவர்களுக்கு முன் உலகில் மனித குலமே கிடையாது. ஆதம் நபியும் ஹவ்வா பீவியும் எத்தனை கோடி ஆண்டுகளுக்கு முன்பு இந்தப் பூமியில் வாழ்ந்துகொண்டிருந்தார்கள் என்பதெல்லாம் குஞ்ஞுபாத்துமாவுக்குத் தெரியாது. ஆதம் நபிக்குப் பிறகு இந்த உலகத்தில் அனேகங் கோடி நபிமார்கள் வந்தார்கள்... அவர்களில் இருபத்தைந்துவரையிலான நபிமார்களைப் பற்றி மட்டுமே குர்ஆனில் குறிப்பிடப்பட்டிருக்கிறது. உலகத்திலுள்ள எல்லாப் பிரிவு மக்களுக்கும் ஒவ்வொரு தூதர் அனுப்பி வைக்கப்பட்டிருக்கிறார். இறை அறிவிப்பாளர்கள்: நூஹு, இபுராகீம், தாவூது, மூஸா, ஈஸா, முகம்மது ...

முகம்மது நபி இறுதியாக வந்த இறை அறிவிப்பாளர். இனி நபிமார்கள் வரப்போவதில்லை. முகம்மது நபியுடன் அதெல்லாம் நிறைவடைந்து விட்டது.

முகம்மது நபியின் மூத்த மகளாரின் பெயர், ஃபாத்திமா. ஆட்கள், பாத்தும்மா என்றும் சொல்வார்கள். ஃபாத்திமா பீவியை முகம்மது நபி, கலீஃபா அலிக்குக் கல்யாணம் செய்து கொடுத்தார்.

அலி, மிகப்பெரிய வீரதீரப் பராக்கிரமசாலியாக இருந்தார். அலியிடம் துல்ஃபக்கார் என்று சொல்லப்படும் ஒரு வாளிருந்தது. ரப்புல் ஆலமீனாகிய தம்புரானின் ஆணைப்படி அலி, அந்த வாளைக் கடலில் எறிந்தார். அது எல்லா மீன்களுடைய கழுத்துகளையும் அறுத்தது. மீனின் இருபுறமிருக்கும் செவிள் பகுதிகள் கீறியதுபோல் காணப்படுவது இதனால்தான். அன்று முதல்தான் மீன், இஸ்லாத்தில் ¹ஹலால் ஆனது. கலீஃபா அலிக்கு முன் பூமியின் நீர் நிலைகளிலெல்லாம் செவிளுள்ள மீன்கள் இருந்ததில்லையா? வாளைக் கடலில் எறிந்துவிடும் படி இறைவன் சொன்னதாக அல்லவா சொல்லப்படுகிறது? இறைவன் சொல்லியிருப்பானா? ஐதீகமாக இருக்கலாம். உண்மையெது, பொய்யெது? குஞ்ஞுபாத்துமாவுக்குத் தெரியாது. பள்ளிவாசலில் வைத்து முஸ்லியார்களுடைய ²வஹ்ஸ் எனும் இரவுப் பிரசங்கங்களில் கேட்டதுதான். அதெல்லாம் உண்மை என்றுதான் உம்மா சொல்லியிருக்கிறாள்.

குஞ்ஞுபாத்துமா நினைத்துக்கொண்டாள். அவளைக் கட்டிக் கொள்ள வரும் பையன் பெரிய குஜாயியாக

---

1 அனுமதிக்கப்பட்ட

2 மார்க்கச் சொற்பொழிவு

இருப்பானோ, ஒன்றுமே தெரியவில்லை. யாரிடம்போய் கேட்க முடியும்? ஒரே ஒரு விஷயம்தான்... கிடைப்பதை வாங்கிக்கொள்ள வேண்டும். – இதுதான் பெண்ணாகப் பிறந்த ஒரு முஸ்லிமின் கடமை. குஞ்ஞுபாத்துமா இதைப் புரிந்து கொண்டிருந்தாள். இது சம்பந்தமாக ரப்புல் ஆலமீனாகிய தம்புரானும் அவனுடைய ரஸூலாகிய முகம்மது நபியும் என்ன சொல்லியிருக்கிறார்கள்? பொருள் தெரியாது என்றாலும் அவள் குர்ஆன் ஓதியிருக்கிறாள். அவளுடைய வாப்பாவும் உம்மாவும் ஓதியிருக்கிறார்கள். அவளது உப்பப்பாவாகிய ஆனெ மக்காரும் ஓதியிருக்கிறார். அதில் என்ன சொல்லப் பட்டிருக்கிறது என்று யாருக்குமே தெரியாது. உலகத்திலுள்ள மரங்களையெல்லாம் எழுது கோலாக்கி கடல்நீரையெல்லாம் மையாக்கி குர்ஆனின் பொருளை எழுதத் தொடங்கினால் ஒரு அத்தியாயம் எழுதி முடிவதற்குள் மரங்கள் தீர்ந்து போய்விடும்; கடல்நீர் வற்றிப் போய்விடும். குர்ஆன் ஒரு பரிசுத்தக் கிரந்தம். அதில் எல்லாமே இருக்கிறது. அதை எழுதியவர் மனிதரில்லை. அது, ரப்புல் ஆலமீனாகிய தம்புரான், இறைத் தூதரான ஜிபுரீல் எனும் மலக்கு வழியாக முகம்மது நபிக்குக் கொஞ்சம் கொஞ்சமாக அருளப்பட்டது. நபிக்கு நாற்பது வயதானபோது மக்காவின் அருகிலுள்ள குன்றில், ஹீரா குகையில் தியானத்திலிருக்கும் போதுதான் முதன்முதலாக ஜிபுரீல் எனும் இறைத்தூதர் வந்து சொன்னார். வாசிப்பீராக! எழுதவும் வாசிக்கவும் படியுங்கள். அதுதான் இறையருள் வசனங்களாகிய திருக் குர்ஆனின் தொடக்கம். நபிக்கு எழுதவும் வாசிக்கவும் தெரியாது. இருந்தாலும் நபியின் தாய்மொழியில்தான் குர்ஆன் அருளப்பட்டது. அது அரபுமொழி. நபிகளார் தனது சகாக்களுக்குச் சொன்னதை ஒட்டகத்தின் எலும்புகளான வெளுத்த கையிலும் ஈச்சை மரத்தின் ஓலைத் தண்டிலும் தோலிலுமெல்லாம் எழுதி வைத்தார்கள். அரேபியா என்றொரு தேசமிருப்பதாக குஞ்ஞுபாத்துமா கேள்விப் பட்டிருக்கிறாள். அங்கே மக்கா, மதீனா எனும் இரண்டு புனிதத் தலங்களிருக்கின்றன. மக்காவில் தான் முகம்மது நபி பிறந்தார். அவர் மரணமடைந்ததும் அடக்கம் செய்யப்பட்டிருப்பதுவும் மதீனாவில். அங்கேதான் முகம்மது நபியின் கபருஸ்தானிருக்கிறது. ஹஜ்ஜுக்குப் போகிறவர்கள் கபருஸ்தானுக்கும் போவதுண்டு.

வாப்பாவும் உம்மாவும் ஹஜ்ஜுக்குப் போகும்போது மதீனாவுக்கும் செல்வார்கள். அவர்களுடன் குஞ்ஞுபாத்துமாவும் போவதற்கு அவளைக் கட்டிக்கொள்ளவிருப்பவன் ஒப்புக் கொள்வானா? அவள் இப்படியாகச் சிந்தனை செய்தாள். இராப்பகலாக குஞ்ஞுபாத்துமா இதையே நினைத்துக் கொண்டிருந்தாள். அப்படியிருக்கும்போது ஒருநாள் வாப்பா

மிகவும் கோபத்துடனிருப்பதை அவள் பார்த்தாள். வாப்பாவின் கண்கள் சிவந்திருந்தன. வாப்பா ஒரு மாதிரியாகச் சிரித்தார்.

“வெளையாடிப் பாக்குதானுவெ அவனுவெ.” வாப்பா சொன்னார்: “வட்டனடிமைட்டெயாக்கும் வெளையாடிப் பாக்குதானுவெ. படச்சவனோட, முத்து நபியோட, நேமிசக்காரங்களோட அனுக்கெரகமுள்ள வட்டனடிமைட்டெ வெளையாடினாக்கா அவனுவெ படிப்பானுவெ.”

என்ன விளையாட்டு என்று குஞ்ஞுபாத்துமாவுக்கு அப்போது விளங்கவில்லை. வாப்பாவின்மீது அவர்கள் மேலும் ஒரு வழக்கைத் தொடுத்திருக்கிறார்கள். இது, பள்ளிவாசலின் மேற்பார்வை சம்பந்தமானது. அவர்களுக்குச் சமுதாயத்தில் தலைவராக வரவேண்டும். அதுதான் பிரச்சினை. பள்ளி வாசலின் காரியங்களைப் பார்ப்பதற்கு வாப்பாவுக்கு உரிமை கிடையாதாம்.

பிறகு யாருக்காம் உரிமை? பள்ளிவாசலின் காரியக்காரர் தான் எங்கும் எப்போதும் ஊரின் முக்கியஸ்தர். இப்படி ஆக வேண்டுமென்றால் எப்போதுமே கை நிறையப் பணமிருக்க வேண்டும். குஞ்ஞுபாத்துமாவின் வாப்பாதான் ஊரிலேயே பெரிய பணக்காரர். ஒன்றுக்கு மேற்பட்ட பணக்காரர்களிருந்தால் பள்ளிக்காரியங்களில் தகராறுகளுமிருக்கும். சண்டையும் கொலைபாதகமும் நடக்கும். கேஸ் நடக்கும். பிறகு இதுதான் வேலையாகவுமிருக்கும். பள்ளிவாசல் இருக்கிற இடத்தில் எல்லாம் பெரும்பாலும் வழக்குகளும் நடக்கும். இதெல்லாம் இபுலீஸ் எனும் பகையன் செய்கிற வேலைகள்தான் என்பது குஞ்ஞுபாத்துமாவுக்குத் தெரியும். இபுலீஸ் மட்டும் இல்லாமலிருந்திருந்தால் உலகத்தில் எந்தவிதமான பிரச்சினைகளுக்கும் இடம் வந்திருக்காது. இபுலீஸ் என்கிற இந்தப் பகையன் யார்?

இபுலீஸ் எனும் பகையனைப் பற்றி குஞ்ஞுபாத்துமா முதலில் கேள்விப்பட்டது பள்ளிவாசலில் வைத்துத்தான். இது, அவள் பள்ளிவாசலுக்குத் தொழுவதற்குப் போனபோதல்ல. முஸ்லிம் பெண்கள், ஆண்களுடன் பள்ளிவாசலுக்குப் போய்த் தொழுவது கூடாது. அன்று அவள் பள்ளிவாசலுக்குப் போனது, வழக்கம்போல் வஹ்ஸ் எனும் இரவுப் பிரசங்கம் கேட்பதற்காகத் தான். ஒரு முஸ்லியார் வஹ்ஸ் சொல்கிறார். பள்ளிவாசலின் முன்புறம் பெண்கள் அமருவதற்காக ஓரமாக ஒரு பந்தலிடப் பட்டிருந்தது. அங்கே அமர்ந்திருந்தால் எதையுமே பார்க்க முடியாது. அந்தப் பந்தலில் அமர்ந்துதான் குஞ்ஞுபாத்துமா ஷைத்தானாகிய இபுலீஸ் எனும் பகையனைப் பற்றி அறிகிறாள். பள்ளிவாசல்களில் முஸ்லியார்கள் நடத்தும் இரவுப் பிரசங்கங்களிலிருந்துதான் முஸ்லிம் சமுதாயம் மத விஷயங்களைப் பெரும்பாலும்

அறிந்துகொள்கிறது. முஸ்லியார் இராகத்துடன் இபுலீசைப் பற்றி சொன்னார். அவர் சொன்னது முழுவதுமே குஞ்ஞுபாத்துமாவுக்கு நல்ல நினைவிருக்கிறது.

இபுலீஸ் எனும் பகையன் முதலில் மிக முக்கியமான ஒரு மலக்காக இருந்தான். இறைத்தூதன்! அவன், ரப்புல் ஆலமீனாகிய தம்புரானின் திருச்சன்னிதியில், சுவர்க்கத்தில் அப்படியே வாழ்ந்துகொண்டிருக்கும் காலத்தில் ஒரு சம்பவம் நிகழுகிறது.

பூமியையும் மற்றுமுள்ள எல்லாவற்றையும் சிருஷ்டிப்பதற்கு முன் . . . ஐதீகம் இப்படியாகப் போகிறது . . . அனைத்துக்கும் முன்பாக அல்லாஹு, முகம்மது நபியைஒளியால் படைத்தான். இந்தத் தகவல் எங்கிருந்து கிடைத்தது? குர்ஆனில் இப்படியாக எதுவுமில்லை. முஸ்லியார்களிடம் யாருமே இதைக் கேட்டதில்லை. காதில் விழுந்ததை நம்பிவிடுகிறார்கள். எப்படியோ, ஒளியைப் படைத்த பின் அனந்த கோடி வருடங்கள் கடந்து போயின. அல்லாஹு, பிறகு பூமியையும் நட்சத்திரங்களையும் சூரிய சந்திராதிகளையும் படைத்தான். அனைத்துப் பிரபஞ்சங்களையும் படைத்தான். முகம்மது நபியின் ஒளியின் மூன்று துளி வேர்வையிலிருந்து மற்ற ஜீவராசிகளைப் படைத்தான். இதில் ஆதிமனிதராக உருவானவர்தான் ஆதம் நபி.

முகம்மது நபியின் ஒளி, ஆதம் நபி வழியாக, கோடிக் கணக்கான தூதர்களின் வழியாக நூஹு, இபுராகீம், மூஸா, ஈஸா ஆகிய நபிமார்களினூடே அப்துல்லாவின் முதுகை வந்தடைந்தது. அப்துல்லாவுக்கும் ஆமினாவுக்கும் மகனாகப் பிறந்தவர்தான் முகம்மது நபி என்பதாக ஐதீகம். இந்த ஐதீகம் எப்படி உருவானது? முகம்மது நபிக்கு என்ன விசேஷத் தன்மையிருக்கிறது? இந்தப் பூலோகத்தில் மனித குலம் உருவான பிறகு, ஏற்கனவே சொன்னதுபோல் கோடிக்கணக்கான தூதர்களின் வருகை நிகழ்ந்திருக்கிறது. இதில் ஒருவர்தான் முகம்மது நபி. நானும் உங்களைப் போன்ற ஒரு மனிதன் மட்டும்தான் என்று முகம்மது நபி சொல்லியிருக்கிறார். இதில் எந்த விசேஷத் தன்மையும் கிடையாது. அப்படியென்றால் இந்த ஆதி சிருஷ்டியின் ஐதீகம்? யாரிடம் போய்க் கேட்க முடியும்? முஸ்லிம்களில் மிக அதிகமான மக்கள் நம்புகிறார்கள். இப்படியே போகிறது. கேள்விகள் இல்லை; கேட்டதை நம்ப வேண்டும்; வாப்பாவும் உம்மாவும் குஞ்ஞுபாத்துமாவும் நம்புகிறார்கள்.

ஆதமைப் படைத்த இறைவன், ஜீவராசிகளிடமும், மலக்குகள், ஜின்னுகளிடமும் ஆதமை வணங்கும்படி பணித்தான். அதில் அந்த முக்கியமான மலக்கு மட்டும் வணங்குவதற்கு மறுத்தார்.

ஏனென்றால், மலக்குகளைச் சிருஷ்டித்திருப்பது தீயினால். மனிதரான ஆதம் நபி, மண்ணினால் படைக்கப்பட்டவர்.

மண்ணினால் படைக்கப்பட்டதைத் தீயினால் படைக்கப் பட்டது வணங்குவது முறையாகுமா? இதுதான் அந்த மலக்குகளின் தலைவன் முன்வைத்த வாதம். எதுவாக இருந்தாலும் அனுசரிக்க மறுத்த குற்றத்திற்காக ரப்புல் ஆலமீனாகிய தம்புரான் அந்த மலக்கைத் தண்டித்தான். சுவர்க்கத்திலிருந்து அவன் வெளியேற்றப்பட்டான்.

அவன்தான் ஷைத்தானாகிய, இபுலீஸ் எனும் பகையன்.

குஞ்ஞுபாத்துமாவுக்கு இபுலீசைப் பற்றி மேலும் சில தகவல்களும் தெரியும்.

முன்விரோதம் காரணமாகவே அவன் ஆதி மாதா பிதாக்களாகிய ஆதம் நபியையும் ஹவ்வா பீவியையும் பூமியில் வழி தவறச் செய்ய முயன்றான். அதன் பிறகு எல்லா ஜீவராசிகளையும் குறிப்பாக, முஸ்லிம் மக்களை வழி தவறச் செய்து காஃபிருகளாக்கி நரகப் பாவிகளாக்குவதற்குப் பாடுபட்டுக் கொண்டிருக்கிறான். அவன் பல வேடங்களில் வருவான். எல்லா மொழிகளிலும் அவன் பேசுவான். எல்லா உருவமும் அவனுக்குப் பொருந்தும். அவனுடைய பக்கத்தில் ஆட்கள் வேண்டும். இதுதான் அவனது நோக்கம். இதற்கொரு காரணமும் இருக்கிறது.

இது, குஞ்ஞுபாத்துமா தன்னுடைய வாப்பா சொல்லக் கேட்டது. இஸ்லாமானவனுக்கென்று தனியான ஒரு வேஷமிருக்கிறதல்லவா? ஆணாக இருந்தால் இடது புறமாக வேட்டியுடுத்த வேண்டும்; தலையை மொட்டையடித்துக் கொள்ள வேண்டும்; வயலுக்கு வரப்பு வைப்பதுபோல் தாடியை இருபுறமும் கத்தியால் மழித்துக்கொள்ள வேண்டும்; பெண்ணாக இருந்தால் காது குத்தி[1] அலுக்கத்து அணிய வேண்டும்; குப்பாயமிட வேண்டும்; தலையில் தட்டமிட வேண்டும்; முடியைச் சீவிக்கொள்ளலாம், ஆனால் உச்சி வகிர்ந்துகொள்ளக் கூடாது.

அண்மையில், இதற்கு மாறாக ஒரு முஸ்லிம் இளந்தாரிப் பையன் செயல்பட்டான். அவன் தலைமுடியை வளர்த்தினான். கிராப் வைத்துக்கொண்டான். போதாதென்று வகிர்ந்து வேறு வைத்துவிட்டான்.

வாப்பா அந்த வாலிபனைக் கூப்பிட்டு[2] ஒஸாவை வைத்து முடியை மழித்துவிட்டார். ஏனோ? முடியைப் படைத்தது யார்?

---

1 பிறைவடிவ ஆபரணம்; அடுக்கடுக்காக அணியப்படுவது.

2 முஸ்லிம் நாவிதர்.

அது எதற்காகப் படைக்கப்பட்டது? யாருமே கேட்கவில்லை. முடியை மழிக்க வைத்துவிட்டு வட்டன் அடிமை சொன்னார்:

"வட்டனடிமெக்கெ [1]ரூஹு கெடக்குத காலம்வரெ அந்தப் படச்சவனுக்கெ, முத்து நபிகளுக்கெ தொணையோட – இஸ்லாம் தீனை இல்லாமலாக்கச் சம்மதிக்க மாட்டேன்."

ஏனென்றால், முடி வளர்த்து கிராப் செய்வது இபுலீசின் கூட்டத்தினர்தான். காஃபிருகள். ஆகவே, முஸ்லிம்கள் இதில் கவனமாக இருக்க வேண்டும். இபுலீஸ் தலையில் ஏறி அமர்ந்து கொள்வான். அதற்காகத்தான் தொப்பியணிந்து கொள்வது. தொப்பியில்லையென்றால் தலையில் துணியைச் சுற்றிக் கொண்டாலும் போதும். மட்டுமல்ல, தலைப்பாகை அணிந்து கொள்வது ஒரு கௌரவமான விஷயமும்தான். யோக்கியதையுடன் சம்பந்தப்பட்டது.

ஆனால், வாப்பா தொப்பியணியவோ தலையில் துணி கட்டவோ மாட்டார். தொழுகையின்போது மட்டும் தலையை மறைத்துக்கொள்வார். மற்ற நேரங்களில் இபுலீஸ் வாப்பாவின் தலையில் ஏறி உட்கார்ந்திருப்பானா? அப்படியொரு சந்தேகத்திற்கே இடமில்லை.

வட்டன் அடிமையின் பக்கத்தில் வருவதற்கு இபுலீசுக்குத் தைரியமிருக்கிறதா?

எதுவாக இருந்தாலும் குஞ்ஞுபாத்துமா எப்போதுமே தலையை மறைத்துக்கொள்வாள். உம்மாவும் தலையை மறைப்ப துண்டு. முடியைச் சீவியொதுக்குவாள். ஆனால், காஃபிரிச்சி களைப்போல் வகிடெடுத்துக்கொள்ள வெல்லாம்மாட்டாள்.

முஸ்லியார்கள் இரவுப் பிரசங்கத்தில் சொல்லித் தந்தது போல் அவர்கள் அப்படியே வாழ்ந்து வருகிறார்கள். யாருக்கும் எந்த அறிவும் கிடையாது. எழுத்து வாசனை கிடையாது. கிரந்தங்களிருக்கின்றன. எல்லாமே அரபி மொழியில். முஸ்லியார்கள் அரபி மொழியைப் படித்தவர்கள். அவர்கள் சொல்லுவதை நம்ப வேண்டும். அவர்களை அனுசரித்து ஒழுக வேண்டும். அவர்கள்தான் சொல்லித்தருவார்கள். அவர்கள் சொல்லிக் கொடுத்த ஒரு விஷயத்தை வாப்பாவும் சொன்னார். அது பசியைப் பற்றியது. வாப்பா சொன்னார்.

ஆதி உயிரை சிருஷ்டித்த அல்லாஹு பின் அனைத்து ஜீவராசிகளுடைய ஆத்மாக்களிடமும் கேட்டான்:

உங்கள் அனைவரையும் சிருஷ்டித்தது யார்?

---

1 உயிர்

அனைத்துமே சொல்லின:

எங்களுக்கென்று சிருஷ்டி கர்த்தாக்கள் யாருமே இல்லை.

இறைவன் அனைவரையுமே தண்டித்தான். அனேக விதமாகத் தண்டித்தான். நீண்ட நெடுங்காலம்வரை தண்டித்தான்.

இருந்தபோதும் யாருமே ஒப்புக்கொள்ளவில்லை.

கடைசியில் அனைவருக்கும் ரப்புல் ஆலமீனாகிய தம்புரான் பசியெனும் கடினமான தண்டனையை விதித்தான். இப்படியாக அன்று முதல் பசி உருவானது. அன்று, பசியெனும் தண்டனையை விதித்ததுமே எல்லாரும் ஒப்புக்கொண்டனர்.

எங்களை சிருஷ்டித்தவன், அல்லாஹு தஆலாதான்.

அன்றைய அந்த ஒப்புதல் பத்திரம் ஒரு கல்லினுள் வைக்கப்பட்டது. இனி அந்தக் கல், கியாமம் எனும் இறுதி நாளில் ஆத்மாக்களின்மீதான விசாரணையின்போது சாட்சியாக எடுக்கப்படும். அந்தக் கல்லின் பெயர்தான், ஹஜுருல் அஸ்வத். அந்தக் கறுப்புக்கல், மக்காவிலுள்ள கஃபாவிலிருக்கிறது. அந்தக் கல், கஃபாவை வலம் வரும்போது எண்ணிக்கையைக் கணக்கில் கொள்வதற்காக வைக்கப்பட்ட வெறுமொரு கறுப்பு அடையாளக்கல் என்றும் சொல்லப்படுகிறது. எது வாயினும் ஹஜ்ஜுக்குப் போகிறவர்கள் அதைத் தொட்டு முத்தமிட்டுக் கொள்கிறார்கள். வாப்பாவும் உம்மாவும் அதைத் தொட்டு முத்தாமலிருக்க மாட்டார்கள். குஞ்ஞுபாத்துமாவால் ஹஜ்ஜுக்குப் போகவும் அந்தக் கல்லைத் தொட்டு முத்தமிடவும் இயலுமா? இதில் ஏதாவது பிரச்சினைகள் ஏற்படு மென்றால் அது இபுலீஸ் எனும் பகையனுடைய வேலையாகத் தானிருக்கும். இறைவனின் வலுமிக்க எதிரி அவன். மனித குலத்தைத்துர்மார்க்கத்திற்கு இட்டுச் செல்பவன். அழிவுக்கு... அவன் எப்போதுமே பிரச்சினைகளை ஏற்படுத்திக் கொண்டு தானிருக்கிறான்.

"ரப்புல் ஆலமீனான தம்புரானே!" குஞ்ஞுபாத்துமா பிரார்த்திப்பாள்: "இபுலீஸ் எனும் பகையனின் [1]ஷிர்க்கிலிருந்து எங்களைப் பாதுகாப்பாயாக!"

o

1 முறைகேடு

3

எங்கே அந்த அகம்பாவத்துடன் திரிந்த மன்னவர்களும் மற்றவர்களும்

குஞ்ஞுபாத்துமா அலங்காரங்களுடன் அமர்ந்திருந்தாள். கையிலும் காலிலும் மருதாணி யிட்டுச் சிவப்பாக்கி, கண்களில் சுருமா தீட்டிக் கறுப்பாக்கி எதிர்பார்ப்புடன் அப்படியே வாழ்ந்து கொண்டிருந்தாள்.

"வரப்போவது யார்?"

முதலிலெல்லாம் கல்யாணம் என்பது ஒரு தமாஷ் போல்தான் அவளுக்குத் தோன்றியது. வெற்றிலை போட்டு உதடுகளைச் சிவப்பாக்கி பெரிய மனுஷியாகலாம். காதுகளில் தங்க அலுக்கத்து அணியலாம். உம்மா வாப்பாவுடன் சேர்ந்து ஹஜ்ஜுக்குப் போகலாம். ஆனால்...வருகிற ஆணாகப் பிறந்தவன் இதற்குச் சம்மதிப்பானா?

ஆனால், கட்டிக்கொள்ள வரும் ஆணாகப் பிறந்த யாருமே ஆனை மக்காரின் அன்பான மகளது அருமை மகளுக்குப் பொருத்தமானவனாக இருக்கப்போவதில்லை. சிலரிடம் பணம் பற்றாதென்றால் சிலரது கோத்திரம், அவ்வளவு காத்திரமானதல்ல.

அப்படியாக நாட்கள் நகர்ந்தன. நகர்ந்து கொண்டே இருந்தன. குஞ்ஞுபாத்துமாவுக்கு வயதும் ஏறிக்கொண்டே போனது. அப்படியிருக்கும்போது அவளுக்குள் சின்னதாக ஒரு ஆசை. அது மிகத்

தெளிவாகவுமில்லை. மனதினுள் சிறு வருத்தம் போலவுமிருந்தது. வரப்போகும் ஆணாகப் பிறந்தவனைக் கல்யாணத்துக்கு முன்பு ஒரு தடவை பார்க்க வேண்டும். சும்மா பார்த்தால் மட்டும் போதும்.

ஆனால், இந்த ஆசையை அவள் யாரிடமும் சொல்ல வில்லை. இது ஒரு மோசமான ஆசையல்லவா? பெண்ணாகப் பிறந்த ஒரு இஸ்லாமானவளுக்குப் பொருந்துகிற ஆசையா இது? இருந்தாலும் இது நாளுக்குநாள் அதிகரித்துக்கொண்டே இருந்தது. வெறுமனே உட்கார்ந்து சொப்பனம் காண்பதைத் தவிர அவளுக்குச் செய்வதற்கு வேறு என்ன இருக்கிறது? வீட்டில் ஐந்தாறு வேலைக்காரிகள் இருந்தார்கள். வீட்டில் எப்போதுமே ஆரவாரங்கள்தான். இடையிடையே உம்மாவின் மிதியடியின் டொக் . . . டொக் . . . சத்தம் கேட்கும். இன்னொரு பக்கம் வாப்பாவின் மிதியடிச் சத்தம். அங்கே நிறைய ஆண்கள் வந்து கூடுவார்கள். அவர்கள் என்ன பேசுகிறார்கள்?

அவளால் புரிந்துகொள்ள முடிகிற விஷயங்களில்லை. கோர்ட்டுக் கச்சேரி, வக்கீல்கள், எதிர் சாட்சிகள், கைக்கூலி இப்படியாக என்னவெல்லாமோ பேசுவார்கள். சில நேரங்களில் அவளுடைய கல்யாண விஷயமும் அலசப்படும். அவளுடைய ஒவ்வொரு அணுவும் அதைக் கூர்மையாகக் கவனிக்க முயற்சி செய்யும். ஆனால், அவளால் அசைய இயலாது. குஞ்ஞுபாத்துமா அசைந்தால் இந்த உலகத்துக்கே தெரிந்துவிடும். அது அவளுக்கு வெட்கமாகப்போகும். அவள் மூச்சு விட்டால்கூட 'க்ளக்' என்று சத்தம் வரும். நடக்கும்போது சொல்லவே வேண்டாம். க்லோம், ச்லோம், ப்லோம் எனும் சத்த கோலாகலத்துடன் தான் நடப்பாள். இவ்வளவு அதிகமான ஆபரணங்கள் எதற்காக? யாரிடம் காண்பிப்பதற்கு? சில ஆபரணங்களைக் கழற்றி வைக்கலாம்தான். ஆனால், பெண் பார்க்க வருபவர்கள் எந்த நேரத்தில் வந்தேறுவார்கள் என்று தெரியாது. அப்போது தங்க நகைகள் குறைவாக இருப்பது ஒரு [1]அசிங்கமான விஷயமல்லவா?

வருகிற பெண்கள் அத்தனைபேரும் தங்கத்தில் மூழ்கி வருகிறார்கள்.எல்லாருமேகாரியக்காரிகள்தான்.என்னவெல்லாமோ கேள்விகளை அவர்கள் கேட்கிறார்கள். சந்தேகங்களின் சீர்வரிசை... சிலர் அவளுடைய வாயைத் திறந்து பார்த்தார்கள். பல்லின் எண்ணிக்கையெல்லாம் சரியாக இருக்கிறதா? இருப்பதைப் புழு அரிக்காமலிருக்கிறதா?

அவளது பற்களில் எந்தக் கேடுபாடுகளுமில்லை. எல்லாப் பற்களுமே சரியாகவும் அழகாகவுமிருந்தன.

---

1 அசிங்கமான

வேறு சிலருக்கு குஞ்ஞுபாத்துமாவால் பேசமுடியுமா என்பதை அறிந்துகொள்ள வேண்டும். இதற்காக அவர்கள் ஒவ்வொருவரும் பல கேள்விகளைக் கேட்டார்கள்.

"நம்மளெயெல்லாம் படச்சவன் ஆரு?" ஒருத்தி கேட்டாள்.

குஞ்ஞுபாத்துமா சொன்னாள்:

"அல்லாஹு."

அனைத்துப் பிரபஞ்சங்களையும் எல்லா ஜீவராசிகளையும் சிருஷ்டித்தவன் அல்லாஹுதானே?

"கியாமத்து நாளின் அடையாளங்கள் என்னவெல்லாம்?"

உலகம் அழியும் நாளின் அறிகுறிகள் என்னென்ன என்பது தான் கேள்வி. இந்தப் பூலோகம் ஒரு நாள் அழிந்துபோகும். அதை முன்கூட்டியே அறிந்துகொள்வதற்கான சில அடை யாளங்கள் தென்படும். அதை குஞ்ஞுபாத்துமா விவரித்துச் சொல்வாள்கீ... ழே இருப்பவர்கள் மேலே வருவார்கள். மேலே இருப்பவர்கள் கீழே போவார்கள். பொய்கள் பெருகும். இறை நம்பிக்கை இல்லாமலாகும். மதங்கள் அழியும். தாய் தந்தையர் சொல்லுக்குப் பிள்ளைகள் கீழ்ப்படிய மாட்டார்கள். குருவானவர்களை வணங்க மாட்டார்கள். பெரியோர்களைக் கேலி செய்வார்கள். பெண்களுக்கு அடக்கமும் பணிவும் இல்லாமல்போகும். யாருக்கும் யார்மீதும் மதிப்போ மரியாதையோ இருக்காது. யாரும் யாரையும் நம்ப மாட்டார்கள். அன்பு அழிந்துபோகும். பகை அதிகரிக்கும். மனங்கள் கடினமாகும். மன்னவர்களும் ஆட்சியாளர்களும் கொடூரக் குணமுடையவர்களாக மாறுவார்கள். உலகத்தை அடக்கியாளும் ஆசை அதிகரிக்கும். நாசகார ஆயுதங்களுடன் பயங்கரமான யுத்தம் வரும். ஆனாலும் உலகம் அழியாது. அழிப்பதற்கு அல்லாஹு ஒருவனால் மட்டுமே முடியும். கியாமம் நெருங்குவதற்குச் சில வருடங்களுக்கு முன் மனிதன் மறதி எனும் மகா வியாதிக்குள் சிக்கிக்கொள்வான் . . . அப்போது திடீரென்று ஒருநாள், சூரியன் உதித்து மனிதர்கள் அவரவர் வேலைகளுக்குப் போகத் தயாராக இருக்கும்போது உலக மக்கள் அனைவரும் கேட்கும்படியாக, பெருங்குரலில் நீண்டதொரு முழக்கம் கேட்கும்.

"ஆகா... என்ன சத்தம் இந்த நேரம்?" என்று மக்கள் அதிர்ந்துபோவார்கள்... அதுதான் கடேசிக் காலத்தின் 'ஸூர்' எனும் முழக்கம்!

இஸ்ராஃபீல் என்கிற ஒரு மலக்கு முழக்குகிற கொம்போசை இது. அந்தக் கொம்பு உலகிலுள்ள அனைத்து ஜீவராசிகளின்

எண்ணிக்கைக்கேற்பத் துவாரங்களுடனிருக்கும்... இந்தப் பேரோசையைக் கேட்கும் மனிதர்கள் உலகின் நாலா பகுதிகளிலும் தனித்தனியாக ஒன்று கூடி பதற்றத்துடன் கேட்பார்கள்.

"எங்கே இருந்து வருது இந்தச் சத்தம்?"

அந்தச் சத்தம் படிப்படியாக அதிகரித்து இடிமுழக்கம் போலாகும். உயிரினங்கள் பதற்றத்துடன் அங்குமிங்குமாக ஓடும். முழக்கம் மென்மேலும் பயங்கரமாகும். மனிதனும் மற்ற பிற ஜீவராசிகளும் ஒவ்வொன்றாகவும், கூட்டம் கூட்டமாகவும் செத்து விழத்தொடங்குவார்கள். பூமி குலுங்கும். வெடித்துச் சிதறும். சமுத்திரங்கள் அனைத்தும் பெரும் பிரவாக மெடுத்து நாட்டுக்குள் புகுந்தேறும். குன்றுகளும் மலைகளும் இலட்சோப லட்சம் துண்டுகளாக வெடித்துச் சிதறும். கொடுங்காற்று உருவாகும். உலகத்திலிருந்து அக்னி, துளிக்கூட மிச்சமில்லாமல் அணைந்து போகும். நட்சத்திரங்களும் சூரிய சந்திராதிகளும் குளிர்ந்து தகர்ந்து கரிந்துபோகும். எல்லாமே அழிந்துவிடும். கோள்களும் அண்டசராசரங்களும்... எதுவுமே மிஞ்சாது. அனைத்துமே தகர்ந்து தூள்தூளாகிப் பறந்துவிடும். எல்லையில்லாத சூனியம். சூனியம்... இறுதியில்... இறுதியில் ரப்புல் ஆலமீனாகிய தம்புரான் மட்டுமே எஞ்சியிருப்பான். அப்போது அல்லாஹு கேட்பான்:

"நான்... நான்னு சொல்லி அகம்பாவம் பிடிச்சித் திரிஞ்ச ராசாமாரும் மத்தவரும் எங்கே?"

சூனியம், மகாசூனியம்.

இந்த விதமாக அல்லாஹு, கோடானுகோடி யுகங்கள் தன்னந்தனியாகவே வாழ்வான்... மீண்டும் அவன் பூமியைப் படைப்பான். நட்சத்திரங்களும் சூரிய சந்திரர்களும் தோன்று வார்கள். எல்லா ஆன்மாக்களும் திரும்பவும் எழுப்பப்படும். பிறகு தண்டனை, விடுதலை... எல்லாவற்றையுமே குஞ்ஞு பாத்துமா விரிவாகச் சொல்வாள். அவளுக்கு இதெல்லாம் மனப்பாடம்.

இப்படியாகக் கேள்விகள் கேட்பதும், அவளைப் பரிசோதனை செய்வதும், பார்க்க வருவதும்... மகனுக்காக; அல்லது சகோதரனுக்காக.

அவளுக்கும் ஒரு குட்டி சகோதரனிருந்திருந்தால்... ஏதாவது வீடுகளில் ஒருதடவையாவது ஏறிச் சில கேள்விகளைக் கேட்டு பெரிய ஒரு காரியக்காரியாகி இருக்க முடியும். ஒரு முஸ்லிம் பெண்ணுக்குத் தெரிந்திருக்க வேண்டியதெல்லாம் அவளுக்கும் தெரியும். ராகமிட்டு அவள் குர்ஆன் ஓதுவாள். குர்ஆன், அல்லாஹுவின் வசனங்களல்லவா? அதைத் தொட

வேண்டுமென்றால் உடலைச் சுத்தம் செய்திருக்க வேண்டும். குளிக்க வேண்டும்; அல்லது ஒளு செய்ய வேண்டும். சில அரபு வார்த்தைகளை உச்சரித்து கைகள், வாய், மூக்கு, முகம், காதுகள், உச்சந்தலை, கால்கள் இத்தனையும் மும்மூன்று தடவை சுத்தமான நீரால் கழுவ வேண்டும். அப்புறம், அவளுக்குத் தொழுவதற்குத் தெரியும். ஸுபுஹு, ளுஹர், அஸர், மஃரிபு, இஸா. இப்படியாக ஐவேளைத் தொழுகை. பார்வைக்குட்படாத படைத்தவனின்முன் நின்று பிரார்த்தனை செய்தல். இத்துடன் இஸ்லாத்தினுடைய காரியங்களும் ஈமானுடைய காரியங்களுமெல்லாம்கூட அவளுக்குத் தெரியும். அவளை யாராலும் தோற்கடிக்க முடியாது. பெண் பார்க்க வந்திருந்தவர்களில் ஒரு காரியக்காரி கேட்டாள்:

"ஆயிஷா வீவி ஆரு புள்ளெ?"

குஞ்ஞுபாத்துமா சொன்னாள்:

"முத்து நபிக்கெ பெஞ்சாதி."

முகம்மது நபியின் மனைவியருள் ஒருவர் ஆயிஷா பீவி.

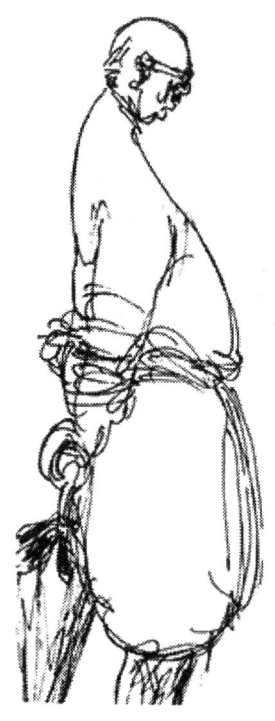

எங்க உப்பப்பாவுக்கொரு ஆனையிருந்தது

“ஆயிஷா வீவி காது குத்தியிருந்தாங்களா ?”

“குத்தியிருந்தாங்கோ.”

“எத்தனெ அலுக்கத்துப்போட்டிருந்தாங்கோ ?”

குஞ்ஞுபாத்துமா சொன்னாள்:

“சொர்க்கத்துலே இருந்து ஜிபுரீல் (அலைஹிவஸலாம்) ஒரு கொத்து, முத்து கொண்டு வந்து ரஸூல் ஸல்லல்லாஹி அலைஹிவஸல்லம் கையிலெ குடுத்தாங்கோ. முத்து நபி, அதை ஆயிஷா வீவிக்கெ காதுலெ போட்டாங்கோ.”

குஞ்ஞுபாத்துமாவின் காதுகளில் முத்து, கொத்தாகக் கிடக்கவில்லை. இரண்டு காதுகளிலும் சேர்த்து இருபத்தொரு தங்க வளையங்கள் கிடந்தன. அதில் ஒவ்வொன்றிலும் மெல்லிசாக இருபத்தொரு சிறு அரசிலைகள். காற்றுப்படும் போதெல்லாம் அவை சிறு சத்தத்துடன் அசையும்.

அவளுடையமேல் காதில் இரண்டு பொன் தக்கைகள் கிடந்தன. அதிலும் இரண்டு பொன்னரசிலைகள் தொங்கின. கழுத்தில் தங்க ஆபரணங்களுடன் ஒரு தடித்த தங்கப் பீச்சங்காய். உம்மாவின் கழுத்தில் கிடப்பதுபோல் தாலிப்பூட்டில்லை. அது, திருமணத்திற்குப் பிறகு இடப்படுவது. அவளது கைகளில் தங்கக் கிலுக்காம் வளையல்கள் கிடந்தன. விரலில் மோதிரமிருந்தது. அது, வாப்பா அணிந்திருப்பதுபோல் ஐம்பொன்னாலானதல்ல. இஸ்லாமான ஆணாகப் பிறந்தவன் தனித் தங்கம் அணியக் கூடாது.

குஞ்ஞுபாத்துமாவின் விரலிலுள்ள மோதிரம் கட்டித் தங்கத்தாலானது. ஆனைக்கண் மோதிரம். அவளுடைய இடுப்பில் தங்க அரைஞாணும் கிடந்தது. அதில் நிறையஏலசுகளும் குணுக்குகளும் கிடந்தன. அவளுடைய கால்களில் கிடந்த பொகடான, பொந்தன்பொன் தண்டைகளுமிருந்தன. நடக்கும் போது இதிலிருந்துதான் அதிகமான சத்தம் வரும். அதனுள் என்ன இருக்கிறதென்று அவளுக்குத் தெரியாது. தங்கத் துணுக்குகளோ மண் பரல்களோ... எதுவோ இருக்கும்.

அதுதான் நடக்கும்போது சத்தமெழுப்புகிறது.

அவள் வெறுமனே உட்கார்ந்திருப்பாள். பசி வராமல் உண்பாள். தூக்கம் வராமல் படுப்பாள்.

அந்தப் பெரிய கட்டடத்தின் நடு முற்றத்தில் நிலா வெளிச்சமுள்ள இராத்திரிகளில் அவள் அப்படியே நின்றிருப்பாள். மனதில் மெல்லியதான ஒரு வேதனை படர்ந்திருக்கும். காரணம் என்ன ? குஞ்ஞுபாத்துமாவுக்குத் தெரியாது. அவள் நினைத்துக்

கொள்வாள். சும்மா அப்படித் தோன்றுகிறதாக இருக்கலாம். அவளுக்குத் தேவையான எல்லாமே இருக்கிறது. இருந்தும் அவள் நட்சத்திரங்கள் நிறைந்த ஆகாயத்தைப் பார்த்துப் புன்னகைக்க முயற்சி செய்யும்போது உம்மா உள்ளே வரச் சொல்லி அழைப்பாள். அங்கே அப்படி நிற்கக் கூடாது. யாராவது பார்ப்பார்களில்லையா ?

"ஆகாசத்துலே யாரும்மா ?"

உம்மா சொல்வாள்:

"இஃப்ரீத்தும் ஜின்னும் ஷைத்தானும்."

ஆகாயத்தினூடே பறந்துபோகும் அரூப உயிர்கள் ஏதாவது அவளைப் பார்த்துவிட்டால் ?

நாம்பார்ப்பதுபோல் ஆகாயம் வெறும் சூனியமொன்றுமில்லை. மலக்குகள், ஜின்னுகள், இஃப்ரீத்துகள் ஷைத்தான் – மட்டுமல்ல, இபுலீஸ் எனும் பகையனும் ஆகாயத்தில் பறந்து செல்வான். அப்படியே போகிற போக்கில் குஞ்ஞுபாத்து மாவைப் பார்த்துவிட்டால் – சிலதுகள் மோகம் மேலிட்டு அவளது உடலில் கூடியும் விடலாம்.

அவள் உள்ளே வருவாள்.

மனிதர்களோ, மலக்குகளோ, ஜின்களோ யாராவது அவளைக் காண்பதில் அவளுக்கு எதிர்ப்பெதுவுமில்லை. இருந்தாலும் அவள் முஸ்லிம் பெண்ணல்லவா ?

அவளொரு கைதி. காற்றும் வெளிச்சமும் அவளுக்குத் தேவையில்லை. அவள் உள்ளுக்குள் திணறுகிறாள். குப்பாயங்கள் பொருந்தாமலாகின்றன. அவள் ஏதேதோ கனவுகள் கண்டு விழித்துக்கொள்கிறாள். யாரிடமும் சொல்லக்கூடியதுமல்ல. அவளது ஒவ்வொரு அணுவையும் அது சூடுபடுத்துகிறது. இப்படியாக குஞ்ஞுபாத்துமா கனவுகளினூடே தனது இருபத்தொன்றாவது வயதுக்கு வந்து சேர்ந்தாள். அதற்குள் அவளது வாழ்க்கையில் விரும்பத்தகாத சில சம்பவங்கள் நிகழ்ந்திருந்தன.

அவளுடைய தங்க நகைகளையெல்லாம் வாப்பா கழற்றியெடுத்திருந்தார். உம்மாவின் தங்க நகைகளையும் எடுத்துக் கொண்டார். எல்லாவற்றையும் எடை போட்டு விற்று வழக்கு நடத்திக்கொண்டிருந்தார்.

குஞ்ஞுபாத்துமாவின் காதுகளும் கழுத்தும் இடுப்பும் கை கால்களும் மூளியாகக் கிடந்தன. வாப்பாவும் அவரது பரிவாரங்களும் எப்போதுமே கோர்ட்டில்தான். வழக்கு நடக்கிறது.

கடைசியில், வாப்பா ஒரு முடிவுக்கு வந்து சேர்ந்தார், வழக்கின் தீர்ப்பு வாப்பாவுக்குப் பாதகமாக வந்தபோது.

அவமானமும் தோல்வியும். இப்படியாக அவர் போக வேண்டியதாயிற்று.

எங்கே?

ஒரு அந்திப்பொழுது. அன்று நிலவு சீக்கிரமாகவே உதித்தெழுந்தது.

பிறந்து வளர்ந்த வீட்டிடம் குஞ்ஞுபாத்துமா கடைசியாக விடைபெற்றாள். அவர்கள் புறப்பட்டார்கள். வாப்பா, முன்னால் நீண்டு நீண்டு நிமிர்ந்து நடக்க, பின்னால் உம்மா கண்ணீருடன் தலை குனிந்து நடந்தாள். இரண்டு பேருக்கும் பின்னால் எவ்வித பாவ பேதமுமில்லாமல் குஞ்ஞுபாத்துமா. ஆட்கள் பார்த்துக்கொண்டிக்கவே வழிப்பாதையில் அவர்கள் இறங்கினார்கள். பள்ளிவாசலின் அருகிலூடே அவர்கள் ஆற்றங்கரையை அடைந்தார்கள்.

உலகத்தில் எதுவும் நிகழவில்லை. ஆனால், அவர்களது கடந்தகாலமும் நிகழ்காலமும் எதிர்காலமும் தகர்ந்துபோய்விட்டன. இருந்தாலும்... நிலவொளியில் நதியும், மணல் பரப்பும் தெளிவாகத் தெரிந்தன... ஆட்கள் குளித்துக்கொண்டிருந்தார்கள்... சிலர், மணல்பரப்பில் கூடி மகிழ்ச்சியுடன் சிரித்துப் பேசிக்கொண்டிருந்தார்கள்... உலகத்தில் எதுவுமே நிகழவில்லை. ஆனால், வட்டன் அடிமையின், மனைவியின், மகளின் வாழ்க்கை முழுவதுமாகத் தகர்ந்துபோயிருந்தது.

உலகத்தில் எதுவுமே நிகழவில்லை.

குஞ்ஞுபாத்துமா, உம்மா வாப்பாவின் பின்னால் எங்கே என்று தெரியாமல் நடந்துகொண்டிருந்தாள். அவளுடைய கால்கள் வலித்தன. உடல் தளர்ந்தது. இருந்தாலும் அற்புதங்கள் நிறைந்த உலகம்தான். ஆள் சஞ்சாரமற்ற பெருவழி.

நிலவினூடே அவள் தாய் தந்தையரின் பின்னால் நடந்து கொண்டிருந்தாள். இலக்கு எது? இந்த இரவு முடியாதா?

o

4

இரண்டு பழைய மிதியடிகள்

குஞ்ஞுபாத்துமாவின் மனதில் கரை கடந்த மகிழ்ச்சி. பகையுணர்வோ எதிர்ப்போ, ஏதோ ஒரு மனத்திருப்தி. நிகழ்ந்திருப்பது மிகப்பெரிய விபத்துதான். இருந்தாலும் மனிதர்களைப் பார்க்கலாம்; சுத்தமான காற்றைச் சுவாசிக்கலாம்; சூரிய வெளிச்சத்தின்கீழ் நிற்கலாம்; நிலவொளியில் மூழ்கலாம்; ஓடலாம், குதிக்கலாம், பாடலாம், பாட்டெதுவும் தெரியாது, இருந்தாலும். எல்லா வற்றிற்கும் அவளுக்குச் சுதந்திரமிருந்தது. மலக்கு, ஜின்னு, இஃப்ரீத்து, இன்ஸ். யார் வேண்டுமானாலும் வரட்டும்.

ஆச்சரியமென்றுதான் சொல்ல வேண்டும். யாருமே வரவில்லை. பணமில்லாதவர்களை யாருக்கு வேண்டும்?

இந்த நம்பிக்கையில் குஞ்ஞுபாத்துமாவால் உறுதியாக நிற்கவும் முடியவில்லை. பணமில்லை யென்றாலும் அவளிடம் இளமையிருந்தது. அழகிருந்தது. ஒரு சில ஆண்கள் அவள்மீது ஆர்வம் காட்டத் தொடங்கியிருந்தார்கள். சிலர் அவளைப் பார்த்துக் கண் ஜாடை காட்டினார்கள். சிலர் நாணயங்களைக் காட்டினார்கள்.

இதெல்லாம் நல்லதுக்கல்ல என்பது அவளுக்குத் தெரியும். நாசத்தை நோக்கிய அழைப்புகள். இவர்களையெல்லாம் என்ன செய்வது? அவள் யாருடைய கவனத்திலும் படாமல் புளியமரத் தினடியில் வந்து அமர்ந்து கொள்வாள். அல்லது அல்லி மலர்த்தடாகத்தினருகில்.

அது ஒரு கரு நீல, இருளடர்ந்த நீர்ப்பரப்பு. ஏராளமான சிவப்பும் வெள்ளையுமாய் அல்லிமலர்கள். நீர்ப்பரப்பில் படர்ந்து கிடக்கும், பளபளப்பும் பச்சை நிறமும் வட்ட வடிவமுமான இலைகள். அடர்ந்து விரிந்து நிற்கும் பூக்களைத் தழுவிக்கொண்டு வரும் குளிரிளங்காற்று.

அவள் அப்படியே அமர்ந்திருப்பாள். முடிவில்லாத ஆகாயம்; பெரிய உலகம்.

வீடு பக்கத்தில்தான். அதுதான் நம்முடைய வீடு என்று குஞ்ஞுபாத்துமாவுக்கு இன்னும் தோன்றத் தொடங்கவில்லை. தோலுரித்ததுபோல், வெறும் செங்கல்லினாலான ஒரு பழைய சிறு வீடு. இரண்டு கூடங்களும் ஒரு சமையல் அறையுமிருந்தன. வைக்கோல் வேயப்பட்ட கூரை. அதில், தளிர்விட்டிருந்த கதிர்கள் இடையிடையே பச்சையாகத் தெரிந்தன.

வீட்டினுள் சாமான்களும் அதிகம் கிடையாது. இரண்டு மூன்று பாய்களும் தலையணைகளும். எல்லாருடைய துணிகளையும் வைப்பதற்கான ஒரு பெட்டி. அப்புறம் இரண்டு மூன்று மண்ணெண்ணெய் விளக்குகள்.

சமையலறையில் இரண்டு மூன்று மண் குடங்களும் சில கறிச்சட்டிகளும். உண்பதற்கும் கஞ்சி குடிப்பதற்கும் பயன்படுகிற தொப்பிச்சட்டிகளுமிருந்தன.

தின்பதற்கும் குடிப்பதற்கும்கூடச் சிரமம்தான்.

பழைய வீட்டிலிருந்து எதையுமே எடுத்துக்கொண்டு வராமல் வெறுங்கையுடன் அல்லவா இறங்கி வந்தார்கள்? ஆனால், உப்பப்பாவின் அந்தப் பெரிய, யானையின் கொம்பினால் செய்யப்பட்ட, குமிழ் வைத்த அந்த இரண்டு மிதியடிகளையும் உம்மா எப்படியோ கொண்டு வந்துவிட்டாள். வரும்போது அது உம்மாவின் கையிலிருந்ததா என்பது குஞ்ஞுபாத்துமாவுக்கு நினைவில்லை.

அந்த மிதியடியின்மீதுதான் உம்மா நடந்தாள். உம்மாவுக்கு எப்போதும் எதையாவது பேசிக்கொண்டே இருக்க வேண்டும். வாய் நிறைய வெற்றிலையும் வேண்டும்.

வாப்பா வெற்றிலை போடுவதை நிறுத்திவிட்டார். வாப்பாவின் முடியெல்லாம் திடீரென்று நரைத்துப்போய் விட்டது. அதிகமாகப் பேசுவதுமில்லை. இலக்கில்லாமல் ஏதோ சூனியத்தை வெறித்துப் பார்த்துக்கொண்டிருப்பார். நினைத்துப் பார்ப்பதற்கும் நிறையவே இருக்கிறதல்லவா? மாபெரும் சாம்ராஜ்ஜியம் தகர்ந்துபோன நினைவுகள்.

“அதெல்லாம் படச்சவனுக்கெ, முத்து நபிக்கெ, நேமிசக் காரங்களுக்கெ விதிபோலெ.” வாப்பா சொல்வார்: “ஒரு நேரத்தைய [1]நிஸ்காரத்தையும் நான் மொடக்குனது கெடையாது. ஒரு ஒத்தை நோம்பையும்கூட நான் விட்டதும் கெடயாது.”

பிறகு இதெல்லாம் ஏன் நிகழ்ந்தது? குஞ்ஞுபாத்துமாவுக்குப் புரிந்துவிட்டது. எதுவுமே நடக்கவில்லை. அப்படியே நடந்திருந் தாலும் அதற்கான குற்றவாளி யார்? வாப்பாவைக் குற்றம் சொல்வதற்கும் அவளுக்கு மனமில்லை. உம்மாவையும், மாமிமார்களையும், மாமாமார்களையும் குற்றவாளிகளாக அவளால் பார்க்க முடியவில்லை. புனித குர்ஆன் மீது ஆணை யிட்டுப் பொய் சாட்சி சொன்ன பெரிய மனிதர்களை மட்டும் எப்படிக் குற்றம் சொல்லிவிட முடியும்? மனிதர்களில் யாரையுமே குஞ்ஞுபாத்துமாவால் குறை சொல்ல முடியவில்லை. உண்மையான குற்றவாளி ஷைத்தானாகிய இபுலீஸ் எனும் பகையன்தான்.

குஞ்ஞுபாத்துமா தினமும் பிரார்த்திப்பாள்:

“ரப்புல் ஆலமீனான தம்புரானே, இனிமேலாவது எங்களை இபுலீஸ் எனும் பகையனிடமிருந்து பாதுகாப்பாயாக.”

வேறு என்ன செய்ய முடியும்? அவனால் பெரிய தொந்தரவாகப்போய்விட்டது. அவன் செய்த வேலை இதுதான்:

குஞ்ஞுபாத்துமாவின் வாப்பா, கைவசம் வைத்து அனுபவித்துக் கொண்டிருக்கும் தென்னந்தோப்புகளும் வயல்களும் வாப்பாவுக்கு மட்டும் சொந்தமானதல்ல. அந்தப் பெரிய வீடும் மற்றவைகளும் வாப்பாவுக்கும் வாப்பாவின் ஏழு சகோதரிகளுக்கும் சேர்ந்து உரிமைப்பட்டதாகும்.

“ராவோடு ராவா உம்மாவெக் காளை வண்டியிலெ ஏத்தி கச்சேரியிலெ கொண்டுபோயி எங்கக் கூடப்பெறந்த வனான வட்டனடிமெ, எங்களுக்கும் சேந்து உரிமைப்பட்டதான வஸ்துக்களெ உம்மாட்டேருந்து எழுதி வாங்கிட்டாரு” என்று ஏழு மாமிமாரும் சேர்ந்து வாப்பாவின்மீது வழக்குப் தொடர்ந்துவிட்டார்கள்.

“அது எஞ்செல்ல உம்மா எனக்கு எழுதித்தந்ததுதான்” என்று குஞ்ஞுபாத்துமாவின் வாப்பா வாதித்தார். வழக்கு பல வருடங்கள் நடந்தது. இரண்டு பக்கமிருந்தும் ஏராளமான பணம் செலவானது. திறமையான வக்கீல்கள் வழக்கை நடத்தினார்கள். வழக்கு வெற்றி பெறுவதற்காக இரண்டு பிரிவினர்களும் எல்லாப் பள்ளிவாசல்களுக்கும் நேர்ச்சைகள் நேர்ந்தார்கள். புனிதர்களின்

---

1 தொழுகை

கபருஸ்தான்களுக்குச் சென்று பிரார்த்தனை செய்தார்கள். பணம் கொடுத்தார்கள். பள்ளிவாசல்களில் கொடிக்கட்டும் சந்தனக்குடமும் நடத்தினார்கள். கூடவே இரண்டு பக்கமிருந்தும் மாபெரும் யோக்கியர்கள் பலர் பொய் சாட்சிகளாக முன்வந்தார்கள். வழக்கு அப்படியே வட்டனடிமைக்கு தான் சாதகமாகப் போய்க்கொண்டிருந்தது. அப்போது தான் அந்தப் பிரச்சினை மேலெழுந்து வருகிறது.

வட்டனடிமையின் உம்மாவுக்குத் சித்த பிரமையிலிருந்தது. சுய போதத்துடனல்ல, அவள் அதை எழுதிக் கொடுத்தது. ஆனால், மரித்து மண்ணுக்குள் போய்விட்ட அந்த உம்மாவை எழுப்பி அழைத்துக்கொண்டு வந்து சாட்சிக் கூண்டில் ஏற்றி விசாரணை செய்யவும் முடியாது. எனவே, சாட்சிகள் தேவைப்பட்டார்கள்.

“வட்டனடிமைக்கெ உம்மாக்குத் சித்த பிரமை இருந்தது உள்ளதுதான்.”

அவர்கள் அப்படிச் சொன்னது உண்மையோ பொய்யோ? எதுவாக இருந்தாலும் வட்டனடிமையின் உம்மாவின் சொத்தில் வட்டனடிமையின் சகோதரிகளுக்கு உரிமையில்லையா? குழப்பம் பிடித்த அந்த வழக்கைப் பற்றியெல்லாம் குஞ்ஞுபாத்துமாவுக்குப் பெரிய அளவில் எதுவுமே தெரியாது. எல்லாமே ஷைத்தானாகிய இபுலீஸ் எனும் பகையன் செய்கிற வேலைகள் தான் என்பது மட்டும் அவளுக்குத் தெரியும். எதுவாயினும், வழக்கில் வாப்பாவுக்குப் எதிராகத்தான் தீர்ப்பு வந்தது. பள்ளிவாசல் காரியக்காரர் வழக்கிலும், உம்மாவுக்குத் சித்த பிரமை வழக்கிலும் சேர்த்து ஏராளமான சொத்துக்கள் கடனில் மூழ்கிவிட்டன. கடைசியில் வாப்பாவுக்கு மிஞ்சியது, வழியோரத்தில் கிடந்த அந்த இடம் மட்டும்தான்.

அதில், வைக்கோல் வேய்ந்த ஒரு சிறு வீடும், நான்கு கமுகு மரங்களும், ஒன்பது தென்னை மரங்களும், ஒரு கிணறும், ஒரு வாளம் புளிய மரமும், ஓரத்தில் ஒரு அல்லி குளமுமிருந்தன. அதை முதன்முதலாகக் கண்டபோது குஞ்ஞுபாத்துமாவுக்கு மிகவும் மகிழ்ச்சியாக இருந்தது. அல்லிக் குளத்தை அப்போது தான் அவள் முதன்முதலாகப் பார்க்கிறாள். சிவப்பும் வெள்ளையுமாக நிறைய பூக்கள். அதையெல்லாம் அவள் ஒவ்வொன்றாக எண்ணுவாள். ஒரு ஓரத்திலிருந்து எண்ணி முடிவதற்குள் உம்மாவோ வாப்பாவோ எதற்காவது கூப்பிட்டுவிடுவார்கள். ஒருபோதுமே அவளால் அவற்றை எண்ணி முடிக்க முடியவில்லை. பூக்களெல்லாம் மிகவும் அழகழகாக இருக்கும். ஆனால், அதன் அழகில் ஒரு பயங்கர முமிருந்தது... ஏனோ ஒரு பதற்றமும்... எதுவுமே தெளிவாக இல்லை.

அங்கே ஒரு சம்பவம் நடந்தது. அதன் பிறகு, அவள் குளிக்கப்போவது பக்கத்துத் தோப்பிலுள்ள கிணற்றில். அதன் அருகில் ஒரு கட்டடமுமிருந்தது. அங்கே ஆட்கள் யாரும் கிடையாது. குளிக்க வருபவர்களில் யாராவது கொஞ்ச நேரம் அதில் தங்கியிருப்பார்கள். அப்போதெல்லாம் குஞ்ஞுபாத்துமா அந்தப் பக்கம் போகவே மாட்டாள். அந்தக் கிணற்று நீர் நல்ல குளிர்ச்சியுடனிருக்கும். பக்கத்திலுள்ள ஒரு மலர்ப் பந்தலில் முல்லை மலர்கள் படர்ந்திருந்தன. அதில் நிறைய வாசமுள்ள மலர்கள். அவள் ஒவ்வொரு பூக்களாகப் பொறுக்கி யெடுப்பாள். ஆனால், தலையில் சூடிக்கொள்வதில்லை. இஸ்லாமியப் பெண்கள் தலையில் பூ வைத்துக்கொள்ளலாமா என்பது பற்றியெல்லாம் தெரியாது. ஆனால், அவளுக்கு முல்லைப்பூ பிடிக்கும். வெறுமனே அமர்ந்து வாழை நாரில் அதை மாலையாகக் கோர்ப்பாள். அங்கே அமர்ந்திருப்பதிலும் ஒரு சுகமிருந்தது. யாருமே இருக்கமாட்டார்கள்; எந்த அசைவு களுமிருக்காது. எதிர்ப்புறமிருந்த தாழ்ந்த பகுதியில் ரோடிருந்தது. அதன் மறுபுறம் நெல் வயல்கள்; அதையும் கடந்து தொலைவில் ஒரு ஆறு ஓடுகிறது. அதில் போய் குளிக்கவேண்டுமென்றால் பொது வழியாகத்தான் போக வேண்டும். கல்யாண வயதைக் அடைந்திருக்கும் ஒரு முஸ்லிம்பெண் எப்படிப் பொது வழியில் நடக்க முடியும். வீட்டிலுள்ள கிணற்றில் எந்தவிதமான ஒளிவோ மறைவோ கிடையாது.

ஆகவே, ஒரு நாள் குஞ்ஞுபாத்துமா முடிவு செய்தாள்: அல்லி மலர்க்குளத்தில் குளிக்கலாம். யாருமே இருக்கமாட்டார்கள். அது மத்தியானத்திற்குப் பிந்திய நேரம். நல்ல வெயில். அவள் சுத்தமான ஒரு துண்டுடன் கிளம்பினாள். குப்பாயத்தை ஒரு வழியாகக் கழற்றி புல் படர்ப்பிலிட்டாள். பிறகு துண்டை உடுத்திக்கொண்டு வேட்டியை அவிழ்த்து குப்பாயத்தின்மீது போட்டாள்.

சாவகாசமாக அவள் நீரிலிறங்கினாள். மார்புப் பகுதி வரை நீருக்குள் அமிழ்ந்ததும் அப்படியே மூழ்கினாள். தொடர்ந்து இரண்டு மூன்று தடவை மூழ்கியெழுந்து உடலை அழுக்குப் போகத் தேய்க்கத் தொடங்கினாள். எதேச்சையாகத்தான் அப்போது தண்ணீரைப் பார்த்தாள்: சுருங்கியும் விரிந்தும் சின்னதாக ஏதோ ஒன்று அவளது அருகில் வந்துகொண்டிருந்தது.

“படச்சவனே, கன்னட்டெ.”

குஞ்ஞுபாத்துமா வேகமாகக் கரையேறி உடலைத் துவட்டினாள். தொடையில் ஏதோ கறுப்பாக இருந்தது. அதைப் பார்த்ததும் அவளுக்கு மிகவும் குழப்பமாகிவிட்டது.

வெட்கமாகவுமிருந்தது. ஒரு அட்டை. அது அவளது தொடையைக் கடித்துப் பிடித்திருந்தது. இரண்டு தலைகளாலும்.

'உம்மோ, வாப்போ, ஓடி வாருங்கோ. என்னைக் கடிச்சுக் கொல்லுதோ, ஓடி வாருங்கோ, எல்லாரும் ஓடி வாருங்கோ' என்று கத்திவிடலாம்போலிருந்தது குஞ்ஞுபாத்துமாவுக்கு. ஆனால், குப்பாயம் அணிந்திருக்கவில்லை. வேட்டியும் உடுத்தவில்லை. என்ன செய்ய முடியும்?

அவள் வலியுடனும் வெட்கத்துடனும் அப்படியே நின்றிருந்தாள். அட்டை வீங்கிக்கொண்டே இருந்தது. அது ஒரு பிடியை விட்டு விட்டு தடித்துத் தொங்கிக் கிடந்தபோது இன்னும் தொந்தரவாக இருந்தது. கால் அசையும்போது தொடையில் மினுமினுப்புடன் அது உரசியது. ஹோ... அவள் பற்களைக் கடித்தபடி அப்படியே நின்றாள். அட்டை, ஒரு உருண்டை போல் சுருண்டு கீழே விழுந்ததும் அவள் நடுங்கிவிட்டாள்.

தொடையில், அட்டையின் கடிவாயில் இரத்தம் சுண்டியது போலிருந்தது. துளிர்க்கவும் செய்தது. அவள், ஒரு கை நீரை மொண்டு இரத்தத்தைக் கழுவி விட்டாள்.

இந்த அட்டையை என்ன செய்யலாம்?

குஞ்ஞுபாத்துமாவுக்குக் கோபமாக வந்தது. வெட்கமாகவுமிருந்தது. அதைமோசமாகத்திட்டி விடலாம்போலவுமிருந்தது. என்ன வார்த்தையால் திட்டுவது?

"இபுலீஸே, நீ எஞ் [1]சோரை முழுசையும் குடிச்சுப்போட்டே" என்று சொல்லி அதைக் கொன்று விட நினைத்தாள். ஆனால், அப்படிச் செய்யக் கூடாது. அட்டைக்கு உம்மாவும் வாப்பாவும் இருப்பார்கள். அட்டை, ஆணா பெண்ணா என்றும் தெரியாது. பிள்ளைகளுமிருக்கலாம். அல்லாஹுதான் படைத்திருக்கிறான். குஞ்ஞுபாத்துமாவை சிருஷ்டித்ததும் அல்லாதான். அப்படியிருக்கும்போது? கொல்லக் கூடாது. பாவம் கிடைக்கும். தோஷம் வரும். உயிர்களை இம்சிக்கக் கூடாது.

எப்படியோ அது போகட்டும்; அதை வீட்டுக்குப் போக விட்டுவிடலாம். தப்பித்துக்கொள்ளட்டும். போயிடு!

"அட்டெ, இனிமேலால் நீ ஆரையும் கடிச்சுச் சோரெ குடிக்கப்புடாது, கேட்டியா? அப்பிடிச் செய்தா மரிச்சப் பெறவு படச்சவன் உன்னெ நரகத் தீயிலெ இட்டுருவான் கேட்டியா?" என்று சொல்லிவிட்டு அவள் ஒரு நல்ல வேலை செய்தாள். அதற்கு வலிக்காமல் ஒரு கம்பால் அதை மெதுவாக எடுத்துக்

---

1 இரத்தம்

குளத்திலிட்டாள். அது விழுவதற்காகவே காத்திருந்ததைப் போல் ஒரு பெரிய விரால் மீன் ‘கப்’ என்றொரு சத்தத்துடன் அதைக் கடித்து விழுங்கியது.

குஞ்ஞுபாத்துமா பார்க்கும்போது ஒன்றல்ல, இரண்டு மீன்கள். ‘பெஞ்சாதியும் புருஷனும்.’ மட்டுமல்ல, ‘புள்ளெயளும் உண்டு.’ சிவப்பான குட்டிக்குட்டிப் பிள்ளைகள். நீல நீரில் மின்னுகிற சிவப்பு மைத்துளிகள்போல்.

“நீ ஏன் விராலே, அதெக் கடிச்சித் தின்னே? அது பாவமில்லியா?”

மீனை மனிதர்கள் பிடித்துத் தின்பது குஞ்ஞுபாத்துமாவுக்குப் பாவமாகத் தோன்றவில்லை. அவள் அந்த விரால் குடும்பத்தையே பார்த்தபடி நின்றாள். சிறிதுகூடப் பரிவில்லாத கண்கள். இரண்டு மீன்களின் செவிள் வழியாகவும் தண்ணீர் நுழைந்துகொண்டிருந்தது. “அது அலியார் தங்ஙளுக்கெ, துல்ஃபக்கார்ணு சொல்லுத வாள் பட்டதாலெ கொண்ட தளும்பாக்கும்.”

அதிலிருந்த அந்தப் பெரிய வரால், அவளையே பார்த்தது. குஞ்ஞுபாத்துமா கிடைத்தாலும்கூட அது கப் என்று கடித்து விழுங்கிவிடும்.

அவள் முடியைச் சிடுக்கு நீக்கி உதறிக் காய விட்டுவிட்டு அல்லிக்குளத்தை முழுவதுமாக ஒரு தடவை பார்த்தாள்.

பூக்களெல்லாம் முன்போலவே சிவப்பும் வெள்ளையும் தான்... ஆனால், அதனுள் மனிதர்களின் இரத்தத்தை உறிஞ்சும் அட்டைகளும் அட்டைகளைக் கடித்து விழுங்கும் வரால் மீன்களும் இருக்க – அல்லி மலர்கள் எவ்விதக் கோபமுமில்லாமல்... அவை, குஞ்ஞுபாத்துமாவைப் பார்த்துப் புன் முறுவலுடன் கொனஷ்டை காட்டுவதுபோல்... அப்படியே அவள் நிற்கும்போது வருகிறது, அல்லிக்குளத்தின் மற்றொரு குடிமகன்.

ஒரு பெரிய நீர்ப்பாம்பு. அல்லது புளவன் பாம்போ? கீழ்ப்பகுதி வெள்ளையாக இருக்கிறது. அது ஒரு அல்லியிலையில் நுழைந்தேறித் தலையை நீருக்குள் அமிழ்த்திய படியே கிடக்கிறது. சட்டென்று குதித்துப் பாய்ந்து எதையோ கவ்விக்கொண்டு தலையை மேலே தூக்கியது. பாவம், ஒரு வரால் மீன். அது அழவில்லை; எதையும் பேசவுமில்லை. உடலை வளைத்து வாலை மட்டும் அசைத்துக்கொண்டிருந்தது. மீனை எவ்விதப் பதற்றமுமில்லாமல் விழுங்கிய நீர்ப்பாம்பு, முன்போலவே தந்திரமாகப் படுத்திருந்தது. அடுத்த இரை எங்கே?

குஞ்ஞுபாத்துமா கூர்ந்துபார்த்தபோது இன்னுமிருக்கிறார்கள், குடிமக்கள். ஆமை, பள்ளத்தி, கரிமீன், தவளை – எத்தனை வகையான உயிரினங்கள்.

அல்லிமலர்கள் அதன்பாட்டில் சிரித்துக்கொண்டிருந்தன. மொத்தத்தில் மிக அழகாகவும் ஒரு பயங்கரத்துடனுமிருந்தது, அந்த நீர்த்தடாகம்.

இதையெல்லாம் கண்ட பிறகு குஞ்ஞுபாத்துமா, அந்தக் குளக்கரைக்கு, தன்மீது அன்பு காட்டவும் பயமுறுத்தவும் செய்கிற... ஒரு தோழியிடம் செல்வதுபோல்தான் சென்று வந்தாள். அவளுக்கு எந்த வேலையும் கிடையாது. இருக்கிற வேலையைச் செய்யவும் தெரியாது. முன்போல் அல்ல, அவளுக்கு இப்போது முழுச் சுதந்திரமிருந்தது. ஆனால், இந்தச் சுதந்திரம் எதற்குப் பயன்படும்? அவளுக்குச் சமையல் செய்ய மட்டுமல்ல, தீ மூட்டக்கூடத் தெரியாது. உம்மாவுக்கும் இதில் அவ்வளவாக அனுபவமில்லை.

வாப்பாதான் மிகவும் சிரமத்துடன் சாப்பாட்டுக்கு எதையாவது கொண்டு வர வேண்டும்; அதைச் சமைக்கவும் வேண்டும்.

"பெண்ணாப் பெறந்தவளுக்கு தீ பத்த வெக்கவாவது தெரிஞ்சிருக்கணும்."

வாப்பா சொல்வார்.

இதைக் கேட்கும்போது குஞ்ஞுபாத்துமா, வெட்கத்தால் கூனிப்போய்விடுவாள். ஆனால், வாப்பா சொல்வது உம்மாவிடம். உம்மா அந்தப் பழைய மிதியடியின்மீது க்டோ, ப்டோ என்று நடந்தபடியே சொல்வாள்:

"நான் ஆனெ மக்காருக்கெச் செல்ல மவளாக்கும்."

வாப்பா பதிலே சொல்லமாட்டார்.

உம்மாவின் கையில் தண்ணீர் ஊற்றிக்கொடுக்கவில்லை யென்றால் உம்மா அன்று சாப்பிடமாட்டாள். அப்படியே உட்கார்ந்திருப்பாள்.

வாப்பா கோபத்துடன் பார்ப்பார். குஞ்ஞுபாத்துமா உம்மாவின் கையில் தண்ணீர் ஊற்றிக்கொடுப்பாள். உம்மா சொல்வாள்:

"ஒனக்கெ உப்பப்பாக்கொரு ஆனெ இருந்தது பெண்ணே; ஒரு பெரீய கொம்பானெ."

வாப்பா இதற்கும் பதில் சொல்லமாட்டார். உம்மாவின் பேச்சு அதிகமாகும்போது வாப்பா கொடுஞ்சீற்றத்தை மனதிற்குள் அடக்கிகொண்டிருப்பவர்போல் மெதுவாகச் சொல்வார்:

"பெண்ணே, நாக்கெ அதியமா நீட்டாதெ கேட்டியா."

உம்மா கேட்பாள்:

"நீட்டுனாக்கெ? மூக்காலெ உறிஞ்சி எடுத்துருவீயளாக்கும்? நான் ஆனெ மக்காருக்கெ செல்ல மவளாக்கும். சொல்லுதுக்கு எனக்கு லைசன்ஸ் உண்டு."

எதைச் சொல்வதற்கும் உம்மாவுக்கு லைசன்ஸ் உண்டு.

"எஞ்செல்ல உம்மாயில்லியா? கொஞ்சம்போலெ பேசாமெ இரு." குஞ்ஞுபாத்துமா சொல்வாள்.

"எடியே, [1]கிறாத்துலெ பெறந்தவளே." உம்மா சொல்வாள்: "எல்லாமே நீ பெறக்கப்போய்தாண்டி."

அப்படியென்றால் பாவம், குற்றவாளி இபுலீஸ் அல்ல. குஞ்ஞுபாத்துமா மனதிற்குள் நினைத்துச் சிரித்துக்கொள்வாள். ஆனால், நீண்ட நாட்கள் அவளால் இப்படிச் சிரிக்க முடியவில்லை. அவளுக்குள் ஒரு பயம் உருவாகியிருந்தது. வாப்பா, உம்மாவைக் கொன்றுவிடுவாரோ?

O

1 முறைபிறழ்ந்து பிறந்தவன்

5

காற்று வீசியது – இலை உதிரவில்லை

மனிதர்கள் ஏன் இப்படி மாறிவிடுகிறார்கள்? எவ்வளவு தான் யோசித்துப் பார்த்தும் குஞ்ஞு பாத்துமாவுக்குப் விடை கிடைக்கவில்லை. வயது அதிகமாகுந் தோறும் கணவனுக்கும் மனைவிக்கும் பார்த்தாலே பிடிக்காமல் போவதற்கான காரணம் என்ன? எல்லா உம்மா வாப்பாமார்களுமே பரஸ்பரம் கடித்துக் குதறுவது போல் இப்படித்தான் நடந்துகொள்வார்களா? அன்பாகப் பேசாமல். வார்த்தைகளில் கனமேற்றி வைராக்கியத்துடன்தான் பேசுவார்களா? பரிவே இல்லாமல் குரூரத்துடன் தான் நடந்துகொள்வார்களா? அதைப் பார்த்துக் கொண்டிருக்கும்போது... சில நேரங்களில் குஞ்ஞுபாத்துமாவுக்குச் சிரிப்புதான் வரும். ஆனால், அவள் சிரிக்கமாட்டாள். மொத்த வாழ்க்கையுமே தாறுமாறாகப் போய்க்கொண்டிருக்கிறது. இதற்கெல்லாம் யார் பொறுப்பு? யாரிடம் கேட்பது? சரியான சாப்பாட்டுக்கே வழியில்லை. உடு துணிகளின் விஷயம், சொல்லுவதற்கில்லை. உடுத்ததையே திரும்பத்துவைத்துத் திரும்ப உடுத்தி... எல்லாத் துணிகளும் நரைத்துப்போய் விட்டன. இதற்கெல்லாம் யாரைக் குற்றம் சொல்ல முடியும்?

இதில் மிகவும் வேதனைக்குரிய விஷயம், அவர்களுக்கு உதவி செய்ய யாருமில்லை என்பது. யாருமே கண்டு கொள்ளாத மூன்று ஜீவன்கள். பிரதாபம் மிகுந்த அந்தப் பழைய காலத்தில் எத்தனை

பேர்களிருந்தார்கள்? ஊரிலுள்ள எல்லா அற்பங்களுக்கும் அவர்கள் இரத்த உறவு கொண்டவர்கள்தான்.

"நெருங்குன சொந்தத்துலெ ஒரு மாமாவாக்கும்." அல்லது,

"மொறைக்கு ஒரு குட்டியாப்பா வரும்."

இதோ இப்போது 'மொறையில்' யாருமல்லை.

இந்த மாபெரும் பிரபஞ்சத்தில் அவர்கள் மூன்றுபேர் மட்டுமிருக்கிறார்கள். ஆனால், இந்த மூன்றுபேர்களுக்குள் இப்போது... வாப்பாவை உம்மாவுக்குக் கண் கொண்டும் பிடிக்காது. தொட்டதற்கெல்லாம் குற்றம் சொல்வாள். திட்டவும் செய்வாள். மெதுவாக அல்ல, வழிப்பாதையில் போகும் ஆட்களுக்குக் கேட்கும்படியாக! ஊர் முழுக்க ஆட்கள் பரிகாசம் செய்தார்கள்; நகைத்தார்கள். என்ன செய்ய முடியும்? வாப்பாவுக்குப் புதிய புதிய பட்டப் பெயர்களைக் கண்டுபிடிப்பதற்கு உம்மா பெருமுயற்சியெடுத்தாள். இப்படியாக, உம்மா வாப்பாவுக்குச் சூட்டிய பட்டப் பெயர்தான், 'செம்மீனடிமை.'

வாப்பா செம்மீன் வியாபாரம் செய்தது கிடையாது. அதிக முதலீடில்லாத வியாபாரங்களைத்தான் வாப்பா செய்து பார்ப்பார். இடையே ஒரு தடவை, வாப்பா கருவாடு வியாபாரத்தில் ஈடுபட்டார். வாப்பாவுக்கு இந்த வியாபாரம் பிடிக்கவில்லை. ஆளையே நாற அடித்துவிடும். சுற்று வட்டாரம்வரை நாற்றமடிக்கும். பாரமீன், சுறா, அயலை, மத்திச்சாளை – இப்படியாகச் சில. இதையெல்லாம் வாப்பா தலையில் சுமந்து தொலைவில் எங்கோ உள்ள ஒரு சந்தையில் கொண்டுபோய் விற்பார். பெருமையுடன் வாழ்ந்த வட்டனடிமை. ராஜதோரணையுடன்... திரும்ப வரும்போது அரிசியும் பிற சாமான்களும் பச்சைமீனும் வாங்கி வருவார். முன்பெல்லாம் குஞ்ஞுபாத்துமா மீனும் இறைச்சியும் சாப்பிடுவாள். பிறகு இரண்டும் இல்லையென்றாகி வெறும் காய்கறி மட்டுமே கூட்டு.

அல்லிக்குளத்தில் வரால், அட்டையைக் கடித்து விழுங்கியதைப் பார்த்த பிறகுதான் அவள் மீன் சாப்பிடுவதை நிறுத்தினாள். வாப்பா மீன் வியாபாரத்தை விட்டு ஆடறுக்கத் தொடங்கியபோது அவள் இறைச்சி சாப்பிடுவதையும் நிறுத்தினாள். அறுத்து வைத்திருந்த ஆட்டின் தலையிலிருந்த மூடாத அந்தக் கண்கள்... அதனால் எதுவுமே நிகழ்ந்துவிடவில்லை யென்றாலும் மனதிற்குள் அது என்னவோ பெரிய சஞ்சலத்தை உருவாக்கியிருந்தது. மீனாகட்டும், இறைச்சியாகட்டும். கறி வைப்பதிலோ பரிமாறுவதிலோ அவளுக்குப் பிரச்சினை எதுவுமிருக்கவில்லை. ஆனால், அவள் அதில் உப்பிருக்கிறதா

என்றுகூடப் பார்க்கமாட்டாள். எப்படியாவது வைத்து விளம்புவதற்கு மட்டும் அவள் கற்று வைத்திருந்தாள். வாப்பா அதிகாலையில் எழுந்து பல் விளக்கிவிட்டு சுபுஹூ தொழுகையும் முடித்துவிட்டு வரும்போது அவள் ஒரு கோப்பைக் கடுஞ்சாயா தயார் செய்து வைத்திருப்பாள். வாப்பா அதைக் குடித்துவிட்டு பிஸ்மி சொல்லி வெளியே இறங்கி, இறைவனின் அனுக்கிரகத்துடன் அப்படியே நீண்டு நிமிர்ந்து நடந்து போவார். கையில் கொஞ்சம் பணமுமிருக்கும். ஏதாவது வாழைக்குலையோ, மரச்சீனிக்கிழங்கோ, சேனையோ, பாக்கோ, தேங்காயோ வாங்கிக் கொண்டுபோய் எங்கோ தூரத்தில் உள்ள ஒரு சந்தையில் விற்பார்.

"செம்மீனடிமெ தங்கம் விக்கப் போயிட்டாரா பெண்ணே?" என்று கேட்டபடியே உம்மா எழுந்திருப்பாள். தங்கம்!... பண்டு ஏராளமாகப் பார்த்த ஒன்று... உம்மா எழும்போது காகங்கள் கரைந்து, நேரம் விடிந்து, வெயிலும் படர்ந்திருக்கும். உம்மாவுக்குப் படைத்தவனோடும் பிணக்கம்தான். தொழுகையெல்லாம் கிடையாது. எதுக்குப் போட்டுப் பிரார்த்திக்க வேண்டும்?

"ஓ... ஒரு மூச்சு தொழுது பாத்தாச்சி. ஆனா... எடியே, கிறாத்துலெ பெறந்தவளே, சூடு வெள்ளம் போட்டியா?

வென்னீர் போட்டுத் தயாராகவைத்திருக்கும் குஞ்ஞுபாத்துமா சொல்வாள்:

"சூடாக்கி வெச்சிருக்கேன் உம்மா."

வென்னீர் இல்லையென்றால் குஞ்ஞுதாச்சும்மா குளிக்க மாட்டாள். பிரதாபம் மிகுந்த பழைய காலத்தில் உண்டான பழக்கமல்லவா? ஆகவே, குஞ்ஞுபாத்துமா தினமும் வென்னீர் போட்டு வைத்துவிடுவாள். ஆனால், அதிலும் ஏதாவது குற்றங் குறைகளிருக்கும். சூடு அதிகமாகிவிட்டது. அல்லது குறைவாக இருக்கிறது. குளித்து முடித்தால் உம்மாவுக்குத் துவைத்த உடுப்புகள் உடுத்த வேண்டும். பாலும் சீனியும் தாராளமாகச் சேர்த்துக் கெட்டியான சாயாவும், நெய் புரட்டிய பெரிய ¹பத்திரியும் வேண்டும். மூன்று பேருடையவும், இருக்கிற உடுப்புகளை அவள் சாயங்காலத்துக்கு முன்பே நனைத்துப் பிழிந்து உலரப் போட்டிருப்பாள். குளித்து முடிந்ததும் உம்மாவின் உடுப்பைக் குஞ்ஞுபாத்துமா எடுத்துக்கொடுப்பாள். அப்புறம், காலை உணவின் விஷயத்தை எடுத்துக்கொண்டால், சீனி போட்ட கடுஞ்சாயாதான். சாயாவில் சீனிக்குப் பதிலாக உப்புப்போட்டும் குடிக்கலாம் என்பது குஞ்ஞுபாத்துமாவின் புதிய கண்டுபிடிப்பு. உம்மாவுக்கு இதெல்லாம் பிடிக்காது. வேறு வழியே கிடையாதென்பதால்,

---

1 பச்சரிசித் தோசை

“கிறாத்துலெ பெறந்தவளே, எல்லாமே நீ பெறக்கப்போய்தாண்டீ” என்று சொல்லிவிட்டு அதை உறிஞ்சிக் குடிப்பாள். முதலிலெல்லாம் சட்டியைத் தரையில் எறிந்துடைத்தாள். தினமொரு மண் சட்டி வாங்குவதற்குப் பணம் வேண்டுமல்லவா? வாப்பா ஒரு தடவை சொன்னார்:

“இனி அவளுக்குச் செரட்டையிலெ குடுத்தாப் போரும்.”

உம்மா அன்று வாய்விட்டு அழுதாள். அழுதபடியே சொன்னாள்:

“முஹியதீன் தங்ஙளே, நேமிசக்காரங்களே கேக்குதா ஒங்களுக்கு? முத்து நபியே ஒங்களுக்குக் கேக்குதா? ஆனெ மக்காருக்கெ செல்ல மவளுக்கு செரட்டைலெ குடுத்தாப் போருமாம்.”

உம்மா, அதற்கும் குஞ்ஞுபாத்துமாவைத் திட்டினாள்.

“நீ பாக்கியம் கெட்டவடீ; ஒனக்க அந்த மரு, [1]வர்க்கத்துக் கெட்டது.”

அதற்காக அவளது கன்னத்திலிருக்கும் அந்தக் கறுத்த மருவைக் கிள்ளியெறிந்துவிடவா முடியும்?

வாப்பாவின் கண்கள் சிவக்கும். பெருங்கோபத்துடன் மெதுவாக “பெண்ணே, குஞ்ஞுதாச்சும்மா” என்று கூப்பிடுவார். அந்தக் குரலில் ஒரு மிரட்டல் தொனிக்கும். உம்மா பேசாமலிருந்து விடுவாள். வாப்பா வெளியே இறங்கியதுமே மீண்டும் தொடங்குவாள்.

“எடியே, கிறாத்துலெ பெறந்தவளே, நாசமாப்போறவளே, எரப்பாளி, ஒன்னெ கால நாகந்தான் கடிக்கும். நீ வந்து பெறந்த பெறவுதான் பெண்ணே...”

பேச்சு முழுவதுமே இப்படித்தானிருக்கும். பெற்ற தாய்... பாதையில் போகிற பிள்ளைகள் கூவுவார்கள். குஞ்ஞுபாத்துமா சொல்வாள்:

“உம்மா கொஞ்சம் மெதுவாய் பேசேன்.”

“நான் தொண்டையைத் தொறந்துதாண்டீ பேசுவேன். தொண்டையைத்தொறக்கஎனக்குலைசன்ஸ் உண்டும்பெண்ணே.”

இப்படியாக ஒருநாள் உம்மா தொண்டையைத் திறந்து பேசிக்கொண்டிருந்தாள். கேட்டுக்கொண்டே வந்த வாப்பா, உம்மாவிடம் சும்மா பேசாம இருக்கச் சொன்னார். உம்மா

---

1 அதிர்ஷ்டம்

கண்டுகொள்ளவே இல்லை. வாப்பா திரும்பவும் சொன்னார். பிறகு சிவந்த கண்களுடன் வாப்பா எழுந்து போனார்...

இதைக் கண்டதும் உம்மா பரிகாசமாகச் சிரித்து விட்டு இராகம்போட்டுச் சொன்னாள்:

"செம்மீனடிமெ, ஆனெ மக்காருக்கெ செல்ல மவளெ பேடி காட்டிப் பாக்காரு" என்று சொல்லி விட்டு வாயை மூடவில்லை. அதற்குள் ஒரு பெரும் சம்பவம் நிகழ்ந்து விட்டது.

வாப்பாவின் வலது கை, உம்மாவின் குரல் வளையைக் குத்திப் பிடித்தது.

தொண்டையில் பிடித்த வாப்பாவின் பிடி பலமாக இறுகிய போது, உம்மாவின் கண்கள் பிதுங்கின. பல்லைக் கடித்தபடி வாப்பா மெதுவான குரலில் சொன்னார்:

"நீ சாவுடி."

கணவனும் மனைவியும்!

வாப்பா, உம்மாவின் கழுத்தை ஒரு கையால் பிடித்துக் குழந்தையைத் தூக்குவதுபோல் தூக்கினார். பிறகு அப்படியே கீழே போட்டார். உம்மாவின் மிதியடிகள் இரண்டையும் உதைத்து வெளியே தள்ளினார். உம்மா அசைவெதுவுமில்லாமல் அப்படியே கிடந்தாள்.

இவ்வளவும் நொடியிடைக்குள் நடந்து முடிந்து விட்டன. குஞ்ஞுபாத்துமா ஸ்தம்பித்துப்போய் நின்றாள். உலகம் முழுவதும் இருண்டுபோய் விட்டதுபோலவும் ஆழமான ஒரு பள்ளத்தில் விழுந்ததுபோலவும் அவளுக்குத் தோன்றியது. உம்மாவை வாப்பா இதோ கொன்று போட்டிருக்கிறார். அவளது நாவு அசைய மறுத்தது. சத்தம் வராமல் அவள் அழுதுகொண்டிருந்தாள்.

வாப்பா சொன்னார்:

"எம்புள்ளெ அழாண்டாம்."

குஞ்ஞுபாத்துமாவுக்கு உடனே உலகத்தில் இல்லாத அழுகையெல்லாம் பீறிட்டுக்கொண்டு வந்தது. அவள் மனமுடைந்து போய் அழுதுகொண்டே நின்றாள். ரப்புல் ஆலமீன்! உலகையெல்லாம் படைத்து ஆளுகிற இறைவா! இனி என்னவெல்லாம் நடக்கப் போகிறதோ?

தொடர்ந்து ஏதாவது நடக்கும். யாருடைய உதவியுமில்லை. தனிமைப்பட்டுவிட்டோம். உம்மாவும் போய் விட்டாள்... கையில் விலங்கு பூட்டி போலீஸ்காரர்கள் வாப்பாவையும் கொண்டுபோய்

விடுவார்கள். குஞ்ஞுபாத்துமாவுக்கு இனி யாருமே இல்லை. உம்மாவின் மய்யத்து... யாராவது வந்து குளிப்பாட்டி புதுத்துணியில் கபன் செய்து மய்யத்துக் கட்டிலாகிய சந்தூக்கில் ஏற்றி... 'லா இலாஹா இல்லல்லாஹ்! லா இலாஹா இல்லல்லாஹ்!' என்று கூட்டமாகச் சொல்லியபடியே சுமந்து கொண்டுபோய்ப் பள்ளி வாசலில் மய்யத்து அடக்குகிற இடத்தில் கபரடக்கம் செய்வார்கள்... பிறகு?

குஞ்ஞுபாத்துமா மட்டும் தனியாக... நினைத்துப் பார்க்கவும் முடியவில்லை. குஞ்ஞுபாத்துமாவுக்குக் கண் பார்வை மங்கியது. அவள் வாய்விட்டழுதாள். யா இலாஹி, இறைவா!

"ஆனாலும் வாப்பா, இப்பிடிச் செய்துட்டியளே."

"மவளே", வாப்பா சொன்னார்: "அழாதே, நீ போய் வெளித்திண்ணையிலெ இரு." ஒருவழியாக குஞ்ஞுபாத்துமா திண்ணையில் போய்த் தூணைப் பிடித்துக்கொண்டு நின்றாள். திரும்பவும் சத்தம் வராமல் நீண்ட நேரம் அழுதாள். மனதிற்கு ஒரு நிம்மதியுமில்லை. அப்படியே நிற்கும்போதுதான் அவள் 'ஹஜ்ரத்துல் முன்தஹா'வைப் பற்றி நினைத்துப்பார்த்தாள்.

அது சுவர்க்கத்திலிருக்கிறது. ஹஜ்ரத்துல் முன்தஹா என்பது தான் அந்தப் பெருவிருட்சத்தின் பெயர். அம்மரத்தின் அடிப் பகுதியிலிருந்து மூன்று நதிகள் உற்பத்தியாகின்றன. சுவர்க்க நதிகள். நைல், டைக்ரிஸ், யூஃப்ரட்டிஸ் போன்ற நதிகளெல்லாம் கூட அதற்கு ஈடாக முடியாது. ஹஜ்ரத்துல் முன்தஹா போன்ற அழகழகான ஐதீகங்கள். நினைத்துப்பார்ப்பதே சுவாரசியம் தருகிறது. எல்லா மதங்களிலுமே இருக்கின்றன இதுபோன்ற ஐதீகங்கள். பக்தகோடிகள் நம்புகிறார்கள். இதெல்லாம் அவள் பள்ளிவாசலிலிருந்து கேட்ட வஹ்ஸ் எனும் ஒரு இரவுப் பிரசங்கத்திலிருந்து புரிந்துகொண்டவைதான். அந்த மரத்தின் இலைகளில் உலகத்திலுள்ள எல்லா ஜீவராசிகளின் பெயர்களும் எழுதப்பட்டிருக்கின்றன. காற்றடிக்கும்போது அதிலுள்ள இலைகளில் சில விழும். விழுகிற இலைகளில் பெயர் குறிப்பிடப்பட்ட அந்த உயிரும் இறந்துபோகும். அதில் சில இலைகள் நீண்ட காலமாகப் பழுத்து நின்று பிறகுதான் விழும். உம்மாவின் பெயரெழுதிய இலை... என்றெல்லாம் அவள் நினைத்துக் கொண்டிருக்கும்போது உள்ளே உம்மாவின் குரல் கேட்டது:

“படச்சவனே.” உம்மா அழுகிறாள்: “எனக்கு ஆருமே இல்லியே. முஹியதீனே எனக்கு ஆருமே இல்லியே.”

குஞ்ஞுபாத்துமாவின் சோகம் முழுவதும் கரைந்துபோய் விட்டது. அவள் நினைத்துக் கொண்டாள்:

காற்று வீசியது – இலை உதிரவில்லை.

குஞ்ஞுபாத்துமா உள்ளே சென்றாள். உம்மா எழுந்து அமர்ந்திருக்கிறாள். அவளைப் பார்த்ததும் உம்மா மாரில் அடித்து அழத் தொடங்கினாள்.

“உம்மா, சும்மா இரு” என்று சொல்லிவிட்டு குஞ்ஞுபாத்துமா உம்மாவின் அருகில் சென்றாள்.

உம்மா அப்போது இராகம் போட்டுச் சொல்லத் தொடங்கினாள். அது ஒரு ஒப்பாரிபோலிருந்தது.

“தடவடியோ தடவு! முஹியதீனே தடவு. முத்துநபியே தடவு. தடவடியோ தடவு.”

முத்துநபி என்பது தீர்க்கதரிசியான முகம்மது நபிதான்.

எந்த இடத்தில் தடவச் சொல்கிறாள் என்று குஞ்ஞு பாத்துமாவுக்கு விளங்கவில்லை. அவள் கேட்டாள்:

“எந்த எடத்துலே உம்மா தடவணும்?”

உம்மா மீண்டும் இராகம் வைத்தாள்.

"கையிலெ தடவுடீ, கால்லெ தடவுடீ, எல்லா எடத்துலெயும் தடவுடியோ."

"நீ வெலகு." வாப்பா பக்கத்தில்போய் உம்மாவைத் தடவி விட்டபடியே சொன்னார்:

"குஞ்ஞுபாத்துமா, நீ போய் திண்ணையிலெ இரு."

அவள் திண்ணக்குப் போனாள்.

உள்ளே இருந்து சமாதானக் குரல்களெல்லாம் வந்தன. இடையில் உம்மாவின் குரல் கேட்டது:

"என்னெக் கொன்னு போட்டுட்டு வேறெ பெண்ணு கெட்ட நெனெக்கிதீங்கோ இல்லியா?"

இதற்கு வாப்பா என்ன பதில் சொன்னார் என்பதைக் குஞ்ஞுபாத்துமா கவனிக்கவில்லை. அவள் முற்றத்திலிறங்கி வெறுமனே அங்குமிங்குமாக நடந்தாள். அப்போது வாப்பா சத்தமாகச் சொன்னது அவளது காதில் விழுந்தது.

"நம்மெ எல்லாரும் இண்ணைக்கு [1]தெளபா செய்யணும்."

செய்துவிட்ட குற்றத்திற்கு இன்று ரப்புல் ஆலமீனான தம்புரானிடம் பொறுத்துக்கொள்ளச் சொல்லி மன்னிப்புக் கேட்க வேண்டும். இனிமேலால் தப்பு செய்யாமலுமிருக்க வேண்டும். இது நல்ல விஷயம்தான். ஆனால், இந்த வீட்டில் யாருமே தெளபா கேட்பதில்லை. பெரும்பாலான எல்லா வீடுகளிலும் தெளபா நடக்கும். அது அரபியில் செய்யப்படுவது. [2]அரபி மலையாளத்தில் முஸ்லியார்கள் எழுதி அச்சடித்துக் கொடுத்திருக்கிறார்கள். ஏதாவது வீட்டிலிருந்து வாப்பா அதை வாங்கிக்கொண்டு வருவார்.

குஞ்ஞுபாத்துமா அப்படியே நடந்துகொண்டிருக்கும்போது வாப்பாவும் உம்மாவும் சேர்ந்து வராந்தாவுக்கு வந்தார்கள். உம்மா சொன்னாள்:

"எண்ணெயும் கொழம்பும் ஈஞ்சையும் வேணும்."

வாப்பா அதற்கு ஏதோ முனகிவிட்டு குஞ்ஞுபாத்துமாவிடம் சொன்னார்:

"மவளே, உம்மாக்குக் குளிக்க நீ கொஞ்சம் வெள்ளம் சூடாக்கிக் குடு."

---

1 பாவமன்னிப்பு

2 அரபு வரிவடிவத்திலான மலையாள மொழி

சொல்லிவிட்டு வாப்பா எங்கோ வெளியிலிறங்கிப் போனார்.

குஞ்ஞுபாத்துமா தண்ணீர் மொண்டு வைத்துச் சூடாக்கிக் கொண்டிருக்கும்போது வாப்பா எங்கிருந்தோ எண்ணெயும் குழம்பும் ஈஞ்சையும் கொண்டு வந்தார். உம்மா அதையெல்லாம் தேய்த்துக் குளிக்கத் தொடங்கும்போது வாப்பா அங்கிருந்து விலகினார்.

குஞ்ஞுபாத்துமா கேட்டாள்:

"நான் போய் குளிச்சிட்டு வரட்டா உம்மா?"

உம்மா அனுமதி கொடுத்தாள். அவள், துவர்த்தும் குளித்த பிறகு மாற்றுவதற்கான உடைகளும் பாளையும் கயிறுமாகக் கிளம்பினாள்.

இந்தப் பயணம் அவளது வாழ்க்கையின் புதியதொரு அத்தியாயத்தைத்தொடங்கப்போகிறது என்பதெல்லாம் அப்போது குஞ்ஞுபாத்துமாவுக்குத் தெரியாது. உம்மா சொன்னாள்:

"சட்டுணு வந்துரணும் கேட்டியா? நேரமாவப்படாது."

"ஆவாதும்மா, நான் சீக்கிரம் வந்துருவேன்."

அவள் நடந்தாள். அப்போதும் நினைவு வந்தது: காற்று வீசியபோது இலை உதிர்ந்திருந்தால்..?

அவள் மனமுருகப் பிரார்த்தனை செய்தாள்:

"ரப்புல் ஆலமீனான தம்புரானே, காத்து வீசுனாலும் எங்க ஆருக்கெ எலையும் கீழெ விழாமல் காக்கணுமே."

O

6

ஒரு குருவியின் அழுகை

முற்றத்தில் வைத்தே குஞ்ஞுபாத்துமா ஒரு குருவியின் அழுகைச் சத்தத்தைக் கேட்டாள். கொஞ்ச தூரம் நடந்தபோது அவள் அதைப் பார்க்கவும் செய்தாள். இரண்டு குருவிகள், பரஸ்பரம் கொத்திச் சண்டை போட்டுக்கொண்டிருந்தன. அதிலொன்று பயங்கரமாகக் கதறுகிறது.

அவை ஏன் சண்டை போடுகின்றன? குஞ்ஞுபாத்துமா 'ஷ்ஷூ' 'ப்பூ' 'துர்ர்' என்றெல்லாம் சத்தம் கொடுத்தாள். உடனே, இரண்டும் தொலைவில் எங்கோ பறந்து போயின.

அல்லி குளத்தின் பக்கத்திலுள்ள மற்றொரு தோப்புக்குச் செல்லும் தென்னம்பாலத்தில் அவள் ஏறும்போது குருவிகள் இரண்டும் புளிய மரத்திலிருந்து மீண்டும் கொத்திக்கொண்டிருப்பதைக் கண்டாள். மட்டுமல்ல, அதிலொன்று இப்போது அழுதுகொண்டிருந்தது. பருந்து கொத்திக் கொண்டுபோகும் கோழிக்குஞ்சைப் போல் அது உதவி கேட்டழுதது. குஞ்ஞுபாத்துமாவுக்கு மிகவும் வருத்தமாக இருந்தது. அவள் பாளையையும் கயிற்றையும் கீழே போட்டுவிட்டு ஓடிச் சென்றாள்.

"என்னத்துக்குச் சண்டெ போடுதியோ, சும்மாயிருங்கோ" என்று அவள் மிகவும் கரிசனத்துடன் சொல்லிப் பார்த்தாள். குருவிகள் கண்டுகொள்ளவே இல்லை. கோபத்துடன் ஒன்று மற்றொன்றைக் கொத்துகிறது. மிகச் சிறிய பறவைகளாக இருந்தாலும் எவ்வளவு தன்முனைப்பு

பாருங்களேன். சுதந்திரமான பறவைகள் தங்களுக்குள் சண்டை போடுவதை அவள் முதல்முதலாக இப்போதுதான் பார்க்கிறாள். பருந்துகள், காகங்கள், மைனாக்களின் சண்டைகளையும் அவை கொத்திக்கொள்வதையும் பார்த்திருக்கிறாள். கணவன் மனைவி சண்டையா? கோழிகள் சண்டைபோடும்போது யாராவது வந்து ஒன்றைப் பிடித்து விலக்கிவிடுவார்கள். அப்படிச் செய்யவில்லையென்றால் ஒன்றை மற்றொன்று கொத்திக்கொத்திக் கொன்றே விடும். குஞ்ஞுபாத்துமா திரும்பவும் சொன்னாள்:

"சொல்லுவழி கேக்கமாட்டியா.? என்னத்துக்கு அதெ போட்டுக் கொத்துதெ? சும்மா இரு."

இந்தச் சண்டையில் ஒரு அணிலும் தலையிட்டது. அது, புளியமரத்தின் கிளையில் அமர்ந்திருந்து 'துஸ் துஸ்' என்று சண்டையை விலக்கிக்கொண்டிருந்தது.

அணிலிடம் குஞ்ஞுபாத்துமா சொன்னாள்:

"சொன்னா கேக்கமாட்டேணு சொல்லுது."

பறவைகளின் விஷயத்தில் பறவைகளாக இல்லாத மற்றொரு இனம் தலையிடுவது அவ்வளவு சரியில்லை என்றொரு கடினமான தாக்கீதுபோல் ஒரு மரம்கொத்தி சிலம்பியது. பிறகு அது ஒரு தென்னையின்மீது செம்பட்டினாலான ஒரு உருண்டை போல் அமர்ந்து 'கடு கடு'வென்று மரத்தைக் கொத்தத் தொடங்கியது. குருவிகள் பறந்துபோய் மற்றொரு மரத்தில் அமர்ந்து சண்டையைத் தொடர்ந்தன. கொத்துப்பட்ட குருவி, பரிதாபமான அலறலுடன் எழுவதும் விழுவதும் பறப்பதுமாகக் கடைசியில், கீழே காய்ந்த சருகுகள் நிறைந்த பள்ளமான காட்டுத் தோட்டத்தில் போய் விழுந்தது. இரண்டு கைகளையும் விரித்து கடைசியாக இயலாமையுடன் பூமியை ஆலிங்கனம் செய்கிற ஒரு மனித உயிர்போல்! பாவம், அந்தக் குருவி இரண்டு சிறகுகளையும் விரித்தபடியே கவிழ்ந்து கிடந்தது.

"பாரேன்..." குஞ்ஞுபாத்துமா மனம் நொந்துபோய்ச் சொன்னாள்: "என்ன வேலை செய்துபோட்டுது..."

அவள் பள்ளத்தின் அருகில் சென்றாள். உள்ளே இறங்கிப் பார்ப்பதற்கு எந்த வழியுமில்லை. உயிர் போயிருக்குமோ? அதன் வாயில் ஒரு துளி தண்ணீர் ஊற்றிக் கொடுத்தால் ஒருவேளை உயிர் பிழைக்கலாம். ஆனால், அதன் பெயரெழுதிய ஹஜ்ரத்துல் முன்தஹாவின் சிறு இலை உதிர்ந்திருக்குமோ? அந்த மரம் எவ்வளவு பெரிதாக இருக்கும்; எவ்வளவு இலைகள் அதில் இருக்க வேண்டும். இலைகள் எல்லாமே ஒரே அளவில் இருக்க முடியாது.

எறும்பின் பெயர் எழுதப்பட்ட இலை குட்டியாக இருக்கும். அதை விடவும் கொஞ்சம் பெரியதாகக் குருவியின் பெயர் எழுதப்பட்ட இலையிருக்கும். யானையின் பெயர் எழுதப்பட்ட இலைதான் எல்லாவற்றையும் விடப் பெரியதாக இருக்கும். குஞ்ஞுபாத்துமா இதுவரை கடல் பார்த்ததில்லை. ஆகவேதான் யானையை விடவும் பெரிய விலங்கினமான திமிங்கலத்தைப் பற்றி அவளுக்குத் தெரியவில்லை. அவளுடைய தாத்தாவின் யானையின் பெயரை எழுதிய இலை காய்ந்து ஹஜ்ரத்துல் முன்தஹாவின் அடியில் விழுந்து கிடக்குமாக இருக்கலாம். ஒருவேளை, உலர்ந்து சுவர்க்கத்து மண்ணோடு கலந்து போயிருக்குமோ? சுவர்க்கத்தில் மண் இருக்கிறதா என்பதைப் பற்றியெல்லாம் குஞ்ஞுபாத்துமாவுக்குத் தெரியாது. அவள் பள்ளத்தின் அருகிலுள்ள ஒரு மூலிகைச் செடியைப் பற்றிப் பிடித்துக்கொண்டு மெல்ல கீழே இறங்குவதற்கு முயற்சி செய்யும்போது கால் பதித்து நின்ற மண்கட்டையும் பற்றியிருந்த செடியும் சேர்ந்து நகர்ந்ததும் அவள் கீழே விழுந்ததும் ஏக காலத்தில் நிகழ்ந்துவிட்டன.

"எனக்கெ ¹ரப்பே" என்றவாறே அவள் விழுந்தாள். எங்கெல்லாமோ அடியும், கீறலும், குத்தும் பட்டன. இடது கையின் மூட்டுப்பகுதியில், கீறிய இடத்திலிருந்து இரத்தம் வடிந்துகொண்டிருந்தது. அதையெல்லாம் அப்போது அவள் கவனிக்கவே இல்லை. அவளுக்கு வலியும் தாகமும் வருத்தமும். விழுந்த பிறகும் அந்தக் குருவியை எடுத்து விட்டுத்தான் எழுந்து உட்கார்ந்தாள். அது செத்துப்போய்விட்டதாக அவளுக்குத் தோன்றியது. அதற்குக் கொஞ்சம் தண்ணீர் கொடுத்துப் பார்த்தால் என்ன? அப்போதுதான் கையில் இரத்தம் வடிந்து கொண்டிருப்பதை அவள் கவனித்தாள்.

"ஒன்னாலதான் கையெல்லாம் கீறிச்சு" என்று சொல்லி விட்டு இடது கை விரலால் அதன் உதடுகளை மெல்லத் திறந்தாள். வலது கையின் ஆட்காட்டி விரலில் ஒரு துளி இரத்தத்தைத் தொட்டு அதன் வாயில் வைத்தாள். பிறகு அதன் இறகுகளை நேராக வைத்தாள். அதை மெல்லத் திருப்பிய போது அதன் வயிறு தெரிந்தது. "ரப்பே... பெஞ்சாதிக் குருவியா?" என்று தன்னை மறந்து சொல்லிவிட்டாள் குஞ்ஞுபாத்துமா. சிவப்பு நிறத்தில் கஞ்சித் தண்ணீரில் படர்ந்திருக்கும் ஆடை போலிருந்தது, அதன் வயிற்றிலுள்ள தோல் பகுதி. இறகுகளின் இடையினூடே இரண்டு சிறு முட்டைகளிருப்பது தெளிவாகத் தெரிந்தது. வாப்பா, உம்மாவைக் கழுத்தில் குத்திப் பிடித்துக் கொல்ல முயற்சி செய்ததுபோல்... "ஓஹோ..!" அவள் கேட்டாள்:

---

1 ஆண்டவா

"கெட்டுனவன் குருவி, ஏன் கெட்டுனவொ குருவியைக் கொத்திக் கொன்னுது?"

அப்போதுதான் அதன் உயிர் போகவில்லை என்பதை அவள் தெரிந்துகொண்டாள். அதன் கண்கள் திறந்தபடியே இருந்தன. அதனூடே தெரிந்த உயிரின் துடிப்பையும் அவள் கவனித்தாள். அவள் மெதுவாக எழுந்தாள். மேலே மேட்டுப் பகுதியில் ஒரு இளைஞன் நின்றிருப்பதை அவள் கவனிக்கவில்லை. மேலே ஏற முடியாமல் அவள் திணறினாள். பள்ளத்தினூடே ஒரு கால் மைல் தூரம் நடந்தால் வயலில் போய் ஏறலாம். அப்படிப் போவதும் சரியில்லைதான். ஊருக்குள் நடந்துதான் வர வேண்டியதிருக்கும். என்ன செய்வது? அப்படியே நிற்கும்போதுதான் அந்தச் சத்தம் வந்தது. அவள் பயந்துவிடவில்லை. ஆனால், கூச்சமாக இருந்தது. ஒரு ஆணின் கேள்வி:

"குருவி உயிரோடவா இருக்கு?"

யாரிது? அவள் பதில் சொல்லவில்லை. காதில் விழவில்லையென்பதுபோலிருக்கட்டும். என்ன ஒரு விவரக்கேடு? அவள் முகம் குனிந்து தரையையே பார்த்துக்கொண்டு நின்றிருந்தாள். சருகிலைகளில் விழுந்து கிடக்கும் அவளது இரத்தத் துளிகளைச் சுற்றி ஒரு ஐந்நூறு எறும்புகளிருக்கும். கூடி நின்று சுவைத்துக் கொண்டிருந்தன.

"மேலே ஏற முடியலியா?" மேலே இருந்து திரும்பவும் சத்தம் வந்தது.

ஏற முடியவில்லைதான். இருந்தாலும் என்ன பதில் சொல்வது? அவள் உண்மையைச் சொன்னாள்:

"கஷ்டமாத்தான் இருக்கு."

"முடியலியா?"

"ஓ..."

அப்படிச் சொன்னது சரிதானா? இதை உலகம் அறிந்தால் என்ன சொல்லும். கல்யாண வயதைக் கடந்து நிற்கும் ஒரு இஸ்லாமானக் குமரி, முன்பின் அறியாத ஒரு ஆணாப் பிறந்தவனுடன் பேசினாள். இதை நினைத்துப் பார்த்ததும் குஞ்ஞுபாத்துமா, ஆகத் தளர்ந்துபோய்விட்டாள். அப்படியே நிற்கும்போது இன்னொரு பக்கம் சில மண் கட்டிகள் அடர்ந்து விழுவதைக் கவனித்தாள். அவன் இறங்கி வருகிறான்... வெள்ளை வேட்டியும் வெள்ளைச் சட்டையுமணிந்த ஒரு இளைஞன். இடது கையின் மணிக்கட்டில் ஒரு தங்கக் கைக்கடிகாரமும் அணிந்திருந்தான். தலைமுடியைக் கிராப் செய்திருந்தான்.

அவளால் அவ்வளவுதான் பார்க்க முடியும். மூலிகைச் செடிகளைப் பிடித்தவாறே மெல்ல இறங்கி வந்துகொண்டிருந்த அவனும் அவள் விழுந்ததுபோல் விழுந்துவிடுவானோ? ரப்பே...மெதுவாக... இப்படியாகப் பதற்றத்துடன் அவள் நின்றிருந்தாள்.

"என் இத்தனை வயசுக்குள்ளெ உன்னைப்போல ஒரு பெண்ணை நான் பாத்ததேஇல்லை. ஆச்சரியமா இருக்கு,நீசெய்யிற வேலை... குருவியோட பேர் என்ன?" மூச்சு வாங்கியபடியே அந்த இளைஞன் இதைக் கேட்டு முடித்தான். சிறு மீசையும் சிரிக்கும் கண்களும்கொண்ட ஒருவன். அவளைப் போல் நல்ல வெளுப்பொன்றும் கிடையாது. அவன் அவளுடைய பெயரைக் கேட்டதாக நினைத்துச் சொன்னாள்:

"குஞ்ஞுபாத்துமா."

"பேரு, குஞ்ஞுபாத்துமாவா?"

"ஓ."

"பரவாயில்லை, நல்ல பேரு." திரும்பவும் அந்த இளைஞன் கேட்டான்: "குஞ்ஞுபாத்துமாவோட ரத்தமா இலையில கெடக்குறது.?

"ஓ" என்று சொல்லும்போதே மூட்டின்கீழ்ப் பகுதி வலிக்கத் தொடங்கியது. அவள் கையைத் திருப்பிப் பார்த்தாள். ஏதோ, கல்லோ மரத்துண்டோ பட்டுக் கீறியிருக்கிறது. இரத்தம் வடிந்து கொண்டிருந்தது.

"பாக்கலாம்." அந்த இளைஞன் கேட்டான். "கையை மேலெ தூக்கிப்பிடிச்சுக்கோ, ரத்தம் வடியாம."

பிறகு அந்த இளைஞன் சட்டைப் பையிலிருந்த கைத் துண்டையெடுத்து நீளமாக மூன்றாகக் கிழித்து அப்படியே கையைத் தூக்கி வைத்துக் கட்டினான். பிறகு பாக்கெட்டிலிருந்த சிகரெட் பெட்டியைத் திறந்து அதில் ஒரு சிகரெட்டின் காகிதத்தைக் கிழித்துப் புகையிலை முழுவதையும் உள்ளங்கையில் கொட்டிவிட்டு, "கையைக் கொஞ்சம் தாழ்த்தி வை" என்றான்.

அவள் கையைத் தாழ்த்தினாள். காயத்தில் புகையிலையை வைத்து மெல்ல அவன் அழுத்திப் பிடித்தான். அவளது மார்பகங்கள் எங்கே அவனின் உடலில் பட்டு விடுமோ என்று அவள் பயந்து உடம்பை உள்பக்கமாக எக்கிக்கொள்வதற்காக லேசாக வளைந்தாள். அப்போதுதான் சிறு பதற்றத்துடன் அவள் அந்தக் காட்சியைக் கண்டாள். அதைப் பார்த்தபோது அவளுக்கு வருத்தமாக இருந்தது. அந்த இளைஞனின் இடது

கையில் சுண்டு விரல் இல்லை. வெட்டி நீக்கியதைப் போல்... அது எப்படி இல்லாமல் போனது.?... ஆனால், அவள் கேட்க வில்லை.

அவன் கேட்டான்:

"எரியுதா ?"

"இல்லெ."

"கொஞ்சமும் ?"

"எள்ளுப்போலெ."

"ம்... பரவாயில்லே. கையை நனைக்கக் கூடாது என்ன ? ரெண்டுமூணு நாள் கழியும்போது புண்ணு ஆறியிருக்கும்" என்று சொல்லி இறுகக் கட்டிவைத்தான். அதன் பிறகு ஒரு சிகரெட்டைப் பற்ற வைத்து இழுத்தபடியே சிரிப்புடன் கேட்டான்:

"எப்பிடி மேலே ஏறுவே, குஞ்ஞுபாத்துமா ?"

குஞ்ஞுபாத்துமாவுக்கு எப்படி என்பது தெரியவில்லை. இருந்தாலும் அவளுக்குப் பதற்றமோ பயமோ இருக்கவில்லை. நல்ல குளிர் நேரத்தில் தீயின் அருகில் நிற்பதுபோல்... ஏனோ அவளுக்கு அப்படித்தான் தோன்றியது.

"குருவியைக் காட்டு, பாப்போம்."

அவள் கையை விரித்துக் காட்டினாள். குருவி, நன்றியையோ அன்பையோ பிரகடனப்படுத்துவதுபோல் சிறு சத்தத்துடன் பறந்து சென்றது.

"குஞ்ஞுபாத்துமாவாலே பறக்க முடியுமா ?"

"முடியாது."

"சரி, அப்படின்னா நமக்குச் சிறகு வைக்கலாம்" என்று சொல்லிவிட்டு அந்த இளைஞன் குஞ்ஞுபாத்துமாவின் வலது கையைப் பிடித்துக்கொண்டு திட்டு வழியாக ஏறினான். "பயப்படாதே... சும்மா வா" என்றெல்லாம் இடையிடையே சொன்னான். இவ்வளவு சிரமமில்லாமல் எப்படி ஏற முடிந்தது என்பது அவளுக்குத் தெரியவில்லை. ஒருவகையில் ஆச்சரியமாகவுமிருந்தது. மேலே ஏறியதும் அவன், "சரி, இனி குஞ்ஞுபாத்துமா போகலாம்" என்று சொல்லிவிட்டுச் சிரித்தபடியே பள்ளத்தில் குதித்தோடி மறைந்தான்.

குஞ்ஞுபாத்துமா பிறகு கனவுலகத்தில் வாழ்பவள் போலானாள். அவளது ஒவ்வொரு அணுவும் சுகமான

அனுபவங்களுடன் பிரகாசிப்பதுபோல் தோன்றியது. மனம் நிரம்பிய மகிழ்ச்சியும்.

அவள் பாளையும் கயிறும் உடைகளுமாக பக்கத்துத் தோட்டத்தில் நுழைந்து கிணற்றங்கரைக்குச் சென்றாள். குளிப்பதற்கு முன் அவள் நிறைய முல்லைப்பூக்களைப் பொறுக்கி ஒரு இலையில் கூட்டி வைத்தாள். பிறகு குப்பாயத்தைக் கழற்றினாள். டவலை உடுத்தி வேட்டியை அவிழ்த்து வைத்தாள். கட்டி வைத்திருந்த முடியை அவிழ்த்து விட்டாள். பாளையைக் கிணற்றில் இறக்கினாள். அது நீரில் தொடும் போது அந்த இளைஞனை நினைத்தாள். ‘கையை நனைக்கக் கூடாது’ என்று அவன் சொன்ன வார்த்தைகளைத்தான். அதிசயம் என்றுதான் சொல்ல வேண்டும். அப்போது அவள் வெட்கம்மேலிட ஏனோ மனம் குமைந்தாள்... பாளையையும் கயிற்றையும் பதற்றத்தில் கிணற்றுக்குள் தவற விட்டுவிட்டு உடுப்புகளை வேக வேகமாக அள்ளியெடுத்து மார்பகத்தை மறைத்தபடி குனிந்தமர்ந்து கொண்டாள். ஏனென்றால், அந்த ஆணாகப் பிறந்தவன் அப்போது தோட்டத்தின் வாசலைத் திறந்து முற்றத்திலிறங்கினான்.

“ஓ..! குஞ்ஞுபாத்துமா குளிக்கிறாயா?” என்று கேட்ட அவன், “நான் கவனிக்கலே; சரி, கொஞ்சம் தண்ணி வேணும். எடுத்துட்டு உடனே போயிடுறேன். ஒரு பாத்திரம் தண்ணி ஊற்று...” என்றான்.

குஞ்ஞுபாத்துமா மெதுவாகச் சொன்னாள்:

“பாளெயும் கயிறும் கெணத்துலெ உழுந்துட்டுது.”

“என்னது? பாளையும் கயிறும்..?”

“கெணத்துலெ உழுந்துட்டுது.”

அந்த இளைஞன் சிரித்தபடியே கிணற்றுக்குள் பார்த்தான்.

“இனி எப்படிக் குளிப்பே.?” அவன் கேட்டான். குஞ்ஞுபாத்துமா எதுவுமே சொல்லவில்லை. பாளையும் கயிறுமில்லாமல் வீட்டுக்குச் சென்றால் உம்மா வேறு திட்டுவாள்.

அந்த ஆணாகப் பிறந்தவன் வேட்டியை மடித்துக் கட்டி விட்டு மெதுவாகக் கிணற்றின் பக்கவாட்டுச் சுவரினூடே இறங்கிப் பாளையையும் கயிற்றையும் எடுத்துக்கொண்டு மேலே ஏறி வந்தான். கொண்டு வந்த பாத்திரத்தில் தண்ணீரை நிரப்பிக் கொண்டு போகும்போது சொன்னான்:

"குஞ்ஞுபாத்துமா குளி. காயம்பட்ட அந்த இடத்தெ நனைக்க வேண்டாம் என்ன?"

அந்த இளைஞன் வீட்டுக்குள் நுழைந்து கதவை மூடினான். அவள் குப்பாயத்தை அணிந்து, வேட்டியையும் உடுத்தி பாளையும் கயிறும் டவலுமாகத் திரும்பி மெல்ல வீட்டுக்கு நடந்தாள். வீட்டில் போய்த் தண்ணீர் மொண்டு வைத்துக் குளித்தாள். அந்த இளைஞனை அப்போது நினைத்துப் பார்த்தாள். வெட்கத்தினாலோ என்னமோ உடலும் முகமுமெல்லாம் எரிவதுபோலிருந்தது. அந்த ஆள் யார்? அந்த வீட்டிற்குள் அவன் எப்படி வந்தான்? அன்றிரவு அவள் சாப்பிடவில்லை. உம்மா கேட்டபோது வேண்டாமென்று சொல்லிவிட்டாள். வாப்பா கேட்டபோது, "எனக்கெ வயிறு வலிக்குது" என்றாள்.

அப்படியாக அனைவரும் சேர்ந்து இரவின் நிசப்தத்தில் தௌபா செய்யும்போதும் குஞ்ஞுபாத்துமா அந்த அன்னிய இளைஞனைப் பற்றி நினைத்தாள். தௌபா செய்யும்போது இரவு நீண்ட நேரமாகி விட்டது. மண்ணெண்ணெய் விளக்கின் முன் அமர்ந்து கித்தாபு பார்த்து வாப்பாதான் தௌபா சொல்லிக் கொடுத்துக்கொண்டிருந்தார். அனைத்துலகையும் படைத்த., எல்லா ஜீவராசிகளுக்கும் அதிபதியாகிய., உருவமில்லாதவனும் கருணையே வடிவானவனுமாகிய அல்லாஹுவிடம் மூன்று உயிர்கள் இரவின் ஏகாந்த அமைதியிலமர்ந்து பிரார்த்தனை செய்கின்றன. வாப்பா சொல்லுவதைக் குஞ்ஞுபாத்துமாவும் உம்மாவும் பயபக்தியுடன் ஏற்றுச் சொல்லிக்கொண்டிருந்தார்கள். ஒவ்வொரு வரியையும் மூன்று குரல்களில் மூன்று பேரும் சொன்னார்கள். அவர்கள் ரப்புல் ஆலமீனான தம்புரானிடம் மன்னிப்புக் கேட்டு இறைஞ்சினார்கள்.

வாப்பா பக்தியுடன் தொடங்கினார்.

"எங்களின் தம்புரானே... நாங்கள் உன்னிடம் பிழை பொறுக்கக் கோருகிறோம், யா அல்லாஹ். எங்களுடைய எல்லாச் சின்னஞ்சிறிய குற்றங்களைச் சொல்லியும் எல்லாப் பெரிய குற்றங்களைச் சொல்லியும் நாங்கள் தெரிந்து செய்த குற்றங்களையும் தெரியாமல் செய்த குற்றங்களைச் சொல்லியும் பயந்து, மனம் பதைத்து தௌபா செய்து மீள்கிறோம் தம்புரானே." இப்படியாக, மேலும் இனிமேல் தவறுகள் செய்ய மாட்டோம் என்றும் [1]"கல்ஃபை ஒஸுவா'க்கும் இபுலீஸ் எனும் பகைவனின் தொந்தரவிலிருந்து பாதுகாப்புத் தர வேண்டியும் எல்லோரும் இறுதியில் ஃபிர்தௌஸ் எனும் சுவர்க்கத்தினுள் நுழையச்

1 மனதைச் சீர் கொடுக்கும்

செய்து இறைவனது திருக்காட்சியையும் நபிதங்களின் திருக்கல்யாணத்தை எங்களுடைய இரு கண்களால் காணவும் அதில் கலந்துகொள்ளவும் உன்னுடைய அளப்பரிய உதவியைக் கோருகிறோம் தம்புரானே” என்றும் பக்தி நிறைந்த மனதுடன் ஆமீன் சொல்லி முடித்தார்கள்.

அதன் பிறகு, கொஞ்ச நாட்கள் உம்மா பெரிய ஆர்ப்பாட்டம் எதுவும் செய்யவில்லை. ‘தவமிருந்து பெற்ற மகளாக்கும்’ என்றெல்லாம் அன்போடு சொல்லிக் கொண்டாலும் உம்மாவின் பிரச்சினைகள் மீண்டும் ஆரம்பித்தன. மிகவும் மோசமாகப் பேசினாள். மீண்டும் சண்டை தொடங்கியது. மனதில் தோன்றுவதையெல்லாம் சொல்லி வாப்பாவைத் திட்டினாள். வாப்பாவின் கோபத்தைத் தூண்டுவதற்காக அவள் குஞ்ஞுபாத்துமாவையும் திட்டினாள். அவள் ஏதாவது பதில் சொன்னால் உடனே தொடங்கி விடுவாள்.

“அதுனாலெதான் பெண்ணே ஒன்னை ஆருமே கெட்ட வராத்தது. நீ இப்பிடியே இருந்து பூசணம் பூக்க வேண்டியதுதான். நீ பாக்கியம் கெட்டவொ. நான் கெட்டுப்பட்டது, பதினாலாமது வயசுலெட்டீ. ஒனக்கிப்பொ வயசு, இருவத்தி ரெண்டுட்டீ, இருவத்திரெண்டு.”

வாப்பா சொல்வார்:

"ஒன்னாலெ இப்போ சும்மா இருக்க முடியுமா முடியாதா? ஆண்டவனுக்கெ நாட்டம் இருந்தா இந்த வருசமே அவளுக்கெ கலியாணம் நடக்கும். நான் மாப்புளெ பாத்துட்டுதான் இருக்கேன்."

"ஓ, இவளெ கெட்டுதுக்கு வாரானுவெ."

உம்மாவின் அபிப்பிராயப்படி குஞ்ஞுபாத்துமாவைக் கல்யாணம் செய்துகொள்வதற்கு யாருமே முன்வர மாட்டார்கள்.

"என்னத்தெ இருக்குதுதாம் இவளுட்டெ, பாத்துட்டு வரூதுக்கு."

எதுவுமே இல்லை. சீதனம் கொடுக்க ஏதாவது இருக்கிறதா? தங்க உருப்படிகளோ உடுதுணிகளோ ஏதாவது இருக்கிறதா?

வாப்பா சொல்லுவார்:

"எவனாவது வருவானுவெ."

யார் வருவார்கள்? மனதை நிம்மதியிழக்க வைக்கும் ஒரு விஷயம்தான். யார் வந்தால்தான் என்ன? வீட்டுக்குள் எந்த அமைதியுமில்லை. எப்போதுமே திட்டும் சாபமும்தான். உம்மாவுக்கு எதிலும் எதற்கும் முந்திக்கொண்டு அபிப்பிராயம் சொல்ல வேண்டும். ஊரில் நடக்கிற எதைப் பற்றியும் உம்மாவிடம் கலந்தாலோசிக்க வேண்டும். ஆனால், யாருமே அப்படிச் செய்வதில்லை. உம்மா இதை நினைத்து எல்லோரையும் திட்டுவாள். வழியே போகிற பிள்ளைகளெல்லாம் உம்மாவைப் பரிகாசம் செய்தார்கள். வாப்பா இதற்காக அவர்களிடம் சண்டைக்குப் போக வேண்டும். இல்லையென்றால் உம்மா அந்தப் பழைய மிதியடியின்மீது நடந்து அவர்களிடம் சண்டைக்குப் போவாள். அவர்களுடைய வாப்பாவையும் அக்காமார்களையும் திட்டுவாள். உம்மாவுக்கு எல்லாவற்றிற்கும் லைசன்ஸ் உண்டு. பள்ளிவாசலை நிர்வாகம் செய்வதிலும் உம்மாவின் பங்கிருக்க வேண்டும். பள்ளிவாசலில் கத்தீபையோ, மோதீனையோ நியமிக்கும்போதும் உம்மாவிடம் யோசனைக் கேட்டிருக்க வேண்டும். ஆனால், அப்படி யாருமே கேட்பதில்லை.

உம்மா உட்கார்ந்து, இழந்துவிட்ட பழைய பிரதாபத்தை நினைத்து எல்லோரையும் திட்டுவாள்.

வாப்பா சொல்வார்:

"ஒன்னாலெ இப்போ சும்மா இருக்க முடியுமா, முடியாதா?"

“இருக்க முடியாதுண்ணா, செம்மீனடிமெ மூக்கு வழியா உறிஞ்சு எடுத்துருவாராக்கும்.”

“எடீ...” வாப்பாவின் இந்தச் சத்தமும் பார்வையும்...

குஞ்ஞுபாத்துமா நடுங்கியபடியே நிற்பாள். என்ன நடக்கப் போகிறதோ?

அவள் மெதுவாகக் கூப்பிடுவாள்:

“வாப்பா!”

வாப்பா அவளைச் சோகமாகப் பார்த்துவிட்டு எதுவும் பேசாமல் இறங்கி வெளியே போவார். வீட்டில் அமைதி வேண்டுமே?

உம்மாவுக்கும் வாப்பாவுக்கும் மீண்டும் ஒருவருக்கொருவர் கண்டாலே பிடிக்காது என்கிற நிலைமையேற்பட்டது. ஏன் இப்படியெல்லாம் நடக்கிறது? குஞ்ஞுபாத்துமா அப்படியே அமர்ந்து அந்த இளைஞனைப் பற்றி நினைத்துப் பார்ப்பாள். பார்க்கவே முடியவில்லையே? எங்கே போய் விட்டான்? அவன் பெயர் என்ன? என்ன ஜாதி? எதுவுமே தெரியாது. வாழ்க்கையில் ஒரு தடவை மட்டுமே பார்த்த ஒரு நல்ல மனிதன். அந்த முகம்; அந்தப் புன்சிரிப்பு; இழந்துபோன அந்த விரல்... ஏன் என்று தெரியவில்லை. இழந்துவிட்ட அந்த விரலைப் பற்றி அவள் அடிக்கடி நினைத்துப் பார்ப்பாள். ஆளில்லாத அந்த வீடு. கிணற்றங்கரையில் படர்ந்து கிடக்கும் முல்லைப் பூக்கள். மிச்சமிருக்கும் அந்த விசாலமான தோட்டத்தில் எதுவுமே கிடையாது. காய்ந்து கிடக்கும் புற்கள் மட்டும் தானிருந்தன. ஆளறியாத அந்த இளைஞன் போட்ட கட்டைக் குஞ்ஞுபாத்துமா அவிழ்த்துப் பார்த்தாள். காயம் ஆறியிருந்தது.

எல்லாமே பழைய வரலாற்றின் வெறும் நினைவுகளாக மாறியிருந்தன.

அப்படியே நாட்கள் பல கடந்தபோது அந்தத் தோட்டத்தையும் வீட்டையும் யாரோ விலைக்கு வாங்கியிருப்பதாக அறிந்தாள். யாரது? ஆனால், இரண்டு மூன்று நாட்கள் கழிந்ததும் வேதனையுடன் அவள் புரிந்துகொண்டாள். தொலைவிலுள்ள யாரோ ஒருவர். குளித்துவிட்டு வந்து அதில் இருந்தவர். அவர்கள் மூன்று பேரிருந்தார்கள். காஃபிர்கள். ஒரு, வயதான ஆணும் வயதான பெண்ணும். கூடவே, பகட்டுக்காரியான ஒரு சின்ன காஃபிருச்சியும்.

குஞ்ஞுபாத்துமாவுக்கு மிகவும் வருத்தமாக இருந்தது. ஏதோ ஒரு இயலாமை. தானொரு அதிர்ஷ்டமில்லாதவள். இறுகிய மனதுடன் அவள் படைத்தவனிடம் கேட்பாள்:

"யா ரப்புல் ஆலமீன்."

அனைத்துலகையும் படைத்தவனே என்று மட்டும். இறுகி உடைந்து விடுகிற எதிர்பார்ப்புகளுடன் அவள் அப்படியே நின்றிருப்பாள்.

அவளுடைய அபிலாசை என்ன?

எதிர்காலம் எப்படியிருக்கும்?

O

7

கள்ள புத்தூஸு

ஒருநாள் மதிய நேரம், பக்கத்து வீட்டுக்காரியான அந்தச் சின்ன காஃபிரிச்சி அல்லிக்குளத்தின் அருகில் நின்று சேலையையும் ஜாக்கெட்டையும் கழற்றிக்கொண்டிருப்பதைக் குஞ்ஞுபாத்துமா பார்த்தாள்.

அந்தக் குமரி, பாவாடையும் பாடீஸுமாக நிற்கிறாள்.

"குப்பாயத்தின் அடியிலெ குட்டிக் குப்பாயம்... உள்ளுடுப்பு... ஹோ" என்றவள் மனதிற்குள் நினைத்துக்கொண்டாள். கூடவே அவளுக்குள் ஒரு வருத்தமும் உருவானது.

படைத்தவனே, அந்தச் சின்ன காஃபிரிச்சி குளிக்கப் போகிறாள். கன்னட்டைக் கடித்துக் கொன்றுவிடுமே?

குஞ்ஞுபாத்துமா இறங்கிஓடினாள். அவளுடைய தலை முடி அவிழ்ந்து விழுந்தது. இருந்தபோதும் அவள் நிற்கவில்லை. "குளிக்காண்டாம்... குளிக்காண்டாம்" என்று சொன்னபடியே மூச்சு வாங்க அவளது அருகில் போய் நின்றாள்.

அந்தச் சின்ன காஃபிரிச்சி எந்தவிதமான கோபத்தையும் முகத்தில் காட்டிக்கொள்ளாமல் குஞ்ஞுபாத்துமாவிடம் சொன்னாள்:

"புத்தூசே... குளிக்க வேண்டாம், குளிக்க வேண்டாம்னு சொல்லணும்."

குஞ்ஞுபாத்துமா பதிலே சொல்லவில்லை. ஓஹோ? அப்படியென்றால் கன்னட்டைக் கடித்துக் கொல்லட்டும். ஆளைப்பாரேன், குளிக்க வேண்டாம் என்றுதான் சொல்ல வேண்டுமாக்கும்? ஏன், குளிக்காண்டாம் என்று சொன்னால் என்னவாம்? அவளுடைய கிண்ணாரத்தைப் பாரேன். குஞ்ஞுபாத்துமா நினைத்துக்கொண்டாள்: ‘காஃபிரிச்சிகளெல்லாம் இப்படித்தான் இருப்பார்களோ? ‘சிமிட்டிகளு!’ ஆனால், அவளுக்குப் பழைய நினைவுகள்தான் வந்தன. பண்டு, சின்ன வயதில் வாப்பா அவளுக்கு எண்ணெயெல்லாம் புரட்டி ஆற்றுக்குக் குளிக்கக் கூட்டிக்கொண்டு போகும் ஞாபகம். அன்றெல்லாம் அந்த ஆசிரியை காஃபிரிச்சிகள் எவ்வளவு அன்பாக நடந்துகொண்டார்கள்? இவளும் அவர்களைப் போல்தான் பேசுகிறாள். ஆனால்... அவர்களை விட பெரிய சிமிட்டியாக இருக்கிறாள். குஞ்ஞுபாத்துமா விரால் மீனைப் பார்ப்பதற்காக அல்லிக்குளத்தின் அருகில் சென்றாள்.

“ஆஹா, முடி எவ்வளவு அழகாக இருக்கு.” சிமிட்டி சொல்கிறாள்.

“அந்தக் கறுத்த மச்சமும்கூட நல்ல அழகுதான்.” என்று சொன்னபடியே தளுக்குக்காரி, ஜாக்கெட்டையும் அணிந்து சேலையையும் சுற்றிக்கொண்டு குஞ்ஞுபாத்துமாவின் பக்கத்தில் சென்று தோரணையுடன் கேட்டாள்:

“ஹேய் சுந்தரி, இந்தக் குளத்திலே குளிக்கக் கூடாதுனு சொல்லி ஏதாவது தடையுத்தரவா போட்டிருக்கு?”

குஞ்ஞுபாத்துமா சொன்னாள்:

“எனக்க பேரு துந்தரிஞு ஒண்ணுமில்லெ.”

என்னது, துந்தரியில்லையா? சிமிட்டி சிரித்தாள். “புத்தூசே, சுந்தரினு சொல்லணும். சரி, உன் பெயரென்ன?”

“குஞ்ஞுபாத்துமா.”

“அழகான பெயர். முகம்மது நபி ஸல்லல்லாஹு அலைஹிவஸல்லம் அவர்களுடைய மகளார் பாத்திமாவின் பெயர். சரி, அதிருக்கட்டும். இந்த ஆம்பல் குளத்தில் குளித்தால் என்னவாம்?”

“கன்னட்டெ கடிச்சுப்போடும்.”

“பொம்பளை அட்டையா, ஆம்பளை அட்டையா?”

“மாப்புளையும் பெஞ்சாதியுமாத்தான் இருந்தாங்கொ. அதுலெ ஒண்ணு என்னெக் கடிச்சி சோரை முழுசையும் குடிச்சிப்போட்டுது.” குஞ்ஞுபாத்துமா தொடர்ந்து சொன்னாள்:

“எஞ் சோரை முழுசையும் குடிச்சி வீர்த்த கன்னட்டையெரால் மீனு கடிச்சித் தின்னு போட்டுது. இதுலெ தண்ணிப் பாம்பும் கறுப்பாமையும்கூட உண்டு.” பிறகு, குஞ்ஞுபாத்துமா தன்னை, கன்னட்டை கடித்த சம்பவத்தை உணர்ச்சிபூர்வமாக விவரித்தாள். வீங்கிய அந்த அட்டை, தொடையில் தொங்கிக்கிடந்த கட்டம் வரும்போது சிமிட்டி நடுக்கத்துடன் விழி பிதுங்க நின்றிருந்தாள். ‘ம் ஓ!’ என்றெல்லாம் குட்டி யானை உறுமுவதுபோல் சத்தமெழுப்பினாள். “நானாக இருந்திருந்தால் கூப்பாடுப் போட்டு ஊரைக் கூட்டியிருப்பேன். கடைசியிலே மயக்கம் போட்டு விழுந்துமிருப்பேன்.” சிமிட்டி சொன்னாள்:

குஞ்ஞுபாத்துமா கூப்பாடு போடவில்லையல்லவா? மயக்கம் போட்டு விழுந்துவிடவுமில்லை. இது அவளுக்குப் பெருமையாக இருந்தது. அவள் புளிய மரத்தின் அருகில் சென்றாள். ஒரு பழுத்த வாளன்புளி கிடப்பதைக் கண்டாள். அதை எடுத்துத் தோட்டையுடைத்து சிறு துண்டையெடுத்து வாயிலிட்டாள்.

தளுக்கி அவளது அருகில் சென்று,“வாளன்புளி தின்கிறாயோ?” என்று கேட்டாள்.

“ஓ.” எல்லாப் பெண்களுக்குமே புளியென்றால் ரொம்பவும் பிடிக்குமோ? இதில் குஞ்ஞுபாத்துமாவுக்குச் சந்தேகமிருந்தது. இருந்தாலும் அவள் கேட்டாள்:

“வேணுமா?”

“ஒரு சின்னத் துண்டு தாயேன்” என்று சிமிட்டி சொல்லும் போது அவளது நாக்கிலும் நீரூறியிருப்பதுபோல் குஞ்ஞுபாத்து மாவுக்குத் தோன்றியது. குஞ்ஞுபாத்துமா ஒரு பெரிய துண்டைக் கொடுத்தாள். சிமிட்டி அதை வாங்கித் தின்றாள். சாதாரணமாகப் பெண்கள் வாளன்புளி தின்பதைப் போல் அல்ல, அவள் அதைத் தின்றது. கண்களைச் சுருக்கிக்கொள்ளவோ முகத்தை எட்டுக் கோணலாக்கவோ அவள் செய்யவில்லை. காஃபிரிச்சிச் சிமிட்டி, அதை அப்படியே வாங்கிக் கொட்டையுடன் சேர்த்து வாயிலிட்டு விழுங்கிவிட்டாள்.

குஞ்ஞுபாத்துமா ஆச்சரியத்துடன் சொன்னாள்:

“அப்பிடியே முழுங்கக் கூடாது.”

“விழுங்கினால் என்னவாகும்?”

“கொட்டை வயித்துலெ கெடந்து வளரும்; பெரூசா, மரமாயிரும்.”

சிமிட்டி சொன்னாள்:

“என் வயிற்றுக்குள்ளே கருங்கல்லைப் போட்டாலும் ஜீரணமாயிடும். என்னோட வயசு அப்படினு எல்லோரும் சொல்வாங்க.”

குஞ்ஞுபாத்துமா இன்னொரு பெரிய துண்டைக் கொடுத்து விட்டுக் கேட்டாள்:

“எத்தனை வயசாவுது?”

“பதினேழு.”

“எனக்கு, இருவத்திரெண்டு வயசாச்சிணு உம்மா சொன்னாங்கோ.”

“வாப்பா எவ்வளவுனு சொல்றாரு?”

குஞ்ஞுபாத்துமா பதில் சொல்லவில்லை.

“ஏன் புத்தூசே, எதுவும் சொல்ல மாட்டெங்குறே?”

“என்னெ எதுக்கு புத்தூசேணு கூப்பிடணும்?”

“புத்தூசே, அப்படிக் கேட்கக் கூடாது. என்னை ஏன் புத்தூசேனு கூப்பிடுறே.இப்படிக்கேட்கணும்.நான் ஏன் புத்தூசேனு கூப்பிடுறேன்னா? எனக்கே அது என்னான்னு தெரியாது? மாதர்குல மாணிக்கங்கள் எல்லாரையும் கள்ள புத்தூஸ்னு கூப்பிடலாம். அதனாலேதான் எங்க [1]காக்கா என்னைக் கள்ள புத்தூஸ்னு கூப்பிடுவாங்க.”

காக்கா, நபி (ஸ.அ)... காஃபிரிச்சி என்ன இப்பிடியெல்லாம் பேசுதா?

“நான் இப்படியாகப் புரிந்துகொண்டிருப்பது பெண்களுடைய மற்றொரு சொல்தான் கள்ள புத்தூஸ். அப்புறம், எங்க காக்கா என்னை ‘லுட்டாப்பி’னும் கூப்பிடுவாங்க.”

“ஒன் காக்காவுக்கெ பேரென்னதாக்கும்?”

“நிஸார் அகமது.”

“நிஸார் அகமதா..? ஒம்பேரு?”

பெருமை பீத்தும் அந்தக் கண்டாங்கிக்காரி சொன்னாள்:

“ஆயிஷா.”

“நீ என்ன ஜாதி?”

பெருமை பீத்தும் கண்டாங்கி சொன்னாள்:

---

1 அண்ணன்

“முஸ்லிம்.”

யா ரப்புல் ஆலமீனே! குஞ்ஞுபாத்துமா கேட்டாள்:

“எங்களெ எல்லாம் போலெதானா?”

“இல்லை, நாங்களெல்லாம் உண்மையான முஸ்லிம்கள்.”

உண்மையான முஸ்லிம்கள்...காது இரண்டிலும் அலுக்கத்துப் போடவில்லை. காதின் மடலில் இரண்டு தங்கத் துணுக்குகள் மட்டும்தானிருக்கின்றன. உடுத்திருப்பது சேலை. பிளவுஸ் என்கிற குப்பாயம் அணிந்திருக்கிறாள். அதனுள் இத்துனூண்டு காணும் ஒரு கூட்டுக் குப்பாயம் வேறு.

“பேரென்ன சொன்னே?”

“ஆயிஷா. நீ விரும்பினால் ஆயிஷா பீவினோ, பேகம் ஆயிஷானோ கூப்பிடலாம். ஆயிஷா பானு அப்படீன்னும் கூப்பிட்டுக்கோ. காலேஜில் என்னை ஆயிஷா பீவினுதான் சொல்வாங்க. வீட்டில் எங்க வாப்பாவும் உம்மாவும் ஆயிஷானு கூப்பிடுவாங்க. நான் சொன்னேனே, எங்க காக்கா என்னை லுட்டாப்பினு கூப்பிடுவாங்க. கள்ள புத்தூஸ்னும் கூப்பிடு வாங்க.”

ஆயிஷா! முகம்மது நபியின் மனைவியின் பெயர். யா ரப்புல் ஆலமீனே!

குஞ்ஞுபாத்துமா அதிசயமாகப் பார்த்தாள்.

‘இதுவளெல்லாம் இஸ்லாமானதுவதானா?’

“மொகத்துலெ முடியில்லாமெ, தலையிலெ முடிவெச்சிருக்குத அந்த ஆணாப்பெறந்த ஆளு ஆரு?”

ஆயிஷா, குஞ்ஞுபாத்துமாவைக் கேலி செய்வதுபோல் பதில் சொன்னாள்.

“அது எனக்கெ வாப்பா... பின்னெ அந்தக் கண்டாங்கிக் காரி, எனக்க உம்மா.” சொல்லிவிட்டுக் கேட்டாள்:

“அந்த ஒசரமுள்ள, ஆணாப்பெறந்த ஆளு, [1]தாத்தாக்கெ வாப்பாயோ?”

“ஓ.”

“ராவும் பவலும் சத்தம்போடுத அந்தப் பெண்ணாப் பெறந்தவொ ஆரு?”

---

1 அக்கா

“அது எனக்கெ உம்மா.”

ஆயிஷா கேட்டாள்:

“அது ஏன் அவங்க அக்கம்பக்கத்துலே யாரையுமே தூங்கவிடாம இவ்வளவு சத்தமாகப் பேசிக்கிறாங்க? முஸ்லிம் பெண்கள் இப்படி அடக்கவொடுக்கமில்லாம மற்றவங்களுக்குத் தொந்தரவு கொடுக்கிறது சரிதானா?”

குஞ்ஞுபாத்துமா எதுவுமே சொல்லவில்லை.

ஆயிஷா கேட்டாள்:

“தாத்தாவோட உம்மா ஏன் எங்க எதிர்லே இருக்கிற தண்ணியில்லாத அந்தப் பள்ளத்துலே வந்து வெளிக்கிருக் கிறாங்க?”

“அது, நாங்கொ லாத்திரிணா எங்கயாவது வழியிலெ இருந்துருவோமாக்கும். பகலாயிருந்தா மட்டுந்தான்...”

“அது சரி. மனுசங்க நடமாடுற வழிப்பாதையிலே கக்கூசுக்குப் போறது நல்ல விஷயம்தான். இந்த ஊருலே எல்லாருமே இப்படி வழிப்பாதையிலேதானா..?”

குஞ்ஞுபாத்துமா சொன்னாள்:

“ஓ.”

“வீடுகள்லே கக்கூஸ் கட்டினா என்ன?”

குஞ்ஞுபாத்துமா பதில் சொல்லவில்லை.

ஆயிஷா சொன்னாள்:

“அப்புறம், லாத்திரினு சொல்லக் கூடாது. ராத்திரினு சொல்லு.”

“ராத்ரி.”

“அப்படியில்லே, திருத்தமாகச் சொல்லணும். சொல்லு, ராத்திரி.”

“ராத்திரி” என்று சொல்லிவிட்டு குஞ்ஞுபாத்துமா கேட்டாள்:

“ஒங்க ஊடு எங்கெ இருக்குது.?”

“உங்க வீடு எங்கே இருக்கு? – இப்படிக் கேளு.” சரி, இப்படிக் கேட்டதாகவே வெச்சுக்கிறேன். அப்போ, என்ன சொல்றது? உண்மையைச் சொல்லணுமல்ல? எங்களுக்கு சொந்தமாக வீடு கிடையாது. ஆனால், பட்டணத்திலே ஒரு வீடு இருக்கவும்

செய்கிறது. அது இப்போது அடமானத்திலிருக்கு. அதிலிருக்கிற மிச்ச இடத்தில் நாங்கள் பல வகையான விவசாயம் செய்து வர்றோம். ஒட்டு மா, ஒட்டுக் கொய்யா, சப்போட்டா, கிழங்கு, சாம்பை, முல்லை, ரோஸ்–மட்டுமல்ல, காய்க்கவும் பூக்கவும் செய்ற பலவகையான மரம், செடிகொடிகள் அதிலிருக்கு."

பிறகு வீட்டைப் பற்றி வர்ணித்தாள்: "ஓடு போட்ட இரண்டுமாடிக் கட்டடம். அதைச் சுற்றிலும் மஞ்சள் நிறத்தில் மதில் கட்டு. வீட்டின் கதவுக்கு நீல நிறத்தில் பெயிண்ட் அடிக்கப்பட்டிருக்கும். வீட்டில் ஒவ்வொரு அறையிலும் கரண்ட் விளக்குண்டு. அப்புறம் எங்களிடம் ரேடியோவுமிருக்கு.'"

"அப்பிடிண்ணா என்னது?" என்று குஞ்ஞுபாத்துமா கேட்டாள். மற்றவை எல்லாம் அவளுக்குப் புரிந்துவிட்டது. 'தொட்டா எரியுத' கரண்ட் விளக்கையும் அவள் பார்த்திருக்கிறாள். ரேடியோ என்றால் என்னவென்று அவளுக்குப் புரியவில்லை.

ஆயிஷா சொன்னாள்:

"அது, ஒரு பெட்டிபோலிருக்கும். அதிலிருந்து பாட்டு வரும். நிறைய வெளிநாடுகளிலிருந்தெல்லாம் பாட்டுகளும் செய்திகளும் கேட்கலாம்."

"மக்காவுலெ உள்ளதும் கேக்குமாக்கும்?"

ஆயிஷா சொன்னாள்:

"அரேபியா, துருக்கி, இரான், ஆஃப்கானிஸ்தான், ரஷ்யா, ஆப்ரிக்கா, மதராஸ், ஜெர்மனி, அமேரிக்கா, சிங்கப்பூர், டெல்லி, கராச்சி, லாகூர், மைசூர், இங்லாண்ட், கெய்ரோ, ஆஸ்திரேலியா, கல்கத்தா, சிலோன்–மட்டுமல்ல, உலகத்திலுள்ள பெரும்பாலான எல்லா தேசங்களிலிருந்தும் வரும்."

குஞ்ஞுபாத்துமாவுக்கு அதெல்லாம் சரியாக விளங்கவில்லை. எதுவாக இருந்தாலும் சரிதான், பெண்ணுக்குத் தளுக்குக் கொஞ்சம் கூடித்தான் போகிறது. அவள் அட்ட காசமான ஒரு கேள்வி கேட்டாள்:

"ஒங்க ஊட்டுலெ வாளம்புளிய மரம் நிக்கிதா?"

"இல்லை."

அப்புறம் என்ன பேச்சு வேண்டிக்கிடக்கிறது. வாளன் புளியல்லவா முக்கியம். குஞ்ஞுபாத்துமா கேட்டாள்:

"கள்ள புத்தூசே... ஒங்களுக்கு ஆனெயிருந்துதா?"

"இல்லை."

குஞ்ஞுபாத்துமா பெருமையாகச் சொன்னாள்:

"எங்க உப்பப்பாக்கொரு ஆனெயிருந்துதாக்கும்!—ஒரு பெரீய கொம்பானெ."

ஆயிஷாவும் பெருமையாகச் சொன்னாள்:

"எங்க உப்பப்பாவிடம் ஒரு காளைவண்டியிருந்தது. அதில் அவர் சாதனங்களெல்லாம் கூலிக்கு ஏற்றிக் கடைகளுக்கும் வீடுகளுக்கும் கொண்டுபோய் கொடுப்பார். அந்த வண்டியை வைத்து எங்க உப்பப்பா எங்க வாப்பாவை எம். ஏ.வரை படிக்க வைத்தார்... பிறகு, சொல்லு அக்கா, உங்க அந்தப் பெரிய கொம்பானை இப்போ எங்கே?"

"அது செத்து—இல்லெயில்லே, மரிச்சிப்போச்சுது." அது இஸ்லாமான யானை என்பதால் மரித்துவிட்டது என்றோ மவுத்தாகி விட்டது என்றோதான் சொல்ல வேண்டும். இஸ்லாமானவன் மரிக்கும்போது 'மரிப்பு' என்றும் காஃபிரு மரிக்கும் போது 'சாவு' என்றும்தான் சொல்ல வேண்டும்.

ஆயிஷா கேட்டாள்:

"அது செத்துப்போயிட்டுதா?"

குஞ்ஞுபாத்துமா சொன்னாள்:

"மரிச்சிப்போச்சுது. அது நாலு காஃபிருகளெக் கொன்னு தாக்கும்."

"வெறும் நான்கு பேரை மட்டும்தானா? எத்தனை இஸ்லாமியரைக் கொன்னுது?"

"ஒத்தை ஒரு மனுசனெகூட கொன்னதுக் கெடையாதும். அது நல்ல ஒரு ஆனையாக்கும்."

ஆயிஷா சிரித்தபடியே சொன்னாள்: "அக்கா சொல்றது உண்மையா இருந்தால், சுவர்க்கத்துலே அந்த யானைக்கு கல், கரடு, முத்து, மரகதங்களாலான நான்கு மணி மாளிகைகள் கிடைக்குமே?"

ஏனென்றால், பூவுலகில் புண்ணிய கர்மம் செய்தவர்களுக்குப் பரவுலகில் எல்லா சுகவாச சௌகரியங்களும் கிடைக்கும். ஐதீகத்தின்படி காஃபிர்களைக் காய்ச்சித் தள்ளுவதும் புண்ணிய கர்மங்கள்தான்.

குஞ்ஞுபாத்துமா சொன்னாள்:

"எங்களுக்கு நெறைய சொத்துக்கலெல்லாம் இருந்துதாக்கும்."

"அதெல்லாம் இப்போ எங்கே?"

"போயிட்டுது" என்று சொல்ல மட்டுமே அவளுக்குத் தெரிந்திருந்தது.

ஆயிஷா கேட்டாள்:

"வாப்பாவுக்கு என்ன வேலை?"

"யாவாரம்."

"என்ன வியாபாரம்?"

"அது இது எல்லாம்."

"வாப்பாவோட பெயரென்ன?"

"வட்டனடிமெ."

"உம்மாவோட பெயர்?"

"குஞ்ஞுதாச்சும்மா."

ஆயிஷா சொன்னாள்:

"எங்க வாப்பா, காலேஜ் புரொஃபஸர். பெயர், செய்னுல் ஆப்தீன். உம்மாவோட பெயர், ஹாஜரா பீவி. காக்கா, நிஸார் அகமது, ஒரு கவிஞர். அவருடைய கவிதை எழுத்தெல்லாம் நிலத்தின்மீதுதான். அதெல்லாம், மரங்களாகவும், மலர்களாகவும், காய்கனிகளாகவும் கிழங்குவகைகளாகவும் உருமாறும்." நிஸார் அகமதைப் பற்றி ஆயிஷாவுக்கு இப்படியாக நிறைய சொல்வதற்கிருந்தது. அவள் பேசிக்கொண்டே போனாள்.

"எங்க காக்கா, பிரபஞ்சங்களையும் அதிலிருக்கிற இந்த பூமியையும் இதிலுள்ளதும் உருவாக இருக்கிறதுமான எல்லாவற்றின்மீதும் அன்பு காட்டுபவர். சுத்தம் பார்ப்பவரும் கட்டுத் திட்டமுமுள்ள ஒரு... பொல்லாத ஆள்."

குஞ்ஞுபாத்துமாவுக்கு இதிலொன்றும் பெரிய அளவிலான சுவாரஸ்யம் தோன்றவில்லை. குறிப்பாக அந்தப் பெயர்களின் மீதுதான் ஆச்சரியம். செய்னுல் ஆப்தீன், நிஸார் அகமது... இந்த மாதிரியான இஸ்லாமியப் பெயர்களை அவள் கேள்விப் பட்டதே கிடையாது. மக்காரு, அடிமை, அந்து, கொச்சுபரோ, குட்டி, கொச்சுண்ணி, குட்டியாலி, பாவா, குஞ்ஞாலி, பக்கறுக் குஞ்ஞு, மைதீன், அவரான், பரீது, பரீக்குட்டி, பாவாக்கண்ணு, சைதாலி, சேக்குமைது, பீரான், குஞ்ஞிக்கொச்சு, அத்துலு— என்றெல்லாம் அவள் கேள்விப்பட்டிருக்கிறாள். ஆனால், நிஸார் அகமது!.. சிவந்த, துருத்திய இரத்தக் கண்களும்

விரித்து முறுக்கிவிடப்பட்ட கொம்பு மீசையும் நெஞ்சு நிறைய கறுத்த ரோமங்களும் பயங்கரமான புஜத் திடமுமுள்ள ஒரு உயரமான மனிதனை அவள் மனதில் கற்பனை செய்துவிட்டுக் கேட்டாள்

"துட்டாப்பிக்கெ காக்கா எப்ப வரும்?"

"நாளையோ மறுநாளோ—எதுவாக இருந்தாலும் தாத்தா வோட உம்மாகிட்டே சொல்லி வை. எங்க மூக்குக்கு நேரா வந்திருந்து வெளிக்குப் போகக்கூடாதுனு. நாறாதா தாத்தா? காக்கா வந்தா பெரிய பிரச்சினையாகிப்போகும் சொல்லிட்டேன்."

குஞ்ஞுபாத்துமா நடுங்கிவிட்டாள். உம்மாவிடம் போய் இதை எப்படிச் சொல்ல முடியும்? சொல்லாமலுமிருக்க முடியாது. அவள் மெதுவாக மனதிற்குள் பிரார்த்தனை செய்தாள்:

'படச்சவனே, துட்டாப்பிக்கெ காக்கா இங்கே வராம இருக்கட்டு. வந்தா சண்டெ வரும்.'

அந்தப் பொல்லாத மனிதன்.

ஆயிஷா கேட்டாள்:

"அக்காவுக்குக் கல்யாணமாயிட்டுதா?"

குஞ்ஞுபாத்துமா சொன்னாள்:

"எனக்குக் கலியாணம் கழியலெ. துட்டாப்பிக்கு கழிஞ் சிட்டதா?"

"கள்ள புத்தூசே!... லுட்டாப்பினு சொல்லணும். எனக்கும் கல்யாணமாகலே. பி.ஏ. பாஸான பிறகுதான். அதுவும் எங்க காக்காவுக்குக் கல்யாணம் நடந்த பிறகுதான். அந்தப் பெரிய மனிதனுக்குத் தோதுவான பெண் இன்னும் கிடைக்கலே. நிறைய வரன்களெல்லாம் வருது. நான் சொன்னேனே, ஆள் பெரிய கட்டுத்திட்டங்களெல்லாம் உள்ள ஒரு ஆள். பெண்ணுக்கு மட்டுமல்ல, பெண் வீட்டாருக்கும்கூட அந்தக் குண விசேஷங்கள் இருக்கணுமாம். அவருக்குப் பேசப்பட்ட பி.ஏ. படித்த ஒரு பெண்ணோட வீட்டுக்கு காக்கா ஒரு தடவை போயிருந்தார். அப்போது அவருக்குக் குடிக்கக் கொடுத்த தண்ணீரில் மீன் வாசமிருந்ததாம். அதனாலேயே அந்தத் திருமண யோசனையே நின்றுபோய் விட்டது."

குஞ்ஞுபாத்துமா கேட்டாள்:

"துட்டாப்பிக்கெ காக்கா மீன் தின்னமாட்டாராக்கும்?"

“அவர் பொதுவாகவே மரக்கறிதான். எப்போதாவது மட்டும் மீனோ மாமிசமோ சாப்பிடுவார். கையை எல்லாம் நன்றாக சோப்புப்போட்டுக் கழுவி விடணும். அந்த வாசமே வீட்டில் வரக்கூடாது என்று உத்தரவுபோட்டிருக்கிறார். சொன்னேனே, ரொம்பவும் சுத்த பத்தம் பார்ப்பவர். முஸ்லிம் என்றால் சுத்தம் என்ற அர்த்தமும் இருப்பதாகச் சொல்லுவார். மட்டுமல்ல, அவர் கல்யாணம் செய்யப்போற பெண்ணுக்கு சில விசேஷ குணங்களிருக்கணுமாம். முடியைக் கத்திரிக்கத் தெரிந்திருக்கணும். நாட்டியம் அறிந்திருக்கணும். துவைப்பது, சங்கீதம், ஓவியம், இலக்கியம், குழந்தைகளைப் பராமரிப்பதுனு எல்லா விஷயங்கள்லேயும் திறமையானவளாக இருக்கணும். அப்புறம் சமையல் செய்யிறது: அதாவது பிரியாணி, ஒறட்டியும் இறைச்சியும், நெய்ச்சோறு, புரோட்டா, சாம்பார், ஓலன், அவியல், மோர்க்குழம்பு, வறுவல், பாயசம்னு [1]துனியாவிலுள்ள, தின்னவும் குடிக்கவும் செய்யிற எல்லாவிதமான சமையல் வகைகளும் செய்யத் தெரிஞ்சிருக்கணும். போதாக்குறைக்கு, நிலத்தைக் கிளைக்கிறது, வேலிகெட்டுறது, மண்சுமக்குறது, செடிகொடி மரங்களுக்கெல்லாம் தேவையான உரம் தயாரிப்பதுனு எல்லாமே! இப்படிப்பட்ட எல்லாவிதக் குணங்களுமுள்ள அற்புதப் பெண் பிறவியை நீயே கண்டுபிடித்துக் கல்யாணம் செய்துக்கோ என்று உம்மாவும் வாப்பாவும் சொல்லிட்டாங்க.”

இதையும் கேட்டதுடன் நிஸார் அகமதைப் பற்றிய குஞ்ஞுபாத்துமாவின் கற்பனை மேலும் கொடூரமாக மாறியது. அவன் மீது கோபமும் வந்தது. ஆயிஷாவின்மீதும் கோபம் வந்தது. காக்கா அப்படிச் சொன்னாரு; காக்கா இப்படிச் சொன்னாருணு...“ஓ, பெரீய காக்கா!”

ஆயிஷா சொன்னாள்:

“எங்க காக்காவைப்போல ஒரு மனிதனை... கேட்கிறியா? ஒருநாள் ராத்திரி, காக்கா சாய்வு நாற்காலியில் கிடந்து எதையோ வாசிச்சிட்டிருந்தார். அவரோட ஒரு கை மேஜை டிராயருக்குள்ளிருந்ததை நான் கவனிக்கல்லே. அதைப் பலமாக மூடினேன். ஏதோ ஒண்ணு தெறிச்சதுபோலிருந்தது. பார்த்ததுமே எனக்கு மயக்கம் வந்தது. காக்காவின் இடது கை சுண்டு விரல் அப்பிடியே சிதைந்துபோயிருந்தது.”

திடுக்கிட்ட குஞ்ஞுபாத்துமா அப்படியே வெளிறியும் விட்டாள்.

“பெறவு?”

---

1 உலகம்

ஆயிஷா சொன்னாள்:

"காக்கா எந்தப் பதற்றமுமில்லாம, மீசையைக் கத்திரிக்கிற சின்னக் கத்திரியை எடுத்துட்டு வரச் சொன்னார். நான் கொண்டுபோய்க் கொடுத்தேன். சிதைந்த அந்த விரலைக் காக்கா கத்திரியால் துண்டித்து எடுத்துட்டார்."

இதைச் சொல்லி விட்டு ஆயிஷா கிளம்பினாள்.

"நான் போறேன். நீ எங்க வீட்டுக்கு வர்றியா?"

குஞ்ஞுபாத்துமாவின் காதுகளில் அது விழவில்லை. அவள் அப்படியே உறைந்துபோய் நின்றிருந்தாள்.

ஆயிஷா திரும்பவும் கேட்டாள்:

"வர்றியா?"

"எங்கெ?"

"கள்ள புத்தூசே, எங்க வீட்டுக்கு."

"உம்மாட்டெ கேட்டுட்டு வாறேன்."

அவள் உம்மாவிடம் போய்க் கேட்டாள்:

"உம்மா, அங்கெ தங்கியிருக்குதவுங்கெ இஸ்லாமானதுவொதான். நான் அங்கெ போவலாமா?"

"போட்டீ, கிறாத்துலெ பெறந்தவளே!" உம்மா சொன்னாள்: "இஸ்லாமானதுவளா, அதுவொ? காஃபிருவொ."

"இல்லெ உம்மா." குஞ்ஞுபாத்துமா சொன்னாள்: "இஸ்லாமானதுவொதான். வேணும்ணா பாரேன், அங்கெ உள்ள ஆயிஷா நம்மெ புளியமரத்துக்கெ கிட்டெ நிக்கிதா."

உம்மா பார்த்தாள். பார்த்ததுமே உம்மாவுக்குத் தெரிந்து போய்விட்டது. சேலையுடுத்தவள்; காது குத்தாதவள். உம்மா சொன்னாள்:

"முஹியதீனே, பதுரீங்களே, அவொ இஸ்லாமானவளா?"

"உள்ளதுதான் உம்மா, பையப் பேசு. அவுங்க ஊட்டுக்கு நான் போயிட்டு வரட்டா?"

"நீ நம்மெ எடத்தெ விட்டு வெளியெ காலெடுத்து வெச்சீணாக்கெ நீ எனக்கெ மவளே கெடையாது அந்த வழியோட அப்படியே போயிடலாம்."

குஞ்ஞுபாத்துமா வெளியே போய் ஆயிஷாவிடம் சொன்னாள்:

“நான் நாளைக்கி வாறேன்.”

“இன்னைக்கு என்னா?”

குஞ்ஞுபாத்துமா சொன்னாள்:

“நெறைய ஜோலி கெடக்குதாக்கும். வெள்ளம்கோரி வெக்கணும். நாளெ நான் வரும்பொ பழுத்த வாளம்புளி கொண்டு வாறனே?”

ஆயிஷா போய்விட்டாள்.

அன்றிரவு நீண்ட நேரமாகியும் குஞ்ஞுபாத்துமாவுக்குத் தூக்கம் வரவில்லை. ஆயிஷாவின் காக்காவை வரவிட வேண்டாமென்று முதலில் இறைவனிடம் பிரார்த்தனை செய்திருந்தாள். இப்போது அதை எப்படித் திருப்பிக் கேட்பது?

கடைசியில் அவள் மனம் நோகப் பிரார்த்தனை செய்தாள்:

“என்னெப் படச்சவனே, துட்டாப்பிக்கெ காக்கா...”

O

8

கள்ளச் சாட்சி சொல்ல ஏலாது

பெரிய கொம்பானைக்குச் சொந்தக்காரராக இருந்த ஆனெ மக்காரின் செல்ல மகளாகிய குஞ்ஞுதாச்சுமா திட்டவட்டமாகவே சொல்லி விட்டாள்:

"அதுவொ இஸ்லாமானதுவளே கெடையாதும். ஆனெ மக்காருக்கெ செல்ல மவளான நான் சொல்லுதேன். அதுவொ இஸ்லாமானதுவளே கெடையாதும்."

குஞ்ஞுபாத்துமா வாப்பாவின் முகத்தைப் பார்த்தாள். வாப்பா எதுவும் சொல்லாமலிருந்தார்.

உம்மாவே தொடர்ந்தாள்:

"கியாமத்து நாள் அடுத்திட்டதுக்கான அடையாளங்களெ பாத்தீயளா?"

உலகம் அழியப்போவதற்கான அறிகுறிகள்தான், ஆயிஷாவும் அவளது வாப்பாவும் உம்மாவும்.

"கேட்டீயளா, அந்தப் பெண்ணாப் பெறந்தவொ தலையிலெ பூ வெச்சிருக்கா பாத்துக்கிடுங்கொ—பூவு."

ஆயிஷாவின் உம்மா தலைமுடியில் பூச்சூடி யிருந்தாள். இது இஸ்லாத்திற்கு உவப்பான விஷயமா?

"பின்னே, அந்தக் கொமரிக்கெ கோலத்தைப் பாத்தீயள்ணாக்கா, அவொ தலைமுடியெ ரெண்டு வாலாக்கி தோளோடி எடுத்து நெஞ்சுலெ போட்டிருக்கா."

ஆயிஷா அவளது தலைமுடியை வைத்து பல விதமான வித்தைகள் காட்டுவதுண்டு. 'அவொ ஒரு

பைத்தியாறி.' ஓடுகிறாள், குதிக்கிறாள், துள்ளுகிறாள், டான்ஸ் ஆடுகிறாள், பாடுகிறாள். ஒருநாள் அல்லிக்குளத்தினருகில் வைத்து அவள், பக்தி ரசம் சொட்டச் சொட்ட ஒரு பாட்டுப் பாடினாள். குஞ்ஞுபாத்துமா முதலில் நினைத்தது, அவள் படைத்தவனிடம் ஏதாவது வேண்டுகிறாளாக இருக்குமென்று. பிறகு, ஏதாவது [1]பைத்தாக இருக்குமென்று நினைத்தாள். அல்லது [2]கெஸ்ஸு பாட்டாக இருக்கும். அது என்னவென்று அவளுக்குப் புரியவில்லை. அவளும் பயபக்தியுடன் இரண்டு கைகளையும் மேலே தூக்கிய படியே நின்றாள். பாட்டு முடிந்ததும் ஆமீன் சொன்னாள். ஆயிஷா சிரிக்கவில்லை. தொண்டையைக் கனைத்துக் காட்டினாள். ஆனால், உண்மையில் அவள் சிரிப்பை அப்படி அடக்கிக் கொள்கிறாள் என்பதைப் பிறகுதான் குஞ்ஞுபாத்துமா புரிந்து கொண்டாள். அவள் கேட்டாள்:

"அப்பொ அது என்னது?"

ஆயிஷா சொன்னாள்:

"எங்கிட்டே கேட்க வேண்டாம். நான் ஏதுமறியாதவ. அந்த மகான் வருவார். அவருட்டேயே கேளு. அவர்தான் இதை எழுதியவர். இது எந்த மொழினு யாருக்குமே தெரியல்லே. எங்க காலேஜ் பெண்கள் சத்தமாகப் பாடியபடியே ஊர்வலம் போவதற்காக அவர் எழுதித் தந்த ஏதோ ஒன்று. நாங்கள் இதை காலேஜ் ஊர்வலத்தில் பாடவும் செய்தோம்."

"துட்டாப்பி பாடும்பொ நான் ஆமீன் சொல்லிட்டேனாக்கும்."

"நான் கவனித்தேன்."

"அப்பிடிச் சொன்னதுனாலெ ஏதாவது பாவம் கெடைக்குமோ?"

"கள்ள புத்தூசே, நல்லதைத் தவிர வேறு எதுவுமே வராது."

"அப்பிடிணாக்கா ஒருக்காக் கூட பாடு. நல்ல ராகமுண்டு."

"சரி, அப்படினா பயபக்தியோட உட்காந்திருக்கணும். மனசுலே உள்ள எல்லா சிந்தனைகளையும் விலக்கிடு. மனம் சுத்தமாக இருக்கணும். அப்படியே கவனமாகக் கேட்டுட்டிருக்கணும். கொடியெல்லாம் பிடித்து கல்லூரி மாணவிங்க, அதாவது நாங்க ஒரு பெரிய ஊர்வலத்தில் கம்பீரமாகப் பாடிட்டே போவதா கற்பனை செய்துகொள்."

"செரி. செய்தாச்சிது."

---

1 வழிபாட்டுப்பாடல்

2 வழிபாட்டு முறையிலான புனைவுப்பாடல்

"கேளு." ஆயிஷா பாடினாள்:

ஹோ... ஹோ... ஹோ...

குத்தினி ஹாலிட்ட லித்தாப்போ

ஸஞ்சினி பாலிக்க லுட்டாப்பி

ஹாலித்த மாணிக்க லிஞ்சல்லோ

ஸங்கர பாஹ்ன தூலீபீ

ஹுஞ்சினி ஹீலத்த ஹுத்தாலோ

ஃபானத்த லாக்கிடி ஜிம்பாலோ

ஹா... ஹா... ஹா...

ஹோ... ஹோ... ஹோ...

சொல்லிவிட்டு ஆயிஷா தொடர்ந்தாள்:

"இதிலே எல்லாமே சரியாகத்தானிருக்குங்குறதுலே எனக்கும் நம்பிக்கையில்லை. சில வார்த்தைகள் விடுபட்டும் போயிருக்கலாம். அப்படி ஏதாவது ஆகியிருந்தால் அந்தக் கவிஞர் நம்மளை அடிப்பாரு."

குஞ்ஞுபாத்துமா கேட்டாள்:

"இது துட்டாப்பிக்கெ காக்காவுக்கு எப்பிடி தெரியும்?"

"எப்படித் தெரியும்ணா? அது சரி, அவர் வந்ததும் முதல் வேலையாக என்னைத்தான் கூப்பிடுவாரு: 'லுட்டாப்பி, இங்கே வா, இந்தக் கோட்டுக்குள் வந்து நில்லு' என்பார். நான் போய் நிற்பேன். காக்கா சொல்லுவார்: 'பாடு.' நான் மாட்டேனு சொன்னா என்னைப் பொடிப்பொடியா அறுத்து இரண்டாயிரம் துண்டுகளாக்கி கிளிகளுக்குப் போட்டுருவார். பிறகு அந்தக் கிளிகளையெல்லாம் சுட்டுக் கொல்லுவார். பிறகு எல்லாத்தையும் வறுவல் போட்டுத் தின்பார்."

"அறுத்தெல்லாம் சாப்பிட மாட்டாரா?"

பிஸ்மி சொல்லி அறுத்து [1]ஹலாலாக அல்லவா சாப்பிட வேண்டும்?

ஆயிஷா சொன்னாள்:

"என்னைப்போலுள்ள ஒரு நல்ல பெண்ணைப்போய் கொல்லுற விஷயத்தைப் பத்தி நான் பேசிட்டிருக்குறேன்,

1 அனுமதி

புத்தூசே. முஸஹ்பு திருடுறவன் ஒளு செய்திருக்க வேண்டாமானு கேட்கிறியா?"

வேதக் கிரந்தமாகிய குர்ஆனைத் திருடுகிறவன் உடலைச் சுத்தம் செய்திருக்க வேண்டுமென்று வலியுறுத்திக் கேட்க முடியாதல்லவா? இப்படியாக ஆயிஷா பல விஷயங்களைச் சொல்வாள். அவ்வப்போது சில பத்திரிகைகளைக் கொண்டு வந்து பயமுறுத்துகிற தகவல்களை குஞ்ஞுபாத்துமாவுக்குப் படித்துக்காட்டுவாள். அந்தப் பத்திரிகையில் அவள் சொல்கிற பயங்கரம் இருக்கிறதென்பதைக் குஞ்ஞுபாத்துமாவால் நம்பவும் நம்ப முடியாமலும்... அப்படியே நிற்பாள். அந்த இடத்தைச் சுட்டிக் காண்பித்துத் திரும்பவும் ஒரு தடவை வாசிக்கச் சொல்வாள். குஞ்ஞுபாத்துமாவுக்கு ஆச்சரியமாக இருந்தது. அவள் அதைச் சொல்லவும் செய்தாள். அப்படியான ஒரு சந்தர்ப்பத்தில் ஆயிஷா கேட்டாள்:

"தாத்தாவை ஏன் எழுத்தோ வாசிப்போ படிக்கவைக்கலே? நிறைய சொத்தெல்லாம் இருக்கத்தானே செய்தது?"

சரிதான். ஏராளமான சொத்துக்கள் இருந்தன. முஸ்லிம்கள் எழுத்து வாசனையெல்லாம் படித்திருக்கவும் வேண்டும். எதிலுமே பிரச்சினை இருக்கவுமில்லை.

அன்று எழுதவும் வாசிக்கவும் படித்திருந்தால் இன்று ஆயிஷாவை விடவும் அறிவுள்ளவளாக இருந்திருக்க முடியும்... எல்லா விஷயங்களிலுமே நல்ல மாற்றம் வந்திருக்கும். வாப்பாவும் உம்மாவும் ஏன் அதைச் செய்யவில்லை? அவர்கள் ஏன் எழுதவும் படிக்கவும் கற்றுக்கொள்ளவில்லை? கொம்பானை வைத்திருந்த ஆனெ மக்கார் எழுதவும் வாசிக்கவும் படித்திருந்தாரா? அறியாமையில் மூழ்கிய தலைமுறைகள்.

அன்றிரவு அவள் நினைத்துப்பார்த்தாள். ஏன் அவளைப் படிக்க வைக்கவில்லை? பாயில் படுத்திருந்தபடியே அவள் அதை வாப்பாவிடம் கேட்கவும் செய்தாள்:

"என்னத்துக்கு வாப்பா என்னெ... எழுத்துப் படிக்க வெக்கலெ?"

வாப்பா நீண்ட பெருமூச்சை மட்டும் உதிர்த்தார். உம்மா சொன்னாள்:

"எழுத்துப் படிக்க வெச்சி என்னெ என்னத்துக்குக் காஃபிராக்காம இருந்தியோணா பெண்ணே கேக்குதா?"

எழுதவும் வாசிக்கவும் தெரிந்தால்... அறிவு வந்தால்... இஸ்லாமாக வாழ முடியாதா? இது சரிதானா? வாசிப்பீராக! இதுவல்லவா குர்ஆனின் முதல் வார்த்தை?

சிந்தித்துவிடக்கூடாதல்லவா? மறுநாள், குஞ்ஞுபாத்துமா ஆயிஷாவிடம் இதைப் பற்றிக் கேட்டபோது ஆயிஷா சிரித்தாள். அறிவின்மையின் வெளிப்பாடு... விஞ்ஞானம் வளர்ந்து கொண்டிருப்பதற்கேற்ப இந்தப் போக்கும் மென்மேலும் அதிகரித்துக் கொண்டுதானிருக்கிறது. ஒன்றை வளர்த்தும்போது தேவையானதும் தேவையற்றதும் சேர்ந்தேதான் வளரும். ஆயிஷா சொன்னாள்:

"இங்கே பாரு அக்கா, முஸ்லிம்கள்னு சொன்னால் அறிவுள்ளவர்களாக இருக்கணும். அறிவில்லாதவர்களைத்தான் ஹமுக்குகள்னு சொல்றோம். இஸ்லாமானவர்கள் ஹமுக்குகளாக இருக்கலாமா?"

இஸ்லாமானவர்கள் மடக்கழுதைகளா? இல்லையென்று குஞ்ஞுபாத்துமாவுக்கு நன்றாகத் தெரியும். இருந்தாலும்... அவள் கேட்டாள்.

"காஃபிருகளுட்டெ நாமொ எதிரு காட்டாண்டாமா?"

காஃபிர்களுக்கு மாறாகவே நாம் நடந்துகொள்ள வேண்டும்.

“உண்மைதான். காஃபிர்கள் காலால் நடந்தால் இஸ்லாமானவன் தலையால் நடக்கவேண்டும். காஃபிர் குளிக்கவும் பல் விளக்கவுமெல்லாம் செய்வதால் இஸ்லாமானவன் குளிக்கக் கூடாது; பல் விளக்கக் கூடாது. காஃபிர் வாயால் சாப்பிட்டால் இஸ்லாமானவன்...”

“சும்மா இரு, துட்டாப்பி.” குஞ்ஞுபாத்துமா வருத்தத்துடன் சொன்னாள்:

“என்னெ என்னத்துக்கு பரியாசம் செய்யுதே?”

“புத்தூசே, கள்ள புத்தூசே, அல்லாஹுவும் முகம்மது நபியும் நமக்குச் சொல்லித் தந்திருக்குறதுலே இப்படி மாறாக நடந்துகொள்றதற்கான எதுவுமே கிடையாது.”

குஞ்ஞுபாத்துமா கேட்டாள்:

“ஆதி முன்னமெ அல்லாஹு படெச்சது ஆரையாக்கும்?”

“தெரியாது.” ஆயிஷா சொன்னாள்: “மனிதர்களையென்றால் ஆதம் நபியையும் ஹவ்வா பீவியையும்.”

“மொதல்லெ படெச்சது முகம்மது நபியெ கெடையாதுமா?”

“இப்படி யாரு சொன்னா? குர்ஆனில் சொல்லப்பட்டிருப்பது, ஆதம் நபியைத்தான். இப்படித்தான் நாம நம்பவும் செய்யணும். யாராவது சொல்றதையும் கட்டுக்கதை களையுமெல்லாம் நம்பக்கூடாது. நாம முஸ்லிம்களாக வாழணும். நல்ல மனிதர்களாக இருக்கணும் சுத்தமானவர்களாக இருக்கணும். ஆரோக்கியமுடையவர்களாக இருக்கணும். அழகைப் பேணுபவர்களாகவுமிருக்கணும். மற்றவர்களோட மனசைப் புண்படுத்துபவர்களாக இருக்கக் கூடாது. பகை, குரூரம் போன்றதையெல்லாம் தவிர்க்கணும். உண்மையானவர் களாகவும். உலகையெல்லாம் படைத்துக் காக்கும் அல்லா ஹுவின்மீது நம்பிக்கைக்கொண்டவர்களாகவும் இருக்கணும். அவனுடைய திருத்தூதரான முகம்மது நபியின்மீது நம்பிக்கை வைக்கணும். மனிதர்களுக்கு ஆத்மா உண்டு; மரணத்திற்குப் பிந்தைய ஒரு வாழ்க்கைஇருக்கிறது; இறைத்தூதர்கள் இருக்கிறாங்க...இப்படியான சில விஷயங்களும் இருக்கின்றன. தீமையான விஷயங்களுக்கு தான் நாம் எதிரானவர்களாக இருக்கணும். இதையெல்லாம் கடைப்பிடிப்பவங்கதான் முஸ்லிம்கள். கருணையின் மதம்தான் இஸ்லாம். கள்ள புத்தூசுக்கு இன்னும் ஏதாவது சந்தேகங்கள் இருக்கின்றனவா?”

“இஸ்லாமனதுவளுக்கு பூ கூடுமா துட்டாப்பி?””

"தொட்டுடப்புடாது. எரிஞ்சு போயிடுவோம். கள்ள புத்தூசே, கேளு. கண்ணும் மூக்குமுள்ளவர்களுக்குத்தான் மலர்கள். முஸ்லிம்களும் வாசனையை நுகரலாம். தலையில் சூடிக் கொள்ளலாம். மிச்சமுள்ளதை காக்கா வந்தா சொல்லித் தருவார்."

ஆனால் நிஸார் அகமது வந்த பிறகு வாப்பா அவனது கழுத்தை வெட்டுவதற்காக ஒரு பெரிய வெட்டுக் கத்தியை எடுத்துக்கொண்டு வந்தார். இதற்கான காரணமும், உம்மாதான்.

நிஸார் அகமது வரும்போதே ஒரு காட்டையே தூக்கிக் கொண்டு வந்தான். எங்கே இருந்து அதை எப்படிக் கொண்டு வந்தான் என்று குஞ்ஞுபாத்துமாவுக்குத் தெரியவில்லை. அதில் அதிகமும் பழச் செடிகளாகவே இருந்தன. கூடவே நிறைய தென்னங்கன்றுகள். காலியாகக் கிடந்த அந்த இடம் முழுவதும் ஒரே நாளில் காடுபோலாகிவிட்டது. மரங்களையெல்லாம் வரிசைக்கிரமமாக ஒரே இடைவெளியில் நட்டுவைத்தான்.

அன்று அந்தத் தோட்டத்தில் ஒரே ஆர்ப்பாட்டமாக இருந்தது. நிஸார் அகமது, அவனது வாப்பா, ஆயிஷா அனைவரும் சேர்ந்து வெயிலில் நின்று வேலை செய்துகொண்டிருப்பதைக் கண்டபோது குஞ்ஞுபாத்துமாவுக்கு ஆச்சரியமாக இருந்தது.

"அங்கெ வந்து பாரு உம்மா." குஞ்ஞுபாத்துமா உம்மாவை அழைத்தாள். உம்மா மிதியடியின்மீது ஏறி க்டோ, ப்டோ வென்று நடந்து வாசலுக்கு வந்து பார்த்துவிட்டு, "அதுவளுக்குப் பைத்தியம்" என்று மட்டும் சொல்லிவிட்டு உள்ளே போனாள். குஞ்ஞுபாத்துமாவுக்கு அப்படித் தோன்றவில்லை. ஆச்சரியமாக மட்டுமே இருந்தது. பூமியிலிறங்கி வேலை செய்யும் முஸ்லிம்களை அவள் கண்டதே கிடையாது. இஸ்லாமானவனுக்குச் சொல்லப் பட்டிருப்பது வியாபாரம்தான் என்பது அவளது நம்பிக்கை. அப்புறம் தேவைக்கு மட்டும் கொத்தவோ கிளறவோ செய்யலாம். வேறு வேலைகளைக் கூலிக்காரர்கள் செய்வார்கள். இதைத் தவிர முஸ்லிமே சொந்தமாகச் செய்வது . . . அதைக் குஞ்ஞுபாத்துமா இப்போதுதான் முதன்முதலாகப் பார்க்கிறாள்.

அவளது மனதினுள் வருத்தம் தோன்றியது. அவர்களுடைய தோட்டம் வெறுமனே கிடக்கிறது. ஏராளமாக மரங்களை நட்டு வளர்த்துவதற்கான இடமிருக்கிறது. அவளுக்கும் ஒரு சகோதரன் இருந்திருந்தால்? அவளால் எதையுமே செய்ய முடியாது. நிஸார் அகமதின் வருகையையொட்டி குஞ்ஞுபாத்துமா சிலவேலைகளைச் செய்திருந்தாள். தோட்டத்தில் கிடந்த குப்பைகளையெல்லாம் கூட்டிப்பெருக்கித் தீ வைத்தாள். சமையலறையின் வாசலில் கிடந்த

மீன் செதில்களையெல்லாம் அகற்றினாள். வீட்டினுள்ளும் கூட்டிச் சுத்தம் செய்தாள். வீட்டின் முன்புறத்தில் தொங்கிக் கிடந்த கிழிந்த பழந்துணிகளையெல்லாம் எடுத்துத் தீவைத்தாள். எல்லாவற்றிற்கும் மேலாக அவள் தன்னைத்தானே அழகுபடுத்தவும் செய்தாள். இந்தக் கோலாகலங்களைக் கண்டதும் உம்மா கேட்டாள்:

"ஒனக்கு என்னாச்சிது பெண்ணே ?"

"கையிலிருந்த காயம் குணமாயிட்டுதா ?" குஞ்ஞுபாத்துமாவைக் கண்டதும் நிஸார் அகமது முதலில் கேட்ட கேள்வி.

"கொணமாயிட்டது." குஞ்ஞுபாத்துமா சொன்னாள். இருந்தாலும் இதை இவ்வளவு நாட்களும் ஞாபகத்தில் வைத்திருக்கிறானே ? ஆச்சரியம் என்றுதான் சொல்ல வேண்டும். குஞ்ஞுபாத்துமாவுக்குப் பதற்றமாகவும் பிரமிப்பாகவுமிருந்தது. இது, நிஸார் அகமது இரண்டாவது தடவை வந்த பிறகா அல்லது அதற்கும் முன்பா என்பது அவளுக்கு ஞாபகமில்லை. ஆகவே, நிஸார் அகமது இதை எப்போது கேட்டான் என்பதை அவளால் நினைவுக்குக் கொண்டுவர இயலவில்லை. என்ன சொன்னான் என்பதை மட்டும் தெளிவாக நினைவுபடுத்திக்கொள்ள முடிந்தது. என்ன செய்தான் என்பதையும்.

நிஸார் அகமது குஞ்ஞுபாத்துமாவின் வீட்டில் பன்னிரெண்டடி நீளத்திலும் நான்கடி அகலத்திலும் அரை ஆள் ஆழத்திலும் ஒரு பள்ளம் தோண்டி தனியாளாகவே நின்று ஒரு கக்கூஸ் கட்டினான். என்ன ஒத்தாசை செய்வது என்பது தெரியாமல்தான் வாப்பா பேசாமலேயே நின்றிருந்தார். வேலை, வீட்டிலிருந்து தொலைவில், தோட்டத்தின் மூலையில் நடந்து கொண்டிருந்ததால் அவர்கள் என்ன பேசிக்கொண்டிருந்தார்கள் என்பதைக் குஞ்ஞுபாத்துமாவால் தெரிந்துகொள்ள முடியவில்லை. நிஸார் அகமது, வெயிலில் நின்று வேர்க்க விறுவிறுக்க வேலை செய்துகொண்டிருந்தான். அப்போது வாப்பா வந்து சொன்னார்:

"மவளே, கொஞ்சம் வெள்ளம் எடுத்துட்டு வா, அவனுக்குக் குடிக்க."

குஞ்ஞுபாத்துமா உள்ளே போனாள். ஒரு துண்டு சோப்பால் இரண்டு பாத்திரங்களையும் கழுவினாள். பிறகு அதை முகர்ந்துப் பார்த்தாள். ஏதாவது வீச்சமடிக்கிறதா ? இல்லை. அவள் கொண்டுவந்த தண்ணீரை வாப்பா வாங்கிக் கொண்டுபோய்க் கொடுத்தார். தண்ணீரைக் குடிப்பதற்கு முன் பாத்திரத்தை வாப்பாவுக்குத் தெரியாமல் வாசம் பிடித்துப் பார்த்த பிறகுதான்

நிஸார் அகமது குடித்தான். அவன் அப்படித்தான் செய்தான் என்பதைக் குஞ்ஞுபாத்துமாவால் மகிழ்ச்சியுடனும் உறுதியாகவும் சொல்ல முடியும்.

கக்கூஸ் கட்டுகிற வேலை பூர்த்தியான பிறகு குஞ்ஞுபாத்துமா போய்ப் பார்த்தாள். சிறு வேலியினுள் தோண்டப்பட்ட ஒரு பள்ளம். அதன்மீது இரண்டு தடுப்புகள். மண்ணெல்லாம் ஒருபுறமாகக் குவித்துப் போடப்பட்டிருந்தது. அதில் ஒரு சிரட்டையுமிருந்தது. "வெளிக்கிருந்த பிறகு சிரட்டையாலே மண்ணைப் போட்டு மூடிடணும்." ஆயிஷா சொன்னாள்: "ரொம்ப நாட்களுக்குப் பிறகு இந்தப் பள்ளம் நிரம்பிடும். அப்போ வேறொரு பள்ளம் புதிதாத் தோண்டணும்."

"இது நமக்குத் தோணவே இல்லியே?" வாப்பா சொன்னார்: "தெரிஞ்சிருந்தா ஒவ்வொரு ஊட்டுலேயும் இப்பிடி ஒரு குழியைத் தோண்டி நாத்தமில்லாமெ வழி நடக்கலாமா இருந்துது."

இந்தச் சம்பவம் நடந்த பிறகு வாப்பாவுக்கு நிஸார் அகமதை மிகவும் பிடித்துப் போனது. கூடவே சந்தேகங்களும் அதிகரித்தன. பலநூறு கேள்விகள் உருவாயின. கியாமத்து நாள் பக்கத்தில் நெருங்கி வந்துகொண்டிருக்கிறதா? மனிதர்கள் இவ்வளவு அகங்காரம் பிடித்தவர்களாகவும் துஷ்டர்களாகவும் மாறுவதற்கான காரணம் என்ன?

நிஸார் அகமது சொன்னான்:

"எனக்குத் தெரியாது. பிறந்தவர்களெல்லாம் ஒருநாள் இறந்துபோவார்களென்பது நமக்கெல்லாம் தெரியும். நீங்களும் மரித்துப்போவீர்கள்; எல்லோருமே மரித்துவிடுவோம். எல்லா உயிரினங்களும் மரணத்தின் சுவையை அறிந்துதான் தீர வேண்டும் என்பதாகத்தான் குர்ஆனில் சொல்லப்பட்டிருக்கு. அதுபோல இந்த உலகமும் ஒரு நாள் அழிந்துபோகும். அதனால் என்ன? அழியும்போது அழியட்டும். அதுவரையிலும் மகிழ்ச்சியாக வாழணும். மனிதர்களெல்லாம் அறிவின்மையால்தான் அகங்காரிகளாகவும் துஷ்டர்களாகவும் மாறிடுறாங்க. பொறாமையும் பகையுணர்வுமெல்லாம் எல்லோரிடம் இருப்பதில்லை தானே? நல்வழிப்படுத்தவும் யாராவது தேவைப்படுறாங்க. அப்புறம் மற்றவர்கள் சரியில்லையென்ற எண்ணத்தை விட்டுட்டு நாம சரியானவங்களாக மாற முயற்சி செய்யணும்."

வாப்பாவுக்கு அப்போது வேறொரு சந்தேகம்:

"வெஷப் பாம்பெ நல்லதாக்க முடியுமா?"

"அப்படீன்னா?"

"அவ்வளவுக்கு வெஷமுள்ள மனுசம்மார் இருக்கு தானுவொ. நரி, புலி, கொரங்கு – இதுபோலுள்ள சுபாவமுள்ள வனுவளையும் நான் பாத்துருக்கேன்."

"அதையெல்லாம் மனிதர்கள் வசப்படுத்துகிறார்களே?"

"இருந்தாலும்...?"

சரிதானே? அவர்கள் இருவரும் எதுவும் பேசாமல் அப்படியே அமர்ந்து யோசித்தார்கள்.

ஒருதடவை உம்மா கேட்டாள்:

"அயமதே, அந்தக் காட்டையெல்லாம் என்னத்துக்கு வளத்துதே?"

குஞ்ஞுபாத்துமா, கதவின் பின்னால் மறைந்து நின்றபடி மனதிற்குள் சொல்லிக்கொண்டாள்: 'அயமதில்லெ, நிஸார் அகமது.'

நிஸார் அகமது சொன்னான்:

"அதெல்லாம் காடு கிடையாது. இரண்டு மூன்று வருடங்களுக்குள்ளே உங்களுக்கு நல்ல மாம்பழம், கொய்யா, அன்னாசிப் பழம், சப்போட்டா, மரச்சீனியெல்லாம் கிடைக்கும்."

உம்மா கேட்டாள்:

"அயமதுக்கெ உம்மா இங்கெ இதுவரைக்கும் யாம் வரல்லெ?"

ஆயிஷா சொன்னாள்:

"உம்மாவுக்குப் பயம், அன்னைக்கு நடந்த சண்டைக்குப் பிறகு."

அதை நினைத்து அனைவரும் சிரித்தார்கள்.

அது, நிஸார் அகமது வந்த மறுநாளோ என்னமோ நடந்த விஷயம். அவன் வந்ததை அறிந்தபோது குஞ்ஞுபாத்துமாவுக்குப் பயமாகவும் மகிழ்ச்சியாகவுமிருந்தது. ஏற்கனவே இருந்து வந்த வயிற்றில் ஏற்பட்ட வலி அதிகமாகவும் செய்தது. மட்டுமல்ல, சாப்பாட்டில் சுவை குன்றியிருந்தது. சோர்வாகவும்... பதற்றமுமிருந்தது. அப்போதுதான் அதுவும் நடந்தது.

நிஸார் அகமதுவும் ஆயிஷாவும் தோட்டத்திற்குத் தண்ணீர் பாய்ச்சிக்கொண்டிருந்தார்கள்.

அதையெல்லாம் பார்த்தபடி, ஆனால் பார்க்காததுபோல் முற்றத்தில் புல் பறிக்கும் பாவனையுடன் குஞ்ஞுபாத்துமா

உட்கார்ந்திருந்தாள். அப்போது மணி என்ன என்பதெல்லாம் அவளுக்குத் தெரியாது. சூரியன் புளியமரத்தின் உச்சியில் வந்து நின்றிருந்தான். வழக்கம்போல் உம்மா வெளிக்கிருந்து விட்டு அந்தச் சிறு பள்ளத்திலிருந்து மேலே வந்தாள்.

அப்போது நிஸார் அகமது கூப்பிட்டான்:

"ஹோவ், கொஞ்சம் நில்லுங்க."

உம்மா கோபத்துடன் திரும்பிப் பார்த்துவிட்டு நின்றாள்.

நிஸார் அகமது போய் விஷயத்தைச் சொன்னான். தங்களின் மூக்கின் எதிரில் வந்து வெளிக்கிருப்பது சரியல்ல. நாறுமல்லவா?

உம்மா கேட்டாள்:

"நீ ஆருட்டெ பேசுதேணு ஒனக்கு அறியலாமா?"

குஞ்ஞுபாத்துமா கூப்பிட்டாள்:

"உம்மா இஞ்செ வந்துருங்கோ."

"பேசுனா நீ எங்களை என்ன செய்திடுவியாம்?"

நிஸார் அகமது சிரித்தான்.

உம்மாவுக்கு ஆத்திரம் வந்தது.

"பெண்ணாப் பெறந்ததுவளெ நீ வெரட்டப் பாக்குதியா?"

வாப்பா வந்ததும் உம்மா சொன்னாள்:

"உடப்புடாது, முஹியதீனே, உடவே புடாது."

"என்னணு சொல்லு,"

"ஒத்தியிருந்து பாத்தான். நான் அந்தக் குண்டுலெ வெளிக்கிருக்கும்போ ஒத்தியிருந்து பாத்தான். முஹியதீனே, உடவே புடாது."

"பாத்தது ஆரு?" வாப்பாவின் கண்கள் சிவந்தன.

உம்மா சொன்னாள்:

"அமன்தான்."

"எமன்டா அமன்?" வாப்பா வெட்டுக் கத்தியுடன் முற்றத்திலிறங்கினார். "அவனுக்கெ தலையெ நான் எடுப்பேன். எமண்டா, அமன்?"

"அந்தப் பக்கம் புதுசா வந்து தாமசிக்குதானே அந்தச் சொங்கன்" என்று உம்மா சொல்லி முடிப்பதற்குள் 'அஸ்ஸலாமு

அலைக்கும்' என்று ஸலாம் சொல்லியபடியே நிஸார் அகமது முற்றத்தில் வந்து நின்றான்.

வாப்பா அவனது கிராப் முடியையும் வலது புறமாகக் கட்டப்பட்ட வேட்டியையும் பார்த்தார். இருந்தாலும் பெருங்கோபத்துடனாவது திருப்பி ஸலாம் சொன்னார்:

"வ அலைக்கும் வஸ்ஸலாம்."

நிஸார் அகமது சொன்னான்:

"நாங்க, உங்க பக்கத்துத் வீட்டில புதிதா குடி வந்திருக்கிறவுங்க, வாப்பாவும் உம்மாவும் ஒரு சகோதரியும் நானும்."

"நீங்க முஸ்லிமீங்களா ?"

"ஆமா."

"என்ன முஸ்லிமோ ?"

"மதம் சம்பந்தமாக நாம் பேசவேண்டியதைப் பிறகு பேசுவோம். நாங்க என்ன முஸ்லிமாக இருந்தாலும் சரி. ஹிந்துக்கள்னு வேணும்னாலும் வெச்சிக்கலாம். அல்லது கிறிஸ்தவர்கள்னும் வெச்சிக்கலாம். எதுவாக இருந்தாலும் எங்க, மூக்குக்குப் பக்கத்தில் வந்திருந்து..?"

"வந்திருந்துட்டாக்க, நீ ஒத்தியிருந்து பாப்பியாக்கும் ?"

"வாப்பா," குஞ்ஞுபாத்துமா உள்ளேயிருந்து வாப்பாவைக் கூப்பிட்டாள்: "வாப்பா."

"என்னெ மவளே ?"

"உம்மா சொன்னது..." என்றவள் சொல்லி முடிப்பதற்குள் உம்மா அவளது வாயைப் பொத்தினாள். "கிறாத்துலெ பெறந்தவளே, நீ எனக்கெ மானத்தெ வாங்கிராதெ. நான் ஒனக்கெ உம்மாயாக்கும். ஆனெ மக்காருக்கெ பொன்னு மவ."

குஞ்ஞுபாத்துமா கையைக் குதறி விடுவித்தாள்.

"உம்மா சொல்லூது பொய்யாக்கும்." அவள் சத்தமாகச் சொன்னாள்.

"கிறாத்துலெ பெறந்ததே, முஹியதீனே இவளெயா நான் பெத்தேன் ?"

"என்னெ மவளே," வாப்பா உள்ளே வந்தார்.

"எனக்குக் கள்ளச் சாட்சி சொல்ல ஏலாது," குஞ்ஞுபாத்துமா சொன்னாள்:

“உம்மா பொய் சொல்லுது.”

“குஞ்ஞாத்துமா,” உம்மா சொன்னாள்: “ஒனக்கெ உப்பப் பாக்கொரு ஆனெ இருந்துது; பெரீய ஒரு கொம்பானெ.”

“இருந்தாலுமே என்னாலெ கள்ள சாட்சி சொல்ல ஏலாது.”

“என்னெ விசியம் மவளே?” வாப்பா கேட்டார்.

குஞ்ஞுபாத்துமா சொன்னாள்:

“உம்மா கள்ளஞ் சொல்லுதாங்கோ. அங்கே தோட்டத்துலெ நிண்ணு கொஞ்சம் நில்லுங்கோணு சொல்லி விளிச்சாங்கோ. விளிச்சி, எங்க மூக்குக்குக்கிட்டெ வந்து வெளிக்கிருக்கூது சரியாணு கேட்டாங்கோ. உம்மா ஒடனெ ஆவேசம் வந்துட்டுது. இவ்வளவும்தான் நடந்துது.”

உம்மா சொன்னாள்:

“எனக்கு ஆருமே கெடெயாது.”

“பெண்ணே,குஞ்ஞாச்சும்மா.ஒன்னெ நான் கண்டந்துண்டமா வெட்டியே போடுவேன்.”

“இன்னா என்னெக் கொல்லுங்கொ. இன்னா கழுத்தெ அறுங்கொ. முஹியதீனே, கழுத்தெ அறுங்கொ. பதுரீங்களே கழுத்தெ அறுங்கொ. எனக்கு ஆருமே கெடையாதும்.”

உம்மா அழுதபடியே கீழே உட்கார்ந்தாள். வாப்பா வெளியே இறங்கிப்போய் நிஸார் அகமதுவிடம் பரிவாகக் கேட்டார்:

“நாங்கௌெல்லாம் பாவப்பட்டதுவொ. வேறெ வழியில்லெ, என்ன செய்ய முடியும்?”

நிஸார் அகமது சொன்னான்:

“நாங்களும் பாவங்கதான். எங்களுக்குனு சொந்தமாக இடமில்லை. பட்டணத்தில் நாங்கள் தங்கியிருந்ததுகூட வாடகை வீடுதான். இப்போதான் நாங்கள் இந்த இடத்தை வாங்கியிருக்கோம். எனக்கு விவசாயத்தில்தான் நாட்டம் அதிகம்.”

வாப்பா சொன்னார்:

“நாங்கொ தங்கியிருக்குத இந்த வீடும் வீட்டடியும் எங்களுக்கு சொந்தமானதுதான். ஆனாலுமே எங்களுக்கு ஒரு வழியும் தெரியல்லெ. பாரேன், இந்தத் தோட்டத்துக்கு ஏதாவது வேலியோ மறைப்போ இருக்கயா செய்யுது? இந்த ஊருலெ உள்ள அதிகமான மனுசம்மாரும் இருட்டுனெ பெறவுதான் கக்கூசுக்குப் போறது. அப்பிடி, போறதுணு சொல்லும்பொ, நம்மொ

ஒரு அளவுக்கெல்லாம் நல்ல நெலைமெயிலெ ஜீவிச்சவங்கொ. நம்மளக் கண்டா எழும்பி நிக்கித ஆளுகளுகூட இப்பொ எழும்புது கெடையாதும். இதுவளுக்கெ எடையிலெ நம்ம கெட்டுனவளும் புள்ளெயும் நடெ வழியிலெ வெளிக்கிருக்கூது சரிதானா யோசிச்சிப்பாருங்கோ."

நிஸார் அகமது சொன்னான்:

"நடைவழியும்கூட மனிதர்களோட கழிப்பிடம் கிடையாது. அது, நடமாடுறதுக்கான பாதை மட்டும்தான். அதை அசிங்கப்படுத்தவோ நாறடிக்கவோ கூடாது."

"பிறகு? நம்மப்போலுள்ள மனுசம்மாரு என்னதான் செய்ய?"

"ஒவ்வொரு வீடுகளிலேயும் கக்கூஸ் கட்டணும். பெரிய அளவிலே இதுக்குப் பணமெல்லாம் செலவாகாது. ஒரு ஐந்தெட்டு கீற்று ஓலையும் ஒரு ஐந்தாறு கம்பும் கொஞ்சம் கயிறும்தான் தேவைப்படும். ஒரு மண் வெட்டியோ பாரைக் கோலோ வெச்சு ஒரு மணிநேர வேலைதான். பிறகு ஒருவருஷத்துக்குத் தொந்தரவிருக்காது. ஆட்கள் ஏன்தான் இதைச் செய்யாமலிருக்கிறாங்களோ தெரியலே. பெரிய நகரங்களிலாவது இடம் பத்தாக்குறைணு சொல்லிடலாம். இங்கே அந்தப் பிரச்சினையும் இல்லியே? அழகான கிராமம்; நல்ல சுத்தமான தெளிந்த தண்ணீர் ஓடுற பரந்து விரிந்த ஆறு. இங்கே முஸ்லிம்களும் கிறிஸ்துவர்களும் ஹிந்துக்களுமான பெரும்பாலான மக்கள் எல்லாருமே கக்கூசுக்கு ஆற்றங்கரைக்குதான் போறாங்க. குடிக்கவும் குளிக்கவும் உபயோகப்படுற ஆற்றுக்கு. சிலர் அதிலேயே வேலையை முடிச்சுக்கவும் செய்யுறாங்க. நான் நிறைய சுற்றித் திரிந்த ஒருத்தன். அழகான கடல்; விசாலமான வெள்ளை மணல் படர்ந்த கடலோரப் பகுதியெல்லாம் கால் வைக்கவே முடியாமலிருக்கு. ஆண்களும் பெண்களுமாக எல்லா ஜாதிக்காரங்களும் மலஜல உபாதைகளைத் தீர்த்துக்குறது இங்கேதான். கடலோரமெல்லாம் பயங்கரமான துர்நாற்றம் பிடிச்ச இடமா மாறிப்போயிருக்கு. மனிதர்கள் ஏன்தான் இப்படியாகிட்டாங்களோ? மற்றவங்களுக்குத் தொந்தரவையோ வியாதியையோ வினியோகிக்காமலும் வாழ்ந்துவிட முடியுமல்லவா? பொதுவழிகள்லே நடக்க முடியுதா? எல்லா இடமுமே கக்கூசாக மாறிப்போச்சு. உங்க தோட்டத்துலேதான் தாராளமாக இடமிருக்குதே? நான் சொல்றதுபோல செய்யுறீங்களா? ஒரு ஐந்தெட்டு கம்பும் கொஞ்சம் கயிறும் ஒரு மண்வெட்டியும் கொஞ்சம் ஓலைக்கீற்றும்—இவ்வளவும் ஏற்பாடு செய்ய முடியுமா?"

"அதுலெ ஒண்ணும் செரமம் இல்லெ."

"அப்படினா ஏற்பாடு செய்துட்டு வந்து என்னைக் கூப்பிடுங்க."

நிஸார் அகமது வீட்டுக்குப் போனான். வாப்பா உடனே அவன் கேட்ட சாமான்களைத் தயார் செய்வதற்குக் கிளம்பினார். அப்போது உம்மா குஞ்ஞுபாத்துமாவிடம் கேட்டாள்:

"நீ எனக்கெ மவதானே ?"

குஞ்ஞுபாத்துமா பதில் சொல்லவில்லை.

உம்மா சொன்னாள்:

"ஒன்னெப் பெத்தது நான் கெடெயாது."

குஞ்ஞுபாத்துமா பேசாமல் இருந்தாள்.

உம்மா கேட்டாள்:

"கிறாத்துலெ பெறந்ததே, ஒனக்கெ வாயிலெ என்ன ?"

குஞ்ஞுபாத்துமா பேசவே இல்லை.

"ஒனக்கு எனக்கக்கூட பேசுனா என்னட்டெ, கையிலெ கெடக்குத வளயலு உருவியா உழுந்துரும்.?"

"எனக்கக் கையிலெ வளயலு கெடயாதும்."

உம்மா கேட்டாள்:

"ஆனாலும் கேட்டியா பெண்ணே, ஒனக்கு பொன்னான உம்மா பெருசா அல்லது அமனா ?"

குஞ்ஞுபாத்துமா எதுவும் சொல்லவில்லை.

உம்மாவே பேசினாள்:

"இந்தச் செம்மீனடிமைக்கெ சட்டம்பித்தனமெல்லாம் இப்பம் எங்கெட்டெ போச்சுது ? பாரு, அமன் பேசுன ரெண்டு சொல்லைக் கேட்ட ஒடனே செம்மீனடிமெ ஸுக்கூத்து பாடியாச்சுது. கம்பும் ஓலையும் என்னத்துக்கு ? கபருகுழி தோண்டுதுக்கா ?"

இறந்த பிறகு கபரடக்கம் செய்துவிட்டு அதன்மீது சிறு பந்தல்கட்டி இரண்டுபேர்கள் அமர்ந்து ஒரு மாதம் வரையிலும் குர்ஆன் வாசிப்பார்கள். இறந்துபோன மனிதரின் ஆத்மாவுக்கு சாந்தி கிடைப்பதற்காக! ஓலையும் கம்பும் கயிறும் அதற்காகவா என்று கேட்கிறாள், குஞ்ஞுதாச்சும்மா.

குஞ்ஞுபாத்துமா எதுவுமே சொல்லவில்லை.

உம்மா கேட்டாள்:

"நீ என்னத்துக்கு அமன் பக்கம் சாட்சி சொன்னா பெண்ணே ?"

குஞ்ஞுபாத்துமா பதில் சொல்லவில்லை.

“ஒனக்கெ செல்ல உம்மாக்கெ மானத்தை நீ காப்பாத்தப் புடாதா?”

குஞ்ஞுபாத்துமா சொன்னாள்:

“எனக்குக் கள்ள சாட்சி சொல்ல ஏலாது.”

“சொன்னா என்னடீ, ஒங் கழுத்துலெ கெடக்குத மாலெ உருவி விழுந்துருமாக்கும்?”

“எனக்கெ கழுத்துலெ மாலெ கெடெயாதும்.”

“பின்னெ ஒனக்கு சொன்னா என்னட்டீ?”

“வாப்பா வெட்டுக்கத்தியாலெ அந்த மனுயனுக்கெ கழுத்தெ வெட்டுனாலோ?”

“வெட்டுனா நமக்கென்னட்டீ, அமன்தானே சாவுவான்?”

“வாப்பாயைப் போலீஸு வந்து பிடிச்சிட்டுப் போயி அடிச்சிக் கொன்னுபோட்டாலோ?”

உம்மா கொஞ்ச நேரம் எதுவுமே பேசாமலிருந்தாள். பிறகு, “படச்சவனே, உள்ளதுதான்” என்று சொல்லிவிட்டு குஞ்ஞுபாத்துமாவின் பக்கத்தில் போனாள்.

“எனக்கெ செல்ல மவளே, நீ நம்மெக் குடும்பத்தெக் காப்பாத்தீட்டா... எனக்கெ மவளுக்கேன் கொஞ்ச நாளா மொகத்துலெ ஒரு அசதி தெரியிது?”

“எனக்கெ வயத்திலே வேதனெ உம்மா.”

“படச்சவனே, எந்த இஃப்ரீத்து எந்த ஜின்னு எனக்கெ புள்ளெக்கெ மேலெ கூடியிருக்குதோ?”

அரூப உயிர்கள் மோகம் மேலிட்டு வயதுப் பெண்களைக் கூடலாம்.

O

9

என் நெஞ்சு வலிக்கிறது

குஞ்ஞுபாத்துமாவுக்கு என்ன ஆயிற்று என்று அவளுக்கே தெரியாது. பள்ளிவாசல் கத்தீபிடமிருந்து வாப்பா ஒரு சரடு மந்திரித்துக் கொண்டுவந்து அவளது கழுத்தில் கட்டி விட்டார். அதோடு சேர்த்து ஒரு முஸ்லியாரின் பங்காக சூட்கேஸ் போன்ற ஒரு குட்டியூண்டு தாயத்தும் அவளுடைய கழுத்தில் தொங்கிக் கிடந்தது. இருந்த போதும்கூட அவளிடம் குடிகொண்டிருக்கும் இஃப்ரீத்து விலகவே இல்லை. ஒருநாள் ஆயிஷா வந்து நிஸார் அகமது தெரிவித்த தாகச் சொன்னாள்: அவள் சொல்ல வந்தது குஞ்ஞுபாத்துமாவுக்கு மிகப் பெரிய விஷயமாகத் தோன்றியதால் குஞ்ஞுபாத்துமாவின் ஒவ்வொரு அணுவுமே அவள் சொல்வதை மிகக் கவனமாகக் கேட்டது. ஆனால், சொல்லி முடித்ததும் தன்னை அவள் கேலி செய்கிறாள் என்பதைப் புரிந்து கொண்டாள்.

"சும்மா போ, துட்டாப்பி."

ஆயிஷா சொன்னாள்:

"எந்த ஷைத்தானாக இருந்தாலும் எந்த ஜின்னாக இருந் தாலும் போயிடும். அப்புறம், இஃப்ரீத்தின் விஷயத்தைப் பற்றி சொல்லவே வேண்டாம். சும்மா இதை இப்படியே கழுத்துலே கட்டிட்டு நடந்தாலே போதும். காக்காவோட ஒரு பெரிய தோல் பெட்டி. என்ன கொண்டு வந்துடவா?"

குஞ்ஞுபாத்துமா சொன்னாள்:

“கள்ள புத்தூசே, சும்மா இரு.”

கூடவே, அவளுக்கு வருத்தமும் மேலிட்டது.

ஆயிஷா காரியமாகக் கேட்டாள்:

“உண்மையாவே கேட்கிறேன். தாத்தாவுக்கு என்ன ?”

“எனக்கெ ஈரக்கொலையிலெ வேதனெயாட்டு இருக்கு.”

சுள்சுள்ளென்ற வலியெல்லாம் கிடையாது. நிறைந்து தளும்புவதுபோன்ற வேதனை. அப்படியே உட்கார்ந்து அழத் தோன்றும். உடனே சிரிக்கவும் தோன்றும்.

அழுவதை விடவும் அவளுக்குச் சிரிப்பதுதான் பிடிக்கும். சத்தமாக இல்லை. நினைத்துப் பார்த்துப் புன்னகைப்பது. அப்போது மனம் வெதும்பி அழவும் தோன்றும். நிஸார் அகமதைப் பார்க்கும்போதெல்லாம் அவளுடைய கன்னங்கள் துடிப்பதுபோலவும் மார்பகங்கள் கனப்பதுபோலவுமிருக்கும். நிஸார் அகமதுவிடம் தாபத்துடன் கேட்கவேண்டும்போலவுமிருக்கும்.

“என்னத்துக்கு இப்பிடிப் பாக்குதீயோ ?” ஆனால், நிஸார் அகமது பார்க்காமலே இருக்கும்போது இதை எப்படிக் கேட்க முடியும்? அவன் அப்படிப் பார்த்ததுமில்லை. அவன் தன்னைப் பார்க்கவேண்டும்போலிருக்கும் அவளுக்கு. பார்வையில் படுகிற இடத்தில் போய் அவள் நிற்பாள். ‘நான் சுள்ளி பொறுக்க அல்லவா வந்து நிற்கிறேன்’ என்று தனக்குத்தானே சொல்லவும் செய்வாள். ஏதாவது காரணத்தை ஏற்படுத்திக்கொண்டு அவள், ஆயிஷாவின் வீட்டுக்குச் செல்வாள். இதிலொரு முக்கியமான காரணம் ‘தீ’. இல்லையென்றால் உப்பு. இரண்டுமில்லையென்றால் ஆயிஷா. அவள் எந்தக் காரணத்திற்காகச் சென்றாலும் நிஸார் அகமதை வசதிபோல் பார்க்க முடிவதில்லை. ஒன்றில், அவன் முற்றத்தைச் சரிப்படுத்திக்கொண்டிருப்பான். அல்லது, செடிகளுக்குத் தண்ணீர் விட்டுக்கொண்டிருப்பான். முற்றத்தை இவ்வளவுக்குச் சரியாக்குவதற்கு என்ன இருக்கிறது? நிறைய பொன்மணல் பரப்பபட்டிருந்தது. அதைச் சுற்றிலும் பூச்செடிகள் நிறைந்திருந்தன. இல்லையென்றால் வாசித்துக் கொண்டிருப்பான். ‘இவ்வளவு வாசிக்க என்ன இருக்கிறது?’ அவள் தனக்குத்தானே கேட்பாள்.

அன்றொரு நாள் குஞ்ஞுபாத்துமா பார்க்கும்போது ஒரு மரத்தடியில் சாய்வு நாற்காலியில் நிஸார் அகமது படுத்திருந்தான். மடியில் ஒரு புத்தகமுமிருந்தது. சும்மா அது அப்படியே கிடந்தது.

அவளுடைய மனம், மெல்லிய ஒரு சூடுபட்டதுபோல் உருகத் தொடங்கியது. நிஸார் அகமதின் கண்கள் வானத்தில் பதிந்திருந்தன. மேற்கின் வானச்சரிவில் பல வண்ணங்களிலான மேகங்கள். பறந்துகொண்டிருக்கும் பறவைகளின்மீது பளபளக்கும் சிவப்பு வண்ணம் பிரதிபலித்தது.

அவளுக்குள் பதற்றம் தொற்றிக்கொண்டது. அன்று அவள் வெள்ளையாடைகள் உடுத்தினாள். நீண்ட நாட்களாக உபயோகிக்காமலிருந்ததால் அந்த வெள்ளைக் குப்பாயம் உடம்பில் ஒட்டிப் பிடித்திருந்தது. தலையில் மெல்லிய துணியிலான தட்டம். இப்படியான அலங்காரங்கள் எதற்காக என்று அவளுக்கே தெரியவில்லை. தன்னை அவள் நீண்ட நேரம் கண்ணாடியில் பார்த்துக்கொண்டிருந்தாள். கண்ணிமைகளில் மெல்லியதான நீல நிறம் படர்ந்திருந்தது. கன்னத்திலிருந்த கறுத்த மச்சம் திலகம்போல் ஜொலித்தது. தெளிந்த பெரிய விழிகளால் அவள் தன்னையே பார்த்துப் புன்னகைத்தாள். அழுகை வந்தபோது அவள் சிரித்தாள்.

முகத்தை இயல்பாக்கிக்கொண்டு வெளியே வந்தாள். இதயம் வெகுவேகமாகத் துடித்துக்கொண்டிருந்தது.

நிஸார் அகமதின் பார்வை அவள்மீது படிந்தது. மகிழ்ச்சி நிரம்பிய ஒரு நோட்டம்.

அவள் தீ வாங்கினாள். ஆயிஷாவிடமோ அவளது உம்மாவிடமோ பேசிக்கொண்டிருக்கவில்லை. வேகமாகத் திரும்பி வருகிறபோது நிஸார் அகமது கூப்பிட்டான்:

"ஹோவ்."

அந்த அழைப்பு அவளது ஆன்மாவில் ஒரு மின்னல்போல் பட்டது. ஒரு அடிகூட முன்னால் நகர முடியாத நிலையில் அவள் அப்படியே நின்றுவிட்டாள். அவளுக்குள் ஒருவிதமான மயக்கம் தொற்றிக்கொண்டது. பயமாகவும் பதற்றமாகவுமிருந்தது. மகிழ்ச்சியாகவுமிருந்தது... எல்லாவிதமான விகாரங்களுடனும் அவள் பார்த்தாள்.

நிஸார் அகமது எழுந்து வந்தான்.

"எனக்குக் கொஞ்சம் தீ" என்று சொல்லிவிட்டுத் தீக்கொள்ளியை வாங்கினான். அதில் ஒரு சிகரெட்டைப் பற்ற வைத்தான்.

நிஸார் அகமது சொன்னான்: "குஞ்ஞுபாத்துமா, நம்ம அந்தக் குருவி இருக்கல்லவா, அது எங்கிட்டே வந்து குஞ்ஞுபாத்துமா

நலமா இருக்கிறாளானு கேட்டது. நான் சொன்னேன். ஏதோ ஒரு இஃப்ரீத்தை விரட்டுறதுக்காக அவள் ஒரு சூட்கேசைக் கழுத்திலே கட்டித் தொங்கவிட்டுட்டுத் திரியுறானு."

"தீயைத் தாருங்கோ."

"குஞ்ஞுபாத்துமா."

"ஓ."

"உனக்கென்ன செய்யுது?"

"எனக்கு ஈரக்கொலையிலெ ஒரு வேதனெ."

"இதைக் கழுத்திலே கட்டியிருந்தா தீர்ந்துடுமா?"

"தீயைத் தாருங்கோ."

"உனக்கு எழுதப் படிக்கத் தெரியாதா?"

"நான் படிக்கெயில்லெ."

"நாளையிலிருந்து நீ ஆயிஷாகிட்டே படிப்பு சொல்லிக் கேட்கணும். கேட்பியா?"

"அந்தத் துட்டாப்பி என்னெ பரியாசம் செய்யும்."

"லுட்டாப்பி உன்னைப் பரிகாசம் செய்தா நான் அவளை இரண்டாயிரம் துண்டா..."

"வேண்டாம்; துட்டாப்பியை ஒண்ணும் செய்யாண்டாம். தீயைத் தாருங்கோ."

"லுட்டாப்பிக்கிட்டே நானே சொல்லுறேன் என்ன?"

ஒரு வழியாக அவள் தீயை வாங்கினாள். ஓடிவிட வேண்டும் போலிருந்தது. ஆனால், மெதுவாக நடந்து போனாள். உலகம் ஒரு புத்தொளியில் மூழ்கிக் கிடந்தது. அனைத்திலுமே அழகு அதிகரித்திருப்பதுபோல். எல்லாவற்றின்மீதும் அவளுக்கு அன்பு அதிகரித்தது. கடித்த ஒரு எறும்பிடம் குஞ்ஞுபாத்துமா சொன்னாள்:

"என்னெக் கடிச்சதுபோலெ நீ வேறெ யாரையும் கடிக்காதே." அவள் அதை நுள்ளியெடுத்துக் கீழே விட்டாள். அன்றைய இரவு அவளுக்கு மிகவும் அழகாக இருப்பதுபோல் தோன்றியது. உம்மாவும் வாப்பாவும் குறட்டையிட்டுத் தூங்கும் போதும்கூட அவள் விழித்துக்கிடந்தாள். நிஸார் அகமதை நினைத்துப்பார்த்து அவள் புன்னகைத்தாள். பாவம் என்றும் சொல்லிக்கொண்டாள். தலையணையைக் கிள்ளிவிட்டு,

‘வலிக்கிதா?’ என்று கேட்கும்போதே அவளுடைய கண்கள் நிரம்பின. உடனே சிரிக்கவும் செய்தாள். அப்படியே படிப்படியாக அவள் தூக்கத்தில் மெல்ல ஆழ்ந்துபோனாள். தூக்கத்தில் நிஸார் அகமதைக் கனவு கண்டாள். அவர்கள் ஒன்றாகச் சேர்ந்து நடந்துகொண்டிருந்தார்கள்.

மறுநாள் மத்தியானம், சாப்பிட்டுவிட்டு அவள் அப்படியே முற்றத்தில் நின்றுகொண்டிருக்கும்போது ஆயிஷா கையில் பெரிய கம்பும் அக்குளில் இடுக்கிய ஒன்றிரண்டு புத்தகங்களுமாக கௌரவத்துடன் வந்து நின்று குஞ்ஞுபாத்துமாவைக் கூப்பிட்டாள். குஞ்ஞுபாத்துமாவுக்கு எதற்கு என்று விளங்கவில்லை. புளியமரத்தினடியில் அழைத்துக்கொண்டுபோய் பிரம்பால் வட்டமாக ஒரு கோடிட்டாள், ஆயிஷா.

“சரியாக நடுவில் போய் நில்.” அவள் கட்டளையிட்டாள்.

“என்னத்துக்கு துட்டாப்பி” என்று கேட்டுவிட்டு அவள் அதில்போய் நின்றுகொண்டாள்.

“வலது கையை நீட்டு.” ஆயிஷா மீண்டும் உத்தரவிட்டாள்.

“என்னெ அடிக்கப்போறியா?”

“நீட்டு கையை.”

குஞ்ஞுபாத்துமா கையை நீட்டினாள். ஆயிஷா, நீட்டிய கையில் ஒரு பென்சிலையும் ஒரு நோட்டுப் புத்தகத்தையும் ஒரு பாலபாடத்தையும் வைத்தாள்.

“நான் இன்று முதல் உன் குரு” ஆயிஷா சொன்னாள்.

குஞ்ஞுபாத்துமா சிரித்தாள்.

ஆயிஷா கேட்டாள்:

“எனக்குத் தெரியாத எந்த ரகசியமும் என்னோட சிஷ்யையிடம் இருக்கக் கூடாது. எல்லாத்தையுமே வெளிப்படையாச் சொல்லிடணும். அப்புறம்தான் கல்வி. என் சகோதரனாகிய அந்தப் பெரிய மனிதனுக்கும் இந்தப் பெண்மணிக்குமிடையே... அது என்ன?”

“சும்மா இரு, துட்டாப்பி.”

“நீயாவே சொல்லிடுறியா, அடி வேணுமா? கள்ள புத்தூசை நான் கண்டந்துண்டமா நாலாயிரமா அறுத்துடுவேன், சொல்லிடு.”

“போ, துட்டாப்பி.”

“சொல்லு.”

“என்னெத்தெயை?”

“என் காக்காவுக்கும் குஞ்ஞுபாத்துமாவுக்குமிடையிலே என்ன உறவு?”

குஞ்ஞுபாத்துமாவை அடிக்கப்போவதுபோல் கேட்டாள்:

“சும்மா இரு, துட்டாப்பி.”

ஆயிஷா சற்று நேரம் பேசாமலிருந்துவிட்டுக் கேட்டாள்:

“அக்காவுக்கு டான்ஸ் தெரியுமா?”

அப்படியென்றால் என்னவென்றுகூட அவளுக்குத் தெரியாது.

“என்னதுணே தெரியாது.” குஞ்ஞுபாத்துமா சொன்னாள்.

“சவரம், சலவை, சமையல் கலை, ஓவியம்... இதில் ஏதாவது தெரியுமா?”

“சும்மா இரு, துட்டாப்பி. ஒண்ணுமே மனசிலாவல்லெ. துட்டாப்பி, எனக்குப் படிச்சித் தரப்புடாதாக்கும்?”

“சரி, கேளு. ஆண்களைப்போலக் கள்ள புத்தூசுகள் இந்த துனியாவிலேயே கிடையாது. சரியா?”

“சும்மா இரு, துட்டாப்பி. அப்பிடியெல்லாம் சொல்லப் புடாதும்.” குஞ்ஞுபாத்துமாவுக்கு ஆயிஷாவின் கவனத்தைத் திருப்பி விடுவதற்கு ஒரு விஷயம் கிடைத்தது. இரண்டு மூன்று எறும்புகள் சேர்ந்து ஒரு செத்துப்போன ஈயைப் புல்லின்மீது இழுத்துக்கொண்டு போகின்றன. குஞ்ஞுபாத்துமா சொன்னாள்:

“துட்டாப்பி, இப்பொ ஹஜ்ரத்துல் முன்தஹாலெ உள்ள ஒரு எலை உழுந்திருக்கும் பாத்துக்கோ.”

ஆயிஷா சொன்னாள்:

“முக்கியமான விஷயத்தைப் பற்றி இப்போ பேசிட்டிருக்கிறோம். அக்காவுக்குப் படிக்கணுமா?”

“படிக்கணும்.”

“சரி, அப்பிடீன்னா கேட்குறதுக்கு உடனுக்குடன் சரியான பதிலைச் சொல்லணும். என் காக்காவை எப்போதிலிருந்து தெரியும்?”

“எனக்கு எழுத்துச் சொல்லித் தா துட்டாப்பி.”

“அக்காவும் நானும்தானே முதன் முதல்லே பழகினோம்?”

“இல்லெ துட்டாப்பி,” குஞ்ஞுபாத்துமா சொன்னாள்.

"என்ன ?" ஆயிஷா ஆச்சரியமாகக் கேட்டாள்: "இல்லையா ?"

"இல்லெ."

"எப்படினு சொல்லு."

"துட்டாப்பியெல்லாம் இங்கெ வரூதுக்கு முன்னாலெ நான் குளிக்க வரூது ஓங்க கெணத்தங்கரையிலெதான். ஒருநாளு புருசன் குருவி, பெண்டாட்டி குருவியைக் கொத்திக் கொல்லப் போச்சிது. அப்பொ பெண்டாட்டி குருவி குழியிலெ உழுந்துட்டுது. அதெப் பாக்கப்போனதுலெ நானும் உழுந்துட்டேன். எனக்கெ கையிலெ எல்லாம் குத்திக் கீறி நெறெய சோரை வந்துது. நான் அதுலெ கொஞ்சம் சோரெயைக் கெட்டுனவொ குருவிக்குக் குடுத்தேன். அதுக்கெ வயித்துலெ ரெண்டு முட்டெயும் இருந்துது. அப்பொ துட்டாப்பிக்கெ காக்கா வந்து."

"காக்கா வந்து ?"

"துட்டாப்பிக்க காக்கா அங்கெ வந்துது. பெறெவு குழிலெ எறங்கிவந்து எனக்கெ கையிலெ துணியெ வெச்சி கெட்டி என்னெ மேல ஏற வெச்சிது. குளிக்கும்பொ நனைக்கப் புடாதும்னும் சொல்லிச்சு."

"பிறகு, குருவி என்ன ஆச்சு ?"

"அது பறந்து அதுக்கெ ஊட்டுக்குப் போச்சி."

"சரி, இவ்வளவுதானா ?" ஆயிஷா தனக்குத்தானே சொல்லிக் கொண்டாள்:

"இதுதான் குஞ்ஞுபாத்துமா செய்த அற்புதச் செயலா ?"

"என்ன சொன்னே துட்டாப்பி ?"

"ஒண்ணுமில்லே." ஆயிஷா சொன்னாள்: "ஆண்கள் எனப்படும் கள்ள புத்தூசுகளைப் பற்றி"

"சும்மா இரு துட்டாப்பி, அப்பிடி சொல்லப்புடாதுல்லா ?"

"இனி என் மகள் என்னை அடிக்கத் தொடங்குவாள். அதற்கும் எனக்கு விதி இருப்பதாகத்தான் தெரிகிறது. 'அப்போதும் ஆயிஷா பீவி புன்னகை பூத்த முகத்துடன் காணப்பட்டாள்' என்று உலகம் சொல்லும்."

"என்னத்தெ துட்டாப்பி ?"

"நான் பாடத்தைத் தொடங்குறேன். கவனமாகக் கேட்கணும்."

ஆயிஷா தரையில் 'ப' என்றெழுதினாள்.

"கவனிச்சுப் பாரு. இந்த எழுத்து புத்தகத்திலிருக்குதா?" என்று கேட்டுவிட்டு அவள் புல்படர்ப்பில் மல்லார்ந்து படுத்தாள்.

குஞ்ஞுபாத்துமா புத்தகம் முழுவதும் தேடிப்பார்த்தாள். காணவே இல்லை. கடைசியில் அவள் அதைப் புத்தகத்திற்கு வெளியே கண்டுபிடித்தாள்.

ஆயிஷா எழுந்தாள்.

"அது ஒரு பெயரின் முதலெழுத்து. 'ப.' அந்த வார்த்தை என்ன?"

குஞ்ஞுபாத்துமா சொன்னாள்:

'ப'.

"ப, என்று தொடங்கும் ஒரு வார்த்தை சொல்லு."

"வழி."

"புத்தூசே, இதில் 'ப' இருக்கிறதா?"

"இல்லெ."

"அப்படினா யோசித்துப் பதில் சொல்லு."

"பழுதலங்கா."

"பழுதலங்கா இல்லே, அது வழுதலங்காய்."

குஞ்ஞுபாத்துமா அப்படியாக எழுதப் படிக்கத் தொடங்கினாள். இரவுபகலாக அவள் முயற்சி செய்தாள். உம்மாவிடமும் வாப்பாவிடமும் அதை அவள் சொல்லவே இல்லை. உம்மா அறிந்தால் திட்டுவாள் என்று தெரியும். உம்மா வேறு, திடீரென்று தொழ ஆரம்பித்திருந்தாள். பிரார்த்தனை பெருமளவில் நடந்தது. தொழுகைப் பாயிலிருந்து உம்மா இறங்குவதே இல்லை. அதிலிருந்துகொண்டேதான் வீட்டு விஷயங்களை எல்லாம் விசாரித்தாள். குஞ்ஞுபாத்துமா சமையல் கூடத்திலிருந்தும் பாயில் படுத்துமெல்லாம் படித்துக்கொண்டிருந்தாள். பாடத்தில் எப்போதும் சந்தேகங்கள் உருவாகிக்கொண்டே இருந்தன. அவள் பக்கத்து வீட்டுக்கு உற்சாகத்துடன் செல்வாள்.

ஒருநாள் ஆயிஷாவின் உம்மா ஏதோ ஒரு குருவியைப் பற்றி விசாரித்தாள்.

அவள் அப்படியே சிவந்துவிட்டாள்.

"முகம் சிவக்குறதைப் பாரேன்" என்று உம்மாவிடம் சொன்னாள் ஆயிஷா.

அப்போது அவளுக்கு அழுகை வந்தது. ஆயிஷாவின் உம்மா சிரித்தபடியே அவளது தலையை வருடி விட்டாள்.

"நீ முடியைச் சீவுறதே கிடையாதா?" ஆயிஷாவின் உம்மா கேட்டாள்.

குஞ்ஞுபாத்துமா சொன்னாள்:

"முடியெ அப்பிடிச் சீவுனா காஃபிரிச்சிகளாப் போயிருவொமுண்ணு உம்மா சொல்லியிருக்குது."

ஆயிஷாவின் உம்மா சிரித்துவிட்டு ஒரு சீப்பையெடுத்து குஞ்ஞுபாத்துமாவின் முடியை நடுவே வகிர்ந்து சீவினாள். குஞ்ஞுபாத்துமாவின் முகம் பிரகாசமடைந்தது. தலைமுடியை ஆயிஷாவின் உம்மா அழகாகக் கட்டிக் கொடுத்தாள்.

ஆயிஷா முல்லைப்பூக்களைக் கொண்டுவந்து குஞ்ஞு பாத்துமாவின் தலையில் சூடிக்கொடுத்தாள்.

"தலையிலெ இபுலீஸ் ஏறுவானா?" குஞ்ஞுபாத்துமா கேட்டாள்.

"போயி, உன் குருவிகிட்டேயே கேளு."

"போ, துட்டாப்பி."

அவள் நாணத்துடனும் மகிழ்ச்சியுடனும் வீட்டுக்குப் போனாள். உம்மா எடுத்த எடுப்பிலேயே கேட்டாள்:

"என்னட்டீ, கிறாத்துலெ பெறந்தவளே. என்ன செய்துட்டு வந்துருக்கே? ஒந்தலையிலெ என்னது?"

குஞ்ஞுபாத்துமா எதுவுமே சொல்லாமல் நின்றாள்.

உம்மா எழுந்துவந்து அவளது முடிக்கற்றையைப் பிடித்திழுத்து பூக்களையெல்லாம் கசக்கித் தூர எறிந்தாள்.

"அதுவொ செய்யும்போல எல்லாம் நீயும் செய்யாண்டாம். அந்தக் கொமரிக்கெ உப்பப்பாக்காரன் காளைவண்டிக் காரனா இருந்தவன், தெரிஞ்சுதா? நீ ஆனெ மக்காருக்க அருமாந்தப் பேத்தியாரு. ஒனக்கெ உப்பப்பாக்கு ஒரு ஆனெ இருந்துது. ஒரு பெரீய கொம்பானெ."

குஞ்ஞுபாத்துமா பதிலே சொல்லவில்லை. அன்று அவள் இன்னொரு செய்தியையும் அறிந்தாள். அவளுடைய கல்யாணம் உடனே நடக்கும். வாப்பா மாப்பிளைப் பையனைத் தேடிக் கொண்டிருக்கிறார்.

அவள் நடுங்கிவிட்டாள். வாயில் உமிழ்நீர் வற்றியதைப் போலிருந்தது. வெளிறிப்போய் அவள் அப்படியே நின்றுவிட்டாள்.

உம்மா சொன்னாள்:

"எனக்கெ அனுவாதம் இல்லாமெ நீ இந்த எல்கையை விட்டு வெளியே எறங்கப்புடாதும்."

குஞ்ஞுபாத்துமாவின் கண்களும் காதும் அடைந்து கொண்டதுபோலிருந்தது. "யா ரப்புல் ஆலமீனே" என்று சொன்னபடி அவள் அப்படியே மயங்கி விழுந்தாள்.

"முஹியதீனே, முத்துநபியே, எஞ்செல்ல மவளுக்கு என்னவோ?" உம்மா குதித்தெழுந்தாள். வாப்பா வந்து தண்ணீர் தெளித்தார். வீசிக்கொடுத்தார். ஆக, குழப்பம்.

குஞ்ஞுபாத்துமா கண் திறந்தாள். எழுந்து உட்கார்ந்தாள். உம்மாவையும் வாப்பாவையும் அவள் முறைத்துப் பார்த்தாள். அவளிடம் கேட்காமல் அவளுடைய அபிப்பிராயத்தை அறியாமல் அவளுக்கொரு கணவனை உருவாக்கியிருக்கிறார்கள்.

"மவளே, குஞ்ஞுபாத்துமா." வாப்பா கூப்பிட்டார்.

குஞ்ஞுபாத்துமா பேசவில்லை.

உம்மா கேட்டாள்:

"எஞ்செல்ல மவளுக்கு என்ன?"

குஞ்ஞுபாத்துமா பேசவில்லை.

"முஹியதீனே, ஏதாவது ஷைத்தானோ என்னவோ?" உம்மா சொன்னாள்.

குஞ்ஞுபாத்துமா சத்தமாகச் சிரித்தாள்; நிறுத்தாமல் சிரித்தாள்; பிறகு அழுதாள்; நிறுத்தாமல் மனம் நோக இடைவிடாமல் அழுதாள். இரவு நீண்ட நேரமான பிறகும் உலகம் முழுவதும் தூக்கத்திலாழ்ந்த பிறகும் அவள் அழுகையை நிறுத்தவே இல்லை.

அவள் படுத்திருந்தபடியே ஜன்னல்வழியாகப் பார்த்தாள்.

பிரமாண்டமான ஒரு எட்டுக்கால் பூச்சியின் வலைக்குள் சிக்கிக் கிடக்கும் ஒளித் துகள்கள்தானோ நட்சத்திரக்கோடிகள் அனைத்தும்.

o

10

கனாக்களின் காலம்

பகல் வருகிறது. இரவாகிறது. தெளிவாக எதுவுமே குஞ்ஞுபாத்துமாவுக்குத் தெரியவில்லை. ஊணுமில்லை; உறக்கமுமில்லை. அனைத்துமே ஒரு கனவு போல். யார் யாரோ வருகிறார்கள்; ஏதேதோ கேட்கிறார்கள். குஞ்ஞு பாத்துமா விழித்திருக்கிறாளா, உறங்குகிறாளா? ஆயிஷாவோ யாரோ என்னவோ கேட்கிறார்கள். திரும்பத் திரும்பக் கேட்கிறார்கள். அவள் அதற்கான பதிலையும் சொல்கிறாள். மீண்டும் அதே கேள்வியைக் கேட்கிறார்கள். கடைசியில் அவள் மனம் நொந்துபோய் பதில் சொல்கிறாள்:

"துட்டாப்பி, என்னெக் கெட்டிக்குடுக்கப் போறாங்கோ!"

பிறகு கண்ணீர்தான். கண்ணீர்க்கடல். அவள் அதில் மிதக்கிறாள். இருண்ட உலகத்தின் கடைக்கோடியிலிருந்து செந்தீ உதித்தெழுகிறது. சூரியோதயம்தான். ஆனால், காகங்கள் கரையவில்லை; கிளிகள் மொழியவில்லை; ஆட்கள் மட்டும் பேசிக்கொள்கிறார்கள். உம்மாவும் வாப்பாவும்தான். கூடவே வேறு சிலரும் இருக்கிறார்கள். அது, சூரியோதயமல்ல. முற்றத்திலுள்ள ஒரு குழியில் தீக்கனல்கள். அதைச் சுற்றிலும் மண் சட்டிகளில் சிறு திரிகள் எரிந்துகொண்டிருந்தன. குஞ்ஞுபாத்துமாவை அதன் பக்கத்தில் ஒரு பலகையில் உட்கார வைத்திருக்கிறார்கள்.

பக்கத்தில் பிரம்புடன் ஒரு ஆணாகப் பிறந்தவனும் இருக்கிறான்.

ஷைத்தானை விரட்டுகிற முஸ்லியார்தான்.

குஞ்ஞுபாத்துமாவுக்கு வாழ்க்கையில் முதன்முதலாகக் கோபம் வந்தது. உக்கிரமான கோபம். அவளுக்கு ஒரு யானையைப் போல் பிளிறத் தோன்றியது. ஒரு புலியைப் போல் உறுமத் தோன்றியது. துள்ளியெழுந்து எல்லோரையும் கடித்துக் குதற வேண்டும்.

அவள் அப்படியே உட்கார்ந்திருக்கிறாள். நல்ல வாசம். முஸ்லியார் அவளுடைய தலையில் சுற்றியெடுத்த எதை யெல்லாமோ தீயிலிடுகிறார். அதில் குந்திரிக்கமும் சந்தனமும் சம்பிராணியுமிருந்தது. முஸ்லியார் ஸூஹ், ஃபல, ஹல என்றெல்லாம் மந்திரித்துக் கொண்டிருந்தார். ஷைத்தானை அவர் விரட்டுகிறார். இஃப்ரீத்து, ஜின்னு, ரூஹானி இப்படி பலவகையான ஷைத்தான்களையும் ஒழிப்பதில் பிரசித்தி பெற்ற பிரம்பு அது.

அந்தப் பிரம்பால் குஞ்ஞுபாத்துமாவை அவர் அடிப்பார். தலைமுடியைப் பற்றிப் பிடித்து அவளது முதுகிலும் தொடையிலும் அவர் அடிப்பார். ஷைத்தானை அப்படித்தான் விரட்டுவது. அதிலும் ஷைத்தான் ஒழியவில்லையென்றால் மிளகை அரைத்துக் கண்களில் தேய்ப்பார். தீக்கனலை உள்ளங் கையில் வைப்பார். அப்போது சுர்ர்ர் என்ற சத்தத்துடன் உள்ளங் கையின் தோல் கரியும். மூளையிலிருந்து உள்ளங் கால்கள்வரை வலிக்கும். சரி, வலிக்கட்டும். உம்மாவும் வாப்பாவும் வலிக்க வைக்க அனுமதி கொடுத்திருக்கிறார்களே?

“வாப்பா என்னெ அடிக்காண்டாம்ணு சொல்லுங்கோ.” முஸ்லியார் ஒன்றும் சொல்லவில்லை. வாப்பாவும் எதுவுமே சொல்லவில்லை. உம்மாவும் எதுவுமே சொல்லவில்லை.

‘துட்டாப்பி,என்னெ அடிக்க வாறோங்கணு போய்ச் சொல்லு.’ யாரிடம் போய்ச் சொல்வதற்கு ஆயிஷாவிடம் சொல்கிறோம் என்றும் மனதிற்குள் நினைத்துக்கொண்டாள்.

“நீ ஆருண்ணு சொல்லு.” முஸ்லியார் கட்டளையிட்டார். “இவளுக்கெ மேலெ கூடியிருக்குத நீ ஆருண்ணு சொல்லு.”

கூடியிருந்தால் சொல்லிவிடலாம். யாராவது கூடியிருக் கிறார்களா?

முஸ்லியார் திரும்பவும் கேட்டார். மூன்றாவது தடவை அவரது பிரம்புதான் கேட்டது. பிறகு நடந்ததெல்லாம் அவளுக்கு சரியாக ஞாபகமில்லை. முஸ்லியார் பத்தோ பன்னிரெண்டோ அடி அடித்தார். அவள் அழுதாள். வாய் விட்டழுதாள். பிரம்பைப்

பறித்து ஒடித்தாள். அதைத் தீயில் எறிந்தாள். எங்காவது ஓடி விடலாம் என்று தோன்றியது. ஆனால், ஓடவில்லை. வட்டமான தீ ஜுவாலையின் அருகில் நிஸார் அகமது நிற்கிறான்.

நிஸார் அகமது அவளை அள்ளியெடுத்தானா? அல்லது அவள்தான் நிஸார் அகமதின் பக்கம் ஓடிப்போனாளா?

நிஸார் அகமதுதான் அவளைத் தாங்கியெடுத்து வராந்தாவில் ஏறி வீட்டுக்குள் கொண்டுபோய் பாயில் கிடத்தினான். பிறகு கண்களைத் திறந்தபோது நல்ல பகல் வெளிச்சம்.

பாயினருகில் ஆயிஷா உட்கார்ந்திருந்தாள். ஆயிஷாவின் உம்மாவுமிருக்கிறாள்.

குஞ்ஞுபாத்துமாவின் உம்மா எதையோ அரைத்துக்கொண்டு வந்து அவளது நெற்றியில் புரட்டினாள். அது நல்ல குளிர்மை யுடனிருந்தது. அவளது சுவாசக் காற்று நல்ல சூடாகவுமிருந்தது. தீயா?

குஞ்ஞுபாத்துமாவின் வாப்பா உள்ளே வந்தார். அப்போது ஆயிஷாவும் அவளது உம்மாவும் எழுந்து விலகினார்கள். வாப்பா கேட்டார்:

“மவளே, கஞ்சி வேணுமா?”

“ஒண்ணும் வேண்டாம்; எனக்குப் பசியுமில்லெ; தாகமுமில்லெ.”

“எம் புள்ளெ எவ்வளவு நாளாவுது, ஏதாவது குடிச்சி?” வாப்பா சோகத்துடன் சொல்கிறார். ஆமாம், எதுக்கு வருத்தப்படணும்? அவள் மரிக்கப் போகிறாள். காற்று வீசத் தொடங்கிவிட்டது... இப்போது இலை உதிரும். உண்மையிலேயே காற்று வீசுகிறது. இலைகள் அசைகின்றன. மரங்கள் உரசிக்கொள்கின்றன. மரணத்தின் காற்றாகவுமிருக்கலாம். மரணத்தின் தூதுவர் வந்துவிட்டாரோ? உலகம் அழியப் போகிறது. இஸ்ராஃபீல் எனும் மலக்கு ஸூர் எனும் கொம்பை ஊதத் தொடங்கி விட்டார். இறுதிநாள் நெருங்கிவிட்டது. விருட்சங்கள் வேரோடு விழவும் மாமலைகள் குலுங்கித் தகர்ந்துத் தூள் தூளாகி... பூவுலகம் சூனியமாகவும் போகிறதா?

மழை பெய்துகொண்டிருந்தது. புது மண்ணின் வாசம். ஆட்கள் பேசிச் சிரித்தபடி போகிறார்கள். பகல்தான். பருந்தொன்றின் அழுகைக் குரல் கேட்கிறது. அதைப் பார்க்க முடியவில்லை. இருந்தாலும் அது ஆகாயத்தில் அப்படியே வேகவேகமாக சிறகுகள் அசையாமல் பறந்துகொண்டிருக்கிறது. அறைக்குள் இரவா பகலா தெரியவில்லை. அவளால் அசைய

முடியவில்லை. உடல் முழுவதுமே வலித்தது. யாரோ அவளை பத்தாயிரம் துண்டுகளாக வெட்டுவதுபோல். கிளிகளுக்குப் போடுவதற்காக இருக்கலாம். கிளிகள் அவற்றையெல்லாம் கொத்தி விழுங்கிவிட்டு தளுதளுக்க அப்படியே பறந்துபோகும். பிறகு..?

"குஞ்ஞுபாத்துமா" யாரோ கூப்பிடுகிறார்கள். யார் அது? அவள் கண்களைத் திறந்தாள். அவளது இதயமே பதறிவிட்டது. நிஸார் அகமதின் வாப்பா. அறைக்குள் வந்து நிற்கிறார். அவர் சொன்னார்:

"இங்கே காற்றும் வெளிச்சமும் வரட்டும். அந்த ஜன்னலை எதுக்கு மூடி வெச்சிருக்கீங்க?"

அவர் ஜன்னலைத் திறந்தார். காற்றும் வெளிச்சமும் உள்ளே நுழைந்தன. வெளிச்சம் எவ்வளவு வெளிச்சமாக இருக்கிறது.

"குஞ்ஞுபாத்துமா" திரும்பவும் அவர்தான் அழைத்தார். "ஓ." அவள் பதில் சொன்னாள். ஆனால், குரல் வெளியே கேட்டதா தெரியவில்லை. அவர் திண்ணக்கு வந்து வாப்பாவிடம் பேசுகிறார். என்ன பேசுகிறார்? முடியவில்லை; கண்களைத் திறந்தபடியே அப்படிப் படுத்திருக்க முடியவில்லை. விழித்திருப்பதை விடவும் நல்லது, தூங்குவதுதான். தூக்கம் என்பது ஆழ்கடல். அவள் அதில் லயித்துக்கொண்டிருக்கிறாள். அதுவும் முடியவில்லை; வெளிச்சம். எங்காவது ஒரு பிடி தேவைப்படுகிறது. அதில்லாமல் வாழ்வது சாத்தியமில்லை. அவளொரு விருட்சம். பூமியில் அப்படியே நெடுமரமாக நிற்கிறாள். தலை முடிகள் வேரோடிக்கிடக்கின்றன. கை கால்கள் விருட்சத்தின் கிளைகளாகவும். இலைகளும் பூக்களும் அடர்ந்திருந்தன. இரண்டு பறவைகள் கூடுகட்டப் போகின்றன. அந்தப் பறவைகளின் இனமென்ன?

"குஞ்ஞுபாத்துமா." யாரோ அவளைக் குலுக்கி எழுப்பு கிறார்கள். யார் அது? முன்பு எங்கோ கேட்ட குரல். சிரமத்துடன் அவள் கண்களைத் திறந்தாள். யார் அது? ஓ... நிஸார் அகமது.

"குஞ்ஞுபாத்துமா." நிஸார் அகமது திரும்பவும் அழைத்து விட்டுச் சொன்னான்:

"நீ எழுந்து இதைக் குடி. கசக்கத்தான் செய்யும். இருந்தாலும் இனிக்கிறதா நினைச்சுக் குடிச்சிடு. ருசி பாக்கவேண்டாம்."

மருந்து வேண்டாமென்று சொல்லிவிடலாம்போலிருந்தது. அதற்குள் நிஸார் அகமது அவளைத் தாங்கியெழுப்பி உட்கார வைத்தான். வெள்ளை குழிப்பீங்கானிலிருந்த ஏதோ கறுப்புத் திரவத்தைக் குடிக்கவைத்தான். பிறகு என்னென்னவோ பேசினான்.

அவள் அதற்குப் பதில் சொல்ல ஆரம்பித்தபோது நிஸார் அகமது அங்கே இல்லை. உம்மா குருணைக் கஞ்சியைக் குடிக்க வைத்துக்கொண்டிருந்தாள். உம்மா கேட்டாள்:

"ஒனக்கு ஆயிஷாக்கெ உம்மா கெட்டி உட்டதைப்போலெ முடி கெட்டணுமா?"

குஞ்ஞுபாத்துமா சொன்னாள்:

"நான் மரிக்கப்போதேன்."

உம்மா சொன்னாள்:

"எனக்கெ பொன்னு மவ இல்லியா, அப்புடிச் சொல்லப் புடாதும். ஒனக்கெ கலியாண காரியங்களெ எல்லாம் நிச்சயம் செய்தாச்சிது."

குஞ்ஞுபாத்துமா சொன்னாள்:

"என்னெ இப்பம் கெட்டிக் குடுக்காண்டாம். நான் மரிக்கப் போதேன்."

"நான் மரிக்கப் போறேன். அப்பிடீன்னு சொல்லணும்" என்றபடி சிரித்துக்கொண்டே உள்ளே வந்த ஆயிஷா கேட்டாள்:

"மருந்து இனிப்பா இருந்ததா?"

"போ, துட்டாப்பி."

"கள்ள புத்தூஸ், ஒரு ஆள் மருந்து கொடுத்தா மட்டும் தான் குடிப்பா."

"சும்மா இரு துட்டாப்பி." குஞ்ஞுபாத்துமா அப்படியே படுத்தாள். இதயத்தில் தேன் ஒழுகியது. அவள் இனிப்பாக மாறியிருந்தாள். அவளுக்கு சுவை தெரிந்தது. பசியும் தாகமுமிருந்தது. யாருடைய உதவியுமில்லாமல் எழுந்து உட்கார முடிந்தது. மெதுவாக நடக்கவும் இயன்றது.

அப்படியிருக்கும்போது ஒருநாள் ஆயிஷா சொன்னாள்:

"கள்ள புத்தூசைக் கட்டிக்கொடுக்கப் போறது யாருக்குனு தெரியுமா?"

"சும்மா இரு துட்டாப்பி."

"இங்கே பாரு, ஆள் யாருன்னு தெரியுமா?"

o

11

புதிய தலைமுறை பேசுகிறது

குஞ்ஞுபாத்துமாவை நிஸார் அகமது திருமணம் செய்து கொண்டது ஒரு இரவில். அன்று பகல் நான்கு மணியிருக்கும் போது ஒரு சுவாரஸ்யமான சம்பவம் நிகழ்ந்தது.

நிக்காஹ் செய்து வைப்பதற்காக பள்ளிவாசல் கத்தீபை அழைப்பதற்கு வாப்பா போயிருந்தார். ஊரிலுள்ள பெரும்பாலான எல்லா வீடுகளிலும் திருமண விஷயத்தை அறிவித்திருந்தாலும் யாருக்குமே அழைப்பு விடுக்கவில்லை. விருந்து வட்டங்களோ ஆர்ப்பாட்டங்களோ எதுவுமில்லை. இதில் எதுவுமே வேண்டாமென்று நிஸார் அகமதின் வாப்பாவும் உம்மாவும் சொல்லிவிட்டார்கள். எல்லா ஊர்களிலுமே பிடிவாதத்திற்காக விருந்துகள் நடத்திப் போண்டியாகிப்போன முஸ்லிம் குடும்பங்கள் நிறையவே உண்டு. இதை ஞாபகத்தில் வைத்திருப்பது நல்லது. ஒரு ஐந்தெட்டு பேர்களுக்கான நெய்ச்சோறு தயாராகிக்கொண்டிருந்தது. புதுபெண்ணுக்கான உடைகளையும் அவர்களே வாங்கிக்கொண்டு வந்திருந்தார்கள். என்னென்ன உடைகள் என்பது பற்றியெல்லாம் குஞ்ஞுபாத்துமாவுக்குத் தெரியாது. குளித்து முடித்துவிட்டு அங்கே வரும்படி ஆயிஷா சொன்னாள். குளித்ததும் ஆயிஷாவே வந்து அழைத்துக்கொண்டு சென்றாள்.

அங்கே சென்ற குஞ்ஞுபாத்துமாவல்ல, வெளியே வரும்போது. அவள் பாவாடை உடுத்தி யிருந்தாள்; பிரேசியர் அணிந்திருந்தாள்; ஜாக்கெட் அணிந்திருந்தாள்; பச்சை நிறத்தில் சேலையும் உடுத்தியிருந்தாள். தலை முடியை அழகாகக்

கட்டி வைத்து பூவும் சூடியிருந்தாள். சேலைத் தலைப்பால் தலை மறைத்திருந்தாள். செருப்பு போட்டிருந்தாள். ஒரு நூறு தடவையாவது அறைக்குள் அங்குமிங்குமாக நடக்க வைத்திருப்பார்கள்... நடக்கச் சொல்லிக் கொடுத்துவிட்டுதான் குஞ்ஞுபாத்துமாவை வீட்டுக்குப் போக விட்டார்கள்.

நிஸார் அகமது சொன்னான்:

“குனிந்தபடி நடக்கக் கூடாது. சரியாக நிமிர்ந்து, வீரமாக நடந்து போகணும்.”

குஞ்ஞுபாத்துமா அப்படியாக வீட்டுக்கு வந்துகொண்டிருந்தாள்.

அவள் ஜொலித்துக்கொண்டிருந்தாள். அந்தக் கறுப்பு மச்சம் பளபளத்தது. அந்த அற்புதக் காட்சியைப் பார்ப்பதற்காக வழியெங்கும் நிறைய பிள்ளைகள் கூடி நின்றார்கள். உம்மா மிதியடியின்மீது முற்றத்தில் நின்றிருந்தாள். ஒரு சிறு பிரச்சினைக்கான அடையாளமும் அவளுக்குத் தெரிந்தது. என்னென்னமோ பேச்சுகள் நடக்கின்றன. எதுவுமே அவளுக்குத் தெளிவாகக் கேட்கவில்லை.

உம்மா பிள்ளைகளிடம் கேட்கிறாள்:

“என்ன லெச்சணம் கெட்டதுவுளே?”

லட்சணம் கெட்டவர்களாகிய குஞ்ஞுபாத்துமாக்களும், குஞ்ஞுதாச்சும்மாக்களும், அடிமைகளும், மக்காருகளும் சொன்னார்கள்:

“குளுகுளு.”

உம்மா புதிய தலைமுறையினரிடம் கேட்டாள்:

“லெச்சணம் கெட்டதுவளே என்ன சொன்னீங்கோ?”

பிள்ளைகள் சொன்னார்கள்:

“லுல்லுாலுா.”

உம்மாவுக்கு லேசாக ஆத்திரம் வந்தது.

“ஓங்களெ எல்லாம் கால நாகந்தான் கடிக்கும்.”

“மெம்மெம்மே.”

“பண்ணிகளே.”

“பெப்பெப்பே.”

உம்மா சொன்னாள்:

"ஒலக்கெயை எடுத்து அடிப்பேன்."

குஞ்ஞுபாத்துமா தூரத்தில் வைத்தே சொன்னாள்:

"உம்மா சும்மா இருங்கோ. நீங்கோ ஏதாவது சொன்னா அதுவளுக்கெ வாப்பாமாரு சண்டைக்கு வந்துருவாங்கோ."

"வரட்டுடீ, சண்டைக்கு." உம்மா சத்தமாக, ஊர் முழுவதும் கேட்கும்படி சொன்னாள்: "ஒன்னெ அதுவளெல்லாம் ஒண்ணு காணட்டுடீ. ஆனெ மக்காருக்கெ பொன்னு மவளுக்கெ பொன்னு மவளெ அதுவளெல்லாம் காணட்டுடீ. ஒனக்கெ உப்பப்பாக்கொரு ஆனெயிருந்துது;—ஒரு பெரீய கொம்பானெ."

"அது குழியானெயாக்கும்," மூக்கு வடியும் முகமும் சிரங்கு பிடித்தக் கைகளுமுள்ள கறுத்த, ஒரு முழம் உயரமுள்ள ஒரு அடிமை சொன்னான்:

"குழியானெ ! குழியானெ !"

குஞ்ஞுதாச்சும்மாவால் சகித்துக்கொள்ள முடியுமோ ? மாபெரும் பிரதாபத்தின் வரலாற்றுப் பீடத்தைத் தகர்த்து விட்டார்கள். வீரசூர பராக்கிரமியாக இருந்த சாட்சாத் ஆனெ மக்காரு சாஹிபின், ரௌத்திரமும் நான்கு காஃபிர்களைக் கொன்றதும் அந்தஸ்துள்ளதுமாகிய அந்த பெரீய கொம்பானை … அதை, முற்றத்தின் சுவர்களின் ஓரமாக, மண்புழுதியில் வட்டமாகத் தோண்டிய சிறு குழியின் நடுவில் புதைந்து கிடக்கும் கறுத்த மூட்டைப்பூச்சிகளைப் போன்றிருக்கிற குழியானை என்று சொல்கிறான்.

"படச்சவனே," குஞ்ஞுதாச்சும்மா நெஞ்சிலடித்து வேண்டிக் கொள்கிறாள்: "குருத்துவம் கெட்ட இந்த லெச்சணம் கெட்டது வளுக்கெ தலை வெடிச்சிரப்புடாதா ?"

ஆச்சரியமென்றுதான் சொல்ல வேண்டும்; பிள்ளைகளின் தலை வெடித்துவிடவில்லை; இடியும் விழுந்து விடவில்லை; கால நாகமும் கடிக்கவில்லை. எதுவுமே நடக்கவில்லை. அவர்கள் ஒன்றுகூடி மகிழ்ச்சியுடன் கூப்பாடு போட்டார்கள்:

"ஆனெ மக்காருக்கெ பெரீய கொம்பானெ… அது குழியானெ… குழியானெ…"

குஞ்ஞுதாச்சும்மாவின் தலைக்குள் புகைச்சல் ஏற்பட்டது. மூச்சு விடுவதற்கே சிரமப்பட்டாள். நொடியிடைக்குள் வாழ்க்கை முழுவதுமே அவளது கண் முன்னால் ஓடியது. எல்லா பிரதாபங்களும்… இரண்டு கைகளையும் அவள் தலையில் வைத்துக் கொண்டு அப்படியே கீழே உட்கார்ந்துவிட்டாள்.

குஞ்ஞுபாத்துமா உம்மாவின் பக்கத்தில் வந்து பிள்ளை களிடம் கேட்டாள்:

"என்னத்துக்கு புள்ளியளே?"

பிள்ளைகள் சொன்னார்கள்:

"ஙுளு, ஙுளு."

"என்னது?"

"பெப்பெப்பே."

"என்னத்துக்கு?"

பிள்ளைகள் சொன்னார்கள்:

"குழியானெ! குழியானெ!"

"என்னது குழியானெ?" குஞ்ஞுபாத்துமாவுக்கு ஒன்றுமே புரியவில்லை. ஏதாவது பிள்ளைகள் குழியானையைப் பிடித்து உம்மாவின் காதுக்குள் விட்டுவிட்டார்களோ என்று அவள் நினைத்தாள். உம்மாவின் பக்கத்தில் உட்கார்ந்தவள் கேட்டாள்:

"என்ன நடந்துது உம்மா?"

உம்மா எதுவுமே சொல்லவில்லை. சொல்வதற்கு என்ன இருக்கிறது? புராதன வரலாறுகள் அனைத்துமே பற்றி யெரிந்துப் பொடிந்துச் சாம்பலாகப் போய் விட்டதோ..!

இனிமேல் எதற்காக வாழ வேண்டும்?

குஞ்ஞுபாத்துமா திரும்பவும் கேட்டாள். அவள், பரமசுந்தரியாக நிற்கும் குஞ்ஞுபாத்துமாவைப் பார்த்தாள். யோக்கியனாகிய நிஸார் அகமதையும் நினைத்துப் பார்த்தாள். பிரகாசமான எதிர்காலத்தை நோக்கி இறைவனின் அனுக்கிரகத்துடன் இப்போதுதான் காலடி எடுத்து வைத்திருக்கிறாள். ரப்புல் ஆலமீனாகிய தம்புரான் எல்லாவற்றையும் நேராக்கித் தருவான். வரலாறு, வரலாறுதான்... உம்மா கடைசியில் கண்ணீருடன் எழுந்து தளுதளுத்தக் குரலில் குஞ்ஞுபாத்துமாவிடம் சொன்னாள்:

"ஒனக்கெ உப்பப்பாக்கெ... பெரீய கொம்பானெ... குழியானெ யாம்புள்ளே. குழியானெயாம்!"

சுபம்

1951

தமிழில்: குளச்சல் யூசுஃப்

•

மூணுசீட்டு விளையாட்டுக்காரனின் மகள்

மூணுசீட்டு விளையாட்டுக்காரனின் மகள் என்னும் இந்த வரலாற்றுக் கதை போதிக்கும் நீதியை முதலிலேயே சொல்லிவிடுகிறேன். ஆனால், பெண்களின் ஆரோக்கியத்திற்கு இது அவ்வளவு ஒத்துவராத விஷயம்தான். குறிப்பாக, பெண் வாரிசுகள் ... அவர்கள் எந்த வயதினராக இருந்தாலும் சரி ... முடிந்தவரை வேகமாக ... அவர்களை ஒன்றாக வைத்துத் தீர்த்துக்கட்டிவிடவும்!

இதைக் கேட்டு யாரும் அதிர்ந்துபோய், கொந்தளித் தெழவோ, இந்தக் கருத்துக்குச் சொந்தக்காரன் நான் என்பதாகக் கருதிவிடவோ வேண்டாம். இதில் எனக்கு யாதொரு பங்குமில்லை. நான் நிரபராதி. வெறுமொரு அப்பாவி. மாதர்குலமும் அவர்களது ஆதரவாளர்களும் அடைக்கலம் தேடியவர்களும் என்னுடன் சண்டைக்கு வர வேண்டாம். என்னைத் திட்டவும் வேண்டாம் . . . இது சம்பந்தமாக யாருக்காவது நியாயமான முறையில் சண்டையிட வேண்டும்போல் தோன்றி னால் நேராக அவர்கள் ஒத்தைக் கண்ணன் பாக்கரிடம்தான் போக வேண்டும். அவர்தான் இந்தச் சோக வரலாற்றின் முக்கியமான கதை நாயகர். வில்லனாக வருபவன் மடையன் முத்தபா தான்! ஆனால், இந்த வில்லன், ஒரு போர் வீரனாக, கதாநாயகனாக மாறி ஒத்தைக் கண்ணன் பாக்கருடன் மோதும் அழகான ஒரு காட்சியை நம்மால் இதில் காண முடியும். ஸைனபாவும் மோதுகிறாள். இவர்களுடன் இரண்டு, உள்ளூர் போலீஸ் தரகர்கள் கூடவே, மாபெரும் திருடர்களான தொரப்பன் அவரானும் டிரைவர் பப்புண்ணியும். அவர்கள் இதில் நேரடியாக வரமாட்டார்கள். மறைவாக நின்றுதான் மோதுவார்கள். அப்புறம், பொன்குருசு தோமா என்றும் ஆனை வாரி ராமன்நாயர் என்றும் இரண்டு திருடர் பிரதானிகள்.

இவர்களை அண்டிவாழும் எட்டு காலி மம்மூஞ்ஞு. கூடவே, இவர்களது அனுதாபிகளும் ஆதரவாளர்களும். மற்றும் உள்ளூர் வாசிகளான இரண்டாயிரத்து இருநூற்றுச் சொச்சம் பொது ஜனங்கள் – இவர்கள் அனைவருமே அமைதிக்கான தூதுவர்கள். யுத்த வெறிபிடித்த இடைத்தரகர்களல்ல! இவ்வளவு விஷயங் களையும் உலகோர் அறிந்திருக்க வேண்டுமென்று தெரிவித்துக் கொள்வதில் பணிவான இந்த வரலாற்றாசிரியன் மகிழ்ச்சி யடைகிறேன். இன்னும் கொஞ்சம் சொல்ல வேண்டியதிருக்கிறது. இந்த வரலாற்றுக்குட்பட்ட உள்ளூர்வாசிகளைத் தவிர ஒரு, இரண்டாயிரத்து அறுநூற்றுச் சொச்சம் வழிப்போக்கர்களும் இதில் வருகிறார்கள். இவர்கள் இந்த வரலாற்றுக்குள் செவ்வாய்க் கிழமையும் சனிக்கிழமையும் மட்டுமே வருவார்கள். அதுவும் சந்தைக்கு மட்டும்தான்! வாங்கவும் விற்கவும்... பொதுவாகச் சொன்னால் ஆரவாரம் கூட்டவும் சச்சரவுகளை உருவாக்கவும்.

இப்படியான பொதுஜனங்களினிடையிலிருந்து பணியாற்றும் இரண்டு கலைஞர்கள்தான் மூணுசீட்டு விளையாட்டுக்காரன் ஒத்தைக் கண்ணன் பாக்கரும் ஜேப்படிக்காரன் மடையன் முத்தபாவும்.

ஸைனபாவும் வெகுஜனப் பரப்பிற்குள் வருவாளென்றாலும் பொதுவாக அவளை, அவர்களினிடையே பார்க்க முடியாது. அவளது கலை சாதுரியங்களெல்லாம் இரகசியமானவை.

அவள் என்னதான் செய்தாள்?

அதை நினைத்துப் பார்க்கும் யாருடைய கண்களும் நிலைகுத்தி நின்றுபோய்விடும். பெண் வாரிசுகளை எந்த விஷயத்தி லாவது நம்ப முடியுமோ? தகப்பன்மார்களது திட்டங்களை அவர்கள் ஏன் இப்படித் தவிடுபொடியாக்கிவிடுகிறார்கள்? ம்... அவர்களுக்குத் தெரியுமா தகப்பன்களின் மனவேதனை?

இதெல்லாமே ஒத்தைக் கண்ணன் பாக்கரின் கேள்விகள் தான். இதெற்கெல்லாம் நான் என்ன பதில் சொல்ல முடியும்?

இந்தப் பணிவான வரலாற்றாசிரியனான நான், இந்த வரலாற்றுடன் சம்பந்தப்பட்டவர்களோடு ஒரு நேர்காணல் நடத்தினேன். ஆரம்பத்தில் எனது தார்மீக ஆதரவைச் சிலருக்கு அளிக்கவும் செய்திருந்தேன். யாருக்கு என்றா கேட்கிறீர்கள்? ஆக மொத்தத்தில், இது மிகவும் சிக்கலான பிரச்சினை! வரலாற்று மாணாக்கர்களுக்காக நான் விஷயத்தை மெதுவாகச் சொல்லி விடுகிறேன்.

முதலில் மரியாதைக்குரிய ஒத்தைக் கண்ணன் பாக்கரிட மிருந்தே ஆரம்பிப்போம். அவருக்கு ஒரு கண்தான் இருக்கிறது.

'ஒன் ஐஸ் மங்கி' என்று சில உள்ளூர் அறிவுஜீவிகள் அவரைப் பற்றி இரகசியமாகக் குறிப்பிடுவார்கள். பரவாயில்லை! அந்தக் கண், பண்டொரு காலத்தில் ஏதோ ஒரு தர்ம யுத்தத்தில் பறி போய்விட்டது. அவருக்கு வயது இப்போது நாற்பத்தி ஒன்பது. ஆள் நல்ல வெளுப்பு. அவரது வாயில் மிச்சமிருக்கும் பற்களின் இயற்கையான நிறம் எதுவென்று யாருக்குமே தெரியாது. வெற்றிலை போடுபவரென்பதால் அவை சிவப்பு நிறத்திலிருந்தன. ஒத்தைக் கண்ணன் பாக்கரைப் பொதுவாக மூணுசீட்டு ஒத்தைக் கண்ணன் பாக்கர் என்று சொல்வார்கள்.

இதிலிருந்தே மேற்படியானின் செல்ல மகள்தான் ஸைனபா என்பது வரலாற்று மாணவர்களுக்குப் புரிந்திருக்குமல்லவா? அவளுக்குப் பத்தொன்பது வயதாகிறது. உள்ளூரின் பிரதான அழகி. அவளை நல்ல பிடிமானமுள்ள ஒருவனுக்குத் திருமணம் செய்துவைக்க வேண்டும். அதற்காக ஒத்தைக் கண்ணன் பாக்கர் பம்பரம்போல் சுழன்று வேலைசெய்தார். இந்த வகைக்காக அவர் ரொக்கமாக நூற்றியிருபது ரூபாயும் வைத்திருந்தார்.

சரி, அந்த ரூபாயெல்லாம் என்னவானது? அந்த வரலாற்றி னையும் இங்கே மெல்லப் பதிவுசெய்துவிடுகிறேன்.

ஸைனபா அதைத் திருடவில்லையென்பதை முதலில் சொல்லிவிடுகிறேன். பொன்குருசு தோமாவும் திருடவில்லை. எட்டுகாலி மம்மூஞ்ஞுவும் திருடவில்லை. தனிச்சொத்துரிமையில் இவர்களுக்கு நம்பிக்கைக் கிடையாது. அப்படியென்றால்... இவர்களது சுற்றுவட்டார ஆதரவாளர்களிலும் யாரும் திருடவில்லை. உள்ளூரின் இரண்டு போலீஸ்தரகர்களும்... தட்டி யெடுக்கவில்லை. அப்புறம் யார்தான் திருடினார்கள்? ஸ்ரீமான் மடையன் முத்தபாவோ?

யாருமே திருடவில்லையென்பதைத் தீர்மானமாகச் சொல்லி விடுகிறேன். சரி, அந்த நூற்றியிருபது ரூபாய் எங்கேதான் போனது? அதை மெதுவாகச் சொல்லலாம்.

இனி, வரலாற்றைத் தொடங்க வேண்டியது மடையன் முத்தபாவிடமிருந்து. அவனுக்கு வயது இருபத்தொன்று. சுத்தமான கறுப்பன். லேசாக மாறுகண்ணுமிருந்தது. இருந்தாலும், மடையன் முத்தபா தனது வெள்ளைப் பற்களைக் காட்டிச் சிரிக்கும்போது ஒரு வசீகரமிருக்கும். ஸைனபாவைப் போலவே அவனுக்கும் உம்மா கிடையாது. வாப்பா ஏதோ ஒரு திருட்டு வழக்கில் சிக்கி போலீஸ்காரர்களுடன் பயங்கரப் போராட்டம் நடத்தி... முன்னொருகாலத்தில் ஏதோ ஒரு ஜெயிலில் கிடந்து செத்துப்போய்விட்டார். அதாவது, வீரசுவர்க்கம் மேவினார்.

உறவினர்களாக... யாரையுமே அவனுக்கு ஞாபகமில்லை. அவனை, பொதுவாக எல்லோரும் சொல்வது, ஜேப்படிக்காரன் மடையன் முத்தபா என்றுதான்.

மடையன் என்னும் இடுபெயரை முத்தபாவுக்குச் சூட்டியவர் மூணுசீட்டு விளையாட்டுக்காரர் ஒத்தைக் கண்ணன் பாக்கர்தான். ஒரு ரூபாய் ஃபீஸ் வாங்கி, முத்தபாவுக்குப், பீடியை இழுத்து மூக்கு வழியாகப் புகைவிடும் அற்புதக் கலையை மூணுசீட்டு விளையாட்டுக்காரர் ஒத்தைக் கண்ணன் பாக்கர் தான் கற்றுக்கொடுத்தார். ஆனால், முத்தபா ஐந்தரை அணா[1]தான் கொடுத்தான்.

"அந்த ஹாரம் பெறந்த மடையன் நமக்குப் பத்தரையணா தர வேண்டியதுண்டு." ஒத்தைக் கண்ணன் பாக்கர் சொல்வார். "அவனுக்கு மூக்குவழியாப் பொகை உடப் படிச்சிக் குடுத்தது நானாக்கும்."

இந்த அறிவிப்பானது, சிறு குழப்பத்தையும் ஏற்படுத்தியது. மடையன் முத்தபாவின் எதிர்கால வாழ்க்கையின்மீது இது சிறு தழும்பை உருவாக்கிவிட்டது. மடையன் முத்தபா அப்போது ஆசான்களான பொன்குருசு தோமாவிடமும் ஆனைவாரி ராமன் நாயரிடமும் பயிற்சியெடுத்துக்கொண்டிருந்தான். ஒத்தைக் கண்ணன் பாக்கரின் காரணமாக மேற்படி இரண்டு யோக்கியர்களுமே மடையன் முத்தபாவை எதற்குமே லாயக்கில்லாதவன் என்று சொல்லிக் கை கழுவிவிட்டார்கள்.

இந்த மடையன் முத்தபா யாருக்கும் வேண்டாம்.

மடையன் முத்தபா, ஜேப்படிக்காரனாக ஆவதற்கு முன் மகத்தான மூணுசீட்டுப் பயிற்சியெடுப்பதற்காக ஒத்தைக் கண்ணன் பாக்கரின் அப்ரெண்டீசாக இருக்கப் பலமுறை முயன்றிருக்கிறான். பலரிடமும் சொல்லிச் சிபாரிசும் செய்திருக்கிறான். ஒத்தைக் கண்ணன் பாக்கர் வெறுப்புடன் சொல்வார்:

"போடா களுதெ, இதுக்கெல்லாந் மண்டையிலே மூளை வேணுண்டா."

அது உண்மைதானே? எந்தத் தொழிலாக இருந்தாலும் தலையில் கொஞ்சம் மூளையிருப்பது நல்ல விஷயமல்லவா? அத்துடன் கொஞ்சம் கை முதலுமிருந்தால் ரொம்பவும் நல்லது.

இந்த இரண்டு விஷயங்களும் ஒத்தைக் கண்ணன் பாக்கர் அவர்களிடமிருக்கிறது. அப்படியென்றால், இந்த மூணுசீட்டு

---

[1] ஒரு அணாவை ஆறு பைசாவாகக் கணக்கு பார்த்துக்கொள்ளும்படி வரலாற்று மாணவர்களைக் கேட்டுக்கொள்கிறேன். வை.மு.ப.

விளையாட்டுத் தொழிலுக்கு என்னென்ன மூலப்பொருட்கள் தேவை, வரலாற்று மாணவர்கள் தெரிந்துகொள்வதற்காகப் பணிவான இந்த வரலாற்றாசிரியன் அதை மெதுவாகச் சொல்கிறேன்.

ஒரு புத்தம் புதிய சீட்டுக்கட்டு; தரமான, ஏதாவதொரு பத்திரிகையின் கசங்காத பழைய பிரதியொன்று: நான்கு சுத்தமான கற்கள் ... இந்த நான்கு கற்களையும் விரித்து வைத்த பத்திரிகையின் நான்கு மூலைகளிலும் வைக்க வேண்டும். காற்றடித்துப் பத்திரிகை பறந்துவிடாமலிருக்கவே இந்த முன்னேற் பாடு. அடுத்ததாக, அந்தப் புதிய சீட்டுக்கட்டிலிருந்து மூன்று புதிய சீட்டுகளையெடுக்க வேண்டும். ஒரு படச்சீட்டும் இரண்டு புள்ளிச் சீட்டுகளும்.

ஒரு கையில் இரண்டு சீட்டுகளையும் மற்றொரு கையில் ஒரு சீட்டையும் விரலால் பிடித்துக்கொள்ள வேண்டும். பொது ஜனங்களுக்கு நன்றாகத் தெரியும்படியாக படச்சீட்டை மேலே இருக்கும்படி வைத்துக்கொள்ள வேண்டும். அடுத்ததாக, நமது நேர்மையை வெளிப்படுத்திவிட்டு இந்த உலகத்தை நோக்கி மும்முரமான சில கோஷங்களை முன்வைக்க வேண்டும். அதாவது இப்படி:

"ஆங்... வெய்... ராஜா வெய்... ஒண்ணு வெச்சா ரெண்டு... ரெண்டு வெச்சா நாலு... படத்துலெ வெச்சா நீங்களே எடுத்துக்கலாம்... புள்ளியிலெ வெச்சா நமக்கு... ஆங்... பாத்து வெய்... இது மாயமோ மந்திரஜாலமோ இல்லெ. ஆங்... வெக்கலாம் ராஜா, யாரும் வெக்கலாம். நல்லாப் பாத்தே வெக்கலாம்."

இப்படிச் சொல்லிவிட்டு மூன்று சீட்டுகளையும் விர்ரென்று காகிதத்தில் கவிழ்த்துப் போட வேண்டும். முதலில் கீழே விழுவது படச் சீட்டாகவுமிருக்கலாம், புள்ளிச் சீட்டாகவுமிருக்கலாம். இதையெல்லாம் கவனிக்க வேண்டியது புரட்சி உந்துதல் மிக்க பொது ஜனங்களின் கடமை. பொதுஜனங்கள் இதைக் கவனிக்கவும் செய்வார்கள் ... என்னதானிருந்தாலும் ஒன்று வைத்து இரண்டு வாங்கும் விருப்பமில்லாத பொதுஜனங்களுமிருப்பார்களோ? அவர்கள் காசு வைப்பார்கள், அணா வைப்பார்கள், ரூபாய் வைப்பார்கள் ... ஐந்து ரூபாய்த்தாளும் பத்து ரூபாய்த்தாளும் வைக்கும் பொதுஜனங்களுமுண்டு... ஆனால், சீட்டை நிமிர்த்தும்போதுதான் தெரியும், பொது ஜனங்கள் பணத்தைப் புள்ளிச் சீட்டில் வைத்திருப்பார்கள்.

ஒத்தைக் கண்ணன் பாக்கர் பணத்தையெல்லாம் எடுத்துக் கொள்வார். இந்தப் பணத்திலிருந்து, சந்தை கூடும்போதெல்லாம்

வெளிநாட்டு அரசாங்க ஆட்களான உள்ளூர் போலீஸ் தரகர்களுக்குப் போய்ச் சேர வேண்டியது இரண்டு ரூபாய். இப்படியாகப் போர்க்குணம் படைத்த பொதுஜனங்கள் தோற்பார்கள். ஒத்தைக்கண்ணன் பாக்கர் வெற்றி பெறுவார். ஒவ்வொரு விளையாட்டுமே இப்படி முடிந்துகொண்டிருந்தால் பொது ஜனங்கள் அவரை உற்சாகப்படுத்திக்கொண்டா இருப்பார்கள்? ஜனங்கள் என்ன சுத்த மடக் கழுதைகளா? அப்படி யில்லையென்று நிரூபணம் செய்வதற்காக ஒத்தைக் கண்ணன் பாக்கர் கைவசம் ஒரு நகாசு வேலை வைத்திருந்தார். பத்தில், ஒன்றல்ல – ஆறு வீதம் ஒத்தைக் கண்ணன் பாக்கர் பொது ஜனங்களை வெற்றிபெற வைத்துவிடுவார். ஆனால், இப்படி வெற்றிபெறும் பொதுஜனங்கள் எப்போதுமே ஒத்தைக் கண்ணன் பாக்கரின் ஏதாவதொரு அப்ரென்டீசாகவே இருப்பார்கள். இந்த இரகசியங்களைதையும் பொதுஜனங்கள் அறியமாட்டார்கள். இதில் ஏதாவது ஏமாற்று வேலை இருக்கிறதா? சதியாலோசனை இருக்கிறதா? எதுவுமில்லை. எல்லாமே க்ளீன்!

ஆனால், இதுபோல் ஏதாவதொரு இடத்தில் நிரந்தரமாகக் காலூன்றி லாவகமாகச் செய்யக்கூடிய ஒன்றா பாக்கெட்டடிக் காரன் மடையன் முத்தபாவின் தொழில்?

ஒரு தொழில் எனும் நிலையில் ஜேப்படி செய்வதென்பது ஒன்றும் மோசமில்லைதான்! ஜேப்படி வித்தை நாமெல்லாம் பொறாமைப்படுமளவுக்கு வெளிநாடுகளில் வளர்ச்சியடைந் திருக்கிறது. அங்கே இதற்கெனக் கல்லூரியுமிருக்கிறது. சரி, அதை விடுவோம். இந்தத் தொழிலுக்குக் கவனம் வேண்டும். பொறுமை வேண்டும். அப்புறம் கொஞ்சம் மூளையும் வேண்டும். மடையன் முத்தபாவுக்கு மூளையிருக்கிறதா?... பிற மூலதனங்களென்றால் – பொதுவாகவே, ஜேப்படிக்கு மிகவும் தேவைப்படுவது, திடமான மன உறுதியும் நீண்டு மெலிந்த விரல்களும் பெரிய ஒரு சால்வையும்தான். இதனுடன் பொது ஜனங்களோடு கலந்து வாழவேண்டும். கோஷமிடவோ பிரகடனம் செய்யவோ எந்தத் தேவையுமில்லை. முழு அமைதி. ஆனால் சகல இடங்களிலும் கவனம் பதிந்திருக்க வேண்டும். அப்புறம், எப்போதுமே பொதுமக்களைச் சார்ந்திருக்க வேண்டும். தவறினால் பாக்கெட் டடிப்பது சிரமமாகிவிடும். மக்களுடன் மக்களாகக் கலந்து பழகாமல், ஏகாந்தமாக, தந்தக் கோபுரத்தில் வாழ்பவர்களால் பாக்கெட்டடிக்க முடியாது. வரலாற்று மாணவர்கள் இதை நினைவில்கொள்ள வேண்டும். ஒரு நல்ல ஜேப்படிக்காரன் ஒரு நல்ல சமூக உயிரியாக வாழவேண்டும். வாய் நாற்றத்தையோ வேர்வை நெடியையோ கண்டுகொள்ளாமல் இயன்ற அளவு கூட்டு வாழ்க்கையை மேற்கொள்ள வேண்டும். சுருக்கமாகச்

சொல்வதானால் பொதுஜனங்களின் இன்ப துன்பங்களில் எப்போதும் பங்குகொள்ள வேண்டும். கூட்டு வாழ்க்கை – இதுதான் ஒரு ஜேப்படிக்காரனின் தாரக மந்திரம். திருமணங்கள், இழவு அடியந்திரங்கள், மாட்டுச் சந்தைகள், திருவிழாக்கள், ஊர்வலங்கள், மீட்டிங்குகள், குஸ்தி, பந்து விளையாட்டு, இலக்கியக் கூட்டங்கள், அரசியல் கூட்டங்கள், பிரேத ஊர்வலங்கள் – அதாவது, பொதுஜனங்கள் எங்கெல்லாம் ஒன்று திரள்வார்களோ, எங்கெல்லாம் ஆரவாரங்களிருக்குமோ எங்கெல்லாம் நெரிசலிருக்குமோ அங்கெல்லாம் இந்தக் கலைஞனும் கட்டாயம் ஆஜராகிவிட வேண்டும். நெரிசலினூடே சிரமப்பட்டு நுழைந்து மடியிலோ பாக்கெட்டிலோ பணம் வைத்திருப்பவர்களது பக்கத்தில் போய்விட வேண்டும். சால்வையின் ஒரு பக்கத்தால் அவனது மடியையோ பாக்கெட்டையோ மூடிவிட வேண்டும். வலது கை சால்வையின் அடிப்பக்கத்திலிருக்க வேண்டும் என்பதை மறந்துவிடக் கூடாது. கண்ணிமைக்கும் நேரத்தில் என்றுசொன்னால் சட்டுப்புட்டுனு மடிச்சீலையையோ பர்சையோ லவுட்டிவிட வேண்டும்... துரிதமாக இயங்குவதற்குத் தீவிரமான பயிற்சியை மேற்கொண்டிருக்க வேண்டும். இது பயிற்சியின் மூலம் கைவரப்பெறும் சாதக சித்தி. இதற்கும் மேலாக நம்பிக்கைக்குரிய அப்ரென்டீசுமிருக்க வேண்டும். நாம் லவுட்டிய பொருளை அவனிடம் உடனே ஒப்படைத்துவிட வேண்டும். அவனும் உடனே இடத்தைக் காலி செய்துவிட வேண்டும்... இப்படியான விஷயங்களில் மடையன் முத்தபாவிடமிருப்பது சற்றே நீண்ட விரல்களும் ஒரு பழைய சால்வையும் மட்டும்தான். துரதிருஷ்ட வசம் என்றுதான் சொல்லவேண்டும். மடையன் முத்தபா மிகவும் உயரமாக இருப்பான். ஆறடி இரண்டங்குலம்!

ஆகவே, எந்தக் கூட்டத்தில் அவன் நின்றிருந்தாலும் சரி, ஆட்கள் அவனை அடையாளம் கண்டுகொள்வார்கள். மட்டுமல்ல, தொலைவில் நிற்கும் பொதுஜனங்களில் ஏதாவது ஒரு பரம துரோகி சத்தமாகச் சொல்வான்: "டேய் வாழெக் குலைக்காரா, உம் பக்கத்துலெ நிக்கிற அந்த ஒயரமான ஆள், திருவாளன் மடயன் முத்தபாவாக்கும், கெவனம்... மடியிலெ இருக்கிற மடிச்சீலெ கெவனம்..."

கலைஞர்களுக்குக் கிடைக்கும் வரவேற்பைப் பாருங்களேன்... இப்படிச் சத்தமாகச் சொல்பவர்கள் உள்ளூர்க்காரர்களல்ல. அந்நியர்கள். வந்தேறிகள். அந்நிய அரசாங்கத்தின் ஆட்கள். இப்படியான வெகு ஜனங்கள் சேர்ந்து, மடையன் முத்தபாவுக் கெதிராக ஒரு ஐக்கிய முன்னணியையே ஸ்தாபித்துவிட்டார்கள். பொதுவாக, இது போன்ற சந்தர்ப்பங்களில் அரசியல்வாதிகள் சொல்வதுபோல் மடையன் முத்தபா அந்த மக்களை

இடைத்தரகர்கள் என்றோ பிற்போக்குவாதிகளென்றோ சொல்லி ஆட்சேபிக்கமாட்டான். இலேசான புன்சிரிப்பொன்றை உதிர்ப்பான். அப்பாவித்தனமான ஒரு குறுநகை. யாராக இருந்தாலும் இதில் விழுந்துவிடுவார்கள். ஆனால், போலீஸ் தரகர்களிடம் இது செல்லுபடியாகுமா? ஒவ்வொருமுறை சந்தை கூடும்போதும் அவனிடமிருந்து அவர்களுக்குக் கிடைக்க வேண்டிய தொகை ஒரு ரூபாய். உள்ளூர்க்காரர்கள் இதற்கெதிராக இருந்தார்கள். அவர்கள் நியாயவாதிகள். அந்நிய அரசாங்கத்தின் ஆட்களான போலீஸ்காரர்கள் உள்ளூர்க் காரர்களுக்குத் தேவையில்லை. ஆனால், போலீஸ்! கிடைக்க வேண்டியது அவர்களுக்குக் கிடைக்க வேண்டும். ஆனால், அதற்கான வழி? முத்தபாவும் வேலைசெய்யத்தான் செய்கிறான். எதுவுமே கிடைப்பதில்லை. இதைச் சொன்னால் அந்தப் போலீஸ் தரகர்கள் ஒப்புக்கொள்வார்களோ?

ஆனால், மடையன் முத்தபாவுக்கெதிராகச் சாட்சி சொல்ல ஒத்தைக் கண்ணன் பாக்கர் எப்போதுமே தயாராக இருக்கிறார்.

“அந்த ஹராம் பெறந்த மடயனுக்கு இன்னைக்குப் பத்து ரூவா கெடச்சுது. நாம் பாத்தேன்.”

உடனே மடையன் முத்தபா சொல்வான்:

“ஒத்தைக் கண்ணு இபுலீஸே[1], ஒண் ஐஸ் மங்கி! ஒன் இன்னொரு கண்ணும் அவிஞ்சு போயிரும்.”

ஒத்தைக் கண்ணன் பாக்கரின் முக்கியமான எதிரிகளில் மிக முக்கியமானவன் மடையன் முத்தபா. இது போலவே, மடையன் முத்தபாவின் மிக முக்கியமான எதிரிகளில் பிரதான இடத்தை வகிப்பவர் ஒத்தைக் கண்ணன் பாக்கர். இந்த விஷயங்களெல்லாமே எல்லாருக்கும் தெரியும். உள்ளூரில் பேர் பெற்ற மடையன்... ஜேப்படிக்காரன் மடையன் முத்தபா. உள்ளூர் அறிவுஜீவி... மூணு சீட்டு விளையாட்டுக்காரர் ஒத்தைக் கண்ணன் பாக்கர்.

இப்படியாகப்பட்ட ஒரு மடையன், இப்படிப்பட்ட ஒரு அறிவுஜீவியை... மூணுசீட்டு விளையாட்டில் தோற்கடித்து ஒன்றுமில்லாமலாக்கி... ஸைனபாவை—ஆம்!

அந்த வரலாற்றைத்தான் மெதுவாக இனி சொல்லப் போகிறேன்:

---

1 தீயசக்தி

ஒரு சனிக்கிழமை. சந்தை அப்படியே நிறைந்துக் கூடுவதற்கு முன், மூணு சீட்டு விளையாட்டுக்காரர் ஒத்தைக் கண்ணன் பாக்கர் சந்தையில் நிற்கும் அதிபுராதனமான இலவ மரத்தின் நிழலில் தனது கலை நிகழ்ச்சியைக் நடத்தத் தொடங்கியிருந்தார். மடையன் முத்தபா நேரம் விடிந்து இதுவரை எதுவுமே சாப்பிடவில்லை. சாயாகூடக் குடிக்காமலிருந்ததால் அவனுக்கு மன வருத்தமாயிருந்தது. யாருமே அந்தக் கலைஞனுக்கு எந்த உதவியும் செய்யவில்லை. அரைத் தம்ளர் சாயா வாங்கித் தருவதற்குக்கூடப் பொதுஜனங்கள் யாருமே தயாராக இல்லை. ஸைனபாவிடம் போய்க் கேட்டால் என்ன? ஏற்கெனவே நிறைய பைசாக் கொடுக்க வேண்டியதிருக்கிறது... அப்படியே யோசனையுடன் நடந்துகொண்டிருக்கும்போது ஒரு ஜிப்பா அணிந்தவனைக் கண்டான். தங்க முலாம் பூசிய ரிஸ்ட் வாட்ச் அணிந்து தங்கமுலாம் பூசிய பௌண்டன் பேனாவும் வைத்திருந்தான். மொத்தம், ஒரு ஆயிரம் ரூபாய்க்கான மதிப்பு அவனுக்கிருந்தது. அப்படியே ஒரு சிகரெட் புகைத்தபடி அவன் மெய்மறந்து சந்தைக்குள் நடந்துகொண்டிருக்கும் வேளையில் மடையன் முத்தபா அவனிடம் ஜேப்படி செய்துவிட்டான். அது மிகவும் வெற்றிகரமான ஜேப்படியாக இருந்தது.

ஆனால், அது மடையன் முத்தபாவைப் பெரிதாக மகிழ்ச்சியடையச் செய்யவில்லை. எதிர்பார்த்தது போல் அதில் பணமிருக்கவில்லை. துணியால் செய்த ஒரு பர்ஸ். ஐந்தரை அணா[1]வும் மூக்குத்தி போட்ட ஒரு திரைப்பட நடிகையின் சிறு படமுமிருந்தது. "அவளுக்கெ ஒரு மூக்குத்தி, போ, களுதெ." மடையன் முத்தபா அந்த அழகான நடிகையின் படத்தைக் கிழித்துத் தூர எறிந்தான். மனதுக்குள் அந்த ஜிப்பாக்காரனைத் திட்டினான். "கள்ளன், அவனுக்கெப் பவுசப் பாத்தாலோ? வெறும் அஞ்சரையணா."

ஊரில் புதிதாக ஒரு ஹோட்டல் திறக்கப்பட்டது. அங்கே நல்ல கூட்டமுமிருந்தது. ஏதாவது வாய்ப்புகள் இருக்குமா? மடையன் முத்தபா உள்ளே ஏறி ஒரு தடியனின் சைடு பாக்கெட்டின் பக்கத்தில் அமர்ந்துகொண்டான். கேட்காமலேயே கொண்டுவந்து வைத்த சாயாவையும் பலகாரத்தையும் சாப்பிட்டான். நாலணாவைக் கொடுத்துவிட்டு வெளியேவந்து அரையணாவுக்குப் பீடியும் வாங்கினான். மீதியிருந்த ஒரு அணாவுடன் ஒத்தைக் கண்ணன் பாக்கரிடம் போனான்.

---

1 அணாவை நயா பைசாவாகக் கணக்குப் பார்க்க வரலாற்று மாணவர்கள் மறந்துவிட வேண்டாம். வை.மு.ப.

"ஆங்... வெய் ராஜா வெய்... ஒண்ணு வெச்சா ரெண்டு... எந்த மடக்களுதெ வேணும்னாலும் வெக்கலாம்" என்று சொல்லிக்கொண்டே சீட்டைக் கவிழ்த்துப் போட்டான்.

மடையன் முத்தபா படச்சீட்டின் மீது ஒரு அணா வைத்தான்.

"போடா களுதெ" என்றபடி ஒத்தைக் கண்ணன் பாக்கர் சீட்டைத் திருப்பிப் போட்டார். புள்ளிச் சீட்டு.

"இனியும் வெக்கலாண்டா." ஒத்தைக் கண்ணன் பாக்கர் சவால் விட்டார். ஆனால் வைப்பதற்கு மடையன் முத்தபாவிடம் என்ன இருக்கிறது?

அவன் ஒரு பீடியைப் பற்றவைத்து இழுத்தபடியே சந்தையின் ஆரவாரங்களிலிருந்து விலகித் தொலைவிலிருக்கும் அமைதியான ஆற்றங்கரைக்குச் சென்றான். ஏழ்மையில் உழலுவதால் மட்டும் அந்தக் கலைஞனைத் திறமையில்லாதவன் என்று சொல்லிவிட முடியாது. அவனால் என்ன செய்ய முடியும்? வாழ்க்கை எவ்வளவு சீரான முறையில் அமைந்திருக்க வேண்டும். மடையன் முத்தபா, மானசீகமாக தொரப்பன் அவரான், டிரைவர் பப்புண்ணி, பொன்குருசு தோமா ஆகியோரின் சிஷ்யனாக இருந்தான். ஆனைவாரி ராமன் நாயருக்கும் சிஷ்யன்தான்! அவர்களும் அவனை ஏற்றுக்கொண்டிருந்தால்? எல்லாவற்றிற்குமே காரணம், அந்த ஒண் ஐஸ் மங்கி ஒத்தைக் கண்ணன் பாக்கர்தான். மடையன் முத்தபா மனதுக்குள் திட்டிக்கொண்டான். இப்படியான சிந்தனைகளுடன் அவன் ஆற்றங்கரையினூடே நடந்து சந்தைத் துறைக்குச் சென்றான். பரந்து விரிந்து கிடக்கும் ஆறு.

துறையில் ஏராளமான கட்டுமரங்கள் கிடந்தன. ஆற்றைத் தொட்டபடியே, சேப்பங் கிழங்கு, காச்சிக் கிழங்கு, மரவள்ளிக் கிழங்கு, தேங்காய், நேந்திரம் பழக்குலைகள் – எல்லாமே குவித்து வைக்கப்பட்டிருந்தன. படகுகளில் கொண்டுபோக வைத்திருக்கிறார்களோ? வந்திறங்கியிருக்கிறதோ?

அவன் இதைப்பற்றியெல்லாம் அதிகமாகக் கவலைப்படாமல் ஸைனபாவைப் பற்றி யோசித்துக்கொண்டிருக்கும் போது ஒரு அதிசயமான சம்பவம் அங்கே நடந்தது!

குவிந்துக்கிடந்த நேந்திரம் குலைகளிலிருந்து ஒருகுலை மட்டும் தனியாக நகர்ந்து நகர்ந்து ஆற்றில் இறங்கி மெதுவாக நீந்துகிறது..! ஆற்றில் விழுந்து நீரில் இழுத்துப்போவதுபோல் தெரியவில்லை. மெதுவாக இறங்கி நடந்துபோகிறது. உயிரோடிருப்பதுபோல்!

“இது என்னது, அதிசயமாட்டுல்லெ இருக்கு?” மடையன் முத்தபா யோசித்தான். நேந்திரம் குலையில் சைத்தான் குடி கொண்டிருக்குமோ? சைத்தான் கூடாமல் குலை எப்படி நடந்துபோகும்? அது மூழ்கிப்போவது அடுத்தக் கடவுக்கல்லவா? அந்தத்துறையின் பக்கத்தில்தான் மூணுசீட்டு விளையாட்டுக்காரர் ஒத்தைக் கண்ணன் பாக்கர் வசித்துவருகிறார். அந்தத் துறைக்கும் சந்தைத் துறைக்குமிடையில் ஆற்றில் சாய்ந்தபடியே நிறைய மரங்கள் கூட்டமாக நின்றிருந்தன. அதிகமும் இலவ மரங்கள்தான்! எல்லாமாகச் சேர்ந்து பச்சை நிறத்தில் பந்தல் கட்டி மறைத்ததுபோல் வளர்ந்து நின்றிருந்தன. பரிசலில் ஆண்களும் பெண்களும் பொருட்களுடன் அக்கரைக்கும் இக்கரைக்குமாகப் போய்வந்து கொண்டிருந்தார்கள். துறையிலும் ஆட்கள் நின்றிருந்தார்கள். நகர்ந்து நகர்ந்து, மெல்ல ஊர்ந்து போய்க்கொண்டிருக்கும் நேந்திரம் குலையை யாருமே பார்க்கவில்லை.

அந்தக் குலை, மூழ்கியும் நீந்தியும்போய் அடுத்த கரையில் ஏறப்போகும் அந்த அற்புதக் காட்சியைக் காண்பதற்காக மடையன் முத்தபா இலவ மரக்கூட்டங்களின் இடையினூடே அங்கே போகும்போது மற்றுமொரு ஆச்சரியம்! மூணுசீட்டு விளையாட்டுக்காரரின் அருமை மகளாகிய அழகி ஸைனபா பளிச்சிடும் யௌவனங்களுடன் குனிந்தவாறே நின்றுகொண்டிருக் கிறாள்... உடைகளெல்லாம் நனைந்து உடம்போடு ஒட்டிக் கிடந்தன. அழகான காட்சிதான். அவள் ஏதோ கயிற்றைப் பிடித்து இழுப்பதுபோல் நின்றுகொண்டிருந்தாள். கொஞ்ச நேரத்திற்குள்அவள் அந்தப் பெரிய நேந்திரம் குலையை ஆற்றிலிருந்துத் தூக்கியெடுத்தாள். அடியே, உள்ளங்கவர் கள்ளீ..! அந்தக் குலையில் ஒரு பெரிய தூண்டில் கொக்கி! மடையன் முத்தபாவுக்கு விஷயம் தெளிவாகப் புரிந்துபோனது. மிக நீளமான சரடின் முனையில் தூண்டில்... மெல்ல மூழ்கிப் போய் படகுகளின் மறைவிலிருந்து வாழைக்குலையில் தூண்டிலைச் சொருக வேண்டியது. பிறகு திரும்ப மூழ்கி வந்து மெதுவாகச் மிக மெதுவாகச் சரடை இழுக்க வேண்டியது. மடையன் முத்தபாவுக்கு ஏனோ மனதின் ஓரத்தில் ஒரு வருத்தம் உருவானது. ஆண்கள், திருடவோ வழிப்பறி செய்யவோ தீவட்டிக் கொள்ளை யிடவோ செய்வதில் தவறொன்றுமில்லை. கலை யம்சம் நிறைந்த காரியங்கள்தான். ஆனால், இவற்றைப் பெண்கள் செய்வ தென்பது... ஏனோ, மடையன் முத்தபாவுக்கு அது அவ்வளவு சரியாகத் தோன்றவில்லை. வேதனையும் பரிதாபமும் மேலிட அவன் அப்படியே நின்றுவிட்டான்.

ஸைனபா, வாழைக்குலையுடன் நனைந்து, நீர் சொட்டச் சொட்டக் கரையேறினாள். இப்படி ஒருத்தன் கரையில் நிற்பான் என்ற விவரத்தை அவள் நினைத்துப் பார்த்ததுமில்லை. மடையன் முத்தபாவைக் கண்டதும்... வாழைக்குலை தானாகவே கீழே விழுந்தது. அவளது முகம் சிவந்தது. உடனேயே வெளிறி வெளுக்கவும் செய்தது. தலைமுடியிலிருந்து நீரை வடித்தெடுத்தவாறே அவள் குற்ற உணர்வுடன் தலைகுனிந்து மடையன் முத்தபாவின் திருவடிமுன் அப்படியே நின்றிருந்தாள்.

"ஸைனபா !" மடையன் முத்தபா மெதுவாக அழைத்தான். அந்தக் குரலில் நேசமும் வேதனையும் சோகமுமெல்லாம் இழையோடியிருந்ததாக வரலாறு குறிப்பிடுகிறது.

"ஓ..!" என்று ஸைனபா மெல்ல முனகினாள்.

"நீ செய்யிதெ இந்த வேலை நல்லதுதானா ?"

"ம்ஹூம்."

"இனி இப்பிடிச் செய்வியா ?"

"ம்ஹூம்."

"சட்டுனு போயித் தலெயைத் தொவட்டிட்டு முண்டும் குப்பாயத்தெயும் மாத்து. காச்சலு வந்துரும்."

ஸைனபா நேந்திரம் குலையை எடுக்காமலேயே வீட்டுக்கு ஓடினாள். குலையை மடையன் முத்தபா எடுத்துக்கொண்டு போய்க் கொடுத்தான். வீட்டில் வைத்து ஸைனபா ஒரு வியாபாரம் செய்துவந்தாள். குழாய்ப்புட்டு, ஆப்பம், கடலைக்கறி, பருப்புவடை, பழம். ஆனைவாரி ராமன்நாயர், பொன்குருசு தோமா, மடையன் முத்தபா, எட்டுகாலி மம்மூஞ்து போன்றவர்கள்தான் அங்கே கணக்கு வைத்திருப்பவர்கள்.

இவ்வளவு வரலாற்றையும் மடையன் முத்தபா ஒப்புக் கொள்கிறான். பிறகு, ஸைனபா எடுத்துவைத்திருந்த இடியாப்பமும் பழமும் தின்று சாயாவையும் குடித்தான். ஸைனபாவுக்கும் மடையன் முத்தபாவுக்குமிடையிலான நட்பைப் பற்றிக் கேட்டதற்கு ஸைனபா எந்தப் பதிலும் சொல்லவில்லை. முத்தபா மடையன் அல்ல என்பதுதான் அவளது நியாயம்.

"வாப்பாவெல்லாம் சும்மா அப்பிடிச் சொல்லிக்கிட்டிருக்குதுவோ."

சரி, அதெல்லாம் இருக்கட்டும். மூணுசீட்டு விளையாட்டுக் காரர் ஒத்தைக் கண்ணன் பாக்கர் என்ன சொல்கிறாரென்று பார்க்கலாம். அவருக்கு ஸைனபாவின் மனதிலிருப்பதைப்

பற்றியெல்லாம் ஒன்றுமே தெரியாது. அதாவது, ஸைனபாவைப் பற்றிய எந்தவிதமான சந்தேகமும் அவரிடம் கிடையாது. செல்லப் பெண்ணல்லவா? எப்படியாவது ஒரு ஐந்நூறு ரூபாய் சேர்த்து அவளது காதிலும் கழுத்திலும் ஏதாவது தங்க உருப்படி போட்டுக் கஞ்சிக்கு வழியுள்ள யோக்கியன் எவனுக்காவது அவளைக் கலியாணம் செய்து கொடுத்துவிட வேண்டும். இரவும் பகலும் அவருக்கு இதே சிந்தனைதான். கொமரிப்புள்ளெ. வீடு நிறைந்தல்லவா நிற்கிறாள்? ஏதாவது நல்ல பையனைக் கண்டுபிடிக்க வேண்டும். இதே சிந்தனையுடன் ஒருநாள், ஒத்தைக் கண்ணன் பாக்கர் சந்தை முடிந்தபிறகு கொஞ்சம் மரவள்ளிக் கிழங்கும் உப்பும் மிளகும் ஒரு கட்டு வெற்றிலையும் கொஞ்சம் கருவாடும் வாங்கிக்கொண்டு வீட்டுக்குச் சென்றார். அப்போது வீட்டில்... ஒத்தைக் கண்ணன் பாக்கரை அதிர்ச்சியடையச் செய்துவிட்டது அந்தக் காட்சி.

ஸைனபாவின் மடியில் மடையன் முத்தபா தலைசாய்த்துச் சுகமாகப் படுத்திருக்கிறான்.

ஒரு தந்தையின் நெஞ்சகம் தகர்ந்துபோக இதைவிட வேறென்ன வேண்டும்?

உள்ளூரின் பிரதான மடையன், பாக்கெட்டடிக்காரன், கறுப்பன், மாறுகண்ணன்—அவன், தனது சீமந்தப் புத்திரியின் மடியில் தலைவைத்துப் படுத்திருக்கிறான் . . . இந்தக் காட்சி எந்தத் தகப்பனுக்குமே அவ்வளவு உவப்பாகத் தோன்ற முடியாது. தோன்றுமா?

"வாப்பா" என்றபடியே ஸைனபா அலறிப் புடைத்தெழுந்தாள்.

மடையன் முத்தபா வெள்ளைப் பற்களைக் காட்டி அதிகபட்சம் வசீகரமாகச் சிரித்தான்.

ஒத்தைக் கண்ணன் பாக்கரின் கண்கள் சிவந்தன. அவர் ஒரு பெரிய மரவள்ளிக் கிழங்கை எடுத்து மடையன் முத்தபாவின் நெஞ்சைக் குறிபார்த்து ஒரு எறி வைத்தார்.

முத்தபாவுக்குப் பயங்கரமாக வலித்ததென்றாலும் வெள்ளந்தியான அந்தச் சிரிப்பை மாற்றாமல் கிழங்கை எடுத்து ஒடித்துப் பற்களால் தோலை உரித்துக் கரமுராவென்றுக் கடித்து அமைதியாகத் தின்றான். பிறகு, மகிழ்ச்சியுடன் சொன்னான்:

"மாமா, நா ஸைனபாவெ கலியாணம் செய்யப்போறேன்."

இரண்டு பயங்கரமான சவால்கள் அந்த அறிவிப்பினுள் பொதிந்திருந்தன. பொதுவாகவே, மாமா என்று கூப்பிடுவது அம்மாவின் சகோதரர்களைத்தான் அல்லது மனைவியின்

அப்பாவை. மடையன் முத்தபா, பாக்கரின் எந்தச் சகோதரியின் மகனுமல்ல. மகளுடைய கணவனுமல்ல. இந்நிலையில் மாமா வென்று கூப்பிட்டது... அது போகட்டும்! ஸைனபாவைக் கலியாணம் செய்யப்போகிறேன் என்று வேறு சொல்கிறான். தயவுசெய்து ஸைனபாவைக் கட்டித் தாருங்கள் என்றுகூட அல்ல, கட்டப்போகிறேன் என்று! ஓகோ..!

“டேய், கள்ள ஹராமி[1], நீ எங்கண்ணு முன்னாலெயிருந்து மொதல்லெ வெளியெ எறங்குடா.”

மடையன் முத்தபா அதைக் கண்டுகொள்ளவே இல்லை.

“மாமா,” மடையன் முத்தபா பவ்வியமாகச் சொன்னான்: “நா எதாவது தப்பா இதுவரெப் பேசியிருந்தா மாமா எல்லாத்தெயும் மன்னிச்சிரணும். இனி நா பாக்கெட்டடிக்கப் போவப்புடாதுன்னு ஸைனபா சொல்லிட்டா. இனிமே அந்த வேலெயை நாஞ் செய்யமாட்டேன்.”

“இனி நீ பிச்சையெடுக்கப் போயேண்டா களுதெ.”

மடையன் முத்தபா சொன்னான்:

“நா சாயா யாவாரம் தொடங்கலாம்னு இருக்கேன். அதுக்கு மாமா எங்களுக்கு ஒரு பத்து ரூவா தந்து ஒதவி செய்யணும்.”

ஒத்தைக் கண்ணன் பாக்கர் சொன்னார்:

“ஒனக்கு மூக்குவழியாப் பொகை உடச்சொல்லித் தந்த வகயிலெ எனக்குப் பத்தரையணா வரணும். அதெத் தந்துட்டு எறங்கிப் போடா வெளியிலெ.”

அதைக் கேட்டதாகவே பாவிக்காமல் மடையன் முத்தபா சொன்னான்:

“இந்த மாசமே எனக்கு நிக்காஹு கழிக்கணும்.”

“டேய் ஹராமி, எறங்குடா வெளியிலெ.” ஒத்தைக் கண்ணன் பாக்கர் அலறினார். “என் ரூஹு கெடக்குதெ காலம்வரெ அது நடக்காதுடா. நீ அதுக்கு ஆசப்படவும் வேண்டாம்.”

ஒத்தைக் கண்ணன் பாக்கரின் உயிர் இருக்கும் காலம்வரை ஸைனபா சம்பந்தமான எந்த ஒரு ஆசையையும் மடையன் முத்தபா வைத்திருக்க வேண்டாம். இருந்தாலும் முத்தபா சொன்னான்:

“மாமாவுக்கெ ரூஹு இருக்கும்போதே நா ஸைனாவெக் கெட்டுவேன்.”

---

1 முறைகேடாகப் பிறந்தவன்

“வெளியெ போடா.” ஒத்தைக் கண்ணன் பாக்கர் அலறினார்.

மடையன் முத்தபா வெளியிலிறங்கினான். ஸைனபாவை அவன் நிக்காஹ் செய்து மனைவியாக்குவான். நடக்குமா?

அப்படியாக, உள்ளூரில் முக்கியமான ஒரு பொதுஜனப் போராட்டம் அறிவிக்கப்பட்டது. காலவரையற்ற போராட்டம்!

இந்தப் போராட்டச் செய்தி காட்டுத் தீ போல் ஊர் முழுவதும் பரவியது. போர்க் குணம் படைத்த ஊர் மக்கள் உஷாரானார்கள். மக்கள் திடீரென இரண்டு அணிகளாகப் பிரிந்தனர். அங்கிருந்த புறக்காவல் நிலையத்தின் இரண்டு காவலர்களும் முதன்முதலில் ஒத்தைக் கண்ணன் பாக்கரின் அணியில் நின்றிருந்தார்கள். பிறகு அவர்களும் ஊர் மக்களில் பெரும்பான்மையினரும் மடையன் முத்தபாவின் அணிக்குத் தாவினார்கள்.

ஸைனபா எந்தக் கட்சியில்? இதுதான் ஊர் மக்களின் கேள்வியாக இருந்தது.

“நம்ம கச்சியிலெதான்.” மடையன் முத்தபா, நெஞ்சைத் தட்டிச் சொன்னான்.

“எஞ் செல்ல மொவளாக்கும் ஸைனபா.” ஒத்தைக் கண்ணன் பாக்கர் ஒரு சிறு தைரியத்துடன் சொல்லிக்கொண்டார்.

ஆனால், ஸைனபா யார் பக்கமென்று யாருக்கும் தெளிவாகத் தெரியாது. ஆனைவாரி ராமன்நாயரும் பொன்குருசு தோமாவுமாக கூட்டுத் தலைமையை ஏற்றெடுத்து அமைப்பாகச் சேர்ந்து ஒரு பிரகடனத்தை அறிவித்தார்கள்.

அந்தப் பெண்ணுடைய மனதை அறிந்துகொண்டாலே முழுவெற்றிதான்.

இதை ஒரு குருட்டுத்தனமான அறிவிப்பாகவே மக்களில் பலர் எடுத்துக்கொண்டார்கள். சாதாரணமாகச் சொல்வது போல் ‘ஆணும் பெண்ணும் இஷ்டப்பட்டாக் கலியாணம் செய்யலாம்’ என்கிற பொது நியதியை இந்த இடத்தில் ஏற்றுக் கொள்ள முடியுமா? பெண்ணும் பையனை விரும்புவதாகவே வைத்துக்கொள்வோம். ஆனால், கட்டிவைக்கவே மாட்டேன் என்றிருக்கும் பிடிவாதமும் ஒத்தைக் கண்ணுமுள்ள ஒரு வாப்பா இருக்கிறாரே? போதாக்குறைக்கு அவர் நூற்றியிருபது ரூபாய்க்கு மேல் பணம் வேறு வைத்திருக்கிறார். தேவைப் பட்டால் வேறு யாராவது ஒருத்தனைப் பிடித்துச் சட்டுபுட்டுனு கலியாணத்தை முடித்துவிடவும் செய்யலாம். இதுதான் இப்போதைய சூழ்நிலை.

இந்நிலையில்தான் மடையன் முத்தபா போர் தொடுத்திருக்கிறான், ஸைனபாவைக் கட்டுவேன் என்று.

போர், அப்படி வீராப்பாகத் தொடங்கியது. மடையன் முத்தபா வெற்றிமுகத்திலிருந்தான். அப்போது சூழ்நிலையில் திடீர் மாற்றமேற்பட்டது. மடையன் முத்தபா புரட்சிக் குணம் படைத்த ஒரு தொழிலாளி வீரனாக மாறினான். ஒத்தைக் கண்ணன் பாக்கர் பதுக்கிவைப்பவனாகவும் பயங்கரக் கறுப்புச் சந்தைக்காரனுமான ஒரு பிற்போக்குவாதியாகவும் மாறினார்.

"மடையன் முத்தபா ஜிந்தாபாத்."

"ஒத்தைக் கண்ணன் பாக்கர் முர்தாபாத்."

இப்படியாகத் தீவிரமான கோஷங்கள் முழங்கத் தொடங்கின. மடையன் முத்தபாவைத் துதி பாடவும் அவனுக்குச் சாயா வாங்கிக் கொடுக்கவும் உள்ளூர்ப் பொதுஜனங்கள் தயாராகயிருந்தார்கள். மாறாக, ஒத்தைக்கண் பாக்கரைத் திட்டியும் அவரது அறுத்த விரலுக்குச் சுண்ணாம்புகூடக் கொடுக்கக் கூடாதென்றும் மக்கள் முடிவுசெய்தார்கள்.

"நா என்ன தப்பு செய்தேன்?" என்று ஒத்தைக் கண்ணன் பாக்கர் கேட்டார். மக்கள் ஒன்றுதிரண்டு நின்று கோபத்துடன் பதில் சொன்னார்கள்.

'நீர் அந்தப் பெண்ணைப் பதுக்கிவைத்தீர்; அவளைக் கறுப்புச் சந்தையில் விற்கப்போகும் அந்நிய அரசாங்கத்தின் அடிதாங்கி முதலாளித்துவப் பிற்போக்குத் தரகனல்லவா நீர்?'

"அப்பிடியே இருக்கட்டு. எண்ணாலும் நா அந்த மடயனுக்கு ஸைனபாவைக் கெட்டிக் குடுக்கமாட்டேன்."

"அதையும் பாத்துரலாம்."

அப்படி அதைச் சரியாகப் பார்க்கத் தொடங்கினார்கள். கடைசியில் அது வெகுஜனப் போராட்டமாக மாறிவிட்டிருந்தது, மடையன் முத்தபாவின் மகத்தான தலைமையில். உதவிக்கு ஆனைவாரி ராமன் நாயர், பொன்குருசு தோமா, எட்டுகாலி மம்மூஞ்ஞு போன்ற மகா யோக்கியர்களும், கூடவே உள்ளூர் மக்கள் அனைவரும். எல்லாருமே போர்க்களத்தில்தான்.

இதன் தொடக்கம் எப்படியென்பதையும் மெதுவாகச் சொல்லிவிடுகிறேன். ஒரு செவ்வாய்க் கிழமை. சந்தை மெல்ல அப்படியே கூடி வந்துகொண்டிருந்தது. மடையன் முத்தபா சால்வையில்லாமல் சந்தைக்கு வந்திருந்தான். கையில் ஒரு

வெள்ளி ரூபாயுமிருந்தது. அதைக் கடித்து இரண்டு மூன்று வடுவேற்படுத்திவிட்டுச் சொன்னான்:

"வர்க்கத்து[1]ள்ள ரூவா. ஸைனபா தந்ததாக்கும்."

அந்த ரூபாயுடன் அவன் ஒத்தைக் கண்ணன் பாக்கரின் தொழில் ஸ்தாபனத்துக்குச் சென்றான். வழக்கம்போல் அங்கு கூட்டமிருந்தது.

"ஆங் . . . வெய் ராஜா வெய்... ஒண்ணு வெச்சா ரெண்டு, ரெண்டு வெச்சா நாலு . . . புள்ளியிலெ வெச்சா எனக்கு . . . படத்துலெ வெச்சா ஒனக்கு ... பாத்து வெக்கலாம்" என்றெல்லாம் ஒத்தைக் கண்ணன் பாக்கர் அறிவிப்புகளை முழக்கிக் கொண்டிருந்தார்.

மடையன் முத்தபா வெள்ளித்துட்டைக் கையிலெடுத்தான். விரலால் அதைத் தட்டிவிட்டு முகர்ந்து பார்த்தான்.

ஒத்தைக் கண்ணன் பாக்கர், மடையன் முத்தபாவை ஒரு தடவை ஏறிட்டுப் பார்த்தார். பிறகு, வழக்கத்திலில்லாத இரண்டு மூன்று அட்டகாசமான வாசகங்களைக் குறிப்பிட்டுச் சொல்லி வீராப்புடன் அறிவிப்புச் செய்தார்.

"ஆங் . . . எவன் வேணும்னாலும் வெக்கலாம். எந்தக் கிறுக்குப் பயலும் வெக்கலாம். ஒண்ணு வெச்சா ரெண்டு, ரெண்டு வெச்சா நாலு... எந்த அடிதாங்கிப் பயலுவொ வேணும்னாலும் வெக்கலாம். ஆங் . . ! பாரு . . . பாரு . . . பாத்து வெய்."

அப்படியே சர்புர்ரென்று சீட்டைக் கவிழ்த்துப் போட்டார். மடையன் முத்தபா சீட்டுகளையே கவனித்தான். அப்படிக் கவனித்தபடியே சீட்டின்மீது ஒரு ரூபாய் வைத்தான்.

ஏதோ மர்ம ஸ்தானத்தைத் தொட்டுவிட்டதுபோல் . . . ஒத்தைக் கண்ணன் பாக்கர் கொஞ்சம் பதுங்கினார். தனது இருபத்திரெண்டு வருட மூணுசீட்டு அனுபவத்தில் ஒத்தைக் கண்ணன் பாக்கருக்குத் தெரியாமலோ அவரது சம்மத மில்லாமலோ யாருமே படச்சீட்டின்மீது பணம் வைத்தது கிடையாது. இருந்தாலும் சிலபேருடைய யோகத்தில் அப்படி ஏதாவது நடந்திருக்கிறதா? ஒத்தைக் கண் பாக்கரால் நினைவு படுத்திப் பார்க்க இயலவில்லை. மூணுசீட்டு விளையாட்டுக்கும் அதிர்ஷ்டத்திற்கும் எந்தவிதமான சம்மந்தமும் கிடையாது. வெளியூர்க்காரர்கள் தோற்பதும் ஒத்தைக் கண்ணன் பாக்கர் ஜெயிப்பதும் மாற்றத்துக்குட்படாத ஒரு நியதியாகும். ஆனால்—

---

1 அதிர்ஷ்டம்

ஒத்தைக் கண்ணன் பாக்கர் சீட்டைத் திருப்பிப் போட்டார். பொதுமக்கள் ஆச்சரியத்தால் அப்படியே உறைந்துபோய் விட்டார்கள். ஒரு சிறு ஆரவாரக் குரலுமெழுந்தது. மடையன் முத்தபா முகத்தில் எந்த பாவ வித்தியாசமும் காட்டவில்லை.

மடையன் முத்தபா, படச்சீட்டில் ரூபாயை வைத்ததால் ஒத்தைக்கண்ணன் பாக்கர் எரிச்சலுடன் ஒரு ரூபாயை அதில் வைத்தார்.

"ஆங்... வெய் ராஜா வெய்... எவனும் வெக்கலாம். எந்தக் களுதெக்குப் பெறந்தவனும் வெக்கலாம்... பாத்து வெய்."

விளையாட்டுத் தொடங்கியது. மடையன் முத்தபா, சீட்டுகளைக் கவனமாகப் பார்த்தபடியே இரண்டு ரூபாய் வைத்தான்.

ஒத்தைக் கண்ணன் பாக்கர் சீட்டைத் திருப்பினார். படச் சீட்டு—மடையன் முத்தபாவுக்கு நான்கு ரூபாய் கிடைத்தது.

விளையாட்டு திரும்பவும் தொடங்கியது. மடையன் முத்தபா நான்கு ரூபாயையும் அப்படியே வைத்துவிட்டான். ஒத்தைக் கண்ணன் பாக்கர் சீட்டைத் திருப்பிப் போட்டார்... படம்..! மடையன் முத்தபாவுக்கு எட்டு ரூபாய் கிடைத்தது.

ஒத்தைக் கண்ணன் பாக்கருக்கு வருத்தமும் கோபமும் வந்தன. பொதுமக்கள் ஆரவாரம் செய்தார்கள். ஒத்தைக் கண்ணன் பாக்கர் விளையாட்டைத் தொடர்ந்தார். மடையன் முத்தபா எட்டு ரூபாயையும் அப்படியே வைத்தான். ஒத்தைக் கண்ணன் பாக்கர் சீட்டைத் திருப்பினார். படம்.

மடையன் முத்தபாவின் கையில் பதினாறு வெள்ளி ரூபாய் இருந்தது. அவன் அதை அடுக்கி இடது கையில் ஒவ்வொன்றாக நகர்த்திப் போட்டு அழகாகச் சத்தம் கேட்க வைத்தான். பிறகு அதிலிருந்து அடையாளப்படுத்திய அந்த ஒரு ரூபாய்த் துட்டைத் தனியே எடுத்து முத்தம் கொடுத்துவிட்டு வேட்டித் தலைப்பில் முடிந்துவைத்தான். பிறகு பொது மக்களிடம் ஒரு அறிவிப்புச் செய்தான்:

"நா பாக்கெட்டடிக்குதெ நெறுத்தீட்டேன். நா சாயா யாவாரம் தொடங்கப்போறேன்."

அப்படியாக மடையன் முத்தபா வெற்றியாளனாகத் திரும்பினான். ஆனைவாரி ராமன்நாயர், பொன்குருசு தோமா, எட்டுகாலி மம்மூஞ்ஞு போன்ற கலைஞர்களும், கூடவே போராட்டக் குணம் கொண்ட பொதுமக்களில்

நிறையப் பேரும் அவனைப் பின்தொடர்ந்தார்கள். மடையன் முத்தபாவின் வெற்றியை உள்ளூர்க்காரர்கள் அனைவரும் அறிந்துகொண்டார்கள். அனைவருமே மகிழ்ச்சியடைந்தார்கள். மடையன் முத்தபாவின் வெற்றி பொதுஜனங்களின் வெற்றி.

ஆனால், ஒத்தைக் கண்ணன் பாக்கரின் தோல்வியில் அனுதாபம் காட்ட யாருமே இல்லை. கறுப்புச் சந்தைக்காரன், பதுக்கல் பேர்வழி, அந்நிய அரசாங்கத்தின் அடிதாங்கி, தரகனின் தோல்விக்கு யாராவது பரிதாபப்படுவார்களா?

அன்றிரவு, ஒத்தைக் கண்ணன் பாக்கர், ஸைனபாவிடம் சொன்னான்:

“மவளே, வாப்பா இன்னைக்கும் பதினைஞ்சு ரூவா தோத்துட்டேன்... அந்த ஹராம் பெறந்த மடையன்தான் தோக்க வெச்சான்.”

இதற்கு ஸைனபா கமாவென்ற ஒரு அட்சரம்கூடப் பதில் சொல்லவில்லை. பரிதாபம் காட்டவோ, சந்தோசப்படவோ இல்லை. ஒத்தைக் கண்ணன் பாக்கருக்கு வருத்தம், கோபம், பிடிவாதம்எல்லாமே சேர்ந்து மனதுக்குள் புகைந்துகொண் டிருந்தன. அவர் தனக்குத்தானே சொல்லிக்கொண்டார்.

“எங்கிட்டெப் பணம் இனியும் இருக்கு. அந்தக் களுத மடயன் வரட்டு. இனியும் வெளயாடிப் பாத்துரலாம். சந்தெ கூடட்டு. பாக்கரு தோக்குறானா பாக்கலாம்.”

சந்தை கூடியது. ஆட்களும் கூடினார்கள். ஆரவாரம் தொடங்கியது. முத்தபாவின் சாயாக் கடைத் திறப்புவிழா ஏற்கெனவே நடந்து முடிந்துவிட்டது. உண்மையில் அங்கே சாயா கிடையாது. வெறும் சர்க்கரைக் காப்பியும் அவித்த சுண்டலும்தானிருந்தன. சூடு சுண்டலும் சுக்குக் காப்பியும்! இரண்டு மூன்று கண்ணாடித் தம்ளர்களும் வாழையிலையும் ஒரு பழைய பெஞ்சும்... இரண்டு கட்டடங்களுக்கிடையிலுள்ள ஒடுங்கிய, காலியான இடத்தில்தான் கடையிருந்தது. அதில் சில தடுப்பும் மறைவுகளெல்லாம் வைத்து . . ! அப்படியாக முத்தபா ஹோட்டல் தொடங்கியிருக்கிறான். தம்ளரில் ஸ்பூனை விட்டுத் தட்டியபடியே முத்தபா உலகத்தைப் பார்த்து அறிவித்தான்:

“ஆங்...சூடு வயநாடங்காப்பி. குடிச்சிட்டுப் போவலாம்... கொறஞ்ச பணம், நெறஞ்ச கொணம்... ஆங்... சூடு வயநாடங் காப்பி.”

மத்தியானத்திற்குள்ளாகவே எல்லாம் தீர்ந்துவிட்டது. மடையன் முத்தபா காசையெல்லாம் எண்ணிக் காகிதத்தில்

பொதிந்தெடுத்துக்கொண்டு ஒத்தைக் கண்ணன் பாக்கரின் முன் ஆஜரானான்.

விளையாட்டு வீராப்புடன் தொடங்கியது. ஒத்தைக் கண்ணன் பாக்கர் அன்று இருபது ரூபாய் தோற்றார். தோற்ற விவரத்தை அன்றிரவு ஸைனபாவிடம் சொன்னார். ஸைனபா சொன்னாள்:

“வாப்பா, அந்த வெளயாட்டை இப்ப எல்லாரும் படிச்சாச்சுதா இருக்கும்.”

“எடீ, ஹராம் பெறந்தவளே, இந்த இருவத்தி ரெண்டு வருசமா அதெ நா யாருக்குமே சொல்லிக் குடுக்கல்லெ. இந்த ரெண்டு நாளுக்குள்ளெ அந்தக் கோங்கண்ணன் ஹராம் பெறந்த மடயன் எப்பிடிப் படிச்சான்?”

ஸைனபா பதில் சொல்லவில்லை.

ஒத்தைக் கண்ணன் பாக்கர் கேட்டார்:

“அந்தக் கள்ளனுக்கு மூக்கு வழியாப் பொகை உட சொல்லிக் குடுத்தது ஆரு?”

“ஓ..!”

அடுத்த சந்தையும் கூடியது. ஒத்தைக் கண்ணன் பாக்கர் நிறையப் பணம் தோற்றார். இப்படியாகப் பத்து, பனிரெண்டு சந்தை கழிந்ததும் ஒத்தைக் கண்ணன் பாக்கர் ஓட்டாண்டியானார். கடன் வாங்கியும் விளையாட்டை நடத்திப் பார்த்தார். எந்த வழியுமில்லை. கடைசியில், மடையன் முத்தபாவிடம் ஒத்தைக் கண்ணன் பாக்கர் தாழ்மையுடன் கேட்டார்:

“எம்புள்ளெ இனி வெளயாட வராண்டாம். ஒனக்கு நான் ஒவ்வொரு சந்தைக்கும் அஞ்சு ரூவா பணம் தந்துருதேன்.”

எதிராளியான மடையன் முத்தபா சொன்னான்:

“எனக்குப் பணமெல்லாம் வேண்டாம். நா இப்போ சாயா யாவாரம் செய்யிதேன். ஸைனபாவைக் கெட்டித் தந்தா பெறவு நா சீட்டு வெளயாடுதுக்கே வரமாட்டேன்.”

இதுதான் இறுதி முடிவு.

ஸைனபாவை மடையன் முத்தபாவுக்குக் கட்டிவைத்து விட வேண்டும்..! இதைத் தவிர வேறெந்தத் தீர்வையும் மடையன் முத்தபா ஏற்றுக்கொள்வதாக இல்லை. இதற்குக் குறைவான எதையும் போர்க் குணம் படைத்த பொதுஜனங்களும் ஏற்றுக் கொள்வதாக இல்லை.

இனி என்ன வழி?

ஒத்தைக் கண்ணன் பாக்கர் பொதுமக்களில் பலரையும் போய்ச் சந்தித்தான். போலீஸ்காரர்களிடம் சொல்லிப் பார்த்தான். ஆனைவாரி ராமன் நாயரிடமும் சொன்னான். பொன் குருசு தோமாவிடமும் சொன்னான். எட்டுகாலி மம்மூஞ்ஞு ¹விடமும் பேசிப் பார்த்தான். எல்லாருடைய பதிலும் ஒரே மாதிரித்தானிருந்தது.

"சும்மா, அந்தப் பெண்ணை முத்தபாவுக்குக் கெட்டிக்குடும்...

இதெத் தவிர நீரு எதையும் எங்கள்டெ பேசாண்டாம்."

"அந்த ஹராம் பெறந்தவன் ஒரு மடயனாக்கும்."

"..."

கடைசியில் என்ன? ஸைனபாவை மடையன் முத்தபாவுக்குக் கட்டிவைத்தார் ஒத்தைக் கண்ணன் பாக்கர். கலியாணத்துக்குப் பொதுமக்கள் அனைவரும் வருகைதந்தார்கள். மடையன் முத்தபா, தன் செலவில் வெற்றிலை பாக்கும் பீடியும் சர்பத்தும் கொடுத்தான். அன்றிரவு உள்ளூர்க்காரர்களின் செலவில் சிறு அளவிலான ஒரு வாணவேடிக்கையும் நடந்தது. வெடி, சரவெடி, ராக்கெட், பூவாணம் என்று!

இப்படியாக எல்லாமே மங்களகரமாக முடிந்தது. சுபமாக என்றும் சொல்லியிருக்கலாம்.

ஆனால், ஒத்தைக் கண்ணன் பாக்கரின் மனதில் கொஞ்ச மாவது மங்களகரமோ சுபமோ இருந்ததா என்றால் அறவே இல்லை. அவர் மூணுசீட்டு விளையாட்டை நிறுத்திவிட்டார். எதிலுமே ஒரு விரக்தி. பற்றின்மை. அவர் மனஸ்தாபத்துடன் அலைந்தார். ஸைனபாவுடன் மனஸ்தாபம்; மடையன் முத்தபாவுடன் மனஸ்தாபம்; இரண்டு உள்ளூர் போலீஸ் தரகர்களுடன் மனஸ்தாபம்; பொன்குருசு தோமாவிடமும் ஆனைவாரி ராமன் நாயருடன் மனஸ்தாபம்; எட்டு காலி மம்மூஞ்ஞுடனும் அழுகி முடைநாற்றம் வீசும் இந்தச் சமூகக் கட்டமைப்புகளுடனும் மனஸ்தாபம்; சுருக்கமாகச் சொல்வதென்றால் அனைவருடனுமே மனஸ்தாபம்தான். எதுவும் உண்பதுமில்லை எதுவும் குடிப்பதுமில்லை. உண்ணாவிரதம். சாகும்வரை உண்ணாவிரதம்.

ஆனால், பொதுமக்கள் அனைவரும் சேர்ந்து ஒத்தைக் கண்ணன் பாக்கரை இதிலிருந்து மீட்டுவிட்டார்கள். அவரை

---

1 எட்டு காலி மம்மூஞ்ஞு பார்க்க: உலகப் புகழ்பெற்ற மூக்கு சிறுகதைத் தொகுப்பு.

மடையன் முத்தபாவிடமும் ஸைனபாவிடமும் கொண்டு போய்ச் சேர்த்துவிட்டார்கள். ஹோட்டலில்தான். ஹோட்டல் முன்பு போலில்லை. இப்போது அது சாட்சாத் சாயாக் கடையேதான்! ஸைனபாவின் புட்டும் கடலைக்கறியும் பிரசித்தி பெற்றிருந்தன. கடன் சொல்லிச் சாப்பிடுபவர்களும் கனஜோர். ஆனைவாரி ராமன் நாயர், பொன்குருசு தோமா. இவர்களது சிங்கிடிகளான எட்டுகாலி மம்மூஞ்ஞு, அந்நிய அரசாங்கத்தின் இரண்டு போலீஸ் இடைத்தரகர்கள். இவர்களைப் போலவே ஒத்தைக் கண்ணன் பாக்கருக்கும் தாராளமாகச் சாப்பிட முடியும். எதற்கும் எந்தக் குறைவுமில்லை. அல்லல் இல்லை. இருந்தாலும்... மடையன் முத்தபாவால் எப்படி ஒவ்வொரு தடவையும் படச்சீட்டில் பார்த்து ரூபாய் வைக்க முடிந்தது? இந்த ஒரேயொரு கேள்வி மட்டும் எந்நேரமும் அவரைக் குடைந்தபடியே இருந்தது. கடைசியில், மடையன் முத்தபாவிடமே கேட்டார். மடையன் முத்தபா சொன்னான்:

"அறிவு."

இது சரியான பதிலா? மடையன் முத்தபா என்னும் மனிதனுக்கு எங்கிருந்து அறிவு வந்தது? பேசிய பணம் தராமல் மூக்கு வழியாகப் புகைவிடப் படித்த அயோக்கியன்தானே? மடையன் முத்தபாவுக்கு அறிவே கிடையாதெனும் விஷயம் ஒத்தைக் கண் பாக்கருக்கு நன்றாகத் தெரியும். திரும்பத் திரும்பக் கேட்ட பிறகு மடையன் முத்தபா அந்த இரகசியத்தைப் போட்டுடைத்தான்.

"எம் பெண்டாட்டிஸைனபாதான் ஜெயிக்க வெச்சா மாமா."

ஸைனபாதான் வெற்றிபெற வைத்தாள். அதற்கான ஆதாரத்தையும் சொன்னான். பதற்றத்துடன் ஒத்தைக் கண்ணன் பாக்கர் பார்த்தார். உண்மைதான். சீட்டுக் கட்டிலிருந்த எல்லாப் படச்சீட்டிலும் ஒரு அடையாளம்..! ஒவ்வொரு சீட்டின் மூலையிலும் ஊசியால் குத்திய நான்கு அடையாளங்கள்.

"நீயே சொல்லு மோனே?" ஒத்தைக் கண்ணன் பாக்கர், பணிவான இந்த வரலாற்றாசிரியனிடம் கேட்கிறார்: 'பெண்ணாப் பெறந்ததுகளெ உயிரோடு விட்டுவெக்கலாமா?'

மங்களம்!

1951

தமிழில்: குளச்சல் யூசுஃப்

•

ஆனைவாரியும் பொன்குருசும்

ஒன்று

பகவான் அனுக்கிரகத்துடன் என்று ஆரம்பிப்போமா? ஊரில் இரண்டு யானைகள் இருந்தன. இரண்டுமே சாத்தங்கேரி மனை¹யைச் சேர்ந்தவை. ஒரு யானையின் பெயர்: சின்ன நீலாண்டன். இன்னொன்றின் பெயர்: பாருக்குட்டி. இரண்டுமே ஊரிலுள்ளவர்களின் கண்மணிகளாக வாழ்ந்து வருகின்றன.

சின்ன நீலாண்டன் மகாதுஷ்டன். பெரும் கம்பீரமும் கொண்டவன். பயங்கரமான, நீண்ட இரண்டு தந்தங்களும் உண்டு. தந்தங்களின் நுனி ஊசிமுனை போலிருக்கும். உலகத்தின் போக்கில் அதற்கு ஏதாவது பிடிக்காமல் போனால் உடனே ஒரு பாகனைக் கொன்றுவிடும். இந்தத் தேவைகளைக் கருதிச் சாத்தங்கேரி மனையின் காரணவரான கொச்சுநாராயணன் நம்பூதிரிபாடு நிறைய பாகன்களை ஸ்டாக்கில் வைத்திருந்தார். சின்ன நீலாண்டனுக்காகமட்டுமே ஆறுபேர் இருக்கிறார்கள். இதில் வழுக்கைத் தலையர்கள் யாருமில்லை. தலைமுடியைச் சுற்றிப்பிடித்து மரத்தில் அடித்துத்தான் சின்ன நீலாண்டன் தனது பாகன்களின் கதையை முடிக்கும். பிறகு, ஊசித் தந்தங்களால் ஆவேசமாகக் குத்தும். எல்லாம் முடிந்த பிறகு இரண்டு மூன்று நாட்கள் கோபத்துடன் திரியும். அந்த நாட்களில் ஊரே திருவிழாக் கோலம் பூண்டிருக்கும்.

---

1. இல்லம்

சின்ன நீலாண்டன் இன்றுவரை பதினொரு யானைப் பாகன்களை மரங்களில் அடித்தும் குத்தியும் கொன்றும் கொலைத் தாண்டவமாடியிருக்கிறது.

பாருக்குட்டி மிகவும் சாது. தந்தங்கள் கிடையாது. இதுவரையும் யாரையும் கொன்றதுமில்லை. கொலைத் தாண்டவமாடியதும் கிடையாது. அமைதி. அதற்குப் பெயரளவில் மட்டும் ஓரேயொரு பாகன் இருக்கிறான். இல்லாமலிருந்தாலும்கூடப் பிரச்சினை எதுவுமில்லை. சத்குணச் சிந்தாமணி. அதை யார் வேண்டு மானாலும் எப்போது வேண்டுமானாலும் தொடலாம். ஆனால், வாலிலிருந்து முடியை மட்டும் பிடுங்கி யாரும் அதை வேதனைப்படுத்திவிடக் கூடாது.

ஊரில், சின்ன நீலாண்டன் மீது பரிவும், பாருக்குட்டியிடம் வெறுப்பும் கொண்ட ஒரு பிரமுகர் ஆனைவாரி ராமன் நாயர். இதற்கு மாறாக, பாருக்குட்டியின் மீது நட்புப் பாராட்டி அதற்கு வெல்ல உருண்டை, பழம் போன்றவைகளை வாங்கிக் கொடுத்தும், அதே நேரம் சின்ன நீலாண்டன்மீது வெறுப்புக் காட்டாமலுமிருக்கும் ஊரின் மற்றொரு பிரமுகர் பொன்குருசு தோமா.

இந்த உலகம், இதில் வாழுகிற அனைவருடையதும்தான். தனிநபர் சொத்துரிமை கூடாது. தேவைப்படும் யாரும் யாருடையதையும் எடுத்துக்கொள்ளலாம். இப்படியான சமத்துவத் தரிசனப் பார்வையுடையவர்கள்தான் ஆனைவாரி ராமன்நாயரும் பொன்குருசு தோமாவும்.

ஆனைவாரியும் பொன்குருசும் தோழர்கள். பண்டொரு காலத்தில் அம்முக்குட்டி என்னும் பெயர்கொண்ட ஒரு மாதர்குலத் திலகம், காதல் சம்பந்தப்பட்ட பிரச்சினையில் ஆனைவாரி ராமன் நாயரை இலேசாகக் கொஞ்சம் ஏமாற்றினாள். அந்தநாள் தொட்டு அவனுக்குப் பெண் குலத்தோடு பெரிய அளவிலான மரியாதை எதுவுமில்லை. ஆனால், அவர்கள்மீது மரியாதையும் மதிப்பும் வைத்திருக்கும் ஒரு சிந்தாந்தவாதி பொன்குருசு தோமா.

உலகத்தின் போக்குக் குறித்து ஒவ்வொரு மனிதனுக்குமே அதிருப்தி தோன்றும் சில கட்டங்கள் வருமல்லவா? இம் மாதிரியான சந்தர்ப்பங்களில் ஆனையை அள்ளி ராமன்நாயர் எங்கிருந்தாவது ஒரு நான்கைந்தணா சம்பாதித்துப் பழமும் வெல்லமும் வாங்குவான். பிறகு, தரையில் கிடக்கும் இரண்டு மூன்று மண்கட்டிகளையும் பொறுக்கிக்கொண்டு பாருக்குட்டியும் நீலாண்டனும் நிற்குமிடத்துக்குப் போவான். பாருக்குட்டியின்கண்முன் வைத்து வெல்லத்தையும் பழத்தையும்

நீலாண்டனுக்குக் கொடுப்பான். அதற்கடுத்தபடியான வேலையாக மண் கட்டியால் பாருக்குட்டியின் விலாவைக் குறிபார்த்து மூன்று எறி வைப்பான். அதிகமாகவெல்லாம் வலிக்காமலிருந்தாலும் பாருக்குட்டி சத்தம்போட்டு அலறுவாள். பெண்ணல்லவா . . . அப்போது ஆனைவாரி சொல்வான்:

"போடீ களுதெ"

இதைப் பார்க்கும்போது பொன்குருசு கேட்பான்:

"ஆனைவாரி வா . . . ஒனக்கென்ன கிறுக்குப் பிடிச்சிப் போச்சா?"

ஆனைவாரி பெரிய முன்கோபி! கோபம் மூக்கில்தான் நிற்கும். அவன் கோபத்துடன் எச்சரிக்கைவிடுவான்.

"பொங்குருசு, இனி ஏதாவது பேசுனே, உம் மூக்கை வெட்டி உப்புப் போட்டுடுவேன்."

பொன்குருசு தோமா ஒரு சமாதானப் பிரியன். ஆகவே அவன் பதில் சொல்லமாட்டான்.

ஆனைவாரியும் பொன்குருசும் ஒருகாலத்தில் வெறும் ராமன்நாயரும் தோமாவுமாகத்தானிருந்தார்கள். இவர்களுக்கு ஆனைவாரி என்றும் பொன்குருசு என்றும் இரண்டு பட்டப் பெயர்களைச் சூட்டியது யார்? இந்தக் கேள்வியை, பணிவான இந்த வரலாற்றாசிரியன் ஒரு நூறு தடவையாவது அவர்களிடம் கேட்டிருப்பான். கடைசியில், அவர்கள் தகுந்த ஆதாரங்களுடன் விளக்கமாகச் சொன்னார்கள். ஊர்க்காரர்கள் அனைவருக்கும் இது தெரிந்த விஷயம்தான். வரலாற்று மாணாக்கர் அறிந்து கொள்வதற்காகவே அவற்றை நான் இங்கே பதிவு செய்கிறேன்.

o

இரண்டு

சின்ன நீலாண்டன் ஆறாவது யானைப் பாகனையும்கொன்றுதீர்த்துவிட்டுஒன்றுமறியாதவன் போல் சும்மா அப்படியே பிணக்கத்துடன் திரிந்த காலமது.

அன்று ராமன் நாயர், வெறும் ராமன் நாயரும் தோமா, வெறுந்தோமாவாகவும்தானிருந்தார்கள். அவர்களது மரியாதைக்குரிய சகபாடிகளாகிய தொரப்பன் அவரானும் டிரைவர் பப்புண்ணியும் அப்போது வீடு தகர்ப்பு, தீவட்டிக் கொள்ளை, கன்னக்கோல் போன்ற வித்தைகளின் உயர் கல்வி நிமித்தமாக அயலூர்களில் சஞ்சரித்துக் கொண்டிருந்தார்கள். ஆகவே, உள்ளூரின் முக்கிய மான அனைத்துச் சச்சரவுகளுக்குமான தலைமைப் பொறுப்பை ராமன்நாயரும் தோமாவும் சுயமாக ஏற்றுக்கொண்டிருந்தார்கள். இவர்களது சீடர்கள் என்று சும்மாவேனும் சொல்லிக்கொண் டிருப்பவர்கள்தான் மடையன் முத்தபாவும் எட்டுகாலி மம்மூஞ்ஞும் போன்றவர்கள்.

ஊரின் பிரதம பாக்கெட்டடிக்காரன் என்ற பதவிக்காக மடையன் முத்தபா முயற்சி செய்து கொண்டிருந்தான்.

கோழி பிடிப்பது, தேங்காய் பறிப்பது, பாக்குப் பறிப்பது போன்ற திருட்டுத் தொழில்களைச் செய்வதற்காக இரவுப் பொழுதுகளில் எட்டுகாலி மம்மூஞ்ஞும் அப்போது பயிற்சியெடுத்துக் கொண்டிருந்தான்.

இதுபோன்ற எளிமையான கலைகளில் ராமன்நாயருக்கும் தோமாவுக்கும் பெரிய ஆர்வம் எதுவுமிருக்கவில்லை. இருந்தாலும், சிறுஅளவிலான சில உபதேதசங்களைச் சொல்லிக் கொடுத்திருந்தார்கள். தனிநபர் சொத்துரிமைக்கெதிரான மிகப்பெரிய அளவிலான போராட்டம் நடத்துவதைத்தான் அவர்கள் விரும்பினார்கள். அநீதியை எந்த இடத்தில் கண்டாலும் எதிர்க்க வேண்டும். தோமாவுக்கும் ராமன் நாயருக்கும் வேறு வேலைகளெதுவும் கிடையாது. அப்படியிருக்கும்போது எட்டுகாலி மம்மூஞ்ஞு வந்து சொன்னான்:

“விசியந் தெரியுமா? நம்ம சின்ன நீலாண்டன், ஆனைக்காரனக் கொன்னுட்டு போலீசுத் தரகன்மாரெ குத்திக்கொல்றதுக்காக விரட்டுது.”

போலீஸ்காரர்களுக்கெதிராக மக்கள் ஏற்கெனவே தீர்ப்பெழுதி விட்டார்கள். போலீஸ்காரர்களையும் அரசாங்கத்தையும் தரகர்கள் என்றுதான் ஊர்க்காரர்கள் சொல்வார்கள். சின்ன நீலாண்டன், போலீஸ்காரர்களைக் குத்துவதிலோ விரட்டிச் செல்வதிலோ அவர்களுக்கு எந்த எதிர்ப்புமில்லை. நன்றாக விரட்டட்டும். சின்ன நீலாண்டன் ஏதோ ஆசைப்பட்டல்வா விரட்டுகிறது? உள்ளூரில் ஆக மொத்தம் இரண்டு போலீஸ்காரர்களிருக்கிறார்கள். அவர்களைப் புரட்டியெடுக்க வேண்டியது மக்கள் நலன் சார்ந்த விஷயம்தான்! சின்ன நீலாண்டனே அதைச் செய்து முடிக்கட்டும்! ராமன்நாயரும் தோமாவும் அசையவே இல்லை.

எட்டுகாலி மம்மூஞ்ஞு கேட்டான்:

“நாம போகவேண்டாமா?”

தோமாவும் ராமன்நாயரும் ஏக காலத்தில் அழுத்தமாக முனகி வைத்தார்கள்

“ம்ஹூம்.”

பெரும் ஆரவாரம். ஊரிலுள்ள பிரபலமான எல்லா நாய்களும்சேர்ந்து குரைத்தன. ஜனத்திரளின் கூக்குரல். கொந்தளிப்பு. . . எல்லாமே அதிகரித்துக்கொண்டிருந்தன. அப்போது முக்கியமான ஒரு செய்தியுடன் மூச்சுவாங்கியபடியே ஓடிவந்த மடையன் முத்தபா சொன்னான்:

“போலீசு . . . தரகன்மாரு சொல்றானுவ . . . நம்ம சின்ன நீலாண்டன . . . சுட்டுக் கொல்லணும்னு.”

ம்ஹூம்? பிறகு தோமாவாலும் ராமன்நாயராலும் அமைதியாக இருக்கமுடியுமோ? அவர்களென்ன கல்லா, மரமா? இரண்டு பேரும் குதித்தெழுந்தார்கள்.

அவர்கள் நான்குபேர்களாக ஓடினார்கள்.

தோமாவும் ராமன் நாயரும் சம்பவ இடத்திற்குப் போய்ச் சேர்ந்ததுமே மகத்தான மக்கள் தலைமையை ஏற்றெடுத்துக் கொண்டார்கள். அவர்கள் வீராப்புடன் இரண்டு கோஷங்களை முன்வைத்தார்கள்:

"போலீஸ் தரகர்கள் ஒழிக!"

"சின்ன நீலாண்டன் சிந்தாபாத்!"

மக்கள் ஒன்றுதிரண்டு ஆரவாரங்களுடன் முன்னேறிச் சென்று காவல் நிலையத்தைச் சுற்றி வளைத்தார்கள். யுத்த வெறிபிடித்த இடைத்தரகு அரசாங்கத்தின் அடிதாங்கி போலீஸ் தரகர்கள் நடுங்கிப்போய்விட்டார்கள். தோமாவும் ராமன்நாயரும் தாக்கீது செய்தார்கள். சின்ன நீலாண்டனைச் சுட்டுக் கொல்லவேண்டுமெனும் முடிவைப் போலீசார் எவ்வித நிபந்தனைகளுமின்றி வாபஸ் வாங்கவும், பொதுமக்களிடம் மன்னிப்புக் கேட்கவும் வேண்டும்.

"இல்லைன்னா?"

ராமன் நாயரும் தோமாவும் சேர்ந்து சொன்னார்கள்:

"போலீசுத் தரகர்களின் மூக்கை வெட்டி உப்புப் போட்டுடுவோம்."

கடைசியில் பொதுமக்களின் கோரிக்கைக்குப் போலீசார் கீழ்ப்படிந்தார்கள். அவர்களது தரகுப் பிற்போக்குத்தனமான அறிவிப்பை நிபந்தனைகளின்றி வாபஸ் வாங்கியதுடன் பொதுமக்களிடம் மன்னிப்புக் கேட்கவும் செய்தார்கள்.

இப்படியாக,சின்ன நீலாண்டப் போராட்டம் வெற்றி பெற்றது. பழம்,வெல்ல உருண்டையெல்லாம் கொடுத்துப் பாருக்குட்டியின் உதவியுடன் சின்ன நீலாண்டனை ஆற்றிலிறக்கிக் குளிக்க வைத்து மகிழ்ச்சி ஆரவாரத்துடன் தளையிலிட்டார்கள்.

அன்று சாத்தங்கேரி மனையின் காரணவரான கொச்சு நாராயணன் நம்பூதிரிபாடு மக்களுக்கு ஒரு கஞ்சி விருந்தளித்தார் சக்கை[1]த்துவரனுடன். அப்படியாகத் திரும்பவும் ஊரில் நிம்மதியும் அமைதியும் நிலவின.

ஆனால், ராமன்நாயர், தோமா, எட்டுகாலி மம்மூஞ்ஞு, மடையன் முத்தபா ஆகியவர்களுக்குத்தான் நிம்மதியில்லை. தொழில் தெரியும். செய்வதற்கான ஆர்வமுமிருக்கிறது. ஆனால், வாய்ப்புத்தானில்லை. வேலையில்லாதவர்களுக்கான அரசாங்கப்

1. பலாக்காய்

படியும் அவர்களுக்குக் கிடைப்பதில்லை. இப்படியே வாழ்ந்து கொண்டிருக்கும்போது ஒரு வாய்ப்பு வந்தது. சிறு அளவிலானது தான். சரி, ஏதோ கிடைத்தது போதும்!

அந்தக் காலத்தில் மூணு சீட்டு விளையாட்டுக்காரர் ஒத்தைக் கண்ணன் பாக்கரின் மகள் ஸைனபா,[1] வீட்டிலிருந்து சிறு அளவிலான வியாபாரம் செய்து வந்தாளல்லவா? – ஆப்பம், குழாய்ப் புட்டு, கடலைக்கறி, முட்டை, கப்பக் கிழங்கு,[2] சுக்குக் காப்பி, இடியாப்பம், நேந்திரம் பழம். இது எல்லாமே காலையில் ஆறு மணி முதல் ஒன்பது மணிவரைக்கும் மட்டும்தான் கிடைக்கும். இதையெல்லாம் வாங்கிச் சாப்பிட்டும் குடித்தும் கடன் சொல்லிக் கொண்டுமிருந்த வழக்கமான வாடிக்கையாளர்கள், ராமன்நாயர், தொரப்பன் அவரான், தோமா, எட்டுகாலி மம்மூஞ்ஞு, டிரைவர் பப்புண்ணி, மடையன் முத்தபா ஆகியோர் – ஊரின் தலைசிறந்த அழகியாக இருந்த ஸைனபா, ஊரின் பிரதான மடையனாக இருந்த முத்தபாவின்மீது அப்போதே உள்ளூர மையல் கொண்டிருந்ததாக வரலாறு குறிப்பிடுகிறது. இது சம்பந்தமான பல்வேறு அசைக்கமுடியாத ஆதாரங்களை ராமன்நாயராலும் தோமாவாலும் சமர்ப்பிக்க முடியும். முக்கியமாக அவர்கள் குறிப்பிடும் ஒரேயொரு ஆதாரம், ஸைனபா குழாய்ப் புட்டில் காண்பித்த பயங்கரமான ஒரு தகிடுதத்த வேலைதான். மடையன் முத்தபாவுக்கு அவள் கொடுக்கும் குழாய்ப்புட்டினுள் அவித்தக் கோழிமுட்டையை மறைத்துக் கொடுப்பதற்கான காரணமென்ன?

வரலாற்று மாணவர்கள் இதை ஆழ்ந்து சிந்திக்க வேண்டும். உன்னதமான சமத்துவச் சிந்தனைகளின்பால் நம்பிக்கைகொண்டிருப்பவர்களை மனவேதனைக்குள்ளாக்கும் விஷயமல்லவா இந்தப் பிற்போக்குத்தனமான நடவடிக்கை? எல்லோரும்தான் சாப்பிடுகிறோம். கடன் சொல்கிறோம். ஆனால், ஏன் எல்லோரது குழாய்ப்புட்டினுள்ளும் அவித்த கோழிமுட்டை மறைந்திருப்பதில்லை?

“அழுகி, முடை நாத்தமடிக்கும் இந்த அநீதிக்கெதிராக நானும் ஏதாவது செய்யலாம்னு நெனச்சதுண்டு.” ராமன் நாயர் சொன்னான். ஆனால், தோமாதான் சம்மதிக்கவில்லையாம். ஏனென்றால், மற்றவர்களைப்போலவே ராமன்நாயரும் தோமாவும் ஸைனபாவுக்கு நிறைய காசு கொடுக்க வேண்டியதிருந்தது. இந்தக் கடன் பாக்கி விவரத்தை உலகோர் அனைவருமே அவரவர் வசதிப்படி வாசித்து அறிந்துகொள்வதற்காக வாசல் பலகையில் ஸைனபாவே எழுதி வைத்திருந்தாள். சுண்ணாம்பால் பெயரும்

---

1. மூணுசீட்டு விளையாட்டுக்காரனின் மகள் எனும் வரலாறு காண்க
2. மரவள்ளிக் கிழங்கு

கரித்துண்டால் கடன்தொகையும். நமது இந்த வரலாறு நிகழும் காலக்கட்டத்தில் கீழ்க்கண்ட விதமாக இருந்தன வரவு செலவுக் கணக்குகள்:

தொரப்பன்	–	0	அ
டய்வர்	–	0	அ
எட்டுகாலி	–	7	அ
தோமா	–	9	அ
ராமானாயர்	–	14	அ
முத்தபா	–	2	அ

இந்தக் கணக்குகளே தங்களைப் பற்றிய விவரங்களைப் பறைசாற்றிக் கொள்கிறதல்லவா? ஆனால், பயங்கரமான ஒரு அநீதியைப் பற்றி இந்தக் கடன் பலகை மூச்சே விடவில்லை. மடையன் முத்தபா எனும் சித்தாந்திக்குக் குறைந்தபட்சம் நாற்பதணா[1]வாவது பாக்கியிருக்கவேண்டும். ஆனால், வெட்கமோ பயிர்ப்போ இல்லாமல் அந்தப் பெண் இப்படி எழுதி வைத்திருக்கிறாள். ராமன்நாயர், ஸைனபாவை மனத்தால் "போடீ களுதெ" என்று திட்டிவிட்டு இறங்கி நடந்தான்.

'அவித்த கோழிமுட்டை ஒழிக . . ! அநீதியான கணக்கு வழக்குகள் அத்தனையும் ஒழிக' என்று தனக்குத்தானே கோஷமிட்டபடியே ராமன் நாயர் நடந்துகொண்டிருந்தான். பெண் வர்க்கத்திற்குக் கடன்பட்டவனாக எப்படி வாழ முடியும்? இந்த முடை நாற்றம் வீசும் சமூகக் கட்டமைப்பை எப்படி மாற்றியமைப்பது? இப்படியாக யோசித்தபடியே நடந்துகொண்டிருந்தபோது ராமன் நாயருக்குச் சிறியதொரு கான்ட்ராக்ட் கிடைத்தது. ஒரு தொழில் வாய்ப்பு! உள்ளூரின் பனை வெல்ல வியாபாரி முண்டக்கண்ணன் அந்துரு, ராமன் நாயரைக் கூப்பிட்டு இரகசியமாக, திக்கித் திக்கிச் சொன்னார்.

"ரா . . . ரா. . . ராமன்னாயிரே!"

"என்ன விக்கங் காக்கா[2]?"

"அ . . . அ . . . அஞ்சு ரூவா."

விஷயம் வேறொன்றுமில்லை! முண்டக்கண்ணன் அந்துரு, ஊரின் புகழ்பெற்ற கஞ்சன். வீட்டிலிருக்கும் வேலைக்காரிக்கு மாதம் இரண்டணா சம்பளமாகக் கொடுக்கவேண்டிய நிலையில் இப்பெரும் இழப்பை ஈடுகட்டுவதற்காக அவளை நிக்காஹ் செய்து

1. அணா = ஆறு பைசா

2. அண்ணன்

மனைவியாக்கிக்கொண்ட மனிதர். மனைவிக்குச் சம்பளம் கொடுக்க வேண்டாமல்லவா? வெல்ல வியாபாரம் தொடர்பான கொஞ்சம் விவசாயமும் முண்டக்கண்ணன் அந்துருவுக்கிருந்தது. விவசாய நிலத்தில் சாணியும் சாம்பலுமெல்லாம் இடுவது மிகவும் நல்லதல்லவா? ஊரில் பெரிய அளவில் விவசாயம் செய்யும் ஒருவராகக் குன்னேத்தாழத்துக் குட்டியாலி முதலாளியிருக்கிறார் அல்லவா, அவர் சாணி உரத்தையும் சாம்பலையும் ஆற்றங்கரையோரத்தில் மலைபோல் குவித்துப் போட்டிருக்கிறார். கும்மிருட்டு. ஒரு மணி நேரவேலைதான்.

"கொஞ்சம் – இத்திபோலெ சாம்பல் வேணும்."

மட்டுமல்ல,

"அ...அ...அட்டுமாண்ஸ்." என்று சொல்லிவிட்டு இரண்டு ரூபாய் முன்பணமாகக் கொடுத்தார்.

அதை வாங்கிக்கொண்டு ராமன்நாயர் வரும்போது தோமாவும் எட்டுகாலி மம்மூஞ்ஞும் மடையன் முத்தபாவுமாகச் சேர்ந்து பாருக்குட்டிக்கு வெல்ல உருண்டை கொடுத்துக் கொண்டிருந்தார்கள். ராமன் நாயருக்குக் கோபம் வராம லிருக்குமோ? வந்தது! அவன் மிடுக்காக நின்று கூப்பிட்டான்:

"டேய் தோமா, இங்க வா."

தோமா யாருடையவாவது அடிதாங்கிப் பயலா என்ன?

தோமா சொன்னான் :

"உம் பொண்டாட்டியைப் போய் டேய்னு கூப்பிடு."

யாராக இருந்தாலும் சரி, மனைவியைப் பற்றிச் சொன்னால் கோபம் வரத்தான் செய்யும். இது சம்பந்தமாகச் சண்டைக்கு வராத ஆண்களே இருக்க முடியாது. ராமன் நாயருக்கும் பயங்கரமான கோபம் வந்தது. அவன் சொன்னான்:

"பொண்டாட்டியைப் பத்திப் பேசுனா தெரியும்லே, உம் மூக்கை வெட்டி உப்புப் போட்டுடுவேன்."

தோமா கேட்டான்:

"உனக்கு ஏதுடா பொண்டாட்டி, நான் அவளைக் கூப்பிட?"

சரிதானே? மருந்துக்குக்கூட மனைவி கிடையாது. இருந்தாலும்... ராமன்நாயர் சொன்னான்:

"இந்த ஒரு தடவையும் உன்னை மன்னிச்சு விட்டுருக்கேன் போ!"

“எங்க போறதுக்கு, உனக்கு என்னடா ஆச்சுது?”

“நீ அது கூடக் கொஞ்சிட்டிருக்கறதப் பாத்ததும் எனக்குக் கோபம் வந்துட்டுது ... இந்தா, பிடி. நுப்பதணா. உன் ஒம்பதணா, எம் பதினாலணா, எட்டுகாலியோட ஏழணா, போயி, அந்த ஒத்தைக் கண்ணன், ஒண் ஐஸ் மங்கியோட மவளுட்டெ குடுத்துட்டு வா. வேலையிருக்கு.”

ஓரணாவை மடையன் முத்தபாவுக்குத் தர்மக் கணக்கில் கொடுத்தான்.

அன்று நடுச்சாமத்தின் சுபமுகூர்த்த வேளை. நல்ல கூரிருட்டு. ஊர்க்காரர்களில் அதிகம் பேரும் தூங்கியிருந்தார்கள். தூங்காதவர்கள் ஏறிய ஒரு பரிசல் ஆற்றோரத்தில் வந்தணைந்தது. அதில் ராமன்நாயர், தோமா, எட்டுகாலி மம்மூஞ்ஞு, மடையன் முத்தபா ஆகிய பிரமுகர்களிருந்தார்கள். மடையன் முத்தபாவையும் எட்டுகாலி மம்மூஞ்ஞுவையும் அழைத்துக்கொண்டு வருவதற்கான காரணம், ராமன்நாயரதும் தோமாவினதும் நல்ல மனங்கள்தான். ஊக்குவித்தல்! நலிவுற்ற கலைஞர்கள்! மழைக்காலம். ஆற்றில் நல்ல நீரோட்டமிருந்தது. மூன்று கூடைகள், ஒரு மண்வெட்டி, மூன்று சுமை தூக்குபவர்கள். ஆனால், இருட்டுத்தான் இறுகிப் போய்க்கிடந்தது. பரிசலை எங்கே கட்டிப் போடுவது? எந்த முளைக்குச்சியையும் காணவில்லை. பரிசலை இழுத்துக்கொண்டு போய்விடாமலிருக்க எட்டுகாலி மம்மூஞ்ஞு பிடித்துக்கொண்டு நின்றிருந்தான். தோமா இருட்டில் முளைக்குச்சியை தேடிக்கொண்டிருந்தான். நேரத்தை ஏன் பாழாக்கவேண்டும்? காலம் பொன்போன்றது. மண்வெட்டியையும் கூடைகளையும் எடுத்துக்கொண்டு ராமன்நாயரும் மடையன் முத்தபாவும் நடந்தார்கள். ஏற்கெனவே இருந்த இருட்டை விடவும் இறுக்கமாகத் தெரிந்த சாணக்குவியலின் பக்கத்தில் கூடையை வைத்துவிட்டு ராமன்நாயர் மண்வெட்டியால் ஓங்கியோங்கி வெட்டியது மட்டும்தான் நினைவிருக்கிறது. அப்போது வானத்தையும் பூமியையும் அதிரச் செய்வதுபோல் அந்தச் சாணக்குவியல் ஒரு யானையாக மாறத் தொடங்கியது. நாய்களெல்லாம் கோரசாகக் குரைத்தன. ஊர்க்காரர்கள் திடுக்கிட்டு விழித்தார்கள். ருத்ரமூர்த்தியான அந்த யானையின் பயங்கரமான பிளிறலாக இருக்குமென்று நினைத்து விழித்துக் கொண்டவர்கள் மீண்டும் இழுத்து மூடிவிட்டுக் கண்களை அடைத்துப் படுத்துக்கொண்டார்கள். எல்லாமே கண நேரத்திற்குள் நடந்து முடிந்துவிட்டன. யானையின் அதே சத்தத்துடன் அலறிப் புடைத்தவாறே மடையன் முத்தபா ஆற்றில் பாய்ந்தான். பிறகு, ஊர்க்காரர்கள் அவனைப் பார்த்தது இரண்டு நாட்களுக்குப் பிறகுதான். நீரின் பாய்ச்சலில் இழுத்துச் செல்லப்பட்டு நான்கைந்து மைல் தூரம் போனபிறகுதான் அவனால் கரையேற முடிந்தது.

சம்பவம் நடந்து ஒரு பத்து நிமிடம் கழிந்திருக்கும். தோமா, ஆந்தை முனகுவதுபோல் "டேய். . . டேய்" என்று மெதுவாகக் குரல் கொடுத்தபடியே நடந்துகொண்டிருக்கும்போது ஒரு மரத்தின் மீதிருந்து ராமன்நாயர் மெதுவாகப் பதில் குரல் கொடுத்தான்.

தோமா கேட்டான்:

"நீ அங்க என்னடா செய்யிறே?"

என்ன கேள்வி இது? ஒரு மனிதன் மரத்திலேறித் தப்பிப் பிழைத்திருக்கிறான். அப்படியான நிலையில் இது என்ன கேள்வி? ராமன்நாயர் சொன்னான் :

"பயமாயிருந்தா நீயும் எப்பிடியாவது வந்து ஏறிடு. கொஞ்சம் முசுறு[1] கடியிருக்கும். பரவால்லே, வந்துடு."

தோமா சொன்னான்:

"நான் தைரியமுள்ளவன்டா. நீ எறங்கி இங்க வா."

தோமா வீரனென்றால் ராமன்நாயரும் வீரன்தான்! அவன் மெதுவாகக் கீழே இறங்கி வந்து கேட்டான்:

"ஏதோ அலறுன சத்தம் கேட்டுதே, அது என்னதுடா தோமா?"

தோமா சொன்னான்:

"நம்ம பாருக்குட்டிதான்."

யாருக்குத்தான் கோபம் வராமலிருக்கும்?

ராமன்நாயர் சொன்னான்:

"கழுவேறிக்குப் பொறந்த அவ கழுத்தை நான் அரைச்சுக் கூழாக்கிடுறேன்."

"நீ அதைக் கூடையிலெ அள்ளிப்போட்டு, கொண்டுபோகப் பாத்தேன்னா அது சத்தம் போடாதா? பாவம், அது பயந்துட்டுது! நம்ம சாதனம் கிடந்த இடம் இன்னும் கொஞ்சந் தள்ளியாக்கும். சரி, மம்மட்டியும் கூடையும் எங்கே?"

"அங்கே எங்கியாவதுதான் கெடக்கும். சரி, முத்தபா எங்கே?"

"அவன் உயிரைக் காப்பாத்த ஆத்திலே குதிச்சி நீந்தி எங்கியோ போயிட்டான்."

"எட்டுகாலி?" என்று கேட்ட உடனேயே எட்டுகாலி மம்மூஞ்ஞு சொன்னான்:

---

1. சிவப்பு எறும்பு

"விசியந் தெரியுமா? அது நம்ம பாருக்குட்டிதான்! கொஞ்சம் அங்க தள்ளிச் சின்ன நீலாண்டனும் நிக்குது. அது, மூச்சுக் காட்டல்லெ பாத்தீரா?"

தோமா சொன்னான்:

"ராமன்நாயரு போயி சாதனத்தையெல்லாம் எடுத்துட்டுவா."

"நீயே போ." ராமன்நாயர் சொன்னான்:

"ஏற்கனவே எங்க ரெண்டுபேருக்கும் ஆகாது."

தோமா மெதுவாகப் பாருக்குட்டியின் பக்கத்தில் சென்றான்.

"எடியே, தங்கம், எம் பொன்னே, பாருக்குட்டீ, நான் உன்னெ வெட்டிக் கூடையிலெ அள்ளிப் போட்டுட்டுப் போக வந்த அந்த ராமன்நாயரில்லை. நான் உஞ் செல்ல தோமா. எடீ, கண்ணுமணியே . . . நான் அந்த மம்மட்டியையும் கூடையையும் கொஞ்சம் எடுத்துக்கட்டுமா . . . நீ அசைஞ்சுடாதெ."

இப்படியாக, தோமா அமைதிப்படுத்துவதற்கான வார்த்தைகளைச் சொல்லத் தொடங்கியதுமே ராமன்நாயர் சொன்னான் :

"உன் இந்தக் கிண்ணாரப்[1] பேச்சை நிறுத்திட்டுச் சீக்கிரம் எடு. அதுகூடக் கிடந்து கொஞ்சாதே."

தோமா பிறகு பேசவில்லை. செய்ய வந்த தொழில் சம்பந்தமான வேலையை முறையாகச் செய்து பரிசலை நிறைத்துவிட்டு அவர்கள் போய்விட்டார்கள். இரவோடிரவாகவே முண்டக்கண்ணன் அந்துருவை எழுப்பிப் பொருளைப் பரிசலோடு ஒப்படைத்துவிட்டுப் பாக்கி மூன்று ரூபாயையும் வாங்கிவிட்டுத் திரும்பும்போது யாரோ பின்னாலிருந்து "ஆனைவாரி" என்று மெதுவாகச் சொல்வது காதில் விழுந்தது. தோமாவாகயிருக்குமா . . ? எட்டுகாலி சொல்லமாட்டான். யாரது?

அசரீரி . . !

அமைதியாக அவர்கள்போய்ப் படுத்துத் தூங்கினார்கள். ஆனால்,

"ஆனைவாரி ராமநாயருனு என்னை எவனாவது கூப்புட்டான்னா, அந்தத் தரகுப் பயலோட மூக்க நான் வெட்டி உப்புப் போட்டுடுவேன்" என்று அவனுக்குப் பலரை எச்சரிக்க வேண்டிய தேவையும் ஏற்பட்டுவிட்டது. அப்படிக்

1. கொஞ்சல்

கூப்பிடுவதற்கான தைரியம் எவனுக்கு இருக்கிறதென்று பார்த்துவிடுவோமே..? அவன் காதுகளைத் தீட்டியபடியே நடக்கத் தொடங்கினான். ஆகா . . ! பார்த்துவிட்டான். ஸைனபாவின் வாசல் பலகையில் . . .

ஆனைவாரி ராமானாயர் . . .   6 அ

ம்ஹூம்! என்ன செய்யமுடியும் சமுதாயச் சீர்குலைவு இந்த அளவிற்கு மோசமாகப் போய்விட்ட பிறகு? தற்போது ஆறணாகையிலுமில்லை. அதிகக் காலமொன்றும் ஆகிவிடவில்லை. அதற்குள், ஊர்க்காரர்கள் அனைவரும் அன்னிய அரசாங்கத்தின் இரண்டு உள்ளூர்ப் போலீஸ்தரகர்கள் உட்பட, எல்லோருமே ஆனைவாரி ராமன்நாயர் என்று சொல்லத் தொடங்கிவிட்டார்கள். என்ன செய்ய முடியும், சீரழிந்துபோன இந்தச் சமூக அமைப்புக்கெதிராக? ம்ஹூம்! ஆனைவாரி ராமன்நாயர் இந்தப் பணிவான வரலாற்றாசிரியனிடம் சொல்கிறான்:

"ஆனைக் கள்ளன் ராமன்நாயர்னு கூப்பிடறதுதான் எனக்குப் பிடிக்கும்."

அதற்குச் சரியான காரணமுமிருந்தது. ஆனால் யாருமே அவனை அப்படிக் கூப்பிடுவதில்லை. அடிதாங்கி அரசுத் தரகர்களான போலீசாரின் குறிப்பேடுகளிலும் சிறைச்சாலைப் பதிவேடுகளிலும் பதிந்து போயிருப்பது ஆனைவாரி ராமன் நாயர் என்ற பெயர்தான். ஆனால், அவன் விரும்பும் அந்த மற்றொரு விருதுதான் சிறப்பானது. ஐம்பது ரூபாய் ஒப்பந்தக் கூலியில் ஒரு யானையைத் திருடுவதற்கான தொழில் வாய்ப்புத் தொடர்பான வீரம் செறிந்த அந்தச் சம்பவத்திற்கு முன்பே தோமாவுக்குப் 'பொன்குருசு' என்ற பட்டம் கிடைத்திருந்தது. ஆகவே, இனி இந்தப் பணிவான வரலாற்றாசிரியன் பொன்குருசின் வரலாற்றைப் பதிவு செய்யவிருக்கிறேன்.

O

மூன்று

தோமா ஒருநாள் மிக இரகசியமாகச் சொன்னான்:

"டேய் ஆனெயை அள்ளி, ஒத்தை ஒத்தையா . . . பெரிய பள்ளி மைதானம் . . . என்ன ?"

அப்படியாக, ஒருநாளிரவு எல்லாரும் தனித்தனியாக இடம்பெயர்ந்தார்கள். பல பாதைகளிருந்ததால் இரண்டு மணி நேரத்திற்குப் பிறகு ஆனைவாரி ராமன் நாயர், தோமா, மடையன் முத்தபா, ஒத்தைக் கண்ணன் பாக்கர், எட்டுகாலி மம்மூஞ்ஞு போன்ற குடிமக்கள் சொந்த ஊரிலிருந்து பதினொரு மைல் தொலைவிலுள்ள புராதனமான கிறிஸ்தவ ஆலயத்தின் மைதானத்தில் கூடினார்கள். அன்று அங்கே பெருநாள். பெரும் ஆரவாரமும் கூட்டமுமிருந்தன. பலவிதமான வியாபாரங்கள், இராட்டினம், கயிறுவித்தை, வாணவேடிக்கை, மதப் பிரசங்கம் போன்ற எல்லாமே நடந்தன. நல்ல வினோதக் காட்சிகள். மூணுசீட்டு விளையாட்டு, வழிப்பறி, திருட்டு, பாக்கெட்டடி போன்ற கலாபூர்வமான விஷயங்களுக்கும் நல்ல வாய்ப்புகளிருந்தன.

அன்று அந்தத் தேவாலயத்தில் பிரசித்திவாய்ந்த தங்கச் சிலுவை எழுந்தருளும் நாள். சுத்தமான தங்கக் கட்டியினாலான சிலுவை. இதைப் போன்ற தங்கச் சிலுவைகள் உலகெங்கிலுள்ள முக்கியமான எல்லாத் தேவாலயங்களிலும் இருப்பதாகக் கேள்வி. பக்கத்திலிருக்கும் பெரிய தேவாலயத்தில் அந்தத் தங்கச் சிலுவையை மிகவும் பந்தோபஸ்தாகப்

பெட்டிக்குள் பெட்டியெனப் பாதுகாத்து எல்லாவற்றையும் சேர்த்து ஓர் அறைக்குள் வைத்திருந்தார்கள். பக்கத்தில்தான் பாதிரியாரின் வீடுமிருந்தது.

தங்கச்சிலுவை அன்று எழுந்தருளியது. பக்தகோடிகள் கண்குளிர அதைத் தரிசித்தார்கள். பெருநாள் முடிந்தது. அனைவரும் திரும்பி அவரவர் ஊர்களுக்குப் போய்ச் சேர்ந்தார்கள். திரும்பவும் அதை ஞாபகப்படுத்திப் பார்த்த தோமா, பெட்டி, பூட்டு, அறை, பந்தோபஸ்து ஆகிய எல்லாவற்றையுமே மறந்துபோயிருந்தான். மிகப்பெரிய ஒரு பிரச்சினை மட்டுமே தோமாவை அலட்டத் தொடங்கியிருந்தது. தங்கச் சிலுவை – மரச்சிலுவை..! தோமாவுக்கு ஊணுமில்லை. உறக்கமுமில்லை. ஆகமொத்தம் தோமா பேஜாராகிப் போயிருந்தான்.

தோமாவுக்கு என்ன ஆனது?

ஆனைவாரி கேட்டான். ஒத்தைக் கண்ணன் கேட்டார். மடையன் முத்தபா கேட்டான். எட்டுகாலி கேட்டான். ஊர்க்காரர்கள் பலர் கேட்டார்கள். ஊரிலிருந்த இரண்டு போலீஸ் தரகர்களும்கூடக் கேட்டுவிட்டார்கள்.

தோமா, எல்லோரிடமும் சொன்னான்:

"சே... ஒண்ணுமில்லெ."

ஆனால், எதுவோ இருந்தது! உண்மையான கிறிஸ்தவர்கள் அனைவருமே கேட்கவேண்டிய மிகப் பிரதானமான கேள்வி: கர்த்தராகிய ஏசு கிறிஸ்து அறையப்பட்டது மரச்சிலுவையிலா? தங்கச் சிலுவையிலா?

கொஞ்சம் கவனமாக ஆய்வுசெய்ய வேண்டிய ஒரு பெரிய பிரச்சினையல்லவா? நேரத்தை எதற்காகப் பாழாக்க வேண்டும்? உற்ற நண்பர்களுடன் கமா என்றொரு அட்சரம்கூட உச்சரிக்காமல் தோமா இருட்டு நேரத்தில் அவசர அவசரமாக இடம்பெயர்ந்தான்.

நாட்கள் நகர்ந்துகொண்டிருந்தன. ஒன்பது நாளைய ஆய்வுக்குப் பிறகு தோமா ஒரு முடிவுக்கு வந்துசேர்ந்தான். அன்று சரியாக இரண்டரை மணிக்குத் தோமாவை ஒரு போலீஸ் தரகன் கைது செய்து லாக்கப்பில் அடைத்தான். என்ன காரணம்? சந்தேகப்படும்படியான சூழ்நிலையில் ஊரின் எல்லைக்கு வெளியே உள்ள ஒரு கேடியைப் பார்க்கிறான் ஒரு போலீஸ்காரன். ஏற்கெனவே நமக்குத் தெரியுமே? போலீஸ் தரகர்களுக்கு யாரைப் பார்த்தாலும் சந்தேகம்தான். பழைய காலத்திலுள்ள போலீஸ்காரர்கள் ரொம்ப நல்லவர்கள். அவர்களுக்குச் சட்ட திட்டங்களெல்லாம் நன்றாகத் தெரியும்,

தோமாவைக் கைது செய்தவன் ஒரு புதிய போலீஸ்காரன். பழைய ஆளாக இருந்திருந்தால் ஒன்றுமில்லாத இதற்குப்போய்த் தோமாவைக் கைது செய்வானா?

அதை விடுவோம், தோமா தரகு அரசாங்கத்தின் போலீஸ் லாக்கப்பில் அடைபட்டுப் பத்தொன்பது நாட்களாகிவிட்டன. இருபதாம் நாளிரவு. நல்ல காற்றும் மழையுமிருந்தன. போதுமான குளிருமிருந்தது. நன்றாகச் சாப்பிட்டவர்களால் போர்வைக்குள் சுகமாகப் படுத்துத் தூங்க முடிந்தது. இலேசான இடி முழக்கமும் மின்னலும். மணி இரண்டைத் தாண்டியது. தோமா தூங்கவில்லை. அன்றிரவு பாராவாக இருந்தவர் –1627. பழைய ஆள். பளுங்கன் கொச்சு[1] குஞ்ஞு ஒரு பீடியைப் பற்றவைத்துக் கம்பியினூடே தோமாவுக்குக் கொடுத்தார். பிறகு, வாழ்க்கையில் ஏற்பட்ட தோல்விகளைப் பற்றிக் கொச்சு குஞ்ஞு மன விரக்தியுடன் பேசத்தொடங்கினார்.

"எல்லாமே கர்த்தரோட விதிப்படிதான். இப்போ பென்சனும் வாங்கப் போறேன். இனி ஒண்ணு ரெண்டு மாசந்தான் இருக்கு. கட்டிக் குடுக்கவேண்டிய ஏழு பொம்புளெப் புள்ளைங்க வீடு நெறஞ்சு நிக்கிதுங்ன. மூத்தவளுக்கு இருபத்தேழு வயசாகுது."

தோமா கேட்டான்:

"சம்பாத்தியம் – சொத்து ஏதாவதுண்டா?"

"சொத்து . . . இருக்குற வீட்டுக்கே அஞ்சரை ரூபா வாடகை கொடுக்கணும். பழைய வாடகை. பொண்டாட்டியா வந்த ஒருத்தி, பக்கவாதம் பிடிச்சிப் பாய்ல கெடக்குறா. சொன்னேன்லா, எல்லாமே கர்த்தரோட விதிப்படிதான் நடக்கும்."

தோமா பதிலெதுவும் சொல்லவில்லை. கொஞ்சநேரத்திற்குப் பிறகு தோமா அங்குமிங்கும் பார்த்துவிட்டு இரகசியமாகச் சொன்னான்:

"கொஞ்சம் பக்கத்தில வா, பளுங்கா."

பளுங்கன் கொச்சு குஞ்ஞு நெருங்கியமர்ந்தார்.

தோமா மெதுவாகச் சொன்னான்:

"ஒரு ரெண்டு மணி நேரம் என்னை வெளியே விட முடியுமா? எல்லாத்துக்குமே ஒரு வழி காட்டித்தர்றேன்."

பளுங்கன் கொச்சுகுஞ்ஞு நடுங்கிப்போய்விட்டார். விஷயம் மிகச் சிக்கலானதல்லவா? இருந்தாலும், சொல்வது தோமா. பளுங்கன் கேட்டார்:

---

1. சின்ன

“தோமா, சும்மா இரு. நீ என்னைச் சதிச்சுடாதெ! எனக்குப் பென்சன் கிடைக்காமெ ஆயிடும். பொண்டாட்டியும் புள்ளைங்களும் இருக்காங்க . . . நீ என்னை ஜெயிலுக்குப் போக வெச்சுடாதே தோமா.”

“அப்பிடியெல்லாம் எதுவுமே நடந்துடாது பளுங்கா . . . வேற ஏதாவது புதுப் போலீஸ் தரகனாயிருந்தா இவ்வளவு பயப்படுவானா?”

அப்படியெல்லாம் சொல்லிவிட முடியாது. புதிய போலீஸ்காரர்களைவிடவும் பழைய ஆட்களுக்குத்தான் திறமையும் தைரியமும் அதிகம். பளுங்கன் கொச்சுகுஞ்ஞு மற்ற லாக்கப் அறைகளுக்குச் சென்று பார்த்தார். லாக்கப்வாசிகள் அனைவரும் நல்ல தூக்கம். வெளியிலும் போய்ப் பார்த்தார்.

அங்கே வராந்தாவில் இரண்டு புதிய போலீஸ் பிள்ளையாண்டான்கள் குறட்டைவிட்டு உறங்கிக்கொண்டிருந் தார்கள். சர்வமான இடத்திலும் அமைதி! இருந்தபிறகும் பளுங்கனின் மனத்தில் உறுதி கூடிவரவில்லை.

“தோமா, கடுவா[1]மாத்தனாக்கும் இன்ஸ்.”

இன்ஸ்பெக்டராக இருக்கும் கடுவாமாத்தன் பயங்கரமான கொஞ்சமும் தயவு தாட்சணியமில்லாத ஒரு ஆள். குற்றவாளிகளாக இருந்தாலும் சரி, போலீஸ்காரர்களாக இருந்தாலும் சரி, கடுவாமாத்தனென்று சொன்னாலே நடுங்கிப்போய்விடுவார்கள்.

தோமா சொன்னான்:

“நீ சும்மா பயப்படாம இருடே!”

‘கர்த்தரே – தோமாவுக்கு நல்ல புத்தியைக் குடும்.’ என்ற பிரார்த்தனையோடு பளுங்கன் கொச்சுகுஞ்ஞு சத்தமில்லாமல் லாக்கப்பின் பூட்டைத் திறந்தார். கதவையும் மெதுவாகத் திறந்தார். கண்ணிமைக்கும் நேரத்தில் தோமா வெளியே இறங்கி, கொட்டும் மழையில் இருட்டில் போய் மறைந்தான்.

கொஞ்ச நேரம் கழிந்ததும் பளுங்கன் கொச்சுகுஞ்ஞுவுக்குப் பதற்றமாகிவிட்டது. என்ன வேலை செய்துவிட்டோம்? எவ்வளவு வருடப் போலீஸ் சர்வீஸ்? அதற்காக அரசாங்கம் தரவிருக்கும் பென்சன் பணம் . . . எல்லாவற்றையுமே தொலைத்து விட்டோமே! தோமா கண்டிப்பாக ஏமாற்றிவிடுவான். மனைவியும் குழந்தைகளும் . . . ஜெயில் வாசம் . . . பளுங்கனுக்கு இருப்புக் கொள்ளாமலானது. அவர் எழுந்தார். இடிமுழக்கம்! மின்னல்!

---

1. புலி

சோ...வென்று கொட்டும் மழை! ஒன்றுமாகிவிடல்லை. பளுங்கன் அங்குமிங்குமாக நடந்தான். மயக்கம் வந்துவிடும் போல் தோன்றியது. அந்தப் புதிய போலீஸ் பிள்ளையாண்டான்கள் தூக்கத்தில் புலம்பிக்கொண்டிருந்தார்கள். அவர் அப்படியே அமர்ந்தார். உடுப்புகளைக் கழற்றி வைத்துவிட்டு இறங்கிப் போய்விட்டால் என்ன? எங்கே போவது? வயதாகி விட்டது. எதற்குமே ஏலாத காலமல்லவா?

"கர்த்தரே கைவிட்டு விடாதீரும்."

பிரார்த்தனை செய்வதைத் தவிர வேறு வழியொன்றுமில்லை நேரம் விடிந்துகொண்டிருப்பதுபோல் பளுங்கனுக்குத் தோன்றியது. எல்லாமே குழப்பத்திலாகிவிட்டன. ஆனால், அப்படி எதுவுமே ஆகிப்போய்விடவில்லை. ஒன்றரை மணி நேரத்திற்குப் பிறகு தொப்பலாக நனைந்தபடியே தோமா உள்ளே வந்தான். வந்த உடனேயே லாக்கப்பினுள் ஏறியும் விட்டான்.

"பளுங்கா, பூட்டிரு" என்று சொல்லிவிட்டுத் தோமா வேட்டியை அவிழ்த்துப் பிழிந்து தலை துவட்டத் தொடங்கினான்.

லாக்கப்பைப் பூட்டிய பளுங்கன் கொச்சுகுஞ்ஞு தலையில் கைவைத்தபடி அப்படியே கீழே அமர்ந்துவிட்டார்.

"கொண்டுபோயிவித்துப் புள்ளைங்களை எல்லாம் கட்டிக்குடு. பொண்டாட்டிக்கு மருந்து வாங்கிக்குடு."

தோமா இரும்புக் கம்பியினூடே அந்தப் பார்சலை நீட்டினான். பளுங்கன் அதை வாங்கினார். நல்ல கனமாக இருந்தது. திறந்து பார்த்தார். ஆறு அங்குல நீளமும் முக்கால் அங்குலத் தடிமனும் ஒன்றரை அங்குல அகலமும் கொண்ட ஒரு தங்கக் கட்டி. எதிலிருந்தோ ஒடித்து எடுத்ததுபோலிருந்தது.

"நான் தூங்கட்டுமா?"

தோமா படுத்துக்கொண்டான்.

இரண்டு நாட்களில் ஊர் முழுவதும் பதற்றமான ஒரு செய்தி பரவியது. பெரிய சர்ச்சிலிருந்த தங்கச் சிலுவை திருட்டுப்போய்விட்டது.

பிஷப் வந்தார். பாதிரியார் வந்தார். கவ்யார் வந்தார். காரியக்காரர்கள் வந்தார்கள். ஊர்க்காரர்கள் வந்தார்கள். இன்ஸ்பெக்டர் கடுவாமாத்தனின் முன் அத்தனை பேரும் கூடினார்கள். மஞ்சள் நிறம்படிந்த கண்கள் பளபளக்கக் கடுவாமாத்தன் புலிபோல் உறுமினார்.

"உம்...துப்புக் கிடைச்சுடும்."

ஒரு காலத்தில் திருடியவர்களும் ஒரு காலமும் திருடாதவர் களும் திருடக் கூடுமென்று சந்தேகப்படுபவர்களும் – இப்படியாக அணியணியாகக் குற்றவாளிகள் ஸ்டேஷனில் நிறைந்தார்கள். அடி, குத்து, உள்ளங்காலில் சூடு வைத்தல், உதை, நகக் கண்களில் ஊசியேற்றுதல், ஆண்குறியில் பழந்துணியைச் சுற்றி எண்ணெய் நனைத்துத் தீ வைப்பது . . . நல்ல பல வேடிக்கைகள் நடந்தன. தோமா எல்லாவற்றையுமே பார்த்துக்கொண்டிருந்தான். அழுகைச் சத்தம். யாராவது எதையாவது புலம்பிக்கொண்டே இருப்பது . . . தோமா எல்லாவற்றையும் கேட்டுக்கொண்டுதானிருந்தான். யாருமே குற்றத்தை ஒப்புக்கொள்வதாக இல்லை. நாட்கள் மெதுவாக நகர்ந்துகொண்டிருந்தன. புதிய குற்றவாளிகள் கொண்டுவரப்பட்டார்கள். தண்டனை முறைகள் வழக்கம் போலவே நடந்துகொண்டிருந்தன. சாகப்போகும் நிலையிலும்கூட யாரும் குற்றத்தை ஒப்புக்கொள்ளவில்லை.

இப்படியிருக்கும்போது ஒரு புதிய அணிக் குற்றவாளிகள் ஸ்டேஷனுக்குக் கொண்டுவரப்பட்டார்கள். ஒத்தைக் கண்ணன் பாக்கர், மடையன் முத்தபா, ஆனைவாரி ராமன்நாயர், எட்டுகாலி மம்மூஞ்ஞு ஆகியோர் வந்திருந்தார்கள். தோமா அசைந்து கொடுக்கவில்லை. ஒரு பெஞ்சின் எதிரில் அவர்களை இருக்க வைத்தார்கள். எல்லாரிடமும் நாக்கை பெஞ்சின் மீது நீட்டி வைக்கும்படி சொல்லப்பட்டது. அவர்களும் அப்படியே செய்தார்கள். இன்ஸ்பெக்டர் கடுவாமாத்தன் ஒரு சுத்தியலையும் நான்கு பெரிய ஆணிகளையும் கையிலெடுத்துவிட்டுச் சொன்னார்:

“நான் உங்க நாலுபேருடைய நாக்கையும் இழுத்து வச்சு பெஞ்சோடு சேர்த்து ஆணி அறையப் போறேன். அதுக்கு முன்னாலெ சொல்லிடணும், தங்கச் சிலுவை எங்கேன்னு.”

அவர்கள் யாரும் எதுவும் பேசவில்லை. அவர்களுக்கு என்ன தெரியும்?

இன்ஸ்பெக்டர் கடுவாமாத்தன், ஆனைவாரி ராமன்நாயரின் நாக்கில் ஆணியை வைத்தார். சுத்தியலால் அறையவில்லை. அதற்குள் தோமா குதித்தெழுந்து லாக்கப் அறையின் கம்பிகளைப் பிடித்துப் பலமாகக் குலுக்கியபடி சொன்னான்:

“ஏமானே, பொன்குருசு எங்கேன்னு அவனுங்களுக்குத் தெரியாது.”

இன்ஸ்பெக்டர் கடுவாமாத்தன் சுத்தியலுடன் தோமாவின் பக்கத்தில் சென்று ஒரு புலிப்பார்வை பார்த்துவிட்டு உறுமினார்:

“உனக்குத் தெரியுமா?”

தோமா சொன்னான்:

“தெரியும்.ஏமான்கிட்டெ எனக்கொருரகசியம்சொல்லணும்.”

லாக்கப்பைத் திறந்து தோமாவை இன்ஸ்பெக்டரின் அறைக்குள் கொண்டு வந்தார்கள்.

“உம்?”

தோமா சொன்னான்:

“அந்தப் பொன்குருச நான்தான் திருடினேன்.”

“நீயா, திருட்டு நடந்த அன்னைக்கு நீ இங்கெ லாக்கப்லே இல்லையா இருந்தே?”

தோமா சொன்னான்:

“ஏமானோட இஷ்டம்போலெ என்னை அடிக்கவோ கொல்லவோ செய்யலாம். ஆனா, அந்த மனுசனுக்கு வயசாச்சு! கருணை காட்டணும். பொண்டாட்டிக்குத் தளர்வாதம் வந்து பாய்லே கெடக்குது. ஏழு பெண்பிள்ளைங்க கட்டிக் குடுக்குற வயசுலெ.”

“நீ சொல்றது எனக்கு விளங்கலே.”

தோமா விளக்கிச் சொன்னான், புரியும்படியாக! போலீஸ் ஸ்டேஷனின் கிழக்குப் புறமிருக்கும் ஆலமரத்தின் கீழ் புதைக்கப்பட்டிருந்த தங்கச் சிலுவையின் மிச்சப் பகுதியை எடுத்துக் கொடுத்தான். மற்றொரு பகுதியைப் பளுங்கன் கொச்சுகுஞ்னு கொடுத்தார்.

தோமாவிடம் இன்ஸ்பெக்டர் கடுவாமாத்தன் கேட்டார்:

“தோமா, ஒரு உண்மையான கிறிஸ்தவனான நீ ஏன் இப்படியொரு கொடிய பாவம் செய்தே? அந்தத் தங்கச் சிலுவையை எதுக்காகத் திருடினே?”

தோமா சொன்னான்:

“ஏமான் வேணும்ணா என் நாக்குலெ ஆணி அறையலாம். கர்த்தராகிய ஏசு கிறிஸ்துவை மரக் குருசுலெதானே அறைஞ்சாங்க? அப்புறம், ஆலயத்துக்கு எதுக்குப் பொன்குருசு?”

தோமாவின் கேள்வியைக் கேட்டதும் போலீஸ் இன்ஸ்பெக்டர் கடுவாமாத்தன் அப்படியே ஸ்தம்பித்துப் போய்விட்டார். உலகிலுள்ள பலகோடி உண்மையான கிறிஸ்தவர்கள் ஒவ்வொருவரும் சிறு வயதுமுதலே கேட்டு மனத்தில் பதித்து வைத்திருக்கும் சத்தியப் பிரமாணமல்லவா இது? மற்ற இறை நம்பிக்கையாளர்களுக்கும்கூட இது தெரியுமே? அனேகமாக எல்லாருமே அறிந்த விஷயம்தான் இது. இயேசுபிரான்

அறையப்பட்டது மரச்சிலுவையில்தான். தோமா திருடனாக இருந்தாலும் அவனுக்கு இது நன்றாகவே தெரியும். அவன் செய்த காரியம் சரியோ, தவறோ, பென்ஷன் வாங்கும் வயதிலுள்ள ஏழைப் பெரியவர், போலீஸ்காரராக இருக்கும் பளுங்கன் கொச்சு குஞ்ஞு. சிரமங்களுடன் வாழ்பவர். திருமண வயதில் ஏழு பெண் மக்கள் வீடு நிறைந்து நிற்கிறார்கள். மனைவி தளர்வாதம் பிடித்துப் பாயில் கிடக்கிறாள். பாவப்பட்ட உண்மைக் கிறிஸ்தவர்கள். உதவிக்கு யாருமே இல்லை. தோமாவின் வார்த்தைகள் நினைவுக்கு வந்தன. ஆலயத்துக்கு எதுக்குப் பொன் குருசு?

எல்லாம் சரிதான்.

இன்ஸ்பெக்டர் கடுவாமாத்தன், பிஷப்பை வரவழைத்தார். பாதிரியாரையும் முக்கியஸ்தர்களையும் வரவழைத்தார். ஊரின் முதல்கூடிகளையும் வரவழைத்தார். தங்கச் சிலுவையைத் திருப்பிக் கொடுத்துவிட்டு விவரங்களைத் தெளிவாகச் சொன்னார். டிஸ்மிஸ் செய்யப்பட்டிருக்கும் பளுங்கன் கொச்சு குஞ்ஞுக்கு ஏதாவது பண உதவி செய்யவேண்டும். பெண் மக்களுக்குத் திருமணம் செய்து வைக்க வேண்டும். தங்கச் சிலுவையின் காரணமாகத் தண்டனை அனுபவித்தவர்களுக்கு ஐந்து ரூபாய் வீதம் கொடுத்து வேட்டியும் துண்டும் கொடுக்க வேண்டும்.

சொன்ன எல்லாவற்றையுமே அவர்கள் செய்தார்கள். பளுங்கனின் ஐந்து மகள்களுக்குத் திருமணம் செய்துவைத்தார்கள். பளுங்கனுக்கு, கவ்யார் வேலையும் போட்டுக்கொடுத்தார்கள். உடல் ரீதியான தண்டனை அனுபவித்தவர்களுக்கு ஐந்து ரூபாய் வீதம் கொடுத்து வேட்டியும் ஒவ்வொருதுண்டும் அன்பளிப்பாகக் கொடுத்தார்கள். அப்படி எல்லாமே மகிழ்ச்சியுடனும் மனநிறைவுடனும் நடந்து முடிந்தன. தோமாவுக்கு ஒன்றரை மாதம் சாதாரணச் சிறைத் தண்டனை கிடைத்தது.

விஷயங்களை எல்லாம் அறிந்துகொண்ட மக்கள் விடுதலை யாகி ஊருக்கு வந்த தோமாவுக்குப் பெரிய அளவிலான வரவேற்பு அளித்தார்கள். மட்டுமல்ல, பணமுடிப்பும் கொடுத்து நோட்டு மாலையும் அணிவித்தார்கள். ஊரின் முக்கியப் பிரமுகர்களான சாந்தங்கேரி மனை கொச்சுநாராயணன் நம்பூதிரிபாடு, அவரது தம்பி சங்கரன் நம்பூதிரிபாடு, சந்தனத்தரையில் வாசு கைமள், கரியில் பத்ரோஸ் மாப்பிள்ளை, முண்டக்கண்ணன் அந்துரு, குன்னேத்தாழத்துக் குட்டியாலி முதலாளி போன்றவர்களும் அன்பளிப்பு நல்கி ஆதரித்ததை இங்கே குறிப்பிடுவதில் இந்தப் பணிவான வரலாற்றாசிரியனுக்கு மிகவும் மகிழ்ச்சி! தோமா, அன்று ஒரு குலைவாழைப் பழமும் இரண்டு ராத்தல்[1]

---

1. ஒரு ராத்தல் = 455 கிராம்

வெல்லமும் வாங்கிப் பாருக்குட்டிக்கும் சின்ன நீலாண்டனுக்கும் கொடுத்தான். தோமா, அப்படியாகப் பிரமுகராக, வீரனாக வாழ்ந்துகொண்டிருக்கும்போது ஆனைவாரி ராமன் நாயர், தோமாவைப்பற்றிய ஒரு அபவாதச்செய்தியைக்கேள்விப்பட்டான். தோமாவை ஒரு பெண் காதலிக்கிறாள். கொச்சு திரேஸ்யா என்ற ஒரு பெண். பதினெட்டு வயது. அழகாக இருப்பாள். பளுங்கன் கொச்சுகுஞ்ஞுவின் கடைசி மகள்.

இந்த அதிர்ச்சிகரமான தகவலை ஆனைவாரி எப்படி அறிந்துகொண்டான் என்றா கேட்கிறீர்கள்? ஒருநாள் ஸைனபாவின் கதவுப் பலகையில்:

பொன்குருசு தோமா ... 3 ரூ. 6 அ. என்று எழுதியிருப்பதை ஆனைவாரி பார்த்தான். அதன் அர்த்தம் அவனுக்குப் புரியவில்லை. தோமாவின் கையில் காசிருந்தது. பிறகேன் கடன் சொன்னான்? தோமாவைப் பார்த்துக் கேட்பதற்கு எந்த வழியுமில்லை. சரியாகப் பார்த்தே நாட்கள் பல ஆகிவிட்டன. ஆனைவாரி கேட்டான்:

"தோமா காசொண்ணும் தரவேண்டியதிருக்காதே?"

ஸைனபா சொன்னாள்:

"நாலஞ்சு நாளா பொங்குருசைத் தேடி வந்த கொச்சு தெரஸ்யா ...!"

"கொச்சு தெரஸ்யா?"

ஒத்தைக் கண்ணன் பாக்கர் சொன்னார்:

"அது நம்ம பளுங்கனோட்ட இளைய மவ, ரொம்ப தூரம் நடந்து களைச்சுப்போய் வருவா. அப்போ அவளுக்குப் பொன் குருசு கணக்குலெ புட்டும் பழமும் கருப்பட்டிக் காப்பியும் கொடுத்தது."

ம் . . . அக்கிரமம்! இது அக்கிரமம்! ஆனைவாரி அதை நேரிலும் பார்த்து விட்டான். கொச்சு திரேஸ்யாவும் பொன் குருசு தோமாவும் ஆற்றங்கரையிலமர்ந்து கொஞ்சிக் கொஞ்சிப் பேசிக்கொண்டிருந்தார்கள். இந்த அநீதிக்கெதிராக என்ன செய்யலாம்.

ஆனைவாரி சென்று மிடுக்குடன் சாப்பிட்டான்:

"டேய் பொன்குருசு"

"ம்?"

"ஒரு ரெண்டு ரூபா எடு."

பொன்குருசு தோமா ஒரு வார்த்தைகூடப் பதில் பேசாமல் பணத்தைக் கொடுத்தான். ஆனைவாரி, கொச்சு திரேஸ்யாவை

வெறுப்புடன் ஒரு தடவை பார்த்துவிட்டுப் போய்ப் பழமும் வெல்லமும் வாங்கினான். அதைக் கொண்டுபோய்ப் பாருக்குட்டியின் கண் முன்னால் வைத்துச் சின்ன நீலாண்டனுக்குக் கொடுத்தான். பெண் குலத்தின் பிரதிநிதியல்லவா பாருக்குட்டி? பாருக்குட்டி ஆசையாகத் தும்பிக்கையை நீட்டினாள்.

"போடீ களுதெ" என்று அவன் திட்டவும் மறக்கவில்லை. கிட்டத்தட்டப்பாருக்குட்டிக்குக்கிடைத்தஒருஅதிர்ஷ்டமாகத்தான் ஆனைவாரிக்கு யானையைத் திருடுவதற்கான ஒரு தொழில் வாய்ப்புக் கிடைத்தது. பாருக்குட்டிக்குச் செய்த எல்லாத் துரோகங்களுக்கும் பழிதீர்ப்பதைப்போல்!

ஊரின் பிரதான, ஒண்ணுமே சரியில்லாதவரல்லவா சாத்தங்கேரி மனை சங்கரன் நம்பூதிரிபாடு. அவருக்குச் சரியான தாகத் தெரியும் விஷயங்கள் உலகத்தில் மிக அபூர்வமாகத் தானிருந்தது. அவர் சொன்னார்:

"ஆனெவாரி, ஆனையைக் களவாண்டதா சொல்லுது சுத்தப்பொய்."

ஆனைவாரி சொன்னான்:

"திருமேனி[1] சொல்லித்தானே நான் ஆனையைத் திருடினேன்? வேணும்னா பொன்குருசுகிட்டெ கேட்டுப்பாருங்க. அந்த வகையிலெ திருமேனி எங்களுக்கு நாப்பது ரூவா பாக்கி தரவேண்டியதுமுண்டு."

அந்தத் தகராறு இப்படியாகப் போய்க்கொண்டிருக்கிறது. பணிவான இந்த வரலாற்றாசிரியனுக்குக் கிடைத்த தகவல் இதுதான்: இதைச் சொல்வதற்கு முன் வேறொரு விஷயம்: போலீஸ்காரனாக இருந்த பளுங்கன் கொச்சுகுஞ்ஞு எனும் கவ்யாரின் மணியடிச் சத்தம் காதில் விழுந்த உடனே மக்களின் நினைவுக்கு வருவது: பொன்குருசு . . . பொன்குருசு தோமா . . . ஆலயத்துக்கு எதுக்குப் பொன்குருசு?

ஆனைவாரி ராமன்நாயருக்கும் பொன்குருசு தோமாவுக்கும் கிடைத்தது மிகவும் அபூர்வமான ஒரு தொழில் வாய்ப்பு.

யானையைத் திருடுவது!

அதை எப்படிச் செயலாற்றினார்கள்? அந்த வரலாற்றைத் தான் மெதுவாக இனிச் சொல்லப் போகிறேன். தயவுகூர்ந்து கவனிக்கவேண்டும்.

O

1. நம்பூதிரி ஆண்களை மரியாதையுடன் குறிப்பிடும் சொல்

நான்கு

யானையைத் திருடுவதென்பது தலைசிறந்த ஒரு கலைப்பணியெனும் நம்பிக்கையைப் பேணிக் காப்பவர்கள், ஊரின் மகத்தான அறிவு ஜீவிகள்தான். யானையைத் திருடுவது எப்படி? ஆபரணங்கள், பணம், பெண் போன்ற உபகரணங்களைப்போல் இதை சுலபமாகச் செய்துவிட முடியாது. வரலாற்று மாணவர்களுக்காக யானைத் திருட்டு எனும் கலாபூர்வமான செய்முறையை இங்கே விவரிக்கப்போகிறேன்.

ஆனைவாரி ராமன் நாயர், பொன்குருசு தோமா போன்ற சித்தாந்திகள் சொல்லி வைத்திருப்பது – யானைத் திருட்டு என்பதில் பெரிய சிக்கலான கலையம்சம் எதுவும் இல்லவே இல்லை. மனத் திடம்! இது மட்டும் நிறைய வேண்டும். அப்புறம் வசனங்கள். குறைந்தபட்சம் மூன்று வசனங்களை யாவது கைவசம் வைத்திருக்கவேண்டும். அதைமூக்கு வழியாக முழக்கமிட வேண்டும். நடயானெ...! ஸெற்றியானெ...! டத்தியானெ...!

இப்படி இரண்டு மூன்று நாட்கள் பயிற்சி யெடுத்தாலே போதும். வரலாற்று மாணாக்கர்களால் சரியாக உச்சரித்துவிட முடியும்.

யானைத் திருட்டு எனும் கலை நிகழ்ச்சிக்குத் தோதான நேரம் இரவுதான் என்பதை முதலில் மறந்துவிடக் கூடாது. நடுச்சாமத்தின் சுபமுகூர்த்த அரை இருட்டு. நிலவு வெளிச்சமிருக்க வேண்டு மென்றெல்லாம் இல்லை. சுத்தமான ஊர் வெளிச்சமே போதுமானது. யானையின் ஒரு

காலில் சங்கிலியைப் பிணைத்து மரத்தோடு சேர்த்துக் கட்டப்பட்டிருக்கும் அல்லவா? ஒரு சிறு கொக்கியும் அதிலிருக்கும். இதில்தான் இரத்தக் கண்களையுடையவனும் முரட்டுக் கறுப்பனும் ஊசித் தந்தங்களையுடையவனுமான அவனைக் கட்டிப் போட்டிருப்பார்கள். கொக்கியை உருவி விட்டாலே போதும் சண்டாளன் விடுதலையாகிவிடுவான். அவ்வளவுதான். சுற்றியிருக்கும் சங்கிலியைச் சத்தம் கேட்காமல் அவிழ்த்துவிட்டால் போதும்.

“நடயானெ . . .! ஸெற்றியானெ . . .! டத்தியானெ . . .!”

ஆனால், கலைஞனின் மணம்? புது வாசம் வீசுபவனைக் கோபங்கொண்ட தோழர் யானை தும்பிக்கையால் சுற்றிப் பிடித்துத் தரையில் படுக்கப்போட்டு ஓங்கி மிதிப்பார். வயிற்றிலிருக்கும் சர்வ சீக்ரெட்சும் புளுக்கென்று வெளியில் வந்துவிடும். கலைஞன் வீரசுவர்க்கம் மேவுவான். அப்படியானால் வீரசுவர்க்க யாகத்தில் ஈடுபடுவதற்குக் கலைஞர்களின் ஒரு தற்கொலைப் படையே தேவைப்படும். அதையெல்லாம்விட உத்தமம், ஒரு வாழைக் குலைதான். நேந்திரம் பழக் குலையாக இருப்பது நல்லது. நன்றாகப் பழுத்த குலை. அப்புறம், நபரின் வாசம். அதைப் பழக்கியிருக்கவும் வேண்டும். இதையெல்லாம் வரலாற்று மாணாக்கர் நினைவிலிருத்திக் கொள்வது சிறப்பு. பழையவர்களை மறக்கவும் கூடாது. ஆனைவாரி ராமன் நாயரும் பொன்குருசு தோமாவும் யானைத்திருட்டு எனும் கலாசிருஷ்டியை ஒருங்கிணைத்து வெற்றியாளர்களாக மாறியது எப்படி?

சாத்தங்கேரி மனையிலுள்ள இரண்டு திருமேனியர்களுக்குமிடையில் ஒண்ணுமே சரியில்லாமலிருந்த காலம் அது. பெரும்பாலான காலமும் இப்படியான காலம்தான். அண்ணன் திருமேனிக்கு, தம்பி திருமேனி நிறைய, தக்க பாடங்களைக் கற்பிப்பதற்காகப் பல்வேறு அடவு வித்தைகளைப் பிரயோகித்துக்கொண்டிருந்தார். அறுவடை செய்த நெல்லை விற்றுவிடுவது; மரத்தை வெட்டி விற்றுவிடுவது – இதோடு சேர்த்து ஒரு யானையையும் விற்றுவிடலாமென்று தம்பி திருமேனி முடிவு செய்தார். ஒரு யானையைத் திருடி ஆற்றின் மறுகரையிலுள்ள காட்டில்கொண்டுபோய்க் கட்டிப்போட வேண்டும்.

ஆனைவாரி ராமன்நாயர் இந்தத் தொழில் வாய்ப்பை ஐம்பது ரூபாய் ஒப்பந்தக்கூலி அடிப்படையில் நிறைவேற்றித் தருவதாக ஏற்று, பத்துரூபாய் முன்பணமாகவும் வாங்கிக்கொண்டான். அப்படியாக, அவன் நான்கைந்து நாட்கள் தினமும் இரவு நேரத்தில் பழமும் வெல்லமும் வாங்கிக்கொண்டு வந்து பாருக்குட்டிக்குக் கொடுத்தான் வாசனையையும் இசைவையும் அதற்குப்

பழக்கப்படுத்துவதற்காக! அவ்வப்போது சின்ன நீலாண்டனுக்கும் கொடுப்பான். அதை வேதனைப்பட வைத்துவிடக் கூடாதல்லவா? அதனிடம் ஆதரவாகச் சொல்வான் ஆனைவாரி.

"சின்ன நீலாண்டா, அவ மேலே எனக்குப் பாசமெல்லாம் எதுவுங் கிடையாது! விஷயம் ஒனக்குத்தான் தெரியுமே? நான் அவளைத் திருடிட்டு வேற இடத்துக்குக் கொண்டுபோகப் போறேன்."

அப்படியே பாருக்குட்டியைத் தடவிவிடுவான்.

"டத்தியானெ...ஸெற்றியானெ..." என்றெல்லாம் சொல்லவும் செய்வான். இப்படியாகப் பாருக்குட்டியுடனான எல்லா மனஸ்தாபங்களும் தீர்ந்துகொண்டிருந்தன. சம்பவம் நடப்பதற்கு முந்திய தினம் ஆனைவாரி கேட்டான்:

"டேய் பொன்குருசு, சின்ன நீலாண்டனைத் திருடுறதா நாம காண்ட்ராக்டு எடுத்திருந்தோம்னா"

பொன்குருசு கேட்டான்:

"ஆமா, நீ எடுப்பே! அப்படியான ஒரு தொழில் வாய்ப்பு நமக்குத் தேவையுமில்லே."

ஆனைவாரி கேட்டான்:

"சின்ன நீலாண்டனைத் திருடுற அளவுக்கு நாம பெரியாளா ஆயிட்டமா?"

பொன்குருசு சொன்னான்:

"அதை நினச்சிப் பாத்தா எனக்குக் குடலே ஆட்டம் கண்டுடும். வயிறு கலங்கிடும்."

"எனக்குந்தான்."

அப்படியாக அவர்கள் மன நிறைவுடன் பாருக்குட்டியைத் திருடத் தீர்மானித்தார்கள். நல்ல இருட்டும் லேசான மழையுமிருந்த இரவு. ஊர் வெளிச்சம் அறவே இல்லை. பழத்தாருடன் பொன்குருசு தோமா முன்னால் நின்றிருந்தான். ஆனைவாரி, யானையின் சங்கிலியிலிருந்த கொக்கியை விடுவித்தான். பொன்குருசு தோமா வேகமாக நடந்தான். ஆனைவாரி, மெதுவாக இணக்கமாகச் சொன்னான்:

"நடயானெ."

யானை கொஞ்சம் வேகமாகவே நடந்தது. கட்டுப்படுவது போன்ற நடையாகத் தோன்றவில்லை. யாருக்கும் பயப்படாத

ஒரு நடை. பொன்குருசு தோமா ஓடிப்போய் ஆற்றிலிறங்கினான். யானையும் பின்னால் இறங்கியது. ஆற்றுப் பகுதியில் இருட்டுக் குறைவாகத்தானிருந்தது. அப்போதுதான் ஆனைவாரிக்குச் சரியாகத் தெரிந்தது. அவன் பதறிவிட்டான். சின்ன நீலாண்டன்! ஊசிக் கொம்பன்! இரத்தக் கண்ணன்! கோபக்காரன்! பலரைக் கொன்று தீர்த்த அந்தப் பயங்கரமான இரண்டு தந்தங்களும் நல்ல வெள்ளை நிறத்தில் தெரிந்தன. ஆனைவாரியின் வாயில் உமிழ்நீர் வற்றிப்போனது. தொண்டையும் உதடுகளும் வறண்டன. ஆனைவாரி உயிர்ப் பீதியோடு மெல்லச் சொன்னான்:

"திரும்பியே பாத்துடாதெ பொன்குருசு. தைரியமா இருந்துக்க! ஆளு மாறிப் போச்சுது. இவன் மற்றவன்."

பொன்குருசு தோமாவுக்கு விஷயம் உடனே புரிந்துவிட்டது. மகா கஜேந்திரப் போக்கிரி! சின்ன நீலாண்டன்! ஒரு நிமிடம் மயக்கம் வரும் போலிருந்தது. இல்லை, பொன்குருசு நினைத்துக்கொண்டான். ஆனைவாரி சாகப்போகிறான் என்றால் நானும் சாகப்போகிறேன். இரத்தக் கண்களுள்ள கஜேந்திர துஷ்டன் கொன்றே விடுவான். பொன்குருசு தோமா உள் நடுக்கத்துடன் மெதுவாகக் கேட்டான்:

"என்ன செய்யலாம்?"

"பழக்குலையெ அவன்கிட்டெ குடுத்துட்டு ஒரே முங்கா முங்கி ... வலது பக்கமாப் போயிடு. பின்னாலெ நானும் வந்துடறேன்."

அப்படியாக இரண்டு பேரும் மூச்சுவிட முடியாமல் செத்துவிடப் போவதுபோல் மூழ்கியும் நீந்தியும் தப்பித்து வந்து கரையை அடைந்து கட்டிப்பிடித்தபடியே நடுக்கத்துடன் திரும்பிப் பார்த்தார்கள். சின்ன நீலாண்டன் ஆற்றில் நின்று தண்ணீரை வீசியடித்து இரசித்துக் குளித்துக்கொண்டிருந்தான். பழத்தையெல்லாம் தின்று தீர்த்திருந்தான் அந்தக் கோபக்காரன்.

தோழர்கள் உயிரே இல்லாதவர்கள்போல் தங்கியிருந்த இடத்திற்கு வந்து படுத்துப் பயங்கரமான கனவுகளுடன் தூங்கினார்கள்.

சின்ன நீலாண்டன் மறுநாள் காலையில் சாத்தங்கேரி மனைக்குச் சென்றதாகவும் ஒண்ணுமே சரியில்லாத சங்கரன் நம்பூதிரிப்பாடைக் கொன்றுவிட விரட்டியதாகவும் சொல்லப்படுவதில் எந்த அளவுக்கு உண்மையிருக்கிறதென்பது பணிவான இந்த வரலாற்றாசிரியனுக்குத் தெரியவில்லை. எது எப்படியிருந்தாலும் சின்ன நீலாண்டன் மனைக்குச் சென்றது உண்மைதான். பாகன்கள் சிரமப்பட்டு அதைத் தளைக்கவும் செய்தார்கள். மகிழ்ச்சி!

ஆனைவாரிக்கும் பொன்குருசுவுக்கும் ஏழெட்டு நாட்களாகக் கடுமையான வயிற்றுப் போக்கிருந்தது. எல்லாமே குணமாகி அமைதியாகவும் மகிழ்ச்சியாகவும் அப்படி வாழ்ந்து கொண்டிக்கும்போது ஆனைவாரிக்கு ஒரு விஷயம் நினைவுக்கு வந்தது.

"டேய் பொன்குருசு!"

"என்ன டேய் ஆனைவாரி?"

"நாம திருடியது அந்த அசிங்கம் பிடிச்செ பாருக்குட்டியா இருந்தா? யோசிச்சுப்பாரு ... பிறவு, நாம வாழுறதுலெ என்ன அர்த்தமிருக்கு? ஆனையா இருந்தாலும் எதாகயிருந்தாலும் – பெண்ணு பெண்ணுதானே? பெரிய அவமானமா ஆயிருக்கு மில்லையா?"

மங்களம்!

1953
தமிழில்: குளச்சல் யூசுஃப்

பாத்துமாவின் ஆடு

ஒன்று

பாத்துமாவின் ஆடு, அதாவது பெண்புத்தி என்ற வேடிக்கைக் கதையை நான் இதில் சொல்லப் போகிறேன்.

நெடுங்காலமாக அலைந்து திரிந்த ஏகாந்த வாழ்க்கைக்குப் பிறகு, மூக்கு நுனியில் கோபத்துடன் நான் வைக்கம் நகரையடுத்த தலயோலப்பரம்பில், என் வீட்டுக்குத் திரும்பி வந்தேன். ஆர்ப்பாட்டமான வரவேற்பு. எனக்கோ காரணமில்லாமல் கோபம் வந்துகொண்டிருந்தது. மனப்புகைச்சலுடன் அமர்ந்திருந்தேன். என் வீடு... இதில் நான் யாரைக் குறைபட்டுக்கொள்ள முடியும்?

பத்துப் பதினைந்து வருடங்களாவது இருக்கும், நான் என் வீட்டில் வந்து இப்படி நிரந்தரமாகத் தங்கி! எப்போதாவது சில இரவுகளை மட்டும் இங்கே கழித்த ஞாபகங்கள் இருக்கின்றன. நான் மட்டும் தனியாகத் தங்கியிருப்பதற்கென்று வீட்டின் எதிரில், ரோட்டோரத்தில் ஓடு வேய்ந்த சிறு கட்டடமிருந்தது. இதைக் கட்டும்போது நான் கல்லும் மண்ணும் சுமந்திருக்கிறேன். சிரமப்பட்டு உழைத்திருக்கிறேன். அழகுக்காகவும் அமைதியான சூழலுக்காகவும் இதில் நான் பல வேலைப்பாடுகளைச் செய்ததுண்டு. உயரமாகக் கல்கட்டி, வெள்ளை மணல் தூவிய முற்றத்தைச் சுற்றிலும் அழகழகான செடிகள் இருந்தன. மலர்ப்பந்தலில் முல்லையும் பிச்சிப்பூவும் படர்த்தப்பட்டிருந்தன. முற்றத்தின் ஓரங்களில் கொய்யா மரங்கள் வளர்ந்துகொண்டிருந்தன. குடிப்பதற்கும் குளிப்பதற்குமென அங்கே இரண்டு

குளங்களுமிருந்தன. என் உபயோகத்திற்கு மட்டும் ஒரு ஸ்பெஷல் கக்கூஸ். தோட்டம் நிறைய தென்னையும் வாழையும் மற்றும் பல வகையான விருட்சங்களையும் நட்டு வளர்த்தினேன். இதில் மாமரங்களும் உண்டு. சாலையின் ஓரத்திலும் எல்லைகளிலும் அழகழகான அன்னாசிச் செடிகள். தோட்டத்தைச் சுற்றிலும் ஆறடி உயரத்தில் தென்னையோலையும் முள்ளும் பொதிந்த வேலி. முன்புறம், மரச்சட்டமிடப்பட்டதும் எப்போதும் பூட்டிக்கிடப்பதுமான ஒரு கேட்டு. பாதசாரிகள் அதனூடே பார்த்தால் செடிகளும் பூக்களுமெல்லாம் அழகாகத் தெரியும்.

நான் அந்தச் சிறுவீட்டில் தனியாக வசித்தேன். சாயாவும் பலகாரமும் சாப்பாடும் என் உம்மா, அதாவது அம்மா கொண்டு வந்து கேட்டின்மீது உயர்த்தித் தருவாள். அப்படியெல்லாம் சுலபமாக நான் யாரையும் உள்ளே அனுமதித்து விடமாட்டேன். நிம்மதியாக உட்கார்ந்து எழுதுவேன். அல்லது எதையாவது வாசிப்பேன். இரண்டுமில்லையென்றால் செடிகளையும் மரங்களையும் சீராட்டியபடி உலாத்திக்கொண்டிருப்பேன். அப்படியிருக்கும்போது ஒருநாள், நான் ஊர் சுற்றக் கிளம்பினேன். வர்க்கலையில் சிவகிரி, மதராசி, எரணாகுளம், கோயம்புத்தூர் போன்ற ஊர்களில் மூன்று வருடங்கள் தங்கியிருந்தேன். பிறகு உடம்புக்குச் சரியில்லாமல் போய், அமைதியைத் தேடி இங்கே திரும்பி வரும்போது, நான் தங்கியிருந்த அந்தச் சிறுவீட்டை எனக்கு நேரே இளையவனான அப்துல் காதர், வாடகைக்கு விட்டிருந்தான். எக்ஸைஸ் இன்ஸ்பெக்டர் ராமன்குட்டி, சமையல் காரனுடன் அங்கே நிம்மதியாகக் குடியிருந்தார். ஐயாவுக்கு வீடு ரொம்பப் பிடித்துப் போயிருந்தது. 'இருந்தாலும் மாறிவிடுகிறேன்' என்றார். ஆனால், அந்தக் கிராமத்தில் வேறு வீடு கிடைப்பதற்கு எந்த மார்க்கமுமில்லை. என்ன செய்வது?

அப்பாடா! அப்படியாக நான் என் வீட்டில் குடியேறினேன். அமைதி, சாந்தம். பிறகு, முழுமையான ஓய்வு. இதுதான் இப்போது எனக்குத் தேவை. ஆரோக்கியத்தை மீட்டெடுக்க வேண்டும். மனதிற்கு சங்கடத்தையேற்படுத்தும் தொந்தரவுகளோ, சத்தங்களோ எதுவுமிருக்கக்கூடாது. ஆனால், நான் தொந்தரவுகளின், ஆர்ப்பாட்டங்களின், சத்தங்களின் நடுவில் தானிருந்தேன். நட்ட நடுவில்!

ஓலை வேய்ந்த இரண்டு அறைகளும் ஒரு சமையலறையும் இரண்டு வராந்தாக்களும் கொண்ட சிறு கட்டிடம்தான் என் வீடு. இதில் யாரெல்லாம் இருக்கிறீர்கள் என்றா கேட்டீர்கள்?

என் உம்மா, எனக்கு நேரே இளையவனான அப்துல் காதர், அவனுடைய பெஞ்சாதியான குஞ்ஞானும்மா, இவர்களின்

செல்லப் புத்திரர்களான பாத்துக்குட்டி, ஆரிஃபா, சுபைதா, அப்துல் காதருக்கு இளையவனான முகம்மது ஹனீஃபா, இவனுடைய பெஞ்சாதி ஐசாம்மா, இவர்களின் அருமந்த வாரிசுகளான ஹபீபுமுகம்மது, லைலா, முகம்மது ரஷீது; ஹனீஃபாவுக்கு இளையவளான ஆனும்மா, இவளுடைய கணவனாகிய சுலைமான், இவர்களுடைய அருமந்தப் புதல்வன் செய்து முகம்மது, அப்புறம் என் கடைசித் தம்பி அபூபக்கர் என்னும் அபூ.

மனிதர்களாக இவ்வளவு பேர்கள்தான். இன்னும் இருக்கின்றன, மற்ற விஷயங்கள். எங்கிருந்தோ வந்து குடிபுகுந்த, உம்மாவிடம் அடைக்கலம் தேடிய சில பூனைகள்; இவைகளுக்குப் பயந்து மாடியில் எந்நேரமும் ஓடித்திரியும் நூற்றுக் கணக்கான எலிகள்; கூரையின் மீதமர்ந்து, கரைந்து ஆர்ப்பாட்டம் காட்டும் ஏராளமான காக்கைகள்; அனைத்திற்கும் மேலாக என் உம்மாவின் ஏகபோகச் சொத்துகளான, வீட்டைத் தங்கள் ஆளுகைக்குள் வைத்திருக்கும் பத்து நூறு கோழிகள், இவற்றின் எண்ணற்ற குஞ்சுகள். இதையெல்லாம் கொத்திக்கொண்டுபோய் ஜீவனோ பாயம் செய்து வாழும் கழுகுகளும் பருந்துகளும் மரங்களில்.

வீட்டில் எப்போதுமே ஆரவாரம்தான். சந்தைக்கடை ஆரவாரம். ரசீதும் சுபைதாவும் இன்னும் தவழ்ந்து நகரத் தொடங்கவில்லை. தாய்ப்பால் குடிக்காத நேரங்களில் இவர்கள் அழுதுகொண்டிருப்பார்கள். நடக்கத் தொடங்கியிருந்த ஆரிஃபாவும் நல்ல அழுகை வீராங்கனைதான். இவளைவிடக் கொஞ்சம் மூத்தவர்களான லைலாவும் செய்து முகம்மதுவும் திறமையான அழுகையாளர்கள்தான். அபியும் பாத்துக்குட்டியும் கூடச் சளைக்காமல் அழுவார்கள். ஹபீபு முகம்மது என்னும் பெயர் பாடசாலையில் மட்டும்தான். வீட்டில் கூப்பிடுவது அபி. தன்னை அவன் 'பி' என்று சொல்லிக்கொள்வான். அவனும் பாத்துக்குட்டியும் ஒன்றாம் வகுப்பில் படிக்கிறார்கள். அனைவருமே அழுவதில் திறமைசாலிகள்தான். பிடிவாதம் பிடிப்பவர்களும்கூட. குழந்தைகள், பூனைகள், கோழிகள், பெண்டிர், பருந்துகள், எலிகள், காகங்கள் இவர்கள் அனைவருமாகச் சேர்ந்து நல்ல ஒரு மேளக் கச்சேரி நடத்திக்கொண்டிருந்தார்கள்.

நான் சொன்ன இந்த ஆர்ப்பாட்டத்தினிடையே பார்க்கும் போது ஒரு ஆடு வந்திருக்கிறது.

பெண்ணாடுதான். தவிட்டு நிறம். நல்ல சுறுசுறுப்பு. அதிகாலையில் அது, என் வீட்டுக்கு வந்து சமையலறைக்குள் புகுந்து ஏதாவது நாஸ்தா சாப்பிடும். பிறகு, உள்கூடத்தில் வந்து தூங்கிக் கிடக்கும் குழந்தைகளின் மீது நடந்து அவர்களை

எழுப்பிவிட்டு முற்றத்திலிறங்கி இரவில் விழுந்த பலாமர இலைகளை அவசர அவசரமாகத் தின்னத் தொடங்கும்.

முற்றத்தில் ஓர் ஓரமாக நின்றிருந்த பலாமரம் வயோதிகப் பருவத்தைக் கடந்திருந்தது. ஆனாலும் காய்பலனிருந்தது. எத்தனை ஆடுகளுக்கு வேண்டுமானாலும் தின்னத்தருவதற்கு அதில் இலைகளுமிருந்தன. இலைகளையெல்லாம் வேகமாகத் தின்று தீர்த்துவிட்டு முற்றத்தின் இன்னொரு ஓரமாக நிற்கும் சாம்பமரத்தின் கீழ் செல்லும். அங்கு உதிர்ந்து கிடக்கும் சாம்பக்காய்களை எல்லாம் தின்று தீர்த்துவிட்டு நிமிர்ந்து மேலே பார்க்கும். இளஞ்சிவப்பில் அமிழ்த்தியெடுத்த பெரிய பனித் துளிகள்போல் பச்சை இலைகளினிடையே சாம்பக்காய்கள் குலைகுலையாகக் கிடந்தன. என்ன செய்யலாம்? ஆடு, இரு பின்னங் கால்களையூன்றி எம்பி நின்று தாழ்ந்த கிளையில் இருந்த காய்களைத் தின்பதற்கு முயன்றது. எட்டவில்லை. இந்த சாம்பமரத்தின் தாழ்ந்த கிளையை இப்படி உயரத்தில் இழுத்துக் கட்டியது யார்?

அப்படியே யோசித்துக்கொண்டு நிற்கும்போது பழுத்த பலா இலையொன்று விழும். ஆடு, முற்றத்தில் ஓடிச்சென்று அதை நக்கியெடுத்து ருசியாக சுவைத்துத் தின்னும். அப்போது, உம்மாவோ குஞ்ஞானும்மாவோ ஐசாம்மாவோ ஆனும்மாவோ முற்றம் பெருக்குவதற்காகத் துடைப்பத்துடன் வருவார்கள். ஆடு ஓடி வீட்டுக்குள் புகுந்து ஒவ்வொரு இடமாகப் போய் எதையாவது தேடித்திரியும்.

இந்த ஆடு யாருடையது? எவ்வளவு உரிமையாக இது நடந்துகொள்கிறது? எங்கெங்கெல்லாம் நுழைகிறது. என்னவெல்லாமோ செய்கிறது. ஆனாலும், யாரும் எதுவும் சொல்வதில்லை. கேட்பாரும் கேள்வியுமில்லாத வீடா?

நான் சாய்வு நாற்காலியில் முன்புற வராந்தாவிலிருக்கும் போது அறைக்குள் யாரோ காகிதத்தைக் கிழித்தெடுக்கும் சத்தம் கேட்டது. ஜன்னல் வழியாக உள்ளே பார்த்தேன். ஆச்சரியம்! ஆடு என் படுக்கையில் ஏறி நின்று புத்தகத்தைத் தின்றுகொண்டிருந்தது.

பெட்டியின்மீது 'பால்யகால சகி', 'சப்தங்கள்' ஆகிய புத்தகங்களின் புதிய பதிப்பில் ஒவ்வொரு பிரதி இருந்தது. இதில் 'பால்யகால சகி'யை ஆடு இப்போது சாப்பிடுகிறது. முன்காலால் மிதித்துப் பிடித்தபடி இரண்டு மூன்று பக்கங்களாகச் சேர்த்து நக்கியெடுத்து வாயிலிட்டு ஸ்டைலாக அரைத்துத் தின்கிறது. தின்னட்டும். நல்ல ஆடுதான்... 'சப்தங்கள்' இருக்கிறதே? தொடர்ந்து விமர்சன பீரங்கிக் குண்டுகளை ஏற்ற சிறுபுத்தகம்!

இருந்தாலும் அதன் உள்ளடக்கம் கனமானதுதான். அந்தப் புத்தகத்தைத் தின்பதற்கு ஆட்டுக்குத் தைரியம் வருமா?

எந்தவிதத் தயக்கமுமில்லாமல் 'பால்யகால சகி' உள்ளே போனது. பிறகு, 'சப்தங்க'ளைச் சாப்பிடத் தொடங்கியது. இரண்டு நிமிடத்திற்குள் முழுவதையும் சாப்பிட்டுத் தீர்த்தது. பிறகு என் போர்வையை தின்னத் தொடங்கியது. நான் துள்ளிக் குதித்து ஓடிச் சென்றேன்.

'ஹே [1]அஜசுந்தரியே! பவதியே, அந்தப் போர்வையைத் தின்னாதே! அது நூறு ரூபாய் கொடுத்து வாங்கியது. அந்தப் போர்வையின் வேறு பிரதியெதுவும் என்னிடம் இல்லை. என் புத்தகங்களின் பிரதிகள் இன்னும் இருக்கின்றன. பவதிக்கு வேண்டுமானால் நான் அதைத் தருவித்து இலவசமாகத் தருகிறேன்.

ஆட்டை வெளியே விரட்டினேன். அது பலாமரத்தடிக்கு ஓடியது. அங்கே இரண்டு மூன்று இலைகள் உதிர்ந்து கிடந்தன. தாயம்மாள், அவற்றைத் தின்னத் தொடங்கினாள்.

நான் உம்மாவைக் கூப்பிட்டுக் கேட்டேன்:

"இந்த ஆடு யாரோடது உம்மா?"

உம்மா சொன்னாள்:

"நம்ம பாத்துமாவோட ஆடுதான்."

"ஓ... அதனால்தான் இதுக்கு இவ்வளவு சுதந்திரமா?"

பாத்துமாவின் ஆடு... விஷயம் பிடிபட்டது. நேரம் விடிவதற்கு முன் பாத்துமா அதை அவிழ்த்து விட்டுவிடுவாள்.

"அந்தப் பலாவிலையை எல்லாம் அவளுங்க கூட்டித் தூர எறியதுக்கு முன்னால நீ போய் வயிறு நிறைய தின்னு எந்தங்கமே" என்று உபதேசம் செய்து அனுப்புவாள். ஆடு ஒழுங்கு மருவாதியாக பொதுச் சாலை வழியாக வீட்டுக்கு வந்து சேரும். அப்புறம் என்ன? கணிசமான அளவுக்குத் தொந்தரவுதான்.

இந்த ஆட்டுக்கார பாத்துமா என்னுடைய தங்கை. அப்துல் காதருக்கு நேர் இளையவள். தங்கியிருப்பது ஒன்றரை பர்லாங் தூரத்திலிருக்கும் சந்தையின் பின்புறம். அவளது புருஷனான கொச்சுண்ணிக்கு காலையில் சாயாவும் பலகாரமும் செய்து கொடுத்து அவனை வியாபாரத்திற்கு அனுப்பி வைப்பாள். ஐயா, பலவிதமான வியாபாரங்களும் செய்து பார்த்தவர்.

---

1 அழகான ஆடு

இப்போது கயிறு வியாபாரம் செய்துகொண்டிருக்கிறார். சாயங்காலத்திற்குப் பிறகுதான் திரும்பி வருவார்.

கொச்சுண்ணி போனதும் பாத்திரங்களை எல்லாம் கழுவி குப்புறக் கவிழ்த்து வைத்துவிட்டு தனது மகள் கதீஜாவுடன் நேராக வீட்டுக்கு வருவாள். அந்த வருகையே ஒரு தனி அழகாகத்தானிருக்கும். கதீஜாவும் வால்போல் பின்னால் ஒட்டிக்கொண்டிருப்பாள். கனவுலகில் மிதப்பதுபோல் நடப்பாள் பாத்துமா. வீட்டுக்கு வந்த உடனேயே பாவம் மாறிவிடும். அவளது குரல்தான் மேலோங்கி நிற்கும். அதற்கான தேவையுமிருக்கிறதே? அவள்தான் உம்மாவின் மூத்த மகள். எனவே, வீட்டில் கொஞ்சம் அதிகப்படியான அதிகாரங்கள் இருக்கத்தானே செய்யும்?

பாத்துமா வந்து ஏறும்போது நான் ஓரக்கண்ணால் கவனித்தேன். பாத்துமாவின் ஆடு நிற்கிறது; உம்மா இருக்கிறாள்; தங்கை இருக்கிறாள்; இரண்டு நாத்தனார்கள். என்ன நடக்கப் போகிறதோ?

பாத்துமா உள்ளே போய் தங்கையிடமும் உம்மாவிடமும் நாத்தனார்களுடனும் சிறு அதிகாரத்துடன் கேட்டாள்:

"யாராவது என் ஆட்டுக்குக் கஞ்சித் தண்ணி வச்சீங்களா?"

உம்மா சொன்னாள்:

"இங்கியே நூறு கூட்டம் வேலை கெடக்கு. இதுல ஒன்னோட ஒரு ஆடு."

பாத்துமா நாத்தனார்களிடம் ஏதேதோ கேட்கிறாள். தங்கையைப் பார்த்து சற்று சினந்து வைத்தாள்.

"உன்னிய எனக்கு நல்லாத் தெரியும்டீ."

ஆனும்மா இதற்கு என்ன பதில் சொன்னாள் என்பது தெரியவில்லை. பாத்தும்மா, உம்மாவிடம் தனது வாழ்க்கைக் கஷ்டங்களைப் பிரஸ்தாபித்தாள். நிறைய வேதனைகள். பிறகு, ஒரு குத்தலுடன் அறிவித்தாள்:

"நீங்க யாரும் எதுவும் செய்யவேணாம். என் ஆடு குட்டி போடட்டும். பிறகு, பார்த்துக்கலாம்?"

தனது ஆடு பிரசவித்த பிறகு பாத்துமா இந்த உலகோரிடம் எதை அறிவுறுத்தப் போகிறாள்?

சாம்பமரம் காய்களால் புன்னகைத்துக்கொண்டிருந்தது. நான் அதைப் பார்த்தபடியே சாய்வு நாற்காலியில் மேற்கு பார்த்துத் திரும்பிப் படுத்திருக்கும்போது மியாவ்... மியாவ் என்ற

அருவருப்பான குரலுடன் அந்த அகதிப் பூனைகள் என் பக்கத்தில் வந்தன. அதிலொன்று உற்சாகத்துடன் துள்ளிக் குதித்து என் மடியில் உட்கார்ந்துகொண்டது. இந்தப் பூனை பெரிய அளவில் சுத்தபத்தமாக ஒன்றுமில்லை.

எதற்காக என் மடியில் வந்து உட்கார்ந்திருக்கிறது? எங்களுக்குள் எந்த முன்பரிச்சயமும் கிடையாது. ஒருவேளை, பார்த்ததுமே பிடித்துப் போயிருக்கலாம். சரி, உட்கார்ந்துவிட்டுப் போகட்டும்... அப்படியே சாலையைப் பார்க்கும்போது நிறைய குமரிப்பெண்கள் போகிறார்கள். ஹைஸ்கூலில் படிப்பவர்கள். எல்லாரும் என்னையே பார்க்கிறார்கள். அழகழகான மாணவிகள். கூர்மையான பார்வை.

என்ன விஷயம்?

பாத்துமாவின் ஆட்டின் முதுகில் ஒரு காகம் வந்தமர்ந்தது. காகத்தையும் சுமந்துகொண்டு ஆடு என் எதிரில் வந்து நின்றது. 'ஏற்கெனவே பார்த்தது மாதிரியான ஞாபகம் எதுவுமில்லையே' என்பதுபோல் காகம் இலேசாகத் தலைசாய்த்து என்னைப் பார்த்தது.

பக்கத்தில் சிமெண்ட் திண்ணையிலமர்ந்து நிறைய கோழிகள் எதையெதையோ கொத்திப் பொறுக்கிக்கொண்டிருந்தன. அந்தக் கூட்டத்தின் கடையோரமாக அந்தக் காகம் வந்தமர்ந்தது.

இதற்கு இங்கே என்ன உரிமை இருக்கிறது என்பதுபோல் கோழிகள் பார்த்தன. காகத்திடம் எந்தத் தயக்கமும் தென்படவில்லை.'நான்தான் இந்த இடத்திற்குச் ஏகபோக அதிபதி' என்பதுபோல் அதுவும் கொத்திப் பொறுக்கத் தொடங்கியது.

சபைக்கு அப்போது ஒரு வெள்ளைப் பூனை வந்தது. கூட்டத்தில் நின்றிருந்த கருங்கோழிக்கு இது அவ்வளவாக ரசிக்கவில்லை. அது, பூனையின் தலையில் ஒரு கொத்து வைத்தது. பூனை சீறியது. வாலை உயர்த்தி ரோமங்களைச் சிலிர்த்துக் கொண்டு 'இந்த வீட்டில் எங்களுக்கு உரிமையிருக்கிறதா இல்லையா என்பதை நிரூபித்துக் காட்டுகிறேன்; தைரிய மிருந்தால் இன்னொருமுறை கொத்து பார்க்கலாமே' என்பதுபோல் நின்றது.

"உம்மா இங்க பாரு" என்ற கனத்த சத்தத்துடன் அந்த இடத்திற்குத் துவைத்து இஸ்திரிபோட்ட உடைகளும் சீவி மினுக்கிய தலைமுடியும் சத்தமெழுப்பும் செருப்புகளுமாக என் கடைசித் தம்பி அபூபக்கர் வந்தான். இவன் வெறும் 'அபூ'வாகத் திரிபவன். ஐயா ஒரு லெஃப்ட்டிஸ்ட் என்பதாகக் கேள்வி. தினமும் இரண்டு தடவை உடை மாற்றுவான்.

அவனிடம் அறுபது ஜோடி செருப்புகள் இருக்கிறதென்று உம்மா சொல்லியிருந்தாள். நூல்போல் ஒடிசலாக இருப்பான். ஆனாலும் நல்ல சவுண்ட் விடுவான். பெரிய சிங்காரியும்கூட. நான் வந்த உடனே அவனது இருப்பிடத்தைக் காலி செய்யவைத்தேன். வீட்டிலிருந்த எனது அறையில் ஒரு சர்வாதிகாரிபோல் அவன் வாழ்ந்துகொண்டிருந்தான். அந்த அறை, நானும் அப்துல் காதரும் உட்கார்ந்து படிப்பதற்காக வாப்பா முன்பு வீட்டோடு சேர்த்துக் கட்டியது. நான் அப்துல் காதரை அந்த இடத்தி லிருந்து அப்போதே காலி செய்ய வைத்துவிட்டேன். பிறகு, அவன் உம்மாவுடன் படுத்துக்கொண்டான். அப்துல் காதரின் தலை இப்போது நரைத்துப்போயிருந்தது. பார்ப்பதற்கு என் அண்ணனைப் போலிருந்தான். பழைய, என் அறைக்கு இணையான வேறொன்றை இப்போது வீட்டின் இந்தப் பக்கத்தில் கட்டியிருந்தான். அதில்தான் இப்போது ஹனீஃபாவும் பெஞ்சாதியும் பிள்ளைகளும் இரவைக் கழிக்கிறார்கள். அபூவின் ஜாகையை நான் காலி செய்ய வைத்தபோது அவன் தனது பெட்டிகள், புத்தகங்கள், விளக்கு, படுக்கை என அனைத்தையும் எடுத்துக்கொண்டு ஹனீஃபாவின் அறைக்கு மாறினான்.

அபூவின் சத்தத்தைக் கேட்டதும் பூனைகள் ஓடின. காகம் பறந்தகன்றது. கோழிகள் நாலா திசைகளில் பாய்ந்தன. பாத்துமாவின் ஆடு தூரத்தில் பெண்களிருக்கும் இடத்தைப் பார்த்து ஓடியது. குழந்தைகள் அழுவதை நிறுத்திக்கொண்டன. பருந்துகளும் கழுகும் நிசப்தமாக எங்கோ ஒளிந்துகொண்டன. பெண்களின் பேச்சுச் சத்தம் நின்றது. வீடு அமைதியானது.

அபூவின் குரல் மட்டும் உயர்ந்தது:

“பெரிய [1]காக்கா இதையெல்லாம் பாத்துட்டு சும்மா இருக்கீங்களே? பூனைங்க, குழந்தைங்க, கோழி, காக்கை, ஆடு... ஆட்டுக்கு தீனிபோட இந்த இடந்தானா கிடைச்சுது? எல்லாத்தையும் நான் ஒரு வழி பண்ணிர்றேன்—உம்மா அந்தக் கம்பைக் கொஞ்சம் இங்க எடுத்துட்டு வாங்க.”

பாத்துமா உடனே மனச்சங்கடத்துடன் சொல்லும் ஆவலாதி கேட்டது:

“கதீஜா, நம்ம ஆட்டைக் கூப்பிடு. நமக்கு இந்த வீட்டுலே எந்த உரிமையுமே இல்லேன்னு தெரிஞ்சி போயிடுச்சி. வா, போகலாம். என் செல்ல உம்மா, நாங்க போறோம்.”

அபூ குரலுயர்த்தினான்:

---

1 அண்ணன்

"எனக்கும் இந்த வீட்டுக்குள்ள ஏதாவது உரிமையிருக்கா என்கிறதை நானும்தான் பாத்துர்றனே? இன்னைக்கு அனீபா காக்காவையும் பெஞ்சாதி பிள்ளைங்களையும் நான் குடியிறக்குவேன்."

நானும் குரல் கொடுத்தேன். பெருங்குரல்:

"டேய், இனிமேல் இந்த வீட்டுல உன்னோட குரலே கேட்டுடப்புடாது. எலும்பை நொறுக்கிடுவேன். ஈர்க்கிலுபோல இருந்துட்டு அவன் தொண்டையைத் திறக்கறதைப் பாரேன். டேய், அனீபாவை இறக்கிவிட்டா அவனும் பெஞ்சாதிப் பிள்ளைங்களும் எங்கடா போய் இருப்பாங்க?"

அபூ மெதுவாகச் சொன்னான்:

"அனீபா காக்கா அவரோட எஸ்டேட்லே ஒரு வீடு வச்சு இருக்கட்டும்."

அது சரி. அப்படியொரு தகவலுமிருந்தது. வீடு கட்டுகிற விஷயத்தைப் பற்றி ஹனீஃபா ஏற்கெனவே என்னிடம் சொல்லியுமிருக்கிறான். இரண்டு மைல் தூரத்தில், குன்றின் சரிவில், ரோட்டையடுத்து எண்பது செண்டில் அவன் நிலம் வாங்கியிருந்தான். அதில் இப்போது நேந்திரம்வாழையும் மரவள்ளிக் கிழங்கும் மாமரங்களும் வைத்து விவசாயம் செய்து வருகிறான். அந்த இடத்தில் ஒரு வீடு வைக்க வேண்டும். அதற்கான உதவிகளை அவன் என்னிடமிருந்து எதிர்பார்க்கிறான். அதிகாலையில் நான்கு மணிக்கு எழுந்து நடந்து போய் மரங்களுக்குத் தண்ணீர் ஊற்றிவிட்டு ஏழு மணிக்குத் திரும்பி வருவான். பிறகு, அபியையும் லைலாவையும் அழைத்துக்கொண்டு ஆற்றுக்குக் குளிக்கக் கிளம்புவான். வாப்பாவும் பிள்ளைகளும் நல்ல நண்பர்கள். அவர்களுடைய தோட்டத்தில் வீடு வைத்தால் என்னையும் அங்கே அழைத்துக்கொண்டு போவதாக அபியும் லைலாவும் சொல்லியிருக்கிறார்கள். இதை செய்து முகம்மதுவும் சொல்லியிருக்கிறான். அவனும் அவனுடைய உம்மாவான ஆனும்மாவும் வாப்பா சுலைமானும் வீட்டையடுத்த தோட்டத்தில் ஒரு வீடுகட்டிக்கொண்டிருந்தார்கள். அதற்கான மரவேலைகள்கூட முடிவடைந்துவிட்டன. கல்லும் இறக்கி வைக்கப்பட்டிருந்தது. ஹனீஃபா இதில் எதையுமே செய்திருக்கவில்லை.

நான் சொன்னேன்:

"டேய் அபூ, அனீபாவோட கையிலே காசெதுவும் இல்லை போல தெரியிதுடா."

அபூ மெதுவாகச் சொன்னான்:

“அனீபா காக்கா பெரிய கருமிங்குறேன். கையிலெ நிறைய பணம் உண்டு.”

“நீ, போடா.”

அவன் ரப்பர் கவணும் உருளைக் கற்களுமாகப் பறவைகளை அடிக்கக் கிளம்பினான்.

“நீ வா ஆடே, அவன் ஒண்ணும் செய்யமாட்டான்” என்று ஆட்டை சமாதானப்படுத்திவிட்டு பாத்துமா ஆட்டுடன் இந்தப் பக்கமாக வந்தாள். பக்கத்திலிருந்த தோட்டத்தில் அபூ நிற்பதைக் கண்டதும் பாத்துமா சத்தமாகச் சொன்னாள்:

“டேய், அபூ... நீ மருவாதியா இருந்துக்க சொல்லிட்டேன். பெரிய காக்கா வந்திருக்கறது தெரியுமா ஒனக்கு?”

“பெரிய [1]தாத்தா என்னை ‘டேய்’ போட்டு கூப்பிட்டதைக் கவனிச்சீங்களா பெரிய காக்கா? பெரிய காக்கா வந்திருக்குற மூப்பு அவளுக்கு, உம்...”

அபூவுக்கு மூத்தவனுக்கும் மூத்தவனுக்கும் மூத்தவள்தான் பாத்துமா. அவள், அவனை டேய் போட்டுக் கூப்பிட்டது அவனுக்கு அவமானமாகிப் போய்விட்டது.

நான் சொன்னேன்:

“அப்படீன்னா இனிமேல் உன்னை அபூசார்னு கூப்பிடச் சொல்றண்டா, போடா.”

பாத்துமா என் பக்கத்தில் வந்தாள். பிறகு அக்கம்பக்கம் பார்த்துக்கொண்டாள். யாருமில்லை. ரகசியமாகச் சொன்னாள் பாத்துமா:

“பெரிய காக்கா, யாரும் அறிய வேணாம். ஆனும்மா அறிஞ்சா சண்டைக்கு வருவாள். பெரிய காக்கா எனக்குப் பணமா எதுவும் தரவேணாம். கதீஜாவுக்கு இரண்டு கம்மல் மட்டும் செய்துபோட்டுடுங்க, போதும். அனீபாவும் அறிய வேணாம், சின்ன காக்காவும் அறியவேணாம், அபூவும் அறிய வேணாம், உம்மாவும் அறியவேணாம்.

நான் மெதுவாகக் கேட்டேன்:

“கம்மல் வெள்ளியிலயா, தங்கத்திலயா?”

பாத்துமா அங்குமிங்கும் பார்த்துவிட்டு மெதுவாகச் சொன்னாள்:

---

1 அக்கா

“தங்கத்திலதான். பெரிய காக்கா, யார்கிட்டயாவது சொல்லுவீங்களா?”

“சே!” நான் சொன்னேன்:

“பரம ரகசியமாக வைப்பேன்.”

அப்படியாக பாத்துமாவுடன் நான் ஒரு ரகசிய உடன்பாடு செய்துகொண்டேன்.

“கம்மல் உடனே வேணும்.” பாத்துமா சொன்னாள்.

நான் சொன்னேன்: “பார்க்கலாம்.”

இந்தக் கம்மல் ஒரு அவசரப் பிரச்சினையாக மாறுவதற்கு ஒரு சிறு காரணமிருந்தது. நான் வந்த பிறகு மூன்று சிறு குடைகளை எரணாகுளத்திலிருந்து வரவழைத்து அப்துல் காதரின் மகள் பாத்துக்குட்டிக்கும் ஹனீஃபாவின் மகன் அபிக்கும் ஆனும்மாவின் மகன் செய்து முகம்மதுவுக்கும் கொடுத்தேன். பாத்துமாவின் மகள் கதீஜாவுக்குக் கொடுக்கவில்லை. பாத்துக் குட்டியும் அபியும் செய்து முகம்மதுவும் கதீஜாவும் கிட்டத்தட்ட சம வயதினர்தான். குறும்புத்தனமும் கூப்பாடும்கூட சரிக்குச் சமம். அழுகையும் அதுபோலவேதான். ஆனால், கதீஜாவுக்குக் குடை கொடுக்கவில்லை. ஏன்? ஏனென்றால் நான் மறந்து போய்விட்டேன். பரவாயில்லை. அவளுக்கு இரண்டு தங்கக் கம்மல்கள் ரெடி.

பாத்துமா விலகிப்போய் நின்று ஏதோ வீட்டு வேலையில் ஈடுபட்டிருந்த நேரம் பார்த்து ஆனும்மா மெல்ல என் பக்கத்தில் வந்தாள். அவள் கர்ப்பமாக இருக்கிறாள். பாத்துமா பள்ளிக்கூடத்திற்குப் போனதில்லை. ஆனும்மா போயிருக்கிறாள். ஆகவே அவள் பாத்துமா பேசுவதுபோல் பேசமாட்டாள். அவள் மெதுவாகச் சொன்னாள்:

“பெரிய காக்கா, இனிமே எனக்கு ரூபாயாக எதுவும் தரவேணாம். பாத்திரங்கள் வாங்கித் தந்தாப் போதும். அதுகூட இப்ப வேணாம். நாங்க வீடு மாறிப்போகும்போது தந்தாப் போதும். இந்த விஷயத்தை தாத்தாகிட்டே சொல்லாதீங்க.”

அதாவது, பாத்துமா அறிய வேண்டாம் என்பதுதான் இதன் சாரம். அறிந்தால் அவள் சொல்வாள்:

“போதும்டீ போதும் உன்திருட்டுத்தனம். நீ படிச்சவ, எனக்குத் தெரியாம நீ பெரிய காக்காகிட்டேருந்து எல்லாம் வாங்கியிருக்கே, இல்லையா?”

ஆகவேதான் இந்தப் பாத்திர ரகசியம் காதும் காதும் வைத்ததுபோல் நடந்தது. ஆனும்மாவுக்கு வீட்டுப் பாத்திரங்கள் வாங்கித் தருவதாகவும் விஷயத்தை ரகசியமாக வைத்துக்கொள்வ தாகவும்ஒப்புக்கொண்ட அந்தக்கறாரில்நான்கையொப்பமிட்டேன். அப்படியாக அமைதியாக இருக்கும்போது சிறு அளவிலான ஒரு ஆர்ப்பாட்டம்:

“[1]உள்ளாடத்திப்பாரு... உள்ளாடத்திப்பாரு... நான் கூட்டிட்டுப் போவமாட்டேன்.”

லைலாவின் குரல். அவள் யாரை உள்ளாடத்திப்பாரு என்று திட்டுகிறாள்? அதிக நேரமொன்றும் காத்திருக்க வேண்டியதிருக்கவில்லை. அவமானம் தாங்க முடியாமல், கலங்கிய கண்களுடன் ஒற்றை ஆண்பிள்ளையான செய்து முகம்மதுவும் லைலாவும் என்முன் வந்தார்கள்.

அவன் முழு அம்மணமாக வந்து நின்றான்.

மிகுந்த மன வேதனையுடன் செய்து முகம்மது சொன்னான்:

“[2]கண்ணு மாமா, லைலாம்மா என்னை உள்ளாடத்திப் பாருன்னு சொன்னா.”

ஒரு ஆணை உள்ளாடத்திப்பாரு என்று கூப்பிடுவதா? அதுவும் வெறுமொரு பீக்கிறிப் பெண்ணு.

“கம்பெடுத்துட்டு வாடா.”

செய்து முகம்மது கம்பெடுக்க ஓடினான்.

நான் கூப்பிட்டேன்.

“எடீ, லைலா இங்க வாடி.”

அவள் வந்தாள். முழு அம்மணம்தான். செய்து முகம்மது கொண்டுவந்த கம்பைக் கண்டதும் அவள் சொன்னாள்:

“பெரிய மூத்தாப்பாவை கூட்டிட்டுப் போவமாட்டேன்.”

“நீ கூட்டிட்டு போவவேண்டாண்டி” என்று சொல்லிவிட்டு செய்து முகம்மதின் கையிலிருந்த கம்பை வாங்கினேன். லைலா, குய்யோ முறையோ என்று பெருங்குரலில் அழத்தொடங்கினாள்.

“உம்மச்சீ... உம்மச்சீ...”

லைலா அவளது உம்மாவை உம்மச்சி என்றுதான் அழைப்பாள்.

---

1 உள்நாடன் பெண்ணின் பெயர்: மலைவாழ் பெண்

2 பெரிய மாமா

“நீ ஒன் உம்மச்சியைக் கூப்பிடு, ஒன் வாப்பாவைக் கூப்பிடு, உப்பப்பாவைக் கூப்பிடு. நான் எவன் வந்தாலும் அடிப்பேன்.”

உப்பப்பா என்றால் தாத்தா. லைலாவின் உம்மாவின் வாப்பா. மேற்படியான் வசிப்பது ஹனீஃபாவின் தோட்டத்தின் அருகில். அந்த இடத்தில் எங்கோ, ஒரு ரயில்வே ஸ்டேஷன் வரப்போகிறது. அப்போது நிலத்திற்குக் கேட்ட விலை கிடைக்கும். மட்டுமல்ல, அந்தப் பகுதி அபிவிருத்தியாகும். இதையெல்லாம் முன்னமே தீர்மானித்துதான் லைலாவின் உப்பா, ஹனீஃபாவிடம் சொல்லி அந்த நிலத்தை வாங்க வைத்தார். லைலா சொன்னாள்:

“உம்மச்சியை அடிக்கவேணாம், வாப்பச்சியை அடிக்க வேணாம், உப்பப்பாவை அடிக்கவேணாம்.”

“அப்படீன்னா நீ இனிமேல் உள்ளாடத்திப்பாருன்னு ஆம்புளப் புள்ளங்களை கூப்பிடப்படாது.”

“இல்லே.”

“உன் வாப்பா வீடு வைக்கும்போது செய்து முகம்மதைக் கூட்டிட்டுப் போவியா? பெரிய மூத்தாப்பாவைக் கூட்டிட்டுப் போவியா?”

அவள் கண்ணீருடன் சொன்னாள்:

“எல்லாரையும் கூட்டிட்டுப் போவேன்.”

அப்பாடா..! ஒருவிதமாக அந்த வழக்கு முடிவுக்கு வந்தது. நஷ்ட ஈடாக செய்து முகம்மதுவுக்கு இரண்டு மிட்டாயும் ஒரு பூவன் பழமும் கொடுத்தேன். என்னிடம் ஏத்தன்பழம், தக்காளி, கதலிப்பழம், அன்னாசிப்பழம், பூவன்பழம், மிட்டாய் என எல்லாமே ஸ்டாக் இருந்தன. மிட்டாய் மட்டும்தான் நான் காசு கொடுத்து வாங்கியது,பிள்ளைகளின் அழுகையை நிறுத்துவதற்காக! மற்றதெல்லாம் என் தம்பிமார்களும் கொச்சுண்ணியும் சுலைமானும் வாங்கித் தந்தவை. எனக்குப் பழவகைகள் நிறைய சாப்பிடவேண்டியிருந்தது. எல்லாவற்றையும் நான் மேசையின் மீதுதான் வைத்திருந்தேன். செய்து முகம்மது பெட்டியின் மீது ஏறி நின்று பழங்களைத் திருடித் தின்றதை ஒருதடவை நான் நேரில் பார்த்துவிட்டேன். நான் பார்த்து விட்டேன் என்பது அவனுக்கும் தெரிந்துபோய்விட்டது. என் எதிரில் திருடனாக மாறிவிட்டதில் அவனுக்கு ரொம்ப வருத்தம். அழுதான். இனிமேலும் அவன் அழாமலிருப்பதற்காகப் பழங்களையெல்லாம் பத்திரமாகப் பெட்டியில் வைத்துவிட்டேன். செய்து முகம்மது, மிட்டாயும் பழமும் தின்பதைக் கண்டபோது லைலாவுக்கு அழுகை வந்தது. அவளுக்கும் இரண்டு மிட்டாய்களும் ஒரு

பழமும் கொடுத்தேன். வாசம் பிடித்து வந்த ஆரிஃபாவுக்கும் இதே கணக்கில் கொடுத்தேன். இரண்டிரண்டு மிட்டாய் வீதம் சுபைதாவுக்கும் ரசீதுக்கும் கொடுத்தனுப்பினேன். பிறகு, ஆனும்மாவிடம் சொல்லி ஒரு சாயா கொண்டுவரச் செய்துவிட்டு நிம்மதியாக பீடியும் பற்றவைத்து ஒரு புத்தகத்துடன் சாய்வு நாற்காலியில் சாய்ந்தேன். எல்லாமே அமைதி.

அப்படியே படுத்திருக்கும்போது என்னை ஸ்டைலாகப் பெற்றெடுத்த என் உம்மா பக்கத்தில் வந்தாள். அவளுக்கு வயது அறுபத்தி ஏழோ எழுபத்தி ஏழோ, எண்பத்தி ஏழோ ஆகிறது. இன்னமும் பல் விழவில்லை. அதிகாலை நாலு மணிக்கு எழும்புவாள். பிறகு, குட்டைகளில் ஊறப் போட்டிருக்கும் தென்னவோலைகளை இழுத்துக்கொண்டு வந்து போட்டு முடைவாள். முடைந்து தீர்ந்ததும் ஓலைக்கீற்றுகளை எல்லாம் தரையில் விரித்துப் போடுவாள். சூரியன் உதிக்கும்போதிலிருந்தே அவை முழுதாக உலரவேண்டும். பிறகு, வீட்டுக்குத் தேவையான தண்ணீரை இறைத்து பாத்திரங்களில் நிரப்புவாள். இரண்டு கைகளிலும் ஒவ்வொரு பெரிய குடம் தண்ணீரைத் தூக்கிக் கொண்டு வருவாள். பாத்துமாவையும் ஆனும்மாவையும் ஐசாமா வையும் குஞ்ஞானும்மாவையும் வைவாள். சத்தம் போடுவாள். “ஆமா... ரொம்பதான் வேலை செய்து களைச்சிட்டீங்க, ராத்திரி பத்துமணிவரைக்கும்.” பாத்துமா எல்லா நாளிரவுகளும் வீட்டிலிருக்கமாட்டாள். ஆனாலும், மொத்தம் மூன்று பெண்கள் வீட்டிலிருந்தார்கள். உம்மா எதுக்காக வேலை செய்யணும்? சும்மா ஒரு பக்கம் இருந்துடப்புடாதா? இந்தக் கேள்விகளுக்கெல்லாம் உம்மாவிடம் அருமையான ஒரு பதில் இருந்தது: “அவளுங்களுக்கு ஒண்ணுந் தெரியாதுடா. வீட்டு வேலை செய்ய அவளுங்க இன்னும் பழகலை.” “சரி, அவளுங்களும் பழகட்டுமே. உம்மா பொறுப்பைக் கொஞ்சம் விட்டுக்கொடுங்க.” உம்மாவிடம் அதற்கும் ஒரு பதில் இருந்தது. “ஒனக்கு வீட்டைப் பற்றி என்னடா தெரியும்? ஒத்தைத் தடி; முக்காஜாண் வயிறு.”

இதிலும் நான் தோற்றுப் போகவில்லை என்றால் சொல்வாள்:

“அவளுங்களுக்கெல்லாம் குழந்தைங்க இருக்கே, அதை யாருடா கவனிப்பா?”

நான் சொல்வேன்:

“ஒருத்தி குழந்தைங்களைப் பாத்துக்கட்டும், பாக்கியுள்ள வளுங்க வீட்டுவேலை செய்யட்டும்.”

“ஒனக்கு என்ன வேணும்னாலும் சொல்லிட முடியும். ஒத்தைக்கட்டை. முக்காஜாண் வயிறு. நீ எனக்குக் கொஞ்சம் ரூபா தா.”

எங்களது பேச்சுவார்த்தைகள் எப்போதுமே வந்து சேருவது ரூபாயில்தான். இது எனது ஆரோக்கியத்தைப் பொறுத்தவரை அவ்வளவு சரியானதுமில்லை. ஆகவே, உம்மா எதைச் சுமந்து கொண்டு போனாலும் சரி, எதை இழுத்துக்கொண்டு திரிந்தாலும் சரி, நான் பார்த்துவிட்டு பேசாமல் இருந்துவிடுவேன். எதற்கு உம்மாவைத் தேவையில்லாமல் ரூபாய் கேட்க வைக்க வேண்டும்?

உம்மா வந்ததுமே மெதுவாகக் கேட்டாள்:

"டேய், எனக்கு ஒரு பத்து ரூபா தாடா."

அதற்கு நான் இப்போது உன்னிடம் எந்த உபதேசமும் செய்யவில்லையே என்பதுபோல் உம்மாவைப் பார்த்தேன்.

உம்மா மெதுவாகச் சொன்னாள்:

"அத்துலு அறிய வேணாம், அனீபா அறியவேணாம். ஆனும்மாவும் பாத்துமாவும் அறியவேணாம்."

நான் மிக ரகசியமாகக் கேட்டேன்:

"குஞ்ஞானும்மாவும் ஐசாமாவும் அறிஞ்சா பிரச்சினை ஒண்ணுமில்லையா?"

உம்மா சினந்துகொண்டாள்:

"போதுண்டா, ஒனக்கு இஷ்டமிருந்தால் தா. யாரும் அறிய வேணாம்."

நானும் லேசாகக் கோபித்துக்கொண்டேன்:

"நான் வந்த பிறகு எவ்வளவு ரூபா தந்திருக்குறேன், இந்த வீட்டுக்கு. தெரிஞ்சும் தெரியாமலுமா நீங்க எவ்வளவு ரூபா வாங்கியிருக்கீங்க?"

உம்மா மெதுவாகச் சொன்னாள்:

"நீ ஒண்ணும் தரலேன்னா நான் சொன்னேன்? எனக்கு இப்போ ஒரு பத்து ரூபாவுக்கு செலவு இருக்கு."

"நான் தந்ததெல்லாம் எங்கே? ரொம்ப நாள் ஒண்ணும் ஆயிடல்லையே? அந்த ரூபா எல்லாம் எங்கே?"

உம்மா மிக மெதுவாகச் சொன்னாள்:

"மெதுவாப் பேசு. எல்லாத்தையும் அத்துலு வாங்கிட்டான்."

"அவனுக்கு நான் தனியா வேற கொடுத்திருக்குறேனே? சப்பைக்காலன், அவன் இங்க வரட்டும்."

சிறுவயதிலேயே அவனது கழுத்துக்குக் கீழ்ப்பாகம் தளர்ந்து போயிருந்தது. வாப்பா ஆயிரக்கணக்கில் செலவு செய்து சிகிச்சை செய்தபிறகு வலது காலில் மட்டும் ஒரு உதறல் மிச்சமிருந்தது. அந்தக் கால் சூம்பிப் போயிருந்தது. அதைத் தவிர மற்றபடி பயில்வான்தான். இரும்புத்தடியை ஊன்றியபடிதான் நடப்பான்.

உம்மா மிக மெதுவாகச் சொன்னாள்:

"அவன்கிட்டே ஒண்ணும் கேக்க வேணாம். இங்க உள்ள எல்லாப் [1]பராதீனங்களையும் பாக்குறது அவன்தானே? அவன் இல்லாம இருந்தா தெரிஞ்சிருக்கும். நீ ஒத்தைக்கட்டையா முக்காஜாண் வயித்தோட திரிஞ்சு, கண்ட இடத்துலே தங்கி எவ்வளவு ரூபா செலவு செய்றே?"

"அதுக்கான அபராதத்தை நான் கட்டிட்டேன். நிறைய பணத்தை நானும் இங்க செலவு செஞ்சிருக்குறேன்."

"மெதுவாப் பேசு. இப்ப யாரு அதையெல்லாம் இல்லைனு சொன்னா? யாருக்கும் தெரியாம இப்ப எனக்கு நீ பத்து ரூபா தா."

"இதுக்கு முன்னால யாருக்கும் தெரியாமன்னு சொல்லி உம்மா வாங்குன ரூபாயை எல்லாம் அத்துலு எப்படி வாங்கினான்? அவனுக்கு மட்டும் இந்த ரகசியம் எப்படி தெரிஞ்சிது?"

"மெதுவாப் பேசுடா. அபியும் பாத்துக்குட்டியும் போய்ச் சொல்லிடுவாங்க."

நான் மிகவும் மெதுவாகச் சொன்னேன்:

"உம்மாகிட்டே நான் ஒரு ரகசியம் சொல்லட்டுமா? வேற யாரும் அறிய வேணாம். எங்கிட்டே இனி, ஆக மொத்தம் ஒரு அஞ்சு ரூவா நோட்டு மட்டுந்தான் பாக்கியிருக்கு, வேற தம்பிடிக்காசு இல்லை."

உம்மா உடனே சொன்னாள்:

"அதை இங்க தா."

நான் அக்கம்பக்கம் பார்த்துவிட்டு அறைக்குள் சென்று ஐந்து ரூபாய் நோட்டும் ஒரு நேந்திரம்பழமும் எடுத்துக்கொண்டு வந்தேன். பழத்தின் வாசம்பிடித்த பாத்துமாவின் ஆடு வந்து எதிரில் ஆஜரானது. பழத்தை உரித்து நான் தின்றேன். எதையோ தின்பதைக் கண்ட உம்மாவின் அகதிப் பூனைகள் வந்தன. உம்மாவின் கண்காணிப்பில் அலைந்து திரியும் கோழிகளும் வந்தன. பழத்தோலைப் பாத்துமாவின் ஆட்டுக்குக் கொடுத்தேன்.

1 பொறுப்பு

ஆடு, இன்னும் எதிர்பார்த்து நின்றிருந்தது. நான் அக்கம் பக்கம் பார்த்தேன். யாருமில்லை. ஆட்களோ, அசைவுகளோ இல்லை. கோழிகளும், பாத்துமாவின் ஆடும், பூனைகளும் தானிருந்தன. நான் ரகசியமாக ஐந்து ரூபாய் நோட்டை எடுத்து உம்மாவின் மடியில் போட்டுக் கொடுத்தேன். உம்மா அக்கம்பக்கம் பார்த்தாள். ஆளுமில்லை, பேருமில்லை. உம்மா நோட்டை மடித்து, துணியில் முடிந்து குப்பாயத்தினுள் வைத்துக்கொண்டாள். பிறகு, எதுவும் நடக்காததுபோல் அமர்ந்து கொண்டாள்.

நான் கேட்டேன்:

"அப்புறம், வேற என்ன உம்மா விசேஷங்கள்?"

உம்மா சொன்னாள்:

"டேய், எனக்கோ வயசாயிடுச்சு. எப்ப மரிப்பேன்னு தெரியாது. எனக்கொரு ஆசை. நீ ஒரு பெண்ணு கெட்டி நான் உன்கூட வந்து இருக்கணும்."

நான் குரலெழுப்பினேன்:

"எங்கியாவது அடங்கி அமைதியா உட்காரலாம்னா இங்க நடக்க மாட்டேங்குது. பாத்துமா, ஆனும்மா எல்லாரும் சீக்கிரம் வாங்க. என் பெட்டிப் படுக்கையெல்லாம் சுருட்டி எடு. சொமட்டுக்காரனைக் கூப்பிடு."

அவர்கள் இருவரும் ஓடி வந்தார்கள்.

"என்ன உம்மா இது." ஆனும்மா கேட்டாள்.

பாத்துமா சொன்னாள்:

"பெரிய காக்காகிட்டே உம்மா பைசா கேட்டிருப்பாங்க."

நான் உடனே சொன்னேன்:

"அதெல்லாம் ஒண்ணுமில்லை."

உம்மா எழுந்து விலகிப்போனாள். "என்ன விஷயம் உம்மா" என்றுகேட்டு பாத்துமாவும் ஆனும்மாவும் உம்மாவின் பின்னால் போனார்கள்.

நான் அப்படியே கொஞ்சம் அமைதியாக அமர்ந்திருந்தேன். ஆனும்மாவிடம் சொல்லி திரும்பவும் ஒரு சாயா வரவழைத்துக் குடித்தேன். பிறகு, ஒரு பீடி பற்றவைத்து இழுத்தேன்.

அப்போது பாத்துமாவின் ஆடு முற்றத்தில் நின்று வராந்தாவில் என் பக்கத்திலிருந்த தீப்பெட்டியை நாக்கை நீட்டி இழுத்தெடுத்துச் சாப்பிட முயற்சி செய்துகொண்டிருப்பதைக்

கண்டேன். தீப்பெட்டியிலிருந்த குச்சிகளை எடுத்து வைத்துவிட்டு காலிப்பெட்டியை அதற்குக் கொடுத்தேன்.

பாத்துமாவின் ஆடு தீப்பெட்டியை ருசித்துத் தின்றது. அது இன்னும் போகாமல் நிற்பதைக் கண்டதும் நான் சொன்னேன்:

அஜசுந்தரீ, தீக்குச்சிகள் எனக்கு வேண்டும். காலித் தீப்பெட்டி இன்னும் இருக்கிறது.

அப்போது பாத்தும்மா கொஞ்சம் [1]காடித் தண்ணீர் கொண்டு வந்து அதற்குக் கொடுத்தாள். நான் பாத்துமாவிடம் சொன்னேன்:

"பாத்துமா, ஒன் ஆடு என் ரெண்டு புஸ்தகங்களைத் தின்னுடுச்சி."

நான் ஏதோ பயங்கர அபவாதம் சொல்லிவிட்டதைப் போல் பாத்துமா சொன்னாள்:

"அப்படிச் சொல்லாதீங்க, பெரிய காக்கா. என் ஆடு அப்படியெல்லாம் ஒண்ணும் செய்யாது" என்று சொல்லிவிட்டு மெதுவாகக் கேட்டாள்:

"கம்மல் விஷயம்?"

நானும் மெதுவாகச் சொன்னேன்.

"ஞாபகமிருக்கு."

மிக மெதுவாக, "யாரும் அறிய வேணாம்" என்று சொல்லிவிட்டுப் பாத்திரத்துடன் நடந்தாள் பாத்துமா.

ரஷீதும் சுபைதாவும் அழுகிறார்கள். அதற்கு இசைந்து பாடுவதுபோல் இப்போது ஆரிபாவும் செய்து முகம்மதுவும் லைலாவும் ஆரம்பித்திருக்கிறார்கள். இடையிடையே லைலா "உம்மச்சியைக் கூட்டிட்டுப் போவமாட்டேன்" என்று அறிவித்துக் கொள்கிறாள். அப்படியிருக்கும்போது அபூ ஒரு கடிதத்துடன் வந்தான். கடிதத்தைத் தந்துவிட்டு ஒரு கம்பை எடுத்துக்கொண்டு "இங்க என்ன சத்தம் இது" என்று குரல் கொடுத்துவிட்டே உள்ளே போனான். உடனே எல்லோரும் அழுகையை நிறுத்திக் கொண்டார்கள். வீடு நிசப்தமானது.

நான் கடிதத்தைப் பிரித்து வாசித்தேன். தொலை தூரத்திலிருக்கும் மதராஸ் பட்டிணத்திலிருந்து வந்த கடிதம். ஸ்ரீமான் எம். கோவிந்தனின் மனைவி, டாக்டர் பத்மாவதியம்மா ஆண் குழந்தை பிரசவித்திருக்கிறார். தாயும் சேயும் நலம்!

---

1 அரிசி களைந்த நீர்

தாய்க்கும் சேய்க்கும் நலம் விழைய வாழ்த்தி உடனே ஒரு பதில் கடிதம் எழுதினேன். பாலாவுக்கு ஒரு தம்பிப் பாப்பா கிடைத்ததற்காக அவளுக்கும் ஒரு வாழ்த்து. அவளிடமிருக்கும் இரண்டரை ரூபாயை வங்கியில் சேமித்து வைக்கச் சொல்லும்படி அவளது அப்பன்காரனிடம் உபதேசித்தேன். ஸ்ரீமான் எம். கோவிந்தன் மகத்தான இரண்டாவது முறை தந்தையானதற்காக அவரையும் வாழ்த்தினேன். கூடவே, ஏ.நாராயண் நம்பியார் எம்.ஏ., கே.சி.எஸ். பணிக்கர், டேவிட் ஜார்ஜ், ஜானம்மா, பாருக்குட்டியம்மா, கே.ஏ. கொடுங்கல்லூர், கே.பி.ஜி. பணிக்கர் (கோபகுமார்), சரத்குமார், ராம்ஜி, ஆர்.எம். மாணிக்கத்து போன்ற மதராசி நண்பர்களிடம், நான் என்னைப் பெற்று வளர்த்திய எனது உம்மாவுடன் தங்கியிருக்கும் தகவலை அறிவிக்கவும், எல்லாருடைய சுகஷேமங்களையும் நான் விசாரித்ததாகச் சொல்லவும் கடிதத்தில் எழுதினேன். தகப்பனுக்கும் பிள்ளைகளுக்கும் தாய்க்கும் மீண்டுமொரு தடவை மங்களம் கூறி எழுதி முடித்து கவரிலிட்டு நன்றாக ஒட்டி விலாசமெழுதினேன். அபூவைக் கூப்பிட்டுக் கடிதத்தைக் கொடுத்துவிட்டு "சீக்கிரமாப் போய் போஸ்ட் செய்டா" என்று உத்தரவு போடும்போது ஒரு விஷயம் நினைவுக்கு வந்தது:

"நில்லுடா" நான் சொன்னேன்:

"ஒன்னைப்பற்றி நிறைய [1]பராதிகளெல்லாம் வருதே. நீ அத்துலுவோட கடையிலேயிருந்து ரூபாயை எல்லாம் எடுத்து கண்டவனுங்ளுக்குக் கடன் கொடுக்குறியாமே, கண்ட கண்ட மாசப் பத்திரிகையை எல்லாம் ஏஜென்சி எடுத்திருக் குறியாம். நீ யார் சொல்லுறதையும் கேக்கமாட்டேங்குறியாமே, அப்பிடியா?"

எல்லாவற்றுக்கும் சேர்த்து அவன் ஒரே பதிலாகச் சொன்னான்:

"என்னை ஒருத்தருக்கும் பிடிக்கமாட்டேங்குது."

நான் திரும்பவும் ஏதாவது சொல்வதற்குள் அவனே சொன்னான்:

"பெரிய காக்கா வரும்போது பாத்தீங்கதானே? [2]மைனிமாரும் சின்னத் தாத்தாவும் பெரிய தாத்தாவும் உம்மாவும் சேர்ந்து இந்த முற்றத்தையும் தோட்டத்தையும் எல்லாம் அள்ளிப் பெருக்கி குப்பையைத் தீ வச்சு எரிச்சி க்ளீனாக்கி வச்சிருந்ததை? நான் ஆரம்பத்தில இருந்தே இதைச் சொல்லிட்டிருக்கறேன். யாரும் கேக்குறதில்லை. நீயே செய்யின்னு சொல்லிடறாங்க.

---

1 புகார்

2 அண்ணி

இப்ப மட்டும் எதுக்குச் செய்யணுமாம்? இதெல்லாம் பெரிய காக்காகிட்டேருந்து பணம் புடுங்குற ஏற்பாடு. பணக்காரனைக் கண்டவுடனே சந்தோசப்படுத்துறதுக்காக இதெல்லாம் செய்துருக்காங்க. நான் என்ன பணக்காரனா? எங்கிட்டே காசா இருக்கு? பெரிய காக்கா, நமக்கு இந்த முற்றத்துலே சின்னதா ஒரு அறை கட்டணும். வீட்டுலே ஓலையை மாத்திட்டு ஓடு போடணும்."

நான் கேட்டேன்:

"நமக்குனு சொன்னா?"

"பெரிய காக்காதான் பணம் செலவு செய்யணும். எங்கிட்டே ஏது காசு?"

அவன் சாப்பிட்டுவிட்டு கடிதத்துடன் போனான். அவன் கடைக்குப் போனபிறகுதான் அப்துல் காதர் வருவான். அவன் போனதும் ஹனீஃபா வந்தான்.

ஹனீஃபா பட்டாளத்தில் இருந்தவன். அங்கிருந்து வந்து தையல் கடை தொடங்கினான். கூடவே சைக்கிள் கடையும். பொதுவாகவே ஹனீஃபா ஒரு நாகரீகவாசி. டபுள் வேட்டியும் ஜிப்பாவும் சீவி மினுக்கிய தலைமுடியும் கிளீன் ஷேவும். இப்போது ஒரு வேட்டி மட்டுமே உடுத்தியிருந்திருந்தான். இதில் என்னவோ ஒரு ரகசியமிருக்கிறது. நான் எதுவுமே பேசவில்லை. ஏதாவது பேசப்போக...

அவன் சொன்னான்:

"பெரிய காக்கா, நான் என் நிலத்தை விக்கப்போறேன். பெரிய காக்காவுக்கு விலை குறைச்சித் தர்றேன்."

"அதை இப்ப எதுக்குடா விக்கிறே?"

"கையில பைசா இல்லே. இருந்தா நான் ஒரு சட்டைத் தெச்சுப் போட்டிருக்கமாட்டனா?"

"நிலத்துக்கு என்ன விலைடா கேட்குறே?"

"பெரிய காக்காவுக்குன்னா நான் குறைஞ்ச விலைக்குத் தர்றேன். பத்தாயிர ரூபா தந்துடுங்க."

பத்தாயிரம் ரூபாய். இவன் அதை என்ன விலைக்கு வாங்கினான் என்ற விஷயம் எனக்குத் தெரியும். நான் பேச்சை மாற்றிவிட்டுக் கேட்டேன்:

"நீ இப்ப வீட்டுக்குச் செலவுக்கு எவ்வளவு கொடுக்குறே?"

இரண்டு மூன்று வருடங்களுக்கு முன் ஹனீஃபா வீட்டுச் செலவுக்குக் கொடுத்துவந்த தொகை தினசரி இரண்டணா. அவனும் பொஞ்சாதியும் இரண்டு பிள்ளைகளும் சாப்பிடவும் குடிக்கவும் ஆக இவ்வளவுதான். எண்ணெயோ சோப்போ எதுவுமே வாங்கமாட்டான். எல்லாமே இந்த இரண்டு அணாவிற்குள் அடக்கம். அப்துல் காதர் அவனைத் திட்டுவான். அவனுக்கு இதில் வெட்கமுமில்லை. எதையாவது அழுத்திக் கேட்டால் உடனே சொல்வான்:

"நான் பட்டாளத்துக்கே போயிர்றேன். சர்க்காருக்கு நான் தேவைதான்."

இருந்தாலும், அன்று என் மத்தியஸ்தத்தில் சில உடன்பாடுகள் ஏற்பட்டன. இரண்டணாவை நான் நாலணாவாக உயர்த்தினேன். உயர்த்தப்பட்ட தொகை படிப்படியாக பன்னிரண்டணாவாக நிலுவையாகிவிட்டது. நான் இங்கிருந்து போன உடனேயே ஹனீஃபா அதை வெட்டிக் குறைத்தும் விட்டான். கடைசியில் எப்போதோ அதைத் திரும்பவும் பழைய இரண்டணாவாக மாற்றியதாக ஞாபகம். ஹனீஃபாவுக்கு இன்னும் ஒரு குழந்தை பிறந்திருக்கிறது. ஆகவே அவனிடம் அதிகமாகப் பைசா கேட்பதற்கான காரணம் கிடைத்திருக்கிறது. ஆனால் அவன் சொன்ன பதில் நான் கேட்டதற்கான பதிலல்ல:

"சின்ன காக்காவோட தொந்தரவாலெ மனுஷன் வாழ முடியலே."

"அத்துலுனால ஒனக்கு என்னடா தொந்தரவு?"

"ஒருகட்டு நோட்டைக் கொண்டுவந்து எங்கடையில ஏறினாரு. அங்க நிறைய பெரிய மனுஷங்க இருந்தாங்க. 'பாருடா பணத்தை'னு சொல்லி அந்த நோட்டுக் கட்டை வச்சு எம் மொகத்துலே அடிச்சாரு. அடிச்சிட்டு 'பணத்தால அடிச்சா பணத்துலதாண்டா படும்'னு சொல்லிட்டு நொண்டிட்டே இறங்கி நடந்து போறாரு. நான் அப்பிடியே கூனிக்குறுகிப் போயிட்டேன். நான் பெரிய காக்காவுக்குத் தினசரி பீடி வாங்கித் தர்றேன், தினசரி தீப்பெட்டி வாங்கித்தர்றேன், எம் பணத்தை எடுத்து நான் எறிஞ்சா மட்டும் ஏன் பணத்துல படமாட்டேங்குது?"

நியாயம்தான்.

இருந்தாலும் நான் சொன்ன பதில் அவனுடைய கேள்விக்கானதில்லை.

"இப்ப ரஷீதும்கூட இருக்கிறானேடா? ரேஷன் வாங்க நீ எவ்வளவு கொடுக்கறே?

அவனுடைய அடுத்த பதில்:

"நாம் பட்டாளத்துக்கே போயிர்றேன். சர்க்காருக்கு நான் தேவைதான்."

அவன் கோபத்துடன் உள்ளே போய் சாப்பிட்டுவிட்டு நேராகத் தையல் கடைக்குப் போனான்.

நான் சாப்பிட்டுக்கொண்டிருக்கும்போது பாத்துமாவின் ஆடு வராந்தாவில் ஏறி வந்து என்னுடன் சேர்ந்து ஒரு சமபந்தி போஜனம் நடத்தத் தயாரானது. நான் குரலெழுப்பினேன்:

"பாத்துமா, ஓடி வா."

பாத்துமா ஓடி வந்து ஆட்டை முற்றத்திற்கு அழைத்துக் கொண்டு போனாள்.

நான் சொன்னேன்:

"அதை கயிற்றுலே கட்டிப்போடு."

பாத்துமா சொன்னாள்:

"அதுக்கு கட்டிப்போடறது பிடிக்காது, பெரிய காக்கா."

இருட்டுகிற நேரத்தில் கொச்சுண்ணி வந்தான். சில நாட்கள் அவன் இங்கேயே படுத்துக்கொள்வான். என் பக்கத்தில்தான். எனது ஒருபுறம் உம்மா, கொச்சுண்ணியின் பக்கத்தில் அபூ. ஹனீஃபா அவனது குடும்பத்துடன் வீட்டுக்குள். வராந்தாவில் கோணிப் படுதாவுக்குள் சுலைமானும் குடும்பமும். கொச்சுண்ணி இங்கே படுக்காதபோது குடும்ப சமேதராக தங்களது வீட்டுக்குப் போய்விடுவார்கள். தீப்பந்தமும் பற்றவைத்து கொச்சுண்ணி முன்னால் செல்வான். அந்த வெளிச்சத்தில் பின்னால் பாத்துமா. பாத்துமாவையொட்டி வால்போல் பத்து வயதான கதீஜா. கதீஜாவின் பின்னால் ஆடு.

O

இரண்டு

பாத்துமாவினுடைய ஆட்டின் தொந்தரவு காலையில் தொடங்கியது. சுமார் எட்டு மணியிருக்கும். தலையிலும் உடம்பிலும் எண்ணெய் தேய்த்து லங்கோடும் கட்டி நான் தண்டால் எடுத்துக் கொண்டிருந்தேன். அப்போது முற்றத்தில் குழந்தைகளின் ஆரவாரம் கேட்டது.

"உள்ளாடத்திப்பாரு... உள்ளாடத்திப்பாரு..."

"வாலப்புடி... வாலப்புடி...

"மோளூரதக் காணல்லே... மோளூரதக் காணல்லே..."

"கொம்பப் புடி... கொம்பப் புடி..."

என்ன நடக்கிறது? நான் ஜன்னல் வழியாகப் பார்த்தேன்.விசேஷமாகஎதுவுமில்லை.பாத்துமாவின் ஆடு, அபியின் அரை நிக்கரின் முன் பகுதியை முழுவதும் தின்றுவிட்டிருந்தது. மிச்சமிருப்பதைக் கடித்துப் பிடித்திருந்தது. அபி, ஆட்டின் கழுத்தைக் கட்டிப் பிடித்திருக்கிறான். பாத்துக்குட்டி வாலைப் பிடித்து இழுக்கிறாள். செய்து முகம்மது கொம்பைப் பிடித்திருக்கிறான். ஆரிஃபா திகைத்துப் போய் நிற்கிறாள். ரசீதும் சுபைதாவும் எதையுமே கண்டு கொள்ளாமல் பெருவிரல்களை வாயிலிட்டு சூப்பிக் கொண்டே திண்ணையில் அமர்ந்திருக்கிறார்கள். லைலா ஆட்டின் விலாப்புறத்தைப் பிடித்துக்கொண்டு அதைக் கெட்ட வார்த்தையால் திட்டுகிறாள்.

"உள்ளாடத்திப்பாரு... உள்ளாடத்திப்பாரு..."

நான் டவலை இடுப்பில் சுற்றிக்கொண்டு அறையிலிருந்து வராந்தாவுக்கு வந்து முற்றத்திலிறங்கி ஆட்டின் காதைப் பிடித்து அபியை விடுவித்தேன். அபியின் நிக்கரின் முன்பகுதி மட்டுமல்ல, ஒரு பாக்கெட்டையும் ஆடு தின்றிருந்தது.

என்னவென்று கேட்டபோதுதான் விஷயம் தெரிந்தது. பாத்துமாவின் ஆடு குற்றவாளியல்ல. அபியின் அரை நிக்கர் பாக்கெட்டில் ஆப்பம் இருந்திருக்கிறது. அவன் கொஞ்சம் ஆப்பத்தை ஆட்டிற்குக் கொடுத்துவிட்டு, மீதியை பாக்கெட்டிலிட்டுத் துணியை முறுக்கி ஆட்டின் முன் நின்று அதைத் தின்னச் சொல்லி நீட்டியிருக்கிறான். ஆடு ஆப்பத்தையும் நிக்கர் பாக்கெட்டையும் தின்றது. பாக்கெட்டிலிருந்த ஆப்பத்தை பாக்கெட்டோடு தின்றிருக்கிறது ஆடு. அபி சொன்னான்:

"வாப்பா அடிப்பாங்க."

"அதை நீ மொதல்லே யோசிச்சிருக்கணும். நல்லா அடி வாங்கு." கொஞ்ச நேரம் கழிந்ததும் நான் சொன்னேன்: "பயப்படாதடா, நாங்க யாரும் சொல்லிக் கொடுக்கமாட்டோம்."

பாத்துக்குட்டியிடமும் லைலாவிடமும் செய்து முகம்மது விடமும் ரகசியத்தைப் பாதுகாக்கும்படி சொன்னேன். லைலாவிடம் இனிமேல் யாரையும் உள்ளாடத்திப்பாருன்னு திட்டக் கூடாதென்று அறிவுரையும் சொன்னேன்.

தண்டால் முடித்துவிட்டு ஆற்றுக்குக் குளிக்கப் புறப்பட்டேன். செய்து முகம்மதுவையும் பாத்துக்குட்டியையும் கூப்பிட்டேன். அப்போது அபியும் லைலாவும் கூடவே வந்தார்கள். அவர்கள் அன்று வாப்பாவுடன் குளிக்கப் போகவில்லை. என்னுடன் வருவதற்காகக் காத்து நின்றிருக்கிறார்கள். அதற்கான விசேஷக் காரணங்கள் எதுவுமில்லை. அபியின் சிலேட் குச்சியை லைலா எடுத்துச் சிறுசிறு துண்டுகளாக ஒடித்திருக்கிறாள். இந்தக் குற்றத்தைச் செய்ததற்காக வாப்பா அவர்களை குளிக்கக் கூட்டிச் செல்லவில்லை, அவ்வளவுதான். பாத்துக்குட்டிக்கும் அபிக்கும் பலப்பம் வாங்குவதற்காக ஹனீஃபா அரையணா கொடுத்திருக்கிறான்.

நான் எல்லோரையும் மூவாற்றுப்புழ ஆற்றுக்குக் கூட்டிக் கொண்டுபோய் குளிக்கவைத்து கரையில் நிறுத்தினேன். பிறகு, அப்படியே மூழ்கிக் கிடந்து நீந்திக்கொண்டிருந்தேன். அப்போது அபியின் சத்தம் கேட்டது:

"பெரிய மூத்தாப்பா."

நான் திரும்பிப் பார்த்தேன். யாரும் தண்ணீரில் இறங்கவில்லை. நான் நீந்திக் குளித்துறைக்குத் திரும்பி வந்து கேட்டேன்.

"என்னடா ?"

அபி சொன்னான்:

"எனக்கு நிக்கர் இல்லே."

விஷயத்தைத் தெளிவுபடுத்தினான். அவனிடம் வெட்கத்தை மறைப்பதற்கு எதுவுமில்லை. இப்படியே முழு நிர்வாணமாக ஊருக்குள் எப்படிப் போகமுடியும் ?

நான் கேட்டேன்:

"நீ இப்படித்தானடா வந்தே ?

அதெல்லாம் சரிதான். ஆனால், அது அப்போது. இப்போது அவன் ஸ்கூலில் கூடவே படிக்கும் ஒருவனைப் பரிசலில் வைத்துப் பார்த்திருக்கிறான். அவன் வேட்டியுடுத்தியிருந்தான்.

ஆகவே, அபியின் வெட்கத்தை மறைப்பதற்கு நான் ஒரு டவல் கொடுத்தேன். அப்போது பாத்துக்குட்டிக்கும் அது தொடர்பான தேவை ஏற்பட்டது. அவளுக்கும் வேட்டி வேண்டுமே ?

நான் குளித்து முடித்து, வேட்டியை உடுத்தி டவலை உருவி நனைத்துப் பிழிந்து தலையைத் துவட்டிவிட்டு நீரில் அமிழ்த்திப் பிழிந்து பாத்துக்குட்டிக்கு உடுத்தினேன்.

லைலாவுக்கும் செய்து முகம்மதுவுக்கும் வெட்கம் தோன்றத் தொடங்கவில்லை. தொடங்கியிருந்தாலும் எதுவும் செய்திருக்க முடியாது. என்னிடம் இரண்டு டவல்கள்தானிருந்தன. வெள்ளை மணல் நிறைந்த ரோட்டில் நாங்கள் நடந்தோம்.

வீட்டிற்குள் ஏறும்போது அப்துல் காதருக்கும் ஹனீஃபா வுக்கும் சண்டை நடக்கிறது. சண்டைக்குக் காரணம் பெரிதாக எதுவுமில்லை. நேற்று ரேசன் வாங்குவதற்கு ஹனீஃபா வீட்டிற்குப் பணமெதுவும் கொடுக்கவில்லை என்ற விவரத்தை அப்துல் காதர் அறிந்திருக்கிறான். இந்த விஷயம் ஹனீஃபாவுக்குப் பிடிக்கவில்லை. ஆகவே அவனும் குடும்பமும் வீட்டிலிருந்து கிளம்பி விடப் போகிறார்கள்.

"இறங்குடீ, ஐசாமா" ஹனீஃபா சத்தமாகச் சொன்னான்: "பிள்ளைங்களைக் கூப்பிடு."

அவனும் குடும்பமும் அவர்களது வாழைத்தோட்டத்தில் ஏதாவது ஓலைக் கீற்றுகளை வைத்து மறைத்து வசிக்கப்

போகிறார்களாம். நான் பார்க்கும்போது அவன் உடுத்தியிருந்த வேட்டி என்னுடையது. அவனது பக்கத்தில் சென்று நான் கேட்ட போது "இதையெல்லாம் பேசிக்கிட்டிருக்க இப்ப எனக்கு நேரமில்லே. நிறைய வேலை கெடக்கு" என்று சொல்லிவிட்டு நடந்து படிக்கட்டில்போய் நின்று சொன்னான்:

"எனக்கு இந்த வீட்டுல எந்த உரிமையும் இல்லைன்னு தெரிஞ்சு போச்சு."

ஹனீஃபா அவனது தையல் கடைக்குப் போனான். நான் அப்துல் காதரிடம் கேட்டேன்:

"என்னை இந்த ஆரவாரத்திலேருந்து கொஞ்சம் கரைசேர்க்க உன்னால் முடியாதாடா? அந்த இன்ஸ்பெக்டர்கிட்டே போய் வீட்டைக் காலி செய்யச் சொல்லி ஒரு தடவைகூடக் கேட்கக் கூடாதா?"

அப்துல் காதர் சொன்னான்:

"காக்காவுக்கு இங்க என்ன குறை இருக்கு? எண்ணெய், நெய்யி, பால், சாயா, பீடி, தீப்பெட்டி, ஏத்தம் பழம், தக்காளி, அன்னாசி, பூவன்பழம், கூம்பில்லாச் சுண்டன், பலாப்பழம், சாப்பாடு, துணைக்கு உம்மா, நான், கொச்சுண்ணி – இதுக்கு மேலே என்ன வேணும்?"

அப்துல் காதர் ஒரு பள்ளிக்கூட வாத்தியார். பெரிய இலக்கண வித்துவானும்கூட! முன்பு ஒரு தடவை அவன் உம்மாவிடம் கேட்டான்:

"மாதாவே, சிறிது சுத்த ஜலம் தருவீர்களா?" அப்போது உம்மா சோறு பரிமாறும் பெரிய அகப்பையால் ஒன்று கொடுத்தாள். வாப்பா அவனுக்கு ஆறுதல் சொன்னார்:

"நீ இப்பிடியே பேசினா போதுண்டா, சரி, என்னை நீ எப்படிடா கூப்பிடுவே?"

"பிதாவே என்று."

இதைக் கேட்ட உம்மா அகப்பையால் இன்னொன்று கொடுத்தாள். இதற்குப் பிறகு அவன் உம்மாவை உம்மா என்றும் வாப்பாவை வாப்பா என்றும்தான் கூப்பிடுவான்.

சப்பைக் காலன்.

அவனையும் என்னையும் ஒரே நாளில்தான் பள்ளிக் கூடத்தில் சேர்த்தார்கள். அன்று அது 'முஸ்லீம் ஸ்கூல்.' உன்பியண்ணன் என்ற பெயருள்ள ஒரு பக்தர் அந்தப் பள்ளிக் கூடத்தைக் கட்டினார்.

[1]புதுச்சேரி நாராயணபிள்ளைசார் என்பவர்தான் அப்போது ஒன்றாம் வகுப்பு ஆசிரியர். அவர்தான் எனக்கும் அப்துல் காதருக்கும் ஆனாஆவன்னா சொல்லித்தந்தவர்.

அப்துல் காதர் பள்ளிக்கூடத்திலும் சரி, வெளியிலும் சரி பெரிய போக்கிரியாக இருந்தான். வீட்டில் செல்லப்பிள்ளை. நான் பள்ளிக் கூடத்தில் மரியாதைக்காரனாக இருந்தேன். நாராயணபிள்ளைசார் அவனை நிறைய தடவை அடித்திருக்கிறார்.

அப்துல் காதர் இடது காலை பலமாக ஊன்றி நின்று, தனது நோஞ்சான் வலது காலை சுழற்றி வீசி பிள்ளைகளை அடிப்பான். இப்படி என்னையும் அடித்திருக்கிறான். பிறகு, அவன் வலது உள்ளங்காலைத் தனது மூக்கினருகில் கொண்டு வந்து வைத்துவிட்டுக் கேட்பான்:

"இப்படி வைக்க உன்னால முடியுமா?"

சாத்தியமில்லை. எப்படி முடியும்? மற்றவர்களின் கால்கள் இப்படிக் குழைந்து போய்த் தொங்கியா கிடக்கிறது? வேறு யாருக்குமே இப்படியான ஒரு திறமை வாய்ப்பது அரிதுதான்.

"அப்படீன்னா இந்தா மோந்துபார்." அவனது நோஞ்சான் காலின் அடிப்பகுதியை மற்றவர்கள் முகர்ந்து பார்க்க வேண்டும். மறுத்தால் அடிப்பான். பிள்ளைகள் விலகிப்போய் நின்று விட்டால் நெஞ்சிலறைந்து அழுவான். அவனுடைய நோஞ்சான் காலின் காரணமாகப் பொதுமக்களுக்கு அவன்மீது அனுதாப மிருந்தது. அதை முடிந்தவரை துஷ்ப்பிரயோகம் செய்தான். அவன் எதைச் செய்தாலும் குற்றம் மற்றவர்களின் மீதுதான். பிள்ளைகள், அவன் அடிப்பதற்குக் காட்டிக் கொடுத்தபடி நிற்பார்கள். நானும் இப்படி நின்றிருக்கிறேன். நான் வாங்கிய உதைக்குக் கணக்கு வழக்கே கிடையாது. அவனுடைய சிலேட்டையும் புத்தகங்களையும் நான்தான் சுமக்க வேண்டும். நானல்லவா மூத்தவன்? நியாயமாகப் பார்த்தால் தம்பிமார்கள் தான் அண்ணன்மார்களது சிலேட்டையும் புத்தகங்களையும் சுமக்க வேண்டும். ஆனால், இங்கே நான் அவனுடையதைச் சுமக்க வேண்டும். இல்லையென்றால் உதைப்பான்.

நான் நிறைய உதை வாங்கியிருக்கிறேன். சிலேட்டையும் புத்தகங்களையும் நிறைய தடவை சுமந்துமிருக்கிறேன். எதிர்ப்புணர்வின் கொடுங்காற்று மனதில் வீசும்தான். ஆனாலும்,

---

1 இந்த நாராயணபிள்ளை சார் இறக்கும் காலம்வரை என்னைப் பார்க்க வருவதுண்டு. நான் எழுதியதையெல்லாம் வாசித்துப் பார்த்து என்னை ஆசீர்வதிப்பார். இப்போது இறந்துபோய்விட்டார். அவரது ஆத்மா சாந்தியடையட்டும்.

என்ன செய்ய முடியும்? அவன் சிலேட்டையும் புத்தகங்களையும் ரோட்டில் வைத்துவிட்டு கையை முஷ்டிச் சுருட்டியபடி என் பக்கத்தில் வந்து நின்று மெதுவாகக் கேட்பான்:

"என்னோட சிலேட்டையும் புஸ்தவத்தையும் எடுப்பியா, மாட்டியா?"

முடியாதென்றுதான் தினமும் சொல்வேன். பிறகு, தர்க்க நியாயங்களை முன்வைப்பேன்:

"நான் உன்னோட காக்கா இல்லியாடா?"

"எடுப்பியா, எடுக்கமாட்டியா?"

"எடுக்கமாட்டண்டா."

உடனே ஒற்றைக் காலில் நின்றபடியே வலது காலைச் சுழற்றி வீசி ஒரு அடி. அது என் நெஞ்சுத் துடிப்பின் மீது விழும். நான் லேசான மயக்கத்துடன் கீழே விழுந்து அப்படியே கிடப்பேன். அவன் விலகி நின்று உத்தரவிடுவான்:

"எழும்பி எடு. சீக்கிரமாப் போகணும். நேரமாகிப் போனா சார் அடிப்பாரு."

நான் கீழே கிடந்தபடியே வேதனையுடன் யோசித்துப் பார்ப்பேன். இது எந்த ஊர் நியாயம்? தம்பி அடிப்பதும் அண்ணன் படுவதும். பிறகு சிலேட்டையும் புத்தகங்களையும் சுமப்பதும். நான் அப்படியே படுத்திருப்பேன். அவன் என் நெஞ்சின் மீது ஏறியமர்ந்துவிட்டுக் கேட்பான்:

"அடி வேணுமா?"

நான் உண்மையைச் சொல்லிவிடுவேன்:

"வேண்டாம், எடுக்குறேன்."

அப்படியாக, எழுந்து அவனுடைய புத்தகங்களையும் சிலேட்டுகளையுமெல்லாம் சுமந்துகொண்டு செல்வேன். எத்தனை தடவைகள், எத்தனை உதைகள்...

அப்படியான ஒருநாள் எனக்குப் புத்தி வந்தது. ஞானோதயம்! குத்துவதற்காக அவன் கையைத் தூக்குவதற்குள் நான் காலால் விட்டேன் ஒரு உதை. அவனுடைய ஒழுங்கான காலைப் பார்த்து.

இதோ கிடக்கிறான் அப்துல் காதர். குழைந்துபோய்! மல்லாந்து விழுந்து!

நான் உடனே அவனது நெஞ்சின் மீதேறி அமர்ந்தேன். நான் ஏதோ மிகப்பெரிய அநீதி இழைத்துவிட்டதுபோல் அவன் ரொம்ப சோகத்துடன் கேட்டான்:

"என்ன வேலை இது? நான் சின்னக் குழந்தை இல்லியா? இப்படி என் நெஞ்சிலே ஏறி இருக்கலாமா?"

அவனை அடிப்பதற்காக நான் கையை முஷ்டி மடக்கினேன். அவன் அழத்தொடங்கினான். கண்ணீர்..?

"என்னை அடிக்காதே, நான் காக்காவோட தம்பியில்லையா?"

தம்பியாம் பெரிய தம்பி.

"இதுக்கு முன்னால இது ஒனக்கு ஞாபகமில்லியா?"

"இனி எனக்கு எப்பவுமே ஞாபகமிருக்கும்."

"டேய்," நான் கேட்டேன். "நாயைக் கண்டா இனிமேல் முதல்ல கல்லெடுத்து எறியறது யாரு?"

"காக்கா."

"ஆத்துலே குளிக்கும்போது முக்குளியிட்டு முதல்ல அக்கரைக்கு போறது யாரு?"

"காக்கா."

"வீட்டுலேருந்து ஏதாவது திருடும்போது உனக்கு முதல்ல தர்றது யாரு?"

"காக்கா."

"அப்புறம் என்ன?"

அவன் சொன்னான்:

"நான் காக்காவோட சிலேட்டையும் புஸ்தவத்தையும் சுமப்பேன்."

நான் சொன்னேன்:

"உன்னோடதை மட்டும் நீ சுமந்தா போதும்."

"அப்போ, முன்னால நடக்குறது யாரு?"

"நான்."

அப்படியாக அன்றுமுதல் அப்துல் காதர் தம்பியாக மாறினான். அவன்தான் இவன்.

சப்பைக் காலன்.

"டேய்," நான் சொன்னேன். "நீ அந்த இன்ஸ்பெக்டர் கிட்டே கொஞ்சம் சொல்லக்கூடாதா, வீட்டைக் காலி பண்ணித்தர? எனக்கு இந்த வீட்டு ஆரவாரத்தில கிடந்து மூச்சு அடைக்குது. உன்னால இதைப் புரிஞ்சிக்க முடியாது."

"காக்கா, அந்த மனுஷன் வீடு பாத்துட்டுதான் இருக்கார். எக்சைஸ்காரனுங்களும் வேற வீடு பாக்குறானுங்க. எப்படியாவது கொஞ்ச நாள் கூட பொறுத்துக்குங்க."

அவன் இரும்புத்தடியை ஊன்றியபடியே துள்ளித் துள்ளி நடந்து தனது கடைக்குப் போனான்.

நான் ஒரு அன்னாசிப் பழத்தைப் பகுதி வெட்டியெடுத்துத் தோலை சீவிக் கொண்டிருக்கும்போது பாத்துமாவின் ஆடு ஜன்னலின் பக்கத்திலும், குழந்தைகள் வாசல் பக்கத்திலும் வந்து ஆஜரானார்கள். நேந்திரம்பழமும் கூம்பில்லா சுண்டன் பழமும் நெய்யும் சேர்த்து குழாய்ப் புட்டில் பிசைந்து குழந்தைகளுக்கு ஆளுக்கொரு கவளம் கொடுத்தேன். அன்னாசிப் பழத்திலும் ஆளுக்கொரு துண்டு கொடுத்தேன். இது கிடைத்த உடனேயே பிள்ளைகள் சத்தமிடப் போய் விடுவார்கள். ஆனால், அபிக்கும் பாத்துக்குட்டிக்கும் லைலாவுக்கும் ஆரிஃபாவுக்கும் கதீஜாவுக்கும் தெரியாமல் ஆனும்மாவின் மகன் செய்துமுகம்மது என் கண்முன் பட்டும் படாமலுமாக நின்று சில சிணுங்கிப் பாடல்களுடன் முகத்தைக் காட்டுவான். அவனுக்கு ஒரு விசேஷக் கவளத்தைக் கொடுப்பேன். பதார்த்தங்களைத் தின்றுவிட்டு பழத்தோலைப் பாத்துமாவின் ஆட்டுக்குக் கொடுப்பேன். பிறகு, கையை அலம்பிவிட்டு சாயாவுடன் வராந்தாவுக்கு வந்து சாய்வு நாற்காலியில் அமர்வேன். அப்போது பள்ளிக்கூடப் பிள்ளைகள் போய்க்கொண்டிருப்பார்கள். வழக்கம்போல் அவர்கள் காதலுடன் வசீகரிக்கும் விழிகளால் என்னைப் பார்ப்பார்கள்.

குமரிப் பெண்களின் இந்த அழகான நோட்டத்திற்குள் ஒளிந்து கிடக்கும் தேவ ரகசியத்தை நான் பின்னால்தான் புரிந்துகொண்டேன். அதைப் பிறகு சொல்கிறேன்.

அன்று அபியும் பாத்துக்குட்டியும் வழக்கம்போல் கிளம்பிப் பள்ளிக்கூடத்திற்குப் போனார்கள். கொஞ்ச நேரத்திற்குப் பிறகு அபியும் பாத்துவும் பதுங்கியபடியே ரோட்டில் நின்று என்னை சைகை காட்டிக் கூப்பிட்டார்கள்.

என்ன நடந்திருக்கும்?

நான் இறங்கிப்போனேன். பாத்துக்குட்டி ஒரு தென்னையின் மூட்டில் பதுங்கியிருந்தாள். நான் அங்கு போனதுமே அபி சொன்னான்:

"பெரிய மூத்தாப்பா, வாப்பா சிலேட்டும் பென்சிலும் வாங்கத் தந்த அரையணா..."

"அரையணா?"

"நிக்கரு கீசைலே இருந்தது..."

"என்னடா சொல்றே?"

"ஆடு தின்ன ¹கீசைலே இருந்தது..."

அரையணாவையும் ஹோ... பாத்துமாவின் ஆடு ஆப்பத்துடன் சேர்த்து தின்றிருக்கிறது. சரி, ஆடு நாணயத்தைத் தின்னுமா?

நான் சொன்னேன்:

"நீங்க இதை யார்கிட்டேயும் சொல்ல வேணாம். ரகசியமா இருக்கட்டும். நான் அரையணாவுக்கு வேற ஏதாவது வழி கெடைக்குமான்னு பாக்குறேன்."

அபி சொன்னான்:

"உம்மும்மா பாத்தா அடிப்பாங்க."

"ஒளிஞ்சு நின்னுக்க."

நான் போய் பாத்துமாவிடம் இரண்டணா கடன் வாங்கி அரையணாவைக் கொண்டுவந்து அபிக்கும் பாத்துக்குட்டிக்கும் கொடுத்து அவர்களைப் பள்ளிக்கூடத்திற்கு அனுப்பி வைத்தேன்.

பாத்துமாவின் ஆடு முற்றத்தில் நிற்கிறது. இரண்டு காலணாக்கள் எந்த நேரத்திலும் விழலாம். நான் காத்திருந்தேன். ஆனால், சிறு சிறு உருண்டைகள்தான் வந்துவிழுகின்றன. எதுவுமே வட்டமாக விழவில்லை. என்ன காரணம்?

விழாமலிருக்குமா? எனது கண்கள் ஆட்டின் பின்புறமே இருந்தன.

அப்படியிருக்கும்போது ரொம்ப ஆச்சரியமாக என்னையே பார்த்தபடி மாணவிகள் கூட்டம் கூட்டமாக ரோட்டில் நடந்து போனார்கள். அழகிய மாணவ மணிகள். எனக்கு மகிழ்ச்சியாக இருந்தது. அவர்களுக்குத் தெரியும் நான் யாரென்பது. அதனால்தான் இப்படி ஆச்சரியத்துடன் பார்த்துக்கொண்டே போகிறார்கள்.

---

1 பாக்கெட்

அவர்கள் தங்களுக்குள் பேசிக்கொள்வார்கள்: (இது, நானே சொந்தமாகக் கற்பனை செய்த விஷயம் என்பதை நினைவில் வைத்துக்கொள்ளுங்கள்.)

சுருட்டை முடிக்காரி: அந்த சாய்வு நாற்காலியிலே சாய்ஞ்சுக் கிடக்குறவர் யார் தெரியுமா?

மான் விழியாள்: "பின்னே, எனக்கா தெரியாது? புகழ்பெற்ற சாகித்ய வித்வான் வைக்கம் முகம்மது பஷீர்."

கோகிலவாணி: "நான், என்னோட ஆட்டோகிராஃப் புத்தகத்திலே அவர்கிட்டேருந்து கையெழுத்து வாங்குவனே."

பூனைக்கண்ணி: "இது அந்த ஆளா இருக்க முடியாதுடீ. ஓலைக்குடிசையாட்டம் அந்த வீட்டைப் பாத்தீங்களா?"

மதுவாணி: "போடீ பூனைக்கண்ணி, அவரேதான். நீ வேணும்னா பாரேன், இன்னைக்கு என் ஆட்டோகிராஃப் புத்தகத்திலே அவர்கிட்டேருந்து கையெழுத்து வாங்குறேன்."

பூனைக்கண்ணி: "ஓ... அதையும்தான் பாத்துரலாம்டி."

அப்படியாக, அன்று மத்தியானம் சாப்பாடு முடிந்து பள்ளிக்கூடத்திற்குப் போகும் வழியில் அவர்கள் என் வீட்டுக்கு வந்தார்கள்.

இதில் வேறொரு சம்பவமும் நினைவுக்கு வருகிறது. நான் அப்போது எதிரிலிருக்கும் அந்த வீட்டில்தான் தங்கியிருந்தேன்.

நான் வந்த விவரத்தை அறிந்து பள்ளிக்கூடத் தலைமை யாசிரியர் வந்தார். பள்ளிக்கூடத்தின் ஆண்டு விழா நடக்க விருக்கிறது. நான் போய்ச் சொற்பொழிவாற்ற வேண்டு மாம். மாணவர்களுக்கு ஏதாவது ஒரு அறிவுரை சொன்னால் போதும்.

"நான் சொற்பொழிவெல்லாம் ஆற்றுகிறதில்லை. மட்டுமல்ல, விழா நடக்கும்போது நான் இங்க இருக்கவும் மாட்டேன்."

அவர் சொன்னார்:

"நாங்க நோட்டீசில உங்கப் பேரைப் போடுறோம். நீங்க இங்க இருந்தா வந்தாப் போதும்."

நோட்டீஸ் அச்சடிக்கப்பட்டது. என்னுடைய பெயரும் இருந்தது. என்ன செய்ய முடியும். மனஅமைதியுடன் ஏதாவது எழுதவந்தவன் நான்! ஹும்...

அப்படியாக, செடிகளுக்கிடையில் நான் நிற்கும்போது கேட்டின் கம்பிகளினூடே இரண்டு கண்கள்! சுருண்ட முடியுள்ள ஒரு பெண்மணி. முல்லைப்பூவோ பிச்சுப்பூவோ ஏதாவது பறிக்க வந்திருப்பாளாக இருக்கும் என்று நான் நினைத்துக் கொண்டேன்.

நான் கேட்டேன்:

"என்ன?"

அவள் சொன்னாள்:

"நோட்டீஸ்லேப் பேரைப் போட்டிருக்கிறோம். நீங்க வந்து ஏதாவது பேசணும். வராம இருந்துரக்கூடாது, என்ன?"

"இங்க இருந்தா வருவேன்."

மறுநாளும் அவள் மற்ற மாணவிகளுடன் கேட்டின் பக்கத்தில் வந்து நின்று சொன்னாள்:

"வராம இருந்துரக்கூடாது, என்ன?"

ஆனால், ஆண்டு விழாவின் முதல்நாள் நான் கம்பியை நீட்டிவிட்டேன். பெட்டியும் படுக்கையும் எதையும் எடுக்காமலேயே! சும்மா வெறுங்கையோடு! உம்மாவிடம் மட்டும் சொன்னேன். பிறகு, ஆண்டுவிழா முடிந்த மறுநாள் வந்தேன். அன்று சுருண்ட முடிக்காரியும் மற்றவர்களும் வந்து கேட்டார்கள்.

"இதெல்லாம் என்ன வேலைகளாக்கும்?"

நான் சொன்னேன்:

"இருந்தா வருவேன்னுதானே நான் சொல்லியிருந்தேன்?"

"நல்ல ஆளுதான்."

அந்தப் பிரச்சினை அப்படி முடிந்தது.

படியிறங்கி வரும் பெண்களில் அந்தச் சுருண்ட முடிக்காரியும் இருக்கிறாளா என்று பார்த்தேன். இல்லை. எல்லாரும் பெரியவர்களாயிருக்க வேண்டும்.

இந்தப் பெண்கள்தான் எவ்வளவு வேகமாக வளர்கிறார்கள்.

நான் அவர்களது ஆட்டோகிராஃபில் கையெழுத்திட பேனாவை எடுக்க நினைத்தேன். உடனே தோன்றியது. வரட்டுமே, வந்து கொஞ்சநேரம் நிற்கட்டும்.

அவர்கள் வந்தார்கள். என்னைப் பார்க்கவில்லை. நேராக சாம்ப மரத்தினடியில் சென்று உம்மாவிடம் என்னவோ சொல்லிவிட்டு எதையோ கொடுத்தார்கள். உம்மா சேகரித்து வைத்திருந்த சாம்பக்காய்களை முந்தானையிலிருந்து எடுத்து அவர்களிடம் கொடுத்தாள். அவர்கள் அதே இடத்தில் நின்றே சாம்பக்காய்களைக் கடித்துத் தின்றபடி மரத்தை வாயில் எச்சிலூற ஆசையுடன் பார்த்தார்கள். பேராசைபிடித்த கழுதைகள். உம்மாவின் அழுக்குப் பிடித்த முந்தானையில் கட்டி வைத்திருந்த சாம்பக்காய்களைத்தான் அவர்கள் இவ்வளவு ஆர்வமாகத் தின்கிறார்கள். ஆனால், சுத்தமாக இருக்கும் என்னைப் பார்க்கக் கூடாதா? கழுதைகள் கூட்டம்.

ஒரு அதிர்ச்சியுடன்தான் எனக்கு இந்த விஷயங்கள் பிடிபட்டன. இந்தப் பெண்பிள்ளைகள் பார்த்தது என்னையல்ல, சாம்பக்காய்களைத்தான் பார்த்திருக்கிறார்கள். கொதி பிடித்தவர்கள்!

பெண்பிள்ளைகள் போனதும் நான் உம்மாவிடம் கேட்டேன்.

"அவளுங்க என்ன கொடுத்தாங்க உம்மா?"

உம்மா சொன்னாள்:

"ஒரணா."

"சாம்பக்காயை அந்தப் புள்ளைங்களுக்கு விலைக்கா விக்கிறே?"

"பின்னே, சும்மாவா?"

"ஒரணாக்கு எத்தனை சாம்பக்காய் கொடுத்தே?"

"இருபது."

"அதுசரி, நான் எத்தனையெத்தனை இருபதை பாத்துமாவோட ஆட்டுக்குத் தீனி போட்டிருக்கேன்."

அந்தப் பெண்கள் என்னைப் பார்க்காமலிருந்தது பற்றிய மனவருத்தம் என்னைத் தீவிரமாக சிந்திக்கத் தூண்டியது. உம்மாவிடம் கேட்டேன்:

"இந்த சாம்ப மரத்தை நட்டு வளர்த்தியது யாரு?"

உம்மா சொன்னாள்:

"இது, நீ தளியாக்கல்லேருந்து கொண்டுவந்த விதையை நட்டு வளர்த்ததுதான்."

தெரிகிறதா? தளியாக்கல் என்ற புராதன கிறிஸ்தவ குடும்பம் பக்கத்து ஊரிலிருக்கிறது. அங்கே தொம்மன், மாத்தன் குஞ்ஞு, குஞ்ஞப்பன் என்ற நண்பர்கள் இருக்கிறார்கள். அங்கிருந்து நான் கொண்டுவந்தது. நான், நான் நட்டு வளர்த்தியது அல்லவா? ஆனால், அந்தக் கழுதைகள் என்னைப் பார்க்கவில்லை. நான் துள்ளியெழுந்து உம்மாவிடம் கேட்டேன்.

"அந்த ஓரணாவை இங்க தாங்க."

உம்மா உடனே அதைத் தந்துவிட்டாள். நான் போய் பீடி வாங்கினேன். பிறகு, ஆற்றங்கரையில்போய் அமர்ந்துகொண்டேன். பழைய ஆற்றைப் பார்த்தேன். என்னைக் கவனிக்காத அந்த கொதிபிடித்தவர்களை நினைத்துப் புகைவிட்டேன். ஃப்பூ.

தினந்தோறும் அந்தக் குமரிப்பெண்கள் என்னுடைய சாம்ப மரத்தைப் பார்ப்பார்கள். அதில் குலைகுலையாக சாம்பக் காய்கள் தொங்கிக் கிடந்தன. நான் எனக்குள்ளேயே பேசிக் கொள்வேன்:

"கழுதைங்களே, பாத்துக்குங்க, என் சாம்ப மரம் இது. நான் நட்டு வளர்த்தியது... கழுதைங்களே."

இவர்களை எப்படிப் பழிவாங்குவது? சாய்வு நாற்காலியில் எதிர்பார்த்துக்காத்திருந்தேன். அறையில்போய் படுப்பதற்கெல்லாம் தோன்றவில்லை. அப்படியே இருக்கும்போது அவர்கள் வந்தார்கள். நான் எழுந்துசென்று மிகுந்த எரிச்சலுடன் கேட்டேன்:

"என்ன வேணும்?"

"அரயணாக்கு சாம்பக்கா."

"பைசாவை எடு."

காசை வாங்கி இடுப்பில் சொருகி வைத்தேன். பிறகு, சின்னதாகப் பார்த்து பத்து காய்கள் கொடுத்தேன்.

"இதென்னது, எல்லாமே சின்னதா இருக்கு. அந்த பெரியம்மா பெரியதா பாத்துத் தருவாங்களே?"

"அந்தப் பெரியம்மாவுக்கு இந்த மரத்துலே பெரிய அளவிலான எந்த உரிமையும் கிடையாது. அதனாலதான் அவங்க அப்பிடித் தந்தாங்க."

கழுதைங்க...

"அப்பிடீன்னா, ஒண்ணு கூட தாங்க."

"இந்த மரத்தைக் கஷ்டப்பட்டு நட்டு வளர்த்துன ஆளுக்கு அப்படி தர்றதுக்கு விருப்பமில்லே."

ஒரு காய்கூட நான் அதிகமாகக் கொடுக்கவில்லை.

"சரியான ஆளுதான்" என்று சொல்லிவிட்டு அந்த பேராசைக்காரிகள் சென்றார்கள். பெருத்த வயிறுதான். என்னைக் கொஞ்சம் பார்க்கக்கூடாதாம். வெட்கமே இல்லாமல் என் சாம்ப மரத்தை மட்டும் பார்க்கலாமாம்.

நான் இப்படி சாம்பக்காய் விற்கும்போது உம்மா வந்து காசு கேட்பாள். நான் திருப்பிக் கேட்பேன்:

"எதுக்கு? உங்களுக்கு இந்த சாம்ப மரத்துல என்ன உரிமை இருக்கு? இது நான் உழைச்சதுக்கான பலன். என் ரத்தம்தான் இதில சாம்பக்காயா காய்ச்சிக் கிடக்குது. உம்மா இதை எத்தனை வருஷமாக வித்துக்கிட்டிருக்கீங்க, அந்தப் பணமெல்லாம் எங்கே?"

உம்மா தோற்றுப்போய் அப்படியே நின்றிருந்தாள். நான் விடவில்லை.

"போதாக்குறை தொட்டதுக்கெல்லாம் ரூபா வேற. அது வாங்கணும், இது வாங்கணும்னுட்டு. எவ்வளவு ரூபா? ஹூம்... இந்த புளியை நட்டது யாரு?"

முற்றத்தின் ஒருபுறம் பெரிய ஒரு இடும்பன் புளி நிற்கிறது. வேரிலிருந்தே கொத்துக் கொத்தாகப் பச்சை நிறத்தில் புளியங்காய்கள் அப்படியே காய்த்துப் பொதிந்து கிடந்தன. உம்மா அதையும் பறித்து விற்பாள். அதுவும் நான் நட்டு வளர்த்தியதல்லவா?

உம்மா சொன்னாள்:

"அது உன்னோட வாப்பா நட்டது. நான் அதுக்கு நிறைய தண்ணி ஊத்தியிருக்கேன்."

சரி. அப்படியென்றால் அதன் உரிமையாளர் நானல்ல, போகட்டும்.

உம்மா கோபத்துடன் விலகிப்போனாள்.

நான் ஆனும்மாவைக் கூப்பிட்டு ஒரு சாயா கொண்டு வரச்சொன்னேன். ஆனும்மா அடுத்த வீட்டுக்குப்போய் ஒரு பையனை அனுப்பி சாயா கொண்டுவரச் செய்து தந்தாள். சாயாவைக் குடித்துவிட்டு ஒரு பீடியும் பற்றவைத்து அப்படியே ரசனையுடன் சாய்ந்து அமர்ந்திருக்கும்போது வருகிறாள், ஒரு மைக் கறுப்பி. பத்துப்பதினாறு வயதிருக்கும். சாம்பக்காய்க்குத் தான். காலணாக்காரியா, அரையணாக்காரியா? கழுதைக்கு சின்னதாகப் பார்த்துதான் கொடுக்கவேண்டும். ஆனால், அவள் சாம்பமரம் நிற்குமிடத்தைப் பார்க்கவே இல்லை. அவள் நேராக

என்னைப் பார்த்து வந்து கைகூப்பி வணக்கம் தெரிவித்துவிட்டு பிறகு சொன்னாள்:

"சார், உங்களை எனக்குத் தெரியும். சாரோட எல்லாப் புஸ்தகங்களையும் நான் வாசிச்சிருக்கேன். சார் வந்திருக்கறதா என் அப்பாதான் சொன்னார், அதான் வந்தேன். என் ஆட்டோகிராஃப் புக்குலே ஏதாவது எழுதி, சார் கையெழுத்துப் போட்டுத்தாங்க."

ஹா...என் மானம் காக்க வந்த மைக்கறுப்பே, அழகே, உனக்கு மங்களம் நேர்வதாக. சூரியசந்திராதிகள் உள்ள காலம் வரை நீ நீடூழி வாழ்வாய்.

"உன் பேரென்ன?" நான் கேட்டேன்.

"சுஹாசினி."

"எத்தனாவது படிக்கிறே?"

"சிக்ஸ்த்."

"யாரோட மகள்?"

"நான் சுமட்டுக்காரன் மாதவனோட மகள்."

தொழிலாளியின் மகள் அல்லவா?

தொழிலாளிகள் வெல்லட்டும்!

நான் அறைக்குள் போய் பேனாவை எடுத்துக் கொண்டு வந்து சுஹாசினியின் ஆட்டோகிராஃப் நோட்டில் 'சுஹாசினிக்கு சர்வமங்களம் உண்டாகட்டும்' என்று எழுதி கையெழுத்திட்டுக் கொடுத்தேன். பிறகு, சுஹாசினியிடம் கேட்டேன்:

"சாம்பக்காய் சாப்பிடுறியா?"

"சாப்பிட்டிருக்கேன்." அவள் சொன்னாள்.

நான் ஒரு பெரிய காகிதத்தை எடுத்து வந்து சாம்ப மரத்திலேறி சுமார் ஐம்பது காய்களைப் பெரியதும் சிவந்ததுமாகப் பறித்து கட்டிக் கொடுத்துவிட்டுச் சொன்னேன்:

"சுஹாசினி, இந்தச் சாம்பமரத்தை நட்டு வளர்த்தியது நான்தான்."

"உண்மையாகவா?"

"உண்மையாகவே."

அவள் வணக்கம் தெரிவித்துவிட்டுப் போனாள்.

அன்றிரவு ஒரு விசேஷச் செய்தி வந்தது.

"பாத்துமாவோட ஆடு உடனே பிரசவிக்கும்." சினையாக இருப்பதாகக்கூட அல்ல, உடனே பிரசவிக்கப்போவதாக! இந்த விசேஷ நிகழ்வு எனக்கு எப்படித் தெரியாமல் போனது? அது சினையாக இருப்பதுபோல் தெரியவே இல்லையே? சில நேரங்களில் வயிறு உப்பிப்போய் தெரியும். சில நேரங்களில் ஒட்டிப் போயிருக்கும். சினையாக இருந்தால் இப்படி இருக்குமா? நான் உம்மாவிடம் கேட்டேன்.

உம்மா சொன்னாள்:

"அது பெறப் போகுதுடா."

எனக்கு சந்தேகமாக இருந்தது. உண்மையாகவா? எனக்கு இது ஏன் தெரியவில்லை. மாதர்குலம் சொல்லிக்கொள்வது சரிதானோ?

பிரசவ விஷயங்களுக்கெல்லாம் ஏகபோக அதிகாரம் படைத்தவர்கள் பெண்கள்தான்.

சுகப்பிரசவமாக இருக்குமா?

O

மூன்று

சரி, பாத்துமாவின் ஆடு உண்மையிலேயே பிரசவிக்கப் போகிறது. நல்ல விஷயம்தான். பிரசவிக்கட்டும். எனக்கு மகிழ்ச்சியாக இருந்தது. பிரசவம் எப்போது?

ஆனும்மா என்னுடைய அறையைக் கூட்டி படுக்கையை உதறிவெயிலில் போட்டுவிட்டு வந்ததும் நான் கேட்டேன்:

"ஆட்டுக்கு ஏதாவது கொடுத்தியா பெண்ணே?"

அதற்குக் கஞ்சித்தண்ணீர் கொடுத்ததாக ஆனும்மா சொன்னாள்.

"கஞ்சித் தண்ணி மட்டும் போதாது. அதுக்கு புல்லு குடுக்கணும். கொஞ்சம் புண்ணாக்கு வாங்கி தண்ணியில ஊற வச்சு கொடுக்குறது நல்லது."

இந்த அறிவுரைகளுடன் கொஞ்சம் அதிகமாக பழத்தோலும் ஒரு சிறுபழமும் ஆட்டுக்குக் கொடுப்பதற்காக ஆனும்மாவிடம் ஒப்படைத்தேன். ஆனும்மா கரிசனமாக அதை என் கண்முன்னால் வைத்து ஆட்டுக்குக் கொடுக்கவும் செய்தாள். ஆனால், இந்தப் பெண்களுக்கு ஏதோ ஒரு பெரிய அபத்தம் நேர்ந்திருக்கிறதென்பது மட்டும் நிச்சயம். இதற்கெல்லாம் அதாரிட்டிகள் பெண்களாக இருக்கலாம். நான் இதை ஒப்புக்கொள்கிறேன். இருந்தாலும், இந்த கர்ப்பம் சம்பந்தமாக அவர்களுக்கு பெரிய அபத்தம் நேர்ந்திருக்கிறது. என் மனதிற்குள் ஒரு உற்சாகம் ஏற்பட்டது. காரணம் என்னவென்றால்

என் முன்னால் நிற்கும் இந்த ஆடு சினையாக இல்லை. வயிறு ஒட்டிப் போயிருக்கிறது. ஆடு, சாம்பமரத்தினடியில் உதிர்ந்து கிடக்கும் காய்களைத் தின்கிறது. உம்மாவும் நிற்கிறாள். உம்மா சாம்பக்காய்களை சேகரித்துக்கொண்டிருக்கிறாள்.

சிவந்த பெரிய பனித்துளிகள்போல் பச்சிலைகளினிடையில் சாம்பக்காய்க்குலைகள் தொங்கிக்கிடந்தன. என் நேரெதிரில், முற்றத்தையடுத்து. அவை என்னுடைய ரத்தத்துளிகள்.

நான் அப்படியே அமர்ந்திருக்கும்போது வருகிறாள் பாத்துமா. ஆச்சரியம்! ஒரு ஆடும் அவளுடன் வருகிறது. கதீஜாவும் வருகிறாள். ஆனால், பாத்துமாவுடன் வருகிற ஆடு சினையாக இருக்கிறது.

நான் ஆனும்மாவிடம் கேட்டேன்:

"இந்த ஆடு யாரோடது?"

ஆனும்மா சொன்னாள்:

"இது என்னோடது, தாத்தா தந்தது."

பாத்துமா ஆனும்மாவுக்குக் கொடுத்த ஆடு.

உம்மா சொன்னாள்:

"பாத்துமாவோட ஆட்டின் மூத்த மகள்."

அப்படியென்றால் ஆனும்மாவுக்கும் ஒரு ஆடு இருக்கிறது. அது என் பக்கத்தில்தான் வசித்தும் வருகிறது. இருந்தும் இந்த விஷயம் எனக்குத் தெரியாது. இரண்டையும் வேறுபடுத்திப் பார்க்க எனக்குத் தெரியவில்லை. இரண்டுமே தவிட்டு நிறத்தில் ஒரே மாதிரியாகத்தான் இருந்தன. பிறகு, நான் கூர்ந்து பார்த்த போது பாத்துமாவின் ஆட்டின் கண்களைச் சுற்றி ஒரு கறுப்பு அடையாளம்.

ஆடு வந்ததுமே ஓடி வீட்டுக்குள் புகுந்தது. பாத்துமாவிடம் நான் கேட்டேன்:

"ஏன் பாத்துமா, இன்னைக்கு நீயும் ஆடும் வர இவ்வளவு லேட்டாயிடுச்சு?"

பாத்துமா விஷயத்தைத் தெளிவுபடுத்தினாள். கொச்சுண்ணி வாங்கிக் கொடுக்கும் இரவுக்கான புல் போதுமானதாக இல்லையாம். சினையாக இருக்கிறதல்லவா? அதனால் அக்கம்பக்கத்துத் தோட்டங்களிலும் வயல்களிலும் போய் மற்றவர்கள் பறிப்பதற்கு முன் சீக்கிரமாகப் போய் புல் பறித்துக் கொடுப்பாள்.

பாத்துமா வீட்டுக்குள் ஏறியதும் நாத்தனார்களையும் தங்கைகளையும் சினந்து கொண்டாள். பாத்துமாவின் ஆட்டுக்கு வைத்திருந்த கஞ்சித் தண்ணீர் போதாது.

"அதை அவள் எடுத்து அவளோட ஆட்டுக்குக்கொடுத்திருக்கா. இதை இவளுங்க கவனிக்க வேண்டாமா?"

ஒரு நாத்தனார் சண்டை பார்க்கலாமென்று விரும்பினேன். ஆனால் நாத்தனார் சண்டையோ, மாமியார் சண்டையோ பார்க்க முடிவதில்லை. உம்மாவின் சத்தம் மட்டுமே கேட்கும். எல்லோரையும் தேவைக்குத் திட்டுவாள். அப்போது ஆனும்மாவின் சத்தம் கேட்டது.

"என் ஆட்டுக்குக் கொஞ்சம்தான் கஞ்சித் தண்ணி கொடுத்தேன். கொஞ்சம் நாங்க குடிச்சோம். மிச்சத்தை அப்படியேதான் வெச்சிருக்கோம்."

நான் கொடுத்த பழத்தோலையும் ஆனும்மாவின் ஆடுதான் தின்றது என்ற பேருண்மையை நான் யாரிடமும் சொல்ல வில்லை.

"போதுண்டி, போதும். நீ ஒண்ணும் சொல்ல வேணாம் . . ." பாத்துமாவின் அங்கலாய்ப்புதான்.

"உம்மாவுக்கும்கூட என்னைப் பிடிக்கல்ல."

"எடீ," உம்மா சொன்னாள்: "மரச்சீனிக்கிழங்கு தின்னா, கொஞ்சம் கஞ்சித்தண்ணி குடிக்கணும். நாங்க கொஞ்சம்தான் குடிக்கவும் செய்தோம். உன்னோட ஆட்டுக்குத்தான் அப்படியே வச்சோம்."

மரச்சீனிக்கிழங்கு தின்றுவிட்டு கஞ்சித்தண்ணீர் குடிப்பதாக உம்மா சொன்னாளே? எப்போது தின்றாள்? விசாரித்தபோது தான் பரிதாபமான அந்த இரகசியம் தெரியவந்தது. உம்மா, ஆனும்மா, ஐசாமா, குஞ்ஞானும்மா ஆகியோர் சரியாகச் சாப்பிடுவதில்லை. அதாவது, அவர்களுக்குச் சாப்பிடக் கிடைப்பதில்லை. ஆண்களுக்கும் குழந்தைகளுக்கும் மட்டுமே அரிசிச் சோறு. மற்றவர்கள் மரச்சீனிக்கிழங்கு தின்று உயிர்வாழ்கிறார்கள். பகல் பதினொரு மணிக்கு, துண்டாக வெட்டிப் போட்டு உலர வைத்த மரச்சீனிக்கிழங்கை குத்தி மாவாக்கி தேங்காய்ப் [1]பீரையும் உப்பும் சேர்த்து குழாயிலடைத்து புட்டு அவித்துத் தின்பார்கள். ஒரு நுள்ளு தேயிலையை (பெரும்பாலும் சுலைமான் இதைக் கொடுப்பான்) கொதிக்கும் நீரிலிட்டு சீனியோ, பாலோ சேர்க்காமல் குடிப்பார்கள். பிறகு வேலை செய்வார்கள்.

1 துருவல் சக்கை

நிறையவே வேலைகளும் இருக்கும். ஆண்கள், சாப்பாட்டு நேரத்தில் மட்டும்தான் வீட்டுக்கு வருவார்கள். பெண்கள்தான் இந்தக் கஷ்டங்களை அனுபவித்துக்கொண்டிருந்தார்கள். இது என் வீட்டில் மட்டும்தான் நடக்கிறது என்றில்லை. பெரும்பாலும் எல்லா மத்தியதரக் குடும்பங்களிலும் இதுதான் நிலைமை. பெண்கள் மிகப்பெரிய சேவைகளைச் செய்து கொண்டிருக்கிறார்கள். இது ஏன் ஆண்களுக்குத் தெரியவில்லை?

அப்துல் காதரின் மனைவி குஞ்ஞானும்மாவின் குரல் கேட்டது:

"பாத்துமா மைனீ, ஆடு பெறும்போது எங்களை மறந்துடாதீங்க, சுபைதாவுக்குக் கொஞ்சம் பாலு கொடுக்கணும்."

ஹனீஃபாவின் மனைவி ஐசாமா கௌரவத்துடன் கேட்டாள்:

"எங்க ரசீதுக்கு பாலு குடிச்சா உள்ளே இறங்காதாக்கும்?"

சுலைமானின் மனைவி ஆனும்மா லேசான பரிகாசத்துடன் சொன்னாள்:

"செய்யது முகம்மதுக்கும் பாலு குடிக்கிறலே பெரிய வெட்கமெல்லாம் ஒண்ணும் கிடையாது."

ஆனும்மா பள்ளிக்கூடத்துக்குப் போனவள் என்று சொல்லியிருக்கிறேன் அல்லவா? ஓரளவுக்குப் படித்துமிருக்கிறாள். ஆனும்மாவின் அக்காவாக இருந்தாலும் பாத்துமாவுக்குப் படிப்பறிவு கம்மிதான். ஆகவே, பாத்துமா லேசான கோபத்துடன் சொன்னாள்:

"போதும், போதும் தோல்ல குத்துறதுபோல உள்ள உம் பேச்சு."

கொஞ்ச நேரத்திற்குப் பிறகு நான் மெதுவாக அறைக்குள் நுழைந்தேன். பாத்துமாவின் ஆடு நிற்கிறது. என் பெட்டியின் மீதிருந்த நேந்திரம்பழம் இரண்டை அது அப்படியே வாயில் வைத்திருக்கிறது. பாத்துமாவின் ஆடேதான்! அது கிழக்கு வாசல்வழியாக வந்திருக்கிறது. ஆனும்மா வாசலை மூட மறந்துவிட்டாள்.

நான் சத்தமிட்டுக் கூப்பிட்டேன்:

"ஆனும்மா, பாத்துமா ஓடிவாங்க. உங்க ஆடு ஏத்தன்பழம் சாப்பிடுது."

ஆனும்மாவும் பாத்துமாவும் ஓடிவந்தார்கள்.

ஆனும்மாவுக்கு மகிழ்ச்சி. அவள் சொன்னாள்:

"இது தாத்தாவோட ஆடு."

"போகட்டும் பெரிய காக்கா." பாத்துமா அப்பிராணி போல் என்னை ஆறுதல்படுத்தினாள்: "நான் வேற ரெண்டு பழம் காக்காவுக்கு வாங்கித் தந்துடறேன். அது பசி தாங்க முடியாம தின்னுட்டுது."

ஆனும்மா சொன்னாள்:

"எவ்வளவுதான் தின்னாலும் அதுக்கு பசி தீராது. என் ஆட்டுக்கு வெச்சிருக்குற புல்லையும் அது இப்படித்தான் திருடித் தின்னுடும்."

பாத்துமாவால் இதைத் தாங்கிக்கொள்ள முடியுமோ? அவள் சொன்னாள்:

"போதுண்டி, போதும். உன்னோட ஆடும் புல்லும்."

நான் சொன்னேன்:

"பரவாயில்லை, பிள்ளைங்களுக்கெல்லாம் ஆட்டுப்பால் கொடுக்கணும்."

"எப்படி காக்கா கொடுக்குறது? என்னவெல்லாம் செலவு இருக்கு? பாலை வித்துதான் நாங்க இருக்குற வீட்டு வாசலை சரியாக்கணும்."

என்ன செய்ய முடியும்? பாத்துமாவும் கொச்சுண்ணியும் கதீஜாவும் வசிக்கும் வீட்டின் வாசலைக் கயிற்றால் கட்டி வைத்திருக்கிறார்கள். அதைச் சரிப்படுத்த வேண்டும். என்ன செய்வது?

வீட்டிலுள்ள பெண்களுக்கெல்லாம் நான் போவதற்குள் ஒரு நேரமாவது வயிறு நிறைய சோறு கொடுக்கவேண்டும்.

இதற்கான பணமெங்கே இருக்கிறது? என் கையில் சல்லிக்காசுகூடக் கிடையாது. இருந்ததை எல்லோருக்குமாகப் பங்குப்போட்டுக் கொடுத்துவிட்டேன் என்று சொன்னால் அது ஒரு நாகரீகமான சொல் மட்டும்தான். உண்மையில் பிடுங்கிப் பறித்துக்கொண்டார்கள். பிறகு அப்படியே உட்கார வைத்திருக்கிறார்கள். நினைத்துப் பார்த்தால் கோபம்தான் வருகிறது. நான் என்னவெல்லாம் கொடுத்திருக்கிறேன்? பணம் கொடுத்தேன். பாத்திரங்கள் வாங்கிக் கொடுத்தேன். கண்ணாடித் தம்ளர்கள் வாங்கிக் கொடுத்தேன். பிள்ளைகளுக்குத் தலையில் போடுவதற்கு [1]தட்டு முண்டுகள் வாங்கிக் கொடுத்தேன். இதெல்லாம் செய்தபிறகும்கூட நான் எதுவுமே தரவில்லை என்பது போல் நடந்துகொள்கிறார்கள். கோபம் அப்படியே

---

1 முக்காடு துணி

மூக்கு நுனியில் வந்து நிற்கிறது. மூச்சுவிட்டால் உடனே எகிறி விடுவேன். அபூவைத் திட்டுவேன். ஹனீஃபாவைத் திட்டுவேன். அப்துல் காதரைத் திட்டுவேன். ஹனீஃபாவுடைய, அப்துல் காதருடைய, சுலைமானுடைய பிள்ளைகளை அடிப்பேன். பாத்துமாவின் மகள் கதீஜாவை அடிப்பதில்லை, அவளை வெளியே எங்கும் பார்க்க முடியாததால். மனதில் தோன்றுவதை எல்லாம் பேசும் சந்தர்ப்பங்களில் எல்லாப் பெண்களையும் அதில் சேர்த்துக்கொள்வேன். குறிப்பாக, தம்பிமார்களின் மனைவிமார்களை ! என் குரல் அப்படியே உயர்ந்து வரும் போது வீடு நிசப்தமாகிவிடும். பிறகு, நான் அப்படியே உட்கார்ந்து விடுவேன். பாத்துமாவின் ஆடு முற்றத்தில் நின்று காய்ந்த பலா இலைகளைத் தின்றுகொண்டிருந்தது. தின்று வயிற்றை நிரப்பட்டும். இது, பிரசவித்தால் நிறைய பால் கிடைக்கும். சுபைதா, ரசீது, கதீஜா, அபி, செய்யது முகம்மது, பாத்துக்குட்டி ஆகியோர் கொஞ்சம் பால் குடிப்பது நல்லது. ஆனால் பால், நெய் இதையெல்லாம் என் வீட்டில் யாரும் உபயோகிப்பதில்லை. நான் நெய் சாப்பிடுகிறேன். பால் குடிக்கிறேன். இங்கே நானொரு விசேஷமான கேஸ். நெய்யையும் பாலையும் பற்றிச் சொல்லும்போது ஒரு சம்பவம் நினைவுக்கு வருகிறது.

பத்து இருபத்தைந்து முப்பது ஆண்டுகளுக்கு முன்பு நடந்த சம்பவம் இது.

பிள்ளைகளாக அப்போது நானும் அப்துல் காதரும் ஹனீஃபாவும் பாத்துமாவும் மட்டுமே இருந்தோம். ஆனும்மா அப்போது பிறந்திருந்தாளா என்பது சரியாக நினைவில்லை. அபூ இல்லவே இல்லை.

வீட்டில் பால்கறவை நடந்தது. பாலும் தயிரும் தாராளம்.

வாப்பாவுக்கு மர வியாபாரத்தினிடையே படகு வியாபாரமும் இருந்தது. மலைகளிலிருந்து மரத்தை வெட்டி அந்த இடத்தில் வைத்தே அவற்றை படகுகளாகக் கட்டி நதிகளின் வழியாகக் கூட்டம் கூட்டமாகக் கொண்டு வந்து மலைவாசிகளை வைத்து செதுக்கி, மொத்தமாகக் கொச்சிக்குக் கொண்டுபோய் பெரிய தொகைக்கு விற்பது வழக்கமாக நடந்துகொண்டிருந்தது.

அன்றெல்லாம் வீட்டில் எப்போதுமே நெய் இருக்கும். மஞ்சள் நிறம் கலந்த பெரிய மணல் பரல்கள் போன்ற நெய். ஒரு பெரிய கண்ணாடி ஜாடி நிறைய அப்படியே இருக்கும்.

'குடயத்தூர் மலைகளில் குறுந்தோட்டி தின்று வளர்ந்த பசுவின் நெய்.' வாப்பா இப்படி சொன்னதாக எனக்கு ஞாபகம்.

நெய் ஜாடியின் பக்கத்தில் பளிங்கு ஜாடி நிறைய சீனியும் இருந்தது. இரண்டுமே மூலையில் ஒரு பலகையின் மீதிருந்தன.

நெய்யை சோற்றிலும் மற்ற பதார்த்தங்களிலும் கலந்து சாப்பிடுவது வழக்கம்.

அப்போதெல்லாம் நான் வாப்பாவின் கையிலிருந்து நிறைய அடிவாங்குவது வழக்கம். அப்துல் காதருக்கென்றால் சுத்தமாகவே அடி கிடைப்பதில்லை. எனக்கு மட்டும்தான் தாராளமான அடி. சிலவேளைகளில் அதற்கான காரணம் இருக்கும். சிலவேளைகளில் காரணமே இருக்காது. அப்பாமார்கள் பிள்ளைகளை அடிப்பார்கள். அம்மாக்களும் அடிப்பார்கள். ஆமாம்..! என் உம்மாவும் என்னை அடித்திருக்கிறாள். சிரட்டை அகப்பையின் கைப்பிடியால் என்னை அடித்துப் பல தடவை சமையல் கட்டிலிருந்து விரட்டியிருக்கிறாள். எனக்கு எப்போதும் எதையாவது தின்றுகொண்டேயிருக்க வேண்டும். சமையல்கட்டுக்குள் நுழைந்து எதையாவது கையிட்டு அள்ளித் தின்பேன். அப்துல் காதரும் இப்படித் தின்றிருக்கிறான். ஆனால் இதை யாருமே நம்புவதில்லை. அவன் திருடித் தின்றாலும் அதைச் செய்தவன் நான்தான். அடியும் எனக்குத்தான்.

அன்றொரு நாள், காலையில் நாஷ்டாவுக்கும் மதியச் சாப்பாட்டுக்குமிடையிலான சுபமுகூர்த்த வேளை. பசி இலேசாகத் தலைகாட்டத் தொடங்கியிருந்தது. சுலபமாக ஏதாவது தின்பதற்கேற்ற நேரம் அது. நான் சமையல்கட்டுக்குச் சென்றேன். அங்கே உம்மா இருந்தாள், வேலைக்காரியும் இருந்தாள். வேலைக்காரியின் பெயர் நங்ஙேலி. இந்த நங்ஙேலியும்கூட என்னை அடித்ததுண்டு. பல தடவை அடித்து விரட்டியிருக்கிறாள்.

நான் சின்ன முதலாளி. சின்ன முதலாளிகளை வேலைக்காரிகள் அடிக்கக்கூடாது. இந்த நியாயம் அங்கே நடைமுறையில் இல்லை. உம்மாவிடம் சொன்னால்: "நல்லதுதான். நீ கைபோட்டு அள்ளின பிறகுதானே அடிச்சா?" என்று சொல்லிவிடுவாள். மட்டுமல்ல, இந்த நங்ஙேலியிடம் நான் பால் குடித்திருக்கிறேனாம். (பல அழகான மாதரசிகளிடமிருந்து நான் பால் குடித்திருக்கிறேன். உம்மாவும் மற்ற பலரும் சொன்ன விஷயம் இது. கண்ட கண்ட பெண்களிடமிருந்தெல்லாம் நான் பால் குடித்தேனா? இந்த நானா? ச்சே!) அப்படியே யோசித்தபடி நின்றிருந்தேன். சரி, ஒரு மாங்காயைக் கடித்துத் தின்றுவிடலாம். ஆனால், அதுகூட கிடைப்பதற்கான மார்க்கமில்லை. நங்ஙேலி சொன்னாள்:

"கொஞ்ச நேரம் பசிக்கட்டும்! இப்ப சாப்பிடலாம். இல்லேன்னா ரெண்டு அடி வாங்குவே"

ம்ஹூம்! எதுவும் பேசாமல் அங்கெல்லாம் நடந்து திரிந்தபடி அறைக்குள் நுழைந்தபோது புதிதாக ஒன்றைக் கண்டுபிடித்தேன். நெய்யும் சீனியும் அருகருகே இருக்கின்றன. இரண்டும் ஒன்று சேரும்போது சில அனுகூலங்கள் உண்டு. ம்ஹூம்! பிறகு தாமதம் செய்யவில்லை. ஒரு குழிந்த பீங்கான் பாத்திரம் எடுத்தேன். யாரும் பார்க்காமல், வாப்பா வழக்கமாகப் படுக்கும் அறைக்குள் சென்றேன். நெய்யிலிருந்த ஜாடியை மெல்ல எடுத்து வாப்பாவின் கட்டிலில் வைத்தேன். அடைப்பை மெதுவாக உருவி என் பரிசுத்தமான கையால் நெய்யை அள்ளியெடுத்து பாத்திரத்தில் பகுதியளவு நிறைத்தேன். பிறகு ஜாடியை பழைய படி மூலைப் பலகையில் வைத்தேன். சீனியையும் அதுபோல் அள்ளி குழிந்த பீங்கான் பாத்திரத்தில் தாராளமாகப் போட்டேன். ஜாடிகள் இரண்டும் அந்தந்த இடங்களில். யார் பார்த்தாலும் எந்த மாற்றமும் நிகழ்ந்ததாகத் தோன்றாது. வாப்பா எடுப்பதைப் போலவே சமப்படுத்தி வைத்திருக்கிறேன். வாப்பா ஸ்பூனால் நெய்யை எடுத்துவிட்டு ஜாடியின் மேற்பகுதி நெய்யை அழகாக நிரப்பிவிடுவார். அதைப் போல் நானும் கையால் நிரப்பி வைத்துவிட்டு வாப்பாவின் கட்டிலில் அமர்ந்து நெய்யையும் சீனியையும் கலந்து குழைத்து கொஞ்சம் வாயிலிட்டு கரமொரவென்று மென்று தின்றேன். சீனி, பரவலாகக் கிடந்ததால் நன்றாகக் கரையவில்லை. இருந்தாலும் ஸ்டைலாகத் தின்றுகொண்டிருந்தேன். அப்போது மெதுவாக, மிக மெதுவாக இரகசியமான ஒரு குரல். நான் திடுக்கிட்டேன். குரலுக்குரியவன் அப்துல் காதர்தான். அவன் பக்கத்தில்தான் நின்றுகொண்டிருந்தான். எப்போது, எப்படி இந்த அறைக்குள் இவன் வந்தான். எந்தப் பிடியும் கிடைக்கவில்லை. அவன் கேட்டான்:

"காக்கா, என்ன திங்கிறே?"

நான் மெதுவாகச் சொன்னேன்:

"ஒரு மருந்து."

"நான் காக்காவோட பின்னாலதான் நின்னுட்டிருந்தேன். எல்லாத்தையுமே நான் பாத்துட்டேன். எனக்கும் தா. இல்லேன்னா நான் சொல்லிக் கொடுப்பேன்."

மிகவும் மெதுவாக ரகசியம் பேசுவதுபோல் நான் கேட்டேன்:

"டேய், நீ என் தம்பியில்லையா?"

"அப்ப எனக்கும் தா."

நான் அவனுக்கும் கொடுத்தேன். பாத்திரத்தை நக்கி சுத்தம் செய்ததும் அவன்தான்.

“இனி நான் எடுக்கமாட்டேன்.” நான் சொன்னேன்:

“நீயும் எடுக்கக்கூடாது.”

இதற்கு ஒப்புக்கொண்டு நாங்கள் வெளியே வந்தோம். பாத்திரத்தை இருந்த இடத்தில் கொண்டுபோய் வைத்துவிட்டு உலகத்தில் எதுவுமே நிகழவில்லை என்பதுபோல் நாங்கள் நடந்தோம். இந்தச் சம்பவத்தை நான் இத்துடன் மறந்தும் விட்டேன்.

இதற்குப் பிறகு சீனியையும் நெய்யையும் நான் எடுக்கவே இல்லை என்பதுதான் உண்மையிலும் உண்மை. நெய்யின் குணாம்சங்கள் எதையும் தெரிந்து கொள்ளவுமில்லை. நிஜமாகவே சாப்பிட எதுவுமில்லாதபோதுதான் நான் நெய்யும் சீனியும் தின்றேன். அவ்வளவுதான். தின்பதற்குப் பல பொருட்கள் வீட்டிலிருந்தன. பலாப்பழமிருந்தது. மாம்பழமிருந்தது. சிக்கார் அலமாரியில் வறுத்த இறைச்சி ஒரு ஜாடியிலிருந்தது. நான் இதிலெல்லாம் என் கவனத்தைப் பதித்துக்கொண்டு அப்படியே நடந்துகொண்டிருந்தேன். நாட்கள் இப்படியே நகர்ந்து கொண்டிருந்தன. இப்போதெல்லாம் நான் அடிக்கடி அடி வாங்கத் தொடங்கியிருக்கிறேன். அப்துல் காதருக்கு வியாதி அதிகமாகிக் கொண்டுமிருந்தது.

அடிவாங்குவதற்கான காரணம், நெய்யை யாரோ அப்படியே அள்ளியெடுத்து திருடித் தின்கிறார்கள். ஜாடியின் வெளிப்புறத்திலும் கட்டிலிலும் அடையாளங்களிருக்கின்றன. நான் அடிவாங்கிக் கொண்டிருந்தேன். அப்துல் காதருக்கு நோயல்லவா? வேடிக்கை என்னவென்றால் அவன் அப்படியே குதிர்போல் வீங்கிக்கொண்டிருக்கிறான். தாங்கமுடியாத தண்ணீர் தாகம் அவனுக்கு. எதுவுமே சாப்பிட முடியவில்லை.

“புள்ளைக்கு என்னவோ நோய்.” உம்மாவும் நங்நேலியும் சொல்லிக்கொண்டார்கள். வாப்பா [1]கணியானைக் கூப்பிடப் போனார். கணியான்தான் அப்போது பெரிய வைத்தியர். ஆயுர்வேதம்தான். சிகிச்சை செய்ய வேண்டுமல்லவா?

அப்போது உம்மா அப்துல் காதரை மடியில் தூக்கி வைத்து மனவேதனையுடன் தடவிக்கொடுத்துக் கொண்டிருந்தாள்.

“அல்லா, எந்தங்கத்துக்கு ஒடம்புக்கு என்ன?”

நங்நேலி சொன்னாள்:

“எந் தங்கக் கொடத்துக்கு ஒண்ணும் வந்துடப்புடாது.”

---

1 ஜோதிடர்

அப்துல் காதர் எந்தப் பதற்றமுமில்லாமல் நோயாளியாக, தடியனாக, வீட்டின் முக்கியப் பிரமுகராக அப்படியே வாழ்ந்து கொண்டிருக்கிறான்.

நான் அப்துல் காதரின் முகத்தைப் பார்த்தேன், "டேய், கள்ளா, நீ அந்த நெய்யை எல்லாம் திருடித் தின்னுதானே இப்படித் தடியனாகி இருக்கே?" என்ற பாவனையை முகத்தில் தேக்கியபடி.

அவன் அசைந்து கொடுக்கவே இல்லை. கணியான் வந்தார். அதற்குப் பிறகு மற்றொரு வைத்தியரான வேலன் வந்தார். கடைசியில் [1]முஸல்யார் வந்தார்.

நாட்கள் அப்படியே கடந்தன. நெய் குறைந்துகொண்டிருந்தது. வழக்கம்போல் நான் அடிவாங்கிக்கொண்டிருந்தேன். அப்துல் காதர் வீங்கிக்கொண்டிருந்தான். மருந்துகள் எதையும் அவன் சாப்பிடுவதில்லை. யாருக்கும் தெரியாமல் அவற்றைக் கொட்டிவிடுவான். எப்போதாவது கொஞ்சம் சோறு உண்பான். அவன் உடம்புக்கு ஏலாதவன் என்பதால் எல்லோரும் அவனைச் சீராட்டினார்கள். அவனுக்கு எந்தச் சோர்வுமில்லை. அப்படியே திரிவான். நல்ல வேலைடா இது!

தினமும் அவன் நெய்யும் சீனியும் தின்கிறான் என்பது எனக்குத் தெரியும், ஆனால், யாரிடம் போய்ச் சொல்லமுடியும்? சொன்னால் யாராவது நம்பப்போகிறார்களா?

ஒருநாள் யாருக்கும் தெரியாமல் அவனுக்குக் கொஞ்சம் பொரித்த இறைச்சி கொடுத்தேன். அதை யாருக்கும் தெரியாமல் நான் அலமாரியிலிருந்து திருடினேன். அதை அவன் வாங்கித் தின்றதும் நான் சொன்னேன்:

"டேய், நீ என் தம்பிதானே? உள்ளதைச் சொல்லு. நீ இப்பிடி வீங்கி, தடிமாடா ஆனது நெய்யும் சீனியும் தின்னுதானே."

"நீ சும்மா இரு காக்கா, எனக்கு உடம்புக்கு சுகமில்லேன்னு சொன்னம்லா?"

இவனது திருட்டுத்தனத்தை பொதுஜனங்களின் கவனத்திற்கு கொண்டு வருவது எப்படி? சொன்னால் யார் நம்புவார்கள்? இருந்தாலும் நான் உம்மாவிடம் சொன்னேன். நங்ஙேலியிடமும் சொன்னேன். நெய்யையும் சீனியையும் தின்று தீர்க்கும் பெருந்திருடன் அப்துல் காதர்தான் என்று.

நினைத்ததுபோல்தான். யாருமே நம்பவில்லை. என் இருதய சுத்தியின் காரணமாக ஒரு சம்பவம் நடந்தது. ஒரு வெள்ளிக்

---

1 மதப்பண்டிதர்

கிழமை, வாப்பா ஜும்ஆ தொழுகைக்காகப் பள்ளிவாசலுக்குச் சென்றிருந்தார். உம்மா, சில பெண்களுடன் அடுத்த வீட்டிலிருந்து பேன் பார்த்தபடியே ஊர் நியாயம் பேசிக்கொண்டிருந்தாள். கூடவே அப்துல் காதரின் புனித வியாதியைப் பற்றியும் பேசினாள். அதையெல்லாம் கேட்டுக்கொண்டிருந்துவிட்டு நான் வீட்டுக்கு வந்தேன். நங்யேலி தூங்கிக் கிடந்தாள். அடுப்படிக்குள் நுழைந்த நான் சிறு சிறு சோதனைகள் நடத்தினேன். சிலவற்றைக் கையிட்டு அள்ளித்தின்றேன். பிறகு அறையில் புகுந்து மெல்ல வராந்தாவுக்கு வந்தேன். வாப்பா படுத்திருக்கும் அறைக்குள் ஏதோ ஒரு அசைவு தென்பட்டது. ஒரு கரமுரா சத்தம்! நான் மெல்ல எட்டிப் பார்த்தேன். வாப்பாவின் கட்டிலின் அடியில் இரண்டு கால்கள் தெரிந்தன. அதிலொன்று சூம்பிப் போயிருந்தது.

அப்துல் காதர் நெய்யும் சீனியும் தின்கிறான்.

நான் மெதுவாக, மிக மெதுவாக வெளியே வந்து ஓடி உம்மாவிடம் சென்றேன்.

"அப்துலுவோட நோயைப் பாக்கணுமா? ஓடிவாங்க."

எல்லாரையும் கூட்டிக்கொண்டு வந்து மெதுவாக வாசல் பக்கத்தில் நிற்க வைத்துவிட்டு நான் உள்ளே போய்க் கதவுகளை டப்பென்று திறந்து விரித்தேன்.

அப்துல் காதர் குழிந்த பீங்கானில் நெய்யும் சீனியும் தின்ற வாறே கட்டிலுக்கு அடியில் பதுங்கியிருக்கிறான்.

அவனை கையும் களவுமாக நான் வெளியே கொண்டு வந்தேன். உம்மா அவனைச் சரமாரியாக அடித்தாள். சத்தத்தையும் கூப்பாட்டையும் கேட்டு நங்யேலியும் விழித்துக்கொண்டாள். அவளும் விஷயத்தை அறிந்து அவனை அடித்தாள்.

அந்த அழகான காட்சியை நான் பார்த்துக்கொண்டு நின்றேன்.

வாப்பா வந்தபிறகு வாப்பாவும் அவனை அடித்தார்.

இதெல்லாம் முடிந்த பிறகு தனியாக இருக்கும்போது என்னிடம் கேட்டான்:

"நான் காக்காவோட தம்பியில்லையா, என்னை ஏன் காட்டிக் கொடுத்தே?"

நான் சொன்னேன்:

"பெருந்திருடா, நீ செய்த வேலைக்காக நான் எவ்வளவு அடி வாங்கியிருக்கேன். அப்ப நீ நினைச்சுப் பாத்தியா, இவன் நம்ம காக்கா இல்லையான்னு? பெருந்திருடா."

இதையெல்லாம் நினைத்தபடியே நான் சிரித்துக் கொண்டிருந்தேன். அப்போது என் வயதான தாயார் வந்தாள். வந்ததும் அந்த மூதாட்டி கேட்டாள்:

"நீ எதுக்குடா சிரிச்சுக்கிட்டிருக்கே?"

நான் சொன்னேன்:

"ஒரு பழைய சம்பவத்தை நினைச்சுச் சிரிச்சேன். அப்துலு சீனியும் நெய்யும் திருடித் தின்னு வீங்கிப்போன கதையை."

"ஓ . . ! நீ அதை இன்னும் மறக்கலையா?"

"இல்லே."

"உங்கிட்ட பைசா இருந்தா ஒரு அஞ்சு ரூபா தா. பாத்துமாவோட ஆடு கஞ்சிக் கலயத்தை ஒடைச்சிடுச்சி."

"பெரிய காக்கா, அது என் ஆடு இல்லை. ஆனும்மா வோடதாத்தான் இருக்கும்."

ஆனும்மா வந்து சொன்னாள்:

"என் ஆடு இல்லே. தாத்தாவோட ஆடுதான்."

பாத்தும்மா சொன்னாள்:

"போதுண்டி, போதும். பெரிய காக்கா இருக்குறது தெரியாதா உனக்கு? கொஞ்சம் அடங்கி ஒதுங்கி இரு. அது என் ஆடுதான்னு ஒனக்கு எப்படித் தெரியும்? அத முதல்ல நீ சொல்லு."

ஆனும்மா சொன்னாள்:

"நான், பெரிய காக்காவும் அறியட்டும்னுதான் சொல்லுறேன். தாத்தாவோட ஆடு வந்தா நான் உடனே என் ஆட்டைக் கொண்டுபோய் உள்ளே கட்டிப்போட்டுடுவேன். தாத்தாவோட ஆடு, என் ஆட்டோட புல்லைத் திருடித் தின்னுடும். எங்க கிழங்கு புட்டையும் திருடித் திங்கும். எங்க கடுஞ்சாயாவையும் கூட அது திருடிக் குடிக்கும். பிள்ளைங்களுக்கு ஒண்ணுமே கிடைக்காது. எல்லாத்தையும் தாத்தாவோட ஆடுதான் திங்கும்."

பாத்துமா அவமானத்துடன் வீம்பு பேசினாள்:

"போதுண்டி, போதும். உன் ஆட்டுக்குத் திருடவே தெரியாது. உனக்கு எங்க இருந்துடீ அந்த ஆடு கிடைச்சுது?"

ஆனும்மா சொன்னாள்:

"அது, தாத்தா தந்ததுதான்."

"எடீ," பாத்துமா சொன்னாள்:

“இந்த [1]துனியாவுலெ எத்தனை தாத்தாமார் தங்கச்சிங்களுக்கு ஆடு கொடுக்குறா? அதச் சொல்லுடீ.”

ஆனும்மா சொன்னாள்:

“ஓ... எவ்வளவோ தங்கச்சிங்களுக்கு தாத்தாமார் ஆனையே கொடுத்திருக்காங்க, அதுக்கெடையிலெ இம்புட்டுபோல ஒரு ஆட்டைச் சொல்ல வந்துட்டா.”

பாத்துமாவுக்குக் கோபம் வந்தது. அவள் சொன்னாள்:

“பெரிய காக்கா இருக்கிறதுனால நீ தப்புனே, இல்லேன்னா உன்ன நான் வச்சுப் பாத்திருக்கமாட்டேன். எடீ, ஆண்டவனுக்கு அடுக்காத எதையும் பேசக்கூடாதுடி. எங்கிட்டே ரெண்டாடு இருந்ததுலே ஒண்ணை எம் பொன்னுத் தங்கச்சின்னு சொல்லி உனக்குத் தந்தேன். மொதல்ல அதை ஞாபகத்திலே வச்சிக்கோ.”

பாத்துமா என் பக்கத்தில் வந்து நின்று மெதுவாகக் கேட்டாள்:

“கதீஜாவோட கம்மல் விஷயத்தை மறந்துட்டீங்களா காக்கா?”

நானும் மெதுவாகச் சொன்னேன்:

“இல்லே.”

பாத்துமா மெல்ல உபதேசித்தாள்:

“யாரும் அறியவேணாம்.”

ஆனும்மா உடனே என் பக்கத்தில் வந்து கேட்டாள்:

“தாத்தா ரகசியமா எதோ சொன்னாளே, அது என்னது பெரிய காக்கா?”

பாத்துமா ஓடி வந்து சொன்னாள்:

“ஒண்ணும் இல்லடி.”

“இல்லே,” ஆனும்மா சொன்னாள்: “எனக்குத் தெரியும். எங்களுக்குத் தெரியாம தாத்தாவுக்கு என்னமோ தர்றதா காக்கா சொல்லியிருக்குறீங்க. அது என்னது, பெரிய காக்கா?”

அப்போது தொலைவிலிருந்து இரண்டு அசரீரி குரல்கள் சேர்ந்து ஒலித்தன. அப்துல் காதரின் மனைவி ஆனும்மாவின் குரலும் ஹனீஃபாவின் மனைவி ஐசாமாவின் குரலும்.

“அது, ஏதாவது பொன்னோ, பண்டமாவோ இருந்தா எங்க புள்ளைங்களுக்கும் வேணும்.”

---

1 உலகம்

இந்த ஞானோதயம் அவர்களுக்கு எப்படியேற்பட்டது என்பது எனக்குத் தெரியாது. பெண் குலத்திற்கு இப்படியெல்லாம் ஏற்படுமாக இருக்கலாம்.

ஆனால், இதைக் கேட்டதும் பாத்துமாவுக்குத் திரும்பவும் வெப்ராளம் வந்தது. அவள் சொன்னாள்:

"எடீ, கதீஜா, நம்ம ஆட்டைக் கூப்பிடு. நாம போவோம். இப்படிப்பட்ட மூத்தவளுங்கதான் இங்கே இருக்குறாளுங்க. நமக்கு இனிமே இந்த வீட்டுலே காலெடுத்து வைக்கப்புடாது."

ஆனும்மாவுக்குப் புரிந்துவிட்டது. அவளுக்கு மகிழ்ச்சியாக இருந்தது. அவள் சொன்னாள்:

"[1]ரப்பே, அதேதான். பொன்னேதான். காக்கா என்ன தர்றேன்னு சொல்லியிருந்தீங்க?"

நான் சொன்னேன், அதாவது பிரகடனம் செய்தேன்.

"எல்லாவளும் கேட்டுக்குங்க, கதீஜாவுக்கு நான் ரெண்டு கம்மல் செய்து தர்றேன்னு சொல்லியிருக்குறேன். செய்து கொடுக்கவும்தான் போறேன். இதிலே உங்க யாருக்காவது ஆட்சேபனையுண்டா?"

ஆனும்மா சொன்னாள்:

"பெரிய காக்கா எனக்கும் ரெண்டு கம்மல் வேணும்."

"போதுண்டி உன் குசும்புப் புத்தி. போதும் நீ உன் புத்தம் வீட்டுக்கு மாறிப் போகும்போது வேண்டிய பாத்திரங்களை எல்லாம் பெரிய காக்கா வாங்கித் தரணும்னு கேட்டவதானேடி நீ? பெரிய காக்கா வாங்கித் தர்றேன்னும் சொல்லியிருக்காங்கடி. எனக்கு எல்லாம் தெரியும்டீ. கேட்டுக்கடி என் தங்கச்சிக்காரி."

இந்த ரகசியம் பாத்தும்மாவுக்கு எப்படித் தெரியும்? பெண்களின் விஷயங்களல்லவா? பெண்குலத்தின் உள் விவகாரங்கள் மட சிரோன்மணிகளாகிய ஆண்வர்க்கத்திற்கு என்ன தெரியும்? டுங்கு, டுங்கு.

o

---

1 ஆண்டவா

நான்கு

ஏதோ ஒரு சத்தம் கேட்டு சமையல் கட்டுக்கு நான் சென்றபோது என் உம்மாவின் தலைமையில் சகல பெண்களும் பதற்றத்துடன் நின்றிருந்தார்கள். நடுவில் பாத்தும்மாவின் ஆடு. அதற்குத் தலை இல்லை. அதாவது, அது ஆவேசத்துடன் எப்படியோ ஒரு கலயத்தில் தலையை நுழைத்துவிட்டது. பிறகு, அதை எடுக்க முடியாமல் கலயத்துடன் நின்றுவிட்டது. நின்றுவிட்டது என்றால் பெண்கள் எல்லாம் சேர்ந்து அதைப் பிடித்து நிறுத்தியிருக்கிறார்கள். கலயத்தை எப்படி எடுப்பது? இதுதான் தலையாய சிந்தனை.

பாத்துமாவின் ஆடு செய்த இந்த வேண்டாத் தனத்தை நான் பார்த்துவிட்டேன். பாத்துமாவுக்கு இதில் இலேசான மனவருத்தம் இருக்கும்போல், "இது இப்படியெல்லாம் செய்யக்கூடிய ஆடு இல்லே, பெரிய காக்கா" என்று சொன்னாள். சகவாசதோஷமாக இருக்கலாம்.

நான் ஒரு சிறு கல்லை எடுத்து கலயத்தை உடைத்து ஆட்டை விடுவித்தேன்.

"அய்யடா, இது எங்களுக்குத் தெரியாதாக்கும்." உம்மா சொன்னாள்:

"புத்தியைப் பாரேன்! நல்ல ஒரு கலயத்தை உடைச்சிட்டான்."

நான் அவமானத்துடன் திரும்பி வந்து வராந்தாவில் உட்கார்ந்திருந்தேன். அப்போது அப்துல் காதரின் மூத்த மகள் பாத்துக்குட்டி ஓடிவந்து "பூத்தாப்பா" என்று என்னைக் கூப்பிட்டாள்.

அவளது வாயின் மேல்பகுதியில் ஒன்றிரண்டு பற்களில்லை. அவள் சொன்னாள்:

"அபி என்னை அடிச்சான்."

அபி ஓடிவந்து சொன்னான்:

"தாத்தா, பீயை அச்சா."

இனிமேல் சண்டை போடக்கூடாது என்று தாக்கீது செய்து அனுப்பி வைத்தேன். அப்போது இன்னொரு வழக்குடன் செய்து முகம்மது வருகிறான்.

"மாமா" என்று கூப்பிட்டபடி, "லைலா என்னை உள்ளாடத்திப்பாருன்னு கூப்பிட்டா."

கொடுமையிலும் கொடுமை. ஓர் ஆண்மகனை ஒருபெண், மீண்டும் உள்ளாடத்திப்பாருவென்று அழைப்பதா?

"லைலா", நான் கூப்பிட்டேன். லைலா வந்தாள் கண்களை நிரப்பியபடிதான். வந்த உடனே சொன்னாள்:

"பெரிய மூத்தப்பாவெ கூட்டிட்டுப் போவமாட்டேன்."

"கூட்டிட்டு போவ வேண்டாண்டி நீ. கம்பெடுத்துட்டு வாடா."

செய்து முகம்மது இடும்பன் புளிய மிளாறுகளை எடுத்துக் கொண்டு வந்தான். அதைக் காட்டி லைலாவை பயமுறுத்தி இனிமேல் யாரையும் இப்படிக் கூப்பிடக்கூடாது என்ற அறிவுரையுடன் அனுப்பி வைத்தேன். திடீரென்று சில கோழிகள் பயங்கரமாக கொக்கரித்தபடி பறந்தோடி சாய்வு நாற்காலியில் படுத்திருந்த என்மீது வந்து விழுந்தன. பின்னால் பாய்ந்தோடி வந்தது பாத்துமாவின் ஆடு. விசேஷமாக ஒன்றுமில்லை. மீண்டும் மற்றொரு சிறு கலயத்தை பாத்துமாவின் ஆடு உடைத்திருக்கிறது. இரண்டு ஆனும்மாக்களின், ஒரு ஐசாமாவின் கூப்பாடுகள், உம்மாவின் வசவு, குழந்தைகளின் சிரிப்பு, பாத்துமாவின் வேதனைக்குரல். எனக்கு எதுவுமே தெரியாது என்பதுபோல் பலா மரத்தடியில் நின்றுகொண்டிருந்தது பாத்துமாவின் ஆடு.

நான்கு மணியானதும் நான் கொஞ்சம் நடப்பதற்காக இறங்கினேன். அப்படியே சந்தைக்குச் சென்றேன்.

அப்போதுதான் ஆச்சரியமான அந்த சம்பவத்தைப் பார்த்தேன். ஒரு சிறு கூடை நிறைய சாம்பக்காய்களுடன் அபியும் பாத்துக்குட்டியும் சந்தை ஆரவாரங்களுக்கிடையில் உட்கார்ந்திருக்கிறார்கள். ஆயிரமாயிரம் யானைகளினிடையே இரண்டு எலிக்குஞ்சுகள்போல். இரண்டு பேரும் வியாபாரம் செய்கிறார்கள். அபிதான் வியாபாரி.

"பீக்க ஒத்தக்கை காலணா, ரெண்டு கையும் ஒண்ணு கூடயும் ரெண்டு காலணா."

அதாவது, ஐந்து சாம்பக்காய்கள் காலணா, அரையணாவுக்கு பதினொரு காய்கள். அபியின் ஒரு கையில் ஐந்து விரல்கள் அல்லவா? இந்த வியாபார அணுகுமுறையை நான் கவனித்துக் கொண்டே நின்றிருந்தேன். மொத்தம் ஆறணாவுக்கு வியாபாரம் செய்தான். ஆறணாவையும் நான் வாங்கிக்கொண்டேன்.

அன்றிரவு உம்மாவின் கையில் நான் எட்டணா கொடுத்தேன். உம்மாவுக்கு மகிழ்ச்சி. சாப்பிட்டுவிட்டுத் தூங்குவதற்கு முன் நான் பிள்ளைகளை வளர்க்கவேண்டிய முறைகளைக் குறித்து அங்கிருந்த தகப்பன்மார்களிடம் பேசினேன். தாய்மார்களுக்கு நல்ல சோறு கொடுக்கவேண்டிய அவசியத்தைக் குறித்தும் பேசினேன். பிள்ளைகளை சுத்தமாக வளர்த்த வேண்டிய முறைகளைப் பற்றியும் பேசினேன். வீட்டையும் சுற்றுப்புறத்தையும் சுத்தமாகப் பராமரிப்பதுபற்றி பேசினேன். எல்லாவற்றிற்குமாகச் சேர்த்து ஹனீஃபா ஒரு பதில் சொன்னான்.

"நான் பட்டாளத்துக்கே போயிர்றேன்."

அபூ சொன்னான்:

"பெரிய காக்கா மட்டும் கொஞ்சம் கவனிச்சா போதும். கொஞ்சம் பைசா செலவு செய்யணும். நமக்கு இந்த வீட்டுக் கூரையை மாத்தி ஓடு பாவணும். பெரிய காக்கா வந்ததுனால முற்றம் சரியாச்சு."

பணத்தைப் போட்டு சரி செய்தது நான். ஒரு லோடு கல் இறக்கிக் கட்டியிருந்தேன்.

"அதெல்லாம் போகட்டும்." அப்துல் காதர் சொன்னான்:

"பாத்துமாவோட ஆடு குட்டி போடட்டும்."

சில நாட்கள் சென்றன.

டும்! பாத்துமாவின் ஆடு பிரசவித்தது.

மத்தியான நேரம் என்று நினைக்கிறேன். சுபமுகூர்த்தம். இலேசான சாரல் மழை வீசியது. விஷயத்தை அறிந்ததுமே எனக்குப் பதற்றமாகிவிட்டது, ஏதாவது ஆபத்துகள் நிகழக்கூடுமல்லவா? பேறுகாலத்தின்போது இறந்துபோன பல சம்பவங்களும் நினைவுக்கு வந்தன. எனக்கு மிகுந்த வருத்தம் தோன்றியது. உம்மாவை ஒரு நூறு தடவையாவது கூப்பிட்டிருப்பேன்.

"உம்மா அது பக்கத்திலேயே நின்னுக்குங்க" என்று நான் கேட்டுக்கொண்டேன். உம்மா எதுவும் சொல்லவில்லை. எனக்குப்

பதற்றம் அதிகரித்தது. என்ன நடக்கப்போகிறதோ? அங்கே போய்ப் பார்த்தால் என்ன? ஆனால், அதற்கான மனத்திடமில்லை. இருந்தாலும் ஒரு தடவை அங்கு எட்டிப் பார்த்துக் கொண்டேன். ஆட்டை மட்டும் காணமுடியவில்லை. ஒரு பெரும் மக்கள் திரளே அங்கிருந்தது. உம்மா, இரண்டு ஆனும்மாக்கள், ஐசாமா, பாத்துக்குட்டி, அபி, ஆரிஃபா, செய்து முகம்மது, ரஷீது, சுபைதா இவர்களுடன் பக்கத்து வீட்டுப் பெண்களும். பெரிய திருவிழாக் கூட்டம். எல்லோரும் மகிழ்ச்சியுடன்தான் காணப்பட்டார்கள்.

யாருக்கும் எவ்விதப் பதற்றமும் இல்லாதது ஏன்? நான் உம்மாவைக் கூப்பிட்டுக் கேட்டேன்:

"பாத்துமாவைக் கூப்பிட ஆளனுப்பியாச்சா?"

பாத்துமா அல்லவா அங்கே இருக்க வேண்டிய முக்கியமான நபர்? ஆனால், அவளைக் கூப்பிட இன்னும் ஆள் அனுப்பவில்லை. உம்மாவுக்கும் மற்ற பெண்களுக்கும் இது வெறும் 'சூ' என்பதுபோல். அப்போதுதான் தெரிந்தது, அவர்களில் யாருக்குமே இது ஒரு பெரிய விஷயம் இல்லையென்பது. அவர்களெல்லாம் ஆளாளுக்கு நிறையக் குழந்தை பெற்றவர்கள். உம்மாவை எடுத்துக்கொண்டால் இன்னும் அதிகமாகப் பெற்றவள். உம்மாவின் மக்களான பாத்தும்மாவும் ஆனும்மாவும் கூடத் தாய்மார்கள்தான். உம்மாவின் ஆண்மக்களின் மனைவிமார்களான ஆனும்மாவும் ஐசாமாவும் குழந்தை பெற்றவர்கள் தான். பிரசவம் என்ற விஷயங்களெல்லாம் அவர்களுக்குச் செய்திகளே அல்ல. யாராவது பெற்றதாகக் கேள்விப்பட்டால் "ஆணா, பொட்டையா?" என்றொரு அனிச்சையான சொல் வாயிலிருந்து விழும், அவ்வளவுதான்.

ஆனால், இதுபோன்ற முன் அனுபவங்களில்லாத எனக்குக் கொஞ்சம் பதற்றமாகத்தான் இருந்தது.

மேற்குத் திசையைப் பார்த்தவாறே நான் நாற்காலியில் தனியாக அமர்ந்திருந்தேன். எந்த விவரமும் தெரியவில்லை. அங்கே என்ன நடந்துகொண்டிருந்ததோ நான் கொஞ்சம் அதிகமான பீடிகளைப் புகைத்துத் தீர்த்தேன். சிறிது நேரம் அங்குமிங்குமாக உலாத்தினேன். அப்படி நடக்கும்போது அபியும் பாத்துக்குட்டியும் சேர்ந்து அங்கே வந்தார்கள். அபி, வீரமுழக்கம் செய்கிறான்.

"பீதான் மொதல்லெ கண்டேன்."

பாத்துக்குட்டி சொன்னாள்:

"அபியில்லெ, நான்தான்."

லைலா சொன்னாள்:

“காக்காவைக் கூட்டிட்டு போவமாட்டேன். நான்தான் மொதெல்ல கண்டேன்.”

இந்தக் குட்டிக் குறுமான்கள் எதை முதலில் பார்த்தன?

நான் அபியிடம் கேட்டேன்.

“எதைடா நீ மொதல்ல கண்டே?”

அபி பெருமையுடன் சொன்னான்:

“அது முழுசாட்டுப் பெறந்ததை... பீதான் மொதல்ல கண்டேன்.”

“ஆடு பெத்தாச்சா?” நான் கேட்டேன். பாத்துக்குட்டி சொன்னாள்:

“பெத்தாச்சு... அது முழுசாட்டுப் பொறந்ததை நான்தான் மொதல்லெ கண்டேன், பூத்தப்பா.”

அப்பாடா, பிரசவித்துவிட்டது. எந்தப் பிரச்சினையும் இல்லாமல்.எனக்கு நிம்மதியாக இருந்தது.நான் போய்ப் பார்த்தேன். தாயும் குட்டியும் திண்ணையில். வெளுத்த நோஞ்சான் குட்டி. இந்த மாபெரும் பிரபஞ்சத்தை எந்த ஒரு பிரமிப்புமில்லாமல் பார்த்தபடியே கிடந்தது குட்டி.

தாயை வெந்நீரில் குளிக்க வைக்கவும் அதற்குப் பால் கொடுக்கவுமெல்லாம் சொல்லத் தோன்றியது. ஆனால், பால் எங்கிருந்து? சூடுதண்ணீர் இருக்கிறது. நான் ஏதாவது சொன்னால் பெண்களுக்கு அது தமாஷாகத் தோன்றும். இருந்தாலும் நான் உம்மாவிடம் கேட்டேன்.

“அதுக்கு ஏதாவது கொடுத்தீங்களா உம்மா?”

எதுவுமே கொடுக்கவில்லை. கொஞ்சநேரத்திற்குப் பிறகு தேர இலையோ எதையோ கொடுப்பார்களாம். அதுதான் வழக்கமாம்.

நான் சொன்னேன்:

“அந்தக் குட்டியை ஒரு பாய்போட்டுக் கிடத்துங்க. குளிர்ந்த வெறுந்திண்ணையிலெ கிடக்குதே?”

பாயில் படுக்க வைத்தார்களோ என்னமோ? நான் ஓடிப் போய் ஒரு பெரிய நேந்திரம் பழத்தைக் கொண்டுவந்து தாய் ஆட்டுக்குக் கொடுத்தேன். அது கரிசனத்துடன் தின்றது.

“இது என்னது?” என்பதுபோல் பெண்கள் எல்லோரும் என்னைப் பார்த்தார்கள். உம்மா மட்டும் லேசாகப் புன்னகைத்தாள்.

சாயங்காலத்திற்குப் பிறகு பாத்துமாவும் கதீஜாவும் கொச்சுண்ணியும் வந்தார்கள். ஆடு பிரசவித்த செய்தியை அறிந்த பாத்துமா எதுவுமே சொல்லவில்லை.

படுக்கப்போகும்போது நான் கேட்டேன்:

"ஆட்டுக்குட்டியை எங்கே போட்டிருக்கிறீங்க?"

"சமையக்கட்டுலே."

யாரோ சொன்னார்கள்

"கூடை போட்டு மூடியிருக்கு."

கூடையைக் கவிழ்த்து மூடி வைத்திருக்கிறார்களாமே?

"ஆனும்மா, அதுக்கு மூச்சு முட்டாதா? உங்க யாரோட புள்ளைங்களையாவது இப்பிடிக் குட்டையை போட்டு மூடி போடுவீங்களா?" என்று தெரியாமல் கேட்டுவிட்டேன்.

"பிறகு, அதை என்ன செய்யணும்?" என்ற பதில் வந்தது. யாரென்று தெரியவில்லை. நான் பேசாமல் படுத்திருந்தேன். இந்த பிரசவக்காரிகளினிடையே வைத்து நான் ஏதாவது பேசுவதில் ஒரு சிக்கல் இருந்தது. நான் இல்லாதபோது அவர்கள் இதைச் சொல்லிச் சிரிப்பார்கள். முதல் விஷயம்: நான் கல்யாணம் ஆகாதவன். ஆகவே, தெரியாத விஷயங்களைப் பற்றி பேசாமலிருப்பதுதான் உத்தமம். நான் போர்வையை இழுத்துப் போர்த்திக்கொண்டு கண்களை மூடிப் பேசாமல் கிடந்தேன்.

மறுநாள் காலையில் எழுந்து குளிப்பது முதலான வேலைகளை எல்லாம் முடித்துவிட்டு சாயா குடித்துக்கொண்டிருக்கும் போது ஆனும்மாவிடம் கேட்டேன்:

"அதுக்கு ஏதாவது கொடுத்தியா?"

அது என்று சொன்னால், ஆனும்மாவுக்கு தெரியும். பாத்துமாவின் ஆடுதான்.

"புல்லு போட்டிருக்கு" என்று சொன்னாள் ஆனும்மா. ஆனும்மாவின் ஆட்டுக்கான புல்தான்.

பாத்துமாவின் ஆடும் குட்டியும் முற்றத்தில் பலாமரத்தினடியில் வந்து நிற்கின்றன. தாய், தன் குட்டியைக் கூட்டிவந்து காட்டு கிறதாக இருக்கலாம், ஆகாரம் எங்கிருந்து கிடைக்கிறதென்று. குட்டி இழுத்திழுத்து நடந்து கீழே விழுகிறது. நடப்பதற்குக் கொஞ்சம் சிரமம்தான். அதையெடுத்து ஒரு முத்தம் கொடுக்கலாம் என்று தோன்றியது. அப்போது ஹனீஃபா வந்து என் முன்னால்

பாத்துமாவின் ஆடு

நின்றுகொண்டிருந்தான், வழிவது போல். வேட்டி மட்டும்தான் உடுத்திருந்தான்.

அவன் சொன்னான்:

"ஒரு பத்து ரூபா வேணும் பெரிய காக்கா, சின்ன காக்காகிட்டே கேட்டா திட்டுவாரு. அபூவும் சேர்ந்து என்னைக் கேலிசெய்வான். பாருங்க, என் கையிலே காசிருந்தா நான் ஒரு சட்டைத் தெச்சுப் போடமாட்டனா?"

"நீ என் சட்டையையும் டபுள் வேட்டியையும் கொஞ்ச நாளைக்கு முன்னால எடுத்ததாக எனக்கு நினைவிருக்குதே?"

"நானா?.. எனக்கொண்ணும் தேவையில்லை. நான் பட்டாளத்துக்கே போயிர்றேன். இங்கே யாருக்குமே நான் தேவையில்லேன்னாலும் சர்க்காருக்கு நான் தேவை உண்டு. அதை மட்டும் ஞாபகம் வெச்சுக்கிடுங்க. பெரிய காக்காவோட டபுள் வேட்டியும் சட்டையும்–"

நான் இடையில் நுழைந்து சொன்னேன்:

"கொஞ்சம் நிறுத்துடா. உனக்கு அதை நான் தரல்லே. வெளுத்து கொண்டு வந்ததை எங்கிட்ட கேக்காமலேயே நீ எடுத்துக்கிட்டே. எங்கிட்டே சட்டையும் வேட்டியும் கம்மியா இருக்கறதனால எங்கிட்டெ அதுக்கான கணக்கும் இருக்கு. அதிகமா இருந்தபோது உம்மாவும் திருடியிருக்காங்க. அப்துல் திருடியிருக்கான். பாத்துமாவும் ஆனும்மாவும் திருடியிருக்காங்க; உன் பெஞ்சாதி ஐசாமாவும் அப்துலுவோட பெஞ்சாதி ஆனும்மாவும் மட்டும்தான் திருடலே."

ஹனீஃபா சொன்னான்:

"அந்த டபுள் வேட்டியையும் சட்டையையும் எங்கையிலெயிருந்து அபூ பிடிச்சுப் பறிச்சி வாங்கிட்டான். பெரிய காக்கா, நான் இப்போ இருக்குற அலங்கோலத்தைப் பாத்தீங்களா?"

"ஈர்க்கிலுபோல இருக்குற அபூ, தடியனா இருக்குற உங்கிட்டேயிருந்து பிடிச்சுப் பறிச்சு வாங்கிட்டானா?"

"சந்தேகமா இருந்தா அபிக்கிட்டே வேணும்னா கேட்டுப்பாருங்க–டேய், அபி."

அபிவந்தான். இவன்தான் ஹனீஃபாவின் எல்லாவற்றிற்குமான ஏக சாட்சியம். அவன் வந்ததுமே சொன்னான்:

"வாப்பா சொல்லதெ பி கண்டேன்."

விஷயம் இந்தவரைக்கும் வந்துவிட்ட நிலையில் லேசாகத் திறந்த வாசலினிடையில் ரஷீதையும் இடுப்பில் வைத்தபடி வந்து நின்ற ஐசாமா சொன்னாள்:

"வாப்பாவும் மகனும் சொல்றது பொய். மகன்கிட்டே சொல்லிக்குடுக்குறத நான் கேட்டேன். பெரிய மச்சானோட டபுள் வேட்டியும் சட்டையும் அபி வாப்பாவோட பெட்டியிலே தானிருக்கு."

"டேய் திருடா, பெருந்திருடா, நீ என்னையும் அப்துலையும் தென்னை மடல் அள்ள வச்ச கதை உனக்கு ஞாபகம் இருக்கு தாடா?"

ஹனீஃபா சொன்னான்:

"அதெல்லாம் எனக்குத் தெரியாது. எனக்கு நிறைய வேலை இருக்கு. நான் ரத்தத்தை வேர்வையாக்குற ஆளு."

"அப்படின்னா ஒனக்கு ஒரு ஏத்தன் வாழத்தோட்டம் இருக்குறது?"

அவன் சொன்னான்:

"நான் அதை பெரிய காக்காவுக்கே தந்திர்றேன். ஒரு பதினையாயிரம் ரூபா தந்தாப் போதும்." விலை கொஞ்சம் அதிகரித்திருந்தது.

அவன் இந்த விலையில் பத்திலொரு பகுதிக்குத்தான் அதை வாங்கினான் என்பது எனக்கு நினைவிருக்கிறது. பெருந் திருடன்.

நான் உம்மாவைக் கூப்பிட்டேன். உம்மா வந்ததும் நான் கேட்டேன்.

"முன்பு, அனீபா சின்னவனா இருக்கும்போது அஞ்சு ரூபா திருடினான் ஞாபகமிருக்கா? பிறகு இவன் முதலாளி போல உட்கார்ந்துட்டு இவனோட காக்காமாரான என்னையும் அப்துலெயும் ஒரு கும்பாரம் தென்னை மடலை அள்ளிக் காயப்போட வெச்சான். இவன் பேசாம உட்கார்ந்திட்டு, எங்களுக்குத் தினசரி நாலு சக்கரம் கூலி தருவான். அப்பிடி ஏழெட்டு நாள் கழிஞ்ச பிறகுதான் வாப்பாவுக்கு விஷயம் தெரியும். நான்தான் திருடினேன்னு சொல்லி வாப்பா முதல்லே என்னை அடிச்சாங்க. அந்தச் சம்பவம் உம்மாவுக்கு ஞாபகம் இருக்கா?"

உம்மா சொன்னாள்:

“அனீபா திருடினது வாப்பாவோட பெட்டியிலேருந்து இல்லே! அந்தக் காலத்திலே என்னோட வெத்திலைப் பெட்டியிலே நெறைய [1]வெள்ளிப் பணமிருக்கும். இவன் திருடறது எப்படின்னு தெரியுமா? வேணாம், ஒண்ணும் சொல்ல வேணாம். இவனோட பெஞ்சாதியும் புள்ளைங்களும் நிக்கிதுங்க.”

“சொல்லுங்க உம்மா, அறியட்டும்.”

“அது வேறொண்ணுமில்லே. உம்மாவோட வெத்திலைப் பெட்டியிலேருந்து வெள்ளிப் பணம் திருடறதை நான் ஒரு உபஜீவனத்தொழிலாச் செஞ்சுட்டிருந்தேன். உம்மா படுத்திருக்குறக் கூட்டத்திலே போய் நானும் படுத்துக்குவேன். உம்மா லேசாக் கண்ணசந்தாங்கன்னு தெரிஞ்சதும் மடியிலேயிருந்து வெத்திலைப் பெட்டிய எடுத்து நாலு பணம் திருடி எடுத்துட்டு உம்மாவுக்குத் தெரியாம அதை மடியிலேயே வச்சுட்டு எழும்பிப் போயிடுவேன். யாருக்கும் எந்தத் தொந்தரவு மில்லாத ஒரு திருட்டு.”

உம்மா சொன்னாள்:

“அனீபா வளர்ந்த பிறகும்கூடப் பால் குடிக்க வருவான். பால் குடிச்சிட்டு இருக்கவே வெத்திலைப் பெட்டியைத் திறந்து பணம் திருடுவான். ஒரு தடவை இப்படி எடுக்கும்போது கண்டுபிடிச்சிட்டேன். அன்னைக்கு அடிச்சி விரட்டினதுலதான் பால்குடியும் நின்னுது.”

“அனீபா பெருந்திருடன்தான். அப்துலு திருடினது கிடையாதா உம்மா?”

“அவனும் திருடுவான். இதுலே நீ மட்டும்தான் திருடினதில்லே.”

நான் ஒருவன் மட்டும் நல்லவன். ஹா! எவ்வளவு ஸ்டைலான வாழ்க்கை!

“பாத்தியாடா அனீபா, பாத்தியாடா அபி, பாத்தியாடி லைலா, பாத்தியாடா ரஷீது.”

ஹனீஃபா சொன்னான்:

“உம்மா, என் செல்ல உம்மா. உம்மா ஞாபகமில்லாம சொல்றீங்க. இல்லேன்னா ஐசாமாவும் ஆனும்மாவும் சின்ன காக்காவோடப் பெஞ்சாதியும் அறியட்டும்னு பொய் சொல்றீங்க. பெரிய காக்காவும் உம்மாவோட வெத்திலைப் பெட்டியிலேருந்து பணம் திருடியிருக்காங்க. எனக்கு நல்ல ஞாபகம் இருக்கும்மா. என்னையும் சின்ன காக்காவையும் கூட்டிட்டுப் போய் பெரிய காக்கா சாயா வாங்கித் தந்துருக்காங்க. எத்தனை தடவை தெரியுமா?

1 திருவாங்கூர் நாணயம், 28 1/2 சக்கரம் ஒரு ரூபாய்

கடையில பணமாத்தான் கொடுப்பாங்க. பெரிய காக்காகிட்டே அப்பல்லாம் ஏது பணம், சொல்லுங்க பார்க்கலாம்?"

விஷயத்தை மாற்ற நினைத்தேன்.

"நீ எங்கிட்டேருந்து பலதடவையா ரெண்டு, மூணு, அஞ்சி, பத்துனு வாங்குனது போக நூறு ரூபா வரை தரவேண்டியதிருக்கு. இதுக்கு சாட்சியாக கிறிஸ்தியானிகளும் நாயர்மாரும் ஈழவம் மாருமான உன்னோட கூட்டாளிங்களும் உண்டு—அவங்கள எல்லாம் நான் உம்மா முன்னாலே ஆஜர்படுத்துறேன். எட்றா நூறு ரூபா."

"என் செல்ல உம்மா, இந்தப் பெரிய காக்கா என்ன சொல்றாங்க? நான் நூறு ரூபா கொடுக்கவேண்டியதிருக்குதுன்னா? நாம் பெரிய காக்காவுக்கு ஏத்தம் பழம் வாங்கிக் கொடுத்திருக்கேன். [1]புர்த்திச்சக்கை வாங்கிக் கொடுத்திருக்கேன். வெண்டைக்கா, பாவைக்கா, ஆட்டு ஈரல், தாரா முட்டை, மீன், சக்கைப்பழம்—இதுக்கெல்லாம் கணக்குப் பார்த்தா பெரிய காக்காதான் எனக்கு நாப்பது ரூபா தரணும். அதுலே இருந்து நான் இப்போ பத்து ரூபாதான் கேட்டேன்.

"ஆமா, நீ தந்துருக்குறே. உன் எஸ்டேட்டுலே ஒடிஞ்சு விழுந்த வாழையிலே உள்ள விளையாத காயைத் தீயில வாட்டி நிறங் கொடுத்ததைத்தான் நீ கொண்டுவந்து தந்திருக்குறே. பாக்கியுள்ளதெல்லாம் அப்துலும் கொச்சுண்ணியும் சுலைமானும் பைசா குடுத்து வாங்கி உன் கையிலெ கொடுத்து அனுப்புறது. நீ வரும்போது அதை கையிலே கொண்டுவருவே. ஏதோ நீயே வாங்குனாப்லே, இங்கே கொண்டுவந்து கொடுப்பே, டேய், திருடா."

இதைக் கேட்டதும் உடனே அவன் சொன்னான்:

"இறங்குடீ ஐசாமா, புள்ளைங்களைத் தூக்கு. நாம இனி இங்கே இருக்கப்புடாது. நம்ம இடத்துல ஏதாவது ஓலைக் கீற்றை வச்சி மறச்சி இருக்கலாம், இறங்கு."

நான் சொன்னேன்:

"நில்லுடா. அந்த ரூபாய்க்கு ஒரு பதில் சொல்லிட்டு பிறகு போ. உம்மா கேட்டுக்குங்க, இவன் கடையிலே நாலு சைக்கிள் இருந்த காலத்துல, ரொம்ப வருஷங்கள் ஒண்ணும் ஆயிடலை. அப்பவெல்லாம் நான் வரும்போது இவன் கடையிலேருந்து எப்பவாவது சைக்கிள் எடுப்பேன். பத்து நிமிஷம் கழிச்சித் திருப்பிக் கொடுத்தாலும் ரெண்டு மணி நேரம் ஆயிட்டுன்னு சொல்லிடுவான். மொத்தத்துல அவனுக்கு பைசா வேணும். அப்பவெல்லாம்

1 அன்னாசிப்பழம்

இவன் வேலை என்ன தெரியுமா? இவன் கூட்டாளிகளான நாயர்மார், கிறிஸ்தியானிங்க, ஈழவம் மார்களையும் கூட்டிட்டு எரணாகுளத்துக்கு என்னைத் தேடி வந்துடுவான். அபிக்கு இவன் பொய் சாட்சி சொல்ல படிச்சுக் கொடுத்திருக்கிறதுபோல அவங்களுக்கும் படிச்சுக் கொடுத்திருந்தான். வந்த உடனே அனீபாவோட கஷ்டங்களைப் பத்திதான் அவனுங்க பேசுவாங்க. பாவம், அனீபா ரொம்பக் கஷ்டப்படுறான், அப்படி இப்படினெல்லாம். எல்லாம் முடிஞ்ச பிறகு இவன் கடன் கேட்பான். எல்லாம் வாங்கிட்டு கடைசியாக வேற அஞ்சு ரூபா கேட்பான். இது புள்ளைங்களுக்கு என் சார்பாக ஏதாவது வாங்கிட்டுப் போகவாம்! நான் மூணு ரூபா கொடுப்பேன். இவன் அந்த ரூபாலேருந்து ஓரணாவுக்கு ஆரஞ்சி மிட்டாய் வாங்கிட்டு வந்து புள்ளைங்களுக்குக் கொடுப்பான். அந்தக் காலத்திலே நான் முன்னூற்றி இருபத்தைந்து ரூபா கொடுத்து புதுசாக ஒரு சைக்கிள் வாங்கியிருந்தேன். அதை இவன் எப்படியோ அறிஞ்சிட்டான். ஒருநாள் இவன் கூட்டாளிங்களோடு அங்கே வந்தான். வந்த உடனேயே சத்தியாக்கிரகம் தொடங்கிட்டான். அவனுக்கு என் சைக்கிள் வேணும். இது இருந்தாதான் அவனோட மற்ற லொடக்கு சைக்கிளெல்லாம் வாடகைக்குப் போகுமாம். இந்த சைக்கிள் என் அத்தியாவசியத் தேவைக்கானதுன்னு நான் சொன்னேன். அப்ப இவனோட கூட்டாளிங்கள்லே ஒருத்தன் சொல்றான்: அனீபா சைக்கிளுக்கான விலையைத் தந்திடுவான். அவன் சொல்லி முடிக்கிறதுக்கு முன்னால இவன் ஒரு கட்டு நோட்டை எடுத்து எம் மடியில போட்டான். எண்ணிப் பாத்தேன். இருநூற்றி நாற்பது ரூபா இருக்கு. பாக்கி ரூபா? அதை வீட்டுக்குப் போனதும் அனுப்பி வச்சுடுவேன்னான். கூட வந்த கூட்டாளிங்க அதை அனுப்பி வைக்கிற பொறுப்பு எங்களோடதுன்னு சொன்னானுங்க. அவனுங்க ஜாமீன் கொடுத்தா போதாதா? கூடவே அதிகமா பத்து ரூபாவைக் கடனாவும் வாங்கிக்கிட்டான். மூணு ரூபா புள்ளைங்களுக்கு ஏதாவது வாங்கிக் கொடுக்க வாங்கினான். பல மாதங்களான பிறகுகூட பாக்கி ரூபாயை அனுப்பலை. நான் இங்க வந்தா என்னைக் கண்டதும் இவனோட கூட்டாளிங்க ஒளிஞ்சிடுறானுங்க. எட்றா அந்த ரூபாவை.”

“நான் பட்டாளத்துக்கே போயிர்றேன்.”

அபி சொன்னான்:

“பீயும் பட்டாளத்துக்குப் போவேன்.”

லைலா சொன்னாள்:

“நானும் பட்டாளத்துக்குப் போறேன்.”

ஐசாமா சொன்னாள்:

"அப்படீன்னா ரஷீதும் நானும் கூடவே வந்துர்றோம், பட்டாளத்துக்கு. சர்க்காருக்கு கஞ்சியும் கூட்டும் வச்சுக் கொடுக்க."

"நிறுத்துடி. நீ சபையிலே வந்து பேசுறியா? பெரிய காக்கா இருக்காங்கன்னு பாக்குறேன். இல்லேன்னா உன்னை நான்... போடி அந்தப் பக்கம்." என்று சொல்லிவிட்டு சந்தையிலிருக்கும் அவனது தையல் கடைக்குப் போய்விட்டான்.

கொஞ்ச நேரத்துக்குப் பிறகு ரஷீதையும் சுபைதாவையும் எடுத்துக்கொண்டு உம்மா என் பக்கத்தில் வந்தாள்.

"நாங்க குளிக்கப் போறோம். இந்தப் புள்ளைங்களைக் கொஞ்சம் பாத்துக்கடா."

அவர்கள் குளிக்கப்போனார்கள். நான் குழந்தைகளைப் பார்த்துக்கொள்ளத் தொடங்கினேன். இரண்டுபேரும் அழத் தொடங்கினார்கள். அழுகையை நிறுத்துவதற்காக நான் ஆட்டுக் குட்டியை தூக்கிக்கொண்டு வந்தேன்.

இரண்டு குழந்தைகளும் ஒன்றுக்குமட்டுமிருந்தார்கள். ஆட்டுக்குட்டி இரண்டையும் செய்தது. அந்த சபைக்கு மகா பரிசுத்தவாதியான அபூ வந்தான். வந்ததும் கேட்டான்.

"இது, என்னது?"

அபூ குழந்தைகளின் அழுகையை நிறுத்தினான். இதற்கு அவன் விசேஷமாக எதுவும் செய்யவில்லை. கண்களை உருட்டிப் பார்த்தான். கீழுதட்டைக் கடித்தான். சத்தமிட்டான். பாத்துமாவின் ஆட்டை விரட்டினான். பூனைகளை உதைத்தான். கோழிகளைத் துரத்தினான்.

அதற்குள் நான் ஆட்டுக் குட்டியின் மலத்தையும் மூத்திரத்தையும் துடைத்து சுத்தம் செய்துவிட்டேன். குட்டியைத் தூக்கி முற்றத்தில் நிறுத்தினேன்.

"பாத்தீங்களா, ஆடும் கோழியும் பூனைகளும் புள்ளைங்களும் சேர்ந்து வராந்தாவை சீரழிச்சுப் போட்டிருக்குறதை. பெரிய காக்கா இதையெல்லாம் பாத்தும் பேசாம இருக்கிறீங்களே?"

"நான் என்னடா செய்யணும்?"

"நல்ல அடி கொடுக்கணும்."

ஈர்க்கில் போலிருக்கும் அபூ பெரிய அடி ஆசானும், ஓங்கி குரல்கொடுப்பவனும்கூட. எல்லோருக்குமே அவனிடம்

பாத்துமாவின் ஆடு

பயமிருந்தது. அவனிடம் குழந்தைகளை ஒப்படைத்துவிட்டுப் போகக் குழந்தைகளின் உம்மாமார்களுக்கோ என் உம்மாவுக்கோ தைரியம் கிடையாது.

“பெரிய காக்கா, நான் உங்களோட ஒரு சட்டையையும் வேட்டியையும் திருடி வச்சிருக்குதா சின்ன [1]தாத்தா சொன்னாளா?”

ஆனும்மா அப்படிச் சொன்னாளா இல்லையா என்று நான் சொல்லவில்லை. அவனுக்குக் கோபம் வந்தது:

“ஆளாளுக்கு எல்லாருந்தான் திருடறாங்க. நான் மட்டும்தான்னு இல்லை. உம்மாவும் சின்ன தாத்தாவும் ஆளுக்கொரு வேட்டி திருடினாங்க. அதைச் சொன்னாங்களா முதல்லே?”

“நீ திருடினதா ஆனும்மா சொல்லலல்ல.”

“நான் ஒரு சட்டையும் வேட்டியும் திருடினது உண்மைதான். இதை நான் எங்கே வேணும்னாலும் சொல்லுவேன். பெரிய காக்கா எனக்கு என்ன தந்திருக்குறீங்க?”

“நீ படுத்திருக்கிற கட்டில், அது நாற்பது ரூபா விலை. கட்டில்லே விரிச்சுருக்கிற ஜமுக்காளம், விரிப்பு, தலயணை, பெட்ஷீட், நீ போட்டிருக்குற காஷ்மீர் சால்வை, இது மட்டுமே ஐம்பது ரூபா விலை. நீ வச்சுக்கிட்டு ஸ்டைலா நடக்குறியே பார்க்கர் பேனா, அது நாப்பத்திரெண்டு ரூபா விலை. அப்புறம் நீ வரும்போதெல்லாம் உனக்கு ரூபா. இதுக்கு எந்தக் கணக்கும் இல்லை.”

“இதெல்லாம் பழைய சாதனங்கள்தானே, புதுசா எதாவது தந்திருக்குறீங்களா?”

“தரும்போது புதுசாத்தானேடா இருந்தது?”

“பெரிய காக்கா, எனக்கொரு இருபத்தஞ்சு ரூபா தாங்க.”

“எதுக்குடா?”

“வேணும்.”

ஹனீஃபாவும் பணம் கேட்டான். அபூவும் கேட்டான். இன்றைக்கு அப்படி என்ன விசேஷம்? எல்லாரும் பணம் கேட்கிறார்களே? அபூவுக்குப் பணத்துக்கான பெரிய தேவை ஒன்றுமில்லை. பத்திருபது சட்டையும் வேட்டியும் பனியனுமெல்லாம் அவனிடம் இருக்கின்றன. ஒரு பெட்டி நிறைய செருப்பும். அறுபது ஜோடி செருப்பு அவனிடம் இருப்பதாக உம்மா சொல்லியிருக்கிறாள்.

---

1 அக்கா

குளிக்கப்போன பெண்களெல்லாம் வந்ததும் ஆண்கள் சாப்பிடவந்தார்கள். அப்துல் காதர் வந்ததுமே கேட்டான்:

"காக்கா, ஒரு ஐம்பது ரூபா வேணும். அத்தியாவசியமா."

"சோலியைப் பார்த்துட்டுப் போடா."

ஹனீஃபா திரும்பவும் ஞாபகப்படுத்தினான்:

"நான் ஒரு பத்து ரூபா கேட்டிருந்தேன்."

நான் எதுவுமே பேசவில்லை. ஒருமணி நேரம் கழிந்தபிறகு தான் ரகசியம் பிடிபட்டது. தபால்காரக் குட்டன்பிள்ளை படியேறி வந்து சொன்னார்:

"சாருக்கு ஒரு மணியார்டர் வந்திருக்கு. நூறு ரூபாய்."

குட்டன் பிள்ளையின் ஒரு கன்னத்தில் மாம்பழம் வைத்திருப்பதுபோல் ஒரு வீக்கமிருந்தது. நான் அதைப் பார்த்தவாறே கேட்டேன்:

"இந்த மணியார்டர் வந்த விஷயத்தை யார் கிட்டயாவது சொன்னீங்களா, குட்டம்பிள்ளே?"

"சார், நாங்கள்லாம் இந்த ஊர்லே பிழைக்கிறவங்க, அப்துல் காதரையும் ஹனீஃபாவையும் வெச்சி எனக்குப் பல உதவிகளும் தேவைப்படும். அவங்க ஏற்கனவே சொல்லி வச்சிக்குறாங்க சார், சாருக்கு ஏதாவது மணியார்டர் வந்தா எங்கிட்டே முன்கூட்டியே தெரிவிக்கணும்னு."

"அப்படீன்னா எனக்கு இந்த மணியார்டர் வேணாம் குட்டம்பிள்ளே. நீங்களே எடுத்துக்குங்க."

"அய்யோ, ஏன் சார்?"

"ஐம்பதும் இருபத்தஞ்சும் பத்தும் மூணு அஞ்சும் எத்தனை?"

"கிட்டத்தட்ட."

"அதுதான் கணக்கு."

O

ஐந்து

அன்று சாயுங்காலம் ஹனீஃபாவின் சார்பாக எனக்கொரு சாயா கிடைத்தது. வழக்கமாக சாயாவுக்குக் காசு கொடுப்பது அப்துல் காதர்தான். சாயா குடிப்பது ஹனீஃபாவின் கடையிலிருந்து. அன்று ஹனீஃபாவே காசு கொடுத்தான்.

ஹனீஃபா பெரிய கருமியல்லவா? அவனுடைய கடையில் விளக்கு கிடையாது. தேவையில்லாமல் எதற்கு ஒரு விளக்கு? அதன் பக்கத்தில்தான் அப்துல் காதரின் தகரக்கடை. அங்கு பத்தோ பனிரண்டோ பெட்ரோமாக்ஸ் விளக்குகள் இருந்தன. கிராமஃபோன் இருந்தது. (இந்த மனிதனுடையதுதான். உம்மாவிடம் சொல்லி அழுது, முறையிட்டு எடுத்து வைத்திருக்கிறான்.) விளக்குகளையும் கிராமஃபோனையும் வாடகைக்குக் கொடுத்து வருகிறான். சாயுங்காலத்திற்குப் பிறகு தையல் கடையில் வேலையிருந்தால் ஹனீஃபா, அபூவைக் கூப்பிட்டுக் சொல்வான்:

"அந்த விளக்கைக் கொஞ்சம் இந்தப் பக்கம் தள்ளி வையேன்..."

அப்படியாகக் கிடைக்கும் இலவச வெளிச்சத்திலிருந்துதான் ஹனீஃபா தைப்பான். இதுபோதாதா? வெளிச்சம் வருகிறதே?

அப்படி இருக்கும்போது அப்துல் காதரின் பழைய கதையொன்று ஞாபகத்திற்கு வந்தது.

அப்துல் காதர் எப்போதுமே தீயின் பக்கத்தில் தான் இருப்பான். அவனது கடையில் உலை இருந்தது.

எந்நேரமும் உழைப்புதான். அவனுடைய தலை நரைத்துப் போயிருந்ததைப் பற்றி ஏற்கெனவே சொல்லியிருக்கிறேனே? அவனைப் பார்த்து என் அண்ணன் என்று பலர் தவறாக நினைத்துமிருந்தார்கள்.

அவன் எந்த வேலையையும் மிகுந்த துணிச்சலுடன் செய்பவன்.

நாங்கள் நான்காம் வகுப்பு வரை சேர்ந்துதான் மலையாளம் படித்தோம். பிறகு நான் நான்கைந்து மைல் தூரத்திலிருந்த இங்கிலீஷ் ஹைஸ்கூலில் சேர்ந்தேன். அப்துல் காதர் மலையாளம் ஏழாம் படிவம் பாஸாகும்போது, நான் கண்ணூர் ஜெயிலில் தண்டனை அனுபவித்துக்கொண்டிருந்தேன் என்று நினைக்கிறேன். இந்தக் கதையை ‘நினைவுக் குறிப்பு’ என்ற நூலில் எழுதியிருக்கிறேன். தண்டனை எல்லாம் முடிந்து நான் ஊருக்கு வரும்போது எங்கள் குடும்பச் சொத்து எல்லாமே கடனில் மூழ்கிக் கிடந்தது. சரியாகச் சாப்பிடுவதற்குக்கூட வீட்டில் எதுவுமில்லை. புதுச்சேரி நாராயணபிள்ளை சார் எங்களுக்கு ஆனா ஆவன்னா சொல்லித் தந்த பாடசாலையில் இப்போது அப்துல் காதரும் ஓர் ஆசிரியர்.

நான் ஒரு பத்திரிகை நடத்துவதற்காகக் கொச்சிக்குச் சென்று கொஞ்ச காலத்திற்குப் பிறகு திரும்பி ஊருக்கு வரும்போது அப்துல் காதர் ஆசிரியப் பணியைத் துறந்துவிட்டு பீடி சுற்றுபவனாக ஒரு கடையில் வேலை பார்த்து வந்தான்.

முறத்தில் சுக்காவும் இலையும் கத்திரியும் வைத்து அவன் பீடி சுற்றிக்கொண்டிருந்தான். தினமொன்றுக்கு இரண்டாயிரம் பீடிவரை சுற்றுவான். ஒன்று, ஒன்றரை ரூபாய் கூலி கிடைக்கும்.

அடுத்தமுறை நான் திருப்பி வரும்போது பீடி சுற்றுவதை நிறுத்தியிருந்தான். சந்தையில் ஒரு சிறு அறைக்குள் கொல்ல உலையெல்லாம் வைத்து தகரடப்பா வேலைக்காரனாகத் தொழில் செய்துகொண்டிருந்தான். தகரத்தால் அவன் எதைவேண்டுமானாலும் உருவாக்குவான். இதெல்லாம் அவன் யாரிடமிருந்தும் கற்றுக்கொண்டதில்லை. சுய அறிவு, சொந்த முயற்சி. சுயபுத்தியால் கற்றுணர்ந்து, மற்றவர்களைச் சார்ந்திராமல், எதையாவது கண்டுபிடித்து, உழைத்து ஓரளவுவரை சுகமாக வாழவும் சிலசமயங்களில் முடியுமாக இருக்கலாம்.

அந்தக் காலத்தில் எரணாகுளத்தில் நானொரு இலக்கிய வாதியாக வாழ்ந்துகொண்டிருந்தேன். 1936, 37 காலகட்டம் அது. நிறைய எழுதுவேன். பிரதிபலனேதும் கிடைக்காது. பிரதிபலனெதுவும் கேட்கவும் வாங்கவும் முடியாமலிருந்தது. இலக்கியச் சேவை, சாகித்திய க்ஷேத்ரத்தில் நித்ய பூஜை. ஆனால்,

வயிற்றுக்கு ஆகாரமில்லை. இருந்தபோதும் எழுதினேன். பத்திரிகைகளில் பிரசுரமாயின. அவற்றை எல்லாம் கிழித்தெடுத்து அடுக்கி, பத்திரப்படுத்தி வைத்துக்கொள்வேன். அப்படியாக, நான் முழுநேர இலக்கியவாதியாக, பட்டினியும் கஷ்டமுமாக வாழ்ந்து கொண்டிருக்கும்போது அப்துல் காதர் இரும்புக் கம்பியும் ஊன்றியபடி ஒரு பெரிய பௌண்டன் பேனாவுடன் என்னைப் பார்க்க வந்தான். சும்மா வரவில்லை. காரணமிருந்தது.

"காக்கா, இது என்னது பத்திரிகைகள்லே எல்லாம் எழுதி வெளியிட்டிருக்குறீங்க? அதையெல்லாம் இங்க எடுங்க முதல்லே. நான் கொஞ்சம் வாசிச்சுப் பார்க்கட்டும்."

மிகுந்த பெருமையுடன் என் இலக்கியப் படைப்புகளை எல்லாம் எடுத்து அவனிடம் கொடுத்தேன். பிறகு அவனிடமிருந்து இரண்டணா இரந்து வாங்கி சாயா குடிக்கப் போனேன். கொஞ்சநேரம் சுற்றித்திரிந்து கொண்டிருந்தேன். அவன் அதையெல்லாம் வாசித்து ரசிக்கட்டும். அவனிடமிருந்து இன்னும் நாலணா கடன் வாங்க வேண்டும். அதி உன்னதமான அந்தக் கலா சிருஷ்டிகளின் கர்த்தாவாகிய தனது அண்ணன் அல்லவா கடன் கேட்கிறான். தந்துவிடுவான். இவ்வாறெல்லாம் நினைத்துக்கொண்டு திரும்பவும் அறைக்கு வந்தேன். நான் பார்க்கும்போது அவன் வாசித்த எல்லா காகிதங்களிலும் அவனுடைய தடித்த பேனாவால் கிறுக்கி வைத்திருக்கிறான். எதற்காகக் கிறுக்கியிருக்கிறான்? நான் ஒரு பீடியைப் பற்றவைத்து விட்டு செயரில் அமர்ந்தபோது அவன் கூப்பிட்டான்.

"காக்கா, இங்க வாங்க."

ஏதாவது முக்கியமான விஷயமாக இருக்கலாம். நான் எழுந்து அவனது பக்கத்தில் சென்று பாயில் அமர்ந்தேன். அவன் மிகுந்த எரிச்சலுடன் ஒருதடவை என்னைப் பார்த்துக்கொண்டான். பிறகு ஒரு சொற்றொடரை வாசித்தான். நல்லதொரு வார்த்தை அமைப்பு. ஆனால், அவன் கேட்டான்:

"இதிலே சொல்லுக்கான வடிவம் எங்கே?"

எனக்கொன்றும் புரியவில்லை. அது என்ன சொல்லுக்கான வடிவம்?

அவன் சிறுவயது பள்ளிமாணவனிடம் சொல்வதுபோல் என்னிடம் எதை எதையோ சொன்னான். அதில் சொல், சொல் வடிவம், பொருத்த மாறுபாடு, லொட்டு லொசுக்கு என்று இலக்கண சம்பந்தமான சப்பைத்தனமான சர்ச்சைகள் இருந்தன. லொட்டு லொசுக்கு என்றெல்லாம் அவன் சொல்லவில்லை.

அரைமணி நேரப் பேச்சில் அவன் என்னை ஒரு மண்ணுந் தெரியாதவனாக மாற்றிவிட்டான். பிறகு சொன்னான்:

"காக்கா, இலக்கணம் படிக்கணும்."

மட்டுமல்ல, சில இலக்கண நூல்களின் பெயர்களையும் அவன் முன்மொழிந்தான். எனக்குக் கோபம் வந்துவிட்டது. கிடுகிடுவென்று நடுங்கிக்கொண்டே சொன்னேன்:

"போடா, எழுந்து. உன்னோட ஒரு லொடுக்கு சொல் வடிவம். டேய், நீ நெய்யைத் திருடித் தின்னுட்டு நோய்னு சொல்லிட்டுத் திரிஞ்ச களவாணிப் பய? டேய், இதையெல்லாம் நான், நாம பேசுற மொழியில எழுதி வச்சுருக்குறேன். இதிலே உன் சப்பைக் காலன் சொல்வடிவம் இல்லேன்னா என்னடா? வந்துட்டான் மண்டூசு, இலக்கணமும் பேசிட்டு சப்பைக் காலன்."

அவன் சொன்னான்:

"காக்கா என்னை எப்படி வேணும்னாலும் திட்டுங்க. எனக்கொண்ணுமில்லே.ஒருவிஷயத்தைமட்டும்நான்சொல்லுறேன். காக்கா ஒரு வருஷம் நான் சொன்ன புத்தகத்தையெல்லாம் நல்லாப் படிச்சிட்டு எழுதுங்க. மலையாளத்துலே எத்தனை எழுத்து இருக்குனு காக்காவுக்குத் தெரியுமா, முதல்ல அதைச் சொல்லுங்க."

"உன் சோலியைப் பாத்துட்டுப் போடா."

புறங்காலால் ஒன்று கொடுக்கத்தான் தோன்றியது. நாகரிகம் கருதிச் செய்யவில்லை. நான் சொன்னேன்: "வீட்டுலே எல்லாரையும் விசாரிச்சதாச் சொல்லு. பிரத்தியேகமா உம்மாவையும் வாப்பாவையும். எனக்குப் பைசா எதுவும் இன்னும் கிடைக்கலன்னு சொல்லிடு. அதுனாலேதான் ஒண்ணும் அனுப்பிவைக்கல."

அவனிடம் அதிகக் கடனாகக் காலணா கேட்கவில்லை. கேட்பதற்கான மனத் தைரியம் வரவில்லை. அவனுடைய ஒரு லொடுக்கு இலக்கணமும் மலையாள எழுத்துகளும்.

அந்தக் காலமெல்லாம் போய்விட்டது. இப்போது என் புத்தகங்களை மிகவும் ஆர்வத்துடன் அவன் வாசிக்கிறான். எங்களின் சொந்தக்காரர்களைப் பற்றி சில கதைகளை என்னிடம் எழுதச்சொல்வான். கதைகளும் சொல்வான்.

"காக்கா, இதை எழுதித்தந்தால் போதும். நான் அச்சடித்து வித்துடறேன்."

பைசாவையும் அவனே எடுத்துக்கொள்வான். களவாணி.

மறுநாள் என் சாம்ப மரத்தைப் பார்த்து குமரிப்பெண்கள் ஆவலுடன் வாயில் நீரூற நடக்கும்போது பாத்துமா ஆட்டையும்

குட்டியையும் அவளுடைய வீட்டுக்குக் கொண்டுபோகப் பிடித்தாள். என்ன காரணம்?

“இங்கே யாருமே இதைக் கவனிக்கமாட்டாங்க பெரிய காக்கா. அபூ விரட்டுவான். அது மட்டுமில்லாம நாளை முதல் பால் கறந்து விக்கணும். ஒரு சாயாக் கடைக்கு பால் தர்றதா ஏற்பாடு செய்துருக்கேன்.”

அதுதானா காரணம்?

பாத்துமா ஆட்டையும் குட்டியையும் கொண்டு போனாள். குட்டியைப் பாத்துமா பாசத்தோடு தூக்கிக் கொண்டான். பிறகு ஆடும் குட்டியும் திரும்பி ஊர்வலம் வருவது பத்து மணிக்குத்தான். குட்டி உஷாராகத் துள்ளிக் குதித்துத் திரியும். எனது படுக்கையில் ஏறும். குழந்தைகளுடன் சேர்ந்து சாப்பிடும். தாய் ஆடு சாப்பிடுவதற்கு ஆலாய்ப் பறக்கத் தொடங்கியிருந்தது. அதுவும் குழந்தைகளுடன் சேர்ந்து சாப்பிட்டது. எப்போதும் சத்தமும் ஆர்ப்பாட்டமும் ஓட்டமும்தான்.

அப்படியே சில நாட்கள் கழிந்தபோது ஒருநாள், வீட்டில் சிரிப்பும் கும்மாளமும். பெரிய குஷி! அபி, பாத்துக்குட்டி, செய்யது முகம்மது, லைலா, ஆரிஃபா ஆகியோர் பால் சாயா குடிக்கிறார்கள். அதற்கேன் இவ்வளவு சிரிப்பும் கும்மாளமும்? நான் அந்தப் பக்கமாகச் சென்றேன். இரண்டு ஆனும்மாக்களும் உம்மாவும் ஐசாமாவும் கிழங்குப் புட்டுடன் சேர்த்து பால் சாயா குடித்துக்கொண்டிருந்தார்கள். எல்லோருமே சிரிக்கிறார்கள்.

“என்ன உம்மா சிரிப்பும் கும்மாளமும்?”

“ஒண்ணுமில்லடா” சிரித்துக்கொண்டே சொன்னாள்.

“பெரிய காக்கா சொல்லாதீங்க, நாங்க குட்டியைப் பிடிச்சுக் கட்டிப் போட்டுட்டோம்.”

“பிறகு?”

“பெரிய காக்கா சொல்லிக்கொடுப்பீங்களா?”

“விஷயத்தைச் சொல்லு.”

அப்துல் காதரின் மனைவி இடையில் வந்து சொன்னாள்:

“நாங்க பாத்துமா மைனியோட ஆட்டைப் பிடிச்சி பால் கறந்தோம். ஒழக்கு பால் கிடச்சுது.”

“உம்மா, இவ என்ன சொல்றா? நீங்க ஏன் பாத்துமாவோட ஆட்டுலேருந்து பால் திருடினீங்க?”

உம்மா சொன்னாள்:

"அவ இதை நினைக்கவேண்டாமா?"

ஆனும்மா சொன்னாள்:

"பெரிய காக்கா சொல்லாதீங்க. எங்களுக்குப் பெரிய குறைச்சலாப் போயிடும்."

குறைச்சலாகவே போகட்டும். என் கண் முன்னால் வைத்து இவ்வளவு பெரிய திருட்டு நடப்பதை நான் எப்படி அனுமதிக்க முடியும்?

பாத்துமா வந்தபிறகு நான் அவளிடம் சொன்னேன்.

"பாத்துமா, நீ கவனமாக இருக்கணும். உன் ஆட்டுலேருந்து இவளுங்க பால் கறந்து சாயாபோட்டுக் குடிச்சாளுங்க, குட்டியைப் பிடிச்சிக் கட்டிப் போட்டுட்டு."

பாத்துமாவுக்குக் கலி பிடித்தது.

"அவளுங்களுக்குக் கண்ணுலே ரத்த ஓட்டம் இருக்குதா? அவளுங்களோட புள்ளைங்களைப் பிடிச்சி இப்படி கட்டிப் போடுவாங்களா? எனக்கு இதை அறியணும்."

பாத்துமா அந்தப் பக்கமாக ஓடினாள். அப்போது அபியின் உம்மாவும் இரண்டு ஆனும்மாக்களும் ஐசாமாவும் பாத்துக்குட்டியும் அபியும் லைலாவும் ஆரிஃபாவும் மற்றவர்களும் தயாராக நின்றிருந்தார்கள். எல்லோரும் சேர்ந்து சொன்னார்கள்.

"நல்லதுதான்... நல்லதுதான். நாங்கதான் கறந்தோம். இனியும் கறப்போம். ஆடும் குட்டியும் இங்கதானே வளருது? எங்க கிழங்குப்புட்டும் எங்க பிலாவிலையும் எங்க கஞ்சித் தண்ணியும் வெள்ளமும் எங்க பிள்ளைங்களோட சோத்தையும் தின்னுதான் அது தடிச்சுக் கொழுத்து பால் கறக்குது. தெரிஞ்சுதா?"

பாத்துமா அவர்களைப் பிரித்தாள முயற்சி செய்தாள்:

"எடீ, ஆனும்மா, நீ என் தங்கச்சிதானே? நான் உனக்கு ஒரு ஆடு தந்துருக்கேன்லா. உம்மா, நீங்க என் உம்மாதானே? இந்தக் கண்ணுலே ரத்தமில்லாத மருமக்கமாரை ஏன் இதைச் செய்யவிட்டீங்க?"

உம்மா சொன்னாள்:

"போதும், போதும். உம் மைனியும் கொளுந்திமாரும், உம்மாவும் உன் தங்கச்சியும் எல்லாரும் சேந்துதான் பால் கறந்தோம் சாயாவையும் நாங்க எல்லாரும் சேந்துதான் குடிச்சோம். நல்ல ருசியா இருந்துச்சு."

பாத்துமா சொன்னாள்:

"இனிமேல் நான் இந்த வீட்டுலே காலெடுத்து வைக்க மாட்டேன்."

பாத்துமா ஆட்டுக்குட்டியை வாரியணைத்து முத்தமிட்டாள்.

"என் தங்கமே, உம் பாலை அவளுங்க திருடிக் குடிச்சிட்டாளுங்க. நான் உனக்கு பச்சைத் தண்ணி தர்றேன், நீ வா."

பாத்துமா ஆட்டுக்குட்டியுடன் என் பக்கத்தில் வந்தாள்.

"நான் போறேன் பெரிய காக்கா, இனி இவளுங்க என் ஆட்டுலேருந்து பால் கறந்து எப்படிக் குடிப்பாளுங்கனு நானும் பாக்குறேன்."

பாத்துமா குட்டியை எடுத்துக்கொண்டு போனாள். எனக்கு உற்சாகமாக இருந்தது. குட்டியில்லாமல் எப்படி இவர்கள் ஆட்டிலிருந்து பால் கறந்து குடிக்கிறார்கள் என்று பார்த்துவிடலாம். அய்யடா!

சரி, ஆட்டுக்குப் பால் சுரக்க குட்டி தேவைதானா?

பெண்குலத்திற்கு இது தெரியாதோ?

இதைக் கவனிக்க வேண்டுமே.

O

ஆறு

சரியாகப் பத்துமணிக்கு பாத்துமாவின் ஆடு வரும். கொஞ்சநேரத்திற்குப் பிறகு பாத்துமாவும் கதீஜாவும் வருவார்கள். பாத்துமாவின் மனத்தில் பிணக்கமிருக்கிறதோ என்னமோ? நாத்தனார்களுடனும் உம்மாவுடனும் தங்கையிடமும் பேசுகிறாள். வீட்டு வேலைகள் செய்கிறாள். கிழங்குப் புட்டு தின்கிறாள். வெறுஞ்சாயா குடிக்கிறாள். ஆட்டுக்குக் கஞ்சித் தண்ணீர் கொடுக்கிறாள்.

கொச்சுண்ணி வந்ததும் நான் பால் திருட்டைப் பற்றிச் சொன்னேன்.

கொச்சுண்ணி சொன்னான்:

"நான் சொன்னேன், கொஞ்சம் பால் கொடுக்க. பாத்துமா போய் என்ன பண்ணிட்டா தெரியுமா? நாலு வீட்டுக்குப் பால் கொடுக்க ஏற்பாடு பண்ணிட்டா. ஒரு சாயாக் கடைக்குக் கொடுக்க நானும் ஏற்பாடு செய்திருந்தேன். எனக்கும் கதீஜாவுக்கும்கூடச் சாயாவுக்கு பால் தரமாட்டேங்குறா."

அப்படியா விஷயம்? அப்படீன்னா, கொச்சுண்ணியும் கதீஜாவும்கூடப் பால் திருடத் தயங்கமாட்டார்கள் இல்லையா?

நான் பாத்துமாவிடம் கேட்டேன்:

"நீ ஏன் கொச்சுண்ணிக்கும் கதீஜாவுக்கும்கூடப் பால் தரமாட்டேனு சொல்லுறே?"

பாத்துமா சொன்னாள்:

"பால் வித்துக் கிடக்குற பைசாவை கதீஜாவோட வாப்பா தானே வாங்குறாங்க? அப்புறம் எல்லாருமே

இதுவரையிலும் பாலில்லாத சாயாதானே குடிச்சிட்டிருந்தோம். இப்போ மட்டும் என்னவாம், இவ்வளவு ஆசை? நான் குடிக்கிறதுனாலயா?"

"நீ இவ்வளவு பெரிய கருமியாப் போயிட்டியே?"

"கதீஜாவோட வாப்பா சீட்டு பிடிச்சிருக்காங்க. அதுக்குக் கொடுக்க பணம் வேணாமா பெரிய காக்கா...?"

அதுவும் சரிதானே என்றெல்லாம் யோசித்துக் கொண்டிருந்த போது சுலைமான் மூன்று அன்னாசிப் பழங்களுடன் வந்து என்னிடம் தந்துவிட்டுச் சொன்னான்:

"சீமப்புர்த்தி மச்சான், நல்லாயிருக்கும்."

நான் அதிலொன்றையெடுத்துத் தோலைச் சீவி பிள்ளைகளுக்கெல்லாம் ஒரு துண்டு வீதம் கொடுத்து நானும் தின்று கொண்டிருக்கும்போது அபூ அவனது அத்தனை கௌரவத்தோடும் வந்து ஏறினான்.

"ஓ... பணக்காரனா இருந்தா இப்படியெல்லாம்தான்." அவன் தொடர்ந்து சொன்னான்:

"எனக்குதான் புர்த்திச்சக்கை தர யாருமில்லே. இன்னைக்கு பெரிய காக்காவுக்கு ஒரு விருந்து வைக்கவும் ஏற்பாடாகுது."

"என்ன விருந்து?"

"[1]உறட்டியும் ஈரலும் சாயாவும்."

"நீயும் எங்கூடச் சேந்துடு."

"என்னை யாரும் கூப்பிடலியே? பெரிய காக்கா ஒரு விஷயம் கேள்விப்பட்டீங்களா? நப்பியான பெரியதாத்தா, சின்ன காக்காவுக்கும் அனீபா காக்காவுக்கும் நேத்தைக்குப் பால் சாயா கொடுத்து அனுப்புனதை?"

"பால் சாயாவா?"

"ஆமா..."

"உனக்குத் தரல்லியா?"

"நான் அவங்க மூக்குக்குப் பக்கத்துல இருக்கறதால எனக்கும் ஒரு சிங்கிள் டீ கிடச்சுது."

ஆச்சரியம்தான். பாத்துமா அப்துல் காதருக்கும் ஹனீஃபாவுக்கும் கூடவே அபூவுக்கும் பால்சாயா கொடுத்தனுப்பியிருக்கிறாள். இதில் ஏதாவது ரகசியங்கள் இருக்கும்.

1 பச்சரிசி தோசை

"பாத்துமா பால்சாயா கொடுத்தனுப்பனதற்கான காரணம்?"

"அனீபா காக்கா ஸ்ட்ரைக் செய்ததுதான்."

"என்ன ஸ்ட்ரைக்?"

"பெரிய தாத்தாவுக்குக் குப்பாயம், கதீஜாவுக்கு ஜம்பர், அப்புறம் கிழிஞ்ச துணிகளெல்லாம் தெச்சுக் கொடுக்குறது அனீபா காக்காதான். முந்தாநாளோ என்னமோ துணி தைக்க கதீஜா வந்தப்போ தெச்சுத் தர விருப்பமில்லேனு சொல்லித் திருப்பியனுப்பிட்டாங்க. அனீபா காக்கா இனிமேல, இப்படி திருப்பியனுப்பாம இருக்குறதுக்காக கொடுத்த லஞ்சம்தான் பால்சாயா."

"அப்துலுக்குக் கொடுக்கக் காரணமோ?"

"அதுவந்து, பெரிய மச்சான், சின்ன காக்காவுக்கு கொஞ்சம் பணம் கொடுக்க வேண்டியதிருக்கு. சின்ன தாத்தாவைப் பார்த்து, காக்கா, பணத்தைத் திருப்பித் தரலேன்னா கேஸ் கொடுக்கப் போறதா சொல்லியிருக்காங்க. ஒண்ணாம் பிரதி பெரிய மச்சான், ரெண்டாம் பிரதி பெரியதாத்தா, மூணாம் பிரதி கதீஜா, அதுவும் போதாதுன்னா ஆட்டையும் ஜப்தி செய்ய வைப்பாராம். அப்படி எதுவும் செய்துடாம இருக்கறதுக்குத்தான் சிங்கிள் பால் சாயா."

இப்படியாக, பாத்துமாவின் ஆட்டின் பால் லஞ்சமாகவும் பயன்படுகிறது.

அபூ சொன்னான்:

"குட்டம் பிள்ளை வர்றாரு."

உண்மைதான்... தபால்காரர் குட்டன்பிள்ளை படியேறி வந்து ஒரு பார்சலை என் கையில் தந்தார். நான் கையொப்பமிட்டுக் கொடுத்தேன். குட்டன்பிள்ளை போனபிறகும் நான் அந்தப் பார்சலைப் பிரித்துப் பார்க்கவில்லை. உம்மா கேட்டாள்:

"அந்தப் பொதிக்குள்ள என்னடா இருக்கு?"

நான் சொன்னேன்:

"என் புதிய புத்தகம் பத்து காப்பி. வெளியிட்டவங்க சன்மானமா அனுப்பி வச்சிருக்காங்க, போதுமா?"

உம்மாவுக்குத் தெரிய வேண்டியது:

"வித்தா பணம் கிடைக்குமா?"

"உங்க சோலியைப் பாத்துட்டுக் கொஞ்சம் போறீங்களா தள்ளி? பைசா... பைசா... பைசா."

என்னிடம் அப்போது தம்பிடிக் காசுகூட இல்லை. என் மனதில் திடீரென்று ஒரு யோசனை உதித்தது. உம்மா போனதும் அபூவை ரகசியமாகக் கூப்பிட்டேன்.

“நீ இந்தப் புத்தகங்களைச் சந்தையிலே எங்கேயாவது கொண்டுபோய் விக்கிறியா?”

அவன் அடுத்த வாயில் கேட்டான்:

“எவ்வளவு கமிஷன் தருவீங்க?”

“அதெல்லாம் தர்றண்டா” என்று சொல்லிவிட்டு பார்சலைப் பிரித்து அபூவின் கையில் கொடுத்தனுப்பி விட்டுக் காத்திருந்தேன்.

சொந்த ஊர். நான் எழுதிய புத்தகம் யாராவது காசு கொடுத்து வாங்குவார்களா?

ஒன்றிரண்டு மணி நேரத்துக்குப் பிறகு அபூ வந்தான். அதிர்ஷ்டம்தான். புத்தகங்களெல்லாம் விற்பனையாகியிருந்தது. ஒரு புத்தகத்துக்கான விலையை முழுவதும் அபூவுக்குக் கொடுத்தேன். மிச்சப் பணத்தை எண்ணிக்கொண்டிருக்கும்போது “எவ்வளவுடா கிடச்சுது” என்று கேட்டபடி உம்மா வந்தாள். உம்மா அந்தப் பணத்தைப் பார்த்துவிட்டதில் எனக்குப் பயங்கரமான கோபம் வந்தது. என் பக்கத்திலிருந்த ஒரு கண்ணாடித் தம்ளரை எடுத்து சர்வ பலத்தையும் திரட்டி, விட்டேன் ஒரு எறி, சுவரைப் பார்த்து. ஒரு பத்தாயிரம் துண்டுகளாகச் சிதறி ‘க்ணீம்’ என்று விழுந்தது, கண்ணாடித் தம்ளர். வீடு நிசப்தமானது. எனக்கு மனதிற்குள் பெரிய ஆசுவாசம் தோன்றியது. உம்மா எதுவும் பேசாமல் அதையெல்லாம் கூட்டிப் பெருக்கி ஒரு காகிதத்தில் பொதிந்துத் தூரத்தில் கொண்டு போய்ப் போட்டாள். திரும்பி வந்து எதுவும் சொல்லாமல் என் எதிரில் மேற்கே பார்த்து உட்கார்ந்துகொண்டாள். ஏன் எதுவுமே பேசவில்லை?

நான் மிச்சமிருந்த ‘உலகப் புகழ்பெற்ற மூக்’கையெடுத்து பாத்துமாவின் ஆட்டிடம் நீட்டினேன். அது ஆர்வத்துடன் பக்கத்தில் வந்தது.

“இது ஏன் பெரிய காக்கா?” அபூ கேட்டான். நான் சொன்னேன்:

“பாத்துமாவோட ஆடு, ‘பால்யகால சகி’யையும் ‘சப்தங்க’ளையும் ருசிச்சிச் சாப்பிட்டுச்சு. அப்போ, நான் இன்னும் புத்தகங்களிருக்கு, உனக்குத் தின்னத் தருவேன்னு சொல்லியிருந்தேன். ‘உலகப் புகழ்பெற்ற மூக்’கையும் அது தின்னுப்பாக்கட்டுமே.”

“அதுக்குக் கொடுக்க வேணாம்.” அபூ சொன்னான்.

நான் புத்தகத்தைக் கொண்டுபோய் பெட்டிக்குள் வைத்தேன். அபூ போனதும் கிடைத்த காசில் பகுதியை உம்மாவின் மடியில் போட்டேன். உம்மா கேட்டாள்:

“டேய், அந்தப் புஸ்தகம் ஒண்ணு என்ன விலைடா?”

நான் உண்மையைச் சொன்னேன். கொஞ்ச நேரத்திற்குப் பிறகு சாப்பிட வந்த அப்துல் காதர் என்னிடம் மீதியிருந்த புத்தகத்தை வாங்கிக் கொண்டான்.

“ஒரு பெரிய கட்டா இருந்துச்சே.”

“பத்து காப்பியிருந்துச்சு. ஒன்பதெண்ணத்தை அபூகிட்டே கொடுத்து வித்தேன்.”

“பைசா எங்கே?”

“ஒண்ணுக்கான விலையை அபூவுக்குக் கொடுத்தேன். மிச்சமிருந்ததுலே நேர்பகுதியை உம்மாகிட்டெ கொடுத்தேன்.”

“எனக்கெதுவும் இல்லியா?”

“நீ அந்தப் புத்தகத்தை வித்துப் பைசாவை எடுத்துக்க.”

உம்மா என்று அழைத்தபடி அவன் வீட்டுக்குள் சென்றான். அங்கே சில கசாமுசா சத்தங்கள் கேட்டன.

“இங்க உள்ள செலவுகளைப் பாக்குறவன் நான்தான், நீங்க இல்லை...” என்று அப்துல் காதர் சொல்வது மட்டும் என் காதில் விழுந்தது.

சிறிது நேரத்திற்குப் பிறகு அவன் மகிழ்ச்சியுடன் வெளியே போனான். உம்மாவின் முகபாவத்தைக் கண்டபோது உம்மாவிடமிருந்த சில்லறையை அப்துல் காதர் வாங்கியிருப்பான் போல் தெரிந்தது.

நான்கு மணியானபோது கொச்சுண்ணியும் கதீஜாவும் வந்து என்னை அழைத்தார்கள். நான் அபூவையும் கூட்டிக் கொண்டு போனேன்.

கொச்சுண்ணியின் வீட்டில் கொச்சுண்ணியின் வாப்பாவும் உம்மாவும் சகோதரியுமிருந்தார்கள். பாத்துமாவுக்கும் கொச்சுண்ணிக்கும் கதீஜாவுக்கும் பாத்துமாவின் ஆட்டுக்கும் குட்டிக்கும் கோழிகளுக்கும் நிம்மதியாக வாழுவதற்கான ஒரு ஓலைக்குடிசை இருப்பதாக அபூ சொன்னான். “இந்த விஷயம் பெரிய காக்காவுக்குத் தெரியவேணாம்னு பெரிய தாத்தா சொல்லியிருக்கா” என்றும் “பெரிய காக்கா அந்த வீட்டைக்

கண்டிப்பாப் பாக்கணும்" என்றும் அபூ என்னிடம் ரகசியமாகச் சொல்லியிருந்தான்.

உறட்டியும் ஈரலும் வயிறு நிறைய தின்றோம். பால் சாயாவும் குடித்தோம். பாத்துமாவின் வீட்டையும் பார்த்தோம்.

"பெரிய காக்கா ஏன் இங்கே வந்தீங்க?" என்று பாத்துமா மனவருத்தத்துடன் கேட்டாள். பாத்துமாவின் வீடு பரிதாபமாக இருந்தது. மண்ணைக் குழைத்து மறைத்து பனையோலை வேய்ந்த ஒரு சிறு அறை. அதன் கதவு ஏதோ ஒரு பழைய வீட்டிலுள்ளது. அது கயிற்றால் கட்டிவைக்கப்பட்டிருந்தது. பூட்டு இல்லை.

"பெரிய கேவலமாப் போயிட்டுது." பாத்துமா சொன்னாள்:

"இனி நான் உயிரோடு இருந்து எதுக்கு?"

நான் சொன்னேன்:

"பேசாம இரு நீ. அந்தக் கதவை சரிப்படுத்தறுதுக்கான ரூபா நான் தர்றேன்."

"வேண்டாம் பெரிய காக்கா. நான் என் ஆட்டுப்பாலை வித்து சரியாக்கிடுறேன்."

"வேண்டாம். நானே தர்றேன்."

அன்றிரவு நான் சாப்பாட்டை முடித்துவிட்டு வீட்டில் செயரில் மேற்குப் புறமாகத் திரும்பி உட்கார்ந்திருந்தேன். கொச்சுண்ணி, சுலைமான், பாத்துமா எல்லோரும் அங்கிருந்தார்கள்.

அப்துல் காதர் ஹனீஃபாவிடம் சொன்னான்:

"டேய், நமக்கு அதிகாலையிலே கிளம்பணும். கச்சேரி திறந்ததும் முதல்ல நம்ம கேசைப் பதிவு பண்ணிட்டு நமக்கு இங்க வந்துடலாம்."

நான் கேட்டேன்:

"என்ன கேசுடா?"

"ஒரு சிவில் கேசு. உடனே ஒரு ஜப்தியும் இருக்கும். கேசை நான்தான் கொஞ்சம் தள்ளிப் போட்டிருந்தேன். ஆனா சில சம்பவங்களெல்லாம் நடந்துபோயிடுச்சி. இனிமேல் அதை தள்ளிப் போட வழியில்லே."

"என்ன சில சம்பவங்கள்?"

"உறட்டிச் சுட்டு, தேங்காப் பாலிலே முக்கி, பீங்கானிலே அடுக்கி வச்சிக் கொடுக்கும்போதெல்லாம் எங்க ஞாபகம் வரல்ல.

ஈரல் கறி வச்சி குழி பீங்கானிலே நிறைய அள்ளி கொடுக்கும்போதும் எங்க ஞாபகம் வரல்ல. எங்களுக்கு மட்டும் சிங்கிள் சாயா. மற்றவங்களுக்கு உறட்டியும் ஈரல் கறியும்.

ஆனும்மா சொன்னாள்:

"நானும் உம்மாவும் மைனிமாரும் வாயில எச்சியூற இந்த வீட்டிலேயே இருந்தோம். எங்களையும் ஞாபகம் வரல்லெ."

சுலைமான் சொன்னான்:

"என்னோட ஞாபகம் மட்டும் வந்ததாக்கும்?"

அப்துல் காதர் சொன்னான்:

"சுலைமானே, நீதான் ஒண்ணாம் சாட்சி."

பாத்துமா சொன்னாள்:

"நான் யாருக்கெல்லாம் பயப்படணும்? உம்மாவுக்குப் பயப்படணும், மைனிமாரை, கொளுந்திமாரை, என் தங்கச்சியைப் பயப்படணும், சின்ன காக்காவுக்குப் பயப்படணும், அனீபாவுக்குப் பயப்படணும், அபூவுக்குப் பயப்படணும். இப்போ சுலைமானுக்குப் பயப்படணும்."

"எனக்கு யாரும் பயப்படவேணாம்."

அபூ அவனது தொண்டையைத் திறந்தான்.

நான் சொன்னேன்:

"நிறுத்துடா."

பாத்துமா சொன்னாள்:

"சின்ன காக்கா, நான் எல்லாருக்கும் ஈரல் கறியும் உறட்டியும் சாயாவும் தருவேன். கொஞ்ச நாளு கூடப் பொறுத்துக்குங்க போதும்."

"எவ்வளவு நாளு?" அவன் கேட்டான்.

"அதை நான் சொல்லுவேன், சின்ன காக்கா. டேய், அனீபா, இருந்தாலும் நீ இப்படிச் செய்துட்டியே? கதீஜாவோட துணியை தைக்காம நீ திருப்பியனுப்பிட்டியே?"

ஹனீஃபா சொன்னான்:

"நான் தர்மத்துக்குத் தெச்சுக்கிட்டு இருந்தாப் போதும்லா? அபூவுக்குத் தினமும் சட்டைத் தெக்கணும். இந்த வீட்டிலே உள்ள எல்லாருக்கும் தெக்கணும். யாராவது கூலி தர்றீங்களா?"

அப்துல் காதர் சொன்னான்:

"உன் பெண்டாட்டிக்கு குப்பாயம் தைக்க நானா பைசா தரணும்? லைலாவுக்கு பாவாடையும் ஜம்பரும் தெக்கவும் அபிக்கு கோட்டும் டவுசரும் தெக்கவும் நானா பைசா தரணும்? இது நல்லாயிருக்கேடா?"

ஹனீஃபாவுக்குக் கோபம் வந்தது.

"யாரும் எனக்கு எதுவும் தர வேணாம். நான் பட்டாளத்துக்கே போயிர்றேன். இன்னைக்கு ராத்திரியே போயிடறேன்."

அப்போது ஒரு சம்பவம் எனக்கு நினைவு வந்தது. நான் சொன்னேன்:

"டேய் இருடா, ஒரு அரை மணி நேரத்திற்குப் பிறகு நீ பட்டாளத்துக்குப் போ. நீ எப்பவும் பட்டாளத்துலேருந்து லீவிலே வந்துட்டுத் திரும்பிப் போகும்போதும் எரணாகுளத்துக்கு வந்து என்னைப் பாத்துட்டுதானே போவே? அப்போ எல்லாம் நீ எங்கிட்டேருந்து அஞ்சும் பத்தும் கடன் வாங்கிட்டுதான் போவே. கேட்டா, இருந்ததை எல்லாம் உம்மா வாங்கிட்டா, அப்துலு காக்கா வாங்கிட்டான்னு சொல்லுவே. அதுலெ ஒரு ரூபா கூட நீ எனக்குத் திருப்பியனுப்பினது கிடையாது. எட்றா இப்போ அதையெல்லாம்."

ஹனீஃபா உடனே ஐசாமாவைக் கூப்பிட்டான்:

"இறங்குடீ வெளியே, பிள்ளைங்களையும் தூக்கிட்டு. இந்த வீட்டுலெ இனிமேல் நாம இருக்கக்கூடாது. ஆளுகளைக் குறை சொல்லி தலையிலே ஏறுறது. நமக்கு அங்கே போய் ஏதாவது ஓலைக்கீத்தை மறைச்சி இருக்கலாம் வா. எழும்புடா அபி."

நான் கேட்டேன்:

"டேய், நீ எனக்கு ரூபா தரவேண்டியது உண்மையா, இல்லையா?"

அவன் சொன்னான்:

"அதெல்லாம் அந்தக் காலத்துலே இல்லியா பெரிய காக்கா, அதையெல்லாம் இப்ப யாராவது நினச்சிப் பாப்பாங்களா?"

"அப்படியாவது தரவேண்டியது உண்மைன்னு ஒத்துக்கிட்டியே சந்தோஷம்."

நான் போய்ப் படுத்தேன். அதிகாலை நான்கு மணிக்குப் பாத்துமாவும் கொச்சுண்ணியும் கதீஜாவும் புறப்படும் சலசலப்பில் கண்விழித்து அப்படியே அசையாமல் படுத்திருந்தேன்.

உம்மா கேட்டாள்:

"நீ எழும்பிட்டியா?"

"படுத்திருக்கேன், என்ன?"

உம்மா சொன்னாள்:

"உங்கிட்டே இருக்குற பைசாவுல எனக்கு ஒரு ரூபா தா! யாரும் அறியவேணாம்."

"நேத்தைக்குத் தந்தனே?"

"அதையெல்லாம் அப்துலு வாங்கிட்டான். அவன் இல்லியா வீட்டைக் கவனிக்குறான்? எத்தனைபேத்துக்குச் செலவுக்குப் பாக்கணும்? தினசரி எத்தனை ரூபா வேணும்னு நீ கொஞ்சம் யோசிச்சுப் பாரு."

"உங்க பாட்டுக்குப் போங்க நீங்க, ஏதாவது பேசுனா இப்பவே நான் இங்கிருந்து போயிடுவேன்."

உம்மா எதுவுமே பேசவில்லை. நான் அசையாமல் படுத்திருந்தேன், கொஞ்ச நாட்களுக்கு முன்பு நான் வந்திருந்தபோது நடந்த ஒரு சம்பவத்தை நினைத்துப் பார்த்தபடி.

அப்போது நான் தங்கியிருந்தது எப்போதும் தங்கியிருக்கும் அந்தச் சிறு வீட்டில்தான்.

இங்கே வந்து சேர்ந்தது ஒரு ஸ்பெஷல் காரில். கார் வந்து வீட்டின் முன் நின்றதும் ஆட்கள் வந்து கூடிவிட்டார்கள். நான் டாக்சி டிரைவருக்கு நோட்டை எண்ணிக் கொடுப்பதையும் எல்லோரும் பார்த்தார்கள்.

அன்றிரவு நான் சாப்பாடெல்லாம் முடிந்து படுக்கப் போகும்போது அப்துல் காதரும் உம்மாவும் ஹனீஃபாவும் வந்தார்கள். வந்ததுமே அப்துல் காதர் சொன்னான்:

"காக்கா, பணம் ஏதாவது இருந்தா இங்க வைக்க வேணாம். எங்கிட்டே தாங்க, திருடனுங்க எவனாவது வந்துடுவானுங்க. வந்தா அடிச்சிக் கொன்னு போடுவானுங்க."

நான் ஐநூறு ரூபாவை எண்ணி உம்மாவின் கண்முன் வைத்து அவனிடம் கொடுத்தேன். திருடனுங்க வந்து என்னை அடித்துக் கொல்லட்டும். பணம் போகாதல்லவா? எல்லோரும் திருப்தியுடன் திரும்பிப்போனார்கள். நான் அமைதியாக அப்படியே படுத்து ஒரு பீடியைப் பற்ற வைத்தேன். அப்போது யாரோ ஒரு ஆள் இருட்டில் வீட்டுக்குள் நிற்பதாக எனக்குத் தோன்றியது. பிச்சுவாக் கத்தியால் என்னைக் கொன்றுவிட்டு

பணத்தைக் கொள்ளையிட வந்த திருட்டுத்தொழிலாளியோ? ஒரு சிறு பயத்துடன் நான் கேட்டேன்.

"யாரது?"

"நான்தாண்டா" உம்மா மெதுவாகச் சொன்னாள். "யாருக்கும் தெரியாம வந்துருக்கேன்."

"என்ன விசேஷமோ?"

"டேய், காதுங்காதும் வச்சதுபோல 'யாரும் அறியாம' நீ எனக்கு ஒரு இருபத்தஞ்சு ரூபா தா. ஒருத்தரும் அறியக் கூடாது."

உம்மாவல்லவா? பெற்று முலைப்பால் தந்து வளர்த்தியதாகக் கருதப்படும் தாயல்லவா? நான் இருபத்தைந்து ரூபாயை உடனே எடுத்துக் கொடுத்தேன். அப்படி அமைதியாகப் படுத்துத் தூங்கினேன். மறுநாள் முதல் கடன் வாங்க வருபவர்களின் ஒரு பிரவாகம். அதிகமும் பெண்கள்தான். முஸ்லிம் சமூகத்திலுள்ளவர்கள் மட்டுமல்ல. நான் எல்லாரிடமிருந்தும் தாய்ப் பால் குடித்திருக்கிறேனாம். "புள்ளைக்கு அது மறந்து போயிடுச்சா? எனக்கு ரெண்டுரூபா தா, மவனே."

நான் அப்படி இரண்டும் நான்கும் ஐந்துமாகக் கொடுக்கத் தொடங்கினேன். அது கிட்டத்தட்ட நூறை எட்டியபோது, "இல்லே. நான் யார்கிட்டேருந்தும் தாய்ப் பாலு குடிச்சது கிடையாது" என்ற உறுதியான அறிவிப்புடன் உட்கார்ந்து விட்டேன். இதனிடையே மற்றொரு வேடிக்கையும் நடந்துகொண்டிருந்தது. உம்மா அபியையும் பாத்துக்குட்டியையும் தூக்கி வருவாள்.

"ஏதாவது கொடுடா, இந்தப் பிள்ளைங்களுக்கு. பைசாவாக எதுவும் கொடுக்காமெ."

மட்டுமல்ல,

"டேய், நீ இப்போ இங்கயே வந்துட்டே. உன்னைப் பார்க்க உங்கூட்டாளிங்க வர்றாங்கல்லையா? அவங்களுக்குச் சோறு கொடுக்கறது எதுலே?"

"இலை போட்டு."

"அது போக்கத்து செய்றதுபோல ஆயிடும். நமக்குக் கொஞ்சம் தட்டுகளும் பீங்கானும் குழி பீங்கானும் கிளாசும் வாங்கணும்."

"எங்கிட்டே பைசா கிடையாது."

"அப்பஉன்னா நான் அந்த ஆனப் பரம்பு கடையிலே போய் நீ சொன்னதாக வாங்குவேன்."

மூதாட்டி செய்துவிடவும் செய்வாள். ஆனப்பரம்பில் வர்க்கிகுஞ்ஞுவுக்கு ஒரு பெரிய ஸ்டேஷனரி கடையிருக்கிறது. மேற்படியான் என் நண்பனும்கூட. உம்மாவை அங்கே போகவிட்டால் கடையிலுள்ள சாமான்களை முழுவதையும் அள்ளிக்கொண்டு வரவும் தயங்கமாட்டாள். நான் சொன்னேன்:

"உம்மா போக வேணாம். நான் போய் வாங்கிட்டு வர்றேன்."

நான் போய் ஒரு சுமடு சாதனங்களை வாங்கி ஒரு ஆளை ஏற்பாடு செய்துகொண்டுவந்து கொடுத்தேன். பிறகு அமைதியாக அப்படி வாழ்ந்து கொண்டிருக்கும்போது உம்மா சொன்னாள்:

"டேய், எதுவானாலும் இப்போ நீ இங்கே வந்துட்டே. உங் கூட்டாளிங்க வந்தா எங்கே படுத்துத் தூங்குவாங்க? நீ கொஞ்சம் மெத்தைப் பாயும் தலையணையும் வாங்கிடு."

"நீங்க சும்மா போங்க உம்மா."

எதுக்கு? தொந்தரவில்லாமல் இருக்கட்டுமே என்று அதையும் வாங்கிக் கொடுத்தேன். அப்போது உம்மாவுக்கு ஒரு செம்புப் பாத்திரம் தேவை. நெல் ஏதாவது கிடைத்தால் வேக வைப்பதற்கு. குளிப்பதற்கு தண்ணீர் நிறைத்தும் வைக்கலாம். நியாயமான விஷயம்தானே?

நான் நினைத்துக்கொண்டேன்: செம்புப் பாத்திரத்திற்கு அடுத்தது காளைவண்டி. அதற்குப் பிறகு மோட்டார் கார். ஹும்!

பெட்டியையும் படுக்கையையும் எடுத்துக்கொண்டு நான் புறப்பட்டுவிட்டேன். வர்க்கலை தாண்டி மதறாசை சுற்றித் திரிந்து திரும்பவும் வந்தேன். திரும்பவும் போனேன். திரும்பவும் வந்தேன். அப்படி வந்த ஒரு வருகைதான் இதுவும். ஹனீஃபா பட்டாளத்துக்குப் போய்விடுவேன் என்று சொல்வதுபோல் அல்ல, நான் போவேன் என்றால் போயேவிடுவேன். ஆகவே உம்மா அசையாமல், பேசாமல் படுத்திருந்தாள். நான் எழுந்து சென்று பெட்டியைத் திறந்து மிச்சமிருந்த காசு முழுவதையும் எடுத்துக் கொடுத்துவிட்டுச் சொன்னேன்:

"இனிமேல் பயப்படாதீங்க. நான் போக நினைச்சாலும் போக முடியாது. வண்டிச்சத்தம்கூட இல்லை. இனி நீங்களே என்னைக் கவனிச்சுக்குங்க."

நினைவுகள் அப்படியே போயின.

நாட்கள் கடந்தன.

அப்போது ஒரு அற்புத நிகழ்ச்சி நடந்தது. மாதர்குல மாணிக்கங்களின் அழகிய வினோதங்கள். பாத்துமாவின்

ஆட்டிலிருந்து இரண்டு ஆனும்மாக்களும் ஒரு ஐசாமாவும் உம்மாவும் சேர்ந்து திரும்பவும் பால் கறந்தார்கள். சாயா குடித்தார்கள். குட்டி இல்லாமல்தான். ஒரு தடவையல்ல, இப்படிப் பல தடவை நடந்தது பால் திருட்டு. குட்டியில்லாமல் ஆடு பால் தராது என்ற புனிதமான நம்பிக்கையுடனும் நிம்மதியுடனும் மன அமைதியுடனும் வாழ்ந்து கொண்டிருக்கிறாள் பாத்துமா.

சும்மா ஒரு வேடிக்கைக்காக அபியையும் பாத்துக்குட்டியையும் ஆட்டுக் குட்டிகளாக்குவதற்கும் ஒரு முயற்சி நடந்தது. ஆனால், பலிக்கவில்லை. கடைசியில் சுபைதாவும் ரஷீதும் ஆட்டுக் குட்டிகளானார்கள். ஆட்டின் மடியைச் சூப்பிக் குடித்தார்கள். பொய்யாட்டுக் குட்டிகள். இந்தத் திடுக்கிடும் சம்பவத்தைத்தான் பாத்துமா அறிந்தாள். அவள் நெஞ்சிலறைந்து அழுதாள்.

"நீங்கள்லாம் மனுசப் பிறவிங்கதானா? இருந்தாலும் இப்படிச் செய்துட்டீங்களே? வேணாம், நானே உங்களுக்குப் பால் தந்துடறேன்."

மறுநாள் முதல் பாத்துமாவின் சார்பாக அரைக் குப்பி பால் வீட்டுக்கு வரத் தொடங்கியது.

சுபைதா, ரஷீது, அபி, ஆரிஃபா, லைலா, பாத்துக்குட்டி எல்லோருக்கும் தாராளம். ஆனும்மாமார்களுக்கும் ஐசாமாவுக்கும் உம்மாவுக்கும்கூடப் பால் சாயாதான்.

இப்போது ஆட்டுடன் சேர்ந்து குட்டியும் வருகிறது. கூடவே தண்ணீர்க் கலக்காத, சுத்தமான அரைக்குப்பி பாலுடன் கதீஜாவும்.

இப்படியாக இரண்டுவகையான பால் வீட்டுக்குக் கிடைக்கிறது. ஒன்று; அழகாகத் திருடுவது. இன்னொன்று; நேர்மையாக, பரஸ்பர நல்லெண்ணத்துடன். பாத்துமா கொடுத்தனுப்புவது பாவம் பாத்துமா. அவள்தான் என்ன செய்வாள்?

ஒரு இரகசியத்தை மட்டும் புரிந்துகொள்ளவே முடியவில்லை. இந்த அறிவுகளெல்லாம் பெண்களில் யாருக்கு முதலில் தோன்றியிருக்கும்?

சுபம்.

1959
தமிழில்: குளச்சல் யூசுஃப்

மதில்கள்

மதில்கள்

மதில்கள் என்ற பெயரில் ஒரு சிறிய காதல் கதையை நீங்கள் யாராவது கேள்விப்பட்டிருக்கிறீர்களா? முன்பு சொன்னதாகவும் நினைவில்லை. 'ஸ்திரீயின் வாசனை' அல்லது 'பெண்ணின் மணம்' என்று ஏதாவது பெயர் வைக்கலாம் என்று யோசித்திருந்தேன். பிறகு இப்படியே இப்போது சொல்லுகிறேன். கவனமாகக் கேட்டுக்கொள்ள வேண்டும். சம்பவம் மிகவும் பழையதுதான். நாம் சாதாரணமாகக் காலம் என்றெல்லாம் சொல்லுவோமே, அந்த மகாகாலத்தின் அக்கரையிலிருப்பது. நான் இப்போது இக்கரையில் என்பதை ஞாபகம் வைத்துக்கொள்ள வேண்டும். தனிமையான இதயம். அதன் பெரும் கரையிலிருந்து வந்து சேரும் சோக கானம் இது.

உயரமான கருங்கல் மதில் ஆகாயத்தைத் தொடுவது போல. அது என்னையும் மத்தியச் சிறைச்சாலையையும் வளைத்துக்கொண்டு அப்படியே நிற்கிறது. உள்ளே ஏராளமான கட்டிடங்கள். ஏராளமான மனிதர்கள். கைதிகளையெல்லாம் உள்ளே தள்ளியாயிற்று. பொருட்படுத்தக்கூடிய எந்தச் சத்தங்களும் இல்லை. விடியற்காலையில் தூக்கிலேற்றிக் கொல்லப்படவேண்டியவர்கள் இருக்கிறார்கள். காலக்கெடு முடிந்து நாளைக்குச் சுதந்திரமான உலகத்துக்குப் போகிறவர்களும் இருக்கிறார்கள். இருந்தும் மொத்தத்தில்... ஒரு ஒரு... அமைதி.

நாங்கள் நடக்கிறோம். கிட்டத்தட்ட தூக்குமரத்துக்குப் பக்கமாக வந்துவிட்டோம். அதிக அகலமில்லாத பாதை. இடமும் வலமும் அருகிலும் நெடு நீளத்தில் மதில்கள். எனக்கு முன்னால் வார்டர். சிறை உடுப்புகளை அணிவித்து என்னை ஒரு எண்ணாக மாற்றிச் சொற்ப நிமிடங்கள்தான் ஆகியிருந்தன. கறுப்புக் கோடு போட்ட வெள்ளைத் தொப்பி. வெள்ளைச் சட்டை. வெள்ளை வேட்டி. படுப்பதற்கான ஜமுக்காளம். போர்த்திக்கொள்வதற்கான கம்பளிப் போர்வை. சாப்பிடுவதற்கும் குடிப்பதற்குமான பாத்திரங்கள்... எல்லாவற்றுக்கும் இருக்கின்றன எண்கள். நான் புதுமுகமொன்றுமல்ல. முன்பும் பல முறை ஜெயில்களில் நம்பராக ஆனதுண்டு. 'நியூமராலஜி' என்று ஒரு புத்தகத்தை முன்பு வாசித்திருந்த ஞாபகத்தில் என்னுடைய புது எண்ணைக் கவனித்தேன். இலக்கங்களை ஒன்றாகக்கூட்டிப் பார்த்தேன். நல்லது. நான் ஒன்பது.

ஒன்பதின் பலன் என்னென்ன? இந்தச் சிறையில் அனுபவமாகப் போகிற சம்பவங்கள் என்னவெல்லாமாக இருக்கும்? சும்மா யோசித்தேன். நடை மெதுவாகத்தான்.

'கொஞ்சம் வேகமா நடக்க முடியுமா?' வார்டரின் கட்டளை. அதைக் கேட்டதும் எனக்குச் சிரிப்பு வந்தது. சிரிப்பதற்கான சந்தர்ப்பங்களை நான் ஒருபோதும் வீணாக்கியதில்லை. மானுட குலத்துக்கான கடவுளின் பிரத்தியேக வரம் இந்தச் சிரிப்பு.

"இவ்வளவு அவசரமாக எங்கே போறீங்க – இந்தப் பூகோளத்திலிருந்து?" நான் கேட்டேன்.

மதில்கள்

வார்டர் பதில் பேசவில்லை. நடக்கிறார். நான் சொன்னேன்:

"என்னை ஏதாவது பொந்துக்குள்ளே கொண்டுபோய் அடைச்சிட்டு ஓடிப்போய் ஒரு பெரிய வியாபாரத்தை முடிக்கணும் இல்லையா?"

என்னவென்று கேட்டால் சங்கதி கொஞ்சம் தீவிரமானது தான். ஒரு ஐம்பது அறுபது மைல் தூரத்திலிருக்கும் பட்டணத்தில் பிரதானமான போலீஸ் லாக்கப்பில் என்னைப் போட்டிருக்கிறார்கள். பதினொன்றோ பதினாலோ மாசம். கேசெடுக்க மாட்டார்கள். சும்மா போட்டிருக்கிறார்கள். போலீஸ் இன்ஸ்பெக்டரின் அறிவுரைப்படி நான் கலவரம் செய்தேன். பட்டினி கிடந்தேன். அப்படியென்றால் உண்ணாவிரதப் போராட்டம். அப்படியாகக் கேசெடுக்க வைத்தேன். தண்டனை வாங்கிக்கொண்டேன். ஒரே குடும்பத்தின் உறுப்பினர் என்ற நிலையில்தான் நான் அந்தப் போலீஸ் லாக்கப்பில் பத்து நூறு போலீஸ்காரர்களின் மேற்பார்வையிலும் இன்ஸ்பெக்டரின் மேற்பார்வையிலும் வசித்திருந்தேன். என்னுடைய வலது கையை நடுவிரல் முனையிலிருந்து முழங்கைவரைக்கும் அடித்து நொறுக்கிப் பஞ்சாக்கிவிடுவோம் என்றோ என்னவோ சில ரிசர்வ் போலீஸ்காரர்கள் என்னுடைய தாய் தந்தையரிடமும் சகோதர சகோதரிகளிடமும் சொல்லியிருந்தார்கள். உண்மையில் அப்படிச் சொன்னது போலீஸ்காரர்களல்ல. மாஜிஸ்திரேட்டுதான். போலீஸ்காரர்கள் இருக்கிற தைரியம். என்னைக் கைது செய்வதற்காக வீட்டை வளைத்திருந்த சந்தர்ப்பம். நான் அங்கே இருக்கவில்லை. கடைசியில் என்னைப் பிடித்தார்கள். யாரும் என்னை அடிக்கவில்லை. போலீஸ்காரர்களில் பலரும் என்னுடைய சீடர்கள்போல ஆகியிருந்தார்கள். எனக்கு அங்கே ஒரு ஹெட்கான்ஸ்டபிளின் மரியாதை... லாக்கப்பில் கிடந்து ஏராளமான போலீஸ் கதைகளை எழுதினேன். காகிதமும் பென்சிலும் போலீஸ் இன்ஸ்பெக்டர் தந்திருந்தார்.

நான் எல்லாரிடமும் விடைபெற்றுக்கொண்டு அங்கிருந்து இறங்கினேன். இரண்டு போலீஸ்காரர்கள் கூட இருந்தார்கள். அவர்கள் கையில் இரண்டு துப்பாக்கிகள் இருந்தன. பாக்கெட்டில் கைவிலங்கு. அவர்கள்தான் மத்திய சிறைச்சாலைக்கு என்னைக் கொண்டுவந்து சேர்த்தார்கள். இப்போது சொன்ன எதுவுமல்ல சங்கதி. அந்தப் போலீஸ்காரர்கள் எனக்கு இரண்டு கட்டுப் பீடியும் ஒரு தீப்பெட்டியும் ஒரு புத்தம் புது பிளேடும் வாங்கிக் கொடுத்திருந்தார்கள். 'இதெல்லாம் ஜெயிலுக்குள் அனுமதிக்கப்படாது' என்ற அழகான அறிவிப்புடன் வார்டர் அதையெல்லாம் பாக்கெட்டிலிருந்து எடுத்தார். பிறகு ஒரு பழைய துணி எடுத்து அதையெல்லாம் போட்டு மூடி தன்னுடைய

மகோன்னதமான தொப்பியைக் கழற்றி அதற்குள்ளே அதை வைத்துத் தலையில் மாட்டிக்கொண்டு ஒன்றும் நடவாததுபோல நடந்துகொண்டிருக்கிறார். பரம துரோகி. நடக்கட்டும்.

அந்த பிளேடு எதற்கு என்கிறீர்களா? நீங்கள் யோசிப்பது போல அல்ல. தீப்பெட்டிக் குச்சிகளை இரண்டாக வெட்டுவதற்கு. ஆறு குச்சிகளாக வெட்டும் மகா கலைஞர்களை அடியேன் முன்பே பார்த்திருக்கிறேன். பிளேடுக்கு வேறேயும் வேலைகள் இருக்கின்றன. ஜெயிலில் தீப்பெட்டி சுலபமாகக் கிடைக்கும் என்று சொல்ல முடியாது. அதற்குக் காசு வேணுமே? அது நம்மிடம் கிடையாது. அந்த பிளேடை ஒரு 'சக்கி'யாக்கலாம். அதைச் சக்கி என்று மட்டும் சொல்லக் கூடாது. சக்கியின் பிறப்பு பின்வருமாறு:

படுத்துக்கொள்வதற்காக அரசாங்கம் கொடுத்த ஜமுக்காளம் இருக்கிறது. அதிலிருந்து இரண்டு விரல் பருமனுள்ள நூலைச் சேகரிக்க வேண்டும். உள்ளங்கை நீளம் போதுமானது. தலைப்பாகத்தில் இரண்டு அங்குலம் விட்டுக் கட்டுக் கட்ட வேண்டும். அப்புறம் அந்தத் தலையைப் பற்றவைத்து நன்றாகக் கருகவைக்க வேண்டும். ஒரு துண்டுத் தோலில் கரிபிடித்த பாகத்தை இரண்டு மூன்றாக உருட்டிக் கட்டிவைப்பார்கள் பெருங்கலைஞர்கள். நம்மைப் போன்ற தரித்திரக் கலைஞனுக்குப் பலா இலை கிடைத்தாலே போதும். இனி நமக்குத் தேவையானது ஒரு சின்ன இரும்புத் துண்டு. அது எங்கே கிடைக்கும்? இரும்புத் துண்டு மட்டுமல்ல—பீடி, தீப்பெட்டி, கஞ்சா, சாராயம், வெல்லம்—அதிகம் வேண்டாம், ஒரளவுக்குத் தேவையானதெல்லாம் ஜெயிலில் கிடைக்கும். அதற்கெல்லாம் காசு வேண்டும். ஒரு பிளேடு கையிலிருந்தால் அதைச் சிமெண்டுத் தரையிலோ கருங்கல்லிலோ உரசினால் தீப்பொறி வரும். அந்தத் தீப்பொறியை நூலின் தலையில் வைத்தால் தீ சுலபம். பிளேடின் ஒரு பகுதியை மரக் கம்பில் செருகி முனை கொஞ்சமாக வெளியில் தெரியும்படி வைக்க வேண்டும். இத்தனை விசேஷங்களெல்லாமுந் தான் அந்த வார்டர் மகானின் மகத்தான தொப்பிக்குள்ளே இருக்கின்றன.

நான் சொன்னேன்: "போலீஸ்காரங்க தரித்திரம் புடிச் சவங்க இல்ல."

வார்டருக்குக் கேட்கவில்லையோ? அவர் பேசாமல் நடந்துகொண்டிருந்தார். அவர் எல்லாரையும் விற்று விடுவார். பிள்ளைகளும் பிள்ளைகளின் பிள்ளைகளும் நிலாவும் நட்சத்திரங்களும் இருக்கிற காலம் வரைக்கும் தின்று தீர்ப்பதற்கான வருமானத்தைத் தரித்திரம் பிடித்தவன் இப்போதே சம்பாதித்து விட்டான்.

நான் கேட்டேன் "வார்டருக்கு எத்தனை பிள்ளைங்க?"

மன உலகிலிருந்து விழித்த வார்டர் சொன்னார் "ஆறு. அஞ்சு பொண்ணும் ஒரு ஆணும்."

பாவம் வார்டர், ஐந்து பெண்கள்.

நான் கேட்டேன் "புள்ளைங்களும் அம்மாவும் சுகந்தான், இல்லியா?"

"ஆமாம் ஆமாம்" என்றார் வார்டன். 'சீக்கிரம் நடங்க' அவசரத்தின் ரகசியம் பகிரங்கமோ பகிரங்கம்.

நான் கேட்டேன் "நீங்க செத்துப்போனா அவங்க கதி?"

வார்டர் சொன்னார் "கடவுள் காப்பாத்துவார்."

நான் சொன்னேன் "எனக்கு சந்தேகமா இருக்கு." வார்டர் கேட்டார் "அது ஏன்?"

நான் சொன்னேன். "திவ்ய ஞானம் ... எப்படிக் கிடச்சதுன்னு சொல்றேன். நான் முந்தி ஒரு சந்நியாசியா இருந்தேன். நான் போய் தங்காத புனித மசூதிகளோ புண்ணிய க்ஷேத்திரங்களோ இந்தியாவில இல்ல. போய்க் குளிக்காத புண்ணிய நதியும் இல்ல. மலைச் சிகரங்கள், சமவெளிகள், வனாந்தரங்கள், பாலைவனங்கள், கடற்கரைகள், இடிஞ்சு நொறுங்கின கோயில்கள்..."

"அதனாலே?"

"கடவுள் உங்களைச் சும்மா விடமாட்டார்."

வார்டர் சொன்னார் "நான் தப்பு ஒண்ணும் பண்ணலயே."

நான் கேட்டேன்: "இன்னைக்கு வார்டர் அடிச்ச பயங்கர தீவட்டிக் கொள்ளையோ?"

வார்டருக்கு ஆச்சரியமாக இருந்தது. அவர் கேட்டார் "இன்னைக்கு நான் தீவட்டிக் கொள்ளையடிச்சேனா?"

நான் சொன்னேன் "வார்டர் செத்துப் போறார். ஆத்மா கடவுளின் மகா சன்னிதிக்குப் போகுது. கடவுள் கேட்கிறார். 'ஏ, தரித்திரம் புடிச்ச ஜெயிலரே, அந்த அப்பாவி பஷீரோட பிளேடும் தீப்பெட்டியும் ரெண்டு கட்டுப் பீடியும் எங்கே?"

வார்டர் பேசவில்லை. நின்றுகொண்டிருக்கிறார். நான் சொன்னேன். "வாங்க, வாங்க, என்னைக் கொண்டுபோய்க் கூண்டுக்குள்ளே அடைச்சுட்டு வியாபாரத்துக்குப் போக வேண்டாம்?"

வார்டர் நகர்வதில்லை. பேசுவதில்லை. அவர் மெதுவாகக் குலுங்கிக் குலுங்கிச் சிரித்துக்கொண்டே தொப்பியைக் கழற்றினார். அப்புறம் என்னுடைய சொத்துக்களெல்லாம் திருப்பிவந்தன.

"நல்ல வார்டர்" என்றேன்.

"காந்திஜி உண்ணாவிரதமிருந்து சாகக் கிடக்கிறார்னு இன்னிக்குக் காலைலே அந்தப் போலீஸ் இன்ஸ்பெக்டர் என்கிட்ட சொன்னார். வார்டருக்கு ஏதாவது சேதி தெரியுமா?"

வார்டர் சொன்னார் "அவரு எலுமிச்சம் பழச்சாறு குடிச்சு உண்ணாவிரதத்தை முடிச்சுகிட்டாரு."

சந்தோஷம். மோகன்தாஸ் கரம்சந்த் காந்தி நீடூழி வாழ்க. எல்லா மனிதர்களும் வாழ்க.

பல இரும்புக் கதவுகளைத் தாண்டி நாங்கள் போய்க் கொண்டிருக்கிறோம். மதில்கள்... மதில்கள்.

நான் கேட்டேன் "இப்போ இந்த ஜெயில்லே அரசியல் கைதிங்க எத்தனை பேர் இருக்காங்க?"

"உங்களைக் கூட்டிட்டுப் போற இடத்தில பதினேழு பேர் இருக்காங்க. உங்களையும் சேர்த்து பதினெட்டு."

அது சரி. என்னை ஒரு பிரத்தியேக இடத்துக்கல்லவா அழைத்துக்கொண்டு போகிறார்கள். அரசாங்கம் என்னைப் போதுமான அளவு எச்சரிக்கையோடுதான் கண்காணிக்கிறது. நல்லது.

அப்படியே நடக்கும்போது இந்த உலகத்திலுள்ளதில் மிகவும் வசீகரமான நறுமணம்.

ஸ்திரீயின் சுகந்தம். பெண்ணின் மணம்.

நான் முழுவதுமாகக் கரைந்து போனேன். என்னுடைய ஒவ்வொரு அணுவும் விழித்தது. என்னுடைய நாசித் துவாரங்கள் விரிந்தன. நான் இந்த உலகம் முழுவதையும் எனக்குள்ளே... எனக்குள்ளே இழுத்துக்கொண்டேன்.

எங்கே அவள்?

நான் சுற்றிலும் பார்த்தேன். யாருமில்லை. எதுவுமில்லை.

அப்படியே நடக்கும்போது இந்த உலகத்திலுள்ளவற்றில் மிகவும் அழகான ஓசை.

பெண்ணின் சிரிப்பு.

இந்த ஒலியும் மணமும் ஒன்றாக வருகின்றனவா? அல்லது ஒன்றிலிருந்து இன்னொன்று நான் கற்பனை செய்துகொண்டதா?

பெண் என்ற அற்புதப் படைப்பை நான் மறந்திருந்தேன்... மறந்தே போயிருந்தேன்.

நான் கேட்ட ஓசை உண்மை. என்னிடம் பாய்ந்து வந்த மணமும் உண்மை.

நான் சொல்லுவது சோப்பு வாசனையல்ல. வெட்டிவேரின் வாசனையோ குளியற்பொடியின் வாசனையோ எண்ணெயின் வாசனையோ அல்ல. பவுடரும் வியர்வையும் கலந்த வாசனையல்ல. சாட்சாத் பெண்ணின் அற்புத சுகந்தம்.

இது எங்கேயிருந்து... அந்தச் சிரிப்போ?

அந்த சுகந்தத்தை நான் மறுபடியும் நினைத்துப் பார்த்தேன். மூச்சுத் திணறுவதுபோல இருந்தது எனக்கு. நாசித் துவாரங்கள் மீண்டும் மீண்டும் விரிந்தன. இதயம் பதற்றத்தில் வெடித்து விடும்போல இருந்தது. பெண்ணே, நீ எங்கே?

நான் கேட்டேன் "இதோ கேட்ட பெண்ணோட சிரிப்பு எங்கேருந்து?"

வார்டர் கேலி செய்வதுபோலக் கேட்டார் "கல்யாண மாகலியா?"

நான் சொன்னேன் "இல்லே... ஆனா என்னோட கேள்விக்கும் கல்யாணத்துக்கும் என்ன சம்பந்தம்?"

"அதையெல்லாம் எதுக்குக் கவனிக்கிறீங்க?"

"பீதி ஏற்படுத்துற சென்டிரல் ஜெயிலுக்குள்ளே... கொன்னு போடுறதூக்குமரத்துக்குப் பக்கத்திலே... ஒருபெண்ணோட சிரிப்பு கேட்குது... அதுக்காக நான் உடனே கல்யாணம் பண்ணிக்கணும்... அப்பட்டீன்னா மட்டுந்தான் அது எங்கேயிருந்து வருதுன்னு கேட்க உரிமை. நல்ல நியாயம்."

வார்டர் சிரித்தார். சொன்னார் "அது பெண்பிள்ளைங்க ஜெயிலிலேர்ந்து. அதுக்குப் பக்கத்திலதான் நீங்க தங்கப் போறீங்க."

இடையில் இருப்பது ஒரு மதில் மட்டுந்தான்.

"தண்டனை எத்தனை காலத்துக்கு?"

"ரெண்டு வருஷக் கடுந்தண்டனையும் ஆயிரம் ரூபா அபராதமும். அபராதம் கட்டலைன்னா இன்னும் ஆறு மாசம் மண்ணச் சுமக்கணும். எனக்கும் பெண்கள் ஜெயிலுக்கும் இடையிலே ஒரு மதில் மட்டுந்தான் இருக்கும். இல்லே?"

மதில்... பெண் ஜெயில்... தங்கக் குடங்களே...

நாங்கள் நடந்தோம். ஜமுக்காளத்தையும் போர்வையையும் மார்போடு சேர்த்துப் பிடித்திருந்தேன். இரும்புக் கம்பிபோட்ட கதவைத் திறந்து ஒரு பிரத்தியேக மதிற்சுவர் அடைப்புக்குள் நுழைந்தோம். ஏராளமான மரங்கள்... அதிகமும் பலா மரங்கள்... நிறைய காட்டேஜுகள். கிழக்குப் பக்கமாகத் திரும்பி நிற்கும் போது

தூரத்தில் இரண்டு பக்கங்களிலும் ஒவ்வொரு பெரிய மதில். வலது பக்கத்து மதிலுக்கு அப்பால் விசாலமான சுதந்திர உலகம். இடது பக்கத்து மதிலுக்கு அப்பால்... பெண் ஜெயில்.

இந்தக் காட்டேஜுகள் ஒவ்வொன்றும் சிறிய மதில் சுவர்களால் வளைக்கப்பட்டிருக்கும் லாக்கப்புகள்.

அங்கேயிருந்த வார்டர் என்னைப் பெற்றுக்கொண்டார். கூட வந்த வார்டரைக் கும்பிட்டேன். அவர் என்னையும் கும்பிட்டுவிட்டுப் போனார். நல்ல வார்டர். கடவுள் காப்பாற்று வாராக!

புதிய வார்டர் என்னை ஒரு காட்டேஜுக்குக் கூட்டிக் கொண்டு போனார். அதன் இரும்புக் கதவைத் திறந்தார். மிகவும் சின்ன அறை. அறைக்கு வெளியில் ஒரு பக்கமாக தூரத்தில் ஒரு கக்கூஸ். கதவுக்குப் பக்கத்திலேயே ஒரு குழாய். நான் குழாயைத் திறந்து கைகால் முகத்தைக் கழுவினேன். நிறைய தண்ணீரைக் குடித்துவிட்டு ஒரு பாத்திரத்தில் தண்ணீரையும் எடுத்துக்கொண்டு இறைவனின் நாமத்தை உச்சரித்தபடி வலது கால் வைத்து சின்ன ஜெயிலுக்குள்ளே நுழைந்தேன்.

மதில்களின்... மதில்களின்... அநேகமநேகம் மதில்களுக் குள்ளே நான்.

வார்டர் இரும்புக் கதவை அடைத்துத் தாழிட்டுப் பூட்டினார்.

நான் சொன்னேன் "பொன்னான அரசாங்கத்தின் இந்தப் புது அகதிக்கு இராச் சாப்பாடு குடுக்கலே."

வார்டர் சொன்னார் "நீங்க வந்தது இன்னைய கணக்கில சேராது. நாளைக்குக் காலையிலேர்ந்து கிடைக்கும்."

நான் சொன்னேன் "அப்படீன்னா என்னைத் திறந்து விடுங்க. நாளைய கணக்கில வர்றேன்."

வார்டர் கேட்டார் "என்ன கேசு?"

நான் சொன்னேன் "எழுத்து... ராஜ துரோகம்."

வார்டர் திடுக்கிட்டதுபோலச் சொன்னார் "ராஜ துரோகம்... ஸ்ரீ பத்மநாபா... காப்பாத்து."

ராஜ பக்தன்!

லாக்கப்பின் கம்பிக் கதவுக்கு வெளியில் மேலே பயங்கர வெளிச்சமுள்ள ஒரு பல்பு பிரகாசித்தது. வார்டர் போனார். பிரபஞ்சமென்ற பெரும் சிறைக்குள்ளேயிருக்கும் சின்னச் சிறையில் தனியாக நான்.

நானும் முடிவின்மையும். நான் ஜமுக்காளத்தை ஒழுங்கு படுத்தினேன். பாத்திரங்களை மூலையில் வைத்தேன். மாலை மயங்கிக்கொண்டிருக்கிறது. நானும் லாக்கப்பின் உட்புறமும் நல்ல வெளிச்சத்திலிருந்தோம். நான் இன்றைய கணக்கில் சேர்க்கப்பட்டவனல்ல. கடவுளே, அதனால் இரவில் பட்டினி கிடக்க வேண்டும். ஏதாவது உணவைத் தருவிக்க எனக்குத் தெரியும். இரும்புக் கதவைப் பிடித்து உலுக்கி வார்டரைக் கூப்பிட்டுக் கலவரம் செய்யலாம். ஜெயிலர், சூப்பிரண்டு எல்லாரையும் வரவழைக்கவும் செய்யலாம். அப்படி உணவு கிடைத்துவிடும். யோசித்தேன். வேண்டாம். இலக்கியத்துக்காக ஏதாவது சின்ன தியாகம் செய்யவேண்டுமில்லையா? நாட்டின் சுதந்திரத்துக்காகக் கொஞ்சம் அதிகமாகவே அடியும் குத்தும் வாங்கியிருக்கிறேன். மிகுந்த கருணையுடன் துப்பாக்கிக் கட்டையால் என்னுடைய மார்பில் அடித்து விழச் செய்திருக்கிறார்கள். தெரு வழியாக என்னை இழுத்துக்கொண்டு போயிருக்கிறார்கள். அப்படியாகப் பல தடவை ஜெயிலிலும் கிடந்திருக்கிறேன். இனி?

இப்போதைய இந்தச் சிறைவாசம் இலக்கியத்துக்காக... அதில் அரசியலும் இருக்கிறது. நினைத்துப் பார்த்தபோது கொஞ்சம் பெருமையாகவும் இருந்தது. நிறைய தண்ணீரைக் குடித்தேன்.

பிளேடை எடுத்துத் தீக்குச்சியை இரண்டாக வெட்ட மறந்து போனேன். ஒரு முழுக் குச்சியைக் கொளுத்தி ராஜரீகமாக ஒரு பீடியைப் பற்றவைத்தேன். ஐந்தாறு இழுப்பு இழுத்ததும் பீடியை அணைத்து வைத்தேன். ஊதாரித்தனம் நல்லதல்ல.

அப்படியே உட்கார்ந்து கவனித்துக்கொண்டிருந்தேன். பெண்ணின் சிரிப்பு கேட்கவில்லை, பெண்ணின் மணம் அனுபவமாகவில்லை. என்ன காரணம்? பெண் ஜெயிலுக்குப் பக்கத்தில்தான் நான் இருக்கிறேன். நீ எங்கே இருக்கிறாய் பெண்ணே?

பெண்ணின் ஆதி மணம்—ஒருவேளை என்னுடைய கற்பனையாக இருக்குமோ? முன்பு... கோடானு கோடி காலங்களுக்கு முன்பு... ஆதியில் ஏதேன் தோட்டத்தில் கண் விழித்தபோது அனுபவித்த ஏவாளின் அற்புதமான மணம்... என்னுடைய ஆன்மாவில் சேகரித்து வைத்ததாக இருக்கலாம்... பாலைவனத்தில் தாகித்து அலைந்து சோர்ந்த பயணி காண்கிற தெளிந்த நீர்த் தடாகம் வெறும் கானல்... அதுபோல எல்லாம் மறைந்து போயின... ஆனால் விழித்திருக்கும் ஆன்மா... விரியும் நாசித் துவாரங்கள்... வெடிக்கப் போகும் இதயம்... பெண்ணே...

எங்கே அந்த அழகான குரல்... எங்கே அந்த மயக்கும் நறுமணம்...

நான் கம்பிக்கதவுகளுக்கு வெளியே பார்த்தேன். வெளிச்சத்தின் உக்கிரத்தால் எதையும் பார்க்க முடியவில்லை. உலகத்தை இருட்டு மூடியிருந்தது.

ஆனால் இருட்டையும் சரியாகப் பார்க்க முடியவில்லை. ஒன்று மட்டும் புரிந்தது. நான் இதுவரை இருட்டைப் பார்த்ததில்லை. எதையும் பார்க்க முடியாத அற்புதமான ஆதிக் காரிருளே! முடிவற்ற ஆகாயப் பரப்பில் மின்னி மின்னிச் சுடரும் கோடிகோடி நட்சத்திரங்களே! நிலவொளி ததும்பும் மோகன, மோகனமான இரவே!

உங்களை... உங்களை நான் இதுவரை பார்த்ததே இல்லையே?

அது சரியல்ல. பார்த்திருக்கிறேன். எல்லாவற்றையும் நான் பார்த்திருக்கிறேன். வேண்டுமளவுக்குக் கவனிக்கவில்லை. இரவின் அழகை யார் பொருட்படுத்துகிறார்கள்? யார் கவனிக்கிறார்கள்?

யாமினீ!

நினைத்துப் பார்த்தபோது பழைய அழகான ஓர் இரவு நினைவுக்கு வந்தது. ஒரு சின்ன கிராமம். அதற்கு அப்பால் ஆயிரமாயிரம் மைல்களுக்கு வெறும் பொடி மணல் மண்டிய பாலைவனம். தொடுவானம்... விரிந்த தொடுவானம்... இதைப் போன்ற ஒரு மாலை. நான் அந்தப் பாலைவனத்துக்கு வந்தேன். கிட்டத்தட்ட ஒரு மைல் நடந்திருப்பேன். சுற்றிலும் வெண் பட்டை விரித்துப் போட்டதுபோல மணற்பரப்பு மட்டுமே. அந்த மகா பிரபஞ்சத்தின் நட்ட நடுவில் தனியாக நான்... தனியாக... தலைக்குமேலே கைநீட்டித் தொட்டுவிடும் உயரத்தில் தெளிந்த முழுநிலா.

கழுவிச் சுத்தம் செய்த நீல வானம்.

முழுநிலாவும் நட்சத்திரங்களும்.

மிகுந்த பிரகாசத்துடன் மின்னும் நட்சத்திரங்கள். கோடி... அனந்தகோடி... எண்ணிக்கையில்லாத நட்சத்திரங்கள்.

முழுவட்டமான நிலவு.

அமைதிப் பிரபஞ்சம்... ஆனால் என்னவோ... என்னவோ... திவ்யமான நிசப்த சங்கீதம்போல... நாத பிரம்மத்தின் முடி வில்லாத சுழற்சி. எல்லாம் அதில் மூழ்கிப் போயிருந்தன. ஆனந்த அற்புதத்துடன் நான் நின்றேன். என்னுடைய ஆச்சரியமும் ஆனந்தமும் கண்ணீராக மாறின. நான் அழுதேன். தாங்க

முடியாமல் அழுதுகொண்டு நான் மனிதர்களுக்கிடையில் ஓடினேன்.

'உலகமான உலகங்களையெல்லாம் படைத்தவனே, என்னைக் காப்பாற்று. எனக்குள் இதைத் தாங்கிக்கொள்ள முடியவில்லை. உன்னுடைய இந்தப் பெரும் கருணை... இந்த மகா அற்புதம்... நான் மிகச் சிறிய உயிரல்லவா? என்னால் முடியவில்லை... என்னைக் காப்பாற்று.'

அப்புறம் காலையில் ஜெயில் வார்டர் வந்து தாழ்ப்பாளைத் திறந்து இரும்புக் கதவைப் பிடித்து உலுக்கியபோதுதான் எனக்கு நினைவு வந்தது.

'சலாம் பிரபஞ்சமே.' நான் எழுந்தேன். துண்டு பீடியைப் பற்றவைத்துக்கொண்டு போய் ராஜரீகமாகவே காலைக் கடன்களைத் தொடங்கினேன்.

வேப்பங்குச்சியால் பல் துலக்கினேன். முன்பு இமயமலையிலும் இதுபோலத்தான் வேப்பங்குச்சியால் பல் துலக்கியிருந்தேன்.

மதில்கள்

குழாயடியில் நின்று ராஜரீகமாகவே குளித்தேன். பிறகு ஜெயில் உடைகளைப் போட்டுக்கொண்டேன். கஞ்சிக்கான பாத்திரத்தை எடுத்துக் கழுவிக்கொண்டு தலைவர்களைப் பார்க்கப் போனேன். அங்கேயிருப்பவர்கள் எல்லாரும் தலைவர்கள்தான். எல்லாரையும் பார்த்து முடித்தபோது பெரிய பாத்திரத்தில் கஞ்சி வந்தது. படாடோபமாகச் சட்டினியைக் கலந்து கஞ்சியைக் குடித்தேன். உண்மையில் சாப்பிட்டது கஞ்சோவாக்கும். இந்த கஞ்சோவின் முறையைச் சரியாகச் சொல்லுகிறேன். முதலில் கஞ்சியிலிருக்கிற தண்ணீரை உறிஞ்சிக் குடிக்க வேண்டும். பிறகு சட்டினியைப் போட்டுப் பிசைந்து சோற்றை வாரி வாரித் தின்ன வேண்டும். அதற்கப்புறம் கையையும் வாயையும் பாத்திரத்தையும் கழுவ வேண்டும். அதற்குப் பிறகு இன்னும் கொஞ்சம் பச்சைத் தண்ணீரைக் குடிக்க வேண்டும். வாழ்க்கை பரம சுகம். இப்படிச் சுகம் வரவழைத்த பிறகு ஒரு தீக்குச்சியை இரண்டாகப் பிளந்து ஒரு பீடி பற்றவைத்து இழுத்தேன். அதை அணைத்து வைத்துவிட்டு ஜெயிலுக்குள்ளேயிருக்கும் உலகத்தைப் பார்க்கப் போனேன். அப்படியென்றால் ஜெயில் முழுவதையும் சுற்றிப் பார்ப்பதுதான். எனக்குத் தேயிலை வேண்டும். சர்க்கரை வேண்டும். ஜெயிலாக இருந்தாலும் கொஞ்சம் சாயா குடித்தாக வேண்டும். கடும் சாயா போதும். தலைவர்களிடம் தேயிலையும் இல்லை. சர்க்கரையுமில்லை. ஒரு பெரிய தலைவரிடம் ரகசியமாக ஈனோஸ் ப்ரூட் சால்ட் மட்டுமிருந்தது. அதில்லாமல் ஐயாவுக்குக் காலைக் கடன்களைத் தொடங்கவே முடியாது. இன்னொரு முசுடுத் தலைவர் ரகசியமாக வைத்திருந்தது காரல் மார்க்சின் 'காப்பிட்டல்' என்ற பயங்கரப் புத்தகம். வேறொரு ரசிகர் தலைவர் ரகசியமாக இரண்டு கட்டுச் சீட்டுகளை வைத்திருந்தார். எனக்கு பிரிட்ஜ் என்ற அற்புத விளையாட்டைக் கற்றுத் தருகிறாராம்.

தலைவர்களைத் தாண்டி வந்தேன்,

ஒரு மாதம் கழிந்ததும் நம்முடைய வாழ்க்கை ராஜ தோரணையுள்ள டீலக்ஸ் லைஃபானது.

நம்முடைய கூண்டின் மூலையில் இரண்டு செங்கற்கள் இருக்கின்றன. பக்கத்திலேயே பருமனில்லாத பலாச் சுள்ளிக் கட்டு. அதற்குப் பக்கத்தில் ஒரு சின்னப் பாத்திரம். தேநீர் தயாரிப்புக்காக. தேயிலையும் சர்க்கரையும் இரண்டு பொட்டலங்களில் படுக்கைக்கடியில் சின்னத் தலையணைகளாகக் கிடக்கின்றன. அப்புறம் ஒரு டீலக்ஸ் சக்கி. இஷ்டம்போல பீடி. எழுதுவதற்கான காகிதங்கள். பென்சில். ஒரு பெரிய கத்தி. இந்தக் கத்தியை ஜெயில் சூபிரண்டு கருணைகூர்ந்து பிரத்தியேகமாக அனுமதித்திருந்தார் ... மாங்கன்றைப் பதியம் போடுவது, ஒட்டுப் போடுவது, செடி வளர்ப்பது இதிலெல்லாம் எனக்கு நிபுணத்துவம்

இருப்பதை அவர் புரிந்துகொண்டிருந்தார். என்னுடைய லாக்கப் என்ற சின்ன ஜெயிலுக்கு நேர் முன்னால் நீள் சதுரத்தில் ஒரு முற்றத்தை உண்டு பண்ணியிருந்தேன். அதன் எல்லைகளில் எல்லாம் முழுதாக மலர்ந்து மணம் வீசுகிற ரோஜாப் பூக்கள். சாப்பாட்டுக்கு மீன் வறுவல், கோழி முட்டை, ஈரல், ஸ்பெஷல் சட்டினி. இந்த ஐஸ்வர்யம் நிரம்பிய ராஜ வாழ்க்கை காலையில் கஞ்சி கொண்டுவரும் மகானிடமிருந்து தொடங்கியது. அவர் ஒரு சிவப்புத் தொப்பிக்காரர். அப்படியென்றால் ஒருத்தனைக் கொலை செய்திருக்கிறார். தூக்கிலேற்றவில்லை. ஆயுட்காலக் கடுந்தண்டனை. அவர் வட்டமான முகமும் புன்னகை செய்யும் கண்களுமுள்ள ஒரு தடியர்.

நான் காலையில் எழுந்ததும் சில்லறை உடற்பயிற்சிகள் செய்வேன். சின்ன அளவில் பயில்வானில்லையா? என்னுடைய ரோஜாத் தோட்டத்தின் நடுவில் உயரமான பருமன் குறைந்த பலா மரம் இருக்கிறது. அதன் கீழ்ப் பக்கக் கிளைக்கு என்னுடைய தொடையளவு பருமன் இருக்கும். அதை பாரா மாற்றி அதிலும் சில உடற்பயிற்சிகள் செய்வேன். இதெல்லாம் முடித்துக் குளித்துவிட்டு வரும்போது அவர்—சிரிக்கும் கண்களுள்ள சிவப்புத் தொப்பி— என்னுடைய கஞ்சோவையும் ஸ்பெஷல் சட்டினியையும் லாக்கப் அறையில் மூடி வைத்திருப்பார். கஞ்சி என்ற வகுப்பே கிடையாது. எல்லாம் சோறு. ஆனால் சோறுதானா? கொஞ்சம்போலக் கஞ்சித் தண்ணீருமிருக்கும். முதல் முறையாக எனக்குக் கஞ்சி ஊற்ற வந்தபோது அவர் என்னிடம் மெதுவாகச் சொன்னார்: "ஆசுபத்திரி ஆர்டர்லியப் போய்ப் பாருங்க, சாயா தயார்பண்ணி வெச்சிருப்பார்."

நான் போனேன். பார்த்தேன். கறுப்பான ஒல்லியான ஒரு சிம்பிள் மீசைக்காரர். நல்ல வெண்மையான பற்கள். அழகான சிரிப்பு. என்னுடைய பழைய நண்பரும்கூட. அவருடைய ஊரில் நான் தங்கியிருந்திருக்கிறேன். அவர் ஒரு தீவைப்புக் கேசில் மாட்டியிருந்தார். அதில் இரண்டு பேரைக் கொலையும் செய்திருந்தார். சிவப்புத் தொப்பி. ஆயுட்காலக் கடுந்தண்டனை. நன்னடத்தையாலும் படிப்பறிவாலும் ஆஸ்பத்திரி ஆர்டர்லியாகிவிட்டார். தேயிலை, சர்க்கரை, முட்டை, ஈரல், ரொட்டி, பால், பீடி இத்தியாதிகளுக்கு நான் இனிமேல் சிரமப்பட வேண்டியதில்லை.

அப்படிப் பார்க்கும்போது ஒரு ரோஜா வனம். ஆஸ்பத்திரியின் பின்னால். வேர் அறுந்து போகாமல் மண்ணோடு கொண்டு வந்து நட்டேன். என்னுடைய சின்ன ஜெயிலுக்கு முன்புறமிருக்கிற ரோஜாத் தோட்டம். என்னுடைய பூந்தோட்டத்தைப் பார்த்ததும் தலைவர்களுக்கும் அதே மாதிரி ஒன்று வேண்டுமாம். எல்லாருக்கும்

ஒவ்வொரு தோட்டம் போட்டுக் கொடுத்தேன். தலைவர்களுக்கு வெளி உலகத்துடன் தொடர்பிருந்தது. ஜெயில் வார்டர்கள் மூலமாகத்தான். கடிதங்களைக் கொண்டு போவார்கள். கொண்டு வருவார்கள். அதற்கெல்லாம் பணம் செலவாகும். இரவு நேரங்களில் உயரமான மதில்களைத் தாண்டி வெளியிலிருந்து பொட்டலங்கள் உள்ளே வந்து விழும். காலையில் தலைவர்கள் அதையெல்லாம் பொறுக்கி எடுத்துக்கொள்வார்கள். சில சமயங்களில் சின்ன டின்களையும் டப்பாக்களையும் பொறுக்க நானும் போவேன். ஒரு தடவை ஒரு தலைவர் எனக்கு உப்பில் ஊறவைத்த எலுமிச்சங்காயைக் கொஞ்சம் கொடுத்தார். ஆஹா, என்ன ருசி. எத்தனை விலைமதிப்பான பதார்த்தம். அதைக் கொடுக்கும்போது தென்பட்ட அவருடைய முகபாவம்... அதன் குணநலன்களைப் பற்றி ஒரு பெரும் காவியம் இயற்றினாலும் நமது கடமை முடியாது.

நான் அந்த மட்டில் என்னுடைய நண்பர்களும் சீடர்களுமான சிவப்புத் தொப்பிக்காரர்களுடன் சேர்ந்து வாழ்ந்தருளுகிறேன். எதற்கும் குறையில்லை. சில சமயங்களில் பெண் ஜெயில் பக்கமாகப் பார்ப்பேன். பீதியூட்டும் பிசாசுத்தனமான மதில்... நான் கேட்ட சிரிப்பை நினைத்துப் பார்ப்பேன்... அனுபவித்த மணத்தையும். பூந்தோட்டத்துக்கு அருகிலிருக்கும் பலா மரத்தில் தொற்றி ஏறுவேன். தலைவர்களும் மற்றவர்களும் சாப்பிட்டு முடித்து மத்தியானங்களில் அயருகிற நேரம். பலா மரத்தின் உச்சியில் ஏறி நிற்பேன். சுதந்திரமான உலகம்... இல்லையென்றால் என்ன சுதந்திர உலகம்? பூகோளமே பெரிய ஜெயில்தானே. பெரும்

மதிலுக்கு வெளியில்... தூரத்தில்... தூரத்திலிருக்கும் ரோட்டில் ஆண்களும் பெண்களும் இந்தச் சின்ன ஜெயிலைப் பற்றி எதுவும் தெரியாமல் நடந்து போகிறார்கள்.

நண்பர்களே, கொஞ்சம் இங்கே திரும்பிப் பாருங்கள், நான் சொல்லுவது பெண்களிடந்தான். கொஞ்சம் திரும்பிப் பாருங்கள். உங்களை ஒருமுறை பார்த்துக் கண் குளிர்கிறேன். அப்படி நெடு நேரம் கழித்துக் கீழே இறங்குவேன். நான் சொல்லுகிற இதை ஜெயிலிலிருக்கிற ஒவ்வொரு மனிதனாலும் சொல்ல முடியும். என்னுடைய யோசனைகளும் உணர்ச்சிகளுந்தான் ஒவ்வொரு சிறைக்கைதிக்கும் என்று வைத்துக்கொள்ளுங்கள். எங்களுடைய தனிமையான இரவுகள்... எங்களுடைய தனிமையான யோசனைகள்... எங்களுடைய பாலியல் கனவுகள். எதுவானாலும் எங்களுடைய இதயங்களுக்குள்ளே ஆழ்ந்து இறங்காமலிருப்பதே நல்லது.

நான் என்னுடைய ரோஜாத் தோட்டத்தின் நடுவில் சும்மா நிற்பேன். சுற்றிலும் மலர்ந்து மணம் பரப்பும் பூக்கள். அழகாக இருக்கின்றன. மணமாக இருக்கின்றன. ஆனால் ஏதோ ஒன்று இல்லை. யாரோ ஒன்றின், ஏதோ ஒன்றின் இல்லாமை. என்ன அது?

வேண்டாம். இந்த யோசனைகள் நல்லதல்ல. பெண்ணைத் தேடித்தான் எல்லா யோசனைகளும் போகின்றன. நான் எழுந்து நடந்தேன். பல மதில்கள். பல கதவுகள். எல்லா இடங்களிலும் வார்டர்களிருக்கிறார்கள். வார்டர்களின் கண்ணில் படாமல் ஜெயிலில் ஒன்றும் செய்ய முடியாது. உயரத்திலிருந்து பார்க்கப் பெரிய கோபுரமும் இருக்கிறது.

நான் அந்தக்கோபுரத்தின் பக்கமாகநடந்துகொண்டிருக்கிறேன். அப்போது ஒரு காட்சியைப் பார்த்தேன். நின்று சிரித்துவிட்டேன். அப்படியொரு வரவு. விலங்கு பூட்டிய ஒரு மதயானை. இல்லை... மனிதன்தான். கறுப்புத் தொப்பி. வெளுத்து உயரமான பருமனுள்ள இளைஞன். ஒளிபொருந்திய கண்கள். தலையைத் தூக்கிப் பின்னோக்கி வளைந்தபடி சிரமப்பட்டு நடக்கிறான். கழுத்திலிருந்து இரண்டு சங்கிலிகள் முதுகு வழியாகக் கால்களைப் பிணைத்திருக்கின்றன. அதன் இழுவை தான் அந்த ஒடிசலுக்குக் காரணம். ஜெயிலிலிருந்து தப்பிக்கப் பார்த்த திருடனா? பக்கத்தில் போனதும் திகைத்து நின்றேன். என்னுடைய பழைய வகுப்புத் தோழன். எங்களுடைய கண்கள் சந்தித்தன. எங்களுடைய மனதுகள் நினைவுபடுத்திக்கொண்டன. நாங்கள் சிரித்தோம். பல விஷயங்களையும் பேசினோம். மறுபடியும் நாங்கள் சிரித்தோம். ஆசாமி என்னை எப்படியாவது ரகசியமாகப் பார்த்து விடுவதற்காக வந்திருக்கிறான்.

நான் கேட்டேன்: "யார் கிட்டேயாவது சொல்லியனுப்பி இருந்தாப் போதாதா?"

"நமக்கிடையில பழக்கமிருக்குன்னு ஆளுங்களுக்குத் தெரிஞ்சா உங்களுக்கு அவமானமா இருக்குமில்ல?"

"நான் உன்னோட நண்பன்னு சொல்லுடா திருட்டுப் படவா." நான் கட்டியணைத்துக் கன்னத்தில் முத்தமிட்டேன். ஜெயிலிலிருக்கிற ஒவ்வொருவரையும் நான் முத்தமிட்டதுபோல இருந்தது அது. இந்த முத்தக் கதை ஜெயில் முழுக்கத் தெரிந்து போயிற்று. ஜெயில் மெய்சிலிர்த்தது.

சங்கிலியில் பூட்டிய ஒளிபொருந்திய கண்களுக்குச் சொந்தக்காரனான இவன்... ஜெயிலில் வாழ்ந்து கொண்டிருக்கும் ஒரு வரலாறு... ஒரு தியாகி.

ஆசாமி ஒன்றரை வருடத் தண்டனையில் வந்திருக்கும் திருடன். ஜெயிலுக்குள் ஆசாமிக்கு இப்போதும் பீடி, அச்சு வெல்லம், கருவாடு எல்லா வியாபாரமும் உண்டு. ஜெயிலுக்கு வந்து ஆறு மாதம் கழிந்தபோது ஒரு சின்ன சம்பவம் நடந்தது. ஒரு ஜெயில் வார்டர் ஒரு குசாண்டம்[1] பண்ணினார். அதற்கு முன்பு ஒரு வார்டரும் செய்யாதது. குறிப்பாகக் கவனிக்கவும். நாம் அந்த வார்டரை குசாண்ட வார்டர் என்றே கூப்பிடலாம். குசாண்ட வார்டரின் நடவடிக்கைகள் என்னுடைய கிளாஸ் மேட்டுக்குப் பிடிக்கவில்லை. ஜெயிலில் நடக்கிற வியாபாரத்தின் லாபத்தில் எல்லா வார்டர்களுக்கும் ஓரளவு பங்கு இருக்கிறது. ஜெயிலுக்கு வெளியில் தூரத்திலிருக்கிற சில இடங்களில் பாறை உடைப்பதற்கும் வேறு வேலைகளுக்கும் ஏராளமான கைதிகளைக் கொண்டு போவார்கள். அந்தப் பகுதிகளில் ஆள் நடமாட்டமுள்ள நிறைய குடிசைகள் இருக்கின்றன. அங்கேதான் மொத்தவியாபாரம். பிறகு... அப்படியாகஎன்னுடைய கிளாஸ்மேட் ஜெயிலுக்குள்ளே பெரிய பிசினஸ்மேனாகியிருந்தான்.

லங்கோட்டி வழியாகத்தான் பல சாமான்களும் ஜெயிலுக்குள் வந்து சேரும். கேட்டில் பரிசோதனையிருக்கும். துணியை அவிழ்த்துக் காட்ட வேண்டும். கால் நிமிஷம் போதும். கிளீன். அப்படியென்றால் தொப்பி, சட்டை, வேட்டி, துண்டு— இதெல்லாம் ஜெயிலில் கொடுப்பவை. அதையெல்லாம் சோதனை போட்டார்கள். அதிலெல்லாம் ஒரு புண்ணாக்கும் இல்லை. லங்கோட்டி ஜெயிலுக்குப் பழக்கமில்லாதது. ஒருவேளை அது மனிதனின் பாகமாக இருக்கலாம். இப்படிப் போகிறது ரகசியம்.

---

1 குசாண்டம் – குசும்பு

இதையெல்லாம் அக்கறையாகக் கவனிக்கவேண்டியதில்லை. நான் சொல்லிக்கொண்டு வருவது வேறு. நமது குசாண்ட வார்டர் ஒரு குசாண்டம் பண்ணினார் என்றேனே! அந்தக் குசாண்ட வார்டரின் செவுளில் என்னுடைய கிளாஸ்மேட் அழகான இரண்டு அறை விட்டான். தகவல் ஜெயில் முழுக்கத் தெரிந்து போயிற்று. ஆண் ஜெயிலில் மட்டுமல்ல, பெண் ஜெயிலிலும். இரண்டுக்கும் புல்லரிப்பாக இருந்தது. என்னுடைய கிளாஸ்மேட்டுக்குப் பன்னிரண்டு முக்காலியடிகள் கிடைத்தன. தண்டனை அதிகரிக்கப்பட்டது. மூன்று வருடங்களாயிற்று. காயங்கள் ஆறின. கிளாஸ்மேட் சரியாக நடக்க ஆரம்பித்தான். கல்லுடைக்க வெளியே போக வேண்டுமே. ஆனால் குசாண்ட வார்டர் அதை எதிர்த்தார்.

"உங்களுக்கு என்னைத் தெரியாது, என்னோட ஊரையும் தெரியாது. இந்தா புடிச்சுக்கோ" என்ற உசிருள்ள முன்னுரையுடன் கிளாஸ்மேட் குசாண்ட வார்டரின் கழுத்தில் ஓங்கி இரண்டு குத்து விட்டான். கொசுறாக அடிவயிற்றில் ரசிக்கிற மாதிரி ஒரு உதையும் கொடுத்தான்.

இதில் எதுவும் தப்பில்லை. ஜெயிலுக்கு வெளியேயும் குசாண்ட வார்டர் ஜெயிலுக்குள் செய்கிற வேலைகளைக் கேட்கிற யாரும் அவரை ஓடவிட்டு உதைப்பார்கள். அவ்வளவு அநாகரிகமான வேலையைச் செய்திருந்தார். என்னுடைய கிளாஸ்மேட்டுக்கு மேலும் இருபத்தி நாலு முக்காலி அடிகள்

மதில்கள்

கிடைத்தன. அவன் அதற்கும் அசையாமல் நின்றான். உணர்வு தப்பவில்லை. அப்படியாகத் தண்டனை ஆறு வருடங்களாயின.

ஜெயிலில் குசாண்ட வார்டர் தனியானார். எல்லாரும் சந்தேகப் புள்ளிகளானார்கள். ஒவ்வொருவருடைய கண்களிலும் அவர் கொலை பாதகத்தின் மினுங்கலைப் பார்த்தார். கழுத்தை நெரித்துக் கொன்றுவிடுவார்களோ? பயந்துபோன குசாண்ட வார்டர் வெளியில் அத்தியாவசியமான வேலைகள் இருப்பதைக் காரணம் காட்டி வேலையை ராஜினாமா செய்துவிட்டுப் போனார்.

இப்படியாகப் பரம சௌக்கியங்களுடன் நான் வாழ்ந்து கொண்டிருக்கிறேன். அவசியமான சாமான்களெல்லாம் என் வசம் இருக்கின்றன. இது கிட்டத்தட்ட எல்லாருக்கும் தெரியும். ஒரு அசிஸ்டெண்ட் ஜெயிலர் பெரும்பாலும் என்னுடைய லாக்கப்புக்கு வருவார். தொப்பியும் காக்கிச் சட்டையும் காக்கி பாண்டும் ஷூக்களும் போட்ட கேளிக்கைப் பிரியரான வெளுத்த இளைஞர். அவரை அனியன் ஜெயிலர் என்றுதான் கைதிகள் அழைப்பார்கள். அவர் என்னைத் தேடி வருவது லாக்கப்பைச் சோதனை போடவல்ல. சும்மா பேசிக்கொண்டிருப்பதற்கு. அவரிடம் சின்ன அல்சேஷன் நாய் இருந்தது. ஜோக்கர் என்று பெயர். அதைப் பழக்குவது, அதற்குப் பயிற்சி கொடுப்பது, அதற்கான சாப்பாடு–போன்ற விஷயங்களைப் பற்றி நாங்கள் பேசிக்கொண்டிருப்போம். அனியனுக்கு அதையெல்லாம் கேட்டுக்கொண்டிருப்பதில் சுவாரசியம். நான் அவருக்குக் கடும் சாயா போட்டுக்கொடுப்பேன். என்னிடம் தேயிலையும் சர்க்கரையும் இருக்கிறது என்று எல்லாருக்கும் தெரியும். விடியற்காலை ஐந்து மணிக்குத் தூக்கில் போடப் போகிற சில கைதிகளுக்கு ராத்திரியில் கொஞ்சம் தேநீர் குடிக்கத் தோன்றும். வார்டர் என்னைத் தட்டியெழுப்பித் தகவல் சொல்லுவார். நான் கடும் சாயா போட்டுக் கொடுப்பேன். ஒன்றிரண்டு பீடியும் தீப்பெட்டியும் கொடுப்பேன். தைரியமாக இருக்கும்படிச்

சொல்லியனுப்புவேன். மரணத்தை இரண்டு விதமாகச் சந்திக்கலாம் என்று சொல்லியனுப்புவேன். அழுதுகொண்டும் சிரித்துக்கொண்டும். எப்படியிருந்தாலும் செத்துப் போவோம். சிரித்துக்கொண்டே மரணத்தைச் சந்தியுங்கள். மங்களம்.

அப்போதெல்லாம் நான் தூங்காமலேயே இருப்பேன். ஐந்து மணிக்குத் தூக்குப்போட்டு முடிந்த பிறகு ஆறு மணிக்குத் தான் படுப்பேன். கண் அயரும்போது யாராவது தலைவர்கள் வந்து எழுப்புவார்கள். துரோக புத்தியொன்றுமில்லை. நான் மரணத்துக்குத் துணையாக உட்கார்ந்திருக்கிறேன் என்பது அவர்களுக்குத் தெரியாதே.

அங்கே வாதப் பிரதிவாதங்களும் வெடிச் சிரிப்புமாக இருந்தது. மொத்தத்தில் ஒரு சின்ன டவுன்போல. பேச்சு சிரிப்பு ஆர்ப்பாட்டம். சில நேரங்களில் அனியன் ஜெயிலருடன் ஜெயில் சூப்பிரண்டும் வருவார். தலைவர்களிடம் பேசிவிட்டு என்னுடைய பூந்தோட்டத்துக்கு வருவார். எனக்கு மரங்களையும் செடிகளையும் மிகவும் பிடிக்கும். ஒவ்வொரு மரத்தையும் ஒவ்வொரு செடியையும் நான் நேசிக்கிறேன். நான் பேசினால் மரங்களுக்கும் செடிகளுக்கும் புரியும் என்றுகூட எனக்குத் தோன்றும். ஜெயில் சூப்பிரண்டுக்கும் இதே உணர்வுதான். நாங்கள் செடிகளைப் பற்றிப் பேசுவோம். மரங்களைப் பற்றிப் பேசுவோம். அவற்றுக்குப் போட வேண்டிய உரம், செய்ய வேண்டிய பராமரிப்புகள் எல்லாவற்றையும் பற்றிப் பேசுவோம். அப்படியே பேசிக்கொண்டு நடப்போம். ஜெயில் சூப்பிரண்டின் வீட்டில் ஆறு ரோஜாத் தொட்டிகள் இருக்கின்றன. அதெல்லாம் நான் கொடுத்து விட்டதுதான். ஜெயில் சூப்பிரண்டுடன் நான் கூட்டுச் சேர்வது என்னுடைய

நண்பர்களான சில சிவப்புத் தொப்பிகளுக்குப் பிடிக்கவில்லை. அந்த ஆளின் சிபாரிசு இல்லாமல் இங்கே வாழ முடியாதா? எதற்காக அந்த ஆளிடம் சிரித்துக் குழைந்து பேசுகிறாய்? அவர்தானே என்னுடைய கிளாஸ் மேட்டின் முக்காலி அடியை இரண்டு டஜனாக ஆக்கினவர்? அனியன் ஜெயிலர் அந்த ஆளைவிட எத்தனையோ நல்லவர்.

சம்பவங்களின் போக்கைப் பார்த்தீர்களா? ஏதாவது ஒரு கட்சியில் சேரத்தான் வேண்டும். ஒரு பக்கத்திலும் சேராமல் சுதந்திர மனிதனாக எல்லாரையும் நேசித்து வாழ முடியாது.

நான் பெரும்பாலும் கூட்டுக்குள்ளேயே இருந்து விடுகிறேன். இல்லையென்றால் செடிகளிடமும் மரங்களிடமும் பேசிக் கொண்டு நிற்பேன். இப்படியான நேரத்தில் அனியன் ஜெயிலர் வந்து சொன்னார். அரசியல் கைதிகளையெல்லாம் விடுதலை செய்யப் போகிறார்கள்.

எல்லாருக்கும் சந்தோஷம். சிரிப்பும் ஆர்ப்பாட்டமும் கூச்சலும். எல்லாருடைய உடைகளையும் அனியன் ஜெயிலர் தருவித்துக் கொடுத்தார்.

அதைத் துவைத்து இஸ்திரி போட்டுக் காகிதத்தில் பொட்டலம் கட்டி வைத்தோம். எல்லாரும் முடிவெட்டிக் கொண்டார்கள். சவரம் செய்துகொண்டார்கள். கூட்டத்தோடு கூட்டமாக நானும் வழுக்கைத் தலையில் எளிமையாகத் தெரிகிற

முடியை வெட்டி முகத்தையும் மழித்துக்கொண்டேன். மீசையை ஒழுங்குபடுத்திக்கொண்டேன். அழகனாகிவிட்டேன் என்ற நம்பிக்கையுடன் சந்தோஷப்பட்டேன்.

நாங்கள் புறப்படத் தயாரானோம்.

திருடர்களும் கொலைபாதகர்களுமான நண்பர்களிடம் விடை பெற்றுக்கொண்டேன். எல்லாருக்கும் கடிதம் போடுவதாகவும் சொன்னேன்.

எல்லாருக்கும் புத்தகங்களை அனுப்பிவைப்பதாகவும் ஒப்புக்கொண்டேன்.

அப்படியாக விடுதலைப் பொழுதை எதிர்பார்த்திருந்தோம்.

விடுதலை செய்யச் சொல்லி உத்தரவு வந்தது.

விடுதலை செய்தார்கள்.

ஒருவனைத் தவிர. இந்த அப்பாவியை விட உத்தரவு வரவில்லை. தவறிப் போயிருக்கலாம். அனியன் ஜெயிலர் ஓடினார். சூப்பிரண்டை எனக்காக ஒரு ஸ்பெஷல் போன் செய்யவைத்தார். சரிதான். இவனை விடுதலை செய்வதற்கில்லை. நல்லது. போதுமான அளவுக்குப் பக்குவப்படாமலிருக்கலாம்.

தலைவர்கள் உற்சாகத்துடன் புறப்பட்டார்கள். ஈனோஸ் புரூட் சால்ட், காரல் மார்க்சின் காப்பிட்டல், இரண்டு சீட்டுக்கட்டுகள், ஒரு சின்ன குப்பி ஊறுகாய், பெரிய மிட்டாய் டின் நிறைய வாழைக்காய் சீவல், பெரிய மட்டையில் கட்டிய சர்க்கரை உப்பேரி, எக்கச்சக்கமான இடித்துக் கூட்டிய புகையிலை, வெற்றிலை, பாக்கு, சுண்ணாம்பு—எல்லாவற்றுக்கும் ஏக உரிமையாளானானேன்.

புன்னகையுடன் தலைவர்கள் எல்லாரும் போனார்கள். சத்தமில்லை. அசைவில்லை. ஆட்கள் கலைந்துபோன பட்டணத்தில் நான் மட்டும் தனித்து விடப்பட்டவன்போல... இல்லையென்றாலும் இந்தப் பெரும் உலகத்தில் தனியன்தானே. மேய விட்ட மந்தையிலிருந்து ஒரு ஆட்டை மட்டும் விடாமல் கட்டிப்போட்டிருக்கிறார்கள். எதற்காக? கசாப்புக்காகத்தான். என்னவோ பெரிய ஆபத்து வரப்போவதுபோல இருந்தது. சிரிப்பில்லை. சந்தோஷமில்லை. எதுவுமில்லை. மொத்தத்தில் மனதுக்குள் இரவும் பகலுமல்லாத நிலை... காரல் மார்க்சின் காப்பிட்டலை அனியன் ஜெயிலருக்குக் கொடுத்தேன். சர்க்கரை உப்பேரியை ஆஸ்பத்திரியிலிருக்கிறவர்களுக்கும் மற்ற நண்பர்களுக்கும் கொடுக்கச் சொல்லி ஒப்படைத்தேன். சீட்டுக் கட்டுகளை என்னுடைய கிளாஸ்மேட்டுக்குக் கொடுத்தேன்.

வெற்றிலை பாக்கைக் கஞ்சி கொண்டுவருகிற கொலைபாதகச் சீடனுக்குக் கொடுத்தேன். நேந்திரக் காய் வறுவலை எல்லாருக்கும் கொஞ்சம் கொஞ்சம் கொடுத்தேன். இன்னும் அரை டின் பாக்கி. எலுமிச்சம் ஊறுகாய் முழுவதும் ஈனோஸ் ஃப்ரூட் சால்ட்டும் என்னுடைய லாக்கப்பிலிருந்தன. ஒன்றிரண்டு நாள்கள் கழித்து ஈனோஸ் ஃப்ரூட் சால்ட்டை மதிலுக்கு மேலாக ஜெயிலுக்கு வெளியே வீசியெறிந்தேன். பிறகு அப்படியே பயந்து பதறி வாழ்ந்தேன்.

எல்லாமாகச் சேர்ந்து, நான் சொன்னேனே மனதுக்குச் சுகமில்லை. எனக்கு என்ன நடக்கப் போகிறது? நம்மால் மற்றவர்களுக்கு உபதேசம் செய்யமுடிகிறது. தீரத்துடன் எதிர்கொள்ளவேண்டும் – அழுதுகொண்டும் சிரித்துக்கொண்டும் – அதனால் சிரித்துக்கொண்டே சந்தியுங்கள் – என்றெல்லாம் சொல்ல முடிகிறது.

கடவுளே, என்னால் சிரிக்க முடியவில்லை. நான் மிக மிகச் சாதாரணமான மனிதன். அப்பாவி. என்னைக் காப்பாற்று. நான் என்ன செய்வேன்?

தப்பிப்பது... என்று வைத்தால் சிறையிலிருந்து தப்பியோடுவது. எனக்கும் வெளி உலகத்துக்கும் இடையில் இரண்டு சுவர்கள் இருக்கின்றன. ஒன்றைத் துளைத்து வெளியேறி இன்னொன்றில் ஏறி இறங்குவது. ஜெயில் வார்டர் இரவில் படுத்துத் தூங்கிக் கொண்டிருப்பார்.

காற்றும் மழையும் இடியுமுள்ள கோரமான இரவு வரட்டும்.

ஜெயிலிலிருந்து தப்புவதற்கான திட்டத்தைப் பின்வருமாறு உருவாக்கினேன். என்னுடைய சின்ன ஜெயிலின் லாக்கப் சுவர் கனமானதல்ல. அதைத் துளைபோட்டு வெளியேற என்னிடம் ஆயுதமிருக்கிறது. இரவின் தனிமையில் வெளியே இறங்கிவிடுகிறேன். அதற்கப்புறம் ஜெயிலின் உயரமான பழைய மதில். செங்கல்லால் கட்டப்பட்டது அது. இரண்டு செங்கற்களுக்கிடையில் காரையிருக்கிறது. ஒரு பத்துப் பன்னிரண்டு பெரிய ஆணிகள் வேண்டும். கருங்கல் துண்டைத் துணியில் சுற்றி சத்தம் கேட்காமல் ஆணியை அடித்து இறக்கவேண்டும். அப்படியாக மதிலின் உச்சிக்கு வந்து சேர்கிறேன். ஜமுக்காளம், போர்வை, வேட்டி, துண்டு எல்லாவற்றையும் கயிறாக்கி ஆணியில் கட்டி மெதுவாக ஊர்ந்து தொங்கியேறி இறங்கித் தப்பிக்கலாம். திட்டம் போதும். ஆணிகள் வேண்டுமே? ஜெயில் மதிலுக்குப் பக்கத்தில் ஒரு மூலையில் ஏராளமான கக்கூஸ் பக்கெட்டுகள் துருப்பிடித்துக் கிடக்கின்றன. அவற்றின் வளைந்த பிடிகள் எந்தச் சேதமும் இல்லாமல் கிடக்கின்றன. நான் அதையெல்லாம் எடுத்து அடித்துநிமிர்த்தி ஆணிகளாக்கி ஒருஇடத்தில் பத்திரப்படுத்தினேன். முப்பது இருக்கும். பிறகு காத்திருந்தேன்.

வரட்டும். காற்றும் மழையும் இடியுமுள்ள கோரமான இரவுகள்.

அப்படியாக ஒரு பகல் வந்தது.

சிவப்புத் தொப்பிக்காரர்களான என்னுடைய சில நண்பர்களும் சீடர்களும் ஜெயில் வார்டரும் சேர்ந்து வந்தார்கள். பெண்கள் சிறை மதிலையொட்டி ஒரு காய்கறித் தோட்டம் போடப் போகிறார்களாம். வருகிறீர்களா?

இல்லை. எனக்கு எதிலும் விருப்பமில்லை. வாழ்க்கையின் வெம்மையும் வெளிச்சமும் போய்விட்டன. உங்க பாட்டுக்குப் போங்க. யாருக்கு வேணும் காய்கறி? காற்றும் மழையும் இடியுமுள்ள கோரமான இரவுக்காகக் காத்திருக்கிறேன். என்னைத் தொந்தரவு பண்ணாதீங்க.

ஆனால் அவர்கள் விடவில்லை. சும்மா எதுக்காக சாமியார் போல உட்கார்ந்திருக்கீங்க. இருண்ட குகைக்குள்ளே தியானம் செய்த சாமியார்தான் நான்.

நானும் போனேன். நானும் ஒத்தாசை செய்தேன். நாங்கள் தோட்டம் போட்டோம். அப்போது ஒரு நண்பன் ஒரு வினோதத்தைக் காட்டிக் கொடுத்தான். சிவந்த மதிலின்

கீழ்ப்பகுதியில் அப்பள வடிவத்தில் சிமிண்டு பூசி அடைத்த ஒரு கறுப்பு வட்டம்.

முன்பு அது சுமாரான பெரிய ஓட்டையாக இருந்திருக்கிறது. அநேக மணி நேரங்கள், அநேக நாட்கள், அநேக மாதங்கள் அநேக ஆண்களின் காதல் ததும்பிய நிமிடங்களின் உழைப்பு அந்தத் துவாரம்.

ப்ச. அப்படியே இருக்கிறது. நாட்களாக... மாதங்களாக... வருடங்களாக அப்படியே இருக்கிறது. ஜெயில் கைதிகள் எல்லாரும் கனவான்களாகவும் கீழ்ப்படிதலுள்ளவர்களாகவும் இருந்தார்கள்.

அந்த ஓட்டை வழியாக ஆண் ஜெயிலும் பெண் ஜெயிலும் நேருக்கு நேர் பார்த்திருந்தன. முகத்தைப் பார்த்தன. குரலைக் கேட்டன. மணம் முகர்ந்திருந்தன. சந்தோஷம்.

பெண்ணின் மணம் அதன் வழியாக ஆண் ஜெயிலுக்குள் பரவியிருந்தது. பரம சுகம். திருப்தி.

இது ரொம்பப் பத்திரமான ரகசியமாக இருக்கவில்லை. பார்க்கவில்லை ...கேட்கவில்லை என்று போய்க்கொண்டிருந்தது சம்பவம். வேண்டுமென்றால் இங்கே ஒரு உயரமான பீடத்தில் உட்கார்ந்துகொண்டு ஒழுக்கத்தைப் பற்றியும் பண்பாட்டைப் பற்றியும் சொற்பொழிவுகள் நடத்தலாம். வாய் ஓயாமல் உபதேசம் பண்ணலாம். சும்மா . . . போ.

ஆனால், எல்லாக் குணங்களின் நிறைவான மகாத்மாவே, நாங்கள் காம குரோதங்களுள்ள வெறும் மனிதர்கள். ஏராளமான பலவீனங்கள் எங்களுக்குண்டு. எங்களிடம் கருணை காட்டு வாயாக. ஆண் பெண் ஈர்ப்பு கடவுளின் வரம். மறந்து விடாதீர்கள். ஈர்ப்பு. கடவுளின் திவ்வியமான சக உணர்வுடன் மட்டுமே நீங்கள் எங்களைப் பார்க்க வேண்டும்.

பார்த்தார்கள். எல்லாரும் பார்த்தார்கள்.

ஆனால் குசாண்ட வார்டர் இங்கே ஒரு நல்ல வியாபாரத்தையும் பார்த்தார். அந்த ஓட்டை வழியாகப் பார்ப்பதற்குச் சிறிய கட்டணத்தை விதித்தார். ஒரு ஆளுக்கு ஒரு அணா.

இங்கே ஏழைகளும் பணக்காரர்களும் இருக்கிறார்கள். ஏழைகள் என்ன செய்வார்கள். காம வேட்கை எல்லாருக்கும் சமம்தானே.

என்னுடைய கிளாஸ்மேட் சொன்னான் “வார்டரே. இது சரியில்ல.”

"சரியில்லேன்னா நான் இந்த ஓட்டையை அடைச் சுடுவேன்."

குசாண்ட வார்டர் பயமுறுத்தினார். அதுமட்டுமில்லாமல் சிமெண்ட் பூசி, கொடூரமாக அந்த ஓட்டையை அடைக்கவும் செய்தார். அந்த சிமெண்டை ஆணின் ரத்தத்தையோ பெண்ணின் ரத்தத்தையோ ஊற்றிக் கலக்கவில்லை. ஆனாலும் நான் தலை குனிந்து சிமெண்டு பூசிய அந்த இடத்தை முகர்ந்து பார்த்தேன். பெண்ணின் மணமிருக்கிறதா?

அப்படித்தான் என்னுடைய கிளாஸ்மேட்டுக்கு நாலரை வருடத் தண்டனையும் முப்பத்தி ஆறு அடிகளும் கிடைத்தன.

நாங்கள் சந்தோஷத்துடன் காய்கறித் தோட்டம் போட்டோம். ஜெயிலில் நான் இருக்கும் பகுதி சூனியம். நானும் தூங்கி விழுகிற ஒரு வார்டரும் மட்டுமே. ஒரு பெரிய மதிலுக்குள் நான் மட்டுமே.

காலையில் காய்கறித் தோட்டத்துக்கு நீர் பாய்ச்சுதற்காக இரண்டு மூன்றுபேர் வருவார்கள். ஒரு சிறப்பு வார்டரின் பந்தோபஸ்தில் சிதிலமாகி விழுந்த பெருநகரத்தில் நடப்பதுபோல் சும்மா நடப்பேன். மௌன மூட்டம். எல்லா இடத்திலும் அமைதி. நான் நடக்கும்போது இடையில் நின்று விடுவேன். இந்த அமைதி கனக்கப் போகிறதா? சீழ்க்கையடிப்பேன். செடிகளிடமும் மரங்களிடமும் பேசுவேன். அங்கே ஏராளமான அணில்கள் இருந்தன. ஒன்றைப் பிடித்து வளர்க்கவும் முடிவு செய்தேன். விரட்டி

மரத்தில் ஏறச் செய்வேன். அப்புறம் கல்லை வீசி விழவைக்கப் பார்ப்பேன்.

அப்படியாக ஒரு நாள் பெண் ஜெயிலின் மதிலுக்குப் பக்கத்தில் சீழ்க்கையடித்தபடி தனியாக நடந்துகொண்டிருந்த போது – ஒரு பெண் குரல். உலகிலேயே மிகவும் இனிமையான ஓசை. மதிலுக்கு அந்தப் பக்கமிருந்து. பெண் ஜெயிலின் பங்காக ஒரு கேள்வி.

"யாரு அங்கே சீட்டியடிக்கிறது?"

சட்டென்று சுகந்தமும் வெளிச்சமும் பரவியதுபோல இருந்தது. ஆச்சரியம். நிச்சயமாக ஆண் ஜெயிலிலிருந்தல்ல. எனக்கு உடம்பு சிலிர்த்தது. குரல்வந்த திசையைப் பார்த்தேன். தைரியமாகச் சொன்னேன் "நான்தான்." என்னுடைய தேகம் குழைந்தது. இதோ பெண்.

கொஞ்சம் சத்தமாகத்தான் பேச வேண்டியிருந்தது. அவள் மதிலுக்கு அந்தப் பக்கம். நான் இந்தப் பக்கம்.

அவள் கேட்டாள் "பேரென்ன?"

நான் பேரைச் சொன்னென். தண்டனைக் காலம், என்னுடைய தொழில், நான் செய்ததாகச் சொல்லப்படும் ராஜத் துரோகக் குற்றம் எல்லாவற்றையும் சொன்னேன். வாழ்க்கையில் செய்த தவறுகளைப் பற்றி அவளும் சொன்னாள்.

அவளுடைய அழகான பெயர் – நாராயணி.

அவளுடைய அழகான வயது – இருபத்திரண்டு.

அவளுக்கு எழுதவும் படிக்கவும் தெரியும். கொஞ்சம் படிப்பறிவு இருக்கிறது. பதினான்கு வருடக் கடும்காவல் தண்டனை. வந்து ஒரு வருடமாகிறது. சந்தோஷமில்லாத ஒரு வருடம்.

நான் சொன்னேன் "நாராயணி, நாம ரண்டு பேரும் ஒண்ணாத்தான் ஜெயிலுக்குள்ளே வந்திருக்கோம்."

"அப்படியா?" நீண்ட நேரம் அமைதியாக இருந்தாள். பிறகு கேட்டாள் "எனக்கு ஒரு ரோஜாச் செடி குடுப்பீங்களா?"

நான் கேட்டேன்: "இங்கே ரோஜாச் செடியிருக்குன்னு நாராயணிக்கு எப்படித் தெரியும்?"

நாராயணி சொன்னாள்: "ஜெயிலாச்சே! இங்கே ரகசியமொண்ணுமில்லே... எல்லாருக்கும் தெரியும்."

அவள் சொன்னதைக் கேட்டீர்களா? ரகசியமொன்று மில்லையாம். எனக்குப் பெண்கள் ஜெயிலைப் பற்றி என்ன

தெரியும்? அங்கே இருக்கும் பெண்களைப் பற்றி என்ன தெரியும்?

நாராயணி மறுபடியும் கேட்டாள் "ஒரு ரோஜாச் செடியக் குடுப்பீங்களா?"

"நாராயணீ" – நான் இதயம் பிய்ந்து போகிற சக்தியுடன் உரக்கக் கத்தினேன்.

"இந்த புவனத்திலிருக்கிற எல்லா ரோஜாச் செடிகளையும் உனக்குத் தர்றேன்."

ஆயிரக்கணக்கான தங்கமணிகள் குலுங்குவதுபோல நாராயணி சிரித்தாள். அதைக் கேட்டபோது என்னுடைய இதயம் நூறாயிரக்கணக்கான சிறு துண்டுகளாகச் சிதறியது போல இருந்தது.

அவள் சொன்னாள்: "ஒண்ணு போதும். ஒண்ணேயொண்ணு போதும். தருவீங்களா?"

அவள் கேட்பதைப் பார்த்தீர்களா? ஒண்ணேயொண்ணு தருவீங்களா? நாராயணியை என்ன செய்யலாம்? கட்டிப் பிடித்து நெருக்கி முத்தமிட்டு மூச்சுத் திணறவைக்கலாம். பின்னே என்ன?

"நாராயணி" நான் கூப்பிட்டுச் சொன்னேன். "அங்கேயே நில்லு. இப்போதே ஒண்ணைக் கொண்டுவர்றேன், கேட்டியா?"

"கேட்குது" என்றாள் நாராயணி.

நான் ஓடினேன். அப்போது என்னைப் பார்த்த அணில் பிள்ளைகளெல்லாம் ஓடிப் போய் மரங்களில் ஏறிக்கொண்டன.

"ஏண்டா, மடப்பசங்களா? படுக்கூசுகளா? ஓடிப்போயி மரத்திலே ஏர்றீங்க? சும்மா இறங்கி இங்கேயெல்லாம் நடங்க."

சொல்லிவிட்டு ஓடிப்போய் ரோஜாத் தோட்டத்தின் நடுவில் நின்றேன். ஆச்சரியம். பூக்களெல்லாம் புதுப் புன்னகையுடன் வெயிலில் குளித்து நிற்கின்றன. மிகவும் அழகானதும் நிறைய கிளைகளுள்ளதுமான ரோஜாச் செடியை வேர்கள் அறுந்து போகாமல் சேனைக்கிழங்கைப்போலச் சுற்றியிருக்கும் மண்ணோடு சேர்த்தெடுத்தேன். அடிப் பாகத்தை ஒரு சாக்குத் துண்டால் பத்திரமாக இறுக்கிக் கட்டினேன். கிளைகளையெல்லாம் ஒதுக்கிக் கட்டினேன். அப்புறம் மதில் அருகில் ஓடிப் போய் நின்றேன்.

"நாராயணீ" என்று கூப்பிட்டேன்.

யாரும் கேட்கவில்லை. அவள் போய்விட்டாளா? அடீ...

"நாராயணீ" நான் மறுபடியும் கூப்பிட்டேன். அப்போது ஒரு சிரிப்பு. அப்புறம் "என்னா?"

நான் கேட்டேன் "நான் கூப்பிடப்போ எங்கே இருந்தே?"

"இங்கேயேதான் இருந்தேன்."

"அப்புறம்?"

"நான் பேசாம ஒளிஞ்சு நின்னிட்டிருந்தேன்."

"கள்ளி."

அவள் சிரித்தாள். அவள் கேட்டாள் "ரோஜாச் செடியக் கொண்டுவந்தீங்களா?"

நான் பேசவில்லை. ஏனென்றால் நான் முத்தமிட்டுக் கொண்டிருந்தேன். ஒவ்வொரு ரோஜாப் பூவையும். ஒவ்வொரு மொட்டையும். ஒவ்வொரு தளிரையும்.

நாராயணி என்னுடைய பெயரைச் சொல்லிக் கூப்பிட்டாள்.

நான் பேசவில்லை.

நான் முத்தமிட்டுக்கொண்டிருந்தேன். ஒவ்வொரு முள்ளையும். ஒவ்வொரு கிளையையும். மறுபடியும் நாராயணி பதற்றத்தோடு என் பெயரை சொல்லிக் கூப்பிட்டாள்.

நான் அழைப்பைக் கேட்டேன்.

அப்போது நாராயணி பதற்றத்துடன் சொன்னாள். "இத்தனை அன்போடே கடவுளைக் கூப்பிட்டிருந்தா..."

நான் கேட்டேன் "கூப்பிட்டிருந்தா?"

அவள் அலுத்துக்கொண்டாள் "அன்போடே கூப்பிட்டிருந்தான்னுதான் சொன்னேன்."

"அன்போடே கூப்பிட்டிருந்தா..."

"கடவுள் என் முன்னாலே வந்திருப்பார்" என்றாள் அவள்.

நான் சொன்னேன் "கடவுள் யார் முன்னாலேயும் வரமாட்டார். கடவுள் நமக்குப் பக்கத்துலதான் இருக்கார். பிரபஞ்சங்களான பிரபஞ்சங்களின் வெளிச்சம்; சைதன்னியம்... நாராயணீ... உன் முன்னாலே வரவேண்டியது நானில்லையா?"

"நான் கூப்பிட்டும் பின்னே ஏன் இத்தனை நேரம் கேக்காம இருந்தீங்க?"

நான் சொன்னேன். "நான் முத்தம் குடுத்துகிட்டிருந்தேன்."

"மதிலையா?"

"இல்லே."

"அப்புறம்?"

"ஒவ்வொரு ரோஜாப் பூவுக்கும். ஒவ்வொரு கிளைக்கும். ஒவ்வொரு துளிருக்கும்."

நாராயணி சொன்னாள் "கடவுளே, எனக்கு அழுகை வருது."

நான் கூப்பிட்டேன் "நாராயணீ..."

"ம்ஹூம்"

"அடியிலேருக்கிற கட்டை அவிழ்க்கக் கூடாது. ஒரு குழி தோண்டி கடவுள் பேரைச் சொல்லி அதில் நடணும். அப்புறம் மண்ணுபோட்டுத் தண்ணீர் ஊத்தணும். கேக்குதா?"

"கேக்குது."

நான் சொன்னேன் "அப்படீன்னா இதோ வருது."

சேர்த்துக் கட்டி வைத்த செடியை உச்சியைப் பிடித்துத் தூக்கிப் பெரும் மதிலுக்கு அந்தப் பக்கமாக வீசினேன்.

"கெடச்சுதா?"

"கடவுளே" ஒரு மகா சாம்ராஜ்ஜியம் கிடைத்த சந்தோஷத்துடன் நாராயணி சொன்னாள் "கெடச்சுது."

நான் சொன்னேன் "கம்புகள்லேருக்கிற கட்டை அவுக்கணும்."

"அவுக்கிறேன்" என்றாள். "நான் பூவையெல்லாம் பறிச்சு எடுத்து வெக்கப் போறேன்."

"எங்கே, கொண்டையிலேயா ?"

"இல்ல."

"பின்னே ?"

"இதயத்துக்குள்ளே... ஜாக்கெட்டுக்குள்ளே..."

அதில் என்னுடைய முத்தங்கள் இருக்கின்றன. நான் மதிலில் சாய்ந்து நின்றேன். மதிலை மெதுவாகத் தடவினேன்.

நாராயணி சொன்னாள் "நான் நட்டுவெச்சு தண்ணி ஊத்தீட்டு வர்றேன். எப்பவும் மதிலுக்கு மேலே பாருங்க, நான் வர்றப்போ ஒரு காஞ்ச கம்பை மதிலுக்கு மேலே வீசுவேன். பார்த்ததும் வருவீங்க இல்லியா ?"

நான் சொன்னேன் "வருவேன்."

ஒரு அழுகைபோல "என்னோட தெய்வமே."

"என்னாச்சு நாராயணி ?"

நாராயணி சொன்னாள் "எனக்கு அழுகையா வருது."

நான் கேட்டேன் "என்ன காரணம் ?"

நாராயணி சொன்னாள் "தெரியல."

நான் சொன்னேன் "நாராயணி போயி நட்டுவெச்சுட்டு வா."

"நான் காஞ்ச கம்பை வீசுவேன்."

"நான் அதைப் பாத்துகிட்டிருப்பேன்."

"பாத்ததும் வருவீங்களா ?"

"வருவேன்."

நான் என்னுடைய லாக்கப்புக்குப் போனேன். அசுத்தத்தின் கிடங்கு. நான் அதையெல்லாம் கூட்டிப் பெருக்கிச் சுத்தம் செய்தேன். நீண்ட காலமாக உதறிப் போடாமலிருந்த படுக்கையை உதறி விரித்தேன். மொத்தத்தில் லாக்கப்புக்குளே ஒழுங்கையும் அழகையும் கொண்டுவந்தேன். பிறகு தூரத்து மதிலுக்கு மேலாக ஆகாயத்தைப் பார்த்து உட்கார்ந்தேன். காய்ந்த கம்பு உயர்ந்தெழுவதைப் பார்க்கவில்லை. கடவுளே, நாராயணி என்னுடைய காரியத்தை மறந்துவிட்டாளா ?

காய்ந்த கம்பு ஆகாயத்தில் உயராது என்று யோசித்த போது – பிரபஞ்சமே, ஓர் அழகான காட்சி.

ஒரு காய்ந்த கிளை ஆகாயத்தில் உயர்கிறது. நான் நகரவில்லை. கிளை மறுபடியும் உயர்ந்தது. நான் நகரவில்லை. கிளை மறுபடியும் உயர்ந்தது. நான் அசைந்தேன். பாய்ந்து ஓடினேன். ஏராளமான அணில்கள் உயிருக்குப் பயந்து மரங்களில் பாய்ந்து ஏறி என்னைக் கணக்கில்லாமல் வசைபாடின.

நான் கூப்பிட்டேன் "நாராயணீ."

மதிலுக்கு அந்தப் பக்கம் நிசப்தம். நான் மறுபடியும் கூப்பிட்டேன். கடைசியில் கோபத்துடன் அவள் கூப்பாட்டைக் கேட்டாள். "என்னா? என்ன வேணும்?"

"ஓ."

நாராயணி சொன்னாள் "இல்லாமப் பின்னே, கம்பை வீசி வீசிக் கையோட முட்டியே பேந்து போச்சு."

நான் சொன்னேன் "நான் தடவி சரி பண்ணிடறேன்."

அவள் சொன்னாள் "இந்தாங்க கை. தடவி சரி பண்ணுங்க. நான் மதிலோட சேத்து வெச்சிருக்கேன்."

நான் சொன்னேன் "நான் மதிலத் தடவுறேன். முத்தம் குடுக்கிறேன்."

அவள் சொன்னாள் "நான் மதிலோட மாரைச் சேத்துவெச்சு இறுக்கமா முத்தம் குடுக்கிறேன்."

நான் கேட்டேன் "நாராயணி, அங்கே எத்தனை பெண்ணுங்க இருக்காங்க?"

நாராயணி சிரித்தாள். சொன்னாள் "நான் மட்டுந்தான்."

"திருட்டுப் பெண்ணே, உண்மையைச் சொல்லு. எத்தனையிருக்கு?"

"நெறைய இருக்கு. எல்லாம் கெழவிங்க."

"எத்தனை?"

"எம்பத்தியேழு."

"அழகிங்க எத்தனை? கிழவிங்க எத்தனை?"

நாராயணி சொன்னாள் "ஒரு அழகியும் எம்பத்தியாறு படுகிழவிங்களும்."

நான் தோற்றுப் போனேன். நான் கேட்டேன் "உங்க ஜெயிலிலே ரோஜாச் செடியில்லையா?"

"இல்ல" என்றாள் நாராயணி.

"ஒண்ணுமில்ல... நான்... கேக்குறீங்களா?"

"கேட்டுட்டிருக்கேன்."

"நாளைக்கு... பஜாரா[1] வறுத்துப் பொடி பண்ணுனது... ஒரு பையில போட்டு வீசியெறியறேன்... வெல்லம் போட்டுத் தின்னணும். தின்னுவீங்களா?"

"தின்பேன்."

"இல்ல" நாராயணி முடிவாகச் சொன்னாள். "வீசியெறிஞ்சிருவீங்க."

"நானா? ஒரு துணுக்குக்கூட வீணடிக்க மாட்டேன்" என்றேன் நான்,

நாராயணி கேட்டாள் "முகம் எப்பிடியிருக்கும்?"

"கொஞ்சம் நீளமா வெளுப்பாயிருக்கும். முடி கிராப்படிச்சிருக்கேன். லேசான வழுக்கையிருக்கும்."

"கண்ணுங்க?"

"ஒரு மாதிரி சின்னதா ஆனைக்கண்ணு" நான் சொன்னேன்.

"என்னோடது பெரிய ஆனைக்கண்ணுங்க... நெஞ்சு?"

"கொஞ்சம் அகலமானது."

நாராயணி சொன்னாள் "என்னொட நெஞ்சும் அகலமானதுதான். இடுப்பு?"

நான் சொன்னேன் "என்னோட இடுப்பு ஒடுங்கினது."

நாராயணி சொன்னாள் "என்னோட இடுப்பு எப்படியா? சொல்ல மனசில்ல."

நான் சொன்னேன் "பீப்பாய் மாதிரி..."

நாராயணி சின்னதாக அலறினாள். அவள் சொன்னாள் "எனக்கு உங்களைக் கிள்ளிக் காயம் பண்ணிக் கடிச்சுத் தின்னத் தோணுது."

"நாராயணீ."

---

[1] பஜாரா – சோளம், சாமை தானியங்கள்

"என்னவாம்?"

"நெறமென்ன?"

"எதோட நெறம்?"

"அழகான உன்முகத்தோட..."

"கொஞ்சம் வெளுப்புதான்."

நான் கூப்பிட்டேன் "நாராயணீ."

"என்னவாம்?"

"பெண்ணோட மணம் எனக்கு அனுபவமாச்சு..."

"இப்பவா? அய்யோ."

நான் சொன்னேன் "இப்போவில்ல. நான் இந்த ஜெயிலுக்கு வந்து இங்கே நுழஞ்சபோது."

அவள் கேட்டாள் "அது எங்கேருந்து? என்னோட தாயிருக்குமோ?"

"எனக்குத் தெரியாது."

அவள் கேட்டாள் "ஆம்பிளை உடம்பு மணம்... உங்க மணம் எப்படியிருக்கும்?"

நான் சொன்னேன் "எனக்குத் தெரியாது... நாராயணி... உன்னுடைய உடம்போட அந்த மணம்..."

நான் நாசித்துவாரங்களை விரித்து வலுவாக உறிஞ்சினேன். அவளுக்குச் சத்தம் கேட்டிருக்குமா? நாராயணி கேட்டாள் "வருதா?"

நான் சொன்னேன் "இல்ல."

நாராயணி சொன்னாள் "எனக்கும் வரல. அசட்டு மதில்."

நான் கேட்டேன். "நாராயணி, இந்த மதில்லே ஒரு ஓட்டை இருந்துச்சு. நீ பாத்திருக்கியா?"

நாராயணி சொன்னாள் "சிமெண்டு பூசின இடத்தைப் பாத்திருக்கேன். தொட்டுக்கூடப் பாத்திருக்கேன். நான் இங்கே வர்றதுக்கு முந்தியே அதை அடைச்சிட்டாங்க."

நான் சொன்னேன் "நான் அந்தப் பக்கத்தை மோந்து பாத்திருக்கேன்."

நாராயணி சொன்னாள் "அதை அடைச்ச வார்டரை ஒரு ஆளு அடிச்சிட்டான். அடிச்ச ஆளை முக்காலியிலே கட்டிவெச்சு

அடிச்சாங்கன்னு கேள்விப்பட்டேன். ஒவ்வொரு அடியையும் இங்கேருக்கிற பெண்ணுங்க வருத்தத்தோட எண்ணுனாங்க."

நான் சொன்னேன் "முக்காலியில் கட்டிவெச்சு முப்பத்தியாறு அடி. இங்கேருக்கிற ஆம்பிளைங்களும் அதை வருத்தத்தோட எண்ணுனாங்க."

நாராயணி சொன்னாள் "கஷ்டமாப் போச்சு."

நான் சொன்னேன் "அடி வாங்குன ஆளு என்னோட கிளாஸ்மேட்டாக்கும். எங்க ஊர்க்காரன்."

"உண்மையாவா?"

"உண்மை."

அப்படியாக மதிலின் மேலிருந்து நீளவாக்கில் உருண்ட வெள்ளையான ஒரு துணிப்பை வந்தது. பஜாரா வறுத்துப் பொடித்தது. உப்புபோட்டுப் பொடி செய்த மிளகாயும் வந்தது. எலுமிச்சை ஊறுகாய் போனது. நேத்திரங்காய் வறுவலும் டப்பாவோடு போனது.

நாராயணி கேட்டாள் "நான்...இந்த...வறுவலை...எல்லாருக்கும் ஒவ்வொண்ணு குடுக்கட்டுமா?"

நான் சொன்னேன் "என் பேரையும் உன் பேரையும் சொல்லி எல்லாருக்கும் கொடு."

நாராயணி கேட்டாள் "என்னை... என்னை மட்டும் நேசிப்பீங்களா?"

நான் கேட்டேன் "அதென்ன நாராயணி, இத்தனை சந்தேகம்?"

நாராயணி கொஞ்சம் வருத்தத்துடன் சொன்னாள் "இங்கே... என்னைவிட அழகானவங்க இருக்காங்க. நான் அவ்வளவொண்ணும் அழகில்ல."

நான் சொன்னேன் "நானும் அழகனொண்ணுமில்ல."

அவள் சொன்னாள் "ஒரு தடவ பாக்கணும்."

நான் சொன்னேன் "எனக்கும் ஒரு தடவ பாக்கணும்."

அவள் சொன்னாள் "என்னோட தெய்வமே, நான் இன்னைக்கு ராத்திரி படுத்து அழுவேன்."

காற்றும் மழையும் இடியுமுள்ள கோரமான இரவு வந்தது. வெளிச்சத்தில் மூழ்கிய இரும்புக் கம்பிக் கூட்டில் உட்கார்ந்து கொண்டிருக்கிறேன். கண்ணாடிக் கம்பிகள்போல மழை நீர் விழுந்துகொண்டிருக்கிறது. சரல் கற்களை வாரி வீசுவதுபோல

விழுந்துகொண்டிருக்கிறது. கடவுளின் வரம். மழை பெய்யட்டும். புயற்காற்றே, வீசியடி. ஆனால் மரங்கள் எதையும் பிடுங்கி விடாதே. மேகங்களே, மெதுவாக... மெதுவாகக் கர்ஜனை செய்யுங்கள். உங்களுடைய இந்தக் கோரமான ஆர்ப்பாட்டத்தைக் கேட்டால் பெண்கள் பயந்து போவார்கள். மெதுவாக... மெதுவாக.

பொழுது விடிந்தது. வார்டர் வந்து விளக்கணைத்து விட்டுக் கதவைத் திறந்தார். நான் வெளியிலிறங்கினேன். கழுவிச் சுத்தமாக்கிய புதிய உலகம். ஜெயிலிலிருந்து தப்புவது நல்லதல்ல என்று அப்போது எனக்குத் தோன்றியது. இவ்வளவு கஷ்டப்பட்டு ஜெயிலிலிருந்து தப்பி வெளியில் போய் என்ன செய்ய? வெளியில் என்று சொல்லுவதும் பெரிய ஜெயிலைத்தான். இல்லையா?

காற்றும் மழையும் இடி அதிர்ச்சியும் மின்னலுமுள்ள கோரமான இரவுகள் இன்னும் வரும். ஆனால், அதர்மம். நான் அந்தப் பெரிய ஆணிகளைப் பத்திரப்படுத்தியிருந்த இடத்தையே மறந்துவிட்டேன். சுருக்கமாகச் சொன்னால் ஜெயிலிலிருந்து தப்புவது அதர்மம் என்ற ஞானோதயம் ஏற்பட்டது.

மதிலுக்கு ரத்தமும் சதையும் இருக்காது. ஆனால் அதற்கு ஆத்மா உண்டாகியிருக்கும் இல்லையா என்ற சந்தேகம் வந்தது. மதில் பலவற்றையும் பார்த்தது. பலவற்றையும் கேட்டது.

வறுத்த கருவாடு, பொரித்த ஈரல், முட்டை, ரொட்டி பலவும் மதிலைத் தாண்டி அந்தப் பக்கம் போயின.

ஒருநாள் பார்க்கும்போது மதிலின் மேல் ஒரு அணில் உட்கார்ந்துகொண்டிருக்கிறது. அது என்னையே பார்த்துக் கொண்டிருக்கிறது. நான் சொன்னேன், "அங்கேயிருந்து எறங்கிப் போடா கள்ளப் படுக்கூசே. உனக்கு வெட்கமில்லே?"

நாராயணி கேட்டாள் "யாரைத் திட்டிக்கிட்டிருக்கீங்க?"

நான் சொன்னேன் "ஒரு அணிலை. அது மதில்மேல உட்கார்ந்து நம்மையே கவனிச்சிட்டிருக்கு. திருடன்."

"அங்கேயே உட்காரட்டும்" என்றாள் நாராயணி.

நான் சொன்னேன் "அது என்னைக் கேலிபண்ண வந்திருக்கு. அதையும் அதோட சொந்தக்காரங்களையும் நான் விரட்டியிருக்கேன்."

நான் கொஞ்சம் சரல் கற்களை எடுத்து வீசினேன். அணில் ஓடிப்போனது.

ஊடல் கலந்த வேதனையுடன் நாராயணி சொன்னாள் "பாருங்க, கல்லு என்னோட முலைமேலே வந்து விழுந்துடுச்சு."

நான் கேட்டேன் "வலிச்சுதா?"

நாராயணி சொன்னாள் "நாம ஒரு தடவை பாத்துக்கிறதுக்கு என்ன வழி?"

நான் சொன்னேன் "எனக்கு ஒரு வழியும் தெரியல."

நாராயணி சொன்னாள் "நான் இன்னைக்கு ராத்திரி படுத்து அதை நெனைச்சு அழுவேன்."

நானும் அன்று இரவு படுத்துக்கொண்டு யோசித்தேன். கனவு கண்டேன்.

இரவுகள் பகல்கள் அப்படியே நகர்ந்தன.

"நான் ஆசுபத்திரிக்கு வரப் பாக்கிறேன்" ஒருநாள் நாராயணி சொன்னாள். "முடியுமானா என்னைப் பாக்க ஆசுபத்திரிக்கு வருவீங்களா? தூரத்திலே நின்னாவது ஒருதடவை பாத்தாப் போதும்."

நான் சொன்னேன் "நான் ஓடி வந்து கட்டிப்பிடிச்சு முத்தம் குடுப்பேன். முகத்திலயும் கழுத்திலயும் முலைகள்லேயும் நாபியிலேயும்?"

"என்னைப் பாத்தா எப்படித் தெரியும்?" அவள் கேட்டாள்.

நான் சொன்னேன் "முகத்தைப் பாத்தாலே தெரியும்."

"என்னோட வலது கன்னத்துல கறுப்பா ஒரு மச்சமிருக்கு. அதைப் பாப்பீங்களா?" என்றாள் நாராயணி.

அந்தக் கறுப்பு மச்சத்தில் துறுதுறுவென்று நான் முத்தமிட வேண்டும்.

"வராம இருந்திரக் கூடாது. என் கூட வேறே பெண்ணுங்களும் இருப்பாங்க."

நான் சொன்னேன் "நான் தனியாத்தான் இருப்பேன். என்னோட தலையில் தொப்பி இருக்காது. கொஞ்சம் வழுக்கை. கையில் ஒரு சிவப்பு ரோஜாப்பூ வெச்சிருப்பேன்."

"நான் அதைப் பாப்பேன்."

"ஆசுபத்திரி ஆர்டர்லி என்னோட பழைய சிநேகிதன்."

"அது எனக்கும் தோணிச்சு."

"எப்படி?"

"முட்டை, ஈரல், ரொட்டி. நான் செத்துப்போனா என்னைப் பத்தி நெனைப்பீங்களா?"

"ரோஜாச் செடி இன்னும் வேணுமா? இங்க நெறைய இருக்கு."

"வேண்டாம். குடுத்ததிலேருந்தே நான் ஒரு பூந்தோட்டம் போட ஆரம்பிச்சுட்டேன்... நான் செத்துபோனா என்னைப் பத்தி நெனைப்பீங்களா?"

"பிரியமான நாராயணீ... சாவைப் பத்தி எதுவும் சொல்ல முடியாது. யாரு, எப்போ, எங்கே சாவாங்கன்னு கடவுளுக்கு மட்டுந்தான் தெரியும். முதல்லெ செத்துப் போறது நானாத் தான் இருப்பேன்."

"இல்ல, நாந்தான். என்னை நெனைப்பீங்களா?"

நான் சொன்னேன் "நெனைப்பேன்."

"எப்படி? என்னோட தெய்வமே... நீங்க என்னை எப்படி நெனைப்பீங்க? நீங்க என்னைப் பாத்ததில்ல. தொட்டதில்ல. அப்புறமெப்படி நெனைப்பீங்க?"

நாராயணி கேட்டாள்.

"நாராயணியோட அடையாளம் இந்தப் பூமியிலே எங்குமிருக்கிறது."

வேதனையுடன் கேட்டாள் நாராயணி."பூமியிலே எங்கேயுமா? நீங்க எதுக்காக முகஸ்துதி பண்றீங்க?"

நான் சொன்னேன் "நாராயணீ... முகஸ்துதியொண்ணுமில்ல. பரம சத்தியம். மதில்கள்... மதில்கள்..."

நான் மதிலைப் பார்த்துக்கொண்டு நின்றேன். அந்தப் பக்கம் நிசப்தமாக இருந்தது. நீண்ட நேரம் கழித்து நாராயணி கேட்டாள். "நான் வாய் விட்டு அழட்டுமா?"

நான் சொன்னேன் "இப்போ வேண்டாம். நெனச்சுப் பாத்து ராத்திரி அழுதுக்கோ."

நீண்ட நேர மௌனத்துக்குப் பிறகு நாராயணி சொன்னாள் "ஆசுபத்திரியிலே என்னைக்குப் பாக்கலாம்னு நான் நாளைக்குச் சொல்றேன்."

ஏக்கத்துடன் நாங்கள் பிரிந்தோம். இரவு வந்தது. விளக்கு எரிந்தது. வார்டர் வந்தார். விளக்கை அணைத்தார். கதவு திறந்தது. நான் வெளியே வந்தேன். பல் துலக்கல், கசரத், குளியல் எல்லாவற்றையும் சீக்கிரமாக முடித்தேன். சாப்பிடுவதாகப் பேர் பண்ணினேன். சக்கியில் ஒரு பீடியைப் பற்றவைத்தேன். அப்படியே புகை விட்டுக்கொண்டு உட்கார்ந்திருந்தேன். அனியன் ஜெயிலர்

குசலம் விசாரிப்பதற்காக வந்தார். அப்போது மதிலுக்கு மேலே நீல ஆகாயத்தில் காய்ந்த கம்பு உயர்ந்தது.

நான் உட்கார்ந்தவாக்கில் வியர்த்தேன். நான் உட்கார்ந்து புகைந்தேன். என்ன செய்வது?

அப்பாடா, கடைசியில் அனியன் ஜெயிலர் போனார். நான் ஓடினேன்.

"நாராயணீ"

"ஹாங்?"

"என்ன?"

நாராயணி சொன்னாள் "இன்னிக்குத் திங்கக்கிழமை. வியாழக்கிழமை பகல் பதினொண்ணு மணிக்கு நான் ஆசுபத்திரியில இருப்பேன். வலது கன்னத்துல மச்சம். மறக்காதீங்க?"

"ஞாபகமிருக்கு. என்னோட கையில் சிவப்பு ரோஜாப்பூ."

"ஞாபகமிருக்கு."

திங்கள், செவ்வாய், புதன். மத்தியானம் சாப்பிட்டுக் கண் அயர்ந்தேன். எழுந்து குளித்தேன். அப்படியிருக்கும்போது அனியன் ஜெயிலர் சிரித்துக்கொண்டு என்னுடைய ரோஜாத்தோட்டத்துக்கு வந்தார். கொஞ்சம் பூக்களைப் பறித்தெடுத்து லாக்கப்புக்குள்ளே வந்து என்னுடைய படுக்கையில் உட்கார்ந்தார்.

"பூ வேணுமா?" அனியன் ஜெயிலர் கேட்டார்.

எனக்குச் சிரிப்பு வந்தது. நான் சொன்னேன். "நானே பூங்காவனம். பூவும்."

"காயில்லையா?"

"காயும்."

அப்படியே பார்த்துக்கொண்டிருக்கும்போது மதிலுக்கு மேலே நீல ஆகாயத்தில் காய்ந்த கம்பு உயர்கிறது.

அனியன் ஜெயிலர் சொன்னார் "உங்களை நான் சாதாரண டிரஸ்ஸில் இதுவரைக்கும் பார்த்ததில்ல."

நான் சொன்னேன் "ஜிப்பாவும் வேஷ்டியும்."

துவைத்து மடித்துக் கட்டிவைத்திருந்த என்னுடைய துணிப் பொட்டலத்தை எடுத்து அவிழ்த்தார் அனியன் ஜெயிலர்.

"அழுக்காயிடும்" என்றேன்.

"இதைப் போடுங்க பாக்கலாம்."

"அழுக்காயிடும்" என்றேன்.

"அதனாலே என்ன? தொவைக்க முடியாதா?"

சரிதான். நான் வேட்டியைக் கட்டி ஜிப்பாவையும் போட்டுக் கொண்டேன்.

"எப்படி?" என்று கேட்டேன்.

"நன்றாக இருக்கிறது" மிகவும் சந்தோஷத்துடன் நாடக பாணியில் சொன்னார் அனியன் ஜெயிலர். "யூ கேன் கோ மிஸ்டர். பஷீர், யூ ஆர் ஃப்ரீ."

நான் நடுங்கிப்போனேன். என்னுடைய கண்கள் காணாமற் போயின. காதுகள் கேட்காமற் போயின. மொத்தத்தில் ஒரு திணறல். எனக்கு எதுவும் புரியவில்லை.

நான் கேட்டேன்.

"ஒய் ஷூட் ஐ பி ஃப்ரீ? ஹூ வாண்ட்ஸ் ஃப்ரீடம்?"

அனியன் ஜெயிலர் சிரித்தார். அவர் சொன்னார். "உங்களை விடுதலை செய்யச் சொல்லி உத்தரவு வந்திருக்கு. இந்த நிமிஷம் முதல் நீங்க சுதந்திரமானவர். நீங்க சுதந்திரமான உலகத்துக்குப் போகலாம்."

சுதந்திரமானவன். சுதந்திர உலகம். எது சுதந்திர உலகம். "பெரிய ஜெயிலுக்கில்லையா போகணும்? யாருக்கு வேணும் இந்தச் சுதந்திரம்?"

அனியன் ஜெயிலர் சொன்னார் "ஊருக்குப் போய்ச் சேர்றதுக்கான காசை வாங்கிகிட்டு நீங்க போகலாம். எதையாவது எடுத்துக்கணுமா?"

அவர் படுக்கையைச் சுருட்டினார். அதற்கு அடியில் ஆயுள் தண்டனைக் கைதிகள் வாசிப்பதற்காக எழுதி வைத்திருந்த 'காதல் கடிதம்' என்ற கதை இருந்தது. அவர் அதை மடித்து என்னுடைய சட்டைப் பையில் வைத்தார். வேறு சில கதைகளும் ஆயுள் தண்டனைக் கைதிகளிடம் இருந்தன. பரவாயில்லை. அனியன் ஜெயிலர் சந்தோஷத்துடன் என்னுடைய கைகளைப் பிடித்து லாக்கப்புக்கு வெளியே அழைத்து வந்தார். நான் என்னுடைய ரோஜாத் தோட்டத்துக்குள்ளே போய் நின்றேன். கனவுபோல ஒரு சிவப்பு ரோஜாவைப் பறித்து முத்தமிட்டபடி பார்த்தேன்.

மதிலுக்கு மேலே நீல ஆகாயத்தில் காய்ந்த கம்பு உயர்கிறது. உயர்கிறது. உயர்கிறது.

கடவுளே!

அனியன் ஜெயிலர் என்னுடைய லாக்கப்பைப் பூட்டினார்.

சரி, நாராயணீ, மங்களம்.

ஊருக்குப் போய்ச் சேர்வதற்கான காசுடன் பெரிய ஜெயிலின் கேட் வழியாக நான் வெளியே வந்தேன். ஜெயிலின் பெரிய கதவு பயங்கரமான ஓசையுடன் எனக்குப் பின்னால் மூடியது.

நான் தனியானேன். நறுமணம் பரப்பும் சிவப்பு ரோஜாவைக் கையில் வைத்துப் பார்த்துக்கொண்டு நான் அந்தப் பெரும் பாதையில் அசைவில்லாதவனாக நீண்ட நேரம் நின்றேன்.

மங்களம். சர்வ மங்களம்.

1965
தமிழில்: சுகுமாரன்

●

வைக்கம் முகம்மது பஷீர் : வாழ்க்கைக் குறிப்பு

கேரளத்தில், இன்றைய கோட்டயம் மாவட்டத்தின் பகுதியும் சுதந்திரத்துக்கு முந்தைய திருவிதாங்கூர் சமஸ்தானத்தின் பகுதியுமான வைக்கத்தைச் சேர்ந்த தலையோலைப்பறம்பில் *1908* ஜனவரி *21*ஆம் தேதி வைக்கம் முகம்மது பஷீர் பிறந்தார். தந்தை – கண்ணீத்ர வைப்பேல் காயி அப்து ரஹிமான். தாய் – பாலசேரி குஞ்ஞுதாச்சும்மா. குடும்பத்தின் மூத்த பிள்ளையாகப் பிறந்த பஷீருடன் பிறந்தவர்கள் ஐவர். மூன்று தம்பிகள் (அப்துல் காதர், ஹனிபா, அபு பக்கர்), இரண்டு தங்கைகள் (பாத்தும்மா, குஞ்ஞானும்மா). பெற்றோரும் குடும்ப உறுப்பினர்கள் அனைவரும் பின்னாளில் பஷீர் படைப்புகளில் கதைமாந்தர்களாக இடம் பெற்றார்கள்.

பஷீர் தனது ஆரம்பக் கல்வியைத் தொடங்கியதே எட்டாவது வயதில்தான். தலையோலைப் பறம்பு முகம்மதன் ஆரம்பப் பள்ளியிலும் வைக்கம் ஆங்கிலப் பள்ளியிலும் பயின்றார். பஷீரின் கல்விப் பருவம் நிறைவடையும் தருணத்தில் அதுவரை செல்வாக்குப் பெற்றிருந்த காயி அப்து ரஹிமானின் மர வியாபாரம் வீழ்ச்சி அடைந்தது. குடும்பத்தை வறுமை பீடித்தது.

காந்தி வைக்கத்துக்கு *1925* மார்ச் எட்டு அன்று வருகை தந்தார். அவரைத் ‘தொட்டுவிட்ட’ பரவசத்தில் பதினேழு வயது பஷீர் அவருடைய சீடரானார். காந்தியவாதியானார். வைக்கம் போராட்டப் பந்தலுக்குச் சென்ற புரட்சிகர

நடவடிக்கைக்காகப் பள்ளியிலிருந்து நீக்கப்பட்டார். பிற்காலத்தில் புகழ்பெற்ற படைப்பாக மாறிய 'பால்யகால சகி'க்கு ஆதாரமான 'பிள்ளைக் காதல்' தோல்வியை வெல்வதற்காக அரசியல் சமூகப் பணிகளில் தீவிரமாக ஈடுபட்டார். வீட்டைவிட்டு வெளியேறி ஐந்தாண்டுக் காலம் தலைமறைவு வாழ்க்கை மேற்கொண்டார். தலையோலைப்பறம்புக்குத் திரும்பிவந்தார். கோழிக்கோட்டில் நடந்த உப்பு சத்தியாகிரகத்தில் கலந்து கொள்ள மீண்டும் வீட்டைத் துறந்தார். சத்தியாகிரகத்தில் பங்கேற்று மூன்று ஆண்டுகள் சிறைத் தண்டனை விதிக்கப்பட்டுக் கண்ணூர் சிறைக்குச் சென்றார். காந்தி – இர்வின் ஒப்பந்தச் சலுகையில் தண்டனைக் காலம் முடியும் முன்பே விடுதலையானார். மறுபடியும் தலையோலைப்பறம்பு வாசம்.

இந்திய விடுதலைக்குப் பொருத்தமானது காந்தியின் மிதவாதமல்ல, பகத்சிங்கின் தீவிரவாதமே என்று பஷீர் நம்பினார். அதைச் செயல்படுத்த தீவிரவாத அமைப்பொன்றையும் உருவாக்கினார். கண்ணூர் சிறையில் சகக் கைதியாக இருந்த பி.ஏ. சைனுத்தீனின் உஜ்ஜீவனம் இதழில் தொடர்ந்து அனல் பறக்கும் கட்டுரைகளை எழுதினார். தீவிரவாதச் செயல்களிலும் ஈடுபட்டார். எர்ணாகுளம் காவல் நிலைய எரிப்பு வழக்கில் கைது செய்யப்படாமலிருக்க, திருவிதாங்கூர் சமஸ்தானத்தைவிட்டு வெளியேறினார். கண்ணூரில் தொடங்கிய பயணம், அநேகமாக எல்லா இந்திய நகரங்களையும், கப்பல் மார்க்கமாக அரபு ஆப்பிரிக்க நாடுகளையும், இந்தியாவின் அண்டை நாடுகளையும் கடந்து நீண்டது. மீண்டும் தலையோலைப்பறம்புக்கு வந்து சேர்ந்தார்.

எர்ணாகுளத்திலிருந்து வெளிவந்த சுதந்திரப் போராட்ட ஆதரவு இதழ்களில் அரசியல் கட்டுரைகள் எழுதினார் பஷீர். இலக்கிய முயற்சிகளிலும் ஈடுபட்டார். 1937இல் முற்போக்கு இலக்கியத்தின் முன்வடிவான 'ஜீவன்சாஹித்ய பிரஸ்தான' (வாழ்விலக்கிய இயக்கம்)த்துக்கு உருவம் கொடுத்தார். அடுத்த ஆண்டு 'தர்மராஜ்ஜியம்' என்ற முதல் புத்தகம் வெளியானது. அதே ஆண்டு பஷீரின் முதல் சிறுகதை 'என்டெ தங்கம்' வெளியானது. (பின்னர் கதையின் தலைப்பு 'தங்கம்' என்று மாற்றம் பெற்றது.) தொடர்ந்து பஷீரை கவனத்துக்குரிய எழுத்தாளராக முன்னிறுத்திய 'அம்மா' வெளியானது. 'தர்மராஜ்ஜியம்' நூலைத் திருவிதாங்கூரில் விற்கவும் வாசிக்கவும் திவான் சி.பி. ராமசாமி அய்யர் தடை விதித்தார். புத்தகம் பறிமுதல் செய்யப்பட்டது. 1940ஆம் ஆண்டு எர்ணாகுளத்தில் மலையாள விமர்சக முன்னோடியான எம்.பி. பாலின் தனிப்பயிற்சிக் கல்லூரியில் விடுதிக் காப்பாளர் பணியில்

சேர்ந்து, இரண்டு ஆண்டுகள் பணிபுரிந்தார். பஷீரின் இலக்கிய வாழ்வின் தொடக்கம் அந்த நாட்கள். பால்ஸ் டியூட்டோரியல் கோட்டயத்துக்கு மாற்றப்பட்டபோது பஷீரும் உடன் வந்தார். அரசியல் கட்டுரைகளின் பேரில் 1942இல் கோட்டயம் காவல்துறைக் கொட்டடியிலும் பின்னர் கொல்லத்திலும் சிறை வைக்கப்பட்டார். விசாரணைக் கைதியாகவே நீண்ட நாட்கள் தன்னை அடைத்துவைத்திருப்பதை எதிர்த்து உண்ணாவிரதப் போராட்டம் நடத்தப்போவதாக அச்சுறுத்தி வழக்கை நீதிமன்ற விசாரணைக்குக் கொண்டு வந்தார். வழக்கில் இரண்டு ஆண்டு கடுந்தண்டனையும் ஆயிரம் ரூபாய் அபராதமும் விதிக்கப்பட்டன. அபராதம் கட்ட வழியில்லாததால் தண்டனை இரண்டரை ஆண்டுகளாக ஆனது. திருவனந்தபுரம் மத்தியச் சிறையில் அடைக்கப்பட்டார். முதல் நாவலான 'காதல் கடித'த்தைச் சிறை வாழ்வில் எழுதினார். கெடு முடியும் முன்பே விடுதலை செய்யப்பட்டார்.

1944இல் தந்தை மறைந்தார். அதே ஆண்டு 'பால்யகால சகி' வெளிவந்தது. 44 – 46ஆம் ஆண்டுகளில் பஷீர் திருச்சூரில் வாழ்ந்தார். முதல் காதல் மலர்ந்தது. எழுத்தாளர்களின் கூட்டுறவு அமைப்பான 'சாஹித்ய ப்ரவர்த்தக சஹகரண சங்கம்' தொடங்கியதில் பஷீரின் பங்களிப்பும் கணிசமானது. அதன் நிறுவன உறுப்பினர்களில் பதினான்காமவராக இருந்தார். திவான் சர். சி.பி.யின் ராஜினாமாவுக்குப் பின்பு பத்திரிகைகள், புத்தகங்கள் மீதான திருவிதாங்கூர் அரசின் தடைகள் நீக்கப்பட்டன. காதல் நொறுங்கியது. பஷீர் ஊரை விட்டு வெளியேறினார். இரண்டாண்டு சென்னை வாசத்துக்குப் பிறகு எர்ணாகுளம் திரும்பிப் புத்தக விற்பனையாளராக ஆனார். பின்னர் புத்தகக் கடைகள் ஆரம்பித்தார். மூன்று ஆண்டுகளுக்குள் இரண்டு புத்தகக் கடைகளை நடத்திப் பார்த்துத் தோல்வியடைந்தார். வியாபாரத்தில் தோல்வியடைந்தாலும் இலக்கிய நட்புகளைப் பெற்றார். முழு நேர எழுத்து வாழ்க்கையை மேற்கொண்டார். தனது சிறுகதையை அடிப்படையாகக் கொண்ட 'பார்கவி நிலையம்' படத்துக்குத் திரைக்கதை எழுதினார். எழுத்தில் தீவிரமாக ஈடுபட்டார்.

குடிப்பழக்கம் முற்றி 1954ஆம் ஆண்டு மனநோய்க்கு ஆளானார். அந்தக் காலத்தில்தான் 'பாத்தும்மாவின் ஆடு' நாவலை எழுதிமுடித்தார். ஒரு மாதத் தீவிர சிகிச்சைக்குப் பின்னர் நோய் நீங்கியது. ஐம்பதாம் வயதில் 1958ஆம் ஆண்டு டிசம்பர் 18 அன்று செறுவண்ணூரைச் சேர்ந்த பாத்திமாபீவியைத் திருமணம் செய்துகொண்டார். திருமணத்துக்குப் பின்னர் தலையோலைப்பறம்பிலிருந்து குடிபெயர்ந்து கோழிக்கோடு,

பேப்பூரில் குடியேறினார். இரண்டு மக்கள் பிறந்தனர். மூத்தவர் பெண் – ஷாஹினா. இளையவர் ஆண் – அனீஸ்.

1930களின் இறுதியில் எழுதத் தொடங்கிய பஷீர் 80களின் ஆரம்பக் காலம்வரை எழுதினார். ஏறத்தாழ அரை நூற்றாண்டுக் கால இலக்கிய வாழ்வில் அவர் எழுதிய அனைத்தும் வாசக விருப்பத்துக்குரியனவாக இருந்தன. அவருடைய நாலு வரிக் கடிதம்கூட இலக்கிய முக்கியத்துவம் பெற்ற படைப்பாகக் கருதப்பட்டது. அதற்கான அங்கீகாரங்கள் அவருடைய வாசலைத் தேடி வந்தன. பிற எழுத்தாளர்களுக்கு வழங்கப்பட்ட புகழ்பெற்ற இலக்கிய விருதுகள் எதுவும் பஷீருக்கு அளிக்கப்பட்டதில்லை. மத்திய சாகித்திய அக்காதெமி விருதோ, மாநில சாகித்திய அக்காதெமி விருதோ வழங்கப்படவில்லை. ஆனால் இந்த அமைப்புகளின் சிறப்புத் தகுதி (ஃபெலோஷிப்) நீண்ட காலம் அவருக்கு அளிக்கப்பட்டது. 1972இல் சுதந்திரப் போராட்ட வீரருக்கான தாமிரப் பட்டயம் வழங்கப்பட்டது. 1980இல் பத்மஸ்ரீ விருதும் 1987இல் கோழிக்கோடு பல்கலைக் கழகத்தின் கௌரவ டாக்டர் பட்டமும் அளிக்கப்பட்டன.

1994 ஜூலை 5 அன்று கோழிக்கோடு பேப்பூரில் பஷீர் மறைந்தார்.

பஷீர் படைப்புகள்

நாவல்கள்

1. பிரேம லேகனம் (காதல் கடிதம்) (1943)
2. பால்யகால சகி (1944)
3. சப்தங்கள் (1947)
4. எண்டுப்பாக்கொரானேண்டார்ந்நு (எங்க உப்புப்பாவுக்கொரு ஆனையிருந்தது) (1951)
5. மரணத்தின்டெ நிழலில் (மரணத்தின் நிழலில்) (1951)
6. ஜீவித நிழல்பாடுகள் (வாழ்க்கையின் நிழற் சுவடுகள்) (1954)
7. பாத்தும்மயுடெ ஆடு (பாத்துமாவின் ஆடு) (1959)
8. மதிலுகள் (மதில்கள்) (1965)
9. தாரா ஸ்பெஷல்ஸ் (1968)
10. மாந்திரிகப் பூச்ச (மாந்திரிகப் பூனை) (1968)
11. அனுராகத்தின்டெ தினங்ஙள் (காதலின் தினங்கள்) (1983)
12. ப்ரேம் பாற்ற (காதல் கரப்பான்) (2000)

தொடர்கதைகள்

1. முச்சீட்டு களிக்காரன்டெ மகள் (மூணுசீட்டு விளையாட்டுக்காரனின் மகள்) (1951)
2. ஆனவாரியும் பொன் குரிசும் (ஆனைவாரியும் பொன்குருசும்) (1953)
3. ஸ்தலத்தே ப்ரதான திவ்யன் (ஊரில் முக்கியமான புனிதர்) (1953)

சிறுகதைகள்

1. ஜன்மதினம் (ஜென்ம தினம்) (1945)
2. ஓர்மக் குறிப்பு (நினைவுக் குறிப்பு) (1946)
3. விட்டிகளுடெ ஸ்வர்க்கம் (மூடர்களின் சொர்க்கம்) (1948)
4. பாவப்பெட்டவருடெ வேஸ்ய (ஏழைகளின் விலைமாது) (1952)
5. விஸ்வவிக்யாதமாய மூக்கு (உலகப் புகழ்பெற்ற மூக்கு) (1954)
6. விசப்பு (பசி) (1954)

7. ஒரு பகவத் கீதையும் குறே முலகளும்
   (ஒரு பகவத் கீதையும் சில முலைகளும்) (1967)
8. ஆனப் பூட (ஆனை முடி) (1975)
9. சிரிக்குந்ந மரப்பாவ (சிரிக்கும் மரப்பாச்சி) (1975)
10. பூமியுடெ அவகாசிகள் (பூமியின் வாரிசுதாரர்கள்) (1977)
11. சிங்கிடி முங்கன் (1991)
12. யா இலாஹி (1997)

நாடகம்

கதாபீஜம் (கதைக் கரு) (1945)

திரைக்கதை

பார்க்கவி நிலையம் (1965)

வாழ்க்கை வரலாறு

எம்.பி.போல் (எம்.பி. பால்) (1991)

தன் வரலாறு

ஓர்மயுடெ அறகள் (நினைவின் அறைகள்) (1973)

கேள்வி பதில்

நேரும் நுணயும் (உண்மையும் பொய்யும்) (1969)

பஷீரின் காலச்சுவடு வெளியீடுகள்

பால்யகால சகி
(இந்திய கிளாசிக் நாவல்)
தமிழில்: குளச்சல் யூசுப்

சப்தங்கள்
(நாவல்)
தமிழில்: குளச்சல் யூசுப்

எங்க உப்பப்பாவுக்கொரு ஆனையிருந்தது
(இந்திய கிளாசிக் நாவல்)
தமிழில்: குளச்சல் யூசுப்

ஆனைவாரியும் பொன்குருசும்
(நாவல்)
தமிழில்: குளச்சல் யூசுப்

பாத்துமாவின் ஆடு
(இந்திய கிளாசிக் நாவல்)
தமிழில்: குளச்சல் யூசுப்

மதில்கள்
(நாவல்)
தமிழில்: சுகுமாரன்

காதல் கடிதம்
(நாவல்)
தமிழில்: சுகுமாரன்

பஷீர் கதைகள்
தேர்ந்தெடுக்கப்பட்ட நாற்பது கதைகள்
தேர்வும் தொகுப்பும்: சுகுமாரன்
தமிழில்: குளச்சல் யூசுப்

உலகப் புகழ்பெற்ற மூக்கு
(இந்திய கிளாசிக் சிறுகதைகள்)
தமிழில்: குளச்சல் யூசுப்

உண்மையும் பொய்யும்
(கேள்வி – பதில்)
தமிழில்: குளச்சல் யூசுப்

அனல் ஹக்
(சிறுகதைகள்)
தமிழில்: குளச்சல் யூசுப்